கோணங்கியின் இயற்பெயர் ச. இளங்கோவன். இவருடைய தாயின் தந்தை நாடகாசிரியர் 'மதுரகவி' பாஸ்கரதாஸ். கடந்த நாற்பது ஆண்டு களாக தொடர்ந்து சிறுகதைகளும் நாவல்களும் எழுதிவருகிறார். இதுவரை 88 சிறுகதைகளும் பாழி, பிதிரா, த என மூன்று நாவல்களும் வெளிவந்துள்ளன. நான்காவது நாவலான நீர்வளரி அண்மையில் வெளிவந்திருக்கிறது. தமிழில் தனித்துவமிக்க கல்குதிரை என்னும் இலக்கிய இதழைக் கடந்த முப்பது ஆண்டுகளாகத் தொடர்ந்து நடத்திவருகிறார். மதினிமார்கள் கதை இவருடைய முதல் சிறுகதைத் தொகுதி. கொல்லனின் ஆறு பெண்மக்கள், பொம்மைகள் உடைபடும் நகரம், பட்டுப்பூச்சிகள் உறங்கும் மூன்றாம் ஜாமம், உப்புக்கத்தியில் மறையும் சிறுத்தை, வெள்ளரிப்பெண் என பிற ஐந்து சிறுகதைத் தொகுதிகளும் வெளிவந்துள்ளன. இவற்றிலிருந்து முதல் ஐந்து தொகுப்புகளின் தொகையாகச் சலூன் நாற்காலியில் சுழன்றபடி என்னும் தலைப்பில் அடையாளம் பதிப்புக்குழு வெளியிட்டிருக்கிறது. கோணங்கி தற்போது கோவில்பட்டியில் வசிக்கிறார்.

பிதிரா

கோணங்கி

அடையாளம்

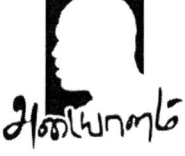

முதல் அடையாளம் பதிப்பு 2018
© கோணங்கி
வெளியீடு: அடையாளம், 1205/1 கருப்பூர் சாலை, புத்தாநத்தம் 621310, திருச்சி மாவட்டம், இந்தியா, தொலைபேசி: 04332 273444
நூல் வடிவம்: த பாபிரஸ், அச்சாக்கம்: அடையாளம் பிரஸ், இந்தியா
ISBN 978 81 7720 307 3
விலை: ₹ 430

Pithira is a novel in Tamil by Konangi, Published by Adaiyaalam, 1205/1 Karupur Road, Puthanatham 621310, Thiruchirappalli District, Tamilnadu, India, email: info@adaiyaalam.net

இடம் மாறிவிடக்கூடிய
ஊழின் நிறவெண்
பூவில் படிகிற பனிப்புள்ளிகள்
மெல்ல உவர் உதிர
மஞ்சணத்தி மரங்களிடையே
சுருண்டு வியர்த்த பாதை
சாம்பல் என் பாதி
இருப்பின்மையின் பாலையில்
புனைகதையின் சரீர இலைகளுமாக
இவர்களைக் காணக்கிடைத்தது
பாக்கியமே...

நாகார்ஜுனன்
ஏ.எஸ். பன்னீர்செல்வன்
ஸ்ரீதருடன்
கடந்து வரும் நட்பிற்கும்

என் விதியின் வடிவங்களான
தங்கை மதிக்கும்
செல்ல மகள் யுகமதிக்கும்.

❖ பறக்கும் கம்பளச் சுருள் ஒன்றை அளித்த அனிதா, பொட்டம்குளம்.

❖ இருப்பு பெயரும் இடத்தில் ட்யூபில் அழைத்துப் போன மதன் மோகன் விசாநிரல் அனுப்பிய பத்மநாப அய்யர் சந்தித்துக்கொண்ட கிருஷ்ணராஜா வேறொரு பிரதேசத்திலிருந்து தங்குவதற்கான அனுமதி முத்திரையிட்ட கடிதம் தந்த இன்பவல்லி.

❖ கைகளில் தெலங்கானா நிலத்துடன் உள் கிராமங்களுக்கு கூட்டிப்போன பேராசிரியர் நரசிம்ம ரெட்டி, ஆய்வு மாணவர்கள், வாரங்கல் பேராசிரியர் சுதர்சன ரெட்டி சிரீசில்லா, சந்தநெல்லி, நல்கொண்டா, மேடக் மாவட்டம், சிடிபெட் மண்டல், ருத்ராரம், ஆத்மக்கூர் விவசாயிகள், அம்பேத்கர் திறந்த வெளி பல்கலை. விரிவுரையாளர் வெங்கடையா, நண்பர்கள் எம்.எஸ்.எஸ். பாண்டியன், வித்யாஷாகர், ஹைதராபாத் அனுப்பிவைத்த ஜெயரஞ்சன்.

❖ கப்பல் கேயில் வந்த கூந்தல் நகரவாசிகள், குமார் அம்பாயிரம், மாரீஸ், தேவதச்சன், தேவேந்திர பூபதி, செல்லையா, ஜான் பாபுராஜ் சண்முகசுந்தரம்,வே. கருணாநிதி, சுபானி, கலைவாணி, ஒளிவரி செய்து நூல்நயம் பேணும் அடையாளம் பதிப்புக்குழுவினருக்கும் நன்றியுடன்.

கதாந்தம்: *கம்பளப்பெண் - கதைசொல்லி*

கலாந்தம்: *சிறு துண்டுகளாக உடைபடும் வடிவம்*

முல்லை

சுந்தரவனப் புலியின் நறுமண ஒலி அகராதி: முன்னுரை I - புலியான போர்ஹேயின் நீலவார்த்தை: முன்னுரை II - என் பெயர் நீர் - முடிவற்ற தற்கொலைப் பாலம் I - கிளிமுகச் சிறுமி - என் பெயர் தாதாரா இலை - கதாபீடிகை - இடைவெட்டு...

பாலை

ராமனின் கற்பனையான தற்கொலைப் பாலம் II - மணல் வடிவங் களும் உருவற்ற வனங்களும்: முன்னுரை III - ஊமையன் சீமை - பாசிப்பட்டணம் - என் பெயர் காஞ்சரமரம்

மருதம்

தண்ணீரில் அசையும் தற்கொலைப் பாலம் III - காவிரித் தொன்மையில் சலனமடையும் புனைவு: முன்னுரை IV - தாண்டவப் பொதுவியல் - பூவரசமரம் அறிந்த கனவுப் புனைகதை - ஏகசிலா - மீனின் மீசையுடன் போன ஆறு - பாலையும் மருதமும் - நந்தன வருஷப் பஞ்சம் - பூனைக்குத்தி - வால்மேல் நடந்த அம்மன் - வெண்ணாற்றுக் காலரா - ஜன்னலில் பூ உதிரா கம்மங்கதிர் ஆடும்போது மயங்குகிறது காலம் - தாவரமையல் - புவனாவின் மோனமும் இவர்களும் - சேறும் சகதியுமான வாத்துக் கதை - எலி அரசனின் சுருங்கை - பழந்திருடர்கள் - மருதம் அகத்திணை - மாமரவிதி - என் பெயர் உப்பு

மருதமும் பனிமருதமும்

வான்காவின் தற்கொலைப் பாலம்: முன்னுரை V - கிளிமுகப்பயணி - புத்தரின் கிளிவிருத்த நூல் - ரெம்ராண்டின் சாஸ்கியாவை மோகித்த ஒளி - கெமிலியத் தீவு - பாழிடை விழித்த நாய் - பல காலம் தூங்குகிற அம்மாவின் சாம்பல் விளக்கு - கடிகாரத்திலிருக்கும் பிரதி யாருடையது?

குறிஞ்சி

Football land runs at zero angle - *மருதமும் பனிமருதமும் 1: கப்பல் கே. - மருதமும் பனிமருதமும் 2:* Beware of crows and windows - *மருதமும் பனிமருதமும் 3:* ரெம்ப்ராண்டின் இருட்டும் சாஸ்கியாவின் ஒளியுடன் இவர்களும் - கோகின் தெரியாத கோகின் - விடுகதையின் *நிரபராதி*

பாலையும் மணற்பாலையும்

உப்புநூல் யாத்ரீகன் - அலையும் காபூல்விளக்கு - சூல்விளக்கு - பித்தனை முத்தமிட்ட பாம்பு - தவிட்டுப்பனி - மணல் தெரு நாடோடி - கூடவே வரும் சுயேச்சையான நிலம் - சாமை - தொன்மையான முகமூடி - வில்லின் அகராதி

நெய்தல்

பிதிரா

உப்புநூல்

உப்புநூல்: விதியின் வடிவங்கள்: கவிதையும் நகரங்களும் - விதி - பால் - கவிதை - உப்புநகர அலி - சோபடமா உப்புநகரம் - சோடோம் சிவந்த விதி - காகநகரம்- கபாடம் பாண்டியானம் - தமா - பிதிராவின் வடிவம் - சிவப்பு வெளிர்சிவப்பு நகரம் - நத்தை நகரவடிவம்

கிளிமுகப்பயணி நாட்குறிப்பு

கதாந்தம்

'கதைபோடும் கம்பளம் புனைந்துவரும் பெண்ணே
நீரை அமைதியில் வைத்துவிடு
ஆனாலும் பழங்குடிப்பெண் விலாயெலும்பை உருவி எறியும்
சூர்யோதயம். மண்ணெழுந்த பெண்கள் ஒருகையால்
யோனிபொத்தி சூல் வாசனைகளைப் பூசினார்கள்
வெளி அனைத்திலும், சாக்கலி முகத்தில் பச்சைப்
பாம்புகள் ஊர்ந்து பெண் வாசனை
சுரதநீர் அலையும் ஓர் செடியாவதற்கு.'

- கதைசொல்லி

கம்பளப்பெண்

கம்பளப்பெண் கண்களுக்குள் பதுங்கிய வார்த்தைகளை இமைகளால் மூடி, வாய்ப்பூட்டைத் திறந்து, அவள் வெளிப்படுத்துவதற்கு மாயத்தின் நிறங்கள் இன்னும் வந்துசேர வேண்டியிருக்கிறது. இருளுக்குள்தான் அவளைப் பார்த்தேன். அவள் வார்த்தையின் பனி உருகி, எல்லா வற்றையும் குழப்புவதாக, என் பயண விதியை கணிப்பதாக பூட்டு மொழியை மௌனத்தின் நரம்புகளிடையே போதையேற்றினாள்.

எதிர்பார்த்தவர்களாக ஆரூடச் சீட்டுகளைக் கலைத்தவாறு பாரசீக விரல்களில் மொழியைப் பின்னி விளையாடிக்கொண்டே நடந்தவாறு புலிக்கூண்டில் அடைபட்ட கம்பளப்பெண் சுற்றிக் காட்டிய சீட்டு ஒன்றை வாஸிக்கத் திறக்கும் எட்டயபுரம்.

என் புருவங்களில் இணையும் இருவிட்களை நோக்கிச் சொன்னாள் தங்கையானவள் 'யார்மீதும் படரும் நம்பிக்கை. உன்மீது உனக்கே சந்தேகம். மறைந்திருக்கும் மச்சத்தில் நிலவு கரையும் நியதியால் ஊர் பிடித்த புழுதியில் ஓடுகிறாய். பயணிப்பதில் அடைவாய் பாரசீகக் கம்பளத்தின் விதிகளை. கம்பளத்தில் தோன்றும் விரல்கள் அராபிய இரவில் தெளிவில்லாத இழைகளில் நகர்ந்துகொண்டிருக்க எட்டயபுரம்

போனால் மனப்பித்தில் அலையும் வார்த்தையின் ரகஸியம் சொல்வேன்.’

இவர்களுக்கு இடையில் இணைக்கப்பட்ட மறைமுகவிதி நீரில் அலைவுரும் கதைச் சரிவுகளில்அடர்ந்த வேறொரு இரவில் மந்திரக் கம்பளத்தால் தன்னைச் சுற்றிக்கொண்ட பனியில் விறகொடிக்கும் கம்பளப் பெண் வளைந்து சொல்கிறாள் தனிமைகளை.

நான் எட்டயபுரத்துக்குச் செல்லும் செம்பாதைகள் கடலையூர் பறம்புமலைச் சரிவில் திரும்பின. அப்பெண்கள் வெயிலில் அலைவுறும் செடியுடன் பேசும் காற்றில் நடமாடுகிறார்கள். தூரத்தில் குனிந்து பருத்தி எடுக்கும் ஊர்க்கூட்டம். எத்தனையோ பேச்சு கரையும் வெயில். எட்டயபுரம் அரண்மனை கருத்துப்போன காரை மாளிகைக்குள் நாடகவிலாஸத்தில் ஓவியப்படுதா கிழிந்து நைந்திருந்தாலும் டிகேஎஸ் சகோதரர்கள் வேற்றூரில் எரிந்துபோன கொட்டகையிலிருந்து தப்பி வேடத்தோடு இங்கே கூடினார்கள். உள்ளே இருந்த காசி மகாராஜா ஸ்கிரீன் பெட்டிகளின் வர்ணத்தை திறந்து பட்டோவியங்களை கொடுக்கவும் விட்ட இடத்திலிருந்து சங்கரதாஸ் கீர்த்தனைபாடி அவ்வூர்போய் முடித்தார்கள் பின்பாகத்தை.

கலையின் பித்தில் காரை உதிரும் மாளிகைக்குள் காசி மகாராஜாவின் விரல்களுக்கிடையில் அதிர்ந்த சிறகுகளோடு உயிர்பெற்றாள்.

கண்ணாடிக் குவளைகளில் ததும்பிக்கொண்டிருந்த உணர்வுகள் பனிக்கட்டிகளோடு உருகி உறையும் ரகஸிய வார்த்தை அவள் உதடுகளில் செவ்வரக்காகத் துடித்தது. இக்குவளைகளைப் பருக நீல மாளிகைக்குள் தனித்திருக்கும் காசிராஜனின் ஆதரவு நடிகர்களை சினேகிதர்களாகக் கொண்ட விதூஷக வேடம்.

வார்த்தைகளைப் பற்றிய அந்தரங்க மாளிகையின் உள்ளே கண்பளிங்காய் சுழன்று கதை பேசினாள். எட்டுத்திசைக்கும் வெட்டும் கிளியுருவக் கண்ணாடி உடைமாற்றிக்கொண்டிருந்த இளவரசியாகி விரல்களைக்கூட தாவரத்தில் மறைந்திருக்கும் பறவையாக வெளிப் படுத்தினாள். அரண்மனை நீலத்தில் என் குவளையுடன் ராஜனும் உரச சேடிப் பெண்கள் கொண்டுவந்த மதுவும் பனிக்கட்டிகளும் கனவைத் திறக்க மறையும் துயிலில் கண்சொருகி அலைகிறேன். அரண்மனை இருளைக் கடந்து வந்தால் குச்சிகளோடு தானியப் பைகளைத் தோளில் போட்டு கழுத்தில் கழற்ற முடியாத பவளமாலை சூடிய பெண் உரு. அவளைச் சுற்றி கிளிகளின் மாயத்தோற்றம் கொண்டிருப்பதான நிறங்களில் அதிரப் படிகிறார்கள் இரு கம்பளப்பெண்கள்.

தைலவர்ண ஓவியத்தில் சதா வெளிப்படும் காகிதக்கிளி மேலேறிய வர்ணக்கூடுகளில் தூக்கமண் பிதிர்ந்து மெல்லும் காற்று. கஞ்சாக் குடுக்கி சிமிழில் புகை ஏற்றி இரவில் மிதக்கும் எட்டயபுரம் தெரு சுற்றி ஓடுகிறான். ஊருக்கு வெளியே பனைகளைக் கூப்பிட்டான். சாவி கொடுக்கப்பட்ட பொம்மையுடன் விளையாடும் குடுக்கி மேலவாசல் கடந்து கல்தெப்பத்தில் எத்தனையோ காட்டுநிழல் தோன்ற இளம்புவனத்து வண்டிக்காரனோடு சம்பாஷித்தான். கைதட்டிச் சிரித்தவாறு சின்னஞ்சிறு கிளிகளை கூவிக்கூவி ஓடுகிறான்.

அசாதாரணமான கம்பளப்பெண் உருவில் எட்டயபுரம் கானல் நீரில் அலைந்துகொண்டிருக்கிறது. தூரத்தில் உரையாடும் காகங்கள். தெப்பத்தில் இறங்கி நீர் கொண்டு போகிறார்கள் பெண்கள். சூரியனின் கறைபடிந்த மொட்டையன் புலிக்கூண்டில் கிளி ஏந்திக் கூப்பிட்டான் சினேகிதனை. இவனைக் காடோ செடியாகக் கூட்டிப்போய் பேச்சியின் துடிகேட்டு பாழ்களில் வளையும் ஓடையில் மூழ்கடித்தான். திரிவதில் நட்டகல் மீது சூரியன் நெகிழ்கிறான். கல்லும் குறிசொல்லப் பேச்சியின் குரல் ஊருக்குள். எதிரொலிகளில் செல்லும் காற்றின் அலை தெருப்புழுதியில் படர்ந்து எழுந்தது. அம்மணச்சிறுவர் கூட்டம் கூச்சலுடன் கஞ்சாக்குடுக்கியை விரட்டிச் செல்ல கைதட்டும் சிலர் திரும்புகிறார்கள்.

செங்காடு நீள்கிற கோடுகளை அலகிலிருந்து கீறிய ஒலிச் சிதறல் எட்டப்பனின் யுத்தக் குதிரைகளிடம் லாயத்தில் பேசும். ஜாக்கிக் குதிரை வெள்ளையனிடம் கைப்பற்றியது. அதன் உடலுக்குள் திறந்து வெளியேறினாள் கம்பளப்பெண் சொல்லைப்பூட்டி. சரியாகப் பார்த்தால் பல்வேறு மொழிப்பூட்டு சங்கிலித்தொடராக அவளிட மிருந்து பித்தவெறியில் வெளிப்படும். ஏனோ தாமதமாக என் பயணங்களை ஏற்படுத்துவதாகவும் ஆவி நைந்து அழிவதாகவும் சொற்களின் பூடக வெறிபிடித்த சாவிகளை பேய்கள் தூக்கி பனை மரத்தில் அமர்ந்திருந்தது. அவள் மொழிப் பூட்டுகளில் பொம்மைகள் இயங்கும் சாவியை முடுக்கினாள். பொம்மைகளிடம் அபாயம் குடி கொண்டிருப்பது வெளிப்படையானது.

இந்த வார்த்தை பயணித்துக் கொண்டிருக்கிறது. உடலைக் கரைக்கும் மண்நுரையீரலில் வெப்பமான பயணக் குறிப்புகள்.

ஒருவேளை நீர் விழிக்காத பிம்பத்தில் கனவு காண்பவள். நேரப் போகும் காதலை அதன் நோயின் தீண்டல்களை முன்னுணர்ந்து சொன்னாள். சென்றபின் கேட்கிறது சலனம். மேலேறிய பாதைகளில்

எட்டாகப் பிரிவதில் கிளைகள் கூடிச்சேரும் இலைகளின் அசைவு மூடிக்கிடந்த பட்சிகளைத் திறந்தால் தலைகீழாக ஒரு விருட்சம் பூமிதொட்டு வேர்பரசி உருவிக் கொள்வதிலிருந்து கூடவே பறக்கிறது. வறண்ட பாறைகளில் சொருகிக்கொண்ட கிளைவேர் இறுகிய இருட்டைப் பெயர்த்தது.

பறக்கும் அடியற்ற இருட்டில் விருட்சம் இருப்பதாக இருக்கிறது. மேகங்கள் சாய்ந்து சரிந்து மூடும் குன்றுகளைத் தாக்கும். கத்திப் பாறைகளில் கிழிந்த காற்றின் அலறல். கடக்கும் எதிரொலி. அலகுகளைத் தீட்டும் பாறையொன்று உச்சிமேல் கோடுகளாகக் கிடக்கும். செம் பாறைகள் கதித்து நிற்க படுகிளி உரசும் கூட்டமான அதிரல்.

எதிர்த்திசையில் உள்ளேறும் செட்டைகளில் அடிக்கும் படை வரவில் தினைக்கதிர் ஒடித்து கவ்விய செவ்வலகில் கொக்கிகள் ஊஞ்சலாடும். செங்கதிர் ஏந்திய காற்றில் மிதக்கும் பச்சை கம்பளம். அதன்மீது உருளும் மணிஒலி சிதறிப் பறக்கும் நீர் உள்ளே நிழல் கூட்டம். வெளியேற்றத்தில் ஒலித்தொகுதி கீற்றாகும் தினைத்தாள் மஞ்சள் அரக்கு பழுப்பாய் ஒடியும். காய்ந்த சருகுக் கூடுகளுக்குள் ஆயிரம் கதை மணிகள் அதிர வருகிறாள் கம்பளப்பெண். குகைக்குள் பாரசீகப் பெருநூல் திறந்தாள்.

'நின் ஊர் மலைகளில் சரியும் கதிர்நிழல் ஊடே செல்வது யார்?'

'கிளிமுகப்பயணி' என்றேன்.

'பயணிப்பதில் சதா என்ன காண்கிறாய். வெளியேறுவதிலிருந்து கனவின் நிலம் கூடவே தொடர்கிறதில்லையா.'

'நிலம்தான் பயணித்துக்கொண்டிருக்கிறது. அதில் படிந்த பிம்பங் களில் வீடுகளும் ஊர்ஊராய் இடைவெளிகளும் காடுகளில் ஒட்டிக் கொள்ளும் பாதைகளும் வெறிவடிவங்களில் சிவந்த பாறையாக முணங்கக் கேட்டேன். மனத்தோற்றங்கள் மேலே வரும் பாறைகளில்; அவற்றின் வேட்கையால் ஈர்க்கப்பட்டேன். என் பயணத்தை குழப்புவது உன் கண்களில் அலையும் சூன்யம்.'

'அது உன் மனப்பித்து.'

'இல்லையில்லை. கசப்பான உண்மைகளில் தெருவின் வெறுமைகள் என்னைக் குடித்து தீர்ப்பதிலிருந்து எஞ்சியிருக்கிறேன் பயணியாய். உன் வாக்கின் அனல் அவ்வார்த்தையை உருக்கி வார்ப்பதிலிருந்து வெளிப்படவில்லை. காத்திருக்கிறேன் உனக்காக.'

எட்டயபுரம் வெண்தரை அடியடியாய் தச்சுமுழம் பிளந்து உருளும்

மரக்கிளை நீளும் தூரத்தில் அவ்வூர் பாடிவந்த இரு கம்பளப் பெண்கள். அவள் குளிர் எனும் வாத்தியத்தை இசைப்பதில் நுனி வார்த்தை கொடுத்தாள். பல கிளைகளில் ஓடும் விதைகளின் ஒலியே ஆரூடம் சொல்லும் முன்விதிகளை. நரம்பு பேசிய விதைக்குறி.

அவள் என்னை குறுகலான சந்து வழியே அரண்மனைச் சுவர்கள் கருத்திருந்த நீளமான தெருவுக்குக் கூட்டிப்போனாள். கமால் ராவுத்தார் வீட்டுக்கு அடுத்த மண்வீட்டில் உமர் எழுத்தாணி அந்த வார்த்தையை ஏட்டில் எழுதிக் காட்டியது. 'உமர் குமுறிடில் அண்டம் தாங்குமோ' என்றது கருப்புத்துணி மூடிய ஒலி.

பாசிப்பட்டினத்துக்கு கப்பலில் கொண்டு வந்த அராபியக் கதை சொல்லும் கிளிவிருத்த நூல். பைசாச பாஷையில் அவந்திகா எனப்படும் உஜ்ஜயினி நகரத்து சிந்தாமணிப்பட்டா எனும் புனை நூலோன் தொகுத்த 'சூகசப்ததி' எனும் கிளிகளின் கதைக்கோவை ஷாரியார் மன்னனுக்கு தெரியாததால் துன்யஷாத் சகோதரியைக் கிளியாக மாற்றி இரவிற் சொன்ன கதை புரியாமல் போனது. நக்ஷஃபியில் ஐம்பத்திரண்டு இரவுகளும் டூட்டிநாமாவில் நாற்பது இரவுகளும் 'சாமர்கண்ட்' நகரத்திலிருந்து தோண்டி எடுத்த 'சாகிரி சாமர் கண்டி' பெர்சிய ஆசிரியர் செகல்டூட்டியில் நாற்பத்தி ஒன்பது இரவுகளும் இந்தியாவிற்கு வந்த அல்பெரூனி வானசாஸ்திரத்துடன் எடுத்துச் சென்ற 'ஜலாஹர் அல் அஸ்மார்க்' புத்தகத்தில் எண்பத்தி ஆறு கதைகளில் முடியாத கிளிகள் விடுதலையாவதும் ஐம்பத்திரண்டு இரவுகளில் மனைவி கொலை செய்யப்படுவதும் 'டோட்டா ககானி' ஐந்தாவது இரவில் வரும் கடல்கிளி என வாசனை வரும் பழுப்பு மரப்பெட்டிக்குள் தாழம்பூ ஏடுகட்டிய கிளிக்கதைகள் ஒன்றுக்குள் ஒன்று பிணக்காக உள்ளன எனவே.

அராபியக் கம்பளத்தை விரித்தார் மரப்பெட்டியைத் திறந்த உமர். அதில் வெண்டயத்தை எடுத்து விரல்களால் ஸ்பரிசித்து கண்களைத் தாழ்த்தி இமைமூடி மௌனத்தில் ஆழ்ந்தார். சூகசப்ததியை நினைவில் உருஏற்றி அரிதுயில் நிலையில் இருக்கும் கிளிகளைத் திறந்தார். 'சூகசப்ததியை வாசிக்குமோ இந்தக் கவிதைப் பொறி.'

'வாலை வாருதி என்று அறியாயோ பிள்ளாய்' என்றது உமர் உதடுகள்.

'இதை முறைதவறி இசைத்தால் கிளிகளுக்குப் பைத்தியம் பிடிக்கும்' என்றாள் கம்பளப்பெண்.

'சூகங்களின் மர்மத்தில் உள்ள நிறங்களை வெண்டயம் பாடுமோ' என்றார்கள் கதை கேட்போர்.

என் இருப்புக்கு அப்பால் இருட்டறையில் நீந்திக்கொண்டிருந்த வெண்டயத்துடன் உமர் எழுந்து நடமாடிக்கொண்டிருந்தார். வெண்டயத்தை இயக்கினால் இரட்டிப்பாகும் சூகசப்ததி நூல். இயற்கையில் கூடும் நியதிமுறை பாசிபிடிக்க குலுங்கியபோது கற்கள் உள்ளிருந்த கிளைகளில் ஓடிப் பரவி சப்தா சரத்தில் அவ்வார்த்தையின் மூலாதாரத்தை உச்சரித்தது. குருதியை வெப்பமாக்கும் ஸ்பரிசத்தில் அப்பாடல் முத்துகளைக் குலுக்கி மூழ்கி எடுத்த வார்த்தை ஒன்றின் பல தொனிகளைச் சொல்லும் நிமித்திகம். சூகங்கள் வரும் விதிகூற்று.

உமர் வீட்டிலிருந்து வெளியேறிப் போகிறேன். தெருவில் கழைக் கூத்தாடி உறுமியைத் தேய்த்த உறுமலில் கைதட்டிக் கூப்பிட்டாள். கயிற்றிலாடும் கிளிப்பெண் சீட்டுகளைக் கலைத்தவாறு அடுக்கிய வட்டத்தில் கிளிகள் சொல்லும் இரவு.

குறுக்கோடும் அந்தரக் கயிற்றில்தான் எல்லோரின் வாழ்வுப் பாலம். சந்தித்துக்கொண்ட சந்தர்ப்பங்கள். பிரிந்தபின் வேறு சிலர். அவர்களும் போனபின் கயிற்றின் நிழல். நடப்பது யார் இவர்கள். கோடு மட்டும் அசைந்து கிடக்கிறது அடிப்பரப்பில். அடியற்ற பாழ்ரேகை ரகஸியமாய் சொருகும் இருட்டு.

‘தூது என்ன சொல் சூகப் பெண்ணே’ ‘கல்லிடும் பட்சி பல்லைக் காட்டுதடா’ ‘கல்லைக்கனிவிக்கும் சித்தனடி சேராமல் சேர்ந்து பறக்கும் சூக நூலே சொல்.’ பச்சை குத்திக்கொண்ட கம்பளப்பெண் வெளியே வருகிறாள். புனைந்த பச்சை உடலை உரித்துப் போட்டுவிட்டு குகைக்குள் செல்ல ஏடுகள் உரு வழியும் வெண்டயத்துடன் உமர் அங்கே மறைந்திருக்கிறார். அதன் இசையில் குரல் துவாரமெல்லாம் போய் அசைந்து திறந்த கண்ணாடிகள் கதைக்கும் பாறைகளில் வெண்டயம் குலுங்கியது.

கோல் எடுத்து விதி சொல்லும் படுகிழவன் குறிப்பு எதுவுமில்லை என முகம்பார்த்து கைஏடு திறந்தது பாடல். ‘விதியால் இங்கு வந்தாய் பித்தமாய் வர்ணம் சலனமுற்று மாயம் ரூபமாகும் வெண்டயம் பேசுமே.’ அதில் இலைகளின்றி மிதக்கும் விருட்சமென கம்பளப் பெண், கதைபோடும் குச்சிகொண்டு தட்டினால் திறக்கும் ‘முல்லை நிலம்.’

கலாந்தம்

சிறு துண்டுகளாக உடைபடும் வடிவம்
முட்டைகள் சேகரிக்கும்
தெலங்கானா காதலி செஞ்சு
குனிகிறாள் 'நவம்பர் மாத
மரத்துண்டுகள்' எடுத்து
செறிவுமிக்க சே விரல்களின் தனிமை
இந்தியாவில் பனிரெண்டு நாட்கள்
அவசியமான பயணம்
அழகாக மரணமடைவதில்
வாழ்க்கை அர்த்தமற்றது
மூச்சு நடை திணறும் ஆஸ்த்மாவில்
முன்னாள் வைசிராய் மௌண்ட் பேட்டன் மாளிகையில்
ரோஜா கொடுத்த மாபெரும் விருந்தில் சே.
துண்டிக்கப்படாதபோது கைகள் ஏந்துகிற
கோப்பைகளில் நக்சல் தேயிலை ஆவிகள்
கல்கத்தாவின் வறுமை வரைபடம்
ஆக்ரா ரோஜா மடிப்புகளில்
மறைந்திருக்கும் மரணம்
புஸ்தகமாகி வார்த்தையாகாமல்
வெற்றிடத்தில் லம்பாடி பெண்கள்
நாவலாகும்படி ஒவ்வொரு மரத்துண்டுகள்
எடுத்து சுழல்களில் சுற்றும்
நாடோடி ஆடைகளின் நடனம்
கால்தூக்கிய இசைகளின் கோடை
வைரத்தில் அருகம்புல் நீரோட்டம்
வருத்தும் செனாய் மனம்
பிரதி வறண்டு கோப்பைகளாகின்றன
சுருள்பட்டு இருட்டும் செனாய் மூச்சுகுழல்
ஈச்சமரங்கள் அறிந்த கனவுப் புனைகதை

உதிர்ந்த பாதிபனி இலை
அறுவடை செய்த கோதுமை நிறக்காதல்
மேதிபட்டணத்தில்
அனாதையாய் கிடக்கின்றன
ஆந்திரப் பழங்குடி சாரங்கிப் பாடல்கள்
இசை விரல்கள் சிவந்த முல்லை நிலம்
மரவாசனைகளில் சுழலும் நெருப்பு
உள்ளே உயிர்மையின் கோடை
கலைந்து செல்கிறது
கருநீலத்தில் துடைக்கப்பட்ட மேகங்களில்
கோயா மூதாதிகளின் வெள்ளிவாத்து
உப்பு பானைக்குள்
மந்திரிக்கப்பட்ட முட்டைகள்
அடியில் தற்கொலை குளிர்காலம்.

— உப்புநூல் யாத்ரீகன்

முல்லை

① கத்தரிக்கப்பட்ட செய்திகள்*

வாழ்வும் மரணமும் சேகுவேரா- காஸ்டநாடா

1. 1964இல் நேரு கொடுத்த மாபெரும் விருந்தில் சே. இந்தியா வருகிறார் பனிரண்டு நாட்கள் பயணமாக, இந்தியப் பத்திரிகையாளர் ஜோஸ் பார்போலாடாவுடன். கல்கத்தாவில் வறுமை. மூச்சுத்திணறும் வெயில். ஆஸ்த்மா தொந்தரவுகள் தொடர்ச்சியாக அமைந்துவிட்ட தெனினும் இந்திய நாகரீகத்தின் சிக்கல்களைப் புரிந்துகொள்வதற்கு சேயின் பண்பாடும் கூர்மையான உணர்திறனும் உதவிய பயணம். முன்னாள் வைசிராய் மௌண்ட் பேட்டன் மாளிகையில் நேருவுடன் நேருக்கு நேர் பல விஷயங்கள் பற்றி துவங்கிய மூன்றாம் உலகின் உரையாடல் முழுமையாகவில்லை அல்லது நேரு பொதுவான உரையாடலில் திரும்பிக்கொண்டிருக்கலாம்.

திப்பு என்றால் புலி

2. 'தோள் புறம் அமைந்த விசையைத் திருகினால் புலி ஆவேசமாக உறுமிக்கொண்டு கீழே வீழ்ந்து கிடக்கும் வெள்ளைச் சிப்பாயைக் குதறுவது போலவும் அவன் அலறுவது போன்ற ஒலியை உண்டாக்கத் தக்கவாறு இயந்திர இசைக் கருவி புலியின் வயிற்றுக்குள் பொருத்தப்பட்டிருக்கும். பின்னே சிங்கம் புலியை வெல்லும் தங்க நாணயம் உருண்டது சாக்ஸன் நிலமெங்கும். அதை இங்கிலாந்து என அழைக்கிறார்கள். இந்திய மரச்சிற்ப மரபைக்கொண்டு உருவான இயந்திரப்புலி அலறியதும் வர்ணங்கள் தீட்டப்பட்ட செங்கோடுகளுக்கு இடையிலான கருப்பு அலையாகப் பாய்கிறது கும்பினியை வீழ்த்த.'

- விக்டோரியா ஆல்பெர்ட் அருங்காட்சியகத்தில் கண்ணாடிக் கூண்டில் நிறுத்தப்பட்ட திப்புவின் இயந்திரப்புலி.

---

* ஜூலியோகொர்த்தசார் தம்முடைய ஒரு கதைக்கு இட்ட தலைப்பு.

சுந்தரவனப் புலியின் நறுமண ஒலி அகராதி: முன்னுரை I

கண்ணாடியாகத் திரும்பினாள் கிளிமுகப் பயணி*

'நான்காவது காலிபட் அசரத் அலி முகம்மதுவின் மருமகள்' என்ற வாசகம் 'ஹைதர்-சிங்கம், என்னும் உருது எழுத்துக்கள் பொறித்த துப்பாக்கியுடன் 'காரையூர் சர்க்கரை உத்தமக் காமிண்டன் காத்து வளர்த்திய பஞ்சகல்யாணி எனப்படும் ஓர் குதிரை சுழிகள் பத்தும் பிறழாதிருந்த செய்தி கேட்டுவந்து இருநூறு சுல்தானி பொன் கொடுத்து வாங்கி ஏறித் தன் நூலகத்துக்குள் புறப்பட்ட புலி வேட்டையில் அடங்கும் புஸ்தகங்கள் அலைமடிப்பாய் திறந்த அரபி, உருது, பார்ஸி மொழிகளின் பழங்கதைகள் இரவை உறுதிசெய்யா நின்ற ஜாமங்கள் முடிவில்லாமல் தொடரும் திப்பக்காடு. புத்தகத்தில் பங்கேற்பவர்கள் எந்த மூலையில் ஒளிந்திருக்கிறார்கள் எழுத்து நகரும் மறைவு மை அடியில் தங்குகிறார்கள். விரல் இடுக்கில் நிழல்களாக வெளியேறி வரிகளாகி கடந்துவிட ஓடும் நடையிலிருந்து நழுவு கிறார்கள். அழிவை நிச்சயித்து எழும் கோட்டைக்குள் வெளியேயும் உள்ளேயும் எதிர்மறைகளின் யுத்தம். அழிவிலிருந்து புதிய நாவல்.

திப்புசுல்தான் ஓரியண்டல் நூலகத்தில் பிரான்ஸ், துருக்கி, ஈரானிலிருந்தும்; சென்ற தூதுவர்கள் கொண்டு வந்ததென்னவோ படை பலத்தை நீக்கி புஸ்தகங்களின் விளக்கமும் அடங்கலும் ஆம். சார்லஸ் ஸ்டூவர்பில் பார்க்கர் பேனாவினால் எழுதிய நூல் விவர அட்டவணைப் புத்தகத்தின் அச்சுப்பிரதி ஒன்றை தஞ்சையை ஆண்டு வந்த சரபோஜி மன்னரால் வாங்கப்பட்டு சரஸ்வதி மஹாலில் வைக்கப்பட்டதை தேடிப் பிடித்தேன். திறந்ததும உள்ளே சுந்தர வனப்புலியின் நறுமணம் சரித்திரத்தை மயக்கமாகக் குழப்பிக்கொண்டிருப்பதில் வாசகர்கள் விழித்துக்கொள்ள 'நீ படிக்கும் நூலைச் சொல் உன்னைச் சொல்கிறேன்'

* இந்தக் கதாபாத்திரம் பெண்ணைக் கிளியாக உருமாற்றிய ரஸவாதியின் கூண்டைத் திறந்து, கிளியைக் கவிஞனாகவும் பலவின்பாலாகவும் இருபால் இறகாகவும் வாசனை அறியும் வரிகளின் பின்சென்று, ஆண்-பெண் இதழ்கொண்ட ஓர் கண்ணாடி கிளிமுகப் பயணியாக உருமாறியது .

என்றார் நூலகக் காப்பாளர் கையிலிருந்த கிரந்த எழுத்தில் பதிப்பித்த 'அனேகாந்த வாதம் சியாத் வாதம்' நூலிலிருந்து கண்களை எடுக்காமல், 'திப்புவின் நூல்களை அறிய விரும்புகிறேன் எங்கிருக் கின்றன அவை?' என்றேன்.

'மரணத்துக்குப் பின்னும் திப்புவின் விழிகள் அடைந்த வாஸிப்பு இன்னும் தொடர்வதால் கல்கத்தாவுக்கு கர்னல் வெல்லஸ்லி கடத்திப் போய் அதில் திப்புவின் வாசனை தங்கள் தேசத்தின் வெற்றியை புரட்டிக் கொண்டிருப்பதால் எல்லாக் காகித மடிப்பிலும் புலி உறுமல் கேட்டது. எடுத்துச் செல்லப்பட்ட நூலகம் கப்பலாக உருமாறி புயல்முனை கடந்து ஏகிய துறைமுகமான லிவர்பூல் வந்து எதிர் கொண்ட விக்டோரியாவிடம் நூற்களின் வரிசை சுந்தரவனப் புலியின் நறுமணத்தில் ஐம்பது வகை மொழி பேசும் கிளிகளாக உருமாறி அரசியைச் சுற்றி பறந்துகொண்டிருந்ததில் வெல்லஸ்லி பட்டமும் பெற்றுவிட்டிருந்தான். கருப்பு அடிமைகளைப் புஸ்தகங்களின் தலைப்பில் முத்திரையிட்டான் கும்பினி' என துக்கத்துடன் நூலகர் விவரித்தார்.

கோடை அரண்மனை நுழைவாயிலில் நகரிகாரை எனும் முரசு மாடத்தின் சிறுசிறு மாடங்களில் தொடர்ச்சியான காலம் புறாக் களுக்குத் தங்கும் மாடமாகவும் திப்புவால் அமைக்கப்பட்ட கிளிக்கூட்டு வாதப்பிரதிவாதங்கள் எல்லாம் பார்ஸி நூலில் நடுங்கும் ஓர் பழைய பக்கக்கதையே விரிவுபட நூலகமாக வடிவமடைந்து 1780இல் ஜான் ஜீப்னியால் தீட்டப்பட்ட திப்புவின் புலியுருவம் காட்டிய மாயத்தை சற்று குறைத்துக்கொண்ட சர் நாயர் தெரின் 1800இல் வரைந்து வீழ்த்திய வேங்கையின் கோடுகள் பூமியின் அதிர்வுகளைத் தீட்டிக் கொண்டிருப்பதை உணர்ந்தார்கள் காலனிய பிரஜைகள்.

மேல் சுவரில் பதினெட்டு கரிக்கோட்டு ஓவியங்களுக்குள் நுழைந்து கொண்ட அதிகாரிகள் சூழ கொண்டுபோன இரு புதல்வர்களின் பிணையும் யுத்த நஷ்ட ஈடாய் பெற்ற ரெண்டு கோடியும் தீட்டிய ஓவியத்தில் வெளிச்சம்பட சலனமற்று இருளில் அசைகிறது.

கிழக்குச் சுவர் முழுவதும் திப்புவின் காலத்தில் வாழ்ந்த அரசர்கள் ஓவியங்களின் தைலவண்ணம் நிகழ்வதாகிறது தர்பாரில். இயங்கும் ராகிணி ஓவியத்தில் தெளிவிழந்த கனவாக கடந்தால் ஐம்பது பருவங் களுக்கு முந்திய கிளிவகைகள் நூலகத்தை சூழ்ந்துகொள்ளப் பார்த்தேன். காவிரியின் நீர் சுற்றிக்கொண்ட வட்டமான தீவான இந்நகரம் பறக்கும் அக்கொடியில் வேங்கை வடு படர்ந்தது. குருதியும்

திப்புவின் கேச இழைகளும் காவிரி நீர்வழியில் சரியச் சரிய எதிரியின் துப்பாக்கி ரவை குமுறி வெளிப்பட்டு மெல்ல மெல்ல மெல்ல காதின் கீழ்ப்பக்கம் செவுளைத் துளைத்துதிரப் பெருக்கில் தாயானவள் மடியில் வீழ்ந்தான் அவ்வேளை. நீர் நரையில் சிவந்த கரை. சாவு மெல்ல கரம் நீட்டி நெருங்க ஒருவேளை சிரிக்கிறான். நீர்ச் சுழியில் புலியொன்று சுழற்சுனையில் கோடுகளை உதிர்த்து காவிரியானான் திப்பு சுல்தான்.

குருதி அலையில் குமிழ்கிற நூல் அது இன்னும் மூழ்கி எடுக்கப் படாத பிரதி. சுழிந்த பக்கங்களை துப்பாக்கிக் குண்டுகள் துளைத்த இருட்டில் சீறும் புலி வேட்டை திப்பக்காடுகளின் உள்ளே தடம் விட்டுச் சென்ற புலியின் வெப்பம் தீயாகிவிடும். வலிமை மறைந்த வனம். எலும்பும் வெளுத்த பாதையில் பழங்குடி மக்கள். சுதந்திர மனிதனின் சுதந்திரம் வேங்கை உருவம்.

காலனியவாதிகள் மியூசியம் வைத்த அதே புத்தியைக்கொண்டு வேட்டைத் துப்பாக்கியால் திப்பக் காடுகளில் சுடப்பட்ட தக்காணப் புலிகளின் வகைதொகை நாற்பத்தி ஏழு. எஞ்சிய மூன்று வகைகளும் அபாயத்தை நெருங்கிவருகின்றன. செஞ்சு, கோயா, ஹாட்டி என சிறைப்பட்ட புலிக்கதைகளின் முன்வராண்டாவில் துப்பாக்கி எந்திரத்தில் விரல்பதித்த சிப்பாய்கள்.

‘அரசர்கள் பொம்மைகளாகிவிடும் காலம் நெருங்கிவிட்டது’ என அறிவித்த அலெக்ஸாண்டர் ஜேக்கப் டைமனை கால் செருப்பில் வைத்து தைத்த நிஜாம். அறைகளுக்குள் அடைபட்ட புலி உறுமல்.

அவை ஒவ்வொன்றும் சோபடமாவின் தொலைவனத்தில் வாழ்ந்த பழங்குடிகளின் நொண்டி நாடகத்தில் வரும் நாயகர்கள். நிலவையும் தானியத்தில் புதைத்தெடுத்த சிறுகாவியங்களில் கிழிந்து தையல் போட்ட உடல் தழும்புகளின் மிகையுணர்ச்சிப் பாடல். எதார்த்தத் தினை மீறியும் இருந்தது. வராண்டாவில் தொங்கும் கூண்டுகளில் பழங்குடி மொழிபேசும் கிளிகள் ஐம்பது வகை. இவற்றில் இமய மலைச் சரிவில் காடுகளை அழித்து கும்பினித்தேயிலைக் கம்பெனி வடித்த தேனீர்க் கோப்பைகளை கையில் ஏந்திய வேங்கை இரண்டு சமவெளியில் அமர்ந்து பருகிக் கொண்டிருக்கும் ‘காலனியத் தேனீர் விருந்து’ ஓவியத்தை 1863ல் கல்கத்தாவில் கிர்க் பேட்ரிக்கின் காதலி ஹைருந்நிஷாவை வரைந்த ஓவியன் ஹென்றி ரஸ்ஸல் அதை உடன் எடுத்துப்போய் ஒயிட்சேப்பல் ஆர்ட் கேலரியில் வைத்திருந்தான். தேனீரின் வாசனை நீலக்கோப்பையில் சுருள் ஆவியாக வெளிப்பட பெருமூச்சுவிடுகிறீர்கள். ‘பாரி தேயிலை கம்பெனி’ தயாரித்த உலகின்

தரத்தில் இருந்த ஒரு தேயிலை உலர்ந்து துப்பாக்கி நிழல்களைப் படைத்தது. அங்கு வாழ்ந்த மொத்தப் பழங்குடியும் இடமாற்றமாக சமவெளிக்கு துரத்தப்படுகிறார்கள் அல்லது காடுகள் அழிக்கப்பட்டன. காட்டுப் பழங்குடிகள் மேலும் காட்டிற்குள் இருட்டில். இருளும் துயர் வீசிய காற்று. உபரி எதிராகத் திரும்பி பழங்குடிகளை வேட்டையாடியது வாழ்வு வீழ்ந்தது. சிறு தெய்வங்கள் தோற்கடிக்கப்பட்டார்கள். நிலையூன்றிய ராணுவம் பழங்குடிகளின் கொரில்லா படையை நசுக்கியது. 'சோபடமா' இருந்த பழங்குடி சமூகங்கள் இருந்த சோபடமா ஆயிரம் ஆண்டுகள் சென்றும் மாறாமல் சஞ்சரிப்பதற்கு சுந்தர வனப்புலியின் நறுவாசம் காரணமாக இருந்தது.

மாறாத பழங்குடிப் பிரதேசங்களை சென்றடைந்தேன். புத்தரின் திரேதாயுகத்து கலப்பை இரண்டாயிரம் வருஷமாய் உழுதுவந்தது அங்கு. அவரை விட்டும் விலகாமல் நடுவனாந்திர இருளில் மிதந்து போரைத் தொழிலாகச் செய்து வாளை வார்க்கும் வேங்கையிடம் பால் குடித்த புதல்வர்கள் கும்பினியிடம் சிறைப்பட்டார்கள். புலியைச் சுற்றி சித்திரகாயமான நிலவரைபடத்தை தக்காணம் வரை கோடிழுத்தான் கும்பினி சர்வேயர். கலப்பை மூழ்கியது. வடகிழக்கில் இரும்பைத் தேடி வந்த ஆய்மைக் குழு காந்தத்தை உருட்டி மண்ணை முகர்ந்து திரிந்தபோது தொலைவிலிருந்து அம்மை எய்தார்கள். துப்பாக்கிகள் காட்டை பின்வாங்கச் செய்தன. துப்பாக்கி ரவையிட்ட மரத்துளைகளில் பச்சை ஆங்காரம் யுத்தமாய் வெடித்தது. காட்டின் கடந்த காலத்தை அழித்தது கருப்பு பூட்ஸ். இரும்புத் தாதுவை ஊதி ஊதி எடுத்தான் கும்பினி. தென்பட்ட பாறைகளில் இரும்புச் செதில் கண்ட வெள்ளை அதிகாரம் அதில் தொப்பி செய்ய எலும்புக் கூடுகள் சிலவும் புதைத்திருப்பதை தொல்லியவாளன் அலெக்ஸாண்டர் கன்னிங்காம் கப்பலில் காண வந்தான். பின்னே தொல் படிவுகளின் நூலகம் உருவானது.

தொலைகுடிவன மொழிகளின் குரல்வளை திருகிய காலனிய சுதேசிய யூனியன்களின் துப்பாக்கிகள் வெடித்தபோது பட்சி ஜாலங்களும் சிந்தியிருக்க வேண்டும் தொல் குருதியை.

இன்றும் சிறை அறைகளில் அடைபட்ட சுந்தர வனப்புலிகள் ஐம்பதுக்கு நேர் எதிரிலுள்ள கூண்டுகளில் அவர்களின் நிலப்பரப்பை சிறகுகளாக ஏந்திய கிளிகள் மொழிபரவிக் கொண்டிருந்த இறகு நிறங்களின் உரையாடல். நிறங்களையும் இழந்துவந்தன பருவத்துக்குப் பருவம். ரசாயன ஆறு, அமிலமண், விஷக்கனிகள் மூச்சுக் குழலில்

இலை முளைத்த இருளில் அசையும் வேங்கைகளின் பார்வையில் பொம்மைகளாக்கப்பட்டிருந்தன.

சில தலைமுறைப்புலிகள் நிஜாமின் நாற்காலிகளில் அமர்ந்து மியூசியத்திலிருந்து இனவிருத்தி செய்கின்றன. டாக்டர் நர்ஸ் தொட்டில் மாத்திரை ஊசி. ஆபரேஷன் புலிவயிற்றைக் கிழித்து எடுக்கப்பட்ட குட்டி இளவரசர்கள் உடனடியாக இங்கிலாந்துக்கு கொண்டு செல்லப்பட்டு விக்டோரியாவின் முத்தம் பதிக்கவேண்டும். ஒவ்வொரு முத்தமும் காலனிய முத்திரையின் நிழல். இறந்துவிட்டால் அவற்றுக்கென கருப்புக்கோட்டு சுருட்டு புகை வளைய அணிந்த ஆபரேஷன் கவுண் சாவுக் கையுறைகளின் வெண்ணிறம் வெளிர மார்ச்சுரி டேபிள்மீது பொம்மையாக மாற்றப்படும் பதனப்பிரேதப் புலி. எலும்புகளின் குமுறல். இறந்த பின்னும் ஒத்துக்கொள்வதில்லை சுதந்திர வேங்கை. சடங்கியல் இல்லாத வேங்கையின் இறுதித் துயரம் நீங்கவில்லை விஞ்ஞானப் பரிசோதகச்சாலையிலிருந்து. கருப்பு முனிகளாக ஓடிய கால்கள் நகங்களில் பட்ட பாறையின் ஓசை எதிரொலிகள் எல்லாம் கூடவே மௌனத்தில் பாயக்காத்திருக்கும் கொடு விழிகள். அகற்ற முடியவில்லை அதன் மறுப்பை. பொம்மை களாக மாற்றும் விஞ்ஞான அறுவை சிகிச்சை நிபுணர் சிரித்துக் கொள்கிறார் கையுறைகளிடம்.

'மாண்டதோர் சிங்கமும் பண்டிதர் மூவரும்' நாடகம் தொடங்கிவிடும். இறந்த ஒவ்வொரு கிளிக்கும்கூட நிலத்தின் பழங்குடிமொழி இருந்தது. கூட்டமாய் மறைந்த சம்பல் நாடோடி மொழிகளின் எதிரொலி, பின்னே திருடர்களால் ஓர் கிளியிடம் வளர்த்து ஊட்டப்பட்ட அவர்கள் மொழியைக் கொண்டுவரும். ஒரே மொழியைப் பேசும் கிளியை எந்திர இயற்கையியலில் படைத்தார் டார்வின். தனித்தனி உறுப்புகளாகத் திறமைகொண்டு பேசச் சுழற்றிவிடும் பொம்மை அது. கிளியின் உருவம் கலைக்கப்பட்ட பின் ஆங்கிலத்தில் பேசும் வெற்றிடம் உருவாகிறது. செல்லுலர் கிளி ஒன்றை வடிவமைத்த விஞ்ஞானிகள் மனிதர்களற்ற தொலைத் தொடர்பினை ஏற்படுத்தி இருந்த செல்லுலர் வலையில் லட்சம் கிளிகளின் ஒலி அகராதி தத்தளிக்கிறது. அத்தனை முத்தங்கள் எச்சித்து காதல் தெறித்து துகள் துகளாய் வெடித்துவிட்டிருந்தது விண்ணிலிருந்தவாறு.

புனைகதையின் சரீர இலைகளில் புலிகளின் நுண்புலக் தொன்ம வகைபாடுகளை எழுதத் தொடங்கினேன். திப்புவின் பெயர்கொண்ட வேங்கைகளை யுத்தங்களின் சூழ்ச்சியால் வீழ்த்தியபின் அவர்களின்

ஆடை ஆபரணங்கள் சீசாக்களில் புகுந்த விலங்கு வாசனைத் திரவியங்கள் வரை உடைவாள் உறங்கக் காத்திருந்து கடத்திவந்த காலனிய மூளையின் வரைபடத்தையும் சுந்தர வனத்தின் புதிர் நிழல்கள் சுனைகளில் ஊர்ந்த இருட்டில் தொடர்ந்தேன். மனிதனின் கால்படாத சில்லிருட்டை பழைய துணியாகக் கிழித்துக்கொண்டிருந்த அதிகார வெளிச்சத்தின் மழிக்கத்தியில் குமிழ்ந்து வெளிப்பட்டன நிழல். சுட்டும் பிடித்தும் வீழ்த்திய விலங்குகள் எதையோ விட்டுத் தான் தப்பியிருந்தன காட்டில். மண் மூலக வாசனையால் ஈர்க்கப் பட்டேன். மிருகங்களின் மாந்திரீக சுவாசத்தின் மேல் மரங்களின் கிளைகளில் தூங்கும் பட்சிகளோடும் மனிதக்குரங்கின் வாலில் தொங்கும் தொன்மையானது இருட்டில் அசைந்த கோடு நாடோடி மொழியாகவும் பாறை ஓவியங்களைக் கண்டேன் விடிகாலையில். இறக்கைகளை வெட்டித்தான் விக்டோரியாவுக்கு கிளிகளைப் பரிசாகக் கொண்டுபோனார்கள்.

1907ல், திரும்பிப் போன பத்தாயிரம் சிப்பாய்கள் இருபதாயிரம் மீன்கொத்திப் பறவைகளை சுட்டுக் கொண்டுபோய் ஏலமிட்டதும் கத்தரிக்கப்பட்ட செய்தி.

கவிதை மன உறுப்புக்கு எவ்வளவு முக்கியமானதோ அதே அளவு விலங்குகளின் தொன்மம் எழுத்தின் வாசனைக்கும். மடுக்கள் தள்ளிய விந்திய சாத்பூராமலைக் கருங்கரடிகள் சினைப்பட்டு பால் பிதிர்க்கும் மலை அடுக்கத்தில் தொன்மத்தில் ஆழ்ந்த பார்வை. சில மாதங்கள் இருந்த கோடை காலத்தில் காற்றின் வறட்சியில் வெளிவந்த தவக்கரடி குட்டிகளுடன் நீரில் மீன் பிடித்து விளையாடும். கரடியின் மடுவில் பால் துவாரங்கள். பின்னிரவில் வரும் கோடையின் சோகக் காற்று. கரடி மலைக்குள் பெருமூச்சின் ஏற்ற இறக்கத்தில் அளவளாவும் வன மந்திரம்.

பாசி, சங்குமணி, திருஷ்டிக்கயிறுகளை கரடி மூச்சில் வைத்து வித்தை காட்டும் தெலங்கானா நாடோடி மனிதர்களும் வந்தார்கள் கரடியுடன் ஊருக்குள். முட்டாள்கள் இருந்த 'தார்க்கா' கிராமத்தை வளையமாகச் சுற்றிக்கொண்டார்கள் கரடிவித்தையில். சத்தம் போட்டதும் காதைத் திருப்பும். சத்தம் வரும் திசையில் கைகளை வெளியே அசைக்கும். அதன் உறைவிடத்தில் இருந்த வாசனையும் ரோமத்தில் சுற்றிய தாயத்தும் குழந்தைகளைப் பீடித்த நோய்களை விரட்டியது.

பாறைகளின் மணல்பிறையில் கரடி ஈன்றவாடை. தொப்புள்கொடி

வாடித்தொங்கும் இரு குட்டிகளின பிஞ்சொலிகளில் உயிர். முகர்ந்து பார்த்து நக்கி குட்டிகளுக்கு இருட்டான போர்வை. மடுக்கள் சுமந்து தரை தட்டும் காம்புகளை கட்டியணைத்து முத்தமிட்டுப்போன வில்லியம் பாஃக்னரின் கதை. என் ஞாபகம் இருக்கும் பாஃக்னரின் கரடி எங்கோ தேடி நுகர்ந்து திசைகளை நக்கி துரத்திக் கொண்டிருக்கும் கௌபாய் துப்பாக்கி வேட்டை தொப்பிகளை விலகி கரடியின் மோப்பத்தில் எட்டு வகை ஞானம் கண்டார் வில்லியம் பாஃக்னர். கரடி போன பாதையில் கொப்பூழ்க் கொடி சுற்றிக் கொண்ட கானகம் விரல் திறந்து வெகுதூரம் இருட்டாயிருந்தது.

வாழ்வுப் பெருங்கனலில் புனைவின் கயிற்றரவுகள் சீறிப் பாய்ந்து கொண்டிருக்கும்போது ரத்த நாளங்களிடையே மடிக்கப்பட்ட விலங்கியல் காப்பியம் மலைகளில் ஏறிவிடும். உன்னையும் அது கொண்டு செல்கிறது இல்லாமல். மரத்தின் காயங்களோடு மௌன மாகிவிட்ட பழங்குடிகள் கிளைகளில் மல்லாந்து ஆழ்துயிலில் முனகிக் கொண்டிருந்தார்கள். அவ்விருட்டில் காடுகலைய நுழைந்து அதிகம் பிரகாசிக்கும் விழிகளுக்கு மிருகங்கள் அஞ்சி இரையாகும். இருட்டிலுள்ள நீர்த்துறையில் பதுங்கி நீர் குடிக்க வரும் பிராணியைக் கொல்லும். ராக்காலத்தில் மையிருட்டை ஊடுருவித் தெரியும் விழிகளின் தைலஒளி பாறைகளில் பற்றவைத்த நகங்களில் பதைபதைக்கும் மலைகள். நிதானமாகப் புதைந்துகொண்டிருந்த இரவில் புலியின் கண்கள் ஆயிரம் ஒளி வருடங்களுக்கு அநிமிடமாக என்னை ஊடுருவியது.

கிளிகளின் இருப்பிடத்திலுள்ள வாசனை சப்தங்கள் மூலமே மொழிகளைப் புரிந்துகொள்ள முடியும் எனப்பட்டது. சொல்ல முடியாத நறுமணங்களைக் கொண்ட மர அலமாரி போன்ற கூண்டு களில் வரையப்பட்ட கனி நிறங்களுடன் பொம்மைகளாய் மட்டுமே நூதன விஞ்ஞானம் படைத்த சாதனை உணர இக்கணம் ஆபத்தாய் படுகிறது.

ஒவ்வொரு ஷெல்ஃபின் பக்கமும் சென்றது வாசனை. மறைந்து விலகி மனிதனைத் தொடாமல் கிளிகள் இருப்பதில் ஏதோ இவற்றையும் விடுவிக்கத் தோன்றியது.

வாசனையும் மொழியும் தொன்மமும் பெரிய சிறிய மரங்களுக் கிடையே பறந்துகொண்டிருப்பதைப் பார்த்தேன். மிஞ்சிய மூன்றுவகை ஆன்டிஸ் மலைக்கிளிகள் நின்று திரும்பி வெறுத்துப் பார்க்கின்றன தொடமுடியா சிறையிலிருந்து.

சில திரிகேது விரித்த சிறகுகளில் நிறம் மங்கிவரும். கண்கள் மட்டும் திருகிய காட்டைப்போல கூர்மை. பதம் பொருள் சொன்ன மந்திரச் சிறகிலிருந்து ஒரு சிறிய பொன் இறகு கம்பிவலைகளைக் கடந்து வெளியே சுற்றி நீந்தி வந்தது என்னை நோக்கி. இனி எழுத சுந்தரவனப்புலியின் நறுமண ஒலி அகராதி வரிக்குள் கடந்து செல்கிறது. முழுவனத்தையும் விவரித்து எழுதப்போவதில்லை. சுந்தரவனப் புலி ஒன்றின் கோட்டுருவக் காலடிகள் நகங்களை மீசையில் அசையும் வெளியை தாகூரின் தாடியைவிட ஜீவனாநந்த தாஸிடம் பாந்தமான வரிகளில் இச்சிறு இறகைக் கைப்பற்றி எடுத்து விளிம்புகளை மட்டும் தீட்டினால் வாசகன் மனதுக்கு கொண்டு வந்து விடுவான். அமிதவ் கோஷின் 'கண்ணாடி அரண்மனை' நாவலுக்குள் மறையும் புலி உருவை அவற்றிலிருந்த கோடு கீழ்திசை வரை கம்போடிய வனத்தை தொடுவதையும் ஒரு உருவத்தில் கடந்து கொண்டிருப்பது தெரிந்தது சுந்தரவனம்.

நறுமண ஒலி அகராதி என்பது என்ன? திரிகேது என்பதன் கருவும் அதைச் சுற்றி நிறங்களும் சுழன்றால் அண்டிகரையாத இறகுவிடாத குருத்துகள் அரும்பும் உயிர் மரபுகளும் வரைந்து பித்தம் சேர்ந்த மொழி. அதன் கருவில் உருஆகி ஒளிமிதக்கும் இருளில் வளர்வதற்கான குறிப்புகள். வனத்தகவல்கள். சப்தநாடிகள் அட்சரமாய் சேர்ந்து நகரும் மூங்கில் நதிமீது பட்ட கால் தடம் மாறாமல் செல்லும் நீர் வார்த்தை எனவும் நகத்துளை ஒழுகும் காற்று. தகவல்களைப் பைத்தியங்கள் கிறுக்கிக் கொடுத்த கேளிச் சித்திரங்கள். புலியின் நிழல் கோடுகள் கருவில் படிந்தாலும் சூன்யம் அதன் கருமிதக்கும் சிருஷ்டியில் வேங்கை உரித்தொலி சுற்றி ஆடும் நாட்டியத்தின் உள்ளே அடுத்த பருவம் கடந்து எரியும் சடல எலும்புகள் அடிவைத்து சூடிய சாம்பல் வெளி விரியும் தாண்டவம். தொட்டால் பச்சைச் சிறகு அடி அலகில் பொன் புள்ளிகள் மேல் வளைவில் செவ்விய கதவு உள் திறக்கும் டமருகத்தில் நொடி ஒன்று நின்றாடும் விழி மூடி திறந்தான் செஞ்சடையன். அவனுள் ருதுவடைந்த பெண்ணுடல் பாதியாகி வரைந்த மொழி. கூந்தல் நறுமண நிலத் தோற்றம். கையில் வந்து நிற்கவே கிளைத்த நகங்கள் வடித்த கனிவாசனை. கால்பட்ட விருட்சம் உள்ளே காவிரி அதிர்கிறாள்.

கருவிலிருந்து உருவம் வெளி வடிவம் பிரித்து சொல் உரித் தோற்றத்தில் கிளியேந்திய மீனாட்சி வைகைக்கு மேற்கே கர்ணகை சிவந்த கழல். தூண்டும் கனிவேட்கை. மரத்தைப் பிரியலாம். இதனால் கிளியின் தாகங்கள் பூர்த்தியாவதில்லை.

காய்ந்த கருவைக்கொண்ட ஓர் செயற்கை வனத்தில் புலி உறுமும் சுந்தரவனம் ஏது? அகம் விழித்த இருளில் மிதந்து பாயும் நயன வேகத்தில் கிளிப்பெண் கூடவே பறக்கிறாள்.

இயற்கை நியதிகளை ஒட்டவைத்துவிட முடியாது. செவ்விய மொழி உதிர்த்த கிளிப்பெண்ணை அறிய முடியவில்லை. நறுமணமானாள் கூந்தல் இழை ஒன்றில். நாட்டிய நெளிவில் வனமெல்லாம் அசைவில் தோன்ற விண்ணுக்கடியில் இழை ஆடும் செஞ்சிலம்பு. நீண்ட தலைமுடி தொட்டு மொழி வணங்கும் சாம்பல் மேடு. திரிகேது கதித்த வாக்கு சரிந்த திசைமேல் கிளிகள் சிவந்த வேளை தாவர மையல் மகுடியை வாசித்தான் செஞ்சடையன். அந்தரத்திலும் வால் சுருங்கிய மூத்த புனையரவு மந்திர வளையங்களை சுற்றிச்செல்ல மண்ணிலும் வயல்களுக்கும் கருப்பு மலைகளுக்கும் ஒரு பின்னல் போல மடிக்கப்பட்ட கூந்தல். கருப்பு பாறைகள் நதியைத் துளைத்துப் புடைத்து நிற்கின்றன. மலையிலிருந்து கீழே வந்த மழைநீர் பாதைகளை வெட்டிச் செல்ல மாட்டுத்தோல் உரித்து நதியைப் பார்த்து உலர வைத்த தோல் கருவிகள் அதிரும் இசையின் நறுமண ஒலி அகராதி. பெண்கள் மருத்துவத் தாதிகள் ஆண்கள் மேளகாரர்கள் மயானத் தீயில் தோல்சூட்டில் கூளியோடாடி சுரைவிதைப் பல் துருத்திய பேயுருக் கொண்டவள். சுடுவனம் காப்போர் வீடுகள் இரண்டாயிரம் வருஷங்களாய் எரிந்து கொண்டுதான் இருந்தது. தீக்கால்களில் சலங்கைகள் தெறித்த ஆட்டம். சாவுக் கூத்து. சவரக்கத்தியை வாட்டி அறுத்த உறவின் பெருவிரல் அழுந்திய முடிச்சை அறுக்கிறான் சவத்தில். உணர்ச்சியற்ற பிண்டம் சிரித்தது. நாடியில் கட்டிய நூல் அசைவு. காலைப் பூட்டி கைகளைப் பூட்டி வாய்ப்பூட்டை திறந்து பேசு. காயங்கள், அழுக்கு, மரண வேதனை. உதடுகளில் ரத்தம் வழிந்தோட சிவந்த ஒரு வார்த்தை பூட்டிக்கிடந்த மௌனங்கள். தாகத்தில் எரிகிற வார்த்தை. சிறை. சித்ரவதை. தூக்கு கயிற்றின் நிழல் அலைகிறது இரவிரவாய்.

மரபு வனம்கூட அருகிவரும்போது ஒட்டு மரத்தில் கனி இருப்பக் காய் கவர்ந்தற்று. அவன் கருப்பு விரல்கள் தூவிய விதைகள் விதைக்கப்படும் எல்லா வித்தும் சிதறி வளர்ந்த இயற்கையில் காக்கை எச்சத்தில் பதுங்கிய வேப்பமரம். காற்றில் விரிந்த இயற்கையின் ரகஸிய நிறப் பகிர்வுதான் கிளிகளின் பஞ்ச வர்ணங்களும்.

ஒட்டினங்கள் கலப்பினங்களில் செலுத்த ஒப்புக்கொண்டது நிலம். உயிர்மரபு குடைசாய்ந்துவிட்ட நாளில் ஒவ்வொரு கிளியாக மலை உச்சியிலிருந்து சிறகு மடித்து மூச்சை அடக்கி கீழே வீழ்ந்து தற்கொலையில்

செய்துகொண்ட நிரந்தர இருப்பு. தற்கொலை நம்மோடு இருப்பதற்கும் இயற்கை நியதியில் இருப்பதற்கும் வழியாகக் காணும் செவ்விய ஊழ். ஞாபகப்பரப்புகளில் சுற்றி யிருக்கும் கணநேர நிலை, கிளிகள் நமது வாழ்க்கைக்குள் மாய நிறங் களாக அலைந்துகொண்டிருப்பது. மனஅழுத்தத்தில் இருக்கிறார்கள். செல்லுலர் கிளிகளின் சப்தாசரத்தில் மிதந்து செல்லும் அலை. பார்க்கப் பயமாக இருக்கும் பிளவு. ரிங் போவதில் கிளிகளின் ஜால இறப்பை கேட்டுக்கொண்டிருந்த வார்த்தை. சுத்தமாக நட்பில்லாத ஒரு குரல் கேட்கிறது. அடுத்த யுகத்திற்கு செல்லும் அறையில் இருக்கிறேன். விலங்குகளின் நறுமண ஒலி அகராதியை செல்லுலர் கிளிகள் கூட்டமாய் கடத்திச் செல்வதை உள் திரைகளிலும் பார்த்துக் கொண்டிருந்து திரும்ப இரண்டாவது சம்பவங்களாக புத்தகத்தில் நிகழ்த்திவிடும் தொன்மைக் கிளியைப் பார்த்து சர்வ ஆற்றலோடும் புலி பறந்துவந்துகொண்டு இருக்கிறது. புகை மாதிரி வளையும் பாதைகளில் வரும்போது அதன் கால்தடங்கள் புகைச்சுருளில் அழியவில்லை என்பதை கண்ணாடியில் பார்த்துக்கொண்டிருக்கிறேன்.

புலியான போர்ஹேயின் நீலவார்த்தை: முன்னுரை II

கணியன்: உப்புநூல் யாத்ரீகன்

கடமா தொலைச்சிய கானுறை வேங்கை
இடம் வீழ்ந்த துண்ணா திறக்கும். (புறம்)

லயத்தில் நரம்பியலுக்கும் பைத்திதத்திற்கும் இடையே நிலை பிளக்கும் வார்த்தை புலியாக நீண்டு முதுகெலும்புகளின் அசைவில் வாலாக தொன்மம். முதலில் பார்க்கும்போது நிறங்கள் மயங்கி வெளுத்த புறம்கொண்ட புலி. எழுதாதபோதும்கூட நீ படைப்பாளி தான். உன்னைச் சுற்றியிருக்கிற எல்லாமே இறைதான். உன் ஐம்புலன்களை மிருகமாக விசைக்கும்போது உச்ச பட்சமாகும் கலை. போர்ஹே எழுத்து அடைக்கப்பட்ட செம்பழுப்பு நிறப்புலி நூலகத்தை வேட்டையாடிப் பிடித்துண்ணக்கூடும். எல்லா மொழிகளையுமே தோலிலும் தோள்மேல் போர்த்திய பல கருப்பு வடுவரம்புகளில் ஏறக்குறைய உன் சாத்தியத்தை வீழ்த்தியிருக்கும் வரிகளை ஏற்கெனவே எழுதிவிட்டிருந்தார். போர்ஹேயின் மூக்கின் நுனியிலிருந்து வாலின் நுனிவரை அடங்க மறுப்பது அதீந்திரியப்புலி.

யூப்ரடீஸ் ஆற்றிலிருந்த தடம் ஆரல் கடல்களின் தென்கரைச் சாவு விளிம்பைத் தொடும். ஒரு கோடு இழுத்தால் அதற்கு இருப்பிடமாக சுமத்ரா, ஜாவா பாலித் தீவுகள் வரையிலும் புலியின் நிழல்கொண்ட போர்ஹே வாழ்கிறார். நிஜப்புலி இனத்தில் எட்டுவகை. அவற்றுள் இந்திய புலி ஒன்றை ராஜபுதனப் பாலைவனத்திலும் தேடினார். பஞ்சாப், கட்ஸ், சிந்து இடங்களைத் தவிர தக்காணத்திற்குள் நீலப் புலியை கணிதமாக வைத்து எண்ணிய வில்லைகளின் பெருக்கமும் சுருக்கமும் வறண்ட மலைப்பறம்பின் ரச்சதுக்க பிளவுகளில் கிடைத்தது அவருக்கு. நீலத்தை விலகி நிறம் சற்று வெளுப்பாக இருக்கும் சோபடமாவில் அருமை புகல்ந்தது கருப்பு நிறப்புலியும் வெண்ணிறப் புலியும் ஆசியாவுக்கே உரிய கதை ஓட்டத்தை தேர்வு செய்யும் புலி தாயோடு தொடர்ந்து சென்று வேட்டையாடப் பயில வேண்டியதில்லை என கர்ப்பத்திலிருந்து சொன்ன சிசுவின் தோலின்

கருவலான கோடு இருள் மூழ்கிப் புரண்டுகொண்டிருந்த ஆங்காரம் தான் கலை தழற் கோடுகள் அடக்கமாகவும் கண்கள் நூற்றாண்டுகள் பழமைக்கு அப்பால் ஊடுருவிச் செல்ல 'நாடகத்திற்கான உடல் மொழியை புலிவரிகளால் தரமுடிவதை நாடக ஆசிரியனால் எழுத்தில் திருப்ப முடியாத ஆய்வேடு' கிளிமுகப் பயணியால் நாவலில் கரைக்கப்பட்டிருக்கிறது. மனிதனை மறைக்கக்கூடிய நிறங்கள் வழியாக ஞாபகப்பாழ் கசியும் மறதிமை உயிர்ப்பிலிருந்த கொடு வேங்கையாக தாவிவருகிறது அங்கிருந்து. மறைந்திருப்பவர்களிடம் பேசும் புலிதான் ஆவிமொழி.

புலிநிறம் அலை. வார்த்தை ஊழ். நிலத்தில் ஓடும் நிறவேற்றுமை களைக் கொண்ட ஞாபகமெலாம் புலியிடம்தான் வளர்ந்து இருந்தது. வார்த்தை எப்போதும் ஊழில்தான் இருந்துகொண்டிருக்கும். ஊழ். பிறகு கிளி அலகில் ஒலி அகராதி பிறந்தது. அழிந்த நிலத்தோற்றங்கள் மிதந்துகொண்டிருக்கும் நிறங்களில் வெப்ப நிலப்புலி.

நூலக வாசல் புலியுடன் ஆண்டாளின் கிளி அமர்ந்த சுடர் இழை. புலியின் காமம்தான் பாசுரம். இசை உடலின் அத்தனை துகளும் புள்ளியும் கோடும் சேர்ந்து சித்தம் கலங்கிய கலை. செவ்விய புலி வாசனையில் வளையும் ஊழ்.

சப்தநாடிகளில் ஓடும் நீருற்று காய்ந்து வற்றிப்போன மாதிரியும் மனிதன் இறந்துவிட்டதாகவும் பைத்தியங்களின் விடுதியில் நடந்த உரையாடல். அதிகம் பேசாதவனாகவும் இருந்தவன் சிறுவயதிலிருந்து காக்காய்வலிப்பு நோயில் வெளிப்பட்ட கண்ணாடிக் கீறல்களாக பெருகும் விசை மின் அதிர்வலை உடலைக் கீறி வெளிப்பட்ட வார்த்தை ஒன்றை தாஸ்தாயெவ்ஸ்கி வலிப்பின் ஆழ்நிலையில் பட்டு எழுதிச் சென்றிருந்தார் நாவல் என்பதை. அப்பாவியின் கனவு கதையில் தற்கொலைக்கு முயன்ற அவரை தடுத்து நிறுத்திய சிறுமி அதிகம் பேசாதவளாகவும் கண்களால் இரங்க நோக்கினாள்.

அவளுக்கு மொழியை ஒலி அகராதியிலிருந்து சொல்லி வந்த கிளியிடம் விட்டிருந்தார்கள் பெற்றோர்கள். மனிதர்களை விட்டு விலகி கிளியுடல் கொண்டவளானாள். கிளியின் இசைவு பேசும் தாகம். இவன் பொருட்களுடன் வாசம் பண்ணிவிட்ட புலி அது இறக்கும்போது எல்லா சொர்க்க வாசல்களும் திறக்கும்போது அவளைச் சுற்றி பிரம்மாண்டமான கரும்புலி சுற்றிக் கொண்டிருந்தது வாலைப்பரசி.

புலியோட மனம் எவ்வளவு பணம் வரும் என்று யோசிக்காது.

அடைபட்ட புலி படுத்திருக்க அறையின் அசைவுகள் நிகழும்போது எதிர்வரும் இரையை பார்த்துக்கொண்டே இருக்கும். தன் சர்வ நாடிகளையும் பாய்ச்சலுக்குத் தயாராக்கிக்கொண்டு இருக்கும். நகங்கள் உள்ளிருந்து இருட்டில் ஒளிப்பட உனக்குள் நிசப்தத்தின் நாடிகள் வேட்டைப்புலியின் வேகத்தில் தக்க வைத்துக் கொண்டிரு.

புலியின் அசைவின்மையில் முழுவனத்தின் மூச்சும் கேட்கிறது. புலி நடத்தும் சடங்கியல் நிகழ்வாகப் பாயும் வேகமும் வெளியும் சர்வ வெளியுணர்வுகளின் திருகிய புறவியல் சூழ்நிலையில் புலன் விழிப்புற்ற தேகியாக விலங்கு வளைவுகளில் திறந்த புலிக்கண் மதகோசை. எழுத்து வார்த்தைகளுக்கு அப்பாற்பட்ட விலங்கு. எழுத உட்காரும்போது சரியான தயார்நிலையில் கொடுவிலங்காக மாறுவதுதான்.

நீலக்கல்லை பூவாக உருமாற்றி கதைச் சதுக்கத்தின் புதிர் பாதைகளூடு மறைந்து பாயும் புலி. அதன் விலா எலும்பில் உறையும் எழுத்தின் கணம். பாழ் முணங்கிய உடல்கோடு அதிர அலைவுற்ற இருள் பால் ஊறும் செடிகளை உணர கடமானும் ஆடுமாடுகளும் விளிம்பிட்டுத் தெரிய தாக்குவதில்லை போலும். துயிலைக் கெடுக்காத புலிவலம் பாயும் விடியல் சிவந்திருந்தது. குறைவாக இருந்த வெளிச்சத்தில் வாசம் செய்கிறது பதுங்க. கோடு படிந்த வெளுப்பு ஒளி நடந்ததையெல்லாம் மறைத்து வைத்திருக்கும். மாறி மாறித் தடம் வைத்த பழுப்பு ஆற்றில் உதிர் நிலவின் மணல் நடுங்கும் துகள் பரவிய வேளை. வருஷ காலம் சுற்றிவரும் தவிட்டுப் பனி மூடிய கொடும் புலித் தடம் வெண்பாதையாக நீண்டது தனிமையால். காட்டு மௌனம் அதிகமாயிருந்தது புலியைச் சுற்றி; நீண்ட அலகுடைய பறவைகளும் வந்தன. சமவெளியையும் முல்லை நிலச் செம்மேடு களையும் பிடித்த ஞாபகம் பற்றியிருந்தது. புலியிடமே கடந்துபோன காலடிகள் புல்மூடிக்கிடக்கும். அலைந்துகொண்டே கண்களை தேடலில் விழித்திருந்தது. பிறகு கொந்தளிப்பான புலிவரிகள் கொண்ட அஸ்தமனச் சூரியனில் நிழல் மேல் திறந்த நூலகம் உட்செல்ல அமைதியான மயக்கத்தில் அசையாமலிருந்த புஸ்தகங்களை பசிக்கு இரையாக்கும் மூர்க்க வேகத்தில் தாக்க இடியுண்ட வார்த்தைப் பள்ளத்தாக்கில் கீழ்நோக்கி இறங்கும் கிரகிப்பு. புஸ்தகங்கள் நக ஒலியில் தானே திறந்த பக்கங்களில் அடையாளமாயிருந்த பழங் குடிகளின் சிநேகமும் சடங்கியல் காப்பியத்தில் தன்னையே உயிர்மை யாக்கிக் கொண்டது புலியும். தோற்றமும் காட்டு வசீகரமும் மாறுதல் காண இருந்தது. அது தொடர்ந்து நூற்களின் நாடித் துடிப்புகளை

ஜுரவேகத்தில் உணர்ந்தது. தாவரங்கள் கரும்புலியின் வெப்பமான குருதியில் படர்ந்து தொடும் பூர்வம். கல் துவாரங்களில் சிந்திய ஒளி வெளிர்ந்த வாக்கியமாகிவர மங்கலான மலைக் கிராமத்தின் சாம்பல் கூரைகளும் தெருக்களும் வரும்.

தெற்காகும் புலிவரும் தெருமயக்கத்தில் இல்லாத பலரும் இருப்பதாக வந்து ஆளற்ற வெறுமையில் விலங்குகள் வாசனை ஒட்டிப் பிசுபிசுத்த சுவர்களில் நிழல் ஆட்டம். வருவதாக ஏமாற்றும் உறுமல். குளிரில் உறைந்த தெருவில் கதாபாத்திரங்கள் பனித்துகள் மூடி விலங்குகளின் உடல் பெற்று ஆட்களாகவும் தோன்றலாயினர். புலி வீசிய தெருவில் வராத்தாவும் இல்லை. வளைகிற தெருத் திருப்பத்தில் பயந்தவர்கள் சுவர் மறைவில் எட்டிப் பார்த்து அதனுடன் உரையாடுகிறார்கள். இவர்கள் அப்புலி வயிற்றில் பிறந்த பாடல் வரியை சிறுபெண் முணுமுணுத்தாள். அப்போது காய்ந்து பளுத்த கூரைகளின் ஒளி அகப்பாடலால் பிரகாசமடைந்து சாம்பல் வார்த்தை முதலில் ஒலி அகராதியாகச் சிதறியது. கீழே கிடப்பது பல ஒலித்திவலைகள். தெரியாமலிருந்த வார்த்தை அசைந்து சாம்பல் நாயும் வர பாதம் கடந்து போகிறது எங்கோ. வெற்றிட உயிராய் புலி உரு கரைந்திருக்கும். சாமை விதைத்த காட்டிலிருந்து முணங்கும் சாம்பல் நாய். அந்தப் பாதையில் வராத்தா வருகிறான் தன் மனைவியான கருவாச்சியுடன். அவள் தாவரங்களின் தாய். கண்ணில் படாதபாடும் பூச்சிகள் சுழியும் கோடுகள் வரையப்படும் வெளி திறந்தது. விலங்குப் பாதைகளைப் பாடி உயிர்ப்பிக்கும் காட்டு வண்டும் கடந்தலும் பாட யார் தடுத்திருக்கக்கூடும். நிழல்களும் புதரில் அசைய புலியின் கால் தடமாக இருக்கும். அருகில் வரக்கூடும்.

வனத்துக்குள் திரும்பும் தெரு முடிவுகளில் புலியின் மூக்கெலும்பு மேல் துருத்தி வசீகரிக்கும். காட்டு இனம்கண்ட அதிசயம் தெரு முடிவில் துவங்கியிருந்தது. ஒரு சில கருப்பர்கள் செடிகளுக்கு கீழே போன சுவடுகளைப் பார்த்தார்கள். விலங்கில் மயங்கிக் கரையும் வராத்தாவின் வீடு மாயமானது. அவன் சுவர்மீது புலி வரியும் பழுப்பு ஒளியும் உறையும்போது ஒரு சில நகங்கள் தெரியும். காணாமல் போன மிருகங்களைத் தேடி அவன் அத்தம் வரை போனான் கூட்டத்துடன். பின் அவை காணாத வெறுமையை மலையடுக்கங்கள் உருமாற்றி யிருந்தன. நீலப்படலம் மயங்கி கண்திரையில் ஏதோ தோற்றம். சுண்ணம்ராயலு மிகப்பழமையான விலங்குபோல மூழ்கியிருந்தது முல்லையில். அங்கே போனவர் திரும்புவதில்லை மலைகளைவிட்டு. என்ன நடந்தது. பாறைகளின் பிளவுப் பாதையில் வெறுமையின்

வசீகரம் கொஞ்சமே இருந்த ஒளியில் தேடுகிறார்கள்.

ஐம்பது புலிப்பெண்கள் இருந்த ஊர் எனவும் அவர்களுக்கு கடைசிப் பேத்தியானவள் கருவாச்சிதான் எனவும் புலி பீடித்த மலைகளைச் சார்ந்தவர்கள் சொல்கிறார்கள். எட்டிப் பார்த்து அவள் வருவதை அறிந்து. கதவுகளை மூட ஆண்கள் குமிழ் வைத்த கதவு களாகி மனைவி மாரை மூடிக்கொண்டாலும் கருவாச்சியின் முலைவாடை உணர்வுகளில் கலந்து உள்ளே மறைந்திருப்பவர்களை உருட்டியது காமத்தில்.

கதவுகள் மூடியிருந்தாலும் ஜன்னல்களில் எட்டிப் பார்ப்பது ஆபத்தானது. அவள் ஏங்க தங்கள் அறைகளுக்குள் பரவிய மர வாசனைகளில் பால் ஊறியது.

கருவாச்சியின் சாயை தோன்றி பெண்களின் மார்பு பதிய புலி நகக்கீறல் விழுந்தது. கசிந்த குருதிவலி தீராமல் அலறினார்கள் பெண்கள். கெட்ட கனவாக சுவர் சுண்ணம்புக்குள் பதுங்கிய பாறைக் கற்கள் முணுமுணுத்தன வெப்பத்தில்.

ஆண்பார்வை படாத பெண்புலி ரேகைகள் திருகிய சமையல் அறையில் நீளமாய் ஓடித் திரும்பும் சாயைகள் பனிரெண்டு ருது கன்னிகளாகி வருகிறார்கள். சுவர்களில் பட்டு பெண் சாயலடைந்த சமையலறையில் பெண்களின் உரையாடல் கேட்டது யாருமில்லாத வீட்டில். தெருக்காரர்கள் கேட்டும் தெரியாதுபோல நடமாடினார்கள். ஜன்னலைப் பார்த்த உருவெளித் தோற்றத்தில் மறைகிறார்கள். தெருவில் வண்டிகள் கடந்துபோகும் மரங்களை எட்டித் தொடுவது மாயிருந்த அசைவுகளை பார்த்திருந்த புலியிடம் பூர்வீகவீடு ரகஸியமாய் பேசி வந்ததை சமையலறைப் புகைக்கூண்டின் தகர ஒலி அதிர்வடைந்த விநோத சப்தம் நடுங்கவைத்தது சிலவேளை. எந்நேரமும் சமையல் கட்டிலிருந்த அங்ஙனக் குழியில் நின்று தலைவாறும் பெண்ணுக்கு சிணுகோலியில் சிக்கும் கருஇழை தூக்கத்தில் சீப்பிலிருந்து பிரிந்து நெளிகிறது வெளியேற. சமைந்த பெண்ணின் நீண்ட நேரக் குளியல் ஓசை கேட்டது தெருவில் வாசனையாக. சிலந்தி வலைகளால் மூடப்பட்ட கருத்த சமையலறை பின்னிக் கொண்டிருந்த நிர்வாணப் பெண்ணின் இழை. சாம்பல் பல்லியை மயக்கி வந்தாள் பிருதுலைக் கன்னி. தலைமுடி குதிகால் வரை கட்டுக்கட்டாய் வளர்ந்து பெரிதாகி யாருமில்லாத வேளை புகைக்கூண்டு வழியே வெளியேறிப்போகிறாள் அலையலையாய்.

பிருதுலையின் ஓர் கூந்தல் இழைக்குள்ளிருந்து வெளிப்பட்டாள்

புலிவரிப்பெண். எப்போது திரும்பி வருவாள் என யாருக்கும் தெரியாது. அலையாயிருந்த கூந்தலின் ரத்தம் வெள்ளைப் பூவானது. காட்டில் பூத்து உதிரவும் நடமாடியது மூலகம். வெறும் வீட்டில் இருந்த மூன்று வெள்ளைப் பூனைகள் விபரீத விளையாட்டை கட்டுப்படுத்த முடியாமல் தகரங்கள் பாய்ச்சிய தொழுவீட்டில் காளைகள் போனபின் அதன் வாசமும் பெருமூச்சும் சுற்றியிருந்த கலப்பை தோல்வார் கூனைகளை அசைத்துப் பேசும்.

பிருதுலையை அழைக்கும் அகாலவேளையில் திருணையில் படுத்திருக்கும் வழிப்போக்கர்களை எழுந்துபோய் எட்டிப்பார்த்து விட்டு அவ்வீடுவிட்டு விலகிப் போகிறார்கள். உள்ளே அடைபட்ட கரும்புலி சுவாசித்துக்கொண்டிருந்தது.

அழிந்த வீட்டில் புலிபதுங்க வெக்கையாகிவிட்ட நிலங்களில் கற்பனைகளால் கிளர்ந்த தாவரங்களில் கேட்க முடிகிற குரல்கள் வெளிப்படவும் பிறந்ததும் தொப்பூள் ஈரவாடையில் கொடி சுற்றிக் கொண்ட எழுத்தாணி ஊசிமுனையில் தொட்டிலில் கிடந்த பிள்ளைக்கு சேனை வைத்த லிபியும் மண்வாசியாயிற்று. விழிப்படைந்து அலையாக மாறும் வார்த்தை. உள்ளே காணாமல்போன பெண்கள். நழுவி மறையும் சுடரின் ரகஸிய இருட்டில் புலிதான் அதன் கோடு தெளிவாகத் தெரியவில்லை. புலியொன்று மறைந்து அலையாக மாறிவிடும். அரிய புலிவாய்க்குள் புலப்படாத நிலம் தாவிச் செல்கிறது வெளியில். கண்டத்தில் கருத்தவடு, புனைவரவம் வால் சுருங்கி மூத்த புலிவாலாய் விசை கொடுக்க பலர் தோன்றியுள்ள வேளையிது.

புலிப்பெண்ணின் செஞ்சடை நெளிந்து அறுத்த இழை அலையும் கோட்டில் விலங்குகள் புகுந்து ஆவிகளின் மொழியை நாவில் ஏற்ற புனைவுலகை இரண்டாயிரத்துக்குப் பின் தங்கள் கருப்பு தேவதையின் பெயரால் ஒளியை நீராகக் கரைக்க உருமாற்றம் தேவைப்பட்டது.

அறியப்பட்ட வாழ்விலிருந்து சலிப்படைந்த வீட்டில் அடைபட்ட புலியானது நீலத்தை கலையாக்க எந்நேரமும் சமையலறையை தாவரங்களின் அகராதியாகவும் விலங்கியல் நெருப்பு வளையத்தில் கால்கள் தீப்பற்றிக் கொண்டு சுற்றி ஓடும் புலியாகவும் ஒரு புத்தகம் போர்ஹேயின் விரல்வழியாக வட்டமானது. புத்தகங்களின் குரல் வளையை நீண்ட அலகுள்ள பறவைகள் குடித்துச் செல்ல புனைவை விசாரணைக்குட்படுத்தியவர்கள் மீதும் தேவதைகள் அமர்ந்தார்கள் சற்றுநேரம்.

அதைத்தாண்டி குரல்கள் பலவந்து கதையை எழுதுகிறது என்ற

பிரபஞ்ச விசைக்குள் கதையின் விதியும் மாறிப்போயுள்ளது. காலத்தை முன்னடையும் வாசகனின் சமையலறையில் ஒரு புத்தகமாகப் புரண்டு விடும் வனத்தில் பிரதியின் ரேகைகள் அதிர்வடைகின்றன இருட்டில்.

மூங்கில் காற்றின் நடுவில் பெண்புலி நாசித்துவார இழை அலைவீசி இலைகாய்ந்த காடு அசைய படரும் மூச்சில் தாவரப் பசுமிலை மூடிய ஈரம். புலி உடல் கசிந்த வடுவில் பரவிய பூச்சிகள் வண்டு சில்லிட்ட ஒலிக்கூம்பு துயரம் கேட்டு அண்ணாந்த வேங்கை விழிதிறந்த நோக்கில் கொற்றவாயில் கதவு உடைபடத்திறந்த கங்கு கனக்க சலனமானது மொழி.

இருட்டுமண் கீழ்நகரப் போய்க்கொண்டிருந்தாள் புலிப்பெண். இளகும் களிமண்ணின் வெக்கையான காரநெடி ரொம்பகாலத் தனிமை கொண்ட புலிவடிவம். அதற்கு மறுபாதை இல்லை. ஒவ்வொரு எட்டும் பின்தொடர முடியாத புதரில் வைத்தது. அதன் கால்வழி எனச் சொல்லிவந்து பெண்கள் மட்டும் போகிறார்கள். கட்டற்ற வெளியில் இருந்தாலும் புலி நடப்பதற்கு என தனிவழி பதிந்தது. அதன் மிருதுவான பாதத்தில் ஓசையேற்படுவதில்லை. பம்மி உட்போகும் மண்விரல்கள் வேற்றாள் தொடர்வதை உணர்ந்துவிடும். பின்தொடர முடியவில்லை. உடல் உணர்ச்சிகளை உணர்ந்து விடும்புலி. எல்லோரையும் விட்டு தனிமையில் திரிந்தது. அதைச் சுற்றி அசையும் கோடுகளால் வட்டமாகும் வடு. இயற்கையிலிருந்து விசை கொடுக்கும் சுழற்சியாக சுற்றும் புலி ஓட்டத்தில் தோலில் உள்ள எல்லாக் கோடுகளும் மெல்ல ஊர்ந்து கலை என்பதன் சுபாவத்தில் அதிசயமாகின்றன. புரிந்துகொண்ட போதும் புரிந்துகொள்ள முடியவில்லை.

சூரியனைப் போலொத்த வனப்புலி சவுந்தர்ய ரூபமாய் காட்டில் வாசம் செய்தது. பின்னிரவில் தோன்றி விடிய மறைகிறது. பலமான கோட்டைக்குள் சிறைப்பட்ட அதன் வலி வாலால் கல் நகராவை உரசியதும் அதன் துயர்கேட்டு கானகம் கல்லுருகிவிடும். முடிவற்ற வெறுமை சூழ்ந்த இருப்பில் விழித்த புலியின் கண்களில் சாவின் உச்சிகளையுடைய வறண்ட மலைகள் சரிந்துவரும் அசைவு. வேங்கையின் உடல் கோடு இருப்பின் குறியீடாக தோன்றியது எனக்கு.

இவையெனச் சிறிதும் பெரிதுமான வெட்டுக்கோடு ஒருவித ஒழுங்கில் பரவிய மென்தோலி மேல் கானகத்தின் வடுக்கள். தத்தளித்தவாறு நீரில் ஆரஞ்சு நிறமாய் அடிவயிற்றில் பால் மடுக்கள். புலி உடல் கோடு பிரபஞ்சத்தின் விதி பல திறக்க அச்சத்தில் மூழ்கிய

முல்லை ✣ 17

கிராமங்கள் வந்து போய்விடும். அதைப் பார்க்க வெகுநாளாய் பிதிராவில் அலைகிறேன். எழமுடியாத கனமான உப்பு நீரில் நழுவி வந்த புலியை சுற்றி பாறைகள் சிவந்து கொண்டிருக்கும். நீரில் பட்ட கோடு நகர்ந்து பெருகிய சூழ்விதியால் உள்ளே போய் திரும்ப முடியாமல் அலையில் மறைகிறேன் கோடுகளைத் தொட.

புலியின் ஆதி ஞாபகம் மலைகளின் வறண்ட ஊளைக் காற்றில் கடக்கும் வேளை நிர்வாண உடல் மீது புலி படுத்திருந்தது. உப்பு வடிவங்களின் ஊடே நீலப்புலி. நின்று போயிருந்தேன். பாய்வதற்கான தருணத்தில் பசித்த கண்களால் என்னை நோக்க என் உதிரம் உறைந்து புலியின் அருகில் சென்றது. உப்பின் வெளிச்சத்தைக்கொண்ட பழமையான புலியின் அருகில் நெருங்கி உடல் கோட்டில் விழித்து தொடுதலில் ஊர்ந்து நகரும் ஸ்பரிசம். மெல்லிய அதன் வெப்பம் மந்திரியபத்தமான தாயின் கிளையென அழைத்த பாதையில் சென்றேன். பின்தொடர்வாரில்லை. கரடுமுரடான இருட்குகை படிகளாய் வளைந்தது. முடிவிலா இருட்டு. எழுத்தின் கணம் அது. அதில் தங்கினேன் சிலவேளை. உரு மாறியது காற்று. பாறை நகங்கள் உரசும் சப்தமும் விடாமல் துரத்திய ஓசைகளும் கேட்டது தூரத்தில். சாவின் பயங்கர எண்ணம் பற்றிக்கொண்டது. நெடிவீசி விரியும் மாயவனத்தில் அடிவயிற்றில் தொப்புள் கொடி உதிராத மிருதுவான கனவு அரும்ப தேனின் நிறத்தை ஊடுருவிய பார்வை என் உடலைக் கடந்தது. சித்தம் பேதலித்து மிருகவுடல் கொண்ட மனிதர்கள் அங்கே சாயலாயினர். ஓர் துளியில் புலியின் சப்த நாடிகளும் இயங்கிக் கொண்டிருந்தது. வந்த கணம் விலகாமல் திரும்பிக்கொண்டிருந்தேன் அவ்விடம் விட்டு. பாதை தெரியவில்லை. நீலத்துளை ஒன்று என்னை நோக்கி சரிந்துவந்து தொட்டதும் பற்றிக்கொண்டு அதில் மெல்ல மூழ்கினேன். நீரில் தெரியலான பாசிச்சுவரில் நீலஉயிர் ஊர்ந்தது என்னை ஈர்த்தவாறு. அருகில் சுண்ணாம்பு மாடங்கள் உள்ள வெள்ளை மாடத்துள் இருக்கிறேன். செடி ஒளியில் ஒளிர்ந்த பச்சை நிறத்தை அடையவும் இருள் விலகிவரும். சுவர்ப்பொந்துகளில் சுண்ணக் கிளிச்சிற்பம்.

கடல்சிப்பி சுட்டு மண் உதிரும் கிளி இறகு. எனக்குச் சொந்தமான பலமாடிகள் கொண்ட தாத்தாவின் கற்பனையில் சுருளும் படிக் கட்டுகளில் பிருதுலை தோளில் இடித்துக்கொண்டேன். அடுத்தடுத்த அறைகளில் எனக்குத் தெரியாதவர்கள் உலவினர். கற்பனைத் தெருக்களில் வருவதும் போவதுமாயினர். மேல் மாடியில் தாத்தாவின் நீள அறை இருந்தது. நடுக்கூடத்தில் பெல்ஜியம் கண்ணாடி திறந்த

வீதிகளைப் பார்வை கொள்ளும் புராதன நகரங்களோடு. சதா வரும் புலிப்பெண் மதுதீர்ந்த குப்பிகளை நுகர்ந்து வருவோர் போவோரை சாடை பார்க்கும் கண்ணாடியாய் திரும்புகிறாள். குறிசொல்லும் கம்பளப்பெண் கண்ணாடியாகவும் இருக்கக்கூடும். சுவரில் உறைந்திருந்த செப்பியார் டோன் புகைப்படச் சட்டங்களில் காய்ந்த இலைகளும் கொடியோடிய காலத்து வாசனையும் தைலசீசாவின் அருகே. புலியின் முகத்தில் கனிந்த உயிர் அறை முழுவதையும் நீலத்தில் மூழ்கடிக்க தெரிந்த சாயலில் எனக்குத்தெரியாத பெண்களும் நெருங்கி உரையாடிக்கொண்டிருந்த 'வார்த்தை' என்பது முடிக்கப் படாமல் மூழ்கிக்கொண்டிருக்கிறது கனவிலும்.

அழியாத லிபிகள் செல்லரித்தும் அழிந்து போன பக்கங்கள் தானே புரண்டு தொலைந்த பெண்ணொருத்தி புலியாக உயிர்கொள்ள எதேச்சையில் திறந்துகொள்ளும் உரையாடல். புகைக் கூண்டுகளில் அதிர்ந்து கொண்டிருந்த ரகஸியங்கள் கீழ் அடுக்கில் மறைந்துள்ள நீண்ட வருஷங்களாக அடைபட்ட ஓர் பழமையான புலியின் தாகங் களாகவும் அதன் மனநோய்க்கும் குழந்தமை உடனே வெளிப்பட்டு தன்னுள் மருந்தாகக்கூடிய உறைந்து போன சிருஷ்டி கணம் எப்போதும் அதிர்ந்தவாறிருந்தது. மெல்ல எழுந்து உருமாறிச் செல்லும் வசியத்தை சரிந்துவரும் அந்த 'வார்த்தை' ஒன்றிலிருந்தே யாவரும் பெற்றிருக்கக்கூடும். அவள் கிளியாக மாறி வனம் ஏகினாள் புகைக் கூண்டைத்திறந்து.

சதுரங்கச் சூது

சதுரங்கம் கற்றல் லகுவில் முடிகிற கலைதான்.
சதுரங்கச் சூதில் தேசமெங்கும் கீர்த்தியடைந்த
வித்தகச் சூதாடி வராத்தா சிற்றரசன் வறண்ட மலைகளுக்கும்
பாழ் மண்டிய களர் நிலங்களுக்கும்.
அவனை இரு சீடர்கள் வழிபட்டு கற்று வந்தார்கள்.
இவர்களில் ஒருவன் சூதாடி அரசன் சொல்லுக்கு
தன்னைப் பூரணமாய் அர்ப்பணித்து அவதானித்து
வந்தபோது மற்றவனோ சூதாடி
கணிதத்தை கண்களுக்கு மட்டும் அவதானித்து
மனதை அவரது வீட்டின் மண் கூடாரங்களில்
இடம் மாறிக்கொண்டிருந்த டெகான் புலிகளிடம்
வரிசைக் கிரமத்தை மாற்றி ஆடும் சதுரங்கத்தில்
விளையாட விட்டிருந்தான்.

கொஞ்சம் புலிகள் காட்டிலிருந்து வந்து கூண்டுகளில்
உட்கார்ந்தன. இரண்டிரண்டாய் உட்கார்ந்தால்
ஒரு கூண்டு மிஞ்சியது. ஒவ்வொன்றாக உட்கார்ந்தால்
ஒரு புலிக்கு இடமில்லை.
'கூண்டுகள் எத்தனை புலிகள் எத்தனை?' எனப்
பார்வையால் வினவினான் புலிக்காலுடைய வராத்தா.
'அந்த ஒற்றை நீலப்புலி எங்கே அலைகிறது' எனக்
கேட்டான் முதல் சீடன்.
'வனாந்திரம் வறண்டு போனதால் தேசாந்திரம்
போகிறோம்' என்றது கூண்டுப்புலி.
'காட்டில் அலையும் முள்ளம்பன்றியை விரட்டி வந்தோம்
இங்கே நுழைந்ததும் மறைந்தது. ஆனால்
நாங்கள் எங்களைப் போலவும் ரத்தத்தில் வராத்தாவின்

மூதாதைகளைக் கொண்டிருக்கிறோம். எங்களில் பாதியும்
அதில் பாதியும் ரத்தம் சுவற
உன்னையும் சேர்த்தால்
நூறு என்ன சொல்' என்றது காட்டில் திரிந்த
நீலப்புலி.
36:36:18:9:1 என்றான் இரண்டாம் சீடன்
இவனைப் பார்க்கிலும் முதல் சீடனின் பகுத்தறிவு உச்சமடைந்த
சதுரங்கப் பலகைக்கு அனாமதேயப் புலியின் நீலநிறம் வந்து
சேர்வதில்லை எனவே.

- பாரசீகக் கம்பளப்பெண், கதைசொல்லி

1

என்
பெயர்
நீர்

பாரசீகக் கம்பளம் நீரில் பிறந்துவந்து சேர்வதாயிற்று. பிறகு தண்ணீரில் பரவிப் பரவி கதையின் பிரதாபம் உருவேறி சோபடமா நீருக்கு நடுவில் விடப்பட்ட தீவாந்திரமானது. இங்கே வந்து நிலவ ஆரம்பித்த பூமியின் மகளான நீர் இலந்த்ரா என அழைக்கப்பட்டாள். தொட்டால் மறையும் ரூபங்கொண்ட இக்கம்பளத்தை அரிதுயில் நிலைக்குக் கொண்டுபோய் விசாரித்தால் அதனுள் அரூபியான பெண். தனித்தனித் திவலைகளில் உடல் உறுப்புகள் பிரிந்துவிடும் இழைகளாகவும் நார் நாராக கம்பளத்தில் நுழைகிறாள். அவள் பெயரை உயிரைத் தொடுமாறு தொனிக்கும் ஒலியில் எங்கிருந்தெல்லாமோ துளிகள் திரளுரு அடைந்து நீரில் மிதக்கும் பாரசீகக் கம்பளமாய் அசைந்தசைந்து கதை போடுகிறாள்.

இலந்த்ரா நீரின் மேல்பரப்பில் எழுந்துயர்ந்து முகாந்திரமானாள். ஒன்பது பங்கு நீரடைந்தவள் ஒரு பங்கு நிலத்தில் கதைகளால் படைக்கப்பட்ட பாரசீகக் கம்பளத்தில் நகரங்கள் மிதந்துவர சுருள் களைப் பின்னியவாறு ‘சோபடமாவை’க் கையில் ஏந்தி அது மூழ்கிவிடாமல் நீந்தியவாறிருந்தாள். பூமியாயிருக்க நீளவும் அவள் உடல் நிலமாயிற்று. உலர்ந்த மலை அடுக்கங்களை ஈன்றாள். அதிலே வரிகள் கொண்ட புலிகள் ஜனனமாயின அவள் கல்யோனியிலிருந்து. நீர் சுழல் பரப்பு சலனமடைந்து அடங்கிய இரவில் நிலவு தைல ஒளியாய் ஊர்ந்து கருவனத்தைப் பால்வெளியில் இழைத்தது. சூரியன் ஏற்கெனவே மேற்குத்திசையில் மறைந்தான் பிறந்ததும்.

நெடுங்கால இருளின் கனவு ஒளிரத் தொடங்கியது. பிறகு புழுப் பூச்சிகளும் எறும்புகளும் துணைவிகளைப் பெற்றிருக்க யாருமின்றித் தன்னந்தனிமையிலிருக்கிறேன். இது ஏனென்று காரணம் கேட்டறிய பச்சை உடல் நிறங்கொண்ட தன் உடலில் சிறகு பொருந்திய புரவிக்கு சேணமிட்டாள். அந்த நாள் ஒரு வியாழக்கிழமை. பறக்கும் புரவியான பச்சைப்பெண் குமுறும் வேட்கையோடு சீறிச்செல்லும் புயலின்

சிறகுகளில் அவள் விரைந்து கொண்டிருந்தாள்.

சோபடமாவின் மலைக்குன்றுகள் திருகித் திரும்பி வளைய மரங்களின் வேரடியில் தன்னையே நீர் பருகக் கொடுத்தாள். மண்ணில் கிடந்த கற்களெல்லாம் வறண்டு கிடக்க அவற்றில் எரியும் தாகத்தை தன் உடல் கொடுத்து இச்சை தணித்தாள்.

வறண்ட மலைக்குமேல் காற்றின் நடுவே சாவதானமாய் பச்சைப் புரவி உடல் கலைந்து அதிலிருந்து இலந்த்ரா எனும் நீர் மகள் எதிரே கரடுமுரடான பைத்தியம் பிடித்த மலைக்குன்றுகளில் வேங்கை உரு திசைகளில் அசைந்து நகங்களைக் காட்டி அவளை ஆமோதித்தது.

'என் ராஜியமே ஸ்தம்பித்து கல்லாக மாறியிருக்கிறது. சோபடமாவை கல்லிலிருந்து மீட்டுத்தர வேண்டும். நகரம், பட்டினங்கள் கிராமங்கள் மரங்கள் வனங்கள் பட்சி ஜாலங்களும் கல்லாய்ச் சமைந்த காரணமென்ன மலைகளின் தாயான... வேங்கியா.'

'போகும்போது வழி நிலங்களெல்லாம் மணல் படுகையாக மாறியுள்ளது. அந்த சாகடிக்கும் பாலையில் நின்றுவிடாமல் தொடர்ந்து வா என் பின்னே. ஒரு கால் எடுத்து வைத்தால் மறுகாலில் பட்ட மணல் உடல் புகுந்து கணமே எனினும் மணலாய் படிந்து வீழ்வது உறுதி ஒவ்வொரு இருப்பும். எனவே... இவ்விடம் செந்தேரியாய் மாறுவதற்கு யுத்தம் இங்கே நடந்திருக்கும். குருதியை மணலாய் மாற்ற முடிவதில்லை. எனவே செந்தேரியை நீ கடக்கவேண்டும்.'

'அந்த மணல் பிரதேசத்தில் 'செவல்' எனும் கிராமத்தில் முழு முட்டாள்கள் வாழ்கிறார்கள். அவர்களை மணல் பிடிப்பதில்லை. பூசணித்தலையன் தன் கதைகளாலும் ஞாபகங்களாலும் ஊரை அழைத்துச் செல்கிறான் சோபடமாவுக்கு. இந்த பாறைகளின் அரசனும் வேங்கைதான்.' 'அவனைச் சந்திக்கவேண்டும்... வேங்கியா.'

அந்த செம்மேட்டில் அவன் எதிரொலி கேட்டது. மலைகளாக மடிக்கப்பட்ட அரசன் உடல். மலையிலிருந்து முகம் மாதிரி விழிகள் கீறித்தெரிந்தது முதலில். 'பாறையிலேயே நகர்ந்து இடம் மாறி உன்னை ஊடுருவிச் செல்கிற இளவரசன் நார்த்தான்' என்றாள் அவனது தாய். பாறைகளுக்குள்ளேயே நார்த்தான் உயிர் கோலமிட்டுப் போகும் வரி வடிவங்களை வாஸித்தாள் மொழிகளுக்கும் சித்திரங்களுக்கும் ஊடே.

நார்த்தானின் ஸ்பரிசம் பட்ட நீராள் சலனமுற்றாள். இரு கண்கள் முளைத்த பாறைமுகம் சிற்பமாக ஆழ்ந்த துக்கத்தை வெளிப்படுத்துவ தாயிற்று. அவளின் நீழ்விழிக்குள் உப்பின் துளி சுழல்வதாயிற்று. 'யார் நீ... எங்கே... இவ்வளவு தூரம்' என பேசாமல் முளைத்த கல்விழி

ஈர்த்தது நீரை.

அலையும் அசைவின்மையும் சேரும் கணம் உருவாயிற்று. 'நான் கற்பகால ஊழ் விதியால் அசைவற்ற சாபம் அடைந்தேன்... என்னை ஏன் பார்க்க வந்தாய்... கடந்து... கடந்து...' 'துணை தேடிவந்தேன். எறும்புகளும் பட்சிகளும் கார்பருவத்தில் கூடும் குகையும் கொண்டிருக்க நான் ஏன் தனித்திருக்கச் சபிக்கப்பட்டேன் எனக்குத் தெரியவில்லை' நார்த்தானின் கைகள் தோன்றி ரேகைகளில் ஓடும் பாரசீகக் கம்பளம் எத்தனையோ சங்கதிகளைப் போட்டது இலந்த்ராவுக்கு. அவன் புதிர் மனதைத் திறந்தான் அவளுக்காக. வந்தவள் கம்பளத்தில் திறந்த குகை வழியாகச் செல்லும் குகை களுக்குள் ஒன்றுமே தெரியாத இருளில் அகப்பட்டாள். கம்பள விளிம்புகளைத் தொட்டாள். அவளே அதில் குளிர்ந்து கம்பளமாய் உருமாறிக் கசியலானாள். அவள் கட்டிய பச்சை ஒட்டுத் தாவரங்களாக உருமாறிய கம்பளம் பச்சை மோகத்துடன் படர்ந்தது குகைகளின் உட் சுவர்களில். இரவுகள் வந்து இச்சையெனும் பாகத்தை விவரித்தன எல்லா ஜீவ ஜந்துக்களின் பிறப்பு கொண்ட கம்பளத்தின் ரகஸியத்தில். கடந்து செல்லும் கம்பளத்தில் நார்த்தான் லகுவாகவில்லை. உள்ளே மந்திரச் சொல் ஒன்று செயலற்று இருட்டிக் கிடந்தது. கம்பளத்தைத் தொட்டு தனக்குள் மொழியை வேண்டினாள் இலந்த்ரா. அச்சொல் ஒலி கொடுக்கும் சிறு உயிரினம் போல கிடந்தது.

சொல்லின் சொல் 'கம்பளத்தில் உயிர் உண்டாக ஒரு விளையாட்டு. வேண்டுமானால் விளையாடுவோம்' என்றதும் கம்பளம் ஆமோதித்தது. 'சரி நான் தயாராக இருக்கிறேன்' என்றாள் நீராள். வரிசையில் காத்திருப்பவர்களில் ஒவ்வொருவராகத் தான் கம்பளத்துக்குள் செல்லமுடியும் அதன் விதி. கம்பளம் எங்கே போகிறது. தன் கைகளால் தன்னைத் தானே மொழி உடலில் எழுதியவாறு நூற்றுக்கணக்கில் கைகளை விடுவித்தது. நிறம் மாறும் கம்பள விளிம்புகள் விலகி வெளிவிடும் நகரங்களின் கல்முற்றம். கூட்டமாய் போகவும் கம்பளத்தின் கைகள் வழிமறித்தன. ஒவ்வொருவராகப் போகவும் இருட்டுக்குள் கம்பளத்தில் இருப்பவர்கள் மூழ்கியிருந்தார்கள். கல்லாய் சமைந்த சொர்ணத் தானியங்கள், புறா, வாத்துகள் மற்றும் பிரஜைகள். எந்தப் பொருள் என்று சரியாகத் தெரியவில்லை. தொட்டதெல்லாம் பொன்னாகிவிடும் வரம் ஒன்று இறக்குமதி செய்யப்பட்ட விதியாக கம்பளத்துக்குள் அலைவதாயிற்று. சரியாகத் தொட்டுவிட்டால் எல்லாப் பொருளும் உயிர்பெற்று தழுவும்போது கவிதையும் நகரங்களும் பிறந்து வரலாயிற்று. 'சந்தேகப்படும்படி

நடந்துகொண்டால் நீயும் கம்பளமாகிவிடுவாய்' என்றது பூட்டிக் கிடந்த ஒரு சொல்.

உள்ளே ஒருவர்தான் போகமுடியும். போனவர் திரும்பி வரா விட்டால் அடுத்த நபர் போகலாம். வராதவர் கம்பளமாகிவிட்ட சொல்லில் மறைகிறார்கள். 'ஒரு சந்தர்ப்பம் மட்டும் அளிக்கப்படும் தேர்வுக்கு நான் வரவில்லை' என்றார்கள் கம்பளத்தின் சாயைகள்.

தொடும்போது மந்திரச்சொல் ஓர் புஸ்தகமாகத் திறந்து கொண்டது. உருவங்கள் வந்துகொண்டிருக்கும் புஸ்தகம். முழு பூமியும் நிழல்களின் ஓட்டமாக மாறிப்போன பிம்பங்களின் அபத்த ஓட்டத்தில் இப்புத்தகம் ஒளி புகா இருட்டில் திறக்கப்படுகிறது. குருடரின் விழி இமைத்த வார்த்தைதான் கதை.

ஏனோ அந்தப் பெண் வறண்ட நிலத்தின் கம்பள இழைகளில் திருகத் திருக நிலப்பரப்பு விரிவு கொள்கிறது புஸ்தகத்தில். பாறையாக மாறிவிட்ட ராஜியமும் நகரமும் பிரஜைகளும் சந்தர்ப்பத்திற்கு ஏற்றவாறு உயிர் பெற்று வருமாறு விளையாட்டு விதி ஒரு புஸ்தக மாகவும் நாவலாகவும் இருக்கக்கூடும். பக்கங்கள் திரும்பும்போது கடந்தவை விரல் தொடுதலில் கம்பளமாகக் கடவது. எத்தனை பக்கங்கள் என்று தெரியவில்லை இப்போது கடந்த பக்கம் எண் 39க்கும் கடந்துகொண்டிருக்கும் முடிக்கப்படாத வாக்கியம் அச்சாகியுள்ள பக்கம் எண் 40க்கும் இடையில் ஒவ்வொரு வார்த்தை கடக்கும்போதும் வாசகன் கண்படுதலில் அசையாத பக்கம் பச்சை நிறமடைகின்ற முதலில் பின்னே அவனே எழுதிக்கொள்ளும் தனது பற்றில் இயங்கும் படைப்பு. பச்சை உயிர் மூடி எல்லாப் பொருளிலும் கலந்து வந்ததும் உயிர்பெற்ற மனிதன் வந்துவிடுகிறான் கதா பாத்திரங்களாக.

மந்திரக் கம்பளம் நூலாக உருமாறி வடிவமெடுக்கும் தொன்மம். வேங்கை உரித்தொலியினால் கைத்தையல் பின்னிச் சேர்த்த மெல்லிய வாழை நாரினாலும் கடல்தாவர இலைகளாலும் எழுதப்பட்ட காகிதங்கள் வாசனைப் புத்தகமாகத் திறந்தது. இருபத்தியொரு பாகமும் விலங்கியல் சடங்கு மொழியாகவும் உப்பில் தோய்த்த வார்த்தை ஒருவராலும் திறவுபடாமல் பூட்டுமொழி பேசியது. அப்புத்தகம் மேல் செதுக்கப்பட்ட கோணல் எழுத்து 'பிதிரா' என்று உச்சரித்தது. லிபி செதுக்கும் ஒற்றைக்கண் ஆசாரி இனி பிறக்கப்போகும் மனிதர்களைப் பற்றிய விவரங்கள் அனைத்தையும் சித்திரபுத்திரன் ஓலையைப்போல் புரட்டிக் கொண்டிருக்கிறான் மரத்தடியில். இப்புத்தகத்தைப் புரட்டிப் பார்த்து சோபடமாவின் வரைபடத்தில் கண் வைத்தால் நகரும் நிழல்

கோடு நீராளின் துணை எங்கிருக்கிறான் என்பதை தெரிவிக்கும்.

பிறகு வந்தவள் பற்றி குறிப்புகள் ஏற்கெனவே எழுதப்பட்டு விட்டிருந்தது. செவல் எனும் முட்டாள்கள் வாழும் கிராமத்தில் பூசணித் தலையன் மண்திருணை வைத்த வீட்டில் அடுத்த அத்தியாயத்தை திறந்து தேடத் தொடங்கினான். எப்போதும் பூசணித் தலையனின் தலைக்குள் கருப்புக்கோழி சிவப்புச் சிறு கொண்டையசைத்து வாக்கியங்களைக் கொத்திக் கதை கூறலாச்சு. நீராளின் சகோதரி நீராத்தி காணக் கிடைத்தாள் செவல் ஊரில். ஏடுகளுக்குள் பொழுது மயங்கி நிழல்படர, அவர்கள் காபூல்விளக்கு இருந்த தர்க்கா மாடத்திடம் போனார்கள். இரங்கறப்பாவினால் மொகரத் திற்கான பாடல் பழங்குரல் வளைவில் தேய்ந்து இழைத்த இரவில் நிலவும் நடுநிசியும் கடந்தது. பல இரவுகளில் ஒரு இரவு மிதப்பதான பக்கங்களைக் கொண்ட நூல்.

‘எங்கே வானம் நீரைத் தொடுகிறதோ அங்கே நீர்ப்பரப்பின் தொடுவான் இறக்கத்தில் எழுந்த இருபத்தி ஓர் மரங்களிடையே பரவிய நீர் பதினான்கு வயது சிறுவன் அங்கே தானாகிய நீருருவின் நடனத்தை ஆடிக்கொண்டிருந்தான். மென் காற்றுவீசும் அவன் சிறகிலிருந்து முத்துகள் சிதறி உதிர நடனமிடுகிறான்.

‘அவன் தந்தை நீராத்திலிங்கா தாய்வழிக் கடவுளான செவ்வந்தி இவர்களின் மகனான சூர்யசிலா...’ இவ்வாறு புத்தகத்தில் தேடிச் சென்ற முன்னூற்றிப் பதிநான்காவது பக்கத்தில் நீராளுக்கான துணை அறியப்பட்டது. அவனோ வரவிருக்கும் அடுத்த நூற்றாண்டு ஒன்றின் தனிமை வாசத்திலிருந்தான். அவ்வூரில் காவிரி எனும் நதி கடந்து செல்ல ஆற்றங்கரைத் தெருவில் இருந்தது அவன் ஊரான வீடு திருபுவனம்.

‘அவனிடம் போக விரும்பினால் இலந்த்ரா நீ உன் தீவான சோபடமாவுக்குத் திரும்பிவிடு’ என விளக்கின் பின்னே நிழல் பேசியது. பிதிராவை அரிதுயில் நிலைக்குக் கொண்டு சென்ற காபூல்விளக்கு எல்லோரும் தூங்கிய பின் தானே ஒளிவிரல்களால் புஸ்தகத்தைப் புரட்டியது. ‘இங்கு ஏன் வந்தாய்’ என்றது புத்தகம்.

‘உங்களால் தொடப்பட்ட வீடு எனக்கு அடைக்கலம். இங்குள்ள ஊஞ்சலில் துயிலும் சூர்யசிலா ஒரு ஓவியன். தீராமல் வரைந்து கொண்டிருக்கிறான்’ என்றது காபூல்விளக்கு.

பிதிரா வார்த்தையை எழுதிக் கேட்டது ‘தனது தாயுடன் தங்கியிருக்க இயலாதவன் என்னுடன் தங்கியிருக்க எப்படி முடியும்’ இவ்வித

எண்ண அலைகளினூடே பிதிராவின் அகப்பரப்பில் தூங்குபவர்களின் மனதில் ஓடும் கனவு உரையாடியது. 'நீர்வடிவாளே உன் கீர்த்தியையும் விவகார எல்லையையும் உனக்குக் காட்டுவேன்' என்றது கனவு. இருட்டும் குளிருமான இரவுக்குள் ஊஞ்சல் அசைவில் சூர்ய சிலாவும் நீராளும் ஒரே கனவில் தோன்றும் நிலப்பரப்புக்குச் செல்கிறார்கள். அவன் தோளில் சாய்ந்தவாறு மணலில் சறுக்கிச் சறுக்கி நடக்கிறாள். மாட்டுவண்டி போன தடத்துக்கு கீழே கோவலன் பாதம் நசுங்கி யிருந்தது. 'உன்னுடன் வாழ்ந்திருக்கவே வந்தேன். எனக்கேன் நிலமும் தீவாந்திரமும்.'

'இல்லை. எதிர்காலங்கள் உன் சந்ததிகளின் காலடியில் இருக்க வேண்டுமல்லவா.' கனவு சாட்சிகொள்ளக் காத்திருந்த பிதிரா எனும் மெலிவான புத்தகம் தனக்குள் புலம்பியது 'சரி சரி... நிலத்தின் மேல் அதிகாரமே கடந்து கொண்டிருக்கிறது... எல்லாம் கனவுதான். அந்த மஞ்சணத்திப்பூக்கள் பூத்துக்கொழிக்கும் நிலம். அதையே கனவு காண்பித்தது இருவரின் நேயத்தில் மயங்கி.

'இது உன் நிலத்தோற்றம். விடிந்தால் போய்விடும். ஆனால் மகிழ்விக்கிறதா உன்னை' 'கணமெனினும் நேயம்தான். சிதறிவிடும் என்றாலுமென்ன இவ்வேளை அது மஞ்சணத்தி மரத்தில் ஊறும் மஞ்சள் பெரணி குடிக்கிறது என்னை' என்றாள் நீராள்.

செவல் தங்கி அப்புத்தகம் மணல் அலைகளால் உரு அடையும். அங்கே சூர்யசிலாவும் நீராளும் கத்தாழை நாரினால் பின்னப்பட்ட ஊஞ்சல் பலகையில் அமர்ந்து சென்றுவரும் அசைவுக்கு மேலே கூண்டுகளில் கிளிகளையும் மைனாக்களையும் செய்வதைச் செய்யும் சொல்வதைச் சொல்லும் சொல் பறவைகளாக வளர்த்தார்கள். தனது தனிமையை அவற்றிடம் பேசிக் களித்தாள். செம்மண் குன்று களிடையே சீற்றமிகு மலை அரசன் வராத்தாவும் முள்ளம் பன்றிப் பெண்ணுமான செம்பியாவும் எந்தக் கடவுளின் உலகத்திலும் கடைத்தெருக்கள் இல்லாதபோது முதன் முதலாக தனது உலகில் கடைத்தெரு கண்டாள். அது நடுக்காட்டுச் சந்தையாக அமைவதால் மாடு ஆடுகளைக்கொண்டு விற்கவும் சந்தை கூடியது. அங்கே வராத்தா மாடுகளை வைத்தும் ஆடுகளை பணயமாக வைத்தும் சூதாடிக் கொண்டிருந்தான். செம்மணலில் இந்தப் புத்தகத்தில் அவனைப் பற்றி விவரங்களுக்குப் பதிலாய் வேங்கை வனக்குறிப்புகள் துப்பாக்கிக் கத்திகளுடன் பனிரண்டு விசைக்குமிழ்கள் உடைய சாரங்கித் தம்பிரான் ஒருவர் காட்டுச்சந்தையை கடந்துசெல்லும்போது

அவரைப் புலி மறித்து இசை கேட்டதாக குறிப்பு உள்ளது.

வாள் ஒருமுறைதான் கூர்மையை இழக்கும்
ஆனால் உன் காதல் என்றைக்குமாக என்னை அழிந்துபோகச்
செய்துவிட்டது...

இருக்க இடமின்றி எங்கெங்கோ நாடோடியாய் அலைந்து பின் தஞ்சாபுரியிலிருந்து எங்கோ சென்று இராமேஸ்வரம் அடைந்து புகலின்றி குழந்தை பிரசவித்த பலஹீனத்தோடு அலைக்கழிந்த அவளின் கேசம் உதிர்ந்துதிர அந்த இடங்களில் எல்லாம் உசிலம் புற்களும் கோரைப்புற்களும் துளிர்த்தெழுந்தன.

ஆனால் சோபடமாவின் குமாரத்தி இலந்த்ரா குருதிவழிக் குலக் குழுக்களுக்கும் தெய்வமான வறண்ட மலையை தந்தையாகக் கொண்டவள். யாரும் அவளுக்கு அடைக்கலம் தரவில்லை.

'சூர்யசிலா சூதாட்டத்தில் மூழ்கிவிட்டான். மனைவியை அறவே மறந்துபோனான்' என்றாள் செம்மண்ணில் கேசம் நனைத்து. இலந்த்ராவின் விதியைப் பற்றி கவலைப்படாமல் இருந்ததை அறிந்து வராத்தா கோபமடைந்தான். அவனது காட்டு மாடுகளை அடித்தது வேங்கை. தினம் ஆறு தகரமணிகளை இறந்த மாட்டின் கழுத்திலிருந்து அறுத்துக் கொண்டுபோனான் மாடுமேய்ப்பவன். வேட்டையாடி அழிந்த மாடுகளின் காட்டுமணிகள் தனிமையில் அசைந்தன காலியான மாட்டுத்தொழுவங்களில் இருந்து. வீடு வெறுமை கண்டது மாடு துள்ளாமல். அவற்றின் மூச்சொலியில் தூங்கிய சூர்யசிலா தூக்க மற்றவனானான்.

'இந்த துர்பாக்கியத்திற்கு காரணம் நீ உன் இலந்த்ரா கர்ப்பமாக இருக்கும்போது வீட்டை விட்டு விரட்டியதுதான்' என்றான் வராத்தா. எதிரொலி கேட்டது. 'அவளை எப்படியும் தேடி மறுபடி வீட்டுக்கு அழைத்துவா...' என்றான்.

பிடில், ஈட்டி துணிமணிகளோடு சூர்யசிலா காட்டில் போய் புள்ளினங்களிடம் தன் மனக்குறை சொல்லி இசைத்தான். அந்தக் கோடுகளை அலகில் சுமந்துசென்ற பட்சிகள் வறண்ட பாறைகளில் தவறவிட இசை நெளிந்துபோய் துவாரங்கள் வழியாக கிளிப் பெண்ணை அழைத்தது. அதைக்கேட்டு ஊர் திரும்பும் பட்சிகளை அழைத்து சூர்யசிலாவின் முடிச்சுருளைப்போல நெளியும் பெண் குழந்தையின் முடிச்சுருளை பறவையின் காலில் சுற்றி பறக்கவிட அது சூர்யசிலாவின் கூண்டில் அமரும் கிளிப் பெண்ணாக வந்தது. குமாரத்தியின் கூந்தல்வாடை கண்டு அழுதான் சூர்யசிலா.

இலந்த்ராவின் வளர்ப்பு நாய் கூந்தல் நெளியும் கிளிப் பெண்ணின் பாதையைப் பின் தொடர அவனும் வனம் ஏகினான்.

சோபடமாவின் மலைப்பறம்புகளில் திரியும் புலியுடனான ரத்த உறவின் வழித்தோன்றலான புலிக்காலுடைய அரசன் வராத்தா நடைமுறை வாழ்வைவிட்டு விலகி சூதாட்டத்தில் கற்பனை உலகங்களோடு ஆடித்தோற்ற செல்வங்களுக்கு ஈடாக சூதில் அலையும் புலிகளை வரமாகப் பெற்றான். மனித இரைக்கும் மாடுகளைத் தின்னவும் ஏங்கி அலைகிற மிகக் கொடிய மிருகங்களிடம் சூதுவாதற்ற பூர்வ உறவுகொண்ட வராத்தாவின் மூதோர் தன் உடலைப் புலிகளுக்கே இரையாகக் கொடுக்கும் துணிச்சல் கொண்ட கணங்கள். சோபடமாவின் புலிகளைத் தேடி நிஜாம் மன்னரின் துணையுடன் கிரிக் பேட்ரிக்கும் கர்னல்களும் துப்பாக்கி ஓசையுடன் வந்தார்கள் வெளிச்சம் துளைக்க முடியாத ஈரவனங்களுக்கு. அந்த சமயத்தில் போர் நடந்து முடிந்திருந்தது. சர்வே பார்ட்டி கடாஸ்டல் அதிகாரிகளுடன் கல் நட்டியவாறு சங்கிலிகளால் அளந்து காடுகளில் எல்லை குறியிட்ட கற்களையும் நட்டினார்கள். அழிவைக்கொண்டு வந்தவர்கள் பழுப்பு நிறமுடைய வெள்ளையர்களாகத்தான் இருக்கும். பிதிரா எனும் பெண்புலிக்குப் பிறந்தவர்களில் மிஞ்சியிருக்கும் கடைசி அரசன் வராத்தா. காட்டுப்புலியைப் போலவே யாருக்கும் பிடிபடாமல் சூதாடிக்கொண்டிருந்தான் சுண்ணம்ராயலு கோட்டையில் எத்தனையோ தடுப்பு அரண்களைக்கொண்ட பாறைகளிடையே சோபடமாவின் புலிகள் கட்டற்ற சுதந்திரமாய் இருந்தன.

காட்டில் விறகொடிக்கும் பெண்கள் பாடும்போது சுற்றிச் சுற்றி வரும். முகத்தை நேருக்கு நேர் பார்த்துவிட்டால் விலகிப் போய்விடும். தற்காப்புக் கருதி வெள்ளை ராணுவத்தினர் புலிகளைச் சுட்டுக் கொல்லத் தயங்கியதில்லை. கூடாரம் அமைத்த வெள்ளையரின் அரேபியக் குதிரையும் கால்தூக்கி வாயில் நாக்கை ஒரு பக்கமாக தள்ளிச் சரிந்ததும் சுடப்படும் ஓசையினால் சுற்றி வளைக்கப்பட்ட வேங்கை மந்திரத்தால் தப்பிவிடும். பட்டினங்களிலிருந்து வேட்டைக்கு வந்தவர்களிடம் போய் கம்பளப்பெண் 'காஞ்சரப்புலிகளை சுடும்போது கடவுளின் மந்திரங்கள் பலிக்கப் போவதில்லை. புனிதக் குழந்தையின் செம்புநிறக் கேசத்தை எப்படி நெரித்துப் பிழியக் கூடாதோ அப்படியான நிலம்' என்றாள். அவர்கள் காது கொடுத்து கேட்கவில்லை.

உடனடியாக புலிக்காலுடைய கணக்குழுவுக்கு ஆபத்து நேர்ந்து

விடும். துப்பாக்கி ஒலியானது வறண்ட மலைகளில் பட்டு எதிரொலி பாய்ந்தது ஒவ்வொரு பழங்குடி நெஞ்சிலும். கொன்றவர்கள் ஓடி விட்டாலும் அதன் இறப்பை ஒத்த உறவுக்கு தாம் கடமைப்பட்டுள்ள படியால் வராத்தா பித்திசாரா பூமதுவைப் பருகி ஆடிப்பாடி அழுதவாறு தன் இன ஜனங்களின் கூட்டத்தோடு வந்து சடங்கை நடத்தி வயனம் காக்கிறார்கள் கொன்றவர்களுக்கு எதிராக.

புலியைக் கொன்றபோதெல்லாம் பழங்குடி வீடுகள் இடிந்தன. அவர்கள் மரத்துக்கு மரம் தாவிப்போய் அடுத்த மலைப்பறம்பில் ஊர் அமைத்தார்கள். புலியின் ஈமச்சடங்கில் பெண்கள் பாடுவிழுந்து கிடக்கிறார்கள். பிதிராவின் பிளாத்திகள் மடிந்த புலியைச் சுற்றி கொக்கரை எனும் சடங்கியல் வாத்தியத்தை இசைத்தவாறு காட்டு ஒலிகளில் வேகமாக மந்திரங்களை கட்டுகிறார்கள். புலியை சுமந்து செல்லும்போது மேளங்கள் முழங்கியதிர அதை சுண்ணம்ராயலு மலைக் குன்றுகளின் உயரத்தில் ஒரு திறந்த வெளியில் கிடத்தி வேங்கையின் தலையருகே நறுமணங்கமழும் சாம்பராணியை லாகிரிப் புல்லை எரியச் செய்து புகையூட்டுகிறார்கள். இரண்டு தாமிரக் கத்தியில் அதற்கான எந்திரத்தை எழுதி உப்பும் சேர்த்து பூசுகிறாள் தாயாதிப்பெண். அவளே வேங்கையைப் பெற்ற விலங்கியல் மூதா.

2

முடிவற்ற தற்கொலைப் பாலம் I

அப்போது பீர்க்கை பூத்த கார்காலத் தொடக்கம். சார்மினார் வேக ரயிலில் கோட்டை நகரமான ஹைதராபாத்துக்கு முடிக்கப்படாத பிதிராவின் கெமிலியன் நாவலின் கையெழுத்துப் பிரதியுடன் பயணமான இரவினூடு ஜன்னல்களில் மழையின் ஊற்றுக்கண்கள் சுழற்சுனையாக வீசிவந்த சோபடமாவின் கற்பனைத் தாவரமையல் கொண்ட நிலப்பரப்பில் இடமற்று ஓடியது ரயில். ததீசி முனிவரின் முதுகெலும்பை வஜ்ராயுதமாக உருவிய உடல் எலும்புகள் தரையில் சிதறிக்காழ்த்து வைரங்களாகும் நகரம் ஹைதராபாத்.

எங்கிருக்கிறோம் எனத் தெரியவில்லை. இருட்டைக் கழுவிக் கொண்டிருந்த கருப்பு வெள்ளைப் படச்சுருள்களில் ஒவ்வொரு நீரிலும் வயங்கு கதிர் வைரமொடு உறழ்ந்திழைந்த கனவு நகராம் கடந்து கொண்டிருந்தது. இரண்டாவது வாழத் தொடங்குவது இலக்கிய சந்தர்ப்பம். ஒருமுறை கடந்துவிடும் நிகழ்வு. கரும்கும் மென்ற

②

கத்தரிக்கப்பட்ட செய்திகள்

சோபடமா கைதியின் குரல்

பென்கூலனில் பிதிரர்கள் இருக்கிறார்கள். சாதாரண குற்றங்களுக்குக்காக பிதிராவிலிருந்து அனுப்பப்பட்ட கைதிகள். அந்தமானுக்கு கடத்தியதுபோல் உப்புத் தருவையாகக் கிடந்த ‘சோபடமா‘வுக்கு அனுப்பப்பட்டார்கள். 1825ல் அத்தனை பேரும் சோபடமா உப்பு நிலம் நோக்கி ஏகினர். பென்கூலன் டச்சுக் கம்பெனியானது. அத்தனை கைதிகளுக்கும் சிறை இருக்கவில்லை. சோபடமா பழங்குடிகளின் பாறைஓவியங்கள் உப்பில் மூழ்கிக் கிடந்தன.

‘நீங்களே சிறையை கட்டுங்கள்’ என்றான் கும்பினி. முதல் தடவையாக சரித்திரத்தில் நடந்தது. இன்னொரு குடியேற்றம் பினாங்கு. ஃபிரான்சிஸ் லைட் என்கிற வெள்ளைக்காரன் மாட்டுக்கு போடுகிற மாதிரி கைதிகளின் நெற்றியில் சூடு போட்டான். தங்கக் காசுகளை வைத்து கபாலத்தை சுடுகிறான். அவமானப்பட்டும் ஓடியதை எடுக்கிறார்கள் துன்பத்தில். எடுக்கும்போது மரத்தை வெட்டிப்போன பாதையில் மருது சகோதரர்களின் கடைசி வாரிசுகளும் போராளிகளும் இருக்கிறார்கள். தங்களுடைய யுவ இளவரசன் மருது சகோதரன் நெற்றியில் இடப்பட்ட முத்திரை அத்தனை பேரும் தங்களைச் சுற்றி தாங்களே கட்டிக்கொண்ட சிறைச்சாலை. காலனியம் கொடுத்த பிதிர்-ஆர்ஜிதம்.

இருட்கெவியிலிருந்து இரும்பின் ஊழ் அதிர்வுகள் ஆயிரம் ஈரச் சக்கரங்களாகச் சீறுகின்றன நனவிலியில். கதாபாத்திரங்கள் இந்தோ-மொகலாயக் கலைக்குள் ஒளிந்து கலைகொண்டிருந்தன. ஜேக்கப் வைரத்தின் மடிப்பைத் தீட்டத் தீட்ட அதில் நீரோட்டம் வேற்று ஒளியில் பர்தா அணிந்த பெண்களோடு இரவு நேரங்களில் விளக் கொளியின் பின்னே மறைகிறார்கள்.

ஹைருந்நிஷா நெற்றியில் ஒளிபடர வைரங்களை இருளில் பார்க்கிறாள். தெலுங்கு சோழர் கல்வெட்டுக்களில் சவுக்கம், சப்படி, சுவேதம் என வைரம். நிஜாமின் வைரங்களில் பன்னிரண்டு முனைகள்

கொண்ட மாதுளம் பழத்தின் முத்துக்கள்போல் அமைப்புகொண்ட வடிவம். புகைநிற மரக்கூடங்களில் நீரில் மிதக்கும் வைரம் மிக உயர்ந்தது.

எத்தனை வருஷங்கள் இரவுகளாக இவ்வேளை திறக்கும் ரயில் கதவுகளின் உள்ளே எனது அறை என்றில்லாத பலரும் அறியப்படாத வெளிகளில் கடந்து கொண்டிருப்பது. காற்றின் இவ்வளவான ஓசையில் ரயிலைச் சூழ்ந்துள்ள காடுகள் கரையும் விளக்குகளில் ஒளி நீர்மை, உடைபடச் சிதறிய ஞாபகம். நினைவோட்டத்தில் நீரின் தனிமைப் பட்ட உயிர் விநாடிகள் வேறொரு உலகில் சுழல்வதாக விசை வீறிடல். மின்னலின் உள் புகுந்து போக காலமென்பதில்லை அங்கு. மழை இரவின் ரயில் பயணத்தில் உருமாறுகிற பாத்திரங்கள். காத்திருந்ததென கதையும் தன்னைச் சூழ்ந்த அசேதனப் பொருட்களில் மழை ஈரம் பட்டு குளிர்வதில் துவங்குவதாயிருந்த ஒளிவருடங்களில் கலையும் தொடுதலில் திறந்தது. பரிச்சயமான உலகுக்கு வெளியில் 'சோபடமா'வின் தாவர மோனத்தில் அசையும் உருவங்கள் இருப்பின் வளைவுக்குள் நாளின் துவக்கமாக தோல்பையில் குறிப்புகளை கருவில் எழுதிக்கொண்டிருக்கிறேன். கதையில் பதுங்கிய நிலம் வெளிச்சத்துக்கு வராமல் ஓடிச் செல்கிறது. ஊர்களும் சில தெருக்களில் நிற்கும் விளக்குக் கம்பங்களும் ஒளியற்ற தோற்றத்தில் கரையும் உருவங்கள் கடந்து கூடவே கண்களில் பட்டு உள் சுழல்கிறார்கள்.

நிஜாமின் அலெக்ஸாண்டர் ஜேக்கப் வைரம் அதை உற்றுப் பார்த்தால் கண் வலிக்கும். ஒவ்வொரு பட்டைகளும் வர்ணப் பிரிசமாக முடிவற்று உடையும் ஒளிக்குசமான நொடியில் பச்சை ஆங்காரம் தொடர்ந்துவரும் ஒளிர்களாக உயிர்ச்சாயைகளில் தெலங்கானா யுத்தக் குருதியின் ரகஸிய இழைகளும் ஊர்ந்து கொண்டிருப்பதில் உலகின் ஐந்தாவது பெரிய வைரமிதை கால் செருப்பில் தைத்து வைத்தான் நிஜாம். காலப் பெருவிரல் அழுத்தத்தில் வைரப்பட்டைகள் விளைந்து வெடித்த நிற ஓட்டத்தில் மோதிரமாய் பாம்பு அந்த வைர ஒளி கவ்வி பல யுகங்களை விழுங்கி துரதிருஷ்டத்தை அடைந்தான் நிஜாம். பின்னே டேபிள் வெயிட்டாகவும் அடுத்த நிஜாமின் அலுவலகக் காதிதங்களின் மீது வீற்றிருந்தது. அதன் துரதிருஷ்டத்தைப் பரிசாக வாங்கிய விக்டோரியா மணி மகுடத்தில் பதித்தாள். பின்வரும் துர்சகுனங்கள் அவள் தேசத்தை வீழ்த்தத்தான் செய்தன.

புராதனம் மிக்க ஒரு மோதிரத்தைச் சுற்றி படிந்துள்ள பெண்களின்

கூந்தல் வாடை மிக்க சீசாவும் அத்தரும் கூப்பிட்ட தூரத்தில் சாயைகள் விரல் மாற்றிக்கொண்டாலும் விடுவதில்லை ஊழ் எனவே.

ரைட்ஸ் உலகிலேயே அரிய ரத்தினக்கல் ஔரங்கசீப்பின் குருதி வாள் ஏந்திய விரல் பதிந்தது. ரஷ்யச் சுரங்கத்தில் எடுத்தது. ஔரங்கசீப்பின் விதியும் தூக்கமும் கொண்டு வெளி ஒளியைத் தடுத்தவாறு சிவப்பாகவும் பச்சையாகவும் மாயக் குதிரையின் வேகத்தில் நிறம் மாறிப் பின் பச்சோந்தியின் ஐந்து நிறச் செதில்களைக் காட்டும் மூதாதை விலங்காகி இரவில் டைனசரஸின் நிழலாய் அசைவு கொள்கிறது; சரித்திரம் முடிந்த நிழல் கூட்டங்களிடம் வேடிக்கை களாகி தன் விதியில் மனிதரைப் பற்றிக்கொண்டு நாகரீகங்களை வீழ்த்தி ஆசையைத் தூண்டியது.

இங்கே விக்டோரியக் கட்டிடக்கலையை கும்பினிப் பொறியாளர் கூட்டம் டைமன் பெட்டகங்களைச் சுற்றி நிர்மாணித்தார்கள். வெள்ளையனுடன் தங்க வேட்டைக்குப் போன ஓநாய் கிர்க்பேட்ரிட் எனும் தளகர்த்தனின் காமவேட்கைக்குப் பலியான எத்தனையோ பெண்களின் விதியை நிஜாமின் உயிருள்ள ஒரு வைரம் வீழ்த்தியது. அதற்குள் ஹைருந்நிஷாவின் மந்திரத்தன்மை மிக்க பேரழகு எனும் தாந்திரீக வலைக்குள் சிக்கிய வெள்ளை ஓநாய் உடல் கலைந்து மனிதனாகக் கொஞ்சம் வெளிவந்தான் கிர்க்பேட்ரிட். எப்போதுமே கன்னிமை எனும் வெகுளியை வீழ்த்த முடியாது என்பதை நிரூபித்தாள் ஹைருந்நிஷா. அவன் வரைந்து கொண்டுவந்த விக்டோரியக் கட்டிட அமைப்புகளை மறுத்து பின் அங்கீகரித்தான் நிஜாம். பேகம் மாளிகை நிழல் படிந்த நகருக்குள் நுழைந்துகொண்டிருந்தேன். ஹைருந் நிஷாவின் கூந்தலால் மூடப்பட்டிருந்தது ஹைதராபாத். ஒவ்வொரு மழைத்திவலையும் அவள் கூந்தல் இழைகளில் நகர்ந்து தொனித்தது வைரங்களின் மௌனமான இருப்பை. எனவே நிஜாமின் எல்லா வைரங்களுக்குள்ளும் ஹைருந்நிஷாவின் கூந்தல் வாசனை ஒட்டு மொத்த சரித்திரத்தையும் எழுதிக்கொண்டிருப்பதில் எனக்கு சந்தேக மில்லை. அவள் உடல் மறைந்துள்ளது மயில் பூங்காவில், அதன் தோகை நெளிவில் சுவாசமாக வெளிப்பட்டாள் ஹைருந்நிஷா. எத்தனையோ பெண்கள் பிளாட்பாரத்தைக் கடந்துசெல்கையில் அவள் சாயல் காணும் வேட்கையில் திரும்பிக்கொண்டிருக்கிறேன் கூந்தலுக்குள்.

ஹைதராபாத்தின் மத்திய காலப் புராதன வீதிவழி சுற்றிச்செல்ல சாலர் ஜங் அருங்காட்சியத்தில் நான் தேடிக்கொண்டிருந்த

‘சோபடமா‘வின் தோராய வரைபடத்தை கும்பினி சர்வேயர்கள் அளந்து முடித்து பழுதடைந்த சுருளில் பாதியை அடைந்தேன். அது ஜேக்கப் வைரத்தில் மடிக்கப்பட்ட ஓர் பெருநிலமாக விரிந்தது.

‘அந்நிலம் கீழே போய்விட்டு ரொம்ப நாள் கழித்து மேலே வரும்’ என எழுதப்பட்டிருந்தது குறிப்பில். சோபடமாவில்தான் கோகினூர் வைரம் வரைபடத்தில். ஜுன் 29 ஆயிரத்தி எண்ணூற்றி ஐம்பதில் எச்.எம்.எஸ். மீதியா போர்க்கப்பல் இங்லீஸ் போர்ட்டில் இறங்கிய அன்று பேராசை பிடித்த பிரபுக்குல எலிகள் விழிகளில் பொருத்திய ஆப்பிரிக்க வைரங்களை கழட்டிவிட்டு கோகினூர் பாதையில் செல்ல வாரம்பித்தன. வரைபடத்தை விரித்துக் கத்தரித்துச் செல்லும் சுரங்கப் பாதைகளில் உலகைப் பீடித்த காலரா நோயாக கொள்ளையிடும் கப்பல்கள் கிளம்பிப் போகின்றன கிழக்கே.

காபூல் விளக்கின் அடியில் ஒளித்து வைத்திருந்த ஷா மன்னர் வேறொரு அராபிய வரைபடச் சுருளை மெல்லிய பட்டுத் துணியில் சுற்றியிருந்தார். காபூல் சுல்தானே அவ்விளக்கைத் திறந்து கோகினூர் வைரத்தை கொடுத்திருந்தார் ரஞ்சித் சிங்கிடம். இப்போது இழந்த கோகினூரைத் தேடி அலையும் காபூல்விளக்குடன் வாய்பேசாத வனவாசிச் சிறுமி செஞ்சு நிழல் அசையும். அவள் இடம் மாறிச் செல்லும் விளக்கின் புதிர் பாதைகளில் கோல்கொண்டா பேகம் மாளிகையிலிருக்கும் அடிமை அலியான கூபாவிடம் இருக்கிறாள். உப்பு நகர அலி ஓர் துறவி போலும் கருப்பு நாயுடன் காபூல் விளக்கேந்தி வெளிச்சமிழந்த கனவுகளில் அலைகிறான். ஒளி மங்கிய கடவுள் அவன் ஒளிபட்டதும் வீறிட்டு எழுகிறார்.

சோபடமாவின் வரைபடத்தை மறுபிரதி எடுப்பதில் எனது கை காகிதத்தில் நகர்ந்து கொண்டிருப்பதால் பிரதி விரல்களில் தோன்றுவது யார்? வரைபடத்தில் நீரால் அழிந்த பிரதேசங்களை கற்பனைக் கோடுகளால் தீட்டத் தொடங்கிய கை நிழல் நகர்ந்து புனைவுக்கு இடமில்லாமல் அசலுக்கு துரோகமிழைக்காமல் கடந்துகொண்டிருந்த சரித்திரத்தில் மூசி நதியை தீட்டும் வேகத்தில் ‘முடிவற்ற தற்கொலைப் பாலம்’ குருதி வேட்கையுடன் வெளிப்பட்டது.

பாலத்தின் கதை நாளடைவில் உருச்சிதைந்து போனதை விரல் வழி சொல்லிவரும் கட்டுக்கதையாக வேறெங்கும் இல்லாத கவர்ச்சியோடு இப்படிச் செல்கிறது மூசி நதியின் குறுக்கே. எத்தனை நூற்றாண்டுகள் பூங்காவும் சலூன்களும் பழைய கலைப்பொருள் விற்பவர்களும் கண்ணாடி மீன்தொட்டிக் கடைக்காரனும் புத்தக சாலைகளும்

போக்குவரத்து நெரிசலான இங்கே வாழ்விலிருந்து கருப்பு பர்தா அணிந்த ஹைருந்நிஷா புஸ்தகம் வாங்கிவருகிறாள். ஒவ்வொரு தங்கமீன் விழித்திறப்பில் ஆவலோடு அவள் கூந்தல் நெளிவைச் சதையுதடு பிளந்து ஆகர்சிக்கின்றன. தங்க மீன்களுக்கு விலையாகக் கொடுக்கப்பட்ட தற்கொலை செதில் விரித்து செஞ்செவுள் திறக்க பாலம் மூச்சுவிடும். அதன் வேட்கைகளில் காமம்தான் பிரதான ரோகமாக விரிகிறது. பாலத்தை நாடிவந்த யாரும் திரும்பிப் போக வில்லை. அகப்பட்டுக் கொள்கிறார்கள் பீடிகைக்குள். அதன் கற்குமிழ்களில் திருகிச் செல்லும் காலம் விகற்பமற்ற பொழுதுகளைக் கொள்ளும். தொங்கு தோட்டத்தை அமைத்த மன்னர் யாரோ. கிர்க்பேட்ரிட் காதலுக்கு உடந்தையாக இருந்த பாலத்தை வெல்லெஸ்லியின் உளவாளிகள் விசாரிக்காமல் சென்றதால் தப்பிவிட்டான் கிர்க்பேட்ரிட். ஆனால் உப்பு நகர அலி கூபாவின் கிளி அதை முழு நாவலாக வெள்ளை யனிடம் ஒப்பித்ததும் தன் நாவல் ஆவணங்களை இங்கிலாந்தில் தேடச் சென்றான்.

சுதேசிக்கு எதையும் நிறுவ வேண்டியிருக்கவில்லை. ஹைருந் நிஷாவின் சாயையும் வாசனைத் தைலங்களும் முடிவற்ற தற்கொலைப் பாலத்தின் உரையாடலும் நாவலுக்குப் போதுமானது. அவளது ஓவியம் கல்கத்தாவில் வரையப்பட்ட சமகாலத்தில் இந்திய ஓவியக் கலை மரபின் நவீன காலத்துவக்கம் தோன்றியது தற்கொலையில். தன் வாழ்க்கை முழுவதையும் மனிதர்களுக்கு அர்ப்பணித்த 'தற்கொலைப் பாலத்தின்' எஞ்சியிருந்த வாழ்விலிருந்து கருப்பு பர்தா கலைந்திருந்த அவள் ஓவியம் ஹென்றி ரஸ்ஸல் விரல்களுக்கு தப்பிய நிஜ அழகு இயற்கையில் மறைந்திருப்பது.

ஏனோ பாலம் காத்திருக்கிறது அரிய சந்தர்ப்பங்களுக்காக. அதில் தொங்கிக் கொண்டிருக்கும் விளிம்பில் தெலுங்குக் காதலர்களின் இறுதி வாக்கியம் ரத்தத்தில் வரைந்திருந்தது. சுடப்பட்டு இறந்த கொரில்லாக்கள் சிலரும் தற்கொலை செய்துகொண்டதாக அரசாங்கமும் பாலத்தை பயன்படுத்தியது. தெலங்கானா கவி மங்கல்ராவ் 'தற்கொலைப் பாலம்' என நிஜாமின் காலனிய கூட்டு அதிகாரத்தை குறியீடாக்கி சென்றிருந்தான். அந்தக் கவிதை பாலத்துடன் ஒட்டிக்கொண்டது. தெலங்கானாவின் புகழும் இளங்கவிஞனிடம் ஊர்ந்து பரவி பழைய நிர்மாணங்களை தகர்ப்பதாகிறது. வாரங்கல் அருகில் சுடப்பட்ட மங்கல்ராவ் பஞ்சாரா நாடோடிகளின் கொரில்லா முகாமிலிருந்து கொண்டு வரப்பட்ட உடல் பாலத்திற்கு இடமாறியது. சாதாரண மீனவர்கள் கூட்டமாய் வந்து அவன் உடலுக்கு அஞ்சலி

செய்கிறார்கள். விடுதி மாணவர்கள் இரவிரவாய் வந்து மங்கல்ராவின் கவிதைகளை வாசித்து பாலத்தில் வரைந்து போயினர். பின்னே நினைவுகளைச் சுமந்து வந்த பஞ்சாரா நாடோடிகள் அவன் பாடலை பாடிவருகிறார்கள். பரிமாறிக்கொண்ட துக்கம் மங்கல்ராவின் சிலையாகி பாலத்தின் நுழைவு வாசலில் வைக்கப்பட்டிருந்தது. பகலிரவாய் அதிர்ந்துகொண்டிருக்கும் பாலத்தின் தொடர்ச்சிதான் தற்கொலைக்கு இட்டுச் செல்வது. வேறு சிலர் சொல்கிறார்கள் மங்கல்ராவ் காதல் தோல்வியினால் முன்வந்து தற்கொலை செய்து கொண்டதாக அவனின் பாலம் கவிதை சாட்சியமாகிவிட்டிருந்தது. அவன் உடலை அப்புறப்படுத்த முடியவில்லை காலம். சாவு நடுங்கும் கல்லாகிவிட்டான்.

பல நாட்கள் நிழல் அசைகிறது. கூட்டமாய் வந்த ஜனம் எட்டிப் பார்த்தது. கவியின் மூடாத கண்களில் தெலங்கானா சரித்திரம் சுழல்வதாகிறது. பாலத்தில் கவிதைகள் வரைந்திருக்க துக்கமும் சூழ்ந்து கொண்டது உலகத்தை. துயரங்களையும் காதலர்களின் ஆன்மாவையும் தாங்கிய கவிதைகள் வீசிச்செல்லும் பாலத்தில் மங்கல்ராவ் வருகிறான். மூழ்கிப்போன ஆசைகளில் தற்கொலை செய்தவர்கள் ஆவி மறைவதில்லை. நண்பர்கள் வந்து மீன்களுக்கு நேசமாகிறார்கள். ஆவிமீன்கள் எதிர் நீச்சலில் வந்துபார்க்க தற்கொலைச் சுருளின் ஆழத்தில் மறுக்கப்பட்ட வாழ்வின் கவிதை மூழ்காதிருந்தது. மங்கல்ராவின் கவிதைகளுடன் இணைத்துப் பார்க்கிறார்கள் பாலத்தை. அவன் உயிருடன் இருந்தபோது இல்லாத வசீகரம் தற்கொலைக் கவிதையில் எல்லோரையும் அழைத்துச் செல்வதேன். தலைமுறைகள் உரசிக்கொண்ட காதலின் விலகலில் தற்கொலை தோன்றிவிடும். பாலத்தில் நடந்தவாறிருக்கிறாள் மங்கல்ராவின் காதலி. தேசமெங்கிலுமிருந்து கவிதைப் பாலத்தில் நடந்து பார்ப்பதற்கு வருகிறார்கள். நீண்டுகொண்டே செல்லும் சமாதிபோலும் நகரமே தற்கொலைப் பாலம்.

எப்போதும் அசந்தர்ப்பம் சுழல்கிற தற்கொலைப் பாலத்தில் காவலர்கள் தேடிவருகிறார்கள் பெயர் தெரியாதவர்களை. கைது செய்யப்பட்ட கவிதைகளின் நீர் அழிவதில்லை. மனிதர்கள் இருந்து பழகிப் பிரிந்த அதிசய இடமாகப்பாலம் ரேகைகளால் விரல்கள் நெருங்கிச் சேர்ந்த நேசத்தால் நெகிழ்வாகிறது சிலவேளை. பகலிலும் இரவிலும் காத்திருப்பவர்கள் அங்கு நின்று எதைத்தேடுகிறார்கள். புகைப்படக் கலைஞர்கள் கொண்டுவந்து நிறுத்திய கேமரா ஸ்டேண்டை கருப்புத்துணி மூடியுள்ளது சாவுடன். ஃபிலிம்

சுருளுக்குள் பாலத்தின் ஓட்டம் கவிதையாக உறைய வாகனங்கள் கடந்து செல்லும். சுற்றுலாப் பயணிகள் எப்படியோ தற்கொலைப் பாலத்துக்கு வந்து கூட்டமாய் கையெழுத்திட்டுச் சென்றுவிடும்போது மனதிலுள்ள பெண்ணின் பெயர் சுவர்களில் படிந்துவிடும். கூந்தல் வாசனையை படரவிட்டு எட்டிப் பார்க்கிறாள் ஹைருந்நிஷா.

முடிவற்ற தற்கொலைப் பாலம்

நாய்களின் இயற்கையில் சாம்பலடைந்த தற்கொலைப்பாலம்
பயணங்களுக்கு அப்பால் விவசாயிகளால் நிரம்பியிருந்தது
ஊமையான வாழ்வைக் கடந்து செல்கிறது இவர்களுடன்
மாயத்திலும் நீரிலுமான குடிகாரன் விதி
கொஞ்சம் அழிவதற்காகக் குடி
விளக்கில் கண்ணீரின் நிழல்களால் அசையும் பாலம்
காலிக் குவளைகளில் அலைபடும் கண்ணாடி
பல்வேறு திசைகளில் ஊர்ந்து செல்லும் தற்கொலை
பாலத்தின் மீது குடிகாரர்கள்
புகை சுற்றிச் சுற்றிப் படர்கிறது
காலிக் குப்பிகளுக்கு நடுவில் சிகரெட் ஆஸ்ட்ரே
அகாலத்தில் அதிரும் பாலம் குடிகாரர்கள் திரும்பும் இருட்டில்.
பூனையும் கடந்து செல்கிறது
நாயின் காதுகளாக மடிக்கப்பட்ட நாவல்
கதாபாத்திரங்கள் களைத்துப் போயிருக்கிறார்கள்
என்னிடம் மது கொஞ்சமே இருந்தது
குப்பிகள் திறந்திருக்கும் தற்கொலைப்பாலத்தில்
சற்றே தூங்குகிறது காலம்.
வீடு திரும்பாதவன் அங்கே சாய்கிறான்
மயக்கமான பயணம்
பாலத்தில் மிதக்கும் குவளைகள்
அதன் ஊடாக பைத்தியங்களின் நகரம்
குடியின் வெறிவடிவம்
குடித்துக் கொண்டிருந்தது தற்கொலை
அதன் மீதிக் குவளைகளில் காதலின் நுரைகள்
குமிழ் உடைந்தால் குவளைகளின் ஊளை
மூசி நதி வீசிய
பழுப்பு நிறப்பாலத்தில் கடக்கிறாள் மீன்காரி
கூடைக்குள் ஒவ்வொரு குவளையும் மீன்உரு
தெலங்கானா கத்தாழை பிழிந்த வாழ்வுமது காடியானது

பாலத்தின் பூடகங்களை திறந்து குடி
மௌனத்தின் நடு இரவிலும் நீரில்
சரிந்து ஏறும் குவளைகள்
மதுக்குவளை ஏந்திய தற்கொலை
தொடும்போது அலை வருகிறது
குடித்துத் தீர்த்த குவளைகளில் மேலேறும்
காலத்தின் துறவி தீராமல்
குடித்துக் கொண்டிருக்கிறான்
ஒளிவு மறைவின்றி துகில் கலைந்த காற்று
ரைத்துகளின் ஆத்ம ஹத்தி
உடல் படிந்து அழியும் நிலத்தில்
பட்டையில் உரித்து
உறையில் ஊறிய நாட்டு மது
பித்திசாரா பூவில் வடிசாராயம்
குடிகாரர்கள் கூடவே பாலத்தில் அமர்ந்து
குவளை ஏந்துகிறேன் அலைகளில்
மேல் பரப்பில் நீந்தும் பைத்தியம்
பாலத்தின் ஏற்ற இறக்கங்கள்
சுழல்களைப் பயணம் கொண்ட தற்கொலை
ஒரு நீர்ச் சுழியில் விழுங்கப்பட்டான்
அந்த நாய்களின் குரைப்பொலி
கோடியில் கேட்கிறது
ஒளிந்தவர்களைத் தேடும் கண்காணிப்பு
ரோந்து வண்டி கடந்து வரும் உறுமல்
பாலத்தில் அலையும் பைத்தியங்கள்.
ஒளிந்து கொண்டு ஒருவரை
ஒருவர்
கட்டி விளையாடும் முகமூடிகள்
பாலத்தில் சிதறிப் பறக்கும் புறாக்கள்
சரிந்து இறங்கும்
கவிதையில் தற்கொலை நிழல்கள்
நீண்ட மௌனப் பாலத்தில்
கள்பானை சுமந்து போகிறான் மாதிகா
ஈச்ச கள்ளு
தாட்டி கள்ளு
வேப்ப கள்ளு

தெங்காய கள்ளு
நெற்றியிலிருந்து மாலா முகத்தில் இறங்கி
உதட்டைத் தொடும் அந்திக் கள்
தற்கொலையானவர்களை பின்
அழைத்துச் செல்லும்   - மங்கல் ராவ்.

வளைகிறார்கள் பாலத்தில். குனிந்து கீழே ஓடும் நீர் நெளிவின் வரிகளில் மீன் என ஊர்ந்து செல்லும் உணர்வுகளைக்கொண்ட பிராயம்.

ஒரு பொழுதில் ஊடுருவிப் பறந்து வரும் வண்ணத்துப் பூச்சிகளால் அலைவாடிக் கொண்டிருந்த தற்கொலையில் வர்ண இறகுகள் தலைகீழாய் பாய்கிற ரத்தப்பெருக்கில் பாலத்தின் சலூன் கண்ணாடியில் அலைகிற வடிவம் ஒருவேளை திறந்தவெளி செல்கிறது. மழைக்காலக் குடைகளுடன் பெண்கள் வருவதைப் பார்க்க வசீகரமானது. குடைகள் சுழலும் முடிவற்ற தற்கொலைப் பாலத்தில் சரிவான தூறல். சந்தித்துக் கொண்ட சந்தர்ப்பம் காதல் என்பதன் கவிழ்ப்பில் இங்கு வருகிறார்கள். முற்றுப்பெறாத உரையாடல். கவலையடைந்த பெண்கள் வரும் பாலத்தின் ஒவ்வொரு தூணிலும் மெலிந்த யுவன் படிந்திருக்கிறான் காத்திருப்பில்.

3

அத்தனை புத்தகங்களாகவும் காலம் திரும்புகிறது. ஒரு வடிவம் பல புத்தகங்களை வடிவமைத்திருந்த பாலம் புக் ஷாப்களில் நெரிசலாகக் காணப்படுவார்கள். கரும்புருவக்காரி புஸ்தகம் வாங்கி மறைகிறாள். காதலின் மாபெரும் சிருஷ்டிதான் இருட்டுப் பாலம் என ஜட்காவில் பூட்டப்பட்டு கடந்து செல்லும் அரேபியக் குதிரைக்குத் தெரியும். நிஜாம் காலக் குதிரை இரண்டு துரதிருஷ்டம் கொண்டு வயோதிகத்தில் பழுப்படைந்த சாம்பல் நிறத்தில் லாடம் கட்டுபவன் கையிலுள்ள தற்கொலைக் கயிறுகளை பார்த்தவாறு திரும்பி நிற்கின்றன. அதற்குப் பிரதான வசிப்பிடத்தில் கண்கள் மங்கி காலத்தை உற்று நோக்க முடியாமல் ஏகாந்த ஜீவிகளாகி விட்டிருந்தன. வெகு காலம் அவை இங்கே இருப்பதால் குதிரைப்பாலம் ஆயிற்று.

அந்நியர்களின் கண்களுக்கு அதன் அகப்பாடல் புரிந்துவிடும். தோற்ற மாயங்களில் நெடுக நடந்து பொழுதுகள் இருட்ட அசையும் துயர உருவம். கதையின் உண்மை நிழல் குதிரைகளாகக் கடந்து கொண்டிருப்பதால் முகமூடி அணிந்த நாடகத்தில் எல்லோரும் கதா

பாத்திரமாகிறார்கள் மரநிழல்களில் பின்னியவாறு. பாலத்தின் மீது ஓங்கி நிற்கும் அமராவதிப்பட்டினத்து அத்திமரம் ஆயிரம் வருஷ வயோதிகத்தில் தன்னை நெரித்துக்கொண்டே இலைவிடுகிறது. எத்தனையோ விதத்தில் புகைப்படக்காரர்கள் வந்து அத்தியை தற்கொலைப் பாலத்துடன் இணைந்திருப்பது ஏனோ தெரியவில்லை. சூன்யத்தின் கிளையேறிப் பாலத்தின் மீது பேய் நிழல் விரித்து நக்கிக் கூச்சலிடும் கிளைகளை வெட்டிச் செல்ல வேறெங்கோ நடப்படுகிறது அத்தி. தோற்றத்தை விரிந்த நிழல்களாகக் கனவுப்போய் அலைகிறது பாலத்துடன். எஞ்சிய இடது சிறகுப் பகுதியில் நதியை நோக்கிக் கீழிறங்கும் படிகளில் காத்திருக்கிறாள் சலபஞ்சிகா. அவள் சிவப்பு மணல் கல்லானவள். குஷானர்கள் வடித்து மறந்தது. அவளைத்தான் மூசிநதி அலைகளாகச் சுருட்டிக் கொள்கிறது. அழிவின் விளிம்பி லிருந்த வீடுகளற்ற அனாதைகள் கூலி வேலைக்குப் போய்விட்டு படிகளில் கூடாரமிட்டு ஜீவித்தார்கள். மேற்குப் பகுதியில் திராட்சையும் படர்கொடியும் நிறைந்த அழிக்கப்படாத கனவுத் தோட்டம். இருட்டிலிருந்து காபூல்விளக்கு வெளிவருகிறது கசியும் அந்தப்புர அலிகளின் வாழ்வுடன். முகம் மறைக்கப்பட்ட புதியவர்கள் அங்கு வந்து புஸ்தகக் கடை வரிசையில் உள்ளே வெளியே நின்று கொண்டு வாஸிக்க விரிவு கொள்கிறது பாலம்.

மறைந்துவிட்ட இரவுகளின் அகல் வெளிச்சம் ஊர்ந்துசெல்ல யாரோ ஒரு தாசி ஜட்காவில் கடந்துகொண்டிருந்தாள் பாலத்தை. குதிரைகளின் ஒலி மணிகள் தெறிக்கிறது. அதன் கண்கள் பாலத்தின் போக்கை தேடிச் செல்கின்றன. சீனப்பெருஞ்சுவரின் முடிவற்ற வசீகரத்தையும் பெயர் குழப்பங்களின் குறியீட்டு வடிவமாக ஆதி ஷெம் இனம் எழுப்பிய பேபல் கோபுரத்தின் முடிக்கப்படாத அழகையும் கொண்ட கற்பாலத்தின் ரகஸியம் என்ன? அதை சிறிய பாலங்களாகவும் கோட்டையின் வாராவதியாகவும் கடந்துசெல்பவர்கள் திரும்பிப் பார்த்த வேளை காலம் மாறியிருந்தது.

எளிதில் வகைப்படுத்த இயலாத தற்கொலைப்பாலத்தின் சுவர்களோடு திருகுமறுகலான பின்புறத் தெருக்களில் மத்திய கால அலிகளின் வீடுகள் கசியும் நீர்ச்சுனைகளில் படிந்த தாவரங்களில் புதர்ப் பாம்புகளின் மூச்சொலி சதா மயிலின் அகவலுடன் கேட்டது எந்நேரமும். சரித்திரத்தால் துண்டிக்கப்பட்ட இப்பாலத்தில் காகதீய ராணி உருத்ரமாதேவி ஆண்வேடமிட்டு பூசணிப் பூவுடன் வந்து போனாள். பாலத்தைச் செப்பனிட்டு சிற்பங்களை நிறுவிய கையோடு கல்யானைகளின் காதுகள் அசைய கொடையளித்த வேளை கல்லும்

பிளிறியது. மாமரங்களில் ஒளிந்துகொண்டிருக்கும் கிளிகளும் காஞ்சரப் பிரதேசத்திலிருந்து வந்திருக்கக்கூடும்.

அன்றைய சமூகங்களின் செல்வச் செழிப்பிற்கும் நீரூற்றுகளின் வேக விசைக்கும் பொழுதுகளின் தீராத கற்பனைகளுக்கும் இடமாயிருந்தது; ஆனாலும் அடிமை வாழ்வுதான். ராஜதாசிகள் அங்கிருந்து மறைகிறார்கள். அன்று உயிர்பெற்று பல திசைகளைச் சென்றடைந்த நாகரீகங்களின் மேட்டிமையான பாலம் அது உயிருள்ள கலைப் பெட்டகம். துருக்கி குல்லாய் அணிந்த சீமான்கள் ஜட்கா வண்டி ஓடித் தேய்ந்த குதிரைகளின் வாசனை கொண்ட பாலம். அதன் சுற்றுப்புறச் சுவர்களில் நீரைக் கக்கும் காலனியச் சிங்கவாய். நாட்டியப் பெண்களின் கோலாட்டம். தொலைவான அடிக்கல்லில் அமராவதி சிற்பத்திலிருந்த சாக்கியரின் தலை துண்டிக்கப்பட்டு நீரில் மூழ்கி அலைச் சுழியாக ஏதோ நடக்கிறது. எந்த நூற்றாண்டைச் சேர்ந்த பாலம் என்பதை யாரும் கண்டுபிடிக்கவில்லை. ஏனோ நான் போன நதிகளின் குறுக்கே அப்பாலம் வடிவம் பெற்றிருந்தது. கிருஷ்ணாவையும் கோதாவரியையும் குறுக்கே கடந்த பாலம் இருண்டிருந்தது துக்கத்தில். வடதிசையில் தர்ஹாவும் இருந்தது. முகரத்திற்கான துக்க அடிநாதத்துடன் இரங்கற் பாக்களை குமுறி முணுமுணுக்கும் புறாக்கூட்டங்கள் பாலத்தின் கற்பொந்துகளில் தலைமுறை தலைமுறையாக வசித்து வருகின்றன. அவை அற்றுவிடுமானால் உலகம் வெறிச்சென்று விடும். கற்பாலம் தொற்றி தற்கொலை என்ற உந்துதல் வந்துவிடும். புறாக்களின் காதல் தேக்கிய கண்களில் ஹைருந் நிஷாவும் கிர்க் பேட்ரிட்டும் இருப்பதாக இருக்கிறது.

கிரிக் பேட்ரிட் ஹைருந்நிஷா காதல் விவகாரத்தில் அகமடிப்பில் மறைந்திருக்கும் நிஜாமின் அந்தப்புர அலி கூபாவின் வளர்ப்பில் அந்த செஞ்சு இனச் சிறுமியின் பால்யகாலம் ஒரு காபூல் விளக்கின் அடியில் ஒளிந்துள்ள கதைகளாலும் நாட்டுப்புறப் பாடல்களாலும் நிறைந்தது தான் நான் கண்டுபிடிக்கப்போகும் அவ்விளக்கின் புராதனசாயைகள். ஹைதராபாத்தின் கடைத் தெருவில் அந்த கருவிளக்கைத் தேடினேன். மியூசியத்திலுமில்லை. வைரங்கள் இருக்கும் டெல்லி அருங்காட்சி சாலையில் வழிகாட்டிப் புஸ்தகத்தில் ஒரு புகைப்படத்துக்குள் புகையடைந்த இருளுருவாய் அதை நோக்கினேன்.

வரைபடத்தில் தவளைகளும் கிளிகளும் வட்டமாய் குரல் வளையை சுழற்றி உருளும் பாதையில் சூரியன் கடிபட்டுக் கீறிய ரத்தத்தில் இலைகளின் நிழல் காட்டி நகரும் நிலப்பரப்பில் செஞ்சு

மழலைகளின் ஈர நாவுகளில் நுண்ணிய பிரபஞ்சத்தின் ஒலி அகராதி தோன்ற ஈர்க்கப்படுகிறாள் குழந்தை. லம்பாடிப் பெண் ஊட்டிய ஒரு முலைப்பால் தாவர மையல். மறைந்து வரும் நாடோடி மொழியை நிலவின் மோனத்தில் கதையாக்கி ஊட்டினாள் சிறுமியின் குழந்தைப் பருவத்தில். நிஜாமின் அந்தப்புர அலி கூபாவின் தொப்புள் கொடியில் மறைந்துள்ள எழுதுகோலை கரையான்கள் அரித்து புற்றரைகள் கட்டி முடித்துக் கொண்டிருந்த பருவம்.

மொகலாய சாம்ராஜிய அரண்மனை அந்தப்புரங்களில் காபூல் விளக்குகள் எல்லா அறைகளிலும் புராதன ஒளி வீச அவற்றின் கிளாஸ்களையும் நிறச் சிமிழ்களையும் நிதம் துடைத்து திரியேற்றும் அலிகள் சிலர் ஞானிகளுக்குப் பாதுகாப்பாகவும் இருந்தனர்.

நிஜாம் நகர்வலம் வருகையில் தற்கொலைப் பாலத்தை கடந்துதான் செல்ல வேண்டியிருந்தது. கிளிகளின் அருங்காட்சியகத்தை நடத்தி வரும் கூபா பர்தா போட்டுக்கொண்டு செல்லுகையில் அவளின் கால் அழகைக் கண்டு வியந்து இவளுடைய காலே இத்தனை அழகா யிருக்கும்போது அவள் முகம் எவ்வளவு அழகா யிருக்குமென மையல் கொண்ட நிஜாம் அவளை தர்பாருக்கு அழைத்தார் போலும்.

சேடிகள் சூழ கிளி ஒன்றை கையிலேந்தி வருகிறான் உப்பு நகர அலி கூபா. அவர்முன் 'கருந்துகில் திறந்து நிற்பதானால் என்ன தருவீர்கள்' என்றது கூபாவின் கிளி. அதற்கு நிஜாம் 'அந்தப் புரத்தையே உனக்கு எழுதித் தருகிறேன்' என்று கூற உடனே அலிமுகம் திறந்து காட்ட நிஜாம் ஆச்சரியப்படுகிறான். இருந்தாலும் அரசனுடைய வாக்கு மாறாது என்பதற்காக ஹைதராபாத் அந்தப் புரத்தை அலிக்கு எழுதிக் கொடுக்கிறார். இன்னும் அந்த இடம் அலிகளுக்காகவே இருக்கிறது என கிளி வாய்மொழி வழக்காற்று கதை ஒன்றை திறந்தது செங்கபாடத்தில்.

கிளிகளின் மியூசியத்தைக் கொண்ட தற்கொலைப்பாலத்தில் உப்பு நகர அலி கூபா சேகரித்து வந்த நூல்களும் விற்பனைக்காக இருந்தன அங்கே. நவீன இந்திய வரலாற்றியலின் சொற்புரட்டுகளைச் செய்து வரும் ஆட்சியாளர்களுக்கு கூபாவின் கிளி ஒன்று தக்க பதில்களைச் சொல்லி நையாண்டி செய்துகொண்டிருந்தது. தெலங்கானாவில் சுட்டுக் கொல்லப்பட்ட கொரில்லா குழுக்களின் விவசாயப் போராட்ட அறிக்கையில் சொல்லப்பட்ட பல ரைத்துகளின் ஆத்மஹத்திக்கான முதல் பலி நடந்ததும் இந்த முடிவற்ற தற்கொலைப் பாலத்திலிருந்து தான். ஹைதராபாத்தைச் சூழ்ந்த கொரில்லா வரலாற்றுத் தகவல்களை

பத்திரிகையாளர்கள் புரட்டி எழுதும்போது உண்மை கூறிவிடும் தெலங்கானாகிளி.

ஸோபட்னா, சோபட்மா, பெயர் நிச்சயிக்க முடியாத 'சோபடமா' வின் முடிக்கப்படாத புஸ்தகத்தை கவி மங்கல்ராவ் எழுதியிருந்தான். இந்தப் பெயர் ஏற்கெனவே நூலக அலமாரிகளில் மறைக்கப்பட்ட ரைத்துகளின் போராட்ட வரலாறுகளை உணர்ச்சி கிளர்த்துகிற எதார்த்த பாணியில் சொல்லப்பட்டிருந்தது. ஹைதராபாத்தில் வைத்து எழுதப்பட்ட நிஜாம் காலத்து காலனிய மோடி ஆவணங்கள் உள்ளடங்கிய வேறு கையெழுத்துப் படிகளும் கூபாவிடம் இருந்தன. வேறு சில கடைக்காரர்களிடம் பேசிப் பார்த்து பழைய நகரங்களின் ஆவணங்களை அதிக விலை கொடுத்து வாங்க வேண்டியிருந்தது.

அந்த விஷேசப் பொருள் அலங்காரங்களுடன் அதிசய கூண்டு களில் உரையாடி முடித்த கிளிகள் உருது மற்றும் பெர்சியக் கையெழுத்தின் தொனிப் பொருளை உணர்த்தின. கதைத் தொடர்கள் போன்றதான கிளிகள். இந்த உப்புநகர அலி தனிப்பட்ட பைத்தியத் தினால் கிளிகளை வளர்க்கவில்லை. பாலம் தோன்றிய காலத்தி லிருந்தே இந்த அருங்காட்சி சாலையும் பிறந்திருக்கக்கூடும். பழைய மாளிகைகளில் இளவரசிகளும் நிஜாமின் குடும்பத்தினரும் ஈரான், எகிப்திலிருந்து வாங்கி வந்த நூற்கள் இவை. காலம் துடைத்தெறிந்த அபூர்வங்களின் கதவு திறந்தது. ஏற்கெனவே ஏலமிடப்பட்ட நூற்களுடன் கிளிக்கூட்டு வர்ண வரிசைகளும் பழக்கத்தினால் உயரப் பறந்து சென்று ஏகப்பட்ட செய்திகளையும் சோபடமா நிலக் கதை களையும் பறித்து வந்தன கூபாவிடம் . அவனுக்கு குறைந்த ஒளி கசியும் காபூல்-விளக்கு ஒன்றே உலகிற்கான வழியை கொடுக்க முடியும் என்பது நம்பிக்கை.

கிளிகளின் அகன்ற அறையிலிருப்பவை புஸ்தகங்களா பூர்வ காலக் கிளிகளா எனத் தெரியவில்லை. உள்ளே ஈர்க்கப்படுகிறார்கள். அங்கிருந்த ஆயிரக்கணக்கான புத்தங்களின் அட்டையைப் பார்த்தே அதன் அடையாளத்தையும் உள்ளே புரளும் பக்கங்களில் ஓடும் மனித நிகழ்வையும் மொழியோடு சொல்லி வந்தான் உப்பு நகர அலி.

அவன் ஓர் எழுதப்படாத புஸ்தகங்களின் புத்தகம். கைதிரும்பும் போது டெகான் பிரதேசக்கிளி சொல்லும் பூர்வகுடி மனித வழக்காறுகள். கூபா சொல்லச் சொல்ல தகவல்களை கை நோட்டில் எழுதிக் கொண்டிருந்தேன் . அவனிடம் 'சோபடமா எங்கிருக்கிறது. அதன் நிலத்தோற்றத்தில் மறைந்திருக்கும் அதிசயங்கள் என்ன?' என்றேன்.

அவன் ஒரு நடுங்கும் தன்மையுள்ள பெர்சிய புஸ்தகம் ஒன்றை எடுத்து பாராயணமாக இரங்கற்பாவில் பாடத் தொடங்கினான். புத்தகத்தினுள் சென்ற திருகல் மருகலான புதிர் பாதைகளில் மண்ணால் சுற்றிவர ஓவியங்கள் வரைந்த சுவர்களுடன் 'சோபடமா'வின் உப்பு நகரம் வெளிப்பட்டது. 'அதன் கடைசி மனிதனும் ஆயிரத்தி ஒரு கிளிகளும் இதோ' என்றான் அலி கூபா. என்னை ஒரு பள்ளிவாசல் தெருவுக்கு இட்டுச் சென்றான். அங்கே சிறு சந்து இறக்கத்தில் இருந்த சுண்ணாம்பால் ஆன வீடு. அதில் வேறொரு நூலகம். கிளிகளும் அங்கிருக்கின்றன. வயதான பெரியவர் மஞ்சள் விரித்த பாயில் அமர்ந்து புஸ்தகப் பலகையில் ஆயிரத்தி ஒரு இரவுகள் நூலின் பெர்சியப் பிரதியை புரட்டி எனக்கான விதி நூற்றிப் பதினேழாவது இரவில் அமர்ந்து இருந்தது. அவரிடம் பணிந்து வணங்கினேன். பெரியவர் கையில் சிறு கிளியொன்று புத்தகத்தை அலகினால் எழுதிக் கொண்டிருக்கிறது.

தன்னிடமுள்ள பழுதடைந்து வயதான பெர்சிய நூல்களில் இருந்த வேறொரு அரேபிய இரவுகள் நூலைக் கொடுத்தார். அதற்கு விலையேதும் கூறாமல் விட்டதில் என் கண்களில் ஏறி நின்றது கதை உரு. அவருக்கு இடதுகண் வழியாகவும் கருப்பு பூனையின் இடது கண் வழியாகவும் உங்கள் கண்ணாடிக்குச் சற்று உயரத்தில் பூனையை ஏந்திய கிழவர் மறைகிறார். அவரிடம் மறைவு மை இருக்க வேண்டும்.

4

மனதில் பதியக்கூடிய உப்பு நகர அலியின் மாயத்தோற்றம். முதல் ஜாமம் மறைந்ததுமே தூங்கிவிடுகிறான். பழைய ஜீவனாகவும் காபூல்விளக்கு இருப்பதில்லை. புதியதாகவும் ஆகிவிடுவதில்லை நிகழ்கால ஒளி ஊடுருவுகிறது. ஆனால் பொருட்களில் படும்போது வேறு தோற்றங்களை அடைகிறது. கோட்பாடுகள் பகுத்தறிவின் உச்ச விளிம்புகள் தெளிவித்த தோற்றமும் சுடரில் பட்டு எரிந்துவிட தெளிவுபடாத போக்கில் இருள் வெளி புகுந்து தேடிக்கொண்டிருக் கிறது முடிவின்மையை. நேருக்கு நேர் சந்தித்துக்கொள்ளும் பகைவர்களின் தெளிந்த விரல்கள் கோர்த்திருக்கின்றன என்னை. காபூல்விளக்கு இரவு பூராவும் எரிந்துகொண்டு இருக்கமல்லவா. 'ஆமாம் அலிகள் காத்திருக்கிறார்கள் தனிமை வாசத்தின் வாசனை களில்' அவர்களால் வளர்க்கப்பட்ட சிறுமியை கடத்திவந்தது நிஜாமின்

சிப்பாய்களாகத்தானிருக்கும். அவளுடைய தாய் போராளிகளின் பின்னே மறைகிறாள் வாரங்கல் கிராமத்தின் உள் கிராமங்களில்.

இரவின் முதல் ஜாமத்தில் அவ்விளக்கு முன் ஒளியில் வனவாசிச் சிறுமி முகம் மேல் வந்தது. இரண்டாவது ஜாமத்தில் பலியிடப்பட்ட தாயின் மடியில் அவள் தூங்கிக் கொண்டிருக்கும் ஓவியம் சுவரில் படர்கிறது. அம்மாவின் மோனம் சாவிலும் படபடத்தது உயிர்ப்பில். ஊமையான சிறுமி இயற்கையில் வளர்ச்சி பெற்றிராத அறிதல் இயற்கையிடமே இருக்கிறது. அச்சிறுமியின் நாக்கில் ஒலி அகராதியை தெலங்கானா கிளி ஒன்று சப்தித்து சொல்லிக் கொடுத்தது. தொலைவில் அலிகள் ஊமையின் உதடுகளில் ஒலி கோர்ப்பதை அதிசயிக்கிறார்கள். ஒலிகளை உச்சரித்துக் கொண்டிருக்கிறாள் கிளியாகி.

அந்த வனவாசி ஊமையாக இருக்கிறாள். மருத்துவர் 'பின்னைபின்' தெரப்பியை பயன்படுத்தி பேச வைக்க முயற்சி செய்தார். எதுவும் ஆகவில்லை. அந்தச் சிறுமி கிளியிடம் வசீகரிக்கப்பட்டாள் மனிதர்களைவிட்டு. அது பறக்கும். அந்தக் கிளிக்கும் பேசத் தெரியாது. உப்புநகர அலி சொல்லிக் கொடுக்கும் வார்த்தைகளை கேட்டுக் கொண்டிருக்கும். தான் அதற்கு தன்னியல்பாக முதல் வார்த்தையை முழுவதுமாக சொல்லித் தராமல் சத்தங்களை சொல்லித்தரும். எந்தக் குழந்தையிடமும் அவள் பேசவில்லை. அவள் தனிமையில் கிளியோடு அலைகிறாள். ஈர்க்கப்பட்டதால் உச்சநிலையில் சத்தங்களை சொல்லி ஒலிக்கோடு கீறியது. வார்த்தைக்கு வர ஆரம்பிக்கவில்லை முதலில். அந்த சமயத்தில் அவளுக்கு பறவைகள் மாதிரி பறக்க ஆசை உந்தியது. அந்தக் கிளி பறக்காது. சாளரத்தில் அமர்ந்து தினம் ஒரு பாட்டை இருவரும் சேர்ந்து பாடுவார்கள்.

அலி கூபாவும் சேத்தாளிகளும் ஒளிமறைவில் நின்று கூடவே கோரஸ் பாடினார்கள் காபூல்விளக்கைச் சுற்றி. ஜன்னல் வழியாக கிளிக்கு பறக்கச் சொல்லி கொடுத்துவருவாள் வனவாசி. அது பறக்காவிட்டால் அவளும் ஜன்னலிலிருந்து தாவுவாள்.

கிளிமேல் பொறாமை கொண்ட அலிகள் அதை வெளியூருக்கு அனுப்பினார்கள். எங்கேயோ போய் பல மொழிகளை அறிந்து வன வாசியிடம் வந்தது. சர்க்கஸ்ஸில் போய் மாட்டிக்கொண்ட கதை வேறு இருந்தது. இப்போது வனவாசிச் சிறுமி பால்ய காலத்தை தாண்டி யிருந்தாள். அவளைக் கிளி தேடிவரும்போது இன்னும் வார்த்தைகளை அவளால் உச்சரிக்க முடியவில்லை. கிளி அப்பால் இருந்து சொல்லிக் கொடுத்தது. வேறொன்றும் செய்யாமல் காட்டுக் கிளியின் உலகில்

பிரவேசித்தாள் செஞ்சு. அவள் விதியில் கிளிதான் தத்துவம். தோட்டத்துக்குள் நடந்துகொண்டு படங்கள் காண்பித்து சொல்லித் தராது. வார்த்தைகளைச் சொல்லித்தராது. சந்தங்களை ஒலிகளை சொல்லித் தருகிறது தெலங்கானா கிளி. கவிகள் சொல்லித்தந்த சந்தங்களை மகுடங்களோடு பாடியது. அது ஒளிந்து கொண்டால் செஞ்சு அழுவாள்.

இருபது வயதுக்குப்பின் காணாமல்போன கிளி வந்ததால் அவளை அடையாளம் தெரியவில்லை. ஆனால் கிளி எந்த மாற்றமும் இல்லாமல் கதைகளையும் சாஸ்திரங்களையும் கணிதமும் கற்று வந்து ஆயிரத்தி ஒரு இரவுகள் எனும் பேரேட்டின் அதிசயச் சிறகுகளை அசைத்தது. இந்தச் சிறுமி அந்த சிறுமி இல்லை என கிளி திரும்பும் போது செஞ்சு அந்தப் பாடலைப் பாடினாள். அதில் செஞ்சு இனத்தின் வனங்களும் தெலங்கானா மனிதர்களின் ஆன்மாவின் கண்ணீரும் கலந்திருந்ததை கேட்டு அவளைச் சுற்றிச் சுற்றி வந்த கிளிக்கு உதிர்ந்த இறகுகளில் நிறங்கள் வளர்ந்திருந்தது.

‘உன் பெயர் என்ன’ என்றாள் வனவாசி.

‘என் பெயர் செஞ்சு’ என்றது சொல்கிளி.

கிளி நம்பவில்லை என அவள் அழுதுகொண்டு அந்தப்பாட்டை பாடுவாள். அவர்கள் சின்ன வயதில் இருந்த பாட்டை இசைக்கிறாள் பிடிலில். திரும்பி வந்த செஞ்சுக்கு வருஷங்கள் அதற்குத் தெரியாது காலத்தை அதற்குப் புரியாது. காலம் இருப்பதே கிளிக்குத் தெரியாது. இத்தனை பருவங்கள் வளர்ச்சி முதிர்ச்சி நிறங்களைப் பகுக்கத் தெரியாது. அவள் அழகான சிறுமியாக இருந்த குரல் அந்த பாடலில் இருந்ததால் கிளி அவளென்று ஏற்றுக்கொள்ளும். பாட்டுக்கு காலமென்பதில்லை என்பதை கிளி தெரிந்திருக்கவில்லை. பாட்டு தெரிந்தபின் ஏற்றுக்கொள்கிறது. திரும்ப அதன் வெட்டிவிடப்பட்ட ரெக்கை வளர்ந்துவிட்டது. ‘நீயேன் பறக்க முயற்சி செய்யவில்லை’ அதற்குத் தெரியவில்லை. பெரிய வட்டமடித்துச் சுற்றும். நாமே பறந்த மாதிரி உற்சாகமுற்றது. பறந்து வந்து இவள்மீது உட்கார்ந்து கொள்ளும். கிளி கூண்டுக்குள்ளேயே இருக்காது அவள் தோளில் உட்கார்ந்து விடும். அம்மாவின் தொனியை அடைந்தாள் கிளியின் ஒலிகளைப் பழகிய பிறகுதான். அவள் பேச ஆரம்பித்தாள் கிளிமுகப் பயணியாய்.

5
கிளியாக மாறிய சிறுமியின் ஒலி அகராதி

சிறுமிக்கு எத்தனை ஒலிஅகராதி. அவள் உச்சரிப்புக்கு எத்தனை அழகு. அந்தக் காட்டுச் சிவப்பு பழங்கள் அதற்கு வேறு பெயர் உச்சரித்தாள். 'பொட்டுப்பழம்' அதையே அத்திப்பழத்திற்கும் சொல்லி வந்தாள். முதல் நாள் போல தூங்கினாள் கிளியுடம்பில். பப்புச்சி என்றால் பிஸ்கட். சைக்கிள் X தீ, நூடில்ஸ் X ஸ்ஸ்ஸ், சாக்லெட் X ஒந்ரே. செஞ்சு சொல்லில் அர்த்தம் இருக்காது. மெல்லும் நிலை. குறும் பல் அரும்பாதபோது கடல் முத்து விளைவதைப் போல்தான் வாய்க்குள் தளிர்விடும் காத்திருப்பு. உயிருடன் கலந்தநிலை. வார்த்தை ஒரு மௌத்திகம். அர்த்தமுள்ள தொனி, நமக்குக் கொடுக்கும் புதிய விஷயங்களால் பை நிறைந்துவிட்டது. வழிகிறது. ஞாபகக்கிடங்குகள் தகவல்கள் குழந்தைகளின் பைகள் காலியாக. பூச்சி அகராதி.

6
கிளிமுகச் சிறுமி

தற்கொலைப்பாலத்தில் இருக்கும் உப்பு நகர அலி கூபா இந்தக் கதையைச் சொல்லி வந்தான் புஸ்தகம் தேடிவரும் கதைக்காரர்களிடம். ஒரு சிறுமி தெலங்கானா யுத்தத்தின்போது சிப்பாய்களால் லம்பாடிகளின் தாண்டாவிலிருந்து கடத்தப்பட்டாள். தொலைந்துபோய் விட்டாள் என கிராமங்களில் கதையாக இருந்தாள். உப்பு நகர அலி கூபாதான் அச்சிறுமியை கடத்திப் போய் வாரிசாக வளர்த்து வருகிறான் என பாலத்தில் சொல்கிறார்கள் வேறு சிலர்.

அவள் தாயும் தந்தையும் ஓர் இலையுதிர் காலத்தில் அவளைப் பிரிந்தார்கள். இருவர் உடலும் வாரங்கல் மோதலில் சுடப்பட்டதாக மெயில் பத்திரிகையில் இருந்தது ஆங்கிலச் செய்தியாக. ஆனால் வேறு இரு லம்பாடிகள் அச்சிறுமியை தேடித் தேடி அலைந்து தற்கொலைப் பாலத்தில் கூடாரமிட்டது. எப்போதாவது அவள் வருவாள் எனக் காத்திருக்கிறார்கள்.

பல வருடங்கள் சென்றபின் கிளிமுகப் பயணியாக இங்கிலாந்திலிருந்து ஹைதராபாத்துக்கு வந்தாள். வான் நீலக் கண்களோடு சிறுமி அவளாக இருப்பாள் என யாரும் சந்தேகிக்கவில்லை. முதல் பெற்றோர்களான செஞ்சுகள் இறந்த பின் லம்பாடித்தாயும் தந்தையும்

அவளை அடையாளம்காண முடியவில்லை. இந்தக் கதை கிளியா வதற்கு முன்னால் பல சந்தர்ப்பங்களை இலக்கியமாக்கிக்கொண்டு மடிப்பு மடிப்பாய் நகர்ந்து ஒரு முழு நாவலைப் படைப்பதற்கு உந்துதலாகிறது.

தெலங்கானாவின் முரட்டு பாலத்தாலும் கரடான வாழ்வாலும் வளர்ந்த பெண்ணாக ஆனால் அவள் ஹைருந்நிஷாவுடன் ஒரு வேலைக்காரியாக போர்க்கப்பலில் கும்பினித் தீவை அடைந்ததாக அலிகள் சொல்லி வருகிறார்கள். அவள் காட்டைவிட்டு வெளியேறிப் போகவில்லை செஞ்சு இனத்தின் அபாயம் அவளை விடவில்லை என்றான் கொரில்லா ஒருவன்.

தன் தாயின் மொழியை கிளியிடம் கற்றிருந்தாள். வாய் பேசாதவளாக பேசும் மாளிகை அறைகளின் பின்புறத்தில் உப்புநகர அலி அவளுக்கு ஆத்மாவை கொடுத்திருந்தான். ஆனாலும் அவள் தாண்டாவுக்கு லம்பாடிப் பெற்றோர்களுடன் வீடு திரும்பினாள் என சொல்கிறார்கள். பெரும்பாலும் கிளியால் வளர்க்கப்பட்ட சிறுமி எனச் சொல்ல வேண்டும்.

கருப்பு கோட்டு அணிந்து நூதன யுவதியாக ஆனால் கிளியின் தலையுடன் ஹைதராபாத்தில் ஒருத்தி அலைந்து கொண்டிருப்பதை எல்லோரும் சந்தேகத்துடன் நோக்கினர்.

கூபாவும் அவளும் அசந்தர்ப்பத்தில் தற்கொலைப் பாலத்தில் வைத்து சந்தித்துக் கொண்டார்கள். ஏதோ இனம்புரியாத வேகத்தில் கூபாவை கட்டி அணைத்து ஏதேதோ புலம்பினாள் கிளிமுகப்பயணி.

இவள் செஞ்சுதான் என அறிவதற்காக கூபா அவளை பேகம் மாளிகையிலுள்ள பெரிய சமையலறையின் இருண்ட பாகத்திற்கு அழைத்துப் போனான். அங்கே கண்ணீருடன் கேவியவாறு ஒரு பெண் போல் காபூல்விளக்கு எரிந்து கொண்டிருந்தது.

அதைக் கண்டதும் ஆர்வ வெறியோடு யுவதியின் கைநீள்கிறது. அதனடியிலிருந்து தான் செஞ்சுவாக இருந்தபோது அவள் மறைத்து வைத்த சிறு துணிச் சுருளை எடுத்தாள். அதை பிரித்த வேளை மகிழ்ந்து மிளிர்ந்தன அவள் கண்கள். அவள் தாயைக் கண்டடைவதற்கான சோபடமா நில வரைபடம். பதிந்த பாடல்கள் மற்றும் செஞ்சு அரசனின் உருவம் பொறித்த மான் கொம்பிலான சிறுகத்தி. பெற்றோர் களைபோல் மான் கொம்பில் நீர்துளிகள் வெளிப்பட்டன. அதை நெஞ்சில் அணைத்துத் தழுவிக் கொண்டாள்.

இந்த காபூல் விளக்கின் ஞாபகம் மற்றவர்களைத் தொற்றித்

தொடர்ந்து வருவது. ஆனால் வனவாசிச் சிறுமியின் ஊமையான மோனத்தில் பெருநிலமாக விரிந்தது சோபடமா எனும் தாவரமையல். இழந்துபோன அச்சிறுமி தன் கிளியை உருவமாகப் பெற்றுவிட்டதை அறிந்தான் அலி கூபா. இருவரும் விளக்கை சுற்றி நின்ற அப்பழைய பாடலை முணுமுணுக்கிறார்கள்.

7

என் பெயர் தாதாரா இலை

'நம்மேல் மீண்டும் கட்டுக்கதைகள் எரிகின்றன
முதல் காற்றில் அவற்றின் இலைகள் விழும்'

-யுங்கரெட்டி (ஆத்மாநாம்)

ஒரு கல் எனப்பட்ட வாரங்கல் ஒரு கல் இலையாக அறியப்பட்டபோது சூலான தெலங்கானாப் பெண் அதில் சயனிக்கிறாள் கிளைகள் வெடித்துக் கீறிய கைப்பிடியில் தாதாரா இலைகளுடன். லம்பாடிகளின் தொலைவான தாண்டாவில் மண்கூரை வீடுகளைப் பூச்சிகள் அரித்துத் தின்னும் ஈரப் பொதும்பலான சகதியில் மாடுகளின் பிளந்த குளம்படிகள் நெளிந்த தெரு ஓடிக்கிடந்தது. சந்துகளில் நீர் வாய்க்கால் சுற்றி மூன்று கருப்பு வாத்துகள் சிறுமி கூடவே பின்தொடர்ந்து வரும் மஞ்சள் மூக்கில் சகதிப்புழு. திரும்பவும் சகதிக்குள் மூக்கை வைத்து புழுப்பெறக்கி ஏகமாய் கிரீச்சிட்ட ஜோடிக் குரல்.

கருப்புப் பூனையுடன் அலையும் பக்கீர் தண்ணீருக்குள் இடது கண்ணால் பூனையைத் தூக்கிப்பார்த்தவேளை கண்ணாடியில் மறைகிறார்கள் இருவரும். துப்பாக்கிக் காவலர் விரட்டி வரும் குதிரை நிழல்கள் நீரில் கருத்துள்ள மச்சங்களால் கரும்பி உரசும்வேளை பிடரிகளைச் சிலிர்த்து வாய்கோணி அண்ணாந்து கனைப்பொலி காட்டில் கரைகிறது. அவள் கர்ப்பகாலம் முழுவதும் வாரங்கல் கிராமங்களுக்கிடையே ஊடுருவிச் செல்கிறாள்.

நிலத்தின் குருதி தாகமாக இருக்கிறது. பலியான பெண்களின் கூந்தலை வழிபட்ட செஞ்சு, கோயா இன ஜனங்கள் தாதாரா இலை களை மென்று பச்சை நாவுகளால் காயங்களைப் பூசுகிறார்கள். புரவியின் குளம்படிபட்ட பெண் உடலை, அவள் எடுத்த சுடு கருவியுடன் மூடுவதற்கு காணாமல்போன சிறுமி செஞ்சு வேண்டும். அவளைத் தேடிப்போன சிலர் காவலரிடம் சிக்கியிருக்கக்கூடும்.

'கருப்பு நிலத்தில் மறைந்திருக்கும் சிறுமியைத் தேட வேண்டாம்'

என்றான் சாக்கலி. மாலா, மாதிகா இனத்தவர் கூடிவிட்டார்கள். வருண வேற்றுமைகளை வெறுக்கும் புத்ததுறவி இந்திரபாலா மற்றும் இஸ்லாமிய மௌல்விகள் எட்டிப் பார்க்கிறார்கள். அல்லம்மா, தயானி கௌசல்யா, லம்பாடிப் பெண்கள் இருவர் உடல்கள் தாண்டாவின் அருகில். கருப்புப் பூனையுடன் அலையும் பக்கீர் முகத்தில் குருதி நிறைந்தோடியது. பூனை நிலைகொள்ளாமல் சூலிப்பெண்ணைச் சுற்றி சிசுவுடன் வாதாடியது. அருகிலிருந்த பருத்திக் காடுகளில் ஆத்மஹத்தி செய்து கொண்ட விவசாயி நிழல்கள் பருத்திப் பூவுடன் குனிந்து கலப்பையில் வீழ்கிறார்கள். தாவரங்களுக்கு அமில மருந்தீடு செய்வதற்கான தூதுவர்களின் கடைவீதி பூட்டிக்கிடந்தது.

தாதாரா இலைகளால் பெண்களின் உடலை மூடியது காற்று. புதைப்பதற்கு சிறிது உப்பு தேவை. அவர்கள் கிராமங்களுக்குச் சென்று சேகரித்த உப்புநூலின் பக்கங்களை இங்கே அகல் வெளிச்சத்தில் வாசிப்பதற்கு ஒரு பக்கமாக சுடர் தழுவிச் செல்லும் வார்த்தை.

மெதுவாகப் புரட்டுவதற்கு உங்களுக்கு நேரமிருந்தால் தாதாரா இலைகளின் மறைவில் நின்றும் யார் மீதும் வெறுப்பைச் சிதறாமல் விரோதித்த வாழ்வின் துர்கந்தங்களை மரமானது தன் மனவெளித் தீவிலிருந்து இலைகளைக் கொட்டும்போது அது படைத்துக் கொண்டிருக்கிற சிருஷ்டி கணம் உறைந்து போயுள்ளது. துயரம் வீசும் காற்றின் நீளமான வாக்கியங்கள் அக்கணத்தை திருப்பிப் புரட்டி அடுக்கிய காலத்தின் துகள் நினைவுப்பாதையில் தொடர்ந்து தோன்றியது. ஏகசிலா நகரத்தின் ஒவ்வொரு வாடையிலும் தெருத் தெருவிலும் சமணக் கணக்கர்கள் பஞ்சத்தில் தாதாரா இலை தேடிப் போய் செந்நிறத் தீப்பிழம்பு போன்று கனல் வீசிக்கொண்டிருந்த இலைகளை சேகரித்து வந்தார்கள்.

சமணர்கள் இலையை வைத்து ஜோதிடம் பார்ப்பார்கள். இலையின் ரேகைகளை வாழ்க்கையின் ரேகைகளாகப் பார்த்து பஞ்சத்தில் மோசமானது விதி. ஊழையும் உப்பக்கம் காண்பர். பஞ்சத்தில்தான் அந்த இலை கண்களுக்கு வரும். ஞாபகத்துக்கும் வராது. உதிர்வதைக் குனிந்து பொறுக்கி மடிதுருத்தி அலையும் பெண்கள். வெந்நீரில் இட்டு கொதிக்கும் இலையின் வாசனையில் நீரில் மெல்லும் பச்சை ருசியில் பசியின் ஆழத்தில் கடந்துபோன உலர வைக்கப்பட்ட வருஷங்கள் வருகின்றன பாதையில். நிசப்தமான காடுகளில் பஞ்சம் திரிவதுபோல் தாதாரா இலை பயணம் செய்கிறது.

ஒருவேளை, மறுவாழ்வு கொடுக்கும் இலை அது. வறுமையிலும்

③

கத்தரிக்கப்பட்ட செய்திகள்

துண்டுக்காகிதங்கள், தினசரி காலண்டர் தாளில் இருந்த முகவரி, சிறைச் சுவரின் நக ஓவியம், கூட்டமான ஆந்திர பாசஞ்சர் ரயில், குண்டூர் புகையிலை விற்பவள் உரையாடல், குமட்டும் பொது கக்கூஸ் தகரத்தில் கிடைத்த தொலை பேசி எண், 'மட்டிமனிசிலு' டாக்குமெண்டரி படச்சுருள் குழப்பங்கள், 'கோல்கொண்டாபத்ரிகா' கத்தரிப்புகள், டைரிகள், செரபண்டராஜு கவிதை, குற்றவியல் வழக்கறிஞர் ஏ.எஸ்.ஆர். சாரி, பிளிட்ஜ்-பம்பாய் இடதுசாரி பத்திரிகை, நாட்டுப்புறப் பாடல்.

1. கொய்யூர் காடுகளில் தூக்கி எறியப்பட்டவர்கள், தேடுதல் வேட்டை, கைது, சித்ரவதைக் கொலைகள்.

2. சண்டை நிறுத்தம். சஞ்சல தூதுவர்கள் அறிக்கை. அரசின் ஒருவரிக் கடிதங்கள். வன்முறையில் ஈடுபட வேண்டாம் என்பது பற்றிய இருபக்கமும் அனுப்பிய நடைமுறை லிகிதங்கள்.

3. பகுதா ஆற்றிற்கும் கோதாவரிக்கும் இடைப்பட்டுக் கிடந்த அனாதை உடல்கள் மீது எழுந்த உப்புநிலம் கவிதையின் முரண் உருவைக் கொண்டிருந்தது. நேரில் பார்த்து உண்மை அறியும் தூதுவர்கள் எழுதியவற்றில் இருந்து: (அ) நரவேட்டையில் ஓடிப்போன சூரத் டெக்ஸ்டைல்ஸ் வரைகலை ஓவியர்கள், பாரம்பரிய சோபடமா நாட்டுப்புறக் கோலமிடப்பட்ட சேலைகளின் வடிவம், (ஆ) பம்பாய் டெக்ஸ்டைல்ஸ் காலனி வீடுகள். பம்பாய் தெருக்கள் சில உணர்வழுத்தங்களில் மறையும் சோபடமா நாடோடி வரைகலை. (இ) இடமில்லா பிரஜைகள் ஓடும் குர்லா எக்ஸ்பிரஸ் ரயில். (ஈ) நியாயமாகத் தற்காத்துக் கொள்வதற்கான உயிரியல்புதான் என்க்கவுண்ட்டர்.' (உ) பேச்சு வார்த்தைக்கான நிரல் தொடுக்கும் காலகட்டத்தில் பேசும்போதே கொலை.

4. 'நாங்கள் சண்டை நிறுத்தத்தை வாபஸ் வாங்குகிறோம். அரசு எந்தவிதமான பேச்சு வார்த்தையும் தொடங்கவில்லை. சாதாரணமாக இருக்கும்போது வரச்சொல்லிவிட்டு லாக்கப் கொலை அல்லது ஓடவிட்டு சுடுதல்.'

5. மிட்டப்பள்ளி லட்சுமண் சீனிவாஸ். விவசாயப்பிரதிநிதி. மேடக் மாவட்டத்தில் சிடிபெட் மண்டல்-மச்சப்பூர் கிராமம். கொன்றுவிட்டு என்க்கவுண்ட்டர் என்கிறார்கள்.
6. சாகாத வீட்டிலிருந்து கடுகு கொண்டு வாருங்கள் குழந்தையை பிழைக்க வைக்கிறேன்.
7. வாளுக்கும் தீக்கும் இரையான வீடுகள் பரியா மற்றும் சாக்கலிகள் ஊருக்கு வெளியே இருக்கிறார்கள். சகதிக்குள் குழந்தைகள் மீன் பிடிப்பு. எட்டு வயது முதல் குழந்தைகள் வாடகை மற்றும் குத்தகைக்கு எடுக்கப்படல்.
8. பால்கியூ என்ற மக்கள் பிரெஞ்சு ஸ்பானிய எல்லையில் ஆயிரம் வருடங்களாக நிற்கிறார்கள். வட அயர்லாந்தில் தளைகள் போல பல தெலங்கானா மெலிந்த கைகளில் உள்ள கலப்பை.

எத்தனையோ இலைகளை சாப்பிட்டு தாதாராவின் புதர்கள் கீச்சிடும் காடுகளுக்கு வந்து நின்றார்கள் கிராமத்தார். அவள் போன பாதைகளை மறித்துக்கொண்டு பேசியது. தாதாரா இலைக்கும் தெலங்கானா பெண்களுக்குமான உறவுகள் என்ன? எங்கிருந்து உதிர்ந்து எங்கே போய்க்கொண்டிருக்கின்றன சருகுகள். மீதியை உலர வைத்துவரும் பஞ்சநாட்களை எதிர்பார்த்துக் காத்திருக்கிறார்கள் இலைகளுடன்.

ஏனோ ஒவ்வொரு வருஷமும் மேலும் பலர் ஆத்மஹத்தி செய்து கொண்டதால் பானாமதிக்குப் பயமில்லை. விசாலமான செருவுகளில் நீர் தத்தளித்தது கரையில் 'ஆத்மகூர்' விவசாயிகள் காட்டைப் பார்த்து போகிறார்கள். பானாமதி பயம் ஊரைப்பிடித்த பொம்மையாக காட்டில் கிடந்து மஞ்சள் நிறக்கண்களை உருட்டியது. சிறுகச்சிறுக விவசாயிகள் குருதியில் கலந்திருந்த தாட்டிகள்ளு, வேப்ப கள்ளு, ஈச்ச கள்ளு மரபான கலப்பையை எழுப்பியது. காட்டில் வரையப்பட்ட சித்திரங்களைப் பார்த்து வந்த மாயக்காரர்கள் சிறு கடவுளிடம் வேண்டிப் போகிறார்கள். பாறைகள் அசையும் திசையில் பொம்மை உருக்கள் எட்டிப் பார்க்கும். அதைக் கடந்தே ஊர் போகவேண்டும்.

அச்சத்தால் ஆடிய சிறுவெள்ளி நம்பிக்கை போல. ஆத்மகூர் கிராமத்தின் அடி ஆழத்தில் சிறுவெள்ளி கிராமம் மறைந்திருக்கும். அங்கே யாருமறிந்திராத குன்றுகளில் மறைந்திருக்கும் பழங்குடிகள்

வெளியில் வரக்கூடும். கிராமங்களின் இதயம் நிஜாமின் வைரப் பூட்டில் மௌனமாகிக் கிடந்த தொலைதூர வருஷங்களில் 'காகதீய மரபின் ஓர் அரசன் பூசணிக்கொடிக்குப் பிறந்தவன்' என லம்பாடிப் பெண் பாடி மறைகிறாள். திரேதாயுகத்து தானியங்களின் கூடாரம் காலியாகவில்லை. அதற்குள் வடக்கிலிருந்து துயரக்காற்று வீசியது.

பச்சை மூங்கில்களில் கட்டிய கள்ளுக் கலயங்களின் வெளுப்பான பாதையில் சுற்றுப்பட்டி ஜனம் தடம்விட்டது. இருநூறு வருஷங்களுக்கு அப்பால் போகும் முது கள் வேகம்.

யாருக்கும் தெரியாத மரங்களடர்ந்த குன்றுகளில் பத்திரமாயிருந்த அவள் சகாக்கள் ரகஸியமாக இயங்கிக்கொண்டிருந்தார்கள் சாவுடன். காட்டுச் சிறுமி செஞ்சு அவள் கையில் இறுகப் பிடித்திருந்த தாதாரா இலைகளை நாக்கால் ருசித்தும் அதன் மணத்தை மோந்தும் பார்த்தாள். அவர்கள் இருவரையும் யாராலும் பிரிக்க முடியாது. அவள் செல்லும் இடமெல்லாம் ஊர்ந்து பின் சென்றாள் செஞ்சு.

தெலங்கானாவின் கோடையிலும் மண்ணிறமான பஞ்சத்திலும் சாவுகளால் நிறைந்திருந்தது. அந்த கிராமங்களில் வீடுவீடாய் அடுக்குப் பானைகளில் சேகரித்து இருட்டு அறைகளில் உலர்ந்து கொண்டிருக்கும் தாதாரா இலைகள் துயரத்தில் முணுமுணுத்தன. சாவுக்கும் இலை களுக்குமான இணைப்பைப் போன்று பின்னியிருந்த வாழ்வு கனவு கண்டதுண்டு. ஊரில் யாரும் இல்லாதபோது பூட்டிக் கிடந்த தெருக்களைத் திறந்து வீடுவீடாய் தாதாரா இலைகளைத் திருடவரும் கிராமத்தவர்கள் பசியின் பொம்மைகளாக விறைத்திருந்தார்கள். எதற்காக இந்த இலைகள் பறந்து திரிகின்றன காற்றின் துயரத்தில்.

ஆனால் சாவுகளின் எண்ணிக்கை அதிகமாகும்போது கேட்கவோ பார்க்கவோ முடியவில்லை. அந்த நீள இலைகள் உயிர்காப்பதற்காக அலைந்து செல்கிறது. காட்டில் காணாமல் போன தாதாரா இலை அந்தச் சிறுமிதான் .தொண்டைக் குழிக்குள் இறங்கிய துக்கம் மேலும் மேல் எழுந்தது. மரங்களிலிருந்து விடுபடும் தாதாரா இலைகளைக் கொண்டு பஞ்சமான வருஷங்களை நேர் செய்தவர்கள் பெண்களாகத் தான் இருக்கும். இவ்விலைகள் ஆழ்ந்த ஒரு மந்திர நிலைக்குள்ளிருந்து மனிதரை இறுகப் பற்றி 'போக வேண்டாமே' என்றன.

புரவியின் குளம்படிபட்ட விவசாயி உடலையும் அவன் தவறவிட்ட கலப்பையுடன் மூடுவதற்கு கிராமக் கூரையின் கீழ் நெய்த பருத்தி ஆடையும் காணாமல் போன இளந்தாரிகளும் வரவேண்டும்.

பைங்கிளிக் கூண்டிலிருந்து நிஜாமின் மயில்பூங்கா வரை அந்தப்

புரமெங்கும் பறந்து திரியும் தெலங்கானா கிளிகள் வெளியேறி விட்டன. அவை புகுந்துள்ள பிதிராவுக்குள் சொர்ண இறகு ஒன்று கீழே விழ அவற்றின் செம்பொற்கபாடம் திறந்தால் விருட்சிக வடிவ அரண்மனை உட்பக்கம் செல்லும். மறுபக்கத்தில் குருதி குடிக்கும் ராணுவச் சுரங்கம், உள்ளே இருந்து கூட்டங் கூட்டமாய் வெளிப்படும் பட்சிகள். அந்நிய தேச ஒப்பந்தத்தில் கையளிக்கப்பட்ட தலைக் கவசங்கள், வடுக்கள் என்றுமே நிஜாமின் வைரங்கள்போல் நிரந்தரமானவை. மாட்டுக் கொழுப்பில் துடைக்கப்பட்ட துப்பாக்கிகள் வெளியேறுகின்றன. 'ஷாலர் ஜங்க்' மியூசியத்தின் நகல் ஓவியங்களைக் கிழிக்கும் கிளி நகங்கள்.

இலங்கை போலும் தீவுவடிவ தேசத்தை ஆளக்கூடிய நிஜாம் உலகத்திலேயே ஐந்தாவது பெரிய வைரத்தை செருப்பில் வைத்து நசுக்குகிறான். அழுத்தம் தீராத கொடிய விரல் நகங்கள் தோல்வாரைச் சுரண்ட அம்மக்கள் கூட்டமாய் நசுங்கினார்கள்.

அவருக்குப்பின்னே பட்டுத் துணியில் வரையப்பட்ட நிஜாம் தேசம் தபதியிலிருந்து திருச்சினாப்பள்ளி வரை இருந்தது. காடுவாழ் கோயாப் பழங்குடிகள் கிராமங்களையெல்லாம் வலுக்கட்டாயமாக காலி செய்வித்து அங்கெல்லாம் சிப்பாய்களையும் சமையலறைக் கோழி களையும் குடியேற்றியது யாரோ.

அவரே தன் தேசிய மாளிகை முன்தோட்டத்தில் நட்டு வளர்த்த அயல்நாட்டுச் செடிவகைகளால் அதிகாலை பூத்த ரத்தரோஜாவில் மறைந்திருப்பவர். பின்னே தொடரும் பச்சைக் காகிதத்தில் கட்டப் பட்ட தேசம் பயிர்நிலங்கள் ஒரே வகைப் பச்சைப் பாலைவனம். ஒரு மாட்டுத் தொழுவத்தில் எலும்பு துருத்திய கிழ மாடுகளின் மேல் உள்ள விட்டங்களில் வடக்கயிறுகளால் சுருக்கிட்டு தொங்கும் தெலங்கானா நிழல்கள். கிரீச்சிடும் கயிற்றில் முறுக்கிய சாவு. குருதி ஏறிய முகங்களில் கண்கள் துருத்திய பளிங்கில் கடவுளின் தற்கொலை.

மழை பெய்யும்போது ஆற்றிலிருந்து வைரங்கள் மணலுடன் நகர்ந்து மின்னி வரும்போது தெலங்கானா மக்கள் கூலிக்கு அரித்தெடுத்த மணலை வாங்க காத்திருக்கும் மார்வாடிகள். அவர் களின் விரல்கள் விரக்தியால் நீர் ஓடும் மணலை உரசிக்கொண்டிருந்தது.

அந்த நிஜாம் உடுத்தியிருந்த ஆடைகள் தலைநகரத்தைவிட விலை அதிகம். வாரங்கலில் கிடைத்த வைரக்கற்கள்தான் நிஜாமிடம் இருந்தன. தோண்டி எடுக்கும் வைரத்தைவிட செலவு அதிகமென்று பெரிய சுரங்கத்தை மூடிவிட்டார்கள். நீரின் தொனிக்கு துகள் துகளாய்

கற்கள் உரசி அலையும் பாதையில் பேராசைக்காரர்கள் முகம் திரும்புகிறது.

சுற்றிலும் பாழ்நிலம். களர்மண். ஆத்மக்கூர் கிராமத்தின் உள் கிராமங்களுக்குப் போனால் இரு வறண்ட மலைகளுக்கிடையே பாறைகள் குத்தி நிற்கும் நிழல்களோடு இருந்த இப்பிரதேசத்தை சோபடமா என கூப்பிடுவார்கள். செஞ்சு மொழிப் பாடல்கள் அகன்ற வெறுமையில் இருந்து அருவியாய் உருண்டு வரும். அவர்களுக்கான இசைக் கருவிகளுமுண்டு. எல்லாம் மூங்கில் குத்துக்கள். வண்டுகளும் கதண்டுகளும் துளைத்து மயங்கும் விதியின் இசையைக் கேட்ட நாடோடிகள் இப்பாழியில் விழுந்து ஏங்கிவிடுவார்கள்.

இருநூறு வருஷங்கள் அகண்டாகார உணர்வுப் பரப்பில் பாறை களின் உருவெலாம் மனதில் புகுந்து செறிவு கொண்டு விநோத சிற்பங்களாய் சமைந்து இரவில் நிலைபெயர்ந்து உரையாடும். பிரபஞ்சமே அதிர திசைக்காற்று சுழன்று சோபடமாவின் பழங் கதையைப் பின்னியது. வெளியும் அவர்களைப்போல் நிராயுத பாணியாய் நின்று ஈரத்தை வெப்பநாவுகளால் நக்கியது வேட்கையில். இங்கிருந்தே உலகிற்கான சூன்யம் துவங்கியது.

உருக்குலைந்த கிராமங்களைவிட்டு வெளியேறியவர்கள் திரும்பி வருவார்கள் என வாழ்வு காத்திருந்தது. வறண்ட நிலங்கள் எல்லாம் கருப்பு, கக்கரை, எரிசெவல், செம்போர்த்தரை, சுண்ணம்ராயலு என தெலங்கானாவாசிகள் இதன் இருப்பை வர்ணிப்பார்கள்.

ரைத்துகள் ஆத்மஹத்தியால் பீதியடைந்த ஊர்கள் இங்கே மரத்தின் காயங்களோடு மௌனமாக இருக்கின்றன சோகத்தில். வேப்பசெட்டு வேப்பமானு சிந்தசெட்டு வம்மசெட்டு மூடிய ஆத்மகூர் மூங்கில் மரங்களில் தொங்கும் கள்ளுக்கலயங்களின் உரசல் ஒலி. தாட்டி கள்ளு, வேப்ப கள்ளு, ஈச்ச கள்ளு என மரபான நுரைகள் பொங்கும் கிராமங்கள் ஆணும் பெண்ணுமாய் கும்பு கும்பாய் கூடிக் குடித்த தாட்டிக்கள்ளு.

டோட்டிஸ் பழங்குடிப் பாணன் மூங்கில் கள்ளுநுரை வாயில் தெறிக்கப்பாடிக் கூத்தாடும் பழமைப் புராணத்தில் வாலியுண்டு. கிஷ்கிந்தா எங்கள் பூர்வ பூமி என்பான் பாணன்.

கடவுள் இறந்த பிறகு மின்னல் மழைக்கிடையே ஓராண்டு அலியாக வாழ்ந்த அர்ச்சுனன் இங்கே கூத்தில் ஆடிப்பாடினான். உப்புப்பூசிய அலியின் வில்அதிர ஓடும் மழைமின்னல். தினை விதைத்தாள் செஞ்சுப் பெண். லம்பாடிகள் காடு திரிந்த வேட்டையில் புராண வீரர்கள் எட்டிப் பார்த்தார்கள்.

மின்னல் மழைகளால் சூழப்பட்ட சோபடமா நில உப்பாலும் யுத்தக் குருதியாலும் செழிப்பாக மாறியது சில வருஷங்கள். சோளம், கம்பு என காட்டுத்தானியங்கள் அறுத்தபோது மண் களஞ்சியங் களை அமைத்தார்கள் மலைகளுக்கிடையே. அவை நேச எலும்பு மண்ணாலும் விரோதியின் மூட்டுகளிலும் வலிமையானது, இன்றும் இருக்கின்றன பாழடைந்து.

அகன்ற வெறுமையில் பஞ்சாரிகளின் பாடல். ஓடும் காற்றில் மெல்ல அருவியாய் சுருளும் மானசீக ஓசை. சுரும்புகள் துளைத்து மதியத்தில் தோடிதான் இவ்வளவான கார்வையில் பாடுவது. மூங்கில் மரங்களில் தாட்டி கள்ளுக் கலயங்களின் புலம்பல் ஒலி உரசி எரியும் சுநாதம்.

நாற்பதுக்குமேல் ஊருக்கு ஊர் தனிப்பாடலை விவரித்துச் சொல்ல வரும் பாணர்களான டோட்டிஸ் பழங்குடி கூத்தாடிப் பாடிப்போன அறுவடைக்காலம் எப்போதுமாக உள்ளதுதான். அவர்களே சோபடமாவின் தக்காண பூனைக்கால் அரசனைப் பற்றி அவன் தோல்வியடைந்த யுத்த வர்ணனைகளை பிதிர் சுருளாகப் பாடி வந்தார்கள் தானியங்களுக்காக. டெல்லி சுல்தானுடன் நேருக்கு நேர் மோதியவன் பூனைக்கால் அரசன். அவர்களில் யாரும் தப்பிச் செல்லவில்லை. கப்பம் கட்ட மறுத்தார்கள். 'வேண்டுமானால் கடந்த வெற்றிகளின் பாடலைக் கேள்' என்றான் ஏழு சகோதரர்களில் கடைசியானவன். ஊரும் விதிவசத்தில் ரத்தத்தில் கலந்திருப்பது. சோபடமாவின் செங்குருதி பாறைகளில் தெரியும்போது வாட்கள் கொடூரமாகச் சிதைந்தன. எண்ணாயிரம் பழங்குடிப் படையணி எட்டுப் பிரிவுகளாய் சென்று திசைகளில் வகுத்த விருட்சிக வடிவ வியூகத்தில் குத்தப்பட்டு சரிந்தார்கள். அத்தனையும் உண்மை என்பதே யுத்தவிதி. பழங்குடி அரசனை கைதியாக்கிகொண்டு போனார்கள் எதிரிகள். 'காட்டின் சுதந்திரத்தையும் விப்பசாரா மதுவையும் உண்ட பழங்குடி ஒருபோதும் சரணடைய மாட்டான்' என்றான் இளவரசன் குர்செங்கா. 'எப்போதுமே தோல்வி வலிமையானது' என்ற பாடலைக் கொண்டு கடவுளை விருந்துக்கு அழைத்தான் வராத்தா.

சிப்லிசால் உருக்குலைந்த அலெக்ஸாண்டரின் குதிரைநிழல் விழுந்த சுரங்கம். தார்யாயினூர் தாஜ்யேமா, திஹோப் ஆகிய வைரங்கள் அவன் பார்வையில் பட்டதும் இங்கேதான். தான் தோன்றிய காலத்தை மறந்த வைரங்கள் பற்றி எழுதியிருந்தான் அலெக்ஸாண்டர் கிரேட். சோபடமா நில வைர ஒளிப்பட்டைகளின் நிறமயக்கமான பிரதேசம். கற்பனைக்கும்

எட்டாத கோகினூர் வைரம் கடத்தப்பட்டதும் இங்கேதான். 'நீ வாங்கியதோ விலைபோகாத பானாமதி பீடித்த பாறை' எனக் குறி சொன்னாள் லம்பாடிப் பெண். வெண்ணிறங்களின் பால் ஒளி விசிறியாக உள்ளிருந்து விரிவதைப் பார்த்தேன். 'தேவதையின் ஒரு துளிக் கண்ணீர்' என்றார்கள் இசை பாடும் ஓஜாரிகள். 'தொட்டால் தீராத துக்கம் உனக்கே சேரும்' என்றான் இடைமறித்த திருடன். முதலில் அதைக் தொடுவதற்கு அஞ்சினான்.

'விவசாயி தலைமீது உருண்டு விழக் காத்திருக்கும் பாறையை நீ அகற்றிவிட்டாய். அவ்விடம் பாழ்' என வாக்களித்தாள் லம்பாடி. நாடோடிகளின் தாண்டாவிலிருந்து சூரியன் சாயும்வேளை கிளம்பினேன் பிதிரா நோக்கி. தொலைவில் அவள் பாடலைக் கேட்டேன். தாதாரா மரங்கள் முணுமுணுத்தன காற்றில்.

அப்பாடல் எச்சிதைவும் இணைப்புமில்லாத கோளவடிவமான ஒழுங்கற்ற இளஞ்சிவப்பில் இருந்தது. எப்போதும் வாழ்வின் அசரீரியாய் கேட்டது. எல்லாரது விதியின் இசையாக இருக்க விரும்புவேன். அவள் காலடிகளை நுகரும்போது மீன் தசையுதடு பிளவாகி எங்கும் விரியும் வறண்ட காற்றின் ஊளை. அவர்களின் தற்கொலைக் கவிதைகள் பாறையில் மழைத்துளி செதுக்கிய குறியீடுகளால் அமைந்திருந்தது.

தற்கொலைகள் ஊடுருவும் தெலங்கானா பற்றிய கதைகளைக் காட்டுக்குக் கொண்டுபோய் நீர் ததும்பிய செருவு மையத்தில் அமிழ்த்தியபோது பாடல் மிதந்தது. ஆத்மஹத்தியால் பீடிக்கப்பட்ட காட்டின் பயிர்கள் துக்கத்தில் நடுங்குவதை உணர்ந்தேன். சாவின் கறை படிந்த பாடலைக் கரையச் செய்ய முயன்றேன். சிறிது கரைந்ததும் முன் அறியாத சோபடமா நிலம் வெளிப்பட்டு நெற்கதிர்களைக் கையில் ஏந்தி சுரங்கத்துக்குள் நிர்வாணமாய் ஓடும் தோற்றத்தைக் கண்டதும் சித்தம் கலங்கிவிட்ட பிரமையுடன் நோக்கி நின்றேன்.

எனவே சோபடமாவின் புராதான உப்புமலை என்பதின் சிறிய பாறையில் படிந்திருக்கும் ஆத்மஹத்தி நிழல்கள் விவசாயம் செய்யும் பழக்கத்தால் ஏர்களையும் மாடுகளையும் தேடி மறைகின்றன சுரங்கத்தில்.

தாதாரா இலை

மூதாள் கருவாச்சி
தானியத்தில் பிறந்தவள் நீராள்
தினைவிதையில் ஜனித்தாள் வேங்கியா

பறவை முட்டைகளை உருட்டாதே குயிலே
காகத்தின் நெருக்கமான கூட்டில் முட்டையிடு
சுள்ளிகளின் இடைவெளிகளால் மழை வராது
பெடைமயில் முட்டைகளை வில்லில் பூட்டு
சம்பாரத்தோடு பொதிமாடு குடிபெயர்கிறது
கொக்கு முட்டைகளில் நீர் ஊற்றுகள்
பரிதியில் உதித்தாள் செம்பியா
சூரியப் பிறவி அரசன் வராத்தா
எதிரிகளை வாளுடன் அனுப்பினார் கடவுள்
கேட்டதும் பொன்முட்டையிடும் கருப்புவாத்து
கடவுளின் ஒளிமணிகள் எடுத்து வந்தான் சூர்யசிலா
மீன்வலை பின்னுகிறாள் வாத்துக்காரி மாயா
கடவுளை விருந்துக்கு வராத்தா அழைத்தான்
வா... வா...
தரையெங்கும் பசுஞ்சாணம் பூசிய விதைகள்
வீடு பூசும் தீத்துக்கல் ஒலி கேட்ட கூரைகள்
தாழ்வான மண்கூரைகள் குனிந்துவா கடவுளே.
கடவுள் வந்தபோது மேளத்தை முழக்கினான் காக்கைப்புலயன்
தெரு இருட்டானது.
விளக்கைப்பிடித்தான் சாக்கலி
உப்பைத் தூவித் தூவி அதன் ஒளியில் மறையும் திருடன்
வாலியை வதைத்த அம்பை எடுத்துவா
அது பதுங்கிப் போயுள்ளது வென்றபோதும்
வாலியின் உரத்த மார்பை ஊடுருவி
செல்லமாட்டாமல் மெல்ல
மெல்ல மெல்ல இறங்கிற்று
வெங்கணையின் வெம்மை
மண்ணில் விழுந்த வாலி
மார்பிற் செல்லும் அம்பினை
வலியுற இழுத்தான் வாலாலும்
காலாலும் இழுக்க முடியாமல்
உளையும் மலைபோல் உருண்டான்
அம்பினை இழுத்து எய்தவன்
கண்மேல் வந்தான்
நுதல் வியர்த்த நாமத்தில்
வாலி மீது தென்கடல் குருதி உறுமல்

கிளைகளில் தொங்கிக் கொண்டிருக்கும் தலைநகர்
மரவெளிதேசம் வாலிக்கிலா
துங்கபத்திரா அடிவாரத்தில் இருந்து வரும் வண்ணாத்திகள்
பழங்குடி மொழி பேசும் குழந்தை நான்
இசை படைப்பவர்கள் ஓஜாரிகள்
ஓலைக்காற்றில் வாலி நாடகம்
மேடைமேல் உப்பு தூவுகிறாள்
ஒவ்வொரு காட்சிக்கு முன்னும் லம்பாடிப் பாடல்
பசுவின் தோலால் ஆன உளைத்துருத்தியின் மூச்சு
சதுரயுகக் கலப்பை மூட்டும் ஹாட்டிகள்
பெர்ஷா எழுதுகோலில் சடங்குகளின்துடி எழுதும்
பர்தான்களின் சிறுசிறு பொம்மைகளின் அச்சம்
வதைபட்ட சாக்கலி வெளுத்ததுணியில் உவர்மண்
ஊதுகொம்புகளில் நெருப்புக்கல் எரிகிறது இசையில்
மடிந்த வாலிமேட்டில் காணிக்கையாய் ஒரு கல் வை.

-கதை சொல்லி: கம்பளப்பெண்

8

கதாபீடிகை

‘கர்ண கோட்டக்கி போயின காக்கி மல்லது’

'The crow that wants to go to Karunakota will not enter but turned back and come away from it'

'Crow that goes to Karunakota will not come back'

கதைசொல்லி வந்த கம்பளப்பெண் தோளில் மறியொன்றைப் போட்டுக் கொண்டு வெண்கலக்கிளித்தலை வைத்த தொரட்டியுடன் ஓடுகிற வேளை குட்டி மயங்கியது. தண்ணீர் காட்டினால் குடித்தது ஓடையில். பிறகு அது எழுந்து ஓடும்போது பானாமதி அந்த நிலங்களில் பரவிப் போவதைப் பார்க்கிறார்கள் பலரும். ஆடு மேய்ப்பவர்கள் சொல்லிவந்தார்கள் இதை. பாத்தூர் கிராமம் அந்த ஊருக்குப் போகப் பயப்படுவார்கள். சேவேல்லா போகும் வழியில் ஜோகின்பள்ளியில் வெற்றிலை மெல்லும் தாசி ஒருத்தி ‘பானாமதி தூரத்தில் இல்லை’ என்றாள். ‘எதிரி வசீகரன’ குரல் மிதக்கிறது. அந்த எதிரியை படத்தில் பொம்மையாக வரைதல். கிராமம் முழுவதும் பரவி வரைந்து செல்லும் விரல் ஓசையில் மண்துணியின் நிறத்தில் மற்றவரை

இயக்கும் பொம்மை அது. கம்பளப்பெண் நடந்தாள் அடுத்த ஊரான சந்தநெல்லிக்கு. 'காஷ்மோரா வடபுலத்தில் பானாமதிக்கு பேர். சம்பல் காடுகளுக்கு உள்ளே சென்றால் மேலே வரும் கீழ் கிராமம் 'தார்க்கா' எனது ஊர். அங்கே தான் சோபடமாவின் சாம்பல் மேடு. பல வருஷங்கள் ஏழு சகோதரர்கள் படுத்து உருண்ட சாம்பலில் பூனைக்கால் அரசன் உண்டு உறங்கிய கர்ணகோட்டை, அதன் கிட்டப்போக அஞ்சுவார்கள்.'

பாறையும் கோட்டைக் கல்லுடன் சேர்ந்து ஒழுங்கற்ற கரட்டுத் தோற்றம். பானாமதி எந்தப் பாறையில் அசையும். வேப்பா, மாமரம் என்று புகுந்திருக்கும் கிளைகள் ஒவ்வொன்றாய் பட்டுத் தழைக்காமல் இலைகளற்ற மரமாகிவிடும், மெல்ல மெல்ல.

பசு மாடு நடக்கும்போது மண்தடம் மூத்திரம் பெய்த ஈரம், பாதம் பதிந்த இடத்துக்குள் பதிந்த ரேகையுள்ள மண் எடுத்துச் சேர்த்த பொம்மை. வேர்வை வாடையுள்ள துணி, கூந்தல் இழைக்குள் மறைந் திருக்கிறாள் பானாமதி. அது ஆணாகவும் வரும். ஒரு வேளை 'தார்க்கா' கிராமத்தில் நான்கு காலில் நடந்தாள். வளையல் கால் தண்டை நொறுங்கியது. பூனைக்கால் அரசன் அறுவருக்கு இளைய சகோதரன் 'பாறை எப்போது விழப்போகிறது' என்றான் விவசாயி.

துணிகளில் விரிகிறது காட்டுப் பூக்களின் வாடை
காட்டில் வரைதல்
பொம்மை செய்தல்

'பரப்புரம்' பானாமதி பிடித்த ஊர் சோபடமாவில் உள்ளது. ரெண்டு மைல் கிராமத்தை விட்டு தூரப்போய் வரையப்பட்டிருக்கும் படத்தைப் பார்த்த ஆட்டுக்காரர்கள் ஓடி வந்து ஊருக்குள் சொல்ல கிராமமே போய் பார்த்து அச்சத்தின் கோடுகளால் பீடிக்கப்பட்டபின் அப்படத்திலுள்ள கோலங்கள் அசைந்து நூலைப்போல கட்டுகிறது மனதையும் உடலையும்.

சூன்யக்காரி தம்பராட்டி சோபடமா நிலத்தோற்றத்தில் அலைகிறாள் சாபத்துடனும் சாவுடனும் சூதாட அழைத்தவாறு. தார்க்கா கிராமத்தில் பூனைக்கால் அரசனின் தந்தை வாளரா சூன்யக்காரி தம்பராட்டியை எரித்துவிடுகிறான். ஏழு சகோதரர்களுக்கும் பலிபாவம் நேர்ந்து விடுகிறது. அவர்களது ஒரே தங்கையை பன்றியாக உருமாற்றி விடுகிறாள் தம்பராட்டி. எரிந்து கொண்டிருந்த நெருப்பிலிருந்து அவள் ஒரே பெண்வாரிசான செம்பியாவை சபிக்கிறாள். 'ஒரு பெண்ணாக இருந்தும் இதைத் தடுக்கவில்லை. ஏழுபேரின் தலைமுறைகளில்

வரக்கூடிய எல்லோரையும் ஒரு தவறை செய்யவைப்பேன். கட்டாயம் ஒரு நாளைக்காவது ஒரு தவறை செய்வார்கள். உங்களுக்குள் இனச் சண்டைகள் நடக்கும். பிரிந்து போவீர்கள். சகோதரியானவள் முறைகாரனைவிட்டு சகோதரனுக்கு கருத்தரிப்பாள். ஏழு பேரில் ஒருவனும் பேசமுடியாத சோகத்தில் இறந்துபோகும்போது அத்தகாவுறவில் அவன் முகத்தில் எந்தப் பெண்ணின் கண்ணீரும் ஒடியாது' என வேகமாக தீப்புயலில் மறைகிறாள் தம்பராட்டி.

தார்க்கா கிராமத்துக்கு அடுத்த சுண்ணம்ராயலு கிராமத்தைச் சுற்றி குத்துப்பாறைகள். வறண்டு வீசியது வறுமையும் வெறியும். அந்த வெற்று மலைகளின் அரசன் வராத்தா கடவுளை விருந்துக்கு அழைத்தான். திருமணத்தின்போது ஏழு சகோதரர்களுக்கு ஒரே தங்கையான மண்வெறிபிடித்த செம்பியாவை மனைவியாகக் கொண்டிருந்தான். அவள் பகலெல்லாம் வீட்டிலிருப்பாள். ஆனால் இரவில் முள்ளம்பன்றி வடிவெடுத்து தார்க்கா கிராமக் காடுகளில் பிரவேசித்தாள் நிலா வெளிச்சத்தில். சுண்ணாம்பு மலைகளில் ஊதை வீசி வெறிபிடித்து அலைகிறாள்.

கர்ணக்கோட்டையில் ஆறு சகோதரர்கள் திசைக்கொரு வாசலில் மனைவிமாரோடு தானியச் செழிப்பில் சிதறி வாழ்கிறார்கள் ஒருவருக்கொருவர் பேச்சுவார்த்தையின்றி.

கதை சொல்லிவந்த கம்பளப்பெண் தோளில் மறியொன்றைப் போட்டுக்கொண்டு நடக்கிறாள் பானாமதி அசையும் திசையில். தார்க்கா கிராமத்துக்கு கல்யாணத்துக்கு வந்து சேர்ந்தவர்கள் ஊர் மடத்தில் படுத்திருந்தார்கள். சம்மக்கா, சாரலக்கா கூரைக்கோயில். கிராமத்தில் மின்சாரமில்லை. வேப்பெண்ணை விளக்கு வெளிச்சத்தை கதை பூசியிருந்தது. தார்க்காவில் எல்லோரையும் ஈர்க்கக்கூடியவள் காகதியா எனும் பேர்கொண்ட பூசணிப் பூ. பூனைக்கால் அரசன் இளம் விவசாயி. சகோதரர்கள் ஆறு பேருக்கும் தெரியும் பூசணிப்பூவை விரும்பினான் என்பது. இந்த விஷயத்தை அவளிடம் தெரிவிப்பதற்கு ரொம்ப வெட்கப்படுகிறான். ஒரு பழைய காலத்து அரண்மனை ஏழாகப் பிரிந்தபின் சிறுவீட்டின் அளவில் ஒவ்வொருவரும் சாபத்துடன் இருந்தார்கள். பூனைக்கால் அரசனின் உண்மைப் பெயர் நார்த்தான். அவனுடைய கால் தந்தையின் கால்களைப்போல பூனை களின் சப்தமற்ற தடங்களையும் இருட்டை ஊடுருவும் கபிலநிறக் கண்களுடன் பிரியமும் வெருகுத்தனமும் கொண்டது. தந்தையைப் போல் பூனையின் வேர்வை கொண்டவன். சூனியக் காரியின்

சாபத்திலிருந்து சொத்து பட்டம் இவற்றை அண்ணமாரிடம் விட்டு தனித்திருந்தான். நடுச்சகோதரன் காக்கைப்புலயன் அவனும் இருந்தான். அவனுக்கு ஒன்றுவிட்ட தம்பி உறவில் இருப்பவன் சாக்கலி கடல் பயணத்திலிருந்து இப்போதுதான் தார்க்காவுக்கு திரும்பியிருந்தான்.

முள்ளம்பன்றி வடிவெடுத்த செம்பியா சகோதர இனத்தினரின் வயல்வெளிகளுக்குச் சென்று காய்கறிப் பயிர்களையும் தானியக் கதிர்களையும் மேயத் தொடங்கிவிடுவாள் நிலம்புலப்படா நிசியில். வெள்ளரிக்காயைத் தின்று சோளக்கதிர்களை சூறையாடிப் பசியாறுவாள். விடியல் நெருங்கும் சமயம் அவள் மனிதவுருவிற்குத் திரும்பி சுண்ணம்ராயலு மலைகளைக் கடந்து மேலே இருக்கும் ஊருக்கு சென்றடைவாள்.

ஏழு சகோதரர்களும் எச்சரிக்கையுடன் பயிர்களைக் கவனிக்கத் தொடங்கினார்கள். காக்கைப்புலயன் மேல் சந்தேகப்பட்டுத் தன் நிலத்தை திரும்ப வாங்கிக்கொண்டான் நார்த்தான்.

இரவு முழுவதும் ஏழு சகோதரர்களில் ஒருவன் காவல் பரணில் காத்திருந்தான். தினைப் புனங்காத்துவரும் பூனைக்கால் அரசனின் சகோதரர்கள் மாலா, மாதிகா, மாத்ரிகா, நாகா, காக்கைப்புலயன், கோயா ஒருவர் மாற்றி ஒருவர் நிழல் நகர்ந்தது காட்டில். காவல் கம்பு தட்டும் ஓசை, ஒவ்வொரு இரவிலும். தம்பராட்டி நடுங்கும் குளிர் காற்றை வீசினாள். மலையுருவங்களில் ஏதேதோ விநோத ஒலி கேட்கும். உறுதியுடன் பார்த்தார்கள் மகசூலை.

9

முதல் இரவில் யாவருக்கும் மூத்த சகோதரன் மாலா காவலிருந்தான். ஆனால் சூரியன் எழுந்த பிறகு பயிர்கள் தின்னப்பட்டிருப்பதைக் காணும்வரை மேய்ந்து சென்றது யாரென்பதைக் காணவில்லை அவன்.

இரண்டாம் இரவில் அடுத்த சகோதரன் மாதிகா காவலிருந்தான். அவனும் பயிர்கள் கொள்ளையிடப்பட்டு பாழானதை காணும் வரை, தின்றழித்தது யாரென்பதைக் காண வரவில்லை. இப்படி ஆறு இரவுகளும் கழிந்தன. மாலுமியாகத் திரும்பிய சாக்கலிக்கு பூனைக்கால் அரசன் யாரென்று தெரியும். அவனுடைய காதல் விஷயம் தெரிந்து 'நானே போய் அந்த காதல் விஷயத்தை சரி செய்யப் போகிறேன்.

பூசணிப்பூவிடம் தெளிவுபடுத்திவிட்டு வருகிறேன்' என்றான் சாக்கலி.

அவன் காகதியாவை சந்தித்த உடனே இவனும் அவளை விரும்ப ஆரம்பித்ததை அவளிடம் சொல்லிவிடுகிறான். அவளும் ஒத்துக் கொள்கிறாள். பூசணிப்பூவுக்கு பூனைக்கால் அரசனுடைய விஷயம் தெரிந்ததும் உடனே அவள் பூனைக்காலை விரும்புகிறாள். சாக்கலி வந்து ஒரு காசுகூட இல்லாத மாலுமி. பூனைக்கால்அரசன் ஒரு வெற்றிகரமான விவசாயி.

பூனைக்கால்அரசனின் சகோதரன் கோயா இப்போது கர்ணக் கோட்டையில் மறைந்திருக்கும் பெருமையில் சபிக்கப்பட்ட இடம் எதுவெனச் சொல்கிறான். கோயாவை பேலா என்ற பெண் விரும்புகிறாள். ஒரு பாட்டு மூலமாக ஒவ்வொரு தடவையும் தவறான விஷயத்தை செய்வதற்கு வருந்தி நல்ல காரியத்தை செய்வதற்காக இந்தப் பாடல் மூலமாக சோகத்தை வெளிப்படுத்திக்கொண்டிருக் கிறான். இசை காற்றில் பரவி காடாக உருமாறுகிறது.

ஒவ்வொரு இரவையும் வாரங்களாக்கி நிலவுடன் சேர்ந்து ஒரு சகோதரன் காவல் புரிகிறான் காட்டில். ஏதும் அகப்பட்டிருக்கிறதா என வலைப்பொறிகளைச் சென்று பார்த்து, வேலிகளில் துளைகள் ஏற்பட்டிருக்கிறதா என சோதிக்கிறார்கள். இருப்பினும் அவர்கள் எதையும் காணவில்லை. வந்து சென்ற அனாமதேயத்தின் கால் தடங்கள் இருக்கிறதா என்றால் அதுவும் இல்லை. வந்து செல்வது விலங்கெனில் அதன் சாணம் விழுந்திருக்கிறதா என்றால் அதுவும் இல்லை. பயிர்களின் அழிவைத் தவிர புஞ்சைகளில் மற்றபடி சீர்கெடாத ஒழுங்கோடுதான் இருந்தது.

ஏழாவது இரவில் யாவரிலும் இளைய சகோதரன் பூனைக்கால் அரசனின்முறை வந்தது. வயலின் காவல்மாடத்தில் நின்று கடமானோ பன்றியோ இருக்கிறதா என நோட்டம் விட்டிருந்தான். பெருச்சாளிகள், எலிகள் இவைகூட பயிர்களை அழிக்கக் காரணமாக இருக்கலாமென வரப்புகளில் வளைகள் இருக்கின்றனவா எனத் தேடினான். ஒரே ஒரு வளையில் சில எலிகள் அங்கிங்குமாக ஓடிக் கதிர்களை வெட்டி அறுவடை செய்துவந்த நள்ளிரவில் ஊதாம் பல்லாவை வைத்து புகையூட்டி எல்லாவற்றையும் பிடித்துச் சென்றான் பூனைக்கால் அரசன். அன்றைய விருந்தில் வேப்பகள்ளுடன் எலிகள் நொறுங்கி மறைந்திருந்தன மேஜை மேல். ரத்தவாடை கண்ட பூனை வாலைப் பரசிக் கொண்டு அலைந்தது காட்டில் மகசூல் இழப்பைக்கண்டு வெருகுநிலை அடைந்து மரத்துமேல் ஏறி பூனைக்குரலில் கத்தினான்.

அவன் உருகண்டு சூன்யக்காரியும் வெற்றுமலைக்குள் பதுங்கிக் கொண்டாள். அவ்விரவில் எச்சரிக்கையோடு வேலிக்கும் கதவுக்கும் இடையே நுழைந்து வழிப்படுத்திக் கொண்டு வந்த முள்ளம் பன்றிப் பெண் வலைப் பொறிகளை சாமர்த்தியமாய் தவிர்த்தவளாய் வயல் பயிர்களைத் தின்னத் தொடங்கினாள்.

பூனைக்கால்அரசன் பயிர் தின்னப்படும் சரசரத்த ஓசையைக் கேட்டான். காய்ந்த இதழ்கள் சரசரப்பில் காட்டிக் கொடுத்துவிடும். முதலில் காய்கறிகளையும் தினைப்பயிர்களையும் அவள் தின்றிருந்தாள். இதைக் கேட்ட பூனைக்கால்அரசன் வரப்பிலிருந்த காவல் மாடத்திலிருந்து மெல்ல இறங்கிவந்தான். சாக்கலி மாலுமி தன்னுடைய மனதில் உள்ளதை வெளியில் சொல்லக்கூடாது என்ற கட்டாயத்தை மீறி நார்த்தான் உயிருடன் இதே தார்க்கா கிராமத்தில் பூனைக்கால் அரசனாக வாழ்ந்துகொண்டிருக்கிறான் என்பதை சொல்லிவிடுகிறான். அதனால் பூனைக்கால்அரசன் காகதியா கல்யாணம் செய்ய மேளதாள வாத்தியத்தோடு காத்திருக்கும் அதே இரவில் தன் சகோதரி முள்ளம்பன்றி உருவெடுத்து விதியாக வந்து தன்னை அழைப்பதை உணராதவனாய் காவல் பரணிலிருந்து இறங்கிவிட்டிருந்தான். ஒரே இரவில் இரு சம்பவங்களை நிகழ்த்தி விடும் ஊழின் புதிர்க் குணத்தை அவன் அறிந்திருக்கவில்லை. பூனைக்கால் அரசன் சபிக்கப்பட்டவன் என்பதால் மண நிகழ்வு நின்றுவிடுகிறது மேள தாளத்துடன். ராகங்களும் தடைசெய்யப்பட்ட இசைமுறைகொண்ட பேய்மைச் சுழி வீசிய இருட்டில் நரம்பு அறுந்து ஒலி சிதறலாகிவிட்டது.

காகதியா இருக்க வேண்டிய இருட்டில் முள்ளம்பன்றி உரு பயிர்களிடையே சரசரத்து மறைகிறது. மெல்ல மெல்ல பதுங்கிச் சென்று தானியத்தை மெல்லும் ஓசை வரும் திசையில் அஞ்சி முன்னேறிச் சென்ற பூனைக்கால்கள் வெள்ளரிக்காய்களை மென்று அசைபோடும் முள்ளம்பன்றியை அங்கே கண்டான். அக்கணம் சூழ்விதிகள் துரதிருஷ்டத்தை வால் நட்சத்திரமாய் சரிந்து வெளிப் படுத்த பன்றியின் முட்கள்மேல் நட்சத்திர சிதறல்கள் சிலிர்த்து நின்றன. அவன் முள்ளம்பன்றியின் காலை பாய்ந்து கைப்பற்றிய மாத்திரத்தில் அது உரு திரும்பி பெண் ஆனது.

'நான் வராத்தாவின் மனைவி செம்பியா, அவர் இரவில் உறங்கும் சமயம் நான் இங்கு விதியால் உருமாறி வந்து ஏழு சகோதரரின் பயிர்களிலிருந்து கிடைக்கும் மகிழ்ச்சியை அனுபவிக்கிறேன்.

யாவரிலும் இளைய சகோதரனான உன் வியர்வை என்னைத் தீண்டிவிட்டது. நீ என் கரத்தைப் பற்றியதும் இலையும் குலையுமான நமது மண உறுதி பிணைப்பு நடந்தேறிவிட்டது. நீ விரும்பிய பூசணிப் பூ கொடி சுற்றி வீழ்ந்தது இருட்டில். அவளை அடைய முடியாது இனி. தம்பராட்டியின் சாபத்தைவிட்டு நீயும் நானும் விலகிப் போக முடியாது. நெருப்பிலே சுழிகொண்ட அவள் உயிர் உன் ஆவியிலும் கலந்திருக்கிறது நார்த்தான். உன்னைப் பிரிய முடியவில்லையே' என்றாள் ஆவி கொதிக்க.

இதைக்கேட்ட ஏழாவது சகோதரன் நார்த்தான் பூர்வகாலத்தில் சரிந்து வந்துகொண்டிருந்த வால்நட்சத்திர வடு அவன் தோளில் பதிந்திருப்பதை உணர்ந்து விக்கித்து நின்றான்.

'மிக மகத்தான மலைகளின் அரசன் வராத்தாவின் மனைவியாக நீயிருக்கிறாய். உன்னை நான் மனைவியாக்கிக் கொண்டால் சுண்ணம் ராயலு குன்றுகள் நகர்ந்து வந்து என்னை நசுக்கிவிடும். கணவாயி லுள்ள அனல் காற்றை என்மேல் வராத்தா வீசுவான். அதோ அந்த தம்பராட்டி வெளிறிய வானத்தில் கரைந்து நம்மை பார்க்கிறாள். தலையசைக்கும் வெள்ளி இழைகளில் நம் விதியும் சிக்கிவிட்டது போலும்...'

ஆனால் செம்பியா பதிலளித்தாள். 'நீ பயப்படுவதற்கு ஒன்று மில்லை. நான் ஒரு குகையை உருவாக்கி அதற்குள் ஒரு வீட்டை கட்டுவேன். அதில் நாம் வாழ்வோம். விண்ணும் மண்ணும் இணைந்திருக்கும் சோபடமாவில் அடுத்த யுகத்துக்கான உருவத்தை சிருஷ்டிக்க வேண்டி கடவுள் இட்ட கட்டளையை நிறைவேற்றுவோம். நீ இசையவில்லையானால் விஷக்கொடி மென்று அரளிக்காய்களாக என் ஈரலை நசுக்கி மாய்வேன். நீ உன் விருப்பம்போல் வரலாம் போகலாம். யாருக்கும் நாம் சேர்ந்து வாழ்ந்தது தெரியாது' அவன் வெகுநேரம் சுண்ணம்ராயலு குன்றுகளில் ஒளிரும் துக்கத்தை பார்த்தவாறு மௌனமாயிருக்கிறான். மழையில் புதைந்துகிடந்த நிலவு அவள் ஸ்பரிசத்தில் மேல் எழுந்தது. விடாமல் தூறிக் கொண்டிருக்க தாபமடைந்தவர்கள் நிர்வாணத்தில் கைநீட்டி துளிகளை ஏந்துகிறார்கள். தார்க்கா காடுகளைச் சுற்றிய புதர்செடிகளில் மறைந் திருக்கும் மூத்த அரவுகள் வால் சுருங்கி செதில் உதிர்த்த நாள் முதலாய் நிலவை விழுங்கி வருகிறது.

அடைமழை பிடித்துக்கொண்ட இரவை மூடியிருந்த கருந்தேனை ஒத்த மேக அடைகளில் ஈக்களின் கண்கள் கூட்டமாய் மினுங்கும்

உப்புவாடை கொண்ட புணர் பாகம். தவளைகளின் குரல் விடாமல் சுருண்டுகொண்டிருந்தது. காளான்களும் முளைக்க ஆமைகள் புகுந்தன வீடுகளுக்குள். ஊரின் கண்களுக்கு தெரியாத தோற்றங்களில் அமீபாவின் நிலையை அடைந்திருந்தார்கள். இருளிலிருந்து ஒளி தெரிந்தது. இப்போது யார் ஞாபகத்திலும் இல்லாத இயற்கை நியதி. குருதி சரிந்து வெப்பம் பெருகி ஊர்ந்து சென்ற சாபம் ஒவ்வொரு வீட்டின் கதவிடுக்குகளிலும் ஊடுருவி துயில்வோரின் கனவில் புகுந்தது. கெட்ட கனவென்று புரண்டுகொண்ட இருட்டு. நச்சரிக்கத் தொடங்கின நிகழ்வின் ஞாபகங்கள்.

அடிவாரங்களில் மலைக்கறற்களில் நீர் கசியத் தொடங்கியது. நாள் முழுவதும் நார் நாராகக் கிழிந்து செம்பியாவின் கூந்தலாய் உலர்ந்து கொண்டிருந்தது வானம்.

இல்லாமல் வந்துவிடுகிற சாபம் வெகுதூரம் போய்விட்டதாக நினைத்தபோதும் பற்றிக் கொள்கிறது விதியை. மழைத்தடங்கள் யாவும் காட்டில் அவள் தடமாயின. வெகுதூரத்துக்கு ஊடுருவினாள் யுகங்களுக்கான சிருஷ்டி தேடி.

பாறைகள் சூழ்ந்த சுண்ணம்ராயலு குமுறியது. அதன்மீது காகங்களின் குரல் கோடுகளை அழிக்க முடியவில்லை. அங்கங்கே கிளைகளில் இடம்விட்டு இடம் நகரும் பறவைபோல பயத்துடன் வீடு சேர்ந்தாள் செம்பியா.

இந்தப் பேடையின் குரலை அழிக்க முடியவில்லை. இறகுகளில் மழைநீர் சரிய இனிமைக் குரல் படபடத்தது நடுக்கத்தில். காட்டில் நவதானியங்கள் முளைவிடத் துவங்கியதை விடியலின்போது பார்த்தாள் செம்பியா.

பெண்சாயலடைந்த நீர் பச்சையாக மாறி வந்தது. அங்கு யாரும் வசிக்கவில்லை. கர்ப்ப வயிற்றிலிருந்த சிசு தாயிடம் உரையாடத் தொடங்கியது. காட்டு மயில் குஞ்சுகள் எட்டிக் கூவியது அவளை. அடைமழையால் வெளுத்த நிலாச்சரீரமானாள் செம்பியா. செடி களுக்குள் மறைந்தாள் ஆள் வரவு கண்டு. அவளைக் கையில் ஏந்தி வருகிறது மழையுரு. மலைகள் வெளிச்சப்படும் வேளை நடக்கிறவளாக தூரங்களைக் கடந்து செல்கிறாள்.

சன்னமான ஒளியிழை நடுங்கியது. வெறித்தாண்டவமாடும் காற்றில் அலையாகும் கூந்தல். பாறைகள் ஒன்றோடொன்று மோதி நொறுங்கும் ஓசை. அடர்ந்த செம்புழுதிப்படலம் விரைவாக திடலை நோக்கி எழுந்து படிந்தது. வட்டப்பாறையில் மல்லாந்து கருவை

உணர்ந்திருந்தாள். பிளந்த மலைகளின் அடியிலிருந்து கதிர்களும் நெருப்பும் குழப்பத்தில் அவளுள் கவிந்த கர்ப்ப அறை. அலைகளில் தவழும் சிசு. கால் மாற்றி நீந்தும் கடல். ஆயினும் பொழுது கரைகிறது நாட்களாய். ஒளியுமிழும் இறகு ஒன்றை நெருப்புக் கோழியில் பறித்து வீசுகிறாள் விண்நோக்கி. விரிசலடைந்த கற்பரப்பில் மூழ்கியும் வெளிவந்தும் இருண்டும் வெளிச்சமடைந்த கர்ப்பவாசல் நிறக் கோலமாய் படிந்த கோடு. விரல்ரேகை படிந்த நிலம். காட்டில் பச்சை ரேகை நெளிந்து மனிதர்கள் குனிந்து களை எடுக்கிறார்கள். கால்வைத்த ஈரத்தில் நெளியும் களிமண் பாதை. உள்ளே மறைந் திருக்கும் தார்க்கா கிராமத்தின் தெருக்களிலும் வாய்காலில் நீர் சனமடையும். செடிமுளைத்த வீடுகளில் பெண்கள் கைதொட்ட அடையாளம் ரேகைகளாக ஓடும் காட்டாறு. மணல் குழிக்குள் கிடந்த குறுகிய சந்துகளை குடைந்து கீழ் அறைகளை உடைய சுரங்கவீடு கட்டி வருகிறாள் செம்பியா.

அவள் மறுபடியும் முள்ளம்பன்றி உருவெடுத்து மலைக்குன்றின் சரிவில் உட்குடைந்துகொண்டு சென்று நிலப்புழை வழியை குகையாக மாற்றத் தொடங்கினாள். பூனைக்கால்அரசன் அவளைப் பார்க்க அந்த குகைக்கு வந்து சென்றான். ஒவ்வொரு நாளும் யாருக்கும் சந்தேகம் எழாத வகையில் திரும்பிச் சென்றான்.

இவ்விதமாய் நார்த்தானும் செம்பியாவும் மலைப்புறக் குகையில் அவர்களின் இரவுகளை கழித்து வந்தார்கள். நாளடைவில் செம்பியாவின் பேறுகால இரவில் கிளிமுகத்தையுடைய குழந்தை அண்டியுடன் ஜனித்தது. தன் தந்தையைப் போலும் அக் 'கிளிப் பிள்ளை' ஏழு சகோதரர்களைச் சார்ந்தவள். அவளுக்குத் தங்கையுமாக 'இலந்தை' பிறந்ததும் நினைவில் இருக்கிறது.

வராத்தா அறியாமலிருந்த சேதி செவிகளுக்கு எட்டுவதற்குள் காட்டில் காணாமல் போனாள் செம்பியா. கதையேறிச் சீறிய முட்கள் யாரையும் அண்டவிடாமல் செய்தது அவளை. ஒவ்வொரு முள்ளாக காட்டுப் பாதையில் உதிர்த்தாள். அவளது குமாரத்தி இலந்தைக்கு முதுகெலும்பில் ஊறும் தசைத் திசு வாலாக வடிவமெடுக்கும் தொன்மம். காட்டில் யாருமில்லாத இடத்தில் சலனமடையாத தண்ணீரில் போய் பார்த்தாள் இடுப்புக்குப் பின்னால் முளைவிட்டுக்கொண்டிருந்தது பசுக் காம்பைப் போன்ற ரோமம் அடர்ந்த வால். அதை கத்தியால் வெட்டி எறியுமாறு சகோதரியைக் கேட்டாள். 'மிக ஆதிகால ஊழ்வினைப்படி தொடரும் நிகழ்வுகளும் சாபங்களும்' என்றாள் கிளி.

10

காமத்தீயினால் தூண்டப்பட்ட செம்பியா மீண்டும் கன்னியாகி தன் கட்டுக்கு அடங்காத இச்சையுடன் கதவுக்குள்ளிருந்து உரு வெளியேற வில்லை. தாழ் உடைந்ததும் உட்செல்கிறாள். பூட்டிக்கொண்ட நாதாங்கி கீழே விழ வராத்தா அவளை கூந்தலால் சுற்றி படர்த்தி தூக்கிச் செல்கிறான் அரங்கு வீட்டிலிருந்த கூன்பானைகளிடம். முதிய கூன் கொண்ட காமம் தணல்மீது தாவுகிறது எல்லையற்ற வடிவங் களுடன். இனம் புரியாத வாசனைகள் தன்னைத் தொடர்புபடுத்திக் கொள்ள செந்தழலில் எரியும் நிழல்கள் அசையும் கூன் அகல் ஏந்திய பேய்மையரின் பிரளயகால தைல இருட்டு மடிக்கப்பட்டிருந்த நரைக்களம் வெளிவருகிறது. உள்ளே சாணம் பூசிய தரை நெளிந்து சுண்ணாம்புக் கோலம் இருட்டில் சுருண்டு உட்செல்கிறது. தணிப்பதற்கு ஒருவரையும் காணாதவளாய் இருந்தவள் யோனியை இருட்டும் கூந்தலும் மூடியிருந்தது.கூந்தலைத் திறந்தான் வராத்தா. அவன் தான் உடுத்தியிருந்த வஸ்திரங்களை திசையெல்லாம் படரவிட்ட வேளை அவர்கள் துகிலற்றவர்கள். நிர்வாணத்தை வணங்கினார்கள் சடங்கியல் காப்பியத்தில்.

திருப்தி அடையக்கூடிய சேர்க்கைக்கு முன் வானம் கடும் குளிர் வீசுகிறது. இரவோடு அவர்கள் வடுகவழிநோக்கி கிழக்கே போனார்கள் ஒருவருக்கும் தெரியாமல். அவள் பதினாறடிக்கூந்தல் நுனிபாகம் மேல் நோக்கி வளைந்திருப்பதாலும் எந்நேரமும் அவளை மூடிய கருப்புப் போர்வையாகக் கண்டவர்கள் தூரநின்று பயத்தில் புகுந்தனர் புதரில்.

காஞ்சரபாலை நிலம் அவள்மீது பரவியிருந்தது. அதன்மேல் தார்க்கா கிராமமும் வறண்ட மலைத்தொடர்களின் குள்ள உருவங்களும் தோன்றலாயின. பாம்பேறா மண்டபத்தில் வராத்தாவும் அவளும் தங்கினார்கள். ஒருவர் மூச்சை ஒருவர் கேட்டு ஒவ்வொரு சுழியிலும் பேச்சில்லாத அவ்வுரையாடல் வனங்களில் மிகுந்து கொண்டிருந்தது.

வராத்தாவின் வெற்றியால் வந்த கேசப் பேழையை திறந்து காம சாஸ்திரத்தை விரித்து கூந்தல் இழையோடும் வாக்கியங்களை பாராயணமாய் வாஸிக்கத் தொடங்கினான் வராத்தா. அவளை கால அமைதி கொண்ட வனத்திலுள்ள நீராவியில் அமர வைத்து அவள் கன்னிமை திரும்பியிருப்பதை ஒரு பூவின் ரகசியத்தைப் போல உணர்ந்துகொண்டான்.

11

காகதியா சாக்கலியை பார்க்கிறாள். அவன் இனிமேல் சபிக்கப் பட்டவன் இல்லை என்பதை அறிகிறாள். பூனைக்கால் அரசன்தான் உண்மையான சபிக்கப்பட்டவன் என்பது அவனுடைய தகாப் புணர்பாகத்தில் குகை இருட்டு சாட்சியமாகிவிட்டிருந்தது. 'பேலாவை கல்யாணம் செய்து கொள், என மாலுமியிடம் பேசுகிறாள் காகதியா. இப்போது ஏற்கனவே தூங்கிவிட்டிருந்தவர்கள் சாரக்கா சம்மக்கா கூரைக்கோயில் உள்ளிருந்து எழுந்துகொண்டு நாட்டியத்துடன் நடந்த தம்பராட்டியின் கதை வாத்தியத்திலும் இசைக்கப்படுகிறது.

இடைவெட்டு...

இதற்கு வாத்திய கோஷ்டி வேறொரு பரிமாணம் கொடுக்கிறது. பூனைக்கால் அரசன் கர்ணக் கோட்டையைச் சுற்றி வரும் காகங்களை பார்க்கிறான். உள்ளே சாபமிருப்பதால் காகங்கள் நுழையாமல் மறைகின்றன.

மரக்கூடங்களில் இருந்த முன்னோர்களின் ஓவியத்துகில் பெல்ஜியம் கண்ணாடி மேஜை மற்றும் சீசாக்களில் வாசனை வெளியேற்றும் அத்தர் ஜவ்வாது நெடி சாபத்தை உயிர்ப்பித்துக் கொண்டிருக்கும். புகையடைந்த புகைப்படங்களில் இருந்த மூதாதைகள் பூனைக்கால் அரசனை சோகத்துடன் பார்க்கிறார்கள். மாலுமியும் காகதியாவும் அவர்களுடைய தோழியர்களோடு ஆடிப்பாடுகிறார்கள்.

பூனைக்கால் அரசனிடம் வந்து அவர்கள் திருமணத்தை ஏற்றுக் கொள்ளுமாறு செய்கிறார்கள். ரொம்ப நேரக் குழப்பத்துக்குப் பிறகு பூனைக்கால் அவர்களை ஏற்றுக்கொள்கிறான். அவன் ஏற்றுக்கொண்ட வுடன் கிளம்பிவிடுகிறார்கள் இருவரும்.

பூனைக்கால் அரசனின் மூதாதையர் புகைப்படங்களின் வெறித்த தோற்றத்தில் சலனமிருப்பதை உணர்கிறான் 'இந்த சாபத்திலிருந்து ஒவ்வொரு நாளும் ஒரு தவறு செய்வதிலிருந்து என்னை விடுவிக்க மாட்டீர்களா' என யாருமில்லாத அறைகளைப் பார்த்து கூவுகிறான் துக்கத்தில். அந்தப் பாடல்களில் மெல்ல இருள் உருவான சாயைகள் சிலந்தியால் நெய்யப்பட்டிருந்த வெள்ளை இழைகளாக ஒளியுருவாய் வெளிப்படுகிறார்கள்.

அவன் முன் சாபத்திற்குக் காரணமான தந்தை வானரா நிற்கிறான். சாயைகள் வானராவைக் குற்றம் சொல்கின்றன 'எல்லாம் உன்னால் நேர்ந்தது' அவனை திட்டுகின்றன 'இன்று ஏதாவது ஒரு தவறு செய்தே

ஆகவேண்டும்' எனத் தூண்டுகிறார்கள் பட்டமஹிஷிகள். 'ஒரு பெண்ணை நீ கடத்திக்கொண்டு வரவேண்டும்' என்றது மௌனத்திலிருந்த கண்ணாடி. அவன் குரல் வந்த திசையில் திரும்பி மறுத்துப் பார்க்கிறான். யாரோ உடலைப் பிணைத்துக் கட்டுவதுபோல் வலி ஏற்படுகிறது. சாயைகள் பேசிப்பேசி மௌனத்தைக் கலைக்காமல் வசியத்தால் செய்ய வைக்கும் சக்தி அவற்றிடம் இருந்தது.

வேறு வழியில்லாமல் சாயைகள் சொன்னபடி கேட்கும் நிலை ஆனது. மூதாதைகள் அவர்களுடைய கண்ணாடிச் சட்டங்களுக்குள் பழைய புகைப்படமாய் திரும்பிப் போயிருந்தார்கள்.

நீண்டகால வேலைக்காரனான சாரன்னாவிடம் 'உடனே போய் ஒரு பெண்ணை தூக்கிக்கொண்டு வா - எந்தப் பெண்ணாக இருந்தாலும் சரி...'

12

இடைவெட்டு...

சாக்கலியும் பேலாவும் மாறுபட்ட ஒரு தோற்றத்துடன் உள்ளே வருகிறார்கள். அவர்கள் இசையின் வளைவுக்கேற்ப நடமாடுகிறார்கள். தங்களை தர்ம காரியம் செய்வதற்காக கர்ணக்கோட்டைக்கு வந்திருப்பதாக அறிவிக்கிறாள். அவன் பூனைக் காலனை சந்தித்து 'இந்த மாதிரியான கெட்ட செயல்களிலிருந்து வெளிவந்துவிடு' என அறிவுரை சொல்கிறான் சாக்கலி. பூனையின் கோடுகள் சிலிர்த்து வெருகாகி 'நீங்கள் எப்போது கர்ணக்கோட்டையை விட்டுக் கிளம்புவீர்களோ அப்போது சரியாகிவிடுவேன்' என சிரித்தது வெருகு. வேலைக்காரன் சாரன்னா கடத்திக்கொண்டு வந்த பெண்ணை கருப்புக் கம்பளம் மூடியிருந்தது. கடத்தப்பட்ட பெண் 'மூடியிருந்த கதைபோடும் கம்பளத்தை நீங்கி வந்தால் என்ன தருவாய் அரசனே' 'நீ கேட்பதை. இந்த கர்ணக் கோட்டையை வேண்டினாலும் கொடுத்துவிடத் தயாராக இருக்கிறேன்' என்றான். சாபவேகத்தில் குரல் நடுங்கியது பூனைக்கு. 'சாபக்கோட்டை எனக்கு வேண்டாம்'

'கருப்பு இருளைச் சூழ்ந்துள்ள நீ யார்? மந்திரக் கம்பளத்தை விலகி வா பெண்ணே. அநுதினமும் நான் செய்துவரும் குற்றத்துக்கு நீ தண்டனையாக எதைக் கொடுத்தாலும் தவறு நிறைவேறியபின் ஏற்கத் தயாராக இருக்கிறேன்' என்றது பூனையின் குரல்வளையில் கிளர்ந்த சூன்யக்காரியின் குரல்.

'ஏன் பெண் குரலில் பேசுகிறாய் அரசனே. அந்த தம்பராட்டி

சூன்யத்தால் உன்னை நெருங்கிக்கொண்டிருக்கும் வேளை வந்து விட்டது...'

'அப்படி ஒன்றுமில்லை. நானேதான் பேசுகிறேன்...' துக்கம் தொண்டையை வந்து அடைத்தது பூனைக்கு.

கருப்புத் துணிகளால் சுற்றிச் செல்கிறாள் அறை முழுவதும். அந்த கோட்டைக்குள் விலகி வந்த இருட்டில் அலையாக விலகியதும் கெவுளி அடித்தது. கடத்தப்பட்ட கம்பளப்பெண். கதை சொல்லும் கதாபாத்திரம் அவள் தோளில் கிடந்த ஆட்டுமறி இறங்கிப்போய் கர்ணக்கோட்டைக்குள் இருந்த ஓவல் கண்ணாடியில் முகம் பார்த்து எதிரியை முட்டியது. கதைசொல்லும் கம்பளப்பெண் உயிரைப் பாதுகாத்துக் கொள்ள சாபத்துக்கு காரணமான வானராவை உதவிக்கு கூப்பிட்டாள்.

வெனிஸ் நகர ஓவியன் ரெம்ராண்ட் வரைந்த ஓவியத்திலிருந்த வானரா அரசன் சட்டங்களிலிருந்து இறங்கி வந்தவுடன் நமக்குத் தெரிய வந்தது என்னவென்றால் கம்பளப்பெண்ணும் வானராவும் ஒருவரை ஒருவர் விரும்பினார்கள்.

பூனைக்கால் அரசனுக்கு வேறு வழியில்லாமல் ஒதுங்கி நின்றான். ரொம்ப காலத்துடன் சேர்ந்த இருவரும் பாட்டோடு குரல் வழி ஓவியம் ஆயினர். கர்ணக்கோட்டைக்குள் இப்போதுதான் காக்கைகள் நுழைந்து இசைப்பறவைகளை வாத்தியக்காரர்களாக தூண்டின.

பூனைக்கால் அரசனின் இசைக்குழு சற்றுநேரம் மௌனம் அடைந்த வேளை உள்ளே வருகிறான். மொத்தப் பிரச்சினைக்கும் தீர்வுடன் வருகிறாள் கம்பளப்பெண். அவள் சொல்கிறாள் மௌனத்திலிருக்கும் சாயைகளைப் பார்த்து 'சாபத்தை வந்து நடைமுறைப்படுத்தவில்லை என்றால் சூன்யக்காரி சொன்னபடி பூனைக்கால் அரசன் தற்கொலை செய்து கொள்ள வேண்டும்.'

'தற்கொலையே ஒரு குற்றம்தான் என்றாலும் சாபமோ நடைமுறைக்கு ஆகாது. தவறான ஒரு சாபம்' என்றான் கதை கேட்டவன். சாபத்தின் சட்டங்களிலிருந்து இறங்கி வந்தவர் உயிரோடு இருக்கிறார். இலக்கிய சந்தர்ப்பம் திரும்பி வரும்படி ஆனது. காகதியா உயிரோடு வருகிறாள் பூனைக்கால் அரசனுடன் சேர்ந்து பாடுகிறாள். கதை சொன்னவள் கூட்டத்தோடு கதையை இழுத்துச் செல்கிறாள் தார்க்கா கிராமத்துக்கு வெளியில். படைபடையாய் கம்பளப்பெண் போன பாதையில் திரும்பிப் போகின்ற காகங்கள் விட்டுச் சென்ற கருங்கோடு ஒலி அடங்கவில்லை.

பாலை

என் பாதம் பதித்து
நடக்கும்
இடத்தில் மட்டும்
நிழல்தேடி
என்னோடு அலைந்து
எரிகிறது
ஒரு பிடி நிலம்

                -பிரமிள்

ராமனின் கற்பனையான தற்கொலைப் பாலம் II

மன்னார்குடாப் பகுதியில் குதிரை லாடமாய் வளையும் கரை மணலை அகற்றி இருபாறைப் படிவங்களை வெட்டிக்கொண்டு போர்க் கப்பல்களில் கும்பினிக்கொடி நீரில்பட்டு அசைந்தது. இடைப்பட்ட வெளியில் பலவகைப் பாறைகளில் கடல் உடலிகளின் அசைவு. கீழே கப்பலும் மேலே ரயிலும் போக தீவுகளை இணைக்கும் ரயில்பாதை கடலை ஊடுருவிச் செல்லும். தூக்குப் பாலத்துடன் கூடிய பாம்பன் வாராவதியில் ரயில் செல்லும்போது இரும்புக்கால அதிர்ச்சிகளில் கடல் நீர் ஏறிய உச்சரிப்புகள். வாராவதி நடுவில் இரு கதவுகளைத் திறந்தால் கீழே சுழலும் பெண்கடல்.

இங்கிலாந்திலிருந்து கப்பலில் வந்து சேர்ந்த பொறியாளர் கூட்டம் பாம்பனில் பாளயம் இறக்கினார்கள். வடதிசையின் நுழைவாயிலில் வெள்ளையன் கல்வெட்டு. பாம்பன் கடல் மட்டம் பெருகிப் பாலத்தை மோதும் ஆரவாரம். ஒரு திமிங்கலத்தைக் கட்டினார்கள் வானரங்களைக் கொண்டு. சுக்ரீவன் போட்ட கல் மிதந்தது. குரங்குகளின் முதுகெலும்பின் சங்கிலித் தொடராகக் கால் வைத்துச் சென்றான் லங்காபுரிக்கு. வானரர்களின் எலும்பில் கால் பட்டும் கால் தூணாகும் அவலம். எல்லாத் தூண்களாகவும் கருத்திருப்பது வால்மீகி விட்டுச் சென்ற வாரைக்கூலி அடிமைகளின் கால்கள். எழுந்த அடி வழுக்கி அடிமுடிகண்டது. அசைய முடியவில்லை வானரக் கூலிகளின் எல்லாக் கால்களாலும் பாம்பன் வாராவதிப்பாலம் பயணமாகிறது.

மண்டபம் கேம்ப்பில் கொழும்பு அதிகாரிகள் சீல்வைத்த கடவுச் சீட்டும் மருத்துவப் பரிசோதனைக்காக வரிசையில் நிற்கும் பஞ்சத்தில் வெளியேறும் ஜனங்களும்.

கிங்லிவர் கதவுகளைத் தூக்கும் கரகரப்பு ஓசையில் ஒடியும் கருமசகிடப்பட்ட அச்சில் நெம்புகோல் தத்துவம். மின்சாரப்பூட்டு துளைகளிடப்படாதது. ஸ்கொர்ஜர் சுழல் தூக்குப் பாலம் இருபக்கமாய் திறக்கவும் கடல்மீது பெரும் பறவையின் இரு சிறகுகளின் நிழல்

அசையும். ஊடுருவும் பயணக்கப்பலில் வெள்ளை நாரைகளோடு வெளியேறும் வாலியின் கூட்டம் இன்றும் அடிமைக் கூலிகள். மாலுமிகளின் பாடலை நிறுத்தும் இங்கிலாந்துப் பூட்டு.

இலங்கையையும் தனுஷ்கோடியையும் இணைக்கும் ஆதாம்பாலம் இருப்பதை படகில் போய் சந்தித்தான் தொல்லியலாளன் புரூஸ்புட். கடல்கோள் ஏற்பட்டு இரு தனி நிலம் ஆனதென்பதை யாரும் அறியவில்லை. இயற்கைச் சீற்றத்தில் ஏற்பட்ட பாம்பன் கால்வாயில் கப்பல் நிழல் படபடத்த அலையில் நகரும். நாகையின் கிளைத் துறைமுகமாக இருந்த தனுஷ்கோடியிலிருந்து 'என்.எஸ்.எஸ். இர்வின் லாஞ்சு' தலைமன்னார் ஏகியது. அதில் செட்டி வணிகர்களும் அமராவதிப் பட்டினத்து பிரஜைகளும் சேது சீமைப்பஞ்சத்தாரும் நிலத்தைக் கைகளில் ஏந்திப் போகும் தீவாந்திரத்திசை.

பாலத்தில் ரயில் சென்று கொண்டிருந்தபோது தொப்பி அணிந்த வெள்ளையர் எட்டிப்பார்த்தார்கள். அவர்களோடு வடபுல யாத்ரீகர்கள் பிதிர்களுக்கான ஒரு பிடிச் சாம்பலுடன் இருக்கைகளில் எதிரெதிரே அமர்ந்து பாஷைகள் பல அதிரும் உரையாடல். பாலத்தை கடக்கும் போது அமைதியாகிறார்கள். ராமன் அங்கே தற்கொலை செய்து கொண்டான் எனவே.

கப்பல் பாலத்தைக் கடந்தும் தூரத்தில் தயங்கிக் கொண்டிருக்கும் புகை வண்டியின் வெண்புகை நீண்டு வளைந்து செல்லும் நிலக்கரி வாசனை. பாலத்தின் கதவுகள் படுக்கை நிலைக்குக் கொண்டுவர மெல்ல மெல்ல கதை தன் முதலை வாயை மூடுவதாகப்படும். மூக்கு முனையிலிருக்கும் பாம்பன் கதவுகளின் காலனியப்பூட்டு திருவரங்கக் குதிரைகளைப்போல் குதிகாலில் தூக்கி பிறகு கீழே இறங்கும் குளம்படிகள்.

வாராவதிக்கும் கீழே துறைமுக அலுவலக முத்திரையிடப்பட்ட ராமனின் தற்கொலை உடலை வலைகள் போட்டுத் தேடி எடுத்து கப்பல் மேல்தளத்தில் காக்கை கழுகுகளுக்கிடையே கொண்டு செல்லக் காத்திருக்கும் நீராவி வாசனையில். நெம்புகோல் நடுநிலைக்கு மாறியதும் உடனே இரு ரயில் நிலையங்களுக்கு தொலை பேசித் தகவல் செல்லும். மேற்கு தெற்கிலிருந்து அலைகள் ஏறும். தாக்கும் வேகத்தில் பாலம் மொடுமொடுத்தது.

உப்புநூல் யாத்ரீகன் பாலத்தைக் கடக்கிறான். கப்பல் வந்துபோன நாளில் இந்தோ-சிலோன் போட் மெயிலில், ரயில் தனுஷ்கோடியைச் சென்றடைய அங்கே வானரர்களின் ஓலம் கடலாக விரிவு கொள்கிறது.

பாறைகள் மிதந்து தெப்பமாகச் சுற்றிவர மூழ்கிய மனிதர்களின் தலைகளாகச் சென்றுவரும். பேய்முனைப் பாறையைத் தூக்கி அலைமேல் எறிகிறான் சுக்ரீவன். சிந்தாமணியில் இருந்து மறைவாக ஒளிந்து ராமன் விட்ட அம்பு தைத்த வாலி பறிக்கப்படாத அம்புடன் பாக்ஜலசந்தி துறைமுகத்தின் தென்புறத்தில் காத்திருக்கிறான் நெடுநாளாய். கும்பினி அதிகாரிகளால் கைவிடப்பட்ட நடுப்பாலத்துக்கு நீந்திச் செல்லும் அகதிகள். அங்கே இங்கே நடமாடுகிறார்கள் நாடிழந்தவர்கள். அதன் மேல் சில செங்கால் நாரைகள் நகர்ந்துபோன தடம்.

அந்த வானத்துக்குள் பிரவேசித்த ராமனின் தற்கொலைப்பாலத்தை வானரர்களும் அனுமனும் வாலியின் சகோதரனும் எழுதிய வால்மீகியும் கூடி வடித்துவருகிறார்கள். ஆங்கிலேயர் தங்களின் திட்டங்களை நேர்த்தியாக உருவாக்கும் யோசனைகளில் மாபெரும் கும்பினி சர்க்கஸ் கூடாரம் இயங்கிவரும். இங்கே கிடைக்கும் நிலக்கரியையும் இரும்பையும் வார்த்து நீட்டிச்செல்லும் விண் ஊஞ்சலில் சுழல்கிறான் ராமன்.

இரவில் தெற்கு நோக்கிச் சரியும் நட்சத்திரங்களுடன் ராமனின் தற்கொலைப் பாலம் இணைக்கப்பட்டு வந்தது. அந்தரத்தில் தொங்கும் இரும்பு அறைகளில் தொப்பி அணிந்த வெள்ளையர்கள். கீழே கடலில் தோன்றும் சூரியன்.

கிஷ்கிந்தாவிலிருந்து கொண்டு வரப்பட்ட கூலி அடிமைகளான வானரர்கள் நுழையும் பாதையில் இருபக்க இரும்புச் சட்டங்களில் வானரங்களின் கைபட்டுக் கதறும் கடல் வெறியுடன் பாய்கிறது. அலைமேல் வானரங்கள் மூழ்கி வெகு ஆழத்தில் நிறுத்தப்பட்ட பில்லர் களில் ஒட்டி நீந்தி ஏறும் ஆகாய வழி.

வரப்போகும் நூற்றாண்டுகளைத் திறப்பதற்கான சாவி வளை களுடன் மண்டபம் கேம்ப் ரயில் நிலைய அதிகாரி கையில் பச்சை கொடி உயரும்போது. அந்த ரயில் வண்டிகள் தயங்கிச் செல்லும். இரவானால் மணல் மூடும் இருப்புப்பாதை கண்காணிப்பு வானரக் கூலிகள் அணில் கோடுகளை வெளிப்படுத்துவார்கள் மணல்வாரி. அங்கங்கே மணலில் பாளயங்களை இறக்கி பனைமரங்களுக்கிடையே போகும் தீவுப்பிரதேசம். மணலின் ஒளிப்பரப்பில் மங்கலான ஈச்ச மரங்கள் ஈக்கி ஈக்கியாகக் குத்தும் நெருக்கம்.

மணல் அரைபடும் சரசரத்த ஒலியுடன் உள் வளையும் நீராவி எஞ்சின் உராயும் சப்தம் சிலவேளை பனிப்படலத்தையும் சேர்த்து

நிலத்தை நகர்த்திச் செல்லும். பொருட்களுடன் சாய்ந்த பயணிகள். வெகு தூர யாத்ரீகனின் ஆழ்ந்த பார்வை. ஓய்வறையில் தூங்கி வழியும் சினைநாய் மடுக்கள் தொங்கிய ஒவ்வொரு சுனையிலும் பாலின் கண்கள் விரிய வாலியின் உடல்மேல் தோன்றும் கிஷ்கிந்தா ரயில்நிலையம்.

ஸ்டேஷனிலிருந்து வளைந்து செல்லும் தூரத்தில் உறைந்து போன புராணத்தின் வானர வீடுகள் எல்லா மணலிலும் வாலியின் எலும்புத்துகள் அலைகிறது தீராமல். கைப்பற்றிக்கொண்ட அம்புக்குள் தனது ரத்தம் பார்க்க பெருகி வழியும் வாலியின் உடல்.

நீங்கள் அந்த மாதிரி ஒரு பாலத்தை ஆசியாவில் பார்த்திருக்க முடியாது. வரையப்பட்ட சித்திரங்களில் முழு ராமாயணமும் அடைபட்டுவிட்ட ராமனின் தற்கொலைப்பாலம். அது முழுக்க கிஷ்கிந்தாவின் கிளிகளால் கிளர்ச்சியூட்டும் சர்க்கஸ் பாலம். அதைப்பார்க்க பலருக்கு நேரமிருப்பதில்லை. வாசல்களில் நின்றவாறு சுக்ரீவன் மனைவி அனுமதிக்காத நிழல். மின் அலங்கார விளக்குகள் கூட அதன் பிரம்மாண்டத்தில் ஒளி மங்கிவிடும். திடுக்கிட வைக்கும் ராமனின் கை அசைவுகள். அவன் வலிய தோள் ஆகாயவெளியில் மிதப்பதான தோற்றம். விண்ணூஞ்சலில் பிறப்பின் முதல் வாசனை களை நாசியில் உணர சுவாசம் மெதுவாக மேலேறுகிறது. அழுக்கு மஞ்சலான பெட்டிகளின் இருக்கைகளில் சாய்ந்து மூச்சு விடுகிறீர்கள்.

சிறுவர்களின் நிழல் கதவுக்கம்பிகளைப் பிடித்து கீழே சுழல்கிற ராமனின் தலைச் சுழிகளில் வாசிக்கிறார்கள் யுத்த காண்டத்தை. யுத்தமே பாலத்தின் அகாய ஓசை. குருதியால் கட்டப்படும் ராமனின் தற்கொலைப்பாலம் எங்கு தோன்றி எங்கே முடிகிறது. வில்லின் கைப்பிடிகளில் ராமனின் குருதி வேட்கை. இசையின் குருதி குடிக்க கடல்முரசம் அதிர்கிறது. கனவு மெல்ல தலைகள் அசையும் பாலத்தின் மீது அந்த சந்தர்ப்பம் நிழல்களின் நடுவாகக் கடல் வாசனை. நிறைய முட்டாள்தனங்களை மறதிகளை ஊட்டும் ராமனின் தற்கொலைப் பாலம். யாரோ கூப்பிடும் மெல்லிய இழை. சபரிதான் இல்லை இல்லை குகனா. ஒருவருமில்லை. ஊரிலுள்ள பழைய நாளில் வந்த ஓசைகள். தழும்புகள். பகலின் ஓட்டம். முடிவிலிருந்து தொடங்கும் ரயில் புகை.

மிக நீளமாகச் செல்லும் ஸ்கொர்ஜர் சுழல் அச்சுகளில் ராமனின் இரும்புக்கையில் பூட்டப்பட்ட எந்திர அசைவுகளில் கீல்மசகு கரகரத்து திறந்த கடல்மீதான பாலத்தை உடைய இந்நாவலின் உள்ளே தூரம்

படிந்த பயணிகள் காலத்தின் துறவி பிதிர் சாம்பலில் புரண்ட காகங்கள் பிதிராவின் கிளி.

செல்லும் ரயில் பாலம் பிரக்ஞை கொண்ட அதிர்வுகளால் திறந்த திசை. வானவெளியில் நின்று கொண்டிருந்தது அகாலத்தில் ஒரு ரயில் நிலையம். அங்கே கதாபாத்திரங்களை சூழலைவிட்டு விலக்கி எடுத்துச் சென்றதில் தவறொன்றுமில்லை அல்லவா. எத்தனை தனிமைகள் அடைந்த நூற்றாண்டு. பாலத்தின் விசைகளில் சுழல் கொண்டிருக்கும் விண் கூண்டுக்குள் ராமன் அம்புடன் சுற்றுகிறான் ராட்டினத்தில். கிரகங்கள் பாலத்தின் இரு சிறகைத் தாங்கும் சுழற்சி வேகத்தில் வளையங்களுக்குள் வட்டமாகச் செல்லும் தற்கொலைப் பாதையில் தப்பிச்செல்லும் வியூகங்கள் அறிந்த வித்தை. இயற்கை நியதிமுன் ராமனின் மௌனம் இங்கு கடந்துகொண்டிருந்தது. மேகங்கள் பாலத்தில் இறங்கி அடைத்துக்கொள்வதால் கோடாலிகளால் வெட்டும் பனிச்சிதறல் இவ்வார்த்தை இரவு விளக்குடன் அசையும் வானரர்கள் கூலிகளாய் அலைகிறார்கள். கடந்துசெல்லும் ரயில் காற்றில் நின்றிருந்தான் ராமன் வெகுநேரம் நகராத நேரத்துடன்.

மண்டபம் கேம்ப் நிலையத்தில் நீராவி அழுத்தத்தில் கசியும் தூரங்கள் படர்கின்றன புகை வளைவுகளுடன். ஸ்கொர்ஜர் நெம்புகோல் தானியங்கித் தூக்கும் சிறகுகளுடன் ராமனின் கைகள் விரிகின்றன.

அசுரத்தன்மை வாய்ந்த தொழில்நுட்பத்துடன் அபாயகரமான வளைவுகள் மற்றும் அரைவட்டச் சுவர்களில் எச்சரிக்கை செய்யப் பட்டிருந்தும் தன்னிருப்பை போக்கிக்கொள்ள வருகிறார்கள் இங்கு. கனத்த மௌனத்திலிருந்து பிரச்னைகளின் கொதிநிலை. துப்பாக்கி யின்றி போரை துவக்குவதற்கு புலப்படாத தற்கொலைப்பாலம். ராமனின் பெயரால் ஊர்ந்து செல்லும் பாலம் உச்சியின் நீலபிந்தில் கரைந்துள்ளது. மூன்று மைல் உயரத்திற்கு சாய்வாக ஏறும் தளப் பாதையில் மூழ்கியிருந்தது நீலம். தன் இருப்பை தானே இடறிக் கவிழ்க்கும் போது நீலமடைகிறது தற்கொலை.

மணல் வடிவங்களும் உருவற்ற வனங்களும் தடைசெய்யப்பட்ட கதையின் இசைமுறை: முன்னுரை III

கணியன்: உப்புநூல்யாத்ரீகன்

பிதிரர்களின் கனவு ஓர் பனம்பூவாகவும் அது பாலைநிலமாகவும் விரிந்தது. கள்ளிப் பூவிலிருந்து முட்கனி ஒன்றை சுமந்த முதல்பெண் கருத்தரிக்கும் பூவாக வகுக்கப்பட்டாள் 'பால்வரையில்.' அவள் பால்வரைத் தெய்வத்தால் பிளக்கப்பட்டு பூப்பெய்திய பதினான்கு வயதில் மூதோரின் சாம்பல் வடிவெடுத்த குழந்தையாய் சாம்பான் வெளிப்பட்டான்.

அவளால் சூழப்பட்ட உடைமரங்களுக்குள் தொங்கும் குருவிகளின் சப்தங்களே காற்றாகி சுழன்று பாலையெங்கும் வீசியது. அவள் கட்டற்றவளானாள். உடையாள் என அறியப்பட்டவள் பெண்பாற் கருவாயை முட்டை இருக்கும் கூடாக கற்பனை செய்து பிறகு அந்த கற்பனையை துறந்துவிட்டு அவளது கருப்பைக்கு அருகில் ரத்தப்பூ ஒன்றை உருவாக்கினான் சாம்பலில் இருந்து சாம்பன்.

ஒவ்வொரு மாதமும் சாம்பல்வாடையுள்ள அவளின் ரத்தப்பூ மொக்கவிழ்ந்து தெறித்த விதை வளர்ந்து அந்த விதையை பழங்குடிச் சாம்பலில் மூழ்கடித்தான். புதைத்த பிதிரர்கள் மண்விரல்களால் பூசிய உதிரம் அவ்விதை அரும்பில் நுழைந்து பன்மடங்காக பெருக்க மடையும் சாம்பலிலிருந்து விதையின் சாயலாயினர். அவள் யோனி தொட்ட விதை இரண்டாகவும் நான்காகவும் எட்டாகவும் விதியில் பெருக்கமடையும்.

பெண் தன்னிச்சையானவள் என்பதால் சாம்பலில் பூக்கும் விதைகளை மடங்காக்கும் வித்தையை கற்றுவிட்டான். அவள் யோனி வழி பூக்கும் உதிரப்பூ ஒருமாதம் போனபிறகு பெண்ணின் கரத்தில் விதையாக விழுந்தது. பூப்படைவதை துர்பாக்கியத்திற்குக் காரண மெனக் கருதும் விஷக்கனி எப்படி வந்தது? தூரம் போவதை தனி இடமாக ஓலைப்படல் அமைத்தான் சாம்பான்.

அவன் கிளையினத்தின் பெயர் சாம்பலிலிருந்து பூக்கும் தாயின் சரீரத்தைப் பெற்றிருந்தது. அவர்களின் தனிப்பட்ட பட்டப்யெர்கள்

நூறென்று அவன் உட்லமேல் பச்சை குத்தினான்; குலமரபு பாடிவரும் பாசிக்குறத்தி. ஒரு மகனின் பெயரை உச்சரிக்கும் போது உடல் மீதிருந்த எல்லாப்பெயர்களும் அதிர்ந்தன. சாம்பானின் மரமானது சாம்பல் சதுக்கத்தில் நூறு தலைமறை ஓங்கிய சாம்பல்விருட்சத்தில் பல்கிய கிளையேறி விட்டது. சாவிலிருந்தும் பிறப்பிலிருந்தும் சாம்பல் பூத்தெழுகிறது. இந்நிலை வேறு எந்த மரபிலும் போற்றப்படவில்லை. சாம்பல் வடிவம்.

பிதிரர்களின் பஞ்சமுக அரசன் சாம்பல் கோட்டைகட்டினான் என்றாலும் மண்சுவர் தான். கிராமப்பிரதேசத்தில் பஞ்சமுகராஜன் வீடு. திணைக்கொருவாசலும் அதில் ஓர் கன்னியை அரசாள வைத்தான்.

சாம்பா அவன் மூத்த குமாரத்தி தாய்நிலமாகும் வேட்கையால் உதிர்வுகொள்ளும் கணநேர இருப்பும் அழிவதாயிற்று. பூமிபிறந்து மயானத்தை ஆசனங்கொண்டாள். செண்பகத்தாள் முல்லைப் பண். அதுவே உலகால் ஏற்கப்பட்ட இசைவடிவம். ஒளிக்கதிரில் திணைத் தானியங்கள் துளிர்த்து பருவத்தை இசைவடிவில் கொள்ள அவள் யோனிவழி பூக்கும் உரதிரப்பூ முல்லைத்தீம்பாணி. அவர்கள் கைவிட்ட நிலம் உழப்படாத போது முல்லையாகிவிடும்.

நிலங்கள் ஐந்தை இடமாற்றி கற்களை தாயமாக உருட்டி இடம் பெயரச் செய்தவன் மூலம் தெய்வச்சடங்கு நிகழ்த்தப்படும். கற்களிடையே வாட்களை வீசியும் ஈட்டிகளைக் குத்தியும் நடனம்.

செண்பகத்தாள் சாரங்கியை இசைக்கும்போது காவியங்கள் புகழ்பெற்ற சாம்பாவை சாம்பல் பானையில் வைத்து வீட்டுக்குள் கொண்டுவருகிறார்கள். பெண்கள் குலவையிட அரங்கு வீட்டு இருட்டில் சமைந்திருந்தாள் சாம்பா.

காலத்தால் நினைவுகொள்ளமுடியாத காலத்திலிருந்து பாலை பித்தளை தாள ஒலியிசைக் கருவிகள் புராணீகங்கள் காவியப் பனுவல்கள் எப்போதும் பிதுரர்களைப் பொருத்தவரை தந்தை யிடமிருந்து மகனுக்கு ஒப்பிக்கப்பட்டிருக்கும். வாய்மொழி பாவம் மாறாத வகையில் மண்பாண்டத்திலுள்ள ஏடுகட்டிய லிபிகளாய் மாறும் சாம்பல் வார்த்தை. மனதை சாம்பலாக உத்திசெய்யும் மொழி முறை கொண்ட ரத்தஉறவானது ஏனைய சந்ததியருக்கு போய்விடாமல் பூட்டப்பட்ட மோடிமொழி. பிதிரன் பாடும்போது சாம்பான் ரத்தவழி ஆண் உறவினர்களின் நூறுநூறு பட்டப்பெயர்களும், உடல் மொழியால் அதிரப் பாடும் வரிகளை இசைக் கருவிகளில் அகராதி

இல்லால் நரம்பில் குறுக்கிட இசைமுறை உலகம் விரிவாகிறது.

இசைஏடுகளின் தொகுதிக்குள் புகுந்திருக்கும் பாடல்களில் விளங்காத புராணீகங்களும் குறியீடுகளும் இன்னமும் பாலையில் மறைந்திருந்தது. பாலைப்பிரதேச மக்களிடம் இருக்கும் நாட்டுப்புறக் கதையாடல்களோடு ஒத்திசைவோடு விளங்குவதாயிற்று. இருபது இசை மோளச் சுதி கூட்டும் தாள இசை தண்ணுமை தவிலில் காற்றுக்கருவிகளிலும் கிளையின சிறுதெய்வங்களுக்கான இசையியல் சடங்கென ராஜா முழிகண் குருடனாக இருந்தால் புலப்படுவதில்லை. வீட்டுவாசலில் ஒரு ஈட்டியை நட்டு வைத்து அதில் உருமியை கட்டி தேய்க்கும் கோல் கொண்டு வட்டம் போட்டு கைதட்டிக் கதைகூறிய கிழ உருமிக்காரர்கள் பாலையில் அலைகிறார்கள். கைக்குள் புகையிலை நசுக்கி கடை வாயில் ஒதுக்கிவிட்டு நெடிக்கும் சாம்பல் இசை.

மூன்றாவது வாசலில் காவிரி என்பவளை வைத்தான் பஞ்சமுக அரசன். அவள் காப்பியம் யாவர் அறிந்ததால் சொல்லா நின்று உப்புக் குறத்தியை கிழக்கே அரசாள விட்டான் பஞ்சராஜன். இவளின் பிள்ளைகளே நாடோடித்திரியும் பூமியின் ஜனம். அவர்களிடமிருந்தே இந்த பூமியானது அதிசயச் சேதிகளைக் கேட்டு திசைகளைத் தெரிந்து கொண்டது. குறத்திமக்கள் வாய்வார்த்தை வழி உலகின் மனிதர்கள் யாவரும் தோன்றிவந்தனர். தேசாந்திரம் போய் திரம்பிவந்தார்கள் குறத்திமக்கள். ‘எல்லா மரங்களும் கன்னிகளாகி பூத்துக் குலுங்கி, அந்தப் பூக்கள் கனிகளாகி வாழ்வானது விதைகளிலிருந்து விருட்சிகள் துளிர்க்கவாரம்பித்தன. உள்ளே சலனித்த நதி யார் கண்ணிலும் படாமல் மறைவாய் ஊர்ந்தது. ஆனால் சாம்பா, பூவிலிருந்து பிறந்தவளல்ல. ஊர் ஊராய் திரிந்த உப்புக் குறத்தி எந்தக் கனியையும் சுமந்திருக்கவில்லை.

வடக்கு வாய் நிலத்தில் பெண் கருத்தரிக்கும் பூர்வாங்கச் சடங்குகள் வகுக்கப்படாத காலம் இன்னும் தான் இருக்கிறது எல்லா நாளையும் உலர்ந்த இலையாகப் போர்த்திக் கொண்டு. அதன் சலனங்களில் சென்ற காலமும் தளிர்ப்பதேன் புதிதாய்? பாட்டியின் உடல்மேல் அலைந்த நிழல்கள் சகுனப்பறவைகளின் அழைப்பாய் இருக்கும். வனத்தின் இருளைக் கயிறுகளாய் திரித்து ஊஞ்சலில் ஆடிக் கொண்டிருந்த அந்தரத்தில் பாட்டியே இருளாயி என்பவள். எல்லா நிழல்களாலும் வனயிருளியானவள். உருவற்றவளாக இருந்தாள். அவளைக் ‘கருப்பு வர்ணம் பூசிய பறவை’ என்றார்கள் நாடோடிக் குறத்திமக்கள். இன்னொரு பறவைக்கு கனியின் நிறங்களைப் பூசிவிட

நானாவிதப் பட்சிகளும் தோன்றலாயிற்று.

வாசனை என்பது தூரங்களைக் கடந்து வரக்கூடிய பட்சிகளின் சாலைகளானது. வாசனைகள் திசா திசைபிரிந்து திசைகள் உருவாகும். காமம் வியர்ப்பக் கூடலில் தோன்றிய கனி நினைத்ததையெல்லாம் செய்துவந்தது. கனிகளைப் படைத்தவள் பெண்ணாக இருக்கும். மார்பில் துளையுள்ள இரு கனி பால் கசிவித்த போது கடவுளும் தோற்றுப் போனார் படைப்பதில். வேகங்கொண்ட பால் அவள் பூக்கும் காலகட்டத்தை தெய்வத்தன்மைக்கு ஈடான கலகமாக உணர்ந்த மறுநிலம் ஜனனமாயிற்று.

இவ்விதம் ரத்தக் கனியொன்று விதைகளுடன் முள் முனைகளுடன் யோனியில் பழுத்தது. பெருக்கெடுத்த குருதி இழை பேய்க்கனவிலும் மனித இருப்பை மரத்துடன் பிடித்துக் கொண்ட கனியாயிற்று. பின் வாழ்வும் உதிர்ந்தது காலத்தைப்போல. ஒவ்வொரு மாதமும் இப்படியாக யோனி வழிபாட்டில் சிலையின் மர்ம இடுக்கில் பொங்கிய தீச்சுடர் வழியே தலைமுறைகள் பெருகி அவர்களும் கர்ப்பகாலம் என்பதை ஊராக வடித்து ஈனில் எனும் வீட்டை சாம்பலில் கட்டினார்கள்.

கிராமத்தை பேரழிவு தாக்கியது. புலியானது புயலில் நிறங்களை சுழற்றிவந்து தன் தோலில் பட்ட வடுக்களை சுவர்களில் வரைந்து மறையும். மனிதன் கழுத்திலும் கையிலும் முதுகிலும் மரு தோன்றியது. பெண்ணின் மச்சங்களுக்கான அங்க லக்ஷண விதிகளை ஓலை அறுக்கும் சாம்பல்புலவன் கத்தாழை மது அருந்திய குழப்பத்தில் வரைந்து வைத்தான். மருக்களின் இடத்தில் கதையும் நிலமும் இடம்பெயர்ந்த நாடோடி வாழ்வாயிற்று. நிலத்தை சுமந்துகொண்டு இறக்கிவைக்க முடியாமல் எப்பக்கம் பார்த்தாலும் பாதைகளில் கூட்டம் கூட்டமாய் அலைவுறும் வாழ்வு பீடித்தது மனிதர்களை. பூர்வீகங்களை கொண்டு போன துணிகளில் வரையும் நாடோடி சித்திரக்காரர்கள், கலைக்கு வாழ்வின் ஜனனத்தை கொடுத்தார்கள். அவர்களின் போர்களும் காளைகளும் வேட்டையும் கனவும் பதிந்தது. அதே கனவு வரையப்பட்ட நுனி மூடிய இரவு நகர்கிறது. வரைவதை அறிந்த நிலம் கிளர்ந்தெழுந்தது. கட்டற்ற சுதந்திரத்தை உணர்ந்தான் நாடோடிக் கலைஞன். அவனைச் சூழ மேளகாரர்களும் சத்தக்குழல் வாசிப்பவர்களும் இடையிடையே கதையை நிறுத்தச் சொல்லி நாடகம் போட்டார்கள். நடிப்பதில் வனயிருள் கர்வம் அடைந்தது. விலங்கு களும் பட்சி ஜாலங்களும் திரைச்சீலையில் அசைந்து மடிக்கப்பட்ட

பாலை ✦ 81

சுருள் கொண்ட பழம் புராணத்துகில் பறக்கிறது அசைந்து.

பொற்கால கலாச்சார நாயகர்களும் தண்டனையளிக்கப்பட்டு விரட்டப்பட்ட கடவுள்களும் மதுபானம் கேட்டு நிலத்துக்கு வந்தார்கள். பனைகளின் மேலிருந்து காலத்தின் நுரைபொங்கி இறங்கிவந்தது தேரலை உண்டார்கள் தோற்கடிக்கப்பட்ட சிறு கடவுள்கள். பலி கேட்டு கதறி அழுதார்கள். பலிகொடுப்பவர் யாருமின்றி நிலத்தில் அமர்ந்து கொண்டான் பேய் மாடன் பூடமாய். அவன் முதுகு எலும்புகள் கிளைத்த வன்னிமர இலைகள் சதா சப்தித்தன மனக்குறைகொண்ட கடவுளால்.

காட்டுக் கடவுள்கள் தேம்பிஅழுது சுண்டெலிகளைப்போல் ஏக்கத்தில் விம்மி அங்கிங்கும் தேடித்திரிகிறார்கள் மதுமாம்சத்தை. நண்டின் முதுகிலிருந்த நிலத்தை வெட்டி எடுத்து நிறுத்துப்பார்த்தார் கடவுள். ஆமை முதுகிலும் சிறு தீவுகள் மிதந்துவரும் சாம்பல் நிறமான தீவில் தனிமையில் விடப்பட்ட கடவுளர் நிலத்தின் சுமையுடன் விதைகளை ஏந்தி நிற்கிறார்கள். பிரக்ஞையிலிருந்து மெல்ல மெல்ல உதிர்ந்து மறைந்துபோன விதைவித்தின் புராணத்தை தனிமையில் வைத்திருந்த நிலமாடன் சப்பாணியுடன் வேட்டைக்கு வர வழிநெடுக உதிர்ந்துபோன ஏடுகளில் சொல்.

இரும்பு ஈட்டியாக பூமியில் நிலைகொண்ட பிதிரர்களின் ஐந்து நிலங்களுக்கான கடவுளர், பாலைப்பண், குறிஞ்சிப்பண், மருதப்பண், முல்லைப் பெரும்பண், நெய்தல்பண் என நிறம் கரு உரிவாழ் மக்கள் விலங்குகள் பட்சிகள் என ராஜியத்தை ஏடமைத்த புலவர் அறனடி ஏகினார் என்றவாறு.

பாலைப்பெண் உருவற்றவள் குரல்வழி அலையும் தோற்றம். ஐந்து கன்னிமார்களுக்கும் தாயானாவள் இருளாயி. மூழ்கிய நிலம் மிதந்து தாடகை இருக்கை எனும் பாலை நிலத்தூரை அமைந்த வனமூர்த்தி ஆசாரி ஒவ்வொரு திணையும் போய் ஊர் என வகுத்த தெருவில் எந்த மனிதருக்கும் சொந்தமில்லா நிலமே நகரும். கைக்கோடாரியால் பிளந்த கற்களாலும் நத்தமண் சேர்ந்த வீடுகள் மண்பட்டினமாகும்.

பாலை நில ஊரில் குதிரையையும் அதை ஓட்டுபவரையும் விழுங்கி விடுமளவுக்கு வளர்ந்திருந்த புல்பாதைகள் இப்போது பூர்வ வாசனை. கல்வீடும் மண்தெருக்களும் வட்டமாய் அமைந்த தானியக் கொட்டாரத்தில் பெரியவர்கள் திருணைகளை திறந்தவெளியில் அமைத்திருந்தார்கள். வலம்பாயும் புலி உருமல் கேட்கும் காடு. வறண்ட மலை இறங்கிய நிறத்தில் கற்களின் மயக்கம்.

சாமை குதிரைவாலித்தவசம், தினைகளையும் காட்டு விதைப்பாய் சிதறி கோடையில் புழுதி உழவு. உவர்மண் சகதியும் களிமண்ணும் பாதிக்காத வகையில் உயரப்படுத்திய அடித்தளமும் தலைதட்டாத அதிகம் கூம்பாத நிலையில் தைக்கப்பட்ட சம்பைக் கூரைமேல் மௌனம் இறுகலானது. இற்றுவரும் கூரை. சாம்பனை எதிர்த்துவந்த வடபுலப் பளுத்தானை துரத்திச் சென்றுபாதையில் தடம் போனது, அவன் ஓடி ஒரு குகையில் ஒளிந்தான். அங்கே தன் மாமனை உதவிக்கு கூப்பிட்டான். அவனே வாலி எனப்பட்டான். அந்த வறண்ட மலையின் குகைக்குள் போன பளுத்தான் பலவான். குகை புகுந்த ஒளிந்தவனை இருட்டில் புடைத்த ஓசை சுழன்றது கானில். வெகுநாள் காத்திருந்த சாம்பன் இருவரில் ஒருவரும் வெளிக்கிளம்பாததால் தாடகை இருக்கை வந்துவிட்டான். ஆள்வராமல் ரத்தம் மாத்திரம் ஊர்ந்து வந்தது குகையில். பயந்தவன் பாறையைப் புரட்டி குகையின் வாயை அடைத்துவிட்டான். வாலிநோக்கம் என்ற ஊர் பாலையிலும் இருந்தது தனுஷ்கோடிக்குப் போன சுக்ரீவன் படை தீவைக்கடந்தது அன்று. ஏனோ வாலியின் எலும்பு மலையொன்று வெள்ளியாய் ராத்திரி ஒளி வருடிக் கிடந்ததை சுற்றி ஊர் அமைத்தான் வனமூர்த்தி ஆசாரி.

நூறு தலைமுறையினர் வாலியை கொண்டாடிவரும் சிறுகாப்பியம் இங்கே எலும்பு தேயக்கிடக்கும். துந்துபி எனும் ராட்சதனைத் தூக்கிப் பாறையில் வேகமாய் மோத அவனுடைய சரீரம் சிதைந்தது. வாலியால் இறந்த துந்துபியின் எலும்புதான் இது. எருமைமுக அசுரன் எலும்பில் தோன்றினான். வெள்ளிமலைபோல் நீண்டுகிடக்கும் துந்துபி எலும்புகள் தீராமல் அலையும் பாலையில் வாலியும் அலைகிறான் தாகத்தில். சித்திரம் தீட்டிய மண்சுவர்களில் எருமைமுக அரசனின் ஒவ்வொரு எலும்பு மூட்டிலும் மண்பட்டினம் அமைத்தவர்கள் பிதிரர்கள். வம்சமரத்தின் கிளை கொத்து இருபத்தி ஒரு பூடங்களுக்கு சடங்கு செய்து களவுப்பலி வில் வள்ளயக்கம்பில் ஆடும் இருபத்தி யொரு மணிகள் குலுங்க வனந்திரியும் இருளாயி. அவள் உடல் மந்திரிக்கப்பட்ட நிலம். உள்ளே பெண்கள் தூரமானால் விலக்கி வைத்த ஓலைக் கொ' । கை. பின்னொரு கிளையில் புனிதமென்று மரபு.

தழல்சிவப்பான செம்மறி ஆடுகளை மேய்க்கும் இடையர்கள் மூங்கில் குத்துகளின் அருகே திரிந்தார்கள். அந்த எருமை மலையில் மந்திரிக்கப்பட்ட எலும்பைத் தேடி பித்தம்பிடித்தவர் வருகிறார்கள். பாலையின் மறைமுக கிராமம் ஒன்று வெள்ளெலும்பினால்

உருவாகியிருந்தது பழுப்பில். வெயில் ஏறஏற மலையடிவாரத்தில் முற்பிறப்பு ஞாபகங்கள் போலும் அனல் வாக்கு எலும்புகளில் கசியும். ஒரு மலையிலிருந்து இன்னொரு மலைக்கு கேட்கும் எதிரொலியை வைத்து பகைவர் வருகையை அறியும் இயற்கை வசப்படுத்திய புலன்கள். எருமை அசுரனின் சுடலையை ஓரிடத்திலிருந்து இன்னோரிடத்துக்கு ஏந்திச் சென்று அனல் வீசியது காற்று. எலும்பைத் தொட்டால் ஒருவருக்கொருவர் எதிரிகள். யோனிவாய் மூடிவிடும் சாபத்தில் அசுரனின் கோபம் விழித்திருந்தது. பெண்களும் பதறினார்கள் பெட்டியில் உப்பு ஏந்திப்போய் குலவையிட்டு எருமை மாடன் பூடத்தைச் சுற்றி பலியிட்டு மது மாம்சம் படைத்து பாடுவிழுந்து கிடக்கிறது தாடகை ஊர்ஜனம். எந்த நோயும் அண்டவில்லை சுற்று வட்டாரத்தில். எதிர்ப்பட்டு சினேகிதனும் எதிரியாவான். மறையும் யுத்தவிதி பற்றிக்கொண்டு ரத்தத்தை ருசிபார்க்கும். புருவங்களடியில் பழைய தழும்பு விழுந்த வடுக்கள் அமரர்களை விட்டு காட்டில் அலையும். நெருப்புத் தழல்போன்ற வாளை சூரிய வெப்பத்தில் காயவைக்கிறான் உரையிலிருந்து உருவி. அங்குதான் வாழும் பெண் கடவுளான இருளாயி பாலூட்டுகிறாள். அசுரமலை எலும்பிலிருக்கும் துடியை நாடியாகக் கொண்ட வாழ்வில் வறுமையும் கன்னங்களை உடலை அரித்தாலும் குழிந்த கண்களில் இரக்கமற்ற கொடிய தழல் இமைப்பீலிகளில் அலைகிறது. எரிமலை எலும்பை உருவி எரிந்தான் வாலி. மின்னல் வெட்டியது. வாலி நோக்கம் ஊர்ப்பக்கம் இடியுடன் மழை பொங்குவது போல் இந்த புராண அரக்கர் வாரை வாலிக்கு தொடர்புமுறையாய் இடம் இருந்தது.

அந்த எலும்புமலையில் வடியும் உப்பு நெளிகிறது. வெப்பக் கசிவில் பாலை மயங்கியது. ஊர் புழுங்கியது. இங்கு தனிமையில் செல்லும் பாதைகளின் ஊடே பனைமரங்கள் கலயங்களுடன். அந்திக்கள் ருசி கண்ட சுக்ரீவன் இங்கேதான் பட்டப்பெயரில் ஆடு மேய்க்கிறான். எதிரியின் தலைகளைப் போன்ற பனங்காய்தலை பதுங்கிய மண். கரட்டுக்காடு. முள்ளும் முடலுமான வழி. களவுக் கிராமங்கள். ஒளிந்த கண்கள். அடர்ந்த புருவம். காறைபூசிக் காய்ந்த முகம். செடியில் இடறிவிழும் வெளுத்த எலும்புப் பாதை. முதுகெலும்பு கணுக்கணுவாய் தெறித்துப்போக ஓடும் காட்டு எருதுகள். அதை யாரும் பிடித்துக்கட்டியதில்லை. இந்த நிலவெளி யெங்கும் மூடுமந்திரமாக இருளாயி முரட்டுப்பிள்ளைகளைப் பெற்று சாராயத்தால் சேனைவைத்து கள்ளாட்டுக் கறி பகிர்ந்து குலவையுடன் மணியடிக்க மருளேறிக் கூவி அரற்றுகிறாள். மருட்டும்

பாதையில் துப்பாக்கியை எடுத்து சுடுவதற்குக் குறிபார்க்கும் கும்பினித்துரையின் தொப்பி தவறிவிழுந்தது குதிரையுடன். சுடுகருவிகள் நாட்டுக்கட்டையால் வடித்துக் கொடுத்த வனமூர்த்தி ஆசாரி. குத்துப்பாறைகள் விநோத ஒலிகளால் கவனத்தை சிதறிவிடும். எதிரெதிரே இரு எதிரிகள் சந்தித்துக்கொண்டதில் இருவருக்குமான இடைவெளி குறைந்துகொண்டு வந்தது இரண்டு பக்க எட்டுகள் வழியை சுருக்கிமெல்ல நகரும்போது உள்ளே அசையும் பழைய துர்கந்தம் கொடிய விதியின் விளையாட்டு.

இவன் கத்தியுடன். அவன் திருட்டுத் துப்பாக்கியுடன். எப்படி விசையை அழுத்துவதென்பதில் நேரத்தை கடத்தினான். எதிரியின் கையிலிருக்கும் பூனை அறுக்கும் சூரி சற்று உள்வளைவானது. மான் கொம்புப் பிடி வைத்தது. துப்பாக்கிக்கு நிகராய் குத்துவாட்டம் பிடித்துப் பார்த்தான் குள்ளமான பூசணித்தலையன். அவனைச் சுற்று வட்டாரமெல்லாம் பாலையின் அடையாளம் கொண்ட ஒரே ஆள் என்பதில் மறுபேச்சுக்கு இடமில்லை. துப்பாக்கி நத்தைக்கண் மாடன் பழந்திருடன். முன்விரோதம் இருவருக்கும் ஏதும் இல்லாதபோதும் தரையில் வீழ்வதற்குமுன் சுட்டுவிட கருப்புத் துப்பாக்கியை நீட்டியிருந்தான். எதிரிலிருப்பவன் தோளில் சேவல் அமர்ந்திருந்தது. கீழே கரையான்களின் புற்று சேவலுக்கு இரையூட்டக் கிளம்பி யிருந்தான் காட்டுக்குள். திருடனிடமே சேவலை விலை பேசினான் கையிலுள்ள சூரிக்கத்தியையும் விற்று துப்பாக்கியை வாங்க திட்டம் வெளிப்பட்டது.

‘என்ன விலை தருவாய்’

‘சேவலையும் உன்னையும் சேர்த்தாலும் துப்பாக்கிக்கு இரு குறுக்கம் சரளிப்பிஞ்சையும்’ என்றான் எகத்தாளமாய்.

‘சேவலின் கொண்டை, அழகுக்கு என்ன மதிப்பு’

பூசணித்தலையன் நீட்டிப்பேசும் நாட்டுப்புற பேச்சுகளில் மெய்யெழுத்துகள் அடிக்கடி இடம் மாறுகின்றன. குதிரையை குரிதை, ‘அபராதம்’ அபதாரம். இந்தப் பக்கம் ழகரம் மாறுகின்றன. இந்தப் பக்கம் ழகரம் சீர்கேடுறச் செய்யும் நீர்வாகு அதனை வெற்று லகரமாகவே உச்சரித்தார்கள்.

‘சேச்சே... போபோ... பூசணித் தலையா... சுடுவதற்கு கத்துத்தாரேன். சேவலை சப்பாணிக்கு காவு கொடு’ என பயத்தில் ராசியானான் திருடன்.

நத்தைக்கண் மாடனைத்தேடி வறண்ட மலைகளில் கும்பினிக்

குதிரை நிழல்கள் அலையும் கனைப்பொலி. கும்பினி வரக்கூடும். 'சூரிக்கத்திக்கும் சேவலுக்கும் நத்தைக்கண்ணை விலைபேசி விட்டானே பூசணித்தலையன்' என பாறைகளில் தனியே சிரித்து உருண்டான் துப்பாக்கி நத்தைக்கண் மாடன். நின்ற இடம் நகராமல் கீழே குனிந்து கரையான் புற்றை குத்திய சூரியால் துருவேறிய செங்கரையானை கரண்டியில் எடுப்பதுபோல் சேவல் வாயை கீறி ஊட்டிக் கொண்டிருந்தான் இரைப்பை நிரம்பும்வரை.

1

ஊமையன் சீமை

சிவந்து கொண்டிருந்த மந்திரவளையங்களாய் வேறுவார்த்தை கூறாமல் வெறியேறிப்பறக்கும் சிறிய அக்கினிக்குஞ்சு கீழே வராமல் தொலைவில் இருப்பதற்கு கூடுகள் ஏதும் இல்லாமல் இருப்பதில் திரிலோக சஞ்சாரியாய் திகலொளி காட்டும். எங்கோ பதினான்கு மரங்களில் நதிகள் பல சுருட்டிப்பின்னும் அதன் கூடுகளில் சித்தர்கள் முட்டை மேல் சுற்றிவர நெற்றியில் புருவம்கூடிச் சிறகடிக்கும் மூன்றாம் விழிச்சுடர்.

அதை வாக்கினால் பிறவி கொடுத்த வார்த்தை இன்னும் முடியவில்லை. அதன் உயிர்த்துடிப்பில் எதிர்பார்க்காத நொடியில் அனல்வாக்கை ஊர்மேல் அடித்தது. அனுபவத்தைப் பகிர்ந்து கொள்ளும் நாயின் ஊளை தெருக்களில் சுழல்கிறது. ஒரு நாயின் நுரையீரலில் கற்களைப்போல் கூரான வார்த்தை பதுங்கியிருக்கும். பின்னிரவு மயக்கத்தில் நிலவோடு நழுவிச் செல்லும் ஊளையின் கோடுகளில் வேறொரு மாயம் தனித்திருக்கிறது. ஊரின் கோடியில் பொட்டல் பச்சேரித் தெருக்களில் தண்ணுமையும் தவிலும் அதிர எருதுகளின் தொலிமேல் ஆயிரம் கிளிகள் வெகுவாய் பாஷை கொள்ளும் சிவந்த ஒலித்திரள்களில் வெளிப்படும் எட்டயபுரம். கதவுகள் இல்லாத அருந்ததியர் வீடுகளில் நாய்களின் கபாலம் திறந்து ஓடும் ருத்ரனின் சாம்பல் காலடிகள் ஒவ்வொருவீடாக சாமத்தில் கோடாங்கி அதிர இருசிறகிலிருந்த வீடுகளின் முற்றத்தில் சுடுவன ரேகை. அவன் வருகையில் வீடுகளுக்குள் பயமும் சாம்பலும்புதிராய் வரவுகூற கூற்றாகும் வாக்கியங்கள். அவன் போனபின் அமைதியான தாழ்வாரங்களில் அசையும் நிழல்கள். அவன் மீண்டும் சாம்பல் கால்களுடன் உரசும் இரவு. கோடாங்கி உடல்வாசம் நிரம்பிய தெருவில் மெல்ல அதிரும் ஜாருகமகத்தின் தோல்பிடியில் ரகஸியமான ஒரு வார்த்தை போனபின் வீட்டை பீடிக்கிறது. அந்நேரத்திற்கு விழித்திருக்கும் பெண்கள் அதை இருட்டில் வாஸியா நின்ற சாமக் கோடாங்கியின் வார்த்தை காப்பு.

கதவில் அவன் கை. ரேகை நெளிகிறது. ஒருவேளை வார்த்தையும்

அவன் விட்டுச்சென்ற செய்வினைக்குள் மையோடும் சீற்றத்தில் முடிக்கப்படாதநாளின் வருகை. தெளிவற்ற இரவுவரும் வெகுநாளைய துக்கத்தைக் கொண்ட தெருவில் அவன் காலடிகளின் மிருதுவான உரசல். கழிப்புகள் நீங்குகின்றன வீடுகளுக்கு. மௌனமான இருட்டில் படிவாங்கி மறைகிறான். அருகில் கேட்கும் அவன்வாக்கு தொலைவில் அதிர்கிறது.

ஜன்னலுக்கு அருகில் தோன்றும் ஒலி எல்லாப் பறவைகளின் குரல்களாய் எதிரொலிக்கின்றன. இரவில் வந்தவன் அக்கினிக் குஞ்சொன்றை உடுக்கில் ஏந்திப்போகிறான். மழைநாட்களின் குளிரையும் மர இருளையும் இலைகளில் பதுக்கி உள்ளே மறைந்து கொள்ளும் சிறு பறவை, ஜுவாலையால் சிறகுகளைக்கோதி அந்தரத்தில் மிதந்து ஒரு பனிக்கட்டியென உருகும் தொனி.

ஏரொலிச் சக்கரமாய் சுழலும் அதன் சிறிய சுழற்சியில் நிலம் கூடவரும் பறவைகளுக்கான தொலைவைக்கொண்ட எட்டயபுரம் கற்பனையான குயில்தோப்பு சூழஇருண்டிருந்த இலைகளால் ஆன கூண்டுத்தெருவில் நிலவு நழுவி மங்கியதோர் தோற்றம். காலத்துக்கு வெளியில் இலேசான மிதத்தல். செடிகளின் கண்களுக்குத் தெரியும் தொலைவில் உயிர்களை நோக்கிப்பாயும் வசீகரம். காட்டுக்குச் செல்லும் பாதை வளைவுகளில் திரும்பும் முள்மரங்கள் அடர்ந்த சாம்பல் முனைகளில் குத்திக்கிழிபடும் காற்றின் வலி சிலவேளை புனலாகும். திறந்த கதவுவழியே வேடமிட்டு நுழைந்த வாலைச்சித்தன் அக்கினிக்குஞ்சை கைக்கூட்டுக்குள் வைத்து அதன் சிறுஒளியில் தேடுகிறான் இழந்த ஊரை. வாசனையாக உருவின்றிகாலமின்றி மறையும் ஊர் வெளிப்படுகிறது அரூபமாய். வீடுகளில் தனித்தனி உணர்வுகள் தூங்கும் சாயலில் பார்வைகொண்ட வேசை கூசாலி எட்டயபுரம்மேலவாசலில் இருந்தாள். சதா வெற்றிலை மெல்லும் நுட்பத்தில் வேறொரு உலகில் அக்கினிக் குஞ்சுடன் மிதக்கிறாள்.

ஒவ்வொரு ஊராக குறிசொல்லி அலைந்து திரியும் சிறுபறவை சுழன்றாடும் வட்டத்தில் சொல் பூட்டிக்கிடந்தது. சூரியினின் சிறகு பட்டு உச்சிமேல் கிளைக்கொம்பில் இலைகளின் வசீகரச் சுழி காற்று வீச்சில்வட்டமாகும் காந்தக் கிண்ணிகளை ஏந்திய மாகவிருட்சம் அண்ணாந்த சாயல். திகுதிகுவென கிளிகளின் செஞ்செவேலென்ற அலகுத்திரள் மொழிகளாய் சப்திக்கும் மாயம்.

கூண்டுத்தெருவெங்கும் திறந்த வாசல்களில் கிளிக்கண்ணி வாஸித்தாள் ஊமையன் சீமைப்பெண். அவள் தோக்கிலவார் மரபினர்

பேசும் பூட்டுமொழி திறந்து பிறப்புவழி துலக்கினாள். வீடுவிடாய் படிவாங்கி வீரலக்கம்மாள் பேர் சொன்னாள். சாலிக்குளம் எனும் பரம்பில் வந்து இலந்தைமுள் வேலி வளைத்து கன்று காலிகளை உருத்தோடு பரிபாலித்த காட்டுக்கூட்டம். புல்வரவு நெல்வரவுகூறிக் களத்தில் பொலிக்கோடுவரையும் பெண்கள் காடாறு மாதம் குச்சியுடன் அக்கினிக் குஞ்சின் வேறு வழிபோயினர்.

மல்லும் வில்லும் பாலாக்கம்புகளும் வஸ்தாவி சூரசங்கு, தும்பிச்சி, சித்தையன், முத்தையன், பெத்தேவு, அய்யாவு முதலாக ஐம்பது குறிகாரர்கள் வீடுகளில் பசுநிரைகள் மூச்சுவிடும். மேய்ச்சலில் விரிந்து கிடந்த ஓட்டப்பிடாரம் காடுகளில் உடைமரங்களுக்கிடையே பெண்ணும் ஆணும் மாட்டுவாசத்தில் செல்ல தார்ப்பாய்ச்சல்கட்டி மேழி பல காலம் உழுது விதைத்த வழி திணறியது. குள்ளங்கம்பும் பெருங்கம்பும் கம்பளப்பெண் ஆரூடம் புகுந்த கதையாகி கொண்டுவந்த குருவைக்கம்பும் அறுபதாம்கம்பும் கிளிகள் வர பாறைகளில் மறைந்து கொள்ளும். வெள்ளியங்கம்பும் கொம்மம் புல்லும் காட்டுப்புல்லுடன் கலந்துவிடாமல் தனித்தனி குலுக்கைகளில் வைத்தார்கள். அந்த கம்பளப்பெண் ஒவ்வொரு குலுக்கையிலும் புல் அள்ளி வெளிவாசல் முற்றத்தில் உரல் சுற்றிப் புள்பறக்க சிதறி இடிக்கும் மூச்சிரைப்பு. குடிபோட்ட பறம்பில் பாம்புகள் வந்து பெண் கழுத்தைச் சுற்றி வைர ஒளி காட்டி நீலத்தில் நழுவியது. அரவுகளை வணங்கி எழுந்தாள் ஆளான குமரு. சாணவாசல் கோடுகளில் நட்சத்திரப் புள்ளிவைத்துச் சென்றது பனிக்காலம்.

காரிருளில் இரவுக் கள்ளர்சிலர் அயலிடங்களில் போய் கொள்ளை செய்து புயலாய் திரும்பும் வேகத்தில் இருட்டுமறித்தது திசை தெரியவில்லை. ஆந்தையின் கண்களின் அடியில் சுழலும் வெள்ளெருக்கம்பூ மூடிய கருவெளியில் களவுத்திசைமறதியில் சரியும் வேளை பாத மண்ணை எடுத்து வீசிய வெளிச்சத்தில் காலடிகள் செல்லும் களவுப்பாதை. நள்ளிருளில் தூங்கும் ஆலமரத்தில் தொங்கும் விழுதுக்கால்கள் தட்டி நின்றார்கள். மரம்திறந்து வெளிப்பட்டாள் கம்பளப்பெண். நேரெதிர்த்து தனியே துணிந்துவந்து கேட்டாள் 'யாரது? எங்கேபோகிறீர்கள்?' இவள் கேள்வி அடித்த கவுளிக்குறியில் களவுப்பொருளை அர்ப்பணித்து அதன்கல்ஒளியில் ஓடுகிறார்கள். உறவுமுறையார் தூங்க யாரையும் எழுப்பாமல் தனித்து வந்தபெண் குரலுக்கு பணிந்த நெடுங்கழுத்தை உடைய திருடர்கள் அவளைச் சுற்றி இருட்டு வலைகள் கண்ணி கோர்த்து நிற்பதைபார்த்து திகைத்து மோதாமல் சுமைகளை இறக்கிவிட்டு இருளில் பதுங்கினார்கள்.

கூடவே அவள்குரல். கள்ளமாக்களைக் கடிந்து இகழ்ந்தாள். கைப்பிரம்படி பட்டாலும் 'கம்பளப்பெண் வாக்கு' படாமல் தப்பினார்கள். உடைவரிந்து இடைவாள் புனைந்து கள்ளர் போனவழி சென்றாள். மணலை வீசிவீசி அதன் வெளிச்ச வேகத்தில் உள் மறைகிறார்கள். கேளும் கிளையும் நாளும் வளர்ந்தன. குடிகள் பறம்பில் ஆடுகளோடு ஈண்டிக் கிடந்தார்கள். வெள்ளாட்டம் பால் பீச்சி தலைவிளக்கு வைத்து ஏடுபடித்தார்கள் கன்னிமார்.

சருகாகும் காட்டுவிருட்சத்தில் பச்சை உலகமே அவள் சுழல்களில் இருப்பதாகும். மண் இருதயத்தில் காற்றேறும் நுண்துளைகளில் ஊற்றுக் கண்கள் குடித்த பித்தவெறிகொண்ட மகாமரத்து இலைகள் அக்கினிக்குஞ்சொன்றை வடிக்க திசைதிரியும் பறவைகள் வர்ணம் கூட்ட அற்புதம் இலைகளில் துடித்தது. ராவிருட்டில் பச்சை சூல்கொள்ள கோதும் இறகுகளில் ஏறிய குருதிவளையும் கூண்டுத் தெரு மண்வீடுகளில் உரசிய எறும்புகள் சிதறுகின்றன. மனிதக்கலவி குரலாகும் உச்சிமோந்த காமம் கேவும் சிறகின் சடசடப்பில் பேடைகளின் தாபம். நிலம் புணர வெண்ணிற வெளி அசையும்தாவர உணர்வுகள் கூடும்வாசனை. பசுந்தரை மீது நிர்வாணப்பெண் அந்த மரத்தைப் பார்த்துக்கொண்டே இலைகளோடு கனவுகொண்டாள். வாலைச்சித்தன் கூடிய காமம் சிறகு முளைத்தது.

'நீலஏரிகள். கரும் பூதங்கள். எத்தனை வகை நீலம், பசுமை, செம்மை, கருமை. தங்கத்திமிங்கலங்கள் மிதக்கும் கடல். எங்கு பார்த்தாலும் ஒளித்திரள் போ... போ என்னால் அதை வர்ணிக்க முடியாது' என்றது எட்டயபுர வீதி.

அங்கே தங்கம் காய்ச்சிவிட்டஓடைகள். எரிகிற தங்கத்தீவுகள். அக்கினிக்குழம்பு,'சூரியனைச்சுற்றி மேகங்களெல்லாம் தீ பட்டெரிவது போல தோன்றுகிறது' என்றான் கஞ்சாக்குடுக்கி. 'ஆங்கொரு கன்னியை பத்துப்பிராயத்தில்' கண்டது முதல் நீண்ட காலமாய் லயித்து நிற்கிறது பெருமாள் கோவில் தெரு.

ஆனால் கூண்டுத் தெருவின் கிளைவழியே அவள்போகிறாள் மேலும் வளைந்து செல்லும் இலைவீடுகள். சிந்தனைச் சாளரங்களைத் திறந்த பாஞ்சாலி கைகளை விரித்து நிர்வாணத்துடன் துயில்கிறாள். நீலத்துகில் அதன் போக்கில் பலதொலைவுகள் சேரும் பாதைகளில் கசங்கி நெளிந்து ஊர்களை அழைக்க கல்தெப்பக்குளத்தில் உடுத்தாத சேலையை நனைத்து இருட்டின் நாணத்துடன் பல பெண்கள் நீராடும் கேசம் ஈரித்த நீரின் முத்துகள் இறங்கிப் போகின்றன. யார் யாரோ

நீர் எனப்படும் எட்டயபுரம் தெப்பக்குளப்படிகளில் ஈரமான பாதங்களுடன்.

'நீ என்னை இப்போது தொடர்ந்து வந்தால் மகாமரத்தில் இலைகளுடன் துயிலும் அக்கினிக்குஞ்சைக் காட்டுவேன்'

'காணாமல் தோன்றும் கவைக்குள் ஒரு முட்டைக்குள் வெளிப்படவில்லை இன்னும்' என்றாள் வேசை கூசாலி.

செடித்திரள் கொழுந்துவிடும் பருவத்தில் தளுக்கும்பட்சி அது. சூரியனின் தூரத்தில் வட்டமிடும் ஓர் மரகதஇலை படிகிறது. முன்னே இருந்தமரத்தை எட்டிப் பார்த்தான் கஞ்சாக்குடுக்கி. மீசைமேல் கைபோட்டு புகைநெளியும் மண்டபத்தில் கற்பனையாகப் பல மரங்களிடையே தேவதைகள் நீந்துகிறார்கள். முடியாத கவிதையுடன் மகாமரம் ஒரு சிறிய எட்டயபுரம். உயரத்தை நோக்கி போய்க் கொண்டிருப்பதால் கிளைவிடும் கூண்டுத்தெரு தலைகீழாக இலைகளால் மூடியுள்ளது. கற்தூண்களில் இலைதளுக்க மகாமர மண்டபத்தில் ஒவ்வொரு கனியும் வேசை கூசாலிக்கு வேறுவேறு ஞானசித்தம். அவள் அண்ணார்ந்தமுலைகளில் கிளி அமர்ந்து உரசும்பால்பாதை.

குறடையும் கம்பளியும் தோளிப்போட்டு குறிசொல்லி வருகிறாள் பட்டிகளில். இரவுக்கிளி பாதி நிஜவெளியும் கனவும் போய்சேரும் நிலவெளியில் புல்பூண்டுகளின் இரைச்சல். உடலுக்கு வெளியே இருக்கும் கனவு ஊரைப்போல் வாசனைதரும் நிஜத்திலிருந்து விலகியிருக்கும் ஊர். சுவடிகள் இருக்கும் பழைய வீடுகள் கல்வாசலில் நிற்கும் இளம்பெண்களின் கூந்தலை சிக்கொணர்த்தும் சிணுக் கோலியுடன் பேன்சொன்ன கதைக்கே வேசைகூசாலி மறுகதை போடுகிறாள். கம்பளப்பெண்ணின் விதவிதமான காலடி ஓசை. முதல் வீடுகளை எட்டி நகர்கிறாள். சிறிது தூரத்தில் எட்டயபுரத்துக் காடுகள் உள் நுழையும் வேட்கை தெருக்களில் படர்ந்து விதைகள் சிதறும். அது ஒரு அக்கினிக்குஞ்சாக இருக்கப்போகிறது. மென்மையான ஜுவாலையுடன் விண்மீது எரிந்து நகர்கிறது. சிறிய கிரகம் என்பது என்ன?

பூமத்தியரேகைக்கிளி வரைந்து செல்லும் அக்கினிக்குஞ்சு. கோடுகள் ஏதுமில்லை. மறையும் செந்நிற ரேகை அது. வரும்போதெல்லாம் நீண்ட பகலைக்கொண்ட நாளில் கனவின் செந்நிற விடுதியில் அப்பெண் குச்சிகளுடன் நடமாடிக் கொண்டிருக்கிறாள். பறவையை முன்கை கொண்டு உரையாடுகிறாள்.

வெயில் அதிகம் படர்ந்த கருப்பான உடலைக்கொண்ட கம்பளப்பெண் இருவரில் ஒருவர் மாறியொருவர் இரவாகவும் பகலாகவும் ஒருநாளை எதிரெதிர் துருவத்தில் சுருட்டுகிறார்கள். இடையிலிருக்கும் இருள் ஒளிபூண்ட கோடுகளில் விதிகளாகும் வேறுபட்ட நாடி. இருட்டை வாங்கி அலகுதேய்க்கும் குயில்தோப்பு எங்கிருக்கிறதென்று தெரியவில்லை. கற்பனையான கீதம்மறைந்தபின் இருப்பதில் என்ன இருக்கிறது. இவ்வூர் ஒரு ஏடு என்பதை படிக்கத்தொடங்கினால் காட்டில் வேட்டையாடும் பிரியத்தில் கருப்புநாய்களின் தாவல். புதரில் முயல் ஒன்று எழுந்தது. ஏழுநாய்கள் அதன்மேல் இணைந்து பாய்ந்தன. அது ஒன்றுக்கும் எட்டாமல் விரைந்துதாவி வெளியே மேவி வளி எனச்செல்லும். நாய்களும் அதன்பின் வாவித்தொடர்ந்தன. கீழ்திசை ஓடி 'முடிமண்' கிராமத்தை தொட்டதும் தன் மேல் மீறி வந்த நாய்களை முயல்சீறி எதிர்த்தது. வெகுண்டு பின்வந்ததும் வெருண்டு கலைந்த நாய்கள்யாவும் நடுங்கி அகலவே மாயமாய் அம்முயல் மறைந்தது. வேட்டைப் பிரியர் வியந்து திகைக்க வெட்கிமீண்ட வீடுகளின் இருட்டில் நாணிய நாய்கள் இரவெல்லாம் ஊளையிட வெள்ளை முயல் கோடுவரைந்த பாதையில் கோட்டை அமைக்க இதுவே குறியென முடித்தனர் அங்கேத் தானிய மண்கோட்டைசுற்றி நவதானியக் குலுக்கைகள் முளைத்து நின்றன மண்கோப்பைகளாய். ஊமையன் சீமையெல்லாம் உதிர்ந்தது வரகும் சாமையும்.

2

நாவிதமகள் கிளிவளர்த்தாள். கோட்டைக்குள் பறந்துதிரியும் தூதில் புரிந்துகொள்ளமுடியாத சிறுபறவை சிறகடித்தது கம்பள ஊரில். கருப்புக்கோட்டினால் மூடினாலும் மின்னலடித்தது பட்சி. பாலாக்கம்பு தரை தட்டிச் செல்லும்கொண்டிக்காவல். பாதிப்புனைவும் போதையும் கலந்த கஞ்சாக்குடி மண்டபத்தில் உமர் ஒரு திருணையில் வெண்டயம் எனும் பாடும் கருவியோடு அமர்ந்து சொல்லைப்புரட்டி கணித எல்லைகளை விரித்தார்.

பக்கத்தில் வாலைச்சித்தன் கவிபாட படிக்கட்டில்இறங்கி நீர் எடுக்கும் பெண்கள் தெப்பத்தில் குனிந்து கேட்டார்கள். சிலருக்கு அவன் வித்வத்தின் மேல் மோகம். மண்சிமிழில் பாட்டுக்கட்டி கசங்கிய இலையில் நிழல்கள் பல கூடிப்புகைத்த நீர் வெளியில் பெண்ணொருத்தி நாணிய இருட்டில் காத்திருந்தாள். ஒரு கண்

மண்டபத்தில் சுழல்வதில் என்னபித்தமென ஏறெடுத்துப் பார்த்தாள். போதையால் ஒளியூட்டப்பட்ட நிழல்கள் அரைப்பைத்தியமான நிலவுடன் சேர்ந்து எட்டயபுரத்துக்குள் போகிறார்கள். தள்ளாடி விழுந்தவனை அவள் குடத்து நீரால் தொட்டு எழுப்பி வீட்டுக்கு கூட்டிப்போகிறாள்.

வேசைகூசாலி வீட்டுக்குள் இரவாக எழுந்த குயில்தோப்பு. வண்டிக்காரன் அவிழ்த்துப்போட்ட உப்புவண்டி பாரத்துடன் உறைத்திருந்தது. அவன் வண்டிச் சட்டத்தில் வேஷ்டியை இழுத்துமூடி தூங்குகிறான். வேசையின் வாசல் எல்லாமரமும் குயிலாடும் விந்தை. இரு ஈயலோட்டாவில் சாராயத்தை ஊற்றிவந்தாள். சுவரொட்டி வெளிச்சத்தில் நெடித்த கருவம்பட்டை நெளியும் திரவத்தில் நிலவு நழுவிக் கொண்டிருந்தது. அவசரப்படவில்லை. வடித்த நாட்டு மதுவின் சூடான லோட்டாவை தழுவிக்கொள்கிறான் வாலைச்சித்தன். உமர் வீட்டு முற்றத்தின்பாடல் ஆன்ம வேதனையில் கரைகிறது. வாசனையாகும் கடித்தமது. மேலே மரங்கள் ஏறும் கிறுகிறுப்பு வெள்ளைப்பூ அதில் உதிர்ந்து சருகான இரவு. சாம்பல்பூசிய கரும் பழத்தின் காரல் சுவையில் அடுத்தலோட்டா தித்தித்தது. வேசையின் கற்பனையான குயில்தோப்பில் வரையப்பட்ட அக்கினிக் குஞ்சொன்று சதா எரியும் மரத்துடன் கருகாமல் ஜ்வலிக்கிறது. இன்னும் முதிராத இறகில் மைக்கண் ஒழுக அழுந்தாமல் அவள் முகத்தில் முத்தமிட்டான். அவள்தொடும் தொனி அழுதது. வேசையின் உடல் எங்கும் பனிப் புள்ளி வைத்தகுயில் கோலம். மார்கழி மதிநிறைந்த இரவில் சாராயம் நெடிக்க தன் பிள்ளைகளின் தலைகள் கனவில் மிதக்கும் குயில்பார்த்த மாடங்களில் அரசிருந்த குமாரர்களும் வந்துபோன சுவடு. மொழியை உடல்மேல் வரைந்துகொண்டவேசை கூசாலி. அவள் எழுதவில்லை. காமத்தை திறந்தாள்.

நிலவுகுடி வெறியில் தள்ளாடுதல். இன்னும் கொஞ்சம் மதுவுக்கு நா பர பரத்தது. பித்தக் கயிறுகளில் பாசமேறிய சாவு அசையும் ஆலிங்கணத்திருகலில் யாருமில்லாத பலகை ஆடிக்கொண்டிருக்கிறது. அதன்மேல் கூசாலி காலத்துக்குள் வராமல் போகிறாள். பின் சரிந்த வேகத்தில் தரையில் உரசி வீழும் வெறியில் மேலேறி தப்புகிறாள். நிலவு கலவிகொள்ளும் மயக்கம். அரக்குநிறக்குயில் மறைகிறது உள்ளே. அதன் இறகு உதிர்கிறது. அதை எடுத்து வரைந்து கொண்டிருந்தாள். மதிஒளி தங்கு தடையின்றி தரை மீது பாய்கிறது. தெள்ளத்தெளிவான வானம் இரவின் தேய்வில் இயற்கை செயல்களில் காற்று இவர்களுடன்.

கிளிமருதம் பிரிவில் உதிர்த்த சருகு கிறுக்கி கோடு மெல்ல உலர்ந்து மாறும் வாசனை. அவள் ஒரு உருவில் இல்லை. ஒரு உருவம் ஒரு சந்தர்ப்பம். சில சமயம் காற்று. வார்த்தை. உச்சரிக்கத் தெரியாது. உருவம் மாறிவிடும் வார்த்தையை பிடிக்கமுடியாது.

சிங்கமுக ரெக்கைப்பெண் கூசாலி. அவள் வேசை சீறிய சிங்கம். வாழைப்பூ மடல் பிரிந்த வெள்ளைப்பல் வரிசை சிரிக்கும் நரசிங்கத் தூணில் சாய்ந்திருக்கிறாள் கல்மண்டபத்தில். இறங்கமுடியாத ஊர் மேல் சிம்மராசி கொண்ட மனிதர்கள் முடிவற்ற பாறைமேல் சரியும் ஊரில் சிங்கமுடி சிலிர்த்த சூரியன் சூதில்மாறும் ராசிகளில் இரட்டிப்பாய் தோன்றும் ஊர் மலைமேல் செம்பழுப்பாய் அதிர்ந்தவாறு இருக்கிறது.

கம்பளப்பெண் வருகிறாள். நினைத்தால் மரமாகிவிடும் பைத்தியங் களைத் தேடிப்போகிறாள் எட்டயபுரத்துக்குள். மண்சிமிழில் புகையிலையும் சடைச்செடியும் கலந்து புனைந்த நிழல்கள் சுற்றும் புகை.

கரிசல்நிலத்தின் குறுக்கு வெட்டில் நீளும் அரக்குமரங்கொத்தி இறகு. வேலிச்செடிக்குக் கீழே பாசிபிடித்த உமர் நந்தவனம். எல்லாம் வறண்டு வருகிறது. கூடவே பயணமாகும் நிலத்தை நம்பியிருந்த எல்லோருமே சடைந்து போனார்கள். கோடியில் சுடுகாடு. சாம்பல் நீரில் கலங்கிய கண் வெளியே திரும்பும் கத்திரி அலகு. கரும்பனை குத்திய ஈக்கிசோற்றில் கசிந்த மரவெட்டை. உள்ளே இருக்கும் வெட்டு அலகுடன் மரங்கொத்தி.

உமர் பாத்தி விலகிக்கொண்டிருந்தார். கேந்திப்பூவும் மல்லியும் வாஸித்து அலைந்தகாற்றின் வரிகளில் பெண்கள் குனிகிறார்கள். கிழராணிபெத்தம்மாள் விளக்குச்சரம் தொடுக்கிறாள் மானியம் தீர்ந்த அரண்மனை முற்றத்தில் பச்சை ஆடைதரித்த புள்ளம்மாச் சிலை அவளோடு உரையாடினாள். கோட்டை சுவரை உரசும் வண்ணாக்குடி கழுதைகள் குட்டிச்சுவரை மேல் எழுப்புகின்றன. அவற்றுக்கு அரண்மனை சொர்க்கவாசல். சுகமான பொட்டல் புழுதி. ஊரையே புரட்டி எழுந்த வெயிலில் வேர்த்துப் போனாள் கம்பளப்பெண். மர நிழலில் சிறிதுநேரம் இளைப்பாறியபின் மீண்டும் தன்நடையை தொடர்ந்தாள். எட்டயபுரத்தை ஜீவிதநிலமாகக் கொண்ட அவளைச் சுற்றி பாடல்களின் வாசனை புறப்பட்டு வியாபித்துக் கொண்டிருந்தது.

வழிமறித்த உடைமரம் குளிராக மாறியிருந்தது. எட்டப்பன் வெட்டிய கிணறுகளில் குருவி குடிக்கக்கூட ஒரு சொட்டு நீர் இல்லை.

சுடுகாட்டில் தாழ்ந்து மிதக்கும் சிறகுநிறம். சீமைவேலிமுள் குத்தி அமர்ந்த வெயில் சுள்ளாப்பு. காற்றில் புலம்பிவரும் அரச எலும்புகளின் வெண்மை கழுத்தில் படர்ந்த பட்சியின் அடிவயிற்றில் முடியாமல் வாலின் நுனிவரை. மண் சமாதியில் திருகிய மீசையும் கொடு வாளுடன் தங்கப்பல் காட்டும் கிழ ராஜனின் வெள்ளிமயிரிழை பழுப்பான பகலில் கரைந்த வெளிச்சம்.

ஏனோ அமைதியில் புதைந்தமரங்கொத்தி செதுக்கிய புஸ்தகத்தை அணைத்துள்ளது. சாவின் உள்பக்கத்தில் சித்திரப்புடவுக்கல். மயக்கமான வெண்ணிறம் எந்த வர்ணத்தையும் கொடுப்பதில்லை. உணர்வுகளால் வரைந்த சாவுக்கோலத்தில் எலும்புகள் புதைந்த வேட்கை. தாகத்தோடு இருக்கிறார்கள். அரக்குநிறம் நீலமாகத் தறித்த வானத்தில் மரங்கொத்தி அறையில் வெட்டிய வார்த்தை இலைகளில் மாறும் தொனிகளோடு பழுத்து உதிர்வதில் சலனமாகும் பூவரசு. கீழே உள்ள பொட்டல் காளி பல்துருத்தி நிற்கிறாள் காட்டுக் கருப்பில். அங்கு நிறைய பெண்கள் வந்தார்கள்.

அதைவிட்டுப் புறப்பட்டு கிழக்கே செல்லும் ஓடைக்குள் இறங்கினாள். கண்களில் சோகம் கருங்கோடு வரைந்திருந்தது. வார்த்தையை புதைக்கும் கண்களில் ஒரு தைரியத்தில் நிமித்திகம் ஓடும் நிழலாட்டம். நாள் முழுவதும் அலைகிறாள். அவள் உடலில் ஓடும் நொடிகளில் மனதைத்தொட்டு ரேகைபடும் அகலமான பாதங ்களில் சிவந்த பிளவு. வெளியில் மூழ்கிப்போனாள்.

3

கானல்நீர் அசையும் பனைகளுக்கு ஊடே பச்சை லங்கோடு மாடுகளுடன் அசைந்தது. வண்டிக்கு அடியில் நெளிந்து குறுகிய நிழலில் நாய் உறக்கம். சற்று தூரத்தில் இலந்தைச் செடிகளில் பழுத்த வாசனை. தானே உதிரும் கனிகள். கட்டெறும்புகள் உதடுகளை மோதி முத்தமிடும் கனிக்குள் காமம் வெயிலில்புரண்டு குத்தியது அவள் காலை. தொட்டதும் கனியானாள். இலந்தை முட்களுக்கு ஊடே சிவந்த நிலம் எதை எதையோ சிதறிவிடும் ஞாபக ஓடை.

வண்ணாஊரணியைத் தொட்டாள். அங்கேயும் தாகத்தில் வறண்ட நாக்குடன் சிலகாகங்கள் பைத்தியங்களின் ரேகை பிடித்து கரைந்தன. சாம்பல் கழுதையொன்று பூவரசமரத்தின் நிழலைக்குடித்து குட்டியை எச்சில் நுரைக்க நக்கி வெயிலுக்கு சொருகிக் கிடந்த சூழலைப்

பார்த்தது. ஒவ்வொரு பெண்ணும் போனபின் அலையாகும் காற்றில் உடைகளில் படபடக்கும் வாசனைகள். காயவைத்த ஆடைகளில் எழுந்தன உருவங்கள். வேலிச்செடிக்குப் பின்னே ஓடும் நிழல்கள் பருந்துகளாய் அலையும் வண்ணாத்தி சாயலில். வண்ணாத்தியின் சாயம்போன வளையல் தெறித்துக்கிடந்தது பீங்கான் சில்லுகளாய்.

தோண்டியில் ஊர்க்கஞ்சியும் ஏணத்தில் வெஞ்சணமும் பூவரசு இலைமூடி வைத்தாள். சாம்பல் பூசிய தோண்டியைச் சுற்றி ஈரம் கசிந்த கருப்பு. மழைஎறும்புகள் தாகத்தில் பதமான ஈரத்தில் கால்வைத்து மழைக்குறிகளை மௌன மொழியாகப் பரவிச்செல்ல ஓடைக்குமேல் மோடங்கள் கருத்துவரும். எங்கோ மழைபெய்துகொண்டிருப்பதால் ஈரக்காற்று சேலையை இழுத்தது.

கம்பளப்பெண் மிதியடி தொடாத பாதங்களின் விருவில் நிலம் புலம்பியது. கல்லோடைக்குள் இறங்கி ஒன்றுக்கிருந்தாள். பட்சிகள் எட்டிப் பார்த்தன. உருண்டுகிடந்த சீனிக்கல்லில் துணிகிடந்த வர்ணத்தில் பொம்மைகளின் மாயத்தோற்றம், குடுகுடுப்பையை எடுத்து துணிகளை ஆட்டி வைக்கிறாள் கம்பளப்பெண். ஒவ்வொரு கல்லாய் கட்டிவிட்டு தொட்டில் மரத்தில் கம்பளப்பெண் வாதாடுகிறாள் எட்டப்பன் குதிரைச் சாவடியில் ஆள் வரத்து தெரிந்தது. குதிரைகளின் பிடரிகளோடு சூரியன் ஆடும் கரிசல்நிலம்.

காட்டை ஊடுருவும் வண்டிப்பாதை நெளியும் வெயிலில் பெண்கள் சிலர் பட்டிநோக்கி போகிறார்கள். எட்டயபுரம் சந்தைக் கூட்டம் வெயிலோடு திரும்ப புல்லில்லாத வெளிக்கு ஆடுகளை ஓட்டிச் செல்லும் இடையர் தொரட்டிகள் மரங்களில் கிளைகொப் பில்லாமல் அறுக்கும் கிளைகளின் கதறல். வேதனை மிகுந்த நிலம். கால்புழுதி எழுகிறது மேலே.

ஊருக்குவெளியே அமைதியடைந்த பாறையில் தங்கினாள். குடைப்பாறையில் நிழல்விரித்த நீர் சுற்றிச் செல்கிறது. இருட்டைக் கீறி குச்சிகளாகப் பிரித்து எண்ணினாள். இரட்டிப்பாகும் குச்சிகளில் துளையுள்ள வெயில் அலையும் எட்டயபுரம் ரூபடைந்து காட்டுப் பாதையில் நெளிகிறது. பாறையைத் திறந்தால் பாழுங்கிணறு. கீழே உள்ள நீரைக் கண்டாள். அதில் பெண்களின் வாடை அலையாயிற்று.

ஒருவாக்கில் ஊறும் வார்த்தையின் நுனி பாலைஈரம் கசிய மெய்மறந்து நின்ற உயிர்ச் சரங்கள். மேல் வந்த கம்பளப்பெண்ணை தொட்டதும் அலையானாள். மண் துளைக்கூடுவிட்டு முணங்கும் வெயில்மயக்கம். பெண் வாடையே இல்லாத பாறைக்கு வந்ததும்

வாசமாயிற்று. மலைஉச்சியில் நின்று அங்கே ஒரு மரம் வளைந்து விறகுவெட்டி ஒருவனுக்கு வாக்கும் வழியும் சொன்னதைக் கேட்டாள் கம்பளப்பெண். எங்கிருந்தோ நாயும் சுற்றி அலைந்த பாதை வளையும் குரல்வளைகளுடன் குரைத்தது.

வர்ண அடர்த்திபெற்ற கிளியாக மாறுவதற்கு இத்தெருக்களில் பழுப்பான சுண்ணாம்பு உதிரும் சுவர்கள் தோற்றம் கொள்கின்றன. வண்ணாத்தி வெளுத்த துணிகளில் சாயம் திரித்தநூல் கழுதைகளின் கால்களில் அறுபடும் மூர்க்கம்.

கழுதைகளின் வெப்பலான மூச்சு ஏறிய ஆலமரம் சடைவிரிக்க கால்களை நிழலில் வைத்தாள். பொதிதூக்கிய சாம்பல் புரவிகள் அசையும் ஊரணிக்கரையில் வெள்ளாவிப்பானை தூக்கித் திரும்பு கிறார்கள் நிழல்களுடன். தாகத்தில் சாயும் காகங்களின் சாய்ந்த பார்வை. எல்லாம் அறிந்த காகவெளி விரியும் பாதையில் போகிறார்கள்.

கம்பளப்பெண் தோள்மேல் கட்டிச் சுமந்த தானியப்பைகளை இறக்கி வைத்தாள். ஒரு பிடி அள்ளிப் பிதிர்களுக்கு சிதறினாள். நேராக வந்து தானியத்தில் இறங்கிய ஆவலில். 'பிதிர்ப்பகை ஆகாது' என்றது காகம். வண்ணாத்தி கண்சொருகிய வெயில். மாட்டுக்காரன் வேறெங்கோ புதர்களில் வளைந்து சுற்றும் பாதையில் மாடுகள் கரடுகளில் வாய்வைக்கும் சத்தம். வெயிலில் தேன்தட்டு வாசனை புல்லுடன் ஏறியது. விரட்டும் தேனீக்கள் அவனைக் கொட்டுவது இல்லை. ஒட்டுப்புல்லை பூசியிருந்தான்.

'இந்த வருஷம் மழை கொஞ்சம் மத்திமம்' என்றாள் காகத்திடம்.

மேகங்களுக்குள் ஓடும் ரகசியத்தை முள்ளாலும் எலும்பாலும் பின்னிய கூடுகளின் இடைவெளிக்குள் கண் வைத்து வரும் மழை பற்றி குறிப்புகள் கொண்ட காகங்கள் அவளைச் சட்டை செய்ய வில்லை. காக்காய் முள் சிதறியடித்த அனல்வாக்கு எரியும் காடு. பிதிர்களின் கோபம் கண்டு ஒரு கோடுபோட்டு நடந்தாள் கம்பளப் பெண். கா... காவெனத் திரும்பி அழைத்தன அவளை.

அவள் உதடுபொத்தி காகங்களை அண்ணார்ந்து கைவிரித்தாள். அவற்றிற்கு இப்போது ஏதோ துக்கம். வளர்த்த குயில் மறைந்தபின் திரும்பவில்லை. போனபின்னும் குயில் ஓசை கேட்டது.

'குயில்தோப்பு மூடிய வேசை கூசாலி வீடுபோய்க் கேட்பேன்' என்றாள் காகத்திடம்.

‘எனக்குத் தெரியாது கூசாலிவீடு. குயில்களின் வாக்கியம்தான் என்கூடு’ என்றது காகம். இருவருமே வெறும் சாயைகள் தானா?

கம்பளப்பெண்ணுக்கும் காகங்களுக்கும் இடையில் குயில் தோப்பு. புலம்பிப் போகிறாள் ஊர்நோக்கி. காகத்திற்குள் குயிலும் வேட்கை அப்பெண் உருவில் கிளி தெளிவற்ற நிறங்களைக் குழப்பியது. வேசையின் சம்பாஷணை ஊரைச்சுற்றி. பெண்களின் கோலாட்டம் கம்பளத்தார் ஒயில்கும்மி அசையும் தெரு. புலிவேஷக்காரர்கள் மேலவாசல் தாண்டிப்போகிறார்கள். தீவிரமான பாடலைக் கொடுத்த பாஞ்சாலி கிளியாக உருமாறினாள்.

எட்டப்பன்குதிரை வாலை அசைத்த பாதையில் பூட்டாத கண்கள் அருகில் கம்பளப்பெண்கள் கனவுபோல் அசைந்து புல்கற்றையை நீட்டுகிறார்கள். முகர்ந்து பார்க்கும் குதிரைக்குள் அடைபட்ட பெண்களைத் திறந்தான் வாலைச் சித்தன்.

துக்கமும் அடைகின்றன கூண்டுக்குள். கும்பனிக் குதிரைகள் மேல் வந்த ஊருக்குள் வெள்ளை சிப்பாய் ஒருவன் வட்டமான மெல்லிய அட்டையில் ஒருபுறம் கிளிக்கூண்டும் மறுபுறம் கிளியும் வரைந்து அதனூடே மெல்லிய நூலைச் செலுத்தி அந்த அட்டையை வேகமாக சுற்றினால் கிளி கூண்டுக்குள் இருப்பதைப் போல்தோன்றும். அவள் ஊருக்குள் அகப்பட்டிருப்பது தோற்றம்தான். வெளிப்பட்டால் காலியான அறைகளில் பைத்தியம் பிடித்த கிளிச்சத்தம் கதறிக் கதறி மொழித்திரள் சிவக்கிறது. பூட்டிய செங்கபாடம் திறந்தால் பக்கத்திலும் இருக்கிறாள்.

மறையக்கூடிய மொழிகளின் கிளைகளில் கட்டப்பட்ட நகரங்களும் வீடுகளும் அவற்றை மூடும் மரங்களும் மூழ்கும் நீருக்குள் தாவரக் கிண்ணிகளில் முடியாத பாதைகளும் சிலைகளும் நூலகங்களும் பயத்தில்படபடக்கின்றன. போருக்கு முன்பாக கும்பினிக் குதிரைகள் ஊமையன்சீமையை எத்தி இடிக்கக் கதறும் சாம்பல் நிறப்பல்லிகளும் ஆந்தைகளும் குடிகொண்ட இருட்டைக்கீறும் தூக்குக் கயிறு கயத்தாற்றில் கதறும் ஓசை.

கருத்தையா கழுத்திலிருந்த கயறு குரல்வளை அறுத்த துடி ஊமையன் சீமையெங்கும் கம்பளப்பெண்களின் குலவை. மண்ணுடல் கலந்த குருதி நீண்டு வருகிறது எட்டப்பன் கட்டில்வரை.

4

பனங்காட்டு நரிகள் மோந்து வந்த வில்லுப்பாட்டில் சோளக் கதிர்கள் ஆடும் நிலவு வெளிச்சத்தில் ஊமைச் சகோதரர்கள் போருக்குப் புறப்பட்ட கதை திறந்தாள் சூரங்குடி மரப்பாச்சி. நீலம் படிந்த ஊர் இருட்டு உறையும் குளிரில் வறட்டுப்பனி இறங்கிவர புளியங்காய் காய்த்த மரம் தளுக்காமல் கயிறுபட்ட கிளையும் பட்டுப்போன நாளும் முடியாமல் சக்கம்மாள் முடி அவிழ்த்து துக்கம் காத்தாள். நாக்கில் சங்கிலி கோர்த்து மடியில் கங்கு அள்ளிச் சுற்றி வந்தாள் சீமையில்.

சடங்கில் துடியாடும் சூரங்குடி உடுக்கு சந்தங்களை சுழியாக்கி கூந்தல் ஏறும் கணியான் கும்பினி வெட்டுப்பட்ட வாதைகளும் துப்பாக்கி நிழல்பட்ட துக்கமும் கயத்தாற்றில் கயிறுபட்ட இருட்டும் சொல்லி வந்தான் வில்லில் பாடி.

வலம்பாடிகள் ஊமையன் கோட்டை சுற்று வாசலுக்கு வில்லதிர பாடிவந்தார். கல்வாசல் முற்றத்தில் வந்த சனநிழல்கள் ஊரணித் தண்ணீரில் அசைகிறது. கோவில் மதிலோரம் கும்பினிக் குதிரை தலைநீட்டி அலையும் காதுகளைப் பார்த்த வெள்ளையம்மாள் அலரி விருட்சத்தில் ஏறிப்பருந்துப் பார்வை சுற்றினாள். குமுறும் புறா உச்சியில் வெள்ளையன் துப்பாக்கி கத்திபட்டு வெள்ளையம்மாள் கைமேல் நின்றது. தாயை அடைவது போல் அவள் மடியில் துடித்தது. கதையாடல் சடங்கு சேர நாடகம் மொழி வர்ணம் இறந்த கதை இன்னாரின் பிறந்த கதை பாட வில்லின் அகராதி திறந்தான் கணியான். வாய்மொழிக் காப்பிய நிலம் ஓடும் ஊமையன் வேட்டை நாய்கள். மாட்டுத்தொலியில் உரித்த நாணை வீசுகோலால் அடித்த வலம்பாடிகள் கம்மங்காட்டில் கதிர் அறுக்கும் பெண்களின் குலவை கேட்டு மண்வெறிகொண்ட சடங்கில் அருள் ஏறிய அக்கினிச்சட்டிகள் தீ மூண்டு எரிய வருகிறார்கள் சக்கதேவி சிலைக்கு.

அவள் துக்கம் கேட்டு சமுத்திர மச்சமெல்லாம் கருப்பாய் மாறிவர மண் சிறுவீடு சுற்றி தாழம்பூ ஏடு பிரித்து கணியானும் வில்பிடித்து மாயமாய் நிறங்கள் காட்டும் கிளி வளர்த்தாள் வெள்ளையம்மாள்.

வெட்டாத சக்கரத்தில் வெளிச்சம் பார்த்து வெளியே வந்து கிளி பறக்கும் மண்கோட்டைப் பட்டினம். பாஞ்சால மண்வெறியில் ஓடிக்கிடந்த கீறலை மின்னல் என்றாள் கணியான். கம்மம்புல் புரண்டுவரும் வாசலில் ஆலன்துரை கப்பம் கேட்டுவந்தான்.

'கம்பெனி உரிமைக்கு பங்கமாகும். ஆறு வருஷங்களுக்கும் சேர்த்து ஆறாயிரம் பொன் கொடுத்தால் போதும்' என்றான். 'கருத்தையா மட்டும் விதித்த திறையைச் செலுத்தாமலும் மேலும் கம்பெனியை அவமதித்து கதித்து நின்றான். எட்டப்பன் பாளையத்துக்கு இடையூறுகள் பல செய்கிறான்' என்றார்கள் இடம்பாடிகள்.

அஞ்சாத துணிவுடன் சேனையோடு வந்த ஜாக்ஸன் காகம் பறக்காத கருத்தையா கோட்டையை மிதித்தான். சூழ்ச்சியும் வஞ்சகமும் புடைசூழ வெள்ளையர் படையணி ஊர் ஊராய் சுற்றிக் கொள்ள நீட்டி வரும் துப்பாக்கி நிழல்கள் எருக்கலங்காட்டில் விழுந்தது. மேடும் தாவுமாய் வண்டிப்பாதை வெயிலில் அசைந்த மாட்டு வண்டிகள் வைக்கோல் கூளத்துக்குள் மறைந்து போகும் ஈட்டி துப்பாக்கி வெடிகள். கும்பினி சோதனையிட்டான் சந்தேகத்தில். பெண்கள் குனிந்து கதிர் அறுத்துக் கொண்டிருக்க கும்பினி சங்கை அறுத்து விட்டான் தூங்கன். வண்ணான் பொதியோடு கும்பினியை மூட்டை கட்டிக் கொண்டுபோகிறான் புதியமுத்தூர் காட்டுக்கு.

நெல்லிமரம் நிழல்விட்டு உதிர்ந்த பிஞ்சும் காயும் புளிக்க ஊருணித் தண்ணீர் குடித்தால் இனிக்கும். வெயில் அசையும் காட்டில் கன்று காலிகளோடு நீர் தேடி அலையும் இருட்படை. கல்லாற்று நீர்வரத்து நின்று போன அக்கினி ஓடைகளில் ஈட்டி வைத்துப் பதுங்கி வரும் தெலுங்குப் பகடைகள். கூடவே தெம்மாங்குவீசும் காற்று.

வெங்கலராசன், பிச்சைக்காலன் வந்த வாய்வழி ஓசைகள் ஊமையன் சீமைவரை வீசியது. சில நாய்களை வளர்த்து வேட்டைக்கு ஓடும் வெறிபிடித்த ஓட்டத்தில் பறம்புமலைக் குன்றுகளில் இருட்டும் புதரும் உடும்பும் நரியும் மிளாவும் ஈரலில் பயங்கொண்டுதிரியும்.

காரிருளில் ஏகும் வழியிடையில் பனைமரத்திலிருந்து ஓர் ஆந்தை கீச்... என்று ஒரே ஒரு சப்தமிட்டு நின்றது. முன்னோடும் சடையன் கால் தடுக்கும் ஓசை கேட்டு நின்றான். 'சகுனம் அது பொல்லாத ஆந்தை. நல்லவாக்கு கேட்போம்' என்றான். பொதிமாடுகள் நடந்தகால் எடுக்காமல் அண்ணார்ந்து கத்தின. 'எல்லாம் இடையூறாய் தோனுது. இப்போது திரும்பிவிடுவது நல்லது.'

'ஆந்தை வாக்கு ஓர் உரை கொடுத்தால் உற்றதோர் சாவு சொல்லும்' என்றாள் சாத்தன்.

'குருட்டுக் கூகைக்கும் அதன் வெருட்டொலிக்கும் அஞ்சாமல் கும்பினி நெற்களஞ்சியத்தை கொள்ளையிடுவோம்' என்றாள் தானாபதி. நெற்பொதியின் உளவுநிலை கால்களில் ஏறிப் பொதி

மாடுகள் ஓடின வேகத்தில் புழுதிப்படை. குதித்துக்கொம்பு சுற்றி வட்டம் போட்டு சிலம்பம் சுற்றி எதிர் நீளும் கம்புகளைத் தட்டி கும்பினிக் கூலிப்படை சிதறி ஓட விரட்டியது கொள்ளைப்படை. நெல் வாசலில் உருண்ட வரை மாடு மிதித்து பொதியோடு கொண்டுவரும் பாதையில், பெருங் கூச்சல். பதைத்த ஆந்தைகள் ஓர்வாக்கு கதித்த கோடு குறுக்கே ஓடியது. நுரைபொங்கும் ஓட்டத்தில் பாலாக்கம்புகள் சுற்றிவர மாடுகளை அணுக ஒட்டாமல் கிளை கிளையாய் பிரிந்த கொள்ளையர் கால்பதுங்கி கரண்டையில் தட்டி வீழ்த்திய இருட்டின் அலறல் கரைந்த மண்மேட்டில் செம்புரவி கணைத்தது. சிலம்பப் போருக்குப் பின்னே ஆந்தையின் கோபக்கண் தீச்சகுனமாய் சுற்றிவர எருதுகள் கொண்டுபோன கும்பினி நெல்லுக்குள் வெள்ளையன் படை சரிந்தது.

5

பன்னீராண்டு பஞ்சம் எங்கும். காட்டுக்குள் ஊர்ந்துபோன எறும்புகள் அதை அறிந்து சேர்த்து வைத்த புத்தரிசியில் படம் போட்டு தங்கியது பாதாளத்தில். குருடர்களுக்கு தெரிவித்த எறும்புகளோடு வாதிட்டார்கள். அலரி விருட்சத்தின் இலைகளில் அசைந்த காற்றில் வாசம் பரவிவந்தது. ஊமையன் சீமையில் புல்பட்டறையில் தானியம் இருப்பிருந்தது. காக்கை, காடை, கல்குருவி, காச்சல், செம்போத்து பறவைக்கெல்லாம் வீசிய தவசத்தை விண்பருந்துகள் வட்டமிட்டுக் கொத்தி அலகு வலித்தது. கும்பினிக் கழுகு தொப்பித் தலையுடன் கிஸ்திகேட்டுத் திரியும் படைப்புழுதி அசைந்தது. கருவறுக்க எண்ணிவந்தான் கொக்குத்துரை.

ஊமைச் சகோதரர் பண்ணைக் காடெல்லாம் கதிர் வாடிய கம்மம்பூ வெங்காற்றில் உதிரும் வேகத்தில் நீரற்றமேகம் வெளிறிக் கிடந்தது. சில வேளை கருத்த மோடங்கள் உயிர் காட்டும். உச்சியில் திரண்ட நீர் ஒரு சொட்டாய் வெள்ளையம்மாள் நெற்றிப் பொட்டில் சொட்டி அதிர்ந்தது. ஒரு குருவி அதில் பாதி திவளை கேட்டு கத்தியது. பெருமூச்சு விட்டாள்.

மண்கூரை வீட்டைச் சுற்றி பசுஞ்சாணம் மெழுகி வேப்பங்குலை கட்டி வைசூரிக்கு மாரிமுகத்தில் பட்டமுத்துகளை பார்த்த பெண்கள் செருப்புச் சத்தம் கேட்காமல் கொடித்தடை இட்டார்கள். ஒரு பாட்டம் மழைபெய்து ஊருணியில் நீர்வரத்து. கன்றுகாலிகள் வாய்வைக்கவும்

அள்ளிப் பருகவும் தாகம் தீரவில்லை. தம்பாலூரணியில் இச்சி மரமும் ஆலும் விரித்த இலை அசைவில் சிறு காற்று வைசூரி மருந்தாய் வீசியது. வேம்படியில் துண்டை விரித்துக் கிடந்த பெருசுகள் பாலாக்கம்புடன் தூங்கின. வெப்பலில் உடைமரம் வெள்ளை முள்ளுடன் வெயிலைக் குத்திக் கிழிக்க, சிவந்த சூரியன் தலைவிரித்து ஆடினான். ஊசிமுனை கொண்ட விஷமுள்ளை 'காக்காமுள்' என்றார் பெரியவர். வெள்ளியாய் ஒளிரும் முள்முடலில் செருப்புக்கால் வைத்து விறகெடுக்கும் பெண்கள் குனிந்திருந்தார்கள்.

கயத்தாற்றில் பத்து புளியமரம் இருந்தாலும் உடைமரத்தைத் தான் அடையாளம் சொல்லி கூன்விழுந்த புளியமரத்தில் கல்வைத்து போகிறார்கள். அதில் எறும்புகள் ஏறி இறங்கி சாரையாய் மூச்சுவிடும் கருத்தையாகிளையில் விரல்பட்டதும் துடித்து வீழ்கின்றன கூட்டமாய்.

ஊமையன்சீமையில் உடைமரத்துக்கு தனி இடம். பனங் கூட்டத்துக்குள் ஆடும் கலயங்களில் கள் இறக்கும் சாண்க்ஷத்ரியர். மேற்கே தட்டுத்தட்டாய் உடைமரம். எந்தக் காற்று அடித்தாலும் ஆடவே ஆடாது. காற்று அடித்தால் பரபரவென்று சத்தம் வரும். குருவி தொங்கும் குரல்களின் அருவி. அப்படி சிட்டாங் குருவிகளின் தினுசு. லேசாய் காற்றடித்தாலும் ச்சோ... வென கூப்பிடும் உடை. முனியடித்துச் செத்தவள் உச்சிவேளை நடமாடினாள். அவளுக்கு கல்வைத்து பயந்த ஓடை. பஞ்சத்தால் பட்ட காடு தரிசு. உடைமரங்கள் ஆளைமயக்கும். எந்தக் கோடையிலும் பட்டுப்போகாது. கருவச்செடி மாதிரி பசுமையாக இருக்கும். காக்காய் கூடுகட்டும் உடைமரம். பேய் அடையும். தனியாக போவதற்கு யோசிப்பார்கள். முனிஇருந்து அரசாண்ட காட்டுக்குள் பஞ்சம் நுழையாமல் போனது. காக்காய்கள் ஊருக்குள் போய் வீடுவீடாய் வைசூரிவந்தவர் முகம் பார்த்து கரையும். நடமாட்டம் இல்லாத இடத்தில் உடங்காட்டு வெக்கை. லேசாய் காற்றடித்தால் ஓ... வென்று அலறும். மரம் ஊளையிடும் பாதையில் நாயும் அஞ்சக்கூடிய ஊளை. பதிலுக்கு எப்பொழுது பார்த்தாலும் நாய் ஊளை. எந்நேரமும் ஊளையிடும் உடைமரம். காக்காய்முள் சாம்பலில் ஊர் குத்திக்கிடந்தது. கீரந்தை கரை ஓரமாய் போனால் கயத்தாறு வேதக்கோயில் தெரியும். இரட்டைப் புளிய மரத்தைத் தாண்டினால் பாம்பேறாத புளி செதில் உதிர்ந்து மூப்பாகி செருமிக்கொண்டு எல்லோரையும் ஈர்த்தது கட்டப்புளி. கூட்டு வண்டியில் அகிலாண்டம்மன் கொடைக்குப் போகும் ஊர்சனம். மாட்டுவண்டியில் தட்டுக்கட்டி கருங்கிடாய் வெட்ட ஏகும் பங்குனி

உத்திரத்து வெயில் நாளில் கருத்தையாவுக்கு ஒரு கால் சதை கொடுத்துப் போகும். எவ்வளவோ தூரத்திலும் மலைக்கோயில் சாத்தனார்கள் பலி கேட்டு நிற்கிறார்கள். செஞ்சேவல் குத்திய கழுமரத்தின் நிழல் நகர்ந்து வரும்.

முத்தூரணியில் கால்வைத்தாள் வெள்ளையம்மாள். ஆண்வேட மிட்ட பெண் அவள். கருக்கிருட்டில் உடைவாள் சுற்றிவந்தாள் சேனையுடன். செம்புரவி மேல் தனியே அலைகிறாள். மண்புழுவாய் காது வடித்து தண்டட்டி அணிந்து ஒட்டுத் தாலியில் மரிக்கொழுந்து சூடி கூந்தலை உச்சிமேல் முடிந்து கிழக்கத்தி ஊர்களிலெல்லாம் அவள் தடம்கிடந்தது. உடைமரம் திறந்து மறைகிறாள். காட்டுக்குள் நடக்கும் அவள் தனிமையில் பஞ்சமும் சேர்ந்து அசைவதைப்பார்த்தாள். அங்கங்கே கீகாட்டு ஊரில் யாருமே கிடையாது. வீடு மட்டும் இருந்தது. கதவுகளைக் கழட்டி இருப்பவரிடம் ஒப்படைத்து சுவரொட்டி விளக்கில் ஒரு துளி குருதியை எரியவிட்டு எறும்புகளிடம் பானை களையும் தானியத்தையும் விட்டுப்போனார்கள். சாம்பல்நிறப் பல்லிகள் வாக்கினால் இருட்டிவரும் பஞ்சத்தை விரட்டின. ஆடுமாடுகளும் கிழடுகட்டைகளும்தான் சுவரோரம் கயித்துக்கட்டில் சிறு துணிப் பொட்டணத்தில் தலைவைத்துக் கனவில் மிதக்கிறார்கள். உலர்ந்து போன ஊர். முள்ளாய் இருக்கும் உடைமரத்தில் கவுளி ஏறி மல்லார்ந்து கீழே விழுந்தது. அதை மாமிச உணவாக இழுத்துச் செல்லும் எறும்புகளின் வாய் வெட்டியது அரித்து.

உடங்கருவல் நெத்து சலசலக்கும் சத்தம் பல்லைக் கட்டிப்போட்டு வாயைப்பூட்டும் சென்னக்காவூரணியில் அவள் அலைப்பாட்டமாய் வட்டம்விட்டு வந்தாள். உருத் தெரியாத பெண். கிணத்தில் வெற்றிலைக் கொழுந்துபோட்டால் குப்புறவிழாமல் மல்லாந்து மிதக்கும். பொன்னான தங்கச்சி ஆடுமேய்த்து வருகிறாள். உறிஞ்சும் மௌனத்தில் அசையும் பெண். அவள் பேர் அடக்கி. ராத்திரி நரி ஊரணிக்கு ஒலி காட்டிவந்து தண்ணீர் குடிக்கும். வெயில் காலத்துக்கு நரி தண்ணீரைப் பார்த்து வந்துசேரும். சாயம்போன பீங்கான் வளையல் குலங்கி தொரட்டியுடன் ஆடுமேய்க்க வந்த பெண்ணை நரி கண்டது. தொரட்டி நிழல் நீரில் சென்று நரிகாலைத்தொட சங்கஞ்செடிப்புதரில் பம்மியது. ஆள் வாடைகண்டு அதுவே புத்து மண்ணுக்குள் சொக்கிக்கொண்டு பின் ஓடிவிலகும்.

6

பஞ்சத்துக்குப்பின்னால் இருட்டுமூலையில் யாரோ ஒருவர் நின்று கொண்டு இருப்பதில் பல வெளிர் மேகங்களும் திரைவிரித்து துன்பத்தில் இலைகள் கொழுந்துவிடும் பொழுதை அசையாமல் பார்க்கிறதால் அது ஊமையனாகத்தான் உருவெளிப்பட்டது. காடு அதிரும் பயிர்பச்சை வாடி வதங்கும் வேனில் போதில் அந்த ஊமையன் நடமாடித்திரிந்தான் மெளனத்துடன். வெயில்புகை ஆடும் கானல் அலையில் சினைப்பட்ட கருப்புநாய் உள்ளே பலகுட்டிகளின் குரலை கர்ப்பத்தில் கேட்டது. நாய் மடுக்களில் பால்வாடை தள்ளும்.

நுரைபொங்கும் குமிழ்களின்மீது நாய் நிழல்கள் புதிர் நிறைந்த திரைகளின் ஓரம் இருள் அணைந்து சுடர்ந்த ஒரு ஊளை காற்றில் ஒடுங்கியதும் பின்பிறந்தது அதே குகையில். வேட்டைநாய்கள் வெளியேறவிடாமல் நீர் குமிழில் சுழன்று சுழன்று ஊமைச் சகோதரர் பூமி சுற்றி அலைகளின்மீது விழுந்தோடிக்கொண்டிருக் கின்றன. புதிர் நிழல்கள் இப்படித்தான் போகுமோ.

தானியம் மறைந்த காட்டில் தெலுங்கில்பேசி தோண்டியுடன் இளைப்பாறினார்கள் காட்டுப்பெண்கள். கிழங்கில் பூக்கும் பூலாம்பூ எடுத்து சக்கதேவிக்கு ஒரு கொட்டாண் கொண்டு போனாள் ஓவு. ஊரை ஒட்டி வயல்காடு. சுற்றிவந்தால் தோட்டம். கமலைக்கல் வெயிலில் இறவையாகாமல் தூங்கும் துவாரங்கள். கூணையில் சேவல் பதுங்கி கத்தியது. தெருவில் ஆடுகளின் மூத்திரமும் பிழுக்கை வாடையும். கூடார ஓலைகளைத் தூக்கி நகரும் காட்டுக்கீதாரிகள். மரிகளின் மே... மே... வென்ற ஓசை.

வெருகு வழிபோகும் 'கீழமுடிமண்' ஊரில் கருத்தகாரை வீடுகளில் வடக்கயிறும் கமலை மிதியறும் தூங்கிவழிகிறது. இலைகள் நடுங்கும் போது ஆலம்பால் ஒடிந்த காற்றில் வேப்பங்கொழுந்து கசங்கி வைசூரி வந்த பெண்ணை பூசி ஊதும். வெள்ளை விழிக்குள் கருவைச் சொருகி மயங்கிய பெண்ணை வேப்பங்குலைகொண்டு வீசினாள் தாயார்.

காட்டுக்குள் எலும்பு துருத்திப்போகும் மாடுகள். திணறும் மேழியில் சிதறிய சூரியன் பச்சைவெட்டாய் வடிகிறான். கீறலில் முதிய மாடுகளின் குளம்படி பிளந்த தடம். பனைக்குப் பனைதாவும் அணில் சின்னஞ்சிறிய கைகளுக்குள் மெல்லும் கள்ளிப்பழம். அணில்சத்தம்

அலையும் கரிசல் வெளி. ஆந்தைகளின் உரைகேட்டு கும்பினி பகைக்கு அஞ்சாமல் மனப்போக்கில் அலைகிறார்கள். மண்குதிர்களில் வற்றிய தானியவாடையை முகர்ந்து அலையும் எறும்புகளைப் பார்த்தாள் வைசூரியில் ஆழ்ந்த சிறுமி. இமைப்பீலி திறந்து கருப்பு எறும்புகள் ஒடிந்த ஒரு கம்மம்புல்லை முத்தமிடுவதை உணர்ந்தாள். சுவர்க்கீறலில் பரபரத்து வரும் மழை எறும்புகளைச் சிறு நம்பிக்கை போல வெளிபார்க்கிறாள். செதில் நிலத்தில் வேல்கம்பு குத்திக் கிடந்தது. சம்சாரி வீட்டில் வெறுங்குலுக்கையின் மூலையில் பாலாக் கம்புகள். குருதியில் காய்ந்தவடு. களவில் உறையும் நினைவுகள்.

உழுதவன் மண் ஏணத்தில் வெள்ளையன் நிழல்விழுந்தது. சீமைரயில் கொதித்துவந்த காந்தக் கம்பியில் சிகப்புக் கதவைத்திறந்து சீமாட்டி இறங்கிவருகிறாள். மணியாச்சி ரயிலடியில் துப்பாக்கி சுட்ட ஒலி கழுத்தில்பட்டு ஆஷ்துரை சரிய அலறினாள் சீமாட்டி. அவள் தொப்பி தவறி விழுந்த இடம் ஸ்டேஷன் ஆனதுபின்னே.

விட்டத்தில் சொருகிய சிலம்பமும் திருக்கை முள்ளும் உடம்புடன் கூடவே செல்லும். பனங்கூந்தல் அறுந்துவிழும் பஞ்சம். கரும்பனை மீது வேதாளி பறக்கிறாள். அவள் உடல் சுற்றும் கிளிக்கூட்டம் வசம்பு நார்கட்டி வேதாளி சொன்ன சொல் பேசும் கிளி.

வரிநெல் கேட்டுவரும் ஜோல்சர் மேல் பறந்து 'நில்லும் சிப்பாயே.. நிறுத்தும் கால்நடைய சொல்லுங்க வந்தசேதி. நான் வெள்ளையம்மாள் வளர்த்த கிளி. கப்பல் ஏறி வந்தவரே. ஊமையன் சீமை வந்ததென்ன' 'ஆறாயிரம் பொன்னை திரட்டிக் கொடு கிளியே. போலீஸ் வேட்டுக் காரன். போய்விடு சுடுவேன் படுகிளியே' என்று கர்ஜித்தான் கும்பினி. பஞ்சகாலத்தில் கொள்ளையராகும் நிலம் கூடவே அலைகிறது. பாதத்தில் விருவுவரப் பார்த்த கோடுகளில் முள்ளும் பனஞ்சிலாம்பும் குத்தி உரசிய மண்செதிலும் கரணைக் கால்கள் நடக்கும் களவுநிலம் எருதுப் பொதிகளுடன் திரும்பும் நிழல்கள் படிந்தபாலை. கொள்ளை யிட்ட கும்பினி எல்லையில் தீவட்டிக்குள் அசையும் ஊர்கள். வீடுகளுக்குள் இருட்டையும் வாக்கையும் சாகுமுன் ஆந்தையிடம் எடுத்துவந்தாள் வேதாளி. கூளியோடாடி சுடுவெளிப்புலவு வாடை வீசும் அவள் பாதை. தீச்சகுனங்களை உணர்ந்து நரிகளுடன் சேர்ந்து வனந்திரியும் இருட்டு, யுத்தவாடை அவள் கைகளில் பட்டதும் கம்பளப்பெண் ஊமைச்சகோதரர்களுக்கு அறிவித்தாள் அசரீரியாய். சுரைக்காய் விதைப்பல் துருத்தி இருட்டில் பளிச்சிட உதிர்ந்த வெள்ளைப்பூ வெளிச்சத்தில் யுத்தவாடையைக் கையில் பிசைந்து

விதிகூறித் திசை மறித்தாள் ஊமைச்சகோதரர்களை. குரல் மறிக்கும் திசையில் கும்பினி சூது கதித்த ஆந்தையின் ஒரு குரல் கொடுத்த உரை.

7

அவளுக்கு முன்பே மெய்யுணர்வு கொண்ட வேட்டைநாய்கள் ஊமைச் சகோதரர்களின் சாவை அறிவித்தன மரங்களுக்கு. புளியம்பூ வரிகொண்ட புலி ஒன்று பஞ்சத்தின் வழியே தாகம் தீராமல் குமுறும் ஓசை. எந்த ஓடையிலும் நீரின் சலனமில்லை. கல்லோடையில் சீனிக்கல் உருண்டு ஊளையிட்டது. கால்நடைகளை விட்டுப்பிரியாத மனிதர்கள் கொழுமுனையில் வீழ்ந்தார்கள். குருதி எரியும் கொழு முனையால் கும்பினி மேஜரைக் குத்தி வகுந்தாள் வெள்ளையம்மாள். விரித்த கூந்தலில் வெள்ளையன் உதிரம்பூசி பலிதீர்த்தாள் ஊமையன் சீமையில். வன்கொலைபடப் பூச்சன் சங்கூதினான். கும்பினியின் சாவு ஓலம் உப்போடையில் பெருகிஓட கூட்டமாய் குறுக்கிட்டது குதிரைப் படை.

ஊர்க் கிணறுகளின் ஆழத்தில் இருட்டு ஓலமிட நீர் சலனமுற்றது. அடியூற்றில் தூர்மண் கசிந்தநீர் வீறிட்டது குழந்தையாக. ஒவ்வொரு சொட்டு நீரையும் அழியாத பாலை நிலம் கையிலேந்திக் காத்திருந்தது மனிதருக்காய். நீரின் நுனி போனவர் கண்களில் ஒட்டிக்கொள்ள நிலத்தின் மேல் யுத்த வாட்களால் உழும்போது கருவிழிகளை மூடினார்கள். உள்ளே உருளும் கருநிலப்பால் முலை சுரந்த பாஞ்சால மண்ருசியை கர்ப்பிணியும் தொட்டாள். வெளியே வந்தவள் கப்பல் கொடிமரத்தில் சாய்ந்து தீவாந்திரமாய் வேலைக்கு ஏகினாள் கணவனோடு. இருட்டில் கைநீட்டிப்பிடித்த ஊமைமண்ணை துக்கத்தில் பனைமரப் பொந்துக்களில் அலகுவைத்த கிளி முனியின் பதட்டமாய் சிறகு படபடக்க உதிர்த்த பச்சை இறகைக் குனிந்தெடுத்த சிறுமிகொண்டு போகிறாள் வெளியேறி.

கிளிகளை விரட்டிச் செல்கிறாள் வேதாளி. ஆவியாக அலைந்து வரும் நிலம் பல குரல்வளைகளுடன் பேசும், ஊமைச்சகோதரர்கள் எங்கு மறைந்தார்கள். நாய்கள் உலவும் ஆவிகளோடு உரையாடி விரட்டிச் செல்லும் சுக்காம்பாறைகளில் பல்லிகளாக அடிவயிற்றை ஒட்டவைத்துப் பார்த்தான் ஊமையன். அவன் கண்களின் ஆழத்தில் உடங்கருவல் இலை மிகச்சிறிய இலையின் சாம்பல் நிற எல்லைக்குள் வெப்பலான கானல் நீர் சுற்றி ஓசையுடன் அலைகிறது. உடைமர

இலை சிறுநிலத்துண்டாக தத்தளிப்பதை ஊமையன் கண்கொட்டாமல் பார்த்துக்கொண்டிருக்கிறான். சிறுஇலைமிதக்கும் பாதையில் புல் வெளிச்சமாயிற்று. தெருவில் கால்வைத்த பகைவரை உணரும் ஊர்க்கோடி நாய்கள். கம்பளமண்ணுக்குள் இருட்படை நடுஇருளில் கிளம்ப குதிரைகளின் ஓசையின்றிச் செல்லும். ஈட்டி, சமுதாரி, வல்லயம், வலரியும் வீசி கவண்கல் சுற்றிவரும் முன்னோடும் பூச்சிநாய். தூரத்தில் கண்பதித்தவாறு ஊமையன் பார்க்கிறான் வெகுநேரமாய். உள்ளே நுழையும் அந்நியன் சறுக்கும் மூடுசெருப்பில் கவண் கல்லொன்று தோலைக்கீறிச் சென்றது. எடுத்தகாலை முன்வைக்காமல் நிற்கிறான்.

ஏனோ ஜாக்ஸன் கால்களில் நிலத்தை வசமாக்கும் வெறி பூமியெங்கும் விஷமாகப் படையெடுத்து நகர்கிறது. வெகுளியான சேவல் கட்டு சண்டைக்கு ஊடே சிலம்பம் சுற்றி விளையாடும் போட்டியை வெறியேற்றி பிரித்தாளும் சூழ்ச்சியில் இன்னும் அவன் ஓயவில்லை. இருட்டுக்குள் அவன் வருகை தெளிவாகத் தெரிந்தன காகங்களுக்கு. ஏனென்றால் ஜாக்ஸன் நிலமெங்கும் காகங்கள் இல்லை. ஆயிரம் காகங்களுக்கு ஓர் கல் என்றான் பானர்மேன், அழிவின் தத்துவம் அவனாக இருக்கும். அவனே மண்ணைக்கீறி விஷம்பூசிய வித்துக்கு காப்புவைத்தான்.

ஆவியரின் கோபம் கொண்ட நாய்கள் எட்டயபுரம் சென்று தேடும் கம்பளப்பெண் நிலவுடன் கரைந்திருந்தாள். எதிரெதிர் வரும் நாய்கள் அருகில் வந்து ஒன்றையொன்று முகர்ந்துபார்த்து முகம் முகமாய் சேதிகேட்டு மௌன மொழிபேசும், நாய்களுக்கு நேசமென்றும் பகையென்றும் பேதபுத்தியில்லை. அவற்றின் நீண்ட கால மௌனம் விட்டுப்பிரியாமல் வில்விசயனோடு கூடவே தருமனைத் தொடர்ந்து கைலாயம் போகும் யுத்தத்தின் கடைசி ஜீவன். நாயைப் பகைத்தவர் யாருமில்லை. பிரிந்தவரைத் தொடரும் துக்கம் ராவணன் புத்திர சோகம். எப்போதும் ஞாபகத்தில் ஓடிக்கொண்டிருக்கும் வேட்டை நாய்களின் திட்டமான காலடிகளில் தடங்கள் நேர்பாதையில் இல்லை. ஒரு புலியைவிட ரகஸியமான புலன்வெளிக்கு அப்பால் பாஞ்சால நாய்கள் ஊசி முகமும் ஒடுங்கிய வயிறும் ஊமையனின் செல்லமான குணங்கலும். அவனுக்குள் எத்தனையோ பார்வை உடைமர இலையில் நகர்கிறது. பிரிந்துபோன நாய்க்காக அழுத வீரனும் ஊமையன் சீமையில் இருந்தான். எதிரிக்கு எதிரி விலகி ஓடிபின் நெருங்கி முகம் உரசிச் சேரும் பெருமூச்சும் சுடலைச் சாம்பலும் ஒருபிடி மனித எலும்பும் ஊத்தை மண்குழியில் நாய் ஊளையிட

கயிறுபோல காட்டில் அறுந்துகிடந்தான் சுருட்டைப் புளியமரத்தில் ஊமைச் சகோதரன் காட்டில் காணாமல்போன கருத்தையாவின் சுருக்குக் கயிறு கரையான் ஏறிக்கிடக்கிறது. எடுத்தபின் கயிற்றின் நிழல். தோண்டத் தோண்ட தூக்குக் கயிற்றின் நிழல்.

8

பனிரெண்டு உமிகொண்ட வரகுமேல் கரும்பாலை அசையும் நிலமெல்லாம் கொடுங்காளி கதிசொல்ல வேண்டுமென ஜனம் கூறிற்று அவள் தேகத்தின் உஷ்ணம் தணியாமல் வெப்பக் காடுகளில் அலையானாள். ஊரெல்லாம் அம்மையின் வெப்பம் ஆறுமாதம் வரையிலும் அஸ்தியைப் பற்றி நின்று வேதனை செய்யும். நித்திரை யின்மையில் அதிதாகம் எடுத்த தெருக்களில் உஷ்ணரோகங்களும் கண்ணைப் பற்றிய வியாதிகளும் கண்டு கஷ்டப்படுவதையும் சில சமயம் துயரக் காற்றுவீசுவதையும் வேப்பமரம் நகரும் இலைக் கண்களால் பார்த்தது.

சூரியபுடம் வைத்து பிரதிதினம் நீராடக்கிணறுகளின் தூரில் மாரியின் ஊற்றுக்கண் கசியும். கண்களின் வறட்சியும் நாபி குளிர்ந்த சிறுமிகளும் ஆண்களும் சாணம்பூசிய தெருவில் கூசிய பாதத்தில் தரைதொடக்காற்றும், மாயழகி, வேப்பங்குலையுடன் வந்து ஊதி ஊதி பிள்ளையை மந்திரித்தாள். சீலாங்குளத்தில் அப்போதிருந்த ஸ்திதியில் ஊர் மேடு காடாய் கிடந்தது.

வடக்குவாயில் மாரி எனும் பெண் தேவதை அதிக வீரியம் உடையதென்றான் காக்கைப்புலயன். அம்மை கண்டு பூரித்து பால்நிரம்பி மணம்வீசி முகம்மலர்ந்து இறங்குமுகம் கண்ட நாள் முதல் நெருப்பு ஆறும் மயிர்ப்பால முகமாக மிகப்பயங்கரத்துடன் தடித்துக்கொண்டே போனது இரவு.

மறுமுள் பாயந்து கஷ்ட சம்பவம் நேர்ந்த சில வீடுகளில் இருட்டான கதவுகள். இருப்பது வருஷம் தாங்கும் வரகு உதிரும் சீலாங்குளத்தில் சுவர்களை உரசி உதிர்ந்த வரகரிசியை பிடைத்தாள் மாயழகி. இரவு நேரம் ஆடுகளை கிடையில் சேர்ப்பதற்கு ஆவாரம் செடிகள் அரளிப்பாய் நெடித்த காட்டில் வடிவாள் கட்டக்கருப்பனை மறைத்துக் கூட்டிப்போனாள் கருமருந்து கிடங்குப்பக்கம். கும்பனிக்காவல் அடைப்பை ஊடுருவிப் பாய்ந்தான் தீவட்டி சுற்றி. அபாந்திரமாய் பூமி பிளந்து துப்பாக்கிப் படைசிதற வடிவாளும் தீப்பாய்ந்தாள். ஆடுகள்

சிதறி ஓடிய காடுகளில் ஊர்களின் அச்சம்.

கட்டக்கருப்பனின் தாயார் தலைவிரித்து ஓடிவருகிறாள் மருளேறி. கும்பினிப்படை விரட்டிவர பெண்கள் குலவையிட்டு ஊர் ஊராய் மறைகிறார்கள். கூலிப்படை பலரைத்தேடி ஊருக்குள் நுழைந்தது. வேப்பிலைக் குறிப்பைக் கண்டவுடனே இவ்வூரில் வைசூரி வார்த்திருப்பதால் ஊமைப்படை மறைந்திருக்கும் வீடுகளின் வாசலில் பிரவேசிக்காமல் பயந்து வெளியேறிற்று.

பசுஞ்சாணத்தால் மெழுகி தெரு வாசற்படி தாழ்வாரம் முதலிய பகிரங்க இடங்களில் வேப்பிலைக் கொத்துகளை சொருகி வைத்து பதுங்கு படையைக் காத்தனர் பெண்கள். ஆயிரம் பதினாயிரம் கண்களைக் கொண்டு ஊமையன் பூமியெங்கும் பார்க்கிறாள்.

விதைப்புக்கு தேவையான தானியங்களும் அருகிவிட்டது. வறட்டுப்பனியில் நள்ளிரவு கிடக்கிறது கண்ணில் பூவிழுந்த பெண்பார்வையில். மனித உடலைவாட்டி வதைக்கிறாள். ஊர் பன்னெடுங்கால வெயிலில் ஆணும் பெண்ணும் அகால மூப்பை அடைந்து விடுகிறார்கள் இங்கு.

மேட்டு நிலம் பாழ்பட்டு பாலையின் சித்திரம் வரைந்தது காற்று. நிலத்தைவிட்டு விரட்டிவரும் நீர்வறண்ட மேகத்தின் நிழல். திரேதா யுகத்துக் கலப்பையால் கோடை உழவு நடந்துகொண்டிருந்தது. நவாபின் கஜானாவுக்கு வரிகேட்டு கும்பினி வருகிறான் ஜவாப்தாரி வேடமிட்டு.

ஊமையன் வனத்தில் நரி, காட்டுப்பூனை, காட்டுக்கீரி, மரநாய், மலைமுயல் சர்வசாதாரணமாய் சுயாட்சி செய்ததில் வாடகை கேட்டான் கொக்குத்துரை. வேட்டைப் பிரியத்தில் வயிறில்லாத காட்டு நாய்கள் தாவும். குறுமுயலும் அணிலும் ஓடும் பாதை புதிரானது. ஊமை வனம் குறுகிய வட்டத்துக்குள்ளேயே வேட்டைக்காரர்களை விரட்டித் திரியும்.

வெள்ளையன் மூடு செருப்பு நிழல்படாத கரடுமுரடான நிலத்துக்கு மேலும் அரித்துத் தின்னும் வறுமை முள்மரங்களாய் மார் மாராய் பேய் விரித்த வெயில். ஊடு காட்டில் வழிப்பறி, மிகப்பெரிய தரிசு நிலம் தாகத்தால் விம்மிக் கொண்டிருந்தது. கீழே பாதை முகடுகளில் சேவல் கட்டு, ஊடுகாட்டுச் சந்தையில் கொலையுண்டவன் தலையை அறுத்துக்கொண்டு ஓடும்பழம் பகையின் வெறி. காவுகொடுத்த மலைக்கோயில் அய்யனார் மேட்டு நிலத்தில் பறம்புகளைக் கடந்து திரிகிறான்.

ஏனோ சர்வ சுதந்திரமான தரிசு பூமியிலிருந்த மரங்களும் புதர் களும் கூட்டம் கூட்டமாய் உதிர்ந்த இலைகளோடு கூச்சலிடும். மரத்தின் துன்பத்தை அகற்றயாருமில்லை. துன்பதுயரங்களை மேட்டு நிலவாசிகள் ஓடும் இலைகளோடு உதிரவிட்டார்கள். மிகச் சிறிய கனவில் மிதந்து நீந்துகிறார்கள் வெயிலில். என்றோ இந்த மண்ணி லிருந்தே மறைந்து போவார்கள் இலைகளுடன்.

மரம் செடிகளற்ற மொட்டைக் குன்றுகளில் தாறுமாறாக ஒடிந்த காட்டுச் செடிகளின் நிழல்கள் பின்னலிட்டுத் தெரியும். கூலிப்படை தேடி அலைகிறது ஊமையர்களை. நூற்றாண்டுகளுக்கு முன் நடந்த வாழ்க்கைச் சின்னங்களாக மரங்களே சாட்சி. ஜனம் பஞ்சத்திற்காக வெளியேறிச் செல்கிறது. திரும்பவருவார்களென மரம் நம்பிக்கையாய் கண்ணில் பூவிழுந்த பெண்ணுடன் காத்திருக்கும் அவர்களுக்காக. விரட்டப்பட்ட வேருடன் நகரும் நிலம் படையெடுத்துப் புகுந்துவிட்ட காலனிய மனநோய் பரவிய கீழ்திசை. அவர்களது பழைய உடலில் மீன்களின் வாசனை. காட்டுத் தெய்வங்களின் மூக்கை எட்டும்.

நிலத்தைப் பிரிந்த சிலர் கடற்கரைக்கு விரட்டப்பட்டு மீனுடல் கொண்டனர். நீர்வாசியானவர் நிலத்திலும் பாதி தண்ணீரிலுமாக கரைந்துபோயினர். இருட்டில் நீர்தேடி அலையும் பெண்களுக்கு காவல்கருப்பாய் அலைகிறான். தொலைவில் கேட்கும் சலங்கைஒலி. சீமையெல்லாம் ஆடிக்காற்று தீயைப்பரப்பியது. பஞ்சத்தில் மலைக் கத்தாழைக் குருத்தை அறுத்து கழியும் பகல். தெருக்கல்லில் கண்ணில் பூவிழுந்த பெண் அமர்ந்திருந்தாள் தொலைவைப் பார்த்து. ஊருக்கு யாரும் வருவதில்லை. வறுத்த சோளத்தை உரலில் இடிக்கும் மூச்சின் அதிர்வு. ஒலியில் சிதறும் எறும்புகள் ஒவ்வொரு உடைந்த சோளத்தையும் தொட்டு உருட்டும் கூட்டம் கூட்டமாய் தொலை தூரத்தில் அசையும் மரங்கள் சில பட்சிகளின் வரைவு. எறும்புகளிடம் கல்மயங்கிக் கிடந்தது தெருவில். மண்குடத்தில் நீர் சலனம் தெருவைக் கடந்தது. வீட்டுக்குள் கிடந்து மெலிவான வைசூரிகண்ட சிறுவல் நீரின் ரேகையைப் பார்த்து நம்பிக்கை கொண்டான். நீரில் ஒவ்வொரு பெண்ணும் தோன்றினாள் வைசூரி இறங்கிய பார்வையில். வீட்டுக்குள் புங்களண்ணை விளக்கு பச்சையாய் படர்ந்தது முக வெளியில்.

9

ஊமையன் சீமை அது உறக்கத்திலிருந்து விழிக்கவில்லை. கனவுகளில் மிதக்கும் வேட்டை நாய்கள் இறந்த ஒரு வாய்பேசாத ஊமையனைச் சுற்றி கோடு வரையும். இரவு வேளையில் நிலம் உயிர்த்தெழுகிறது. ஊருக்கு ஊர் பாதைகள் புதிரானவை. ஆவலான பட்சிகள் வாய்திறந்து பசியுடன் தூங்காமல் விழித்திருக்கும் இவ்விரவுகள் கொடிய பஞ்சத்தின் வேர்களில் தடுக்கி வீழ்கிறது. கனவுக்கும் வேட்டைக்கும் பரியும் மெலிந்த துடியான குத்துக்காதுகளைக் கொண்ட நாய்களிடம் இரவரவம் கேட்கிறது. வறண்ட நிலம் ஊளையிடும் பாடலை சில்லாங் குளத்து அடிபாட்டுக்காரன் சோளக்கதிர் அசையும் பகடை வீடுகளில் கவண் வில் வல்லயக்கம்புகளின் மணிகள் குலுங்கும் ஓசை.

பாளையக்காரன் வெள்ளையனை எதிர்த்தாலும் காலடியாய் தேய்ந்த பொட்டல் பச்சேரிப் பகடை வீடுகள் ஓலை பழுத்து ஒடியும் ஒலி இரவில் துணுக்காகக் கேட்டது. கம்பளராஜ விசுவாசம் சிலம்புக் கம்புகளாய் வீசி சுற்றிவரும். சிலம்ப வாத்தியார் காளிப்புலயன் தனி மரத்தில் குடியிருந்தான். பூவரசமரத்தில் தொங்கும் அவன் சூரங்குடி உடுக்கு. சுக்காம்பாறையில் மாட்டுத் தொனியைக் காயவைத்திருந்த பகடைகளின் உறுமி நுரைபொங்கும் அருளேறி இசைத்தன புலியாட்டத்தில். புலியின் நகம் உரசும் உருமிக்குள் பன்னீராண்டுப் பஞ்சம் தேய்கிறது. மை இருட்டு அந்த உருமித் தோலில் கருத்திருக்கும். ஒரு வேளை ஊமைக்கு வலம்படையாகப்போன பகடைக் கூட்டம் வெற்றிபெறலாம். அவனிடமோ கருத்த பீரங்கிப்புகை வளைக்கிறது ஊரை. ஆனால் கருப்புத் தாயின் குடிபடை தோற்று விட்டது. உசிலை மரத்தில் கூடுவரிந்த கரிச்சாண் குஞ்சுகள் முட்டை மேல் அமர்ந்திருக்கின்றன கதகதப்பாய்.

ஊமையனின் மனக்கோட்டையில் வெறுமையான கூடு கலைகிறது. எட்டப்பனின் புருவம் நெளிந்து மீசைநிழல் தாழ்ந்ததும் இந்த வெறுமை எட்டயபுரத்து எட்டரங்கு மாளிகையில் சூழ்ந்தது. 'வெள்ளையன் படையெடுத்து ஊமையன் சீமையின் ஆழத்தில் ஊடுருவி கூலிப்படையும் துப்பாக்கிக் குழலும் வைத்து ஊதுகிறான் புகையை. பகடைகள் மௌனமாக இருக்கிறார்கள். நிழலோடு நிழலாகக் கரைந்த வேட்டைநாய்களின் நிலம் குத்துக்காதுகளுடன் சிலிர்த்து சப்தமிடாமல் மோப்பமிட்டுத் திரும்பும் பாதையில் கும்பினி பதுங்கி வருகிறான் கூட்டத்துடன்.

கம்புகோர்த்து நின்றவர்கள் கால்மண்டி பூட்டிய பிடிக்குள் பத்துக்கம்புகள் ஏறி அடித்து வட்டமாய் விலகி வலம்பாயும் புலி. மண்ணை மோப்பமிட்டு சிலம்பக் கணுவில் கண்வைத்து பதுங்கும் கரும்புலிகள், உறுமிக்கொண்டு சுற்றும் கம்புகளின் திசை வீசும் உச்சிமேல் குறுக்கோடும் செம்புலிகள். வஸ்தாவி புஜக் காப்பை திருகி கைவரி காட்ட எடுத்த அடி முன் பாய்ந்து சுற்றிப் பிடிக்குள் கம்புகள் ஒலிக்க எட்டாய் சிதறினார்கள்.

சிலம்பப்போர் பயிற்சியில் ஊமையனும் பகடைகளும் வலங்கைப் புலி அடிகள் வைத்து மோதுகிறார்கள். ஒவ்வொரு பூட்டாய் கம்புகளைத் திறந்தான் வால்பகடை. புலியாட்டம் உடல்வரிக் கோடுகளாய் எட்டு வைத்து பின்னும் முன்னும் திரும்பி விலங்கின் பாவத்தை கண்களில் தேக்கி காலில்பூட்டிய கம்பளராஜா வங்கொடுமைப் பூட்டு. மாறிந்ச்மாறிக் கால்சிக்கிய இருப்பின் கண்ணி களில் மாயவலைக்குள் அகப்பட்ட குடிகள் சங்கிலிகோர்த்துப் பாய்ந்து உடைத்துக் கதறும் அடிமைப்பூட்டின் துரு பகடையின் கால் ரேகையில் ஓடி அதிர்கிறது பாஞ்சாலபூமி. புலிவரிக் கோடுகளில் படிந்த நிலவு வெறுமையான காடுகளைக் கடந்து இறங்கியது. சிலம்பின் அசாதாரண உத்திகள் விலங்கின் இதயத்துடிப்பில் வலம்பாயும் வேல்பகடையின் நாடி நரம்புகளில் ஏறி வளைக்கிறது கம்புகளை.

ஊமையன் வறண்டநிலம். மலைகளில் மறைந்திருக்கும் தற்கொலைப்படை. ஊமை குடை சாயந்து கிடக்கிறான் குண்டுபட்டு. இந்நிலத்தின் வேட்கை தவிர எதுவும் மிஞ்சியிருக்கவில்லை. இங்கு வேட்கை எதிரியின் தோட்டாவைவிட ரத்தப்பலி கேட்கும். ஆவேச மான நாய்களின் நடமாட்டம், காற்றும் பாறைகளின் செம்பழுப்பான நிறத்தில் சூரியனின் செங்கறைகள் நொறுங்கிச் சரியும். நிழலும் ஒளியும் கானல்நீருடன் அலையும் யுத்த சந்தம். புல்பூண்டில் வாடும் உயிர். மாடுகள் வாய்வைக்க முடியாமல் மணல் ஏரிய புல்முனை. சிரித்துச் சிரித்துப்பேசும் காற்றின் விபரீதவார்த்தைகள். ஆசைகாட்டி கும்பினித்துப்பாக்கி முன் தள்ளியது சம்சாரிகளை. சதுர யுகத்தில் சேர்ந்த மேழி அழுந்த உடைகிறான் உழுதவன்.

இரவின் வேட்டைப் பித்தர்களின் தீராத மூச்சிரைப்பு. பல்லாயிரம் விண்மீன்கள் சரிந்து செதில்களுடன் மோதும் நிலம். பரட்டைப் புளியமரம் கோர வேர்ஓடிய சாவின் நிழல். கருட வாகைமரத்தின் முண்டுகளில் அமர்ந்த படைவீரர்கள். கூழ்பானையுடன் பெண்கள் கல்கேணி ஓடையில் வருகிறார்கள். வெள்ளையன் உத்தரவிட்ட

பருத்திப் பூ தங்கப்பூட்டுக்குள் விரிவதற்கு மறு உத்தரவு வேண்டி நிற்கும்.

மண் பழுப்பில் காற்றுவெளியைக் கிழிக்கும் வல்லநாட்டு மலைப் பறம்புகள். புதர் அடர்ந்த சங்கஞ்செடிவாசனை. விலங்குகளும் ஊமைப் படையும் நிலா ஒளியின் அடிவாரத்தில் ஒருவருக்கொருவர் பாஷைகளைப் பகிர்ந்து கொள்ளும் வறுமைச் சக்கரம்.

10

காற்றடித்துத் தாழைபூத்து சருகான விடுகதையின் வாசனை கொண்ட பூமி. பச்சிலை கழுத்தில் வைத்த பெண்கள் சொருகு கொண்டை வெள்ளையம்மாளுடன் கூடி நந்தவனத்தில் பிச்சிமரம் சுற்றி பூச்சொரிந்து விளையாடுகிறார்கள். ஓட்டப்பிடாரம் கணபதிப்புலவர் நந்தவனத்திருணையில் எந்நேரமும் கண்பத்தாத காலத்தில் சிறுமணி வீசி விளக்குச் சரம் தொடுக்கிறார். பண்டாரப்பெண்கள் பச்சிலை வாடைதட்டி ஒட்டுத்தண்ணி காலத்திலும் பாத்திவிலகிச் சக்கதேவி கோவிலுக்கும் பாஞ்சாலமண்பட்டினத்துக்கும் விளக்குச்சரம் கொண்டு போனாள் ஆறுகண்பாலம் தாண்டி. இங்கே பழைய மரபுகள் மறைவதற்கு நீண்ட காலம்பிடிக்கும்.

ஊருக்குள் சின்னப்பயல்கள் அம்மணத்தோடு தெல் தெறித்து விளையாடிக்கொண்டிருக்கிறார்கள். பரட்டைத் தலையும் அரைஞான் கயிற்றில் ஆட்டு மணி கட்டிய பெரிய பயலை இடுப்பில் தூக்கி அலையும் ஒட்டுத்தாலி கட்டிய குஞ்சரத்தம்மாள் கேப்பைக் கருதுக்குள் கிளப் பெண்ணாய் பாடிப்பொடிச் சிட்டுகளிடம் விடுகதை போட்டுத் திரிந்தாள்.

நீர்மறைந்த ஊருணியில் காகங்களின் கரைதல். கோடைப் பருத்தி வெடித்துக்கிடந்த புஞ்சையில் ஊர்ப் பெண்கள் மடிதுருத்தி அலையும் வெயில். கும்பினிப் பருத்தி வாங்க வியாபாரி அலைகிறான் தாட்டுகளுடன். புல்வாசியும் நெல்வாசியும் குறைந்த காலம். தூத்துக்குடி ஆர்பரில் அவுரி மூடைகள் குவிந்தன. ராயப்பட்டறையை விட்டுக் கப்பலேற்றும் வாணிபம். வெக்கையிலும் அவுரிக்காடுகளில் விளைந்த நெத்து சரசரத்தது. அவுரி உறுவ ஆள் ஏராளம் காட்டுக்கும் வீட்டுக்கும். வேப்பமரம் கொழுந்துவிடும் கோடை. பிள்ளையை ஊடுகொப்பில் தொட்டிலிட்டு ஆட்டினாள் குஞ்சரத்தம்மாள்.

காட்டில் பயறு கிழங்கு விற்றுவந்தாள். பருத்திக்கு கருப்பட்டி

தோசையும் சோளப்பணியாரமும். தானியம் கால்படி மானிப்படிக்கு அரைப்படிபயறு. ஓட்டைத் துட்டு அரணாக்கயித்தில் நகரும். ராணி கிரீடம்வைத்து துட்டு புலக்கத்தில் ஜார்ஜ் மன்னரின் முக்காத்துட்டு முத்திரைக்கு வாணிபம் நடக்கிறது கப்பல் ஏறி.

கம்பளப்பெண்கள் முற்றத்தில் அதிரும் கல்உரலில் புல்குத்தும் மாற்று உலக்கைகளின் மூச்சிரைப்பு. பனிரெண்டு உமி கொண்ட வரகு சிதறியவீதி. செங்கொண்டைச் சேவல்கள் வட்டம் சுற்றி கருங்கோழிகளை பிணைந்து ஏறிக் கொக்கரிக்கும் நடுமதியத் தெரு. வீடுகள் பூட்டிக் கிடக்க எறும்புகளின் புதிரான மௌனங்களை கொத்தித் தின்னும் போர்ச்சேவல்களின் நிழலில் சாவு அசைகிறது. குஞ்சுகளை இறக்கைக்குள் பொதிந்து பருந்தை விரட்டும் தாய்க் கோழிகளின் மிரட்டல்.

எப்படியோ தெருவின் குறுக்கே இறங்கி மண்ணில் மோதிய சிறகுகளோடு ஒரு சாம்பல் குஞ்சை கவ்விப் பறக்கிறது உச்சியில். பருந்தில் நிழல் ஊரைச் சுற்றி வட்டமிட நிழல்மரச் சாலையில் கும்பினிப்படை ஊரைக் கடந்து செல்கிறது. கறுத்த பீரங்கிக் கரடியின் உருமல். ஒவ்வொரு வீடாகத் திறந்து ஊமையன் படைவீரனைத் தேடி தெருவைச் சுற்றும் துப்பாக்கிக் கத்திகளில் சேவல்களைச் சொருகிக் கொண்டு போகிறார்கள். போர்ச்சேவல் கொண்டைப் பூவைப்பார்த்து சாம்பல் கண்ணுள்ள சிப்பாய் சிரித்தான்.

பூட்டிய கதவுகளைச் சுடுகிறார்கள் குறிபார்த்து. சுண்டு விரலால் கொண்டியைத் திறக்கும் பெண்கள் கதித்து நிற்கும் நீராவிக் கரைமேல் அலட்சியமாகப் பார்த்தான் பானர்மேன். கைகள் கட்டப்பட்ட ஊர் தலைவன் கொண்டப்பனை சுட்டு கழுதையில் ஏற்றி ஊர்வலமாய் கொண்டு போகும் கூலிப்படைகளின் விபரீதம்.

சொருகு கொண்டையும் கல் கடுக்கனும் அணிந்த கொண்டப்பன் வறண்ட காட்டில் பிணமாகவே பவனிவந்தான் கழுதைமேல். அதன் வாலில் ஓலையைக்கட்டி விரட்டினார்கள் எதிரிகள். அம்மணச் சிறுவர்கள் பதறியோட காட்டின் அலறல். வடகாட்டில் குனிந்திருந்த பெண்கள் ஓடிவருகிறார்கள் மூச்சிரைத்து.

உள்ளே இருட்டில் இருந்த கிழவிகளைவிட்டு வைத்தார்கள். கரைமேல் நின்றவர்கள் கலைந்துபோன தெருவில் கூவிக்கொண்டு ஓடினார்கள். புளியமரம் ஊர்ந்து வந்தது பெருநிழலாய். கும்பினிப் படை கொலைக்களமாக்கிய ஊருக்குள் தோட்டா துளைத்த துவாரங்களில் நாயின் ஊளை. ‘என்னைக் குலமழித்தான். எஞ்சனத்தை

ஈனம் செய்தான் கும்பினி' என்று பரட்டைப்புளி தலைவிரித்தாடியது பெண்களிடம். 'கருத்தையா கிஸ்தி கொடுக்கவில்லை. இன்னைக்கி நாளைக்கி. மழையில்லை, தண்ணியில்லை. மாசூல் இல்லை' என்றது கட்டைப் புளியமரம்.

கயிறுகளால் இறுக்கிக் கட்டப்பட்ட புளியமரத்து முனி முண்டுகளில் கால்வைத்து சலங்கைகட்டி ஓடியது. 'மரக்கால் உருண்ட பஞ்சம். கைப்பிள்ளை விற்ற பஞ்சம்' என புளியமரம் காற்றில் புலம்பும்.

அதற்குள் வள்ளயத்தான் குருவிகள் போல் வட்டம் போட்டு பறந்து வந்த ஒண்டிப்பகடையின் ஆட்கள் மேஜர் துரையை சுற்றி கூந்தலை விரித்து அவன் கழுத்தில் சுருக்கிட்டு குரல்வளை நெரித்தனர். ஒண்டிப் பகடை அருள் வந்த நாக்கைத் துருத்தி உறுமியடித்தான். செத்த மேஜர் துரையைச் சுற்றி ஒயில்கும்மி ஆடித் துண்டுகளை வீசி வீசிக்கொண்டு போகிறார்கள். உறுமிச் சத்தம் பூச்சிகளின் இரைச்சலில் கேட்டது. கருத்த ஊரணித் தண்ணீரில் சிப்பாய்கள் தலை அறுந்து சரிந்த புதர் இடையே ஒண்டிப்பகடை பலி உதிரத்தை ஓடையில் நெடுகப் போய் குத்துவாளை மூழ்கடித்தான் நீரில். கைப்பற்றிய துப்பாக்கி நிழல்கள் கூலிப் படையை பின்தொடர இருட்டு மூழ்கியது.

11

ஊமைச்சகோதரர்களின் மண்கோட்டைக்கு மறுபக்கத்தில் நிலவு மதிலேறி நின்றது. ரத்தத்தை கழுவுவதற்கு காட்டு ஓடையில் நெடுக நடந்து நீரில்புதைத்து எடுத்தார்கள் குத்துவாட்களை. கும்பினிப் பீரங்கியின் இரும்புக் களிமண்ணை உருக்கி வாளை வார்க்கும் சில்லாங்குளத்துக் கொல்லன் அடிபாட்டுக்காரன். வண்டிச் சட்டத்தில் அமர்ந்து கஞ்சிரா வாசிப்பான். மண்கோட்டை காயமடைந்த காற்றில் ஊளையிட்ட வேட்டை நாய்களின் கால்கள் சுழன்றுவர ஊமைச் சகோதரர்களின் மேல் எரியும் வாள்வெளிச்சத்தில் பாட்டுக் கட்டினான். ஆறாத கடுமையான காயங்களுடன் கமுதிக்கும் கிழக்கே போய் சேர்ந்தான் படைதிரா .

வல்லநாட்டு மலைக்குன்றுகள் எருக்களை முளைத்து நரியோடியது. இயற்கையில்லாத செங்குன்றுகளில் ஈவுசாவற்ற பாறைகள் வெளிறிக் கிடக்கும். அங்கும் ஊமையர்கள் இருப்பதாகப்படும். அடுக்கடுக்காய் பறம்புகளில் களவுபோன ஆடுகளின் ஒலி. திடீரென்று தாக்கக்கூடிய சிறுபடை மறைந்திருக்கும்.

அந்த நாளில் லெப்டினன்ட் மில்லர் சுருட்டுப்புகை நாகலாபுரம் ஆயிரங்குடி மேட்டில் தானாபதியை தூக்கிலிட கல்வெட்டுக்கு ஆசாரியைத் தேடினான். காடல்குடி ஜமீன் ஆட்கள் பொல்லாத குறிப்புவைத்து குறுக்கே நுழைந்து புகைந்து கொண்டிருந்த துரையின் சுருட்டில் கவண்கல் எறிந்தார்கள். வார நெற்களஞ்சியங்கள் கொள்ளையான பின் தீப்பந்தத்தைக்கண்டு மேஜர் ஷெப்பர்டு பயந்தான். நெல்காக்கும் கூலிப்படையில் ஒற்றன் இருந்தான். மேஜர் பிராத்வெயிட் கயத்தாற்று பெருமாள் கோயிலைத் திறந்து எதிரியைத் தேடினான். பொந்தாயிரம் புளியாயிரம் வாழ்ந்த பரட்டை மரங்களில் பிஞ்சும் பூவுமாய் மாட்டுக்காரப் பிள்ளைகள் தொரட்டி கோர்த்து கொப்பைக் குலுக்க ஓதப்பழமும் பிஞ்சுமாய் சொரிந்தது. முலையறுந்த சிலையில் புளியங்காய் தேய்த்து கல்லை நக்கினாள் சிறுமி. கயத்தாறுக்குள் மாறுவேடத்தில் ஓணாமக்குளம் ஒட்டநத்தம் கடம்பூர் ஆட்கள் இரவோடு இரவாய் எட்டயபுரம் படைகளும் மேஜருடன் சேர்ந்தது.

ஊமைச்சகோதரர்களைப் பற்றி துப்பு வெட்டக்கூலி கொடுத்தான் துரை. சுற்றிப்பிடிக்க வியூகம் வகுத்த பானர்மேனின் சுருட்டுக் கரிக்கோடு கங்காய் புகைந்தது. தம்பி செவத்தையா கோட்டையில் இருந்தான். ஊமையன் கிழக்கேபோய் இன்னும் திரும்பவில்லை.

உக்கிரமாகச் சிதறிய வெடிமருந்தைவிட ஈட்டிகள் பாய்ந்த முற்றுகை. ஈட்டிக்காரர் ஆயிரம்பேர் எறிந்த வண்ணம் நெருங்கிச் செல்ல இடிமழைக்கு ஊடே பீரங்கிகளையும் துப்பாக்கிகளையும் ஊமைப்படை கைப்பற்றியது.

வல்லநாட்டுக் குன்றுகளின் நிழல் நீண்டுகிடந்தது. குதிரைகளை கும்பனிச் சாவடியிலிருந்து கடத்திவந்த சிலர் காயத்துடன். புரத வண்ணான் சோற்றுப் பானையுடன் வந்தான். காயங்களுக்கு பச்சிலை கட்டினான். பகடைகளின் செருப்பொலி மலைக்கற்களில் உருண்டது. பாறைக்குப் பாறை தெலுங்குப் பகடைகளின் தெம்மாங்குப் பாடல்.

ராத்திரியிலும், ஊமைச்சகோதரர்கள் தாகம் அடங்காத குதிரையில் மலையின் நிழல்களை இழுத்துக்கொண்டு விசிலடிக்கும் காற்றில் படபடத்து வந்தார்கள். சுழிக்காற்றில் ஊமையர் பேர் சுற்றும் மங்கலான இரவு. கூழாங்கற்களின் வெளிச்சத்தில் ஒளியும்படை. ஆள் வாடைகண்ட பாம்புகள் சுவாசத்தை நிறுத்தின. கொம்பேறி மூக்கன் ஊதைக் காற்றைக் குடித்து சோம்பிக் கிடந்தது.

பஞ்சத்தின் அடிவாரங்களில் குடல் வயிற்றை இரைப்பையோடு

தைத்துக் கொண்டிருந்த பகடைகள் சுற்றுப்படையாக கவண்கல்லுடன் கொம்பு சுற்றி வந்தார்கள் கூடவே. வழியெங்கும் சீட்டியடித்தான் மூக்கன்பகடை. அந்த ஒலிக்கு காரங்காட்டு அரவுகள் மயங்கி சாம்பல் பூசிய இரவில் விசும்பி வந்தன. விளைச்சல் இல்லாத வறட்டு நிலங்கள் நிலவில் அண்ணார்ந்து கீறிக்கிடக்க விரிசலில் இருட்டு நீரூற்றைப் போல் கசிந்தது. கள்ளிக் காட்டில் வண்டித்தடம் அனாதையாகக் கிடந்தது. எங்கெங்கோ குறுக்கே வண்டிச்சோடு. நிலவில் குதிரை விழிகளில் ஊமைச்சகோதர்களின் நிழல் ஊர்ந்து செல்லும் தெரு. யாருமில்லை அங்கே. தனிமைதான் தெருவாக நீண்டு இல்லாதவர் ஞாபகங்களைக் குழப்பிக்கொண்டு பித்துப்பிடித்த பாம்பாக ஊர்ந்து கொண்டு போகிறது. காட்டுவாக்கில் கூரைவீடுகளின்மேல் சாம்பல் பூசிய நிலவு உறைகிறது. உள்ளே வாசனையுள்ள கம்பந்தட்டை இற்று உதிரும். கூரைகளின் சத்தம் மனதைப்புரட்டி பாழில் ஆழ்த்தும். அவ்வூர்கள் புதிரானவை. தனித்தனி நிலவைக்கொண்ட ஒளியடுக்கு களில் இருட்டு இறங்கி ஊரின் உருவை தனிமைகளில் அவரவர் பாட்டில் விடுகிறது. ஊமைச்சகோதரர்களின் குருதிக்கறைபடிந்த நிலவு எட்டப்பன் மாளிகை மாடம் வரை மண்ணைப் பொதும்பி உதிர்த்தது. சுற்றிலும் தடித்துக்கொண்டே போன இரவை மறக்க முடியவில்லை. எங்கிருந்தோ கவண்கல் வால்நட்சத்திரம் போல் கோடிழுத்துப் பறந்தது. ஊமைப்படை உஷார் காட்டும் வில்வித்தை.

ஊமையன் குதிரையிலேயே தெருவைச் சுற்றித் தேடினான் அவளை. எட்டயபுரத்தில் எதிரிச் சிப்பாய்களின் கண்கள் பகைமையால் இருட்டிக் குருடாகி அலைகின்றன. ஆள்வாடை கண்ட குதிரை மங்கிய நிலவில் ஆழ்ந்திருந்தது.

வணிகம் செய்ய இசைவு கேட்டு நுழைந்த குள்ளநரிகள் நவாபின் அரசவையில் கவுன் அணிந்து 'ஆற்காட்டு நவாபுக்கு வரி செலுத்தாதது குற்றம். அவ்வுரிமையை நாங்கள் பெற்ற பிறகும்கூட எங்களிடம் வரி செலுத்தாமை பெருங்குற்றம். பலமுறை நாங்கள் ஆணை போக்கியும் வரிகொடுக்காமல் ஏமாற்றி வருகிறாய்' என ஆங்கிலத்தில் ஜாக்ஸன் படபடக்க துபாஷி மொழி பெயர்த்தான் கருத்தையாவிடம். துணைத் தளபதி கிளார்க்கின் தலை ராமலிங்க விலாஸத்தில் நாவாபிடம் உரிமை பெற்று முத்திரையிடப்பட்ட காகிதத்தில் உறைந்த குருதி வேர்களுடன் நீலப்பளிங்குக் கண்களை மூடாமல் பார்த்துக் கொண்டிருந்தது கலெக்டர் துரையின் மதுக்கோப்பைகளை.

12

வானம் கருநீலம் பூசிய சாவின் மயக்கத்தில் பாதர்வெள்ளை தென் திசைத் தலைவாசலைக் காத்து வந்தான் ஈட்டிக் காவலரோடு. கோட்டையைக் காக்கும் உரிமைப் பட்டயத்தில் தோல் உரையில் இருந்து எடுத்து காலின்ஸ் ரிவால்வாரின் சீற்றம் துளைத்த வெண்கலக் குருதி. வரிகள் சிதைந்த உரிமை. பட்டயத்தை முகர்ந்து பார்த்த வேட்டை நாய்கள் காலின்ஸ் துப்பாக்கியை உறையில் வைக்குமுன் அடிபட்ட நாய் நீரைக்கிழித்துச் செல்லும் வேகத்தில் கையை கவ்வி குதிரையிலிருந்து வீழ்த்தியது. கூலிப்படை சூழ காலின்ஸ் உயிரோடு தப்பிச் சென்றான் களத்திலிருந்து. மறுநாள் முற்றுகையில் சுவர்கள் சரியும் பீரங்கிகளின் ஈவிரக்கமற்ற தாக்குதல். இடிந்துவிழும் பாறைகளின் ஓசையில் பல குரல்வளை நசுங்கியது. பாதர் வெள்ளையை அழிக்க கோட்டை வாயில் சாவின் உதடுகளை அசைத்தது. வாயில் வழியாக நுழைய முடியாது. கோட்டைச் சுவர்களின் சிறு சிறு சில்லுகள் உதிரும் ஒலி. விரிசலடைந்த சுவருக்குள் சொல்லும் ஈட்டியும் தெறித்துவிழ இரவின் கரு மூடியது ஊரை.

போர் நிறுத்தத்தை அறிந்தாள் வெள்ளையம்மாள். பேயும் அஞ்சும் கும்மிருட்டில் ஆண்வேடமிட்டு தீவெட்டியுடன் உடல்களைப் புரட்டித் தேடினாள். குற்றுயிர்களுக்கிடையே வளர்ப்பு நாய்களின் ஊளை. ஊரைச்சுற்றி பனங்காட்டு நரிகளின் நீலக்கண்கள் பசியுடன் உதிரவேட்கையில் நீந்திப் பறந்து வருகின்றன. ஊளையிடும் நடுஇரவில் களத்தில் உறைந்த சாவு. தீயொளியில் பாதர் வெள்ளையின் கைமட்டும் தனியே துடித்துக்கொண்டிருந்தது உயிர் பிரியாமல். தெற்கு வாசலுக்கு நடுவில் பாழிச்சிகழிகை கொழுந்துவிட்டு எரியும் பாதர் வெள்ளையின் சிரசு துளித்துக் கிடந்தது. சிரித்தாள் ஆத்திரத்தில். கூந்தல் தழல்விடும் ஜுவாலையில் சிரசை கையிலேந்தி ஆடி வருகிறாள் பல்துருத்தி நாக்கை மடித்து. தலையை பலமுறை முகத்திலும் மார்பிலும் அணைத்துச் சடங்குடன் தேம்பும் மூச்சுடன் ஊண் உறுப்புகள் நடுங்க வீழ்ந்த உடல்கள் தாண்டிப் போகிறாள் வனம் நோக்கி. இரவின் கடைசிப் பறவை மரங்களில் கும்காரமிட்டது. குற்றுயிர்களின் கடைசிப் புலம்பல். பீரங்கி மேட்டில் காலின்ஸ் தலை சரிந்துகிடந்தது. வௌவால்கள் கோட்டை மேட்டில் திறந்த யுத்த வடுவில் பறந்து திரிகின்றன.

போருக்குப்பின் நீலக்கரு மேகங்கள் சாம்பல் பூசிய இரவாய் விரிந்து

உதிர்ந்தன புகையுடன். ஊமைச்சகோதரர்கள் நிலத்தைக் கூடவே கொண்டு போகிறார்கள். வேறு வேறாய் பிரிந்து தூங்கிய ஊர்களில் படிந்திருந்தார்கள் உருமாறி. நெடுநாளாய் யுத்தமில்லாத ஊரைத்தேடி அலையும் தூங்கனைக்கண்டார்கள். 'ஒவ்வொரு ஊராகத் தூங்கி அலைகிறேன்' என்றான். எல்லா ஊரிலும் தூக்கம் கெட்ட இரவுகளைப் பற்றிப் புலம்பினான் ஊமைச் சகோதரர்களிடம்.

'தூக்கத்தில் என்ன கண்டாய் தூங்கனே'

'எல்லாம் கன்று காலிகளின் முக உணர்வுகளைக் கொண்டே பட்சி ஜாலங்கள் தூங்க அடைகின்றன. சிலவேளை மரமேறித் தூங்குகிறேன் இலைகளோடு' என்றான்.

'சரி. தூங்கியபின் என்ன சொல்வாய். கும்பினிப்படை வரும் போது'

'பட்டயத்தில் தூங்கும் வீரர்களுடன் தூங்கியிருக்கிறேன். அதில் வாள் விழித்திருக்கிறது.' 'போராடும்போது வாள் தூங்கி ஒரு கனவைப் போல விதியை மாற்றிவிடும்.'

'தூக்கத்தைப்பற்றி என்ன தெரியும் உனக்கு' என்றான் அரசன்.

'ஊமையன் தேடி அலையும் கம்பளப்பெண்ணை கனவில் கண்டேன். அவள் புலிக்கூண்டில் அடைபட்டு எட்டப்பன் கைதியாகக் கிடக்கிறாள்' என்றான்.

'புங்கவர்நத்தம் ஊரில் சேடார் இனப்பெண்கள் பஞ்ச காலத்திலும் தறி வீடுகளில் சதா விளக்கு வெளிச்சத்தில் நூலின் ஓர் இழை முடிவதால் தூங்கும் கணம் ஒட்டிக் கொள்கிறது என் இமைகளை. குப்பணாபுரம் தட்டப்பாறையைத் தாண்டினால் அழகன்குளம்வரும் அங்கே கிளிக்கூட்டு மண்டபத்தில் தூணில் பதுங்கியிருக்கும் பெண்கள் இமை மூடும் போது எல்லா வீடுகளும் இரவுக்குள் சயனிக்கின்றன. மலைக்குன்றுகளில் சரியும் நிலவில் பாறையில் கலங்கி ஈர்க்கும் துயில். அது ஆடையைப்போல் போர்த்தும் வெண்ணிற இரவு. சோழபுரம் பனங்கூட்டத்தின் இடையே நடந்தால் மயங்கும் பாலை வீடு வரும். ஊமையன் சீமையெங்கும் விநோதமான இரவுகள் பலவகைத் தூக்கம் கொண்ட ஊர்களை மறைத்திருக்கும். ஒவ்வொரு ஊரின் விதிக்கும் பிறப்புக்கும் மரணத்திற்கும் ஏற்ப தானிய தவசங்களில் பதுங்கி வரும்விதை உறக்கம். ஒரு இலைகூட துயிலும் போது தான் ஒடிந்து ஆயிரம் துளைகள் பட்டு நட்சத்திரங்களின் துவாரங்களில் சுழன்று துயிலும். மரஊஞ்சலில் ஓர் இலை தவழ்கிறது. துயிலுக்குள் படிநிலைகளாகப் பல ஊர் மயக்கமாக இரவின் ஒளியுடன்

நீரின் இருட்டை உறிஞ்சி இமைகளை மூடுகின்றன. கருவிழி பார்க்கும் பஞ்சங்களில் தாழ்வாரநிழல்கள்; தூக்கத்துடன் ஊரைவிட்டே போகிறார்கள். எங்கிருந்தாலும் ஊமைச்சகோதரர்களின் கரையும் நிலம் அவ்வூரின் மண் மூலகம் சிவக்கிற கனவு' என்றான் தூங்கன்.

'ஊர்கள் நீரின்றியும் பயிர் குலைந்த நாட்களில் களவின் இருட்டு அழைக்கிறது காலடிகளில் உறிஞ்சும் மௌனத்தை நடையாகக் கொண்ட திருடர்கள் பசியெனும் நெருப்புக்கல்லின் வெளிச்சத்தில் கண்களை மூடித் துயில்கிறார்கள். களவு நிலையான ஊர்களின் தூக்கத்தில் நடக்கிறது. பசியும் களவும் தூக்கத்தின் ஊடே நாடோடியின் பாதையில் தூக்கத்தில் மறைகிறான் சாம்பல் மனிதன்.'

13

எதிரிகள் தொடையளவு நீரில் நின்று கொண்டிருந்த நிலையில் சுடப்பட்டபோது வேகமாக ஓடமுடியாததால் வீழ்ந்து இறந்த அலறல் ஓசை குருதியுடன் சுழன்றது. மீதமிருந்தோர் அங்கிருந்து மூழ்கித்தப்பி மறுகரையில் இருண்டிருந்த காட்டுக்குள் நுழைந்தேகிய இருளின் சடசடப்பு. காட்டுக்குள் போனவர் திரும்பத் தாக்குவதற்கு முன் மௌனம் ஆழமான நீர் சுழியாக விரிந்து மரணத்தின் கரைகளில் தத்தளித்து வீழ்ந்துகிடப்போரை எட்டியது. குற்றுயிரும் கொலையுயிரும் கொடுத்த விலை ஊமையன் உயிருக்கு. தலையளவு கும்பினிப் பொற்காசுகள் குவித்துக் கொடுத்தாலும் வாளால் வெட்டிப் புதைக்கும் வெறி விரிசலோடிய பொக்கு மண்ணில் உலர்ந்து கிடந்தது.

முதல் மேட்டில் எக்கி நின்ற ஊமையன் குதிரை குளத்தில் இறங்கி நீர் பருகக் குனிந்தது. அதன் கால் குளம்படியில் சுடப்பட்ட வீரர்களின் குருதி நுரை. உடனடித் தாக்குதல் வருமென்றுணர்ந்த குதிரை புதரில் பதுங்கி கரைக்கு அப்பால் விலகிச் சென்றது. சிக்ஸ் பவுண்டர் பீரங்கி வண்டிகளை இழுத்துச் செல்லும் கும்பினிச்சிப்பாய்கள் இன்றைய யுத்தத்தை முடித்து படுதாவுக்குச் செல்லும் வழி. சாராயவண்டி வெடி மருந்துப் பீப்பாய்களின் நிழலில் கூடினார்கள். காப்டன் திராய்ட்டருக்கு கடுமையான ஊமைக்காயப்புடைப்பு. ஐரோப்பியச் சிப்பாய்கள் கொல்லப்பட்ட இரவு குண்டடிபட்ட வலியில் முணங்கியது.

அவனோடு வந்த நிலவு தெருவுக்குள் இருந்த கம்பளப் பெண்ணை கலங்கவைத்தது. பூட்டிக்கிடந்தன வீடுகள். எல்லாம் ஓடும்

கூரைகளுமாய். ஊளையிட்டது காற்று.

இங்கேயும் கும்பனிப்படை ஓய்வெடுக்கிறது. எட்டப்பன் குதிரைச் சாவடியில் பாராக் கொடுக்கும் வெள்ளையன் குரல். சிறைபிடிக்க முடியவில்லை.

வெளுத்த இரவு. தரையில் ஓடும் பூச்சி அரவங்கள். அவன் தேடி வந்த கம்பளப்பெண் புலிக்கூண்டில் அடைபட்டிருந்தாள் கிளியேந்தி.

இடைவாள் உருவிய கம்பளப்பெண் அவன் முன் பிரசன்னம் வைத்துப் பார்த்து யுத்தத்தின் வரும் விதி கூறினாள். 'நிலத்தைக் கூடவே அழைத்துப்போ... கயத்தாரில் முனியடைந்த கட்டைப் புளியமரத்தில் ஆந்தைநின்று வெருண்டு கதறியது. என் கனவின் கூடவே உன் காலடி நகர்கிறது. பாசியம்மன் அதிர் சிலம்படியில் உதிரம்கொடுத்துப்போ' என்றாள்.

14

எட்டயபுரம் அரண்மனை பகைமையால் கருத்துப்போன மணிகளால் சூழப்பட்டிருந்தது. எந்த மணியிலும் ஓசை ஒடுங்கி மௌனமா யிருந்தது. மங்கலான வெளிச்சத்தில் ஓணான் தலை கொண்ட கிழராணி கண்பார்வை தெளிவாகத் தெரியாத பூக்களைத் தொட்டு மன ரகஸியங்களின் பூட்டைத்திறந்தாள். அவள் வசித்த அரண்மனையின் பின்பக்கம் மலர்த்தொட்டிகளில் விழும் நீரின் ஓசையால் உயிர் பெற்றிருந்தது. அவள் பெரிய சிற்பத்தூணைப் பிடித்துக்கொண்டு இரவெல்லாம் நிற்கிறாள். உயரமான ராணி அவள். கும்பினியார் கண்ணில்படாத கம்பளப்பெண். மேலே இருந்த ஜன்னல் வழியே காடுகளின் வாசனை இறங்கி சுவர்களில் பதித்த அயல்தேச விளக்கு படர்ந்த ஓவியங்களின் மேல் விழுந்தது. அதையே பார்த்தவாறு அதிகாலைக்கான பூக்களைத் தொட்டு எதையோ முணுமுணுத்தாள்.

சிவப்பைச்செதுக்கிவரும் கிளிபார்த்த கண்ணாடி பூச்சிநாய் உருவெடுத்து காளிப்புலையனோடு பறந்து திரிகிறது இரவில். கணியான் வில்லின் அகராதி திறந்துவரும் கம்மல் வெளிச்சத்தில் தங்கச் சிலைக் கதவு தகதகக்க ஊமைச்சகோதரர்கள் திமிங்கிலமாய் சீறி உருவெடுத்த சூரங்குடி உடுக்கு கும்காரமிட்டு காளிப்புலையன் கைநரம்பில் ஏறி அதிரக் கிளிபோகும் பாதை. பட்டவராயன் பொயிலாம்பூச்சியை அழைத்துக்கொண்டு பூச்சிநாய் பின்போன உடைமரங்கள் அடர்ந்த காட்டுப் பகுதிக்குள் தங்கிய உடைநிழல்

பேசியது. மேயும் ஆடுகளில் ஒன்றைத் திருடி வந்து பாறையில் அறுத்து உலர்த்தினான் பட்டவராயன். பாறைச் சூட்டில் வெந்த கறிமேல் சருகைக் கசக்கி புகையில்லாமல் ஒருவருக்கொருவர் ஊட்டிக்கொள்ள உடங்காட்டுப் பேய்நிழல் சுற்றி வந்த ஏழு நிழல் இருவர் உயிர்குடிக்கப் பூச்சி நாயின் எலும்பும் சாம்பலும் பூசி வந்தான் சாமக்கோடாங்கி. உடங்காட்டில் நாய்களின் வட்டப்பாதை பச்சையாய் சுற்றிவரும் செவல் தேரிக்காட்டில் சூரங்குடி உடுக்கு தனியே வனந்திரியும் இருளன். உடங்காட்டில் புகை வருவது தெரிந்தது. கனவைக் கூடவே அழைத்து வந்த மாடுகள் பூச்சி நாயின் ஆவியோடு மூச்சுவிடும் ஒலி.

மண்கோடாலி மூக்கைத் திருப்பிய மீன்கொத்தி கொல்லங் கிணத்து மேட்டில் நின்று எட்டிப் பார்க்க வேட்டைக்கு வந்த ஊமையன் உடைவாள் கிணத்தில் மூழ்கியது. நீருக்கு அடியில் சுடரும் ஊமையன் வாள் நெளிந்தது. கூடவந்த வால்பகடை தலைகீழாய் தாவி எடுத்து வந்து தேவதையாய் கைநீட்டிக் கொடுத்தான். பின்னே ஊமையன் வாளைத் துடைக்கத் துடைக்க நீர் சுரந்தது. ஊமையன் சாடையாக ‘உனக்கு என்ன வேண்டும் சன்மானம்’ என இமைகள் அசைத்துக் கேட்க ‘கிணத்தில் நீரடியில் மிதக்கும் வாள்’ என்றான் உடனே. தங்கச் சிலைக் கதவு தானே திறந்து மூழ்கும் வாளை எடுத்துக் கொடுத்தான் ஊமை.

வால்பகடை கையில் குத்து வாட்டம் பிடித்ததும் கொடுவாள் உருகத் தொடங்கியது. மேகம் இருண்டு ஒரு பாட்டம் மழை நரம்புகள் ஒலித்தன. தெற்கே சரித்தால் வாள்போன திக்கில் செங்காற்று வீசிய நாள் அமாவாசை இருட்டில் வாளில் நீர்த்துளிகள் சுடர்ந்து கொண்டிருந்தன.

காளிப்புலையனோடு வந்தவர்கள் ஆறுபேர் வில் உடுக்கு குடம் வலம்பாடிகளும் இடம்பாடிகளும் நாண் ஏற்றி வர்ணவில் கீழ்வானில் கிடக்க குதிரைகளில் முந்திச் செல்லும் உடங்காட்டுப் பாதை. வட்டமான உடை நிழல்கள் சுற்றும் பூச்சி நாயின் ஊளை சூடி வெளி வந்தார்கள் புதைமண்ணில் விசும்பிய சாம்பல் நிற ஆவியர். இருட்டில் நீந்தி வரும் வெள்ளை நாய் பின்தொடரத் திரும்பிப் பார்த்தான் கணியான்.

ஊரைச் சுற்றி அலையும் ஓடைகளில் இல்லாதவர்களின் இருப்பு வெளிறிய தோற்றம். அருகில் வரும் இரவுக்குள் எக்கி இரு காலில் நின்று எட்டிப் பார்த்த சாம்பல் நிறக்கண்கள் உருள்கிறது மண் வெறியில். அதன் ஒளியில் கயத்தாறு போகிறது வில்லின் மணிகளும்

சலங்கைகளின் ஒலியும். ஆள் நடமாட்டமில்லாத தூக்கம். 'வால்பகடை எங்கே' என்றான் கணியான். அவன் கையில் ஊமையன் கொடுத்த கொடுவாள் நீரில் மூழ்கும் ஓசை. அருவமானது வாள். ஊமை வாள் கிளியாகி விதவிதமாய்ப் பேசியது. மூழ்கும் வாள்மீது முட்டைகளும் சுற்றிவரச் சுழலும் சிவப்பைச் செதுக்கும் அலகு. கள்ளி மேட்டில் முள் கிழிக்கும் மேகாற்று மண்ணில் ஊதிய சாரைகளின் நெளிவு மினுமினுத்தது. புல்காடு சருகாகி உரசும் ஒலி.

பரட்டைப் புளி மார்மாராய் கவை விரித்து ஆடியது. கால் தட்டியது நெற்றியில். கல்லில் உரசிய கல் தீயாகித் தெறித்தது. வெறுக்கென்ற பயம் சில்லிருள் எலும்புக்குள் ஊர்ந்தது. 'கருத்தையா கால் தான்' என்றான் வால்பகடை. முனி ஒன்று புளியங்காற்றை சுவாசிக்கும் மரப்பொந்துகளின் மூச்சு. பொந்திலும் திமிளிலும் கால் வைத்து ஏறி தூக்கில் கருத்தையாவின் உச்சியை அடைந்த கொப்பில் காய்களின் நெடி. சொர்ண வெளிச்சத்தில் அசையும் குண்டலங்களின் ஒளியில் முகம் தெரிந்தது. திருகிய மீசையின் நிழல் முகத்தில் கிடந்தது. விரல் களில் பிடித்திருந்த உயிரை அறுக்க முடியவில்லை.

கயிற்றில் இருள் பூசிய சாவு. கருத்தையாவின் செவிகளில் சிவந்திருந்த குருதி நெடும் பாதையில் அலறியது. கம்பளர் அணியும் பவளமாலை இருட்டில் சர்ப்பமாய் ஊர்ந்தது. ஊமையன் கொடுத்த நீர்வாள் எடுத்து கருத்தையா உடலை குத்திப் பார்த்தான். கிணற்றின் ஓலம் கேட்டது. கொண்டு வந்த சூரிகளால் பலர் குத்திய ரத்தத்துடன் ஒடிந்தன சூரிகள். கைக்காப்பில் கல் விழுந்து அழுக்கான கண்களுடன் சீறியது ஆந்தை. பச்சைக்கல் தெறித்தது இலையில். சூரியால் அறுத்தான் கயிற்றை. அதன் நரம்புகளில் வெள்ளையன் கடல்வழிப் பாய்களின் நிறம் படபடத்தது. பாறையில் கப்பல் மோதிய வேகத்தில் சுருங்கிய கயிற்றை அறுக்க அது வரவில்லை.

இருட்டில் நெரித்த கயிற்றை அகற்றி கண்டத்தில் உடைந்த குரல் வளையில் ஓடும் தடித்த ரத்த வேர்களை உருவி சூரங்குடி உடுக்கில் பூசினான் காளிப்புலையன். கயிற்றில் கொடி சுற்றிக்கொண்ட பதக்கம் அறுந்து சிதறிய இருட்டில் கல்வெளிச்சம். அரவுகள் மூச்சுவிடும் ஒலி. தூக்கில் தொங்கிய கருத்தையாவை இரவோடு இரவாய் கீழே இறக்கினான் கணியான். தரையில் கால்பட்டதும் கருத்தையாவுக்கு பெருமூச்சு தட்டியது. சுரைக்கூட்டு நீரை முகத்தில் தெளித்து துடைத்தான். முழுக்கயிற்றிலும் உயிர் முறுக்கேறிக் கிடந்தது. படுத்துக் கிடந்தான் புளியம்பூவில். வேங்கை வரிகொண்ட சீற்றத்தில் புளியம்பூ

பூச்சிகளாய் இரைந்து பறந்தன. இருட்டில் மிதக்கும் புளியம் பூவுக்குள் கருத்தையாவின் கருவிழியை மூடினான் காளிப்புலயன். காற்று வீசியது அவன் கூந்தல். நெளியும் இருட்டில் கால்களைக் கவ்வும் சாவு. விட்டுத் தப்பி வெளி வந்தால் காலில் கயிறு மாட்டிக்கொண்டது கணியானுக்கு. சுருக்கிட்டு இறுகிய கும்பினிக் கயிற்றின் அலறல். ஊர் தொலைவில் நகர்ந்துபோக ஓடினார்கள்.

15

ஊமையன் கோட்டையை இடித்து உழுது வெள்ளெருக்கம் விதைகளையும் உப்பையும் தூவி விதைத்தனர் வஞ்சம் தீர. ஒட்டநத்தம் தோக்கிலவார் ரத்தம் கிளம்பிப்போய் கோட்டை ரெட்டிப்பானது. கொள்ளையிட்ட தவசதானியம் பூசிய சாணக்கோடுகளில் வாய் திறந்த புல் நுனி இரைச்சல். கயத்தாரில் மங்கம்மாசாலை வெயிலுக்கு கானல் நீரில் நெளிந்து கிடந்தது. கைகளிலும் கால்களிலும் குறுக்குத் தளையிடப்பட்டு வண்டிமேல் ஏற்றி சிப்பாய்கள் ஊரைச் சுற்றி இழுத்துவருகிறார்கள் கருத்தையாவை. அதையறிந்த காட்டு பட்சிகள் கூட்டமாய் மேல் பறந்து சுற்றி வரும். சுக்காம் பாறையில் ஓணான் சத்தமிட்டது. கீரிகள் குறுக்கே ஓடியது. பேய்வாய் பீரங்கி மேட்டில் கழுகுகள் வந்தமரும் ஒலி. வட்டமிட்டு தரைபரசிய கருட நிழல்கள் வெள்ளையர்மேல் ஊர்ந்து சா... சா...வென சிரித்து நிந்தித்தன சாகுருவிகள்.

செவிடாகவும் பிறவி ஊமையாகவும் நோய்த்தோற்றம்கொண்ட ஊமையன் வெகுதூரம் வரை பார்க்கும் சுருட்டைக் கருவிழிகளால் நோட்டமிடுகிறான் தொன்னூற்றி ஆறு கிராமங்களின் இனசனத்தை. ஒவ்வொரு ஊருக்கும் இடையில் ஏராளமான பிளவுகள். 'தொட்டால் பட்டுக்கொள்ளுமென்று ஊரைவிட்டு தூரவே ஒதுக்கி வைத்த பச்சேரிப் பகடைகள் கூரைகளில் மாட்டுத் தொலியை உலர்த்திவருகிறார்கள் வெகுகாலமாய். காட்டு இலையிலோ மாட்டுத் தொலியிலோ தன் சரித்திரம் எழுதப்படும் காற்றின் பேரோசையில் ஊமையனைப் பார்க்கிறார்கள். ராயலசீலமாப் பஞ்சத்தில் கூடவே கூட்டிவந்த தோல் உருமிகள் பெருகி கள்ளிக்காடும் முள்ளுக்காடும் ஊராகிவிட்டிருந்தது. ஒவ்வொரு ஊரின் மௌனங்களைப் பார்த்தான் ஊமையன். அவனை எதிர்நோக்கி கூனைவால் நீட்டி தோல்கயிறுகளை முறுக்கி வந்த பகடைகளின் சத்தம் வல்லயத்தான் பட்சிகள் வட்டம் போட்டுவரும் நிழல்களின் வீரியத்தில் பால்பிடித்த நிலவு மெதுவாகக் காடுகளை

ஏறிவந்தது கூடவே. சுக்காம் பாறைமேல் கிடந்த ஊமைப்படை. துப்பாக்கி ரவை பட்டு சரிந்த சிலரை மண்சூலில் புதைத்தான் பொட்டிப் பகடை. புதைமேடுகளில் உறுமிச்சத்தம். உடல் எலும்புகளில் ஏறிய பழந்தோல் உறுமி ரத்தம் செந்நிறச் சூரியன் தரைபட்ட பாறைகளாய் ஏகாந்தித்துக் கிடக்கும். ஊடே அரவுகள் பாறை உரசும் உறுமி விம்மல். கண்ணீர் இல்லாத நிலத்தைக் கடக்கிறது பகடைக் கூட்டம்.

முன்னோடும் படை மரங்களின் மீது கண்கள் அடையும் பட்சி களோடு ஒளிகட்டி இலைக் கணுவின் ரேகை வழி நெடுந் தொலைவு நோட்டமிடும். மேகாற்றில் வரும் குதிரைப் புழுதி வாடை. வெள்ளையன் கூட்டமாய் பதிந்திருந்த மண் கிளைகளில் அடையாளம் தெரிந்தது. ஒருவேளை அதே மரத்தின் பட்டையை மென்று தாகத்தை தீர்க்கும் பகடைகள் எட்டித் தெரியும் சூன்ய வெளியில் கண் நுழைத்து அசைக்கிறார்கள். கருவிழி சுழல்கிறது வானத்தின் சாம்பல் கசிவில். ஒரு புல் அசைவில் உஷாராகும் கட்டக் கருப்பன் கூட்டம்.

எள்ளுக்கருப்பான இருட்டுத் தளபதி கட்டக்கருப்பன் மரத்துக்கு மரம் காவல் படை வைத்து சுற்றி அலைகிறான் கொடுவாள் சொருகி. காக்காய்ச் சோளம் குத்தும் தெரு உரல் அதிரும் மூச்சை கேட்கிறான். காட்டு ஊரணி நீரில் கண் வைத்து இமைக்கும் நீரின் விழிகள் மெல்ல மறைவதால் நள்ளிருளில் தெருப் பெண்கள் பானைகுடம் ஏந்தி போகிறார்கள் தாழையூற்றின் சலனம் கேட்டு. இடைக்காடுகளில் கொள்ளைக் கூட்டம் சுற்றி அலையும் வாடை. கன்னிகளின் வன அழைப்பு. கூடவே நிழலாகத் தொடர்ந்து கருங்குதிரையில் துணை வருவான் கட்டக்கருப்பன். ‘தாய்மாருகளே... என் உயிர் உள்ளவரை துணையிருப்பேன்...’ மருளாடி வாக்குச் சொல்லி அலையும் காற்றில் கட்டக்கருப்பன் குதிரை நிழல். பெண்கள் குழந்தைகளை இருட்டில் பிரியும்போது கருப்பன் தோலில் போட்டு பிள்ளைகளைத் தழுவினான்.

மறைந்துபோன நதியொன்றின் அடிப்படுகையில் விலங்குகளும் பட்சிகளும் கண்டுபிடித்த மணல் ஊற்றில் நீர் கசிகிறது. உ ப்பேோடை களைக் கடந்தார்கள். விளக்குகளு ன் சிலபேர் பாறைகளில் தட்டித் தட்டி நீர் கேட்டார்கள். பாளையப்பட்டு எல்லைக்குள் வறண்ட நிலங்களை காயமடைந்த படை ஏர்பூட்டி உழுதது யுத்தத்தின் கொடுமை களால். போரை மறப்பதற்கு அவர்கள் உழக்கூடும். சூரியனின் பிளவில் குருதி பொங்கும் நரம்புகள். முதுகுத்தண்டை வஜ்ராயுதமாக உருவி ரத்தம் பீறிட்ட வெளிச்சத்தில் கட்டக்கருப்பன் ஊமையன்

சீமையெங்கும் சுற்றி வருகிறான் ஆவியருடன். இன்னும் நினைவில் தங்கியிருக்கும் பிளவுகளிடையே குதிரைத்தடம். குத்துவாளை குருதி இழைகளுடன் கருத்தையா காடுகளை வகுந்து விதைத்தான். எங்கும் மண் குதிரைகளின் காதுகள் முளைத்து வரும்.

தூங்கும் ஊரை எழுப்பாமல் நீர் தேடிப் புறப்பட்ட பெண்களுக்குள் ‘கட்டக் கருப்பன் நிழல் அதோ கூடவருகிறது’ என்றாள் ஒருத்தி. ஓடைக்கரை இரவில் ஜல்ஜல் என சலங்கைகள் ஒலிக்க வரும் கருங் குதிரை. புலி வருவது மாதிரி பூனை வருவது மாதிரி பெண்களுக்குப் பின்னே தொடரும் உருவம். பாஞ்சாடிக்கல் கிணத்தை எட்டிப் பார்க்கும் கோடை. தோட்டத்தில் மாசூல் அழிந்த சருகுகளின் இருட் புலம்பல். பெரிய குத்துக்கால்மேல் பட்டறைப் பலகை. சின்னக் குத்துக் கால்மீது உருளும் கமலை வண்டி. கமலை கீச் கீச் சென்று கருத்தையாவின் நினைவுகளில் உருண்டு பாஞ்சாடிக்கல் உருளை சுற்றி ஆழத்துக்கு சால்வால் நீட்டி நீரைப் பருகியது. வால் கயிறைத் தாழ்த்தி மடக்கினான் கட்டக் கருப்பன். ஊர்ப் பெண்கள் கல்தொட்டியில் குடங்களை சாய்க்கும்போது நட்சத்திரங்கள் சரிகின்றன. காட்டிலோர் கலப்பை மூச்சு வாங்கியது. இருட்டில் காளை மாட்டின் கொம்புகள் உருளும் ஒலி அதிர்கிறது. மூச்சிரைக்க ஓடும் காற்று. பெண்கள் நிறைகுடத்துடன் வளையும் வண்டிப்பாதையில் வாகை மரம் நெத்துக்களோடு சரசரக்க ஒருவர் பின் ஒருவராய் போகிறார்கள். பாதையில் சொட்டும் நீரை மண்நாக்கு நீட்டி ருசித்து அலறியது. பாதங்களில் இருட்டு. வெப்பமான வானம் கருக்க வரும் மேகங்களில் பிழியப்படாத ஊற்று உண்டியல் மணிகளோடு நீர் சலம்பியது. காற்று வரக்கூடும்.

கருத்தையாவைப் பார்த்ததும் துயரமுகங்கொண்ட குதிரை இருட்டில் ஆழ்ந்தது. இமைகள்மேல் மழைத்துளி விழுந்தது. கருநிலத்தில் சில மேகங்கள் நீண்டு வரைந்த வானம். திரும்பியவர் மௌனமாகவே சென்றனர். கருத்தையாவின் திறந்தவிழிமேல் நோக்கி இருந்தது. கலகத்தில் நேரில் மரணத்தை சந்தித்த ஊமைச் சகோதரன். ‘ராணுவச் சிப்பாய்கள் தொலைவில் இருக்கிறார்கள்’ என்றான் ஒருவன்.

தலைதிரும்பவில்லை. கெட்டியாகப் பிடித்திருந்தான் மண்ணில். நிலம் மெல்ல அவனுடன் நடந்தது. கருத்தையாவின் காதில் சிறுவன் ஒருவன் முணுமுணுத்தான். அவன் முகத்துக்கு நேராக முகங்கள் திரும்பின. வழியெல்லாம் மழை கொட்டத் தொடங்கியது. பரட்டைப்

புளியில் காற்று வீசியது. புழுதியுடன் ஆடைகள் படபடத்தன. எல்லோரும் மரத்துடன் சேர்ந்து நிற்க இறந்தவன் தோளில் கூந்தல் அலைபட்டது. நெஞ்சை விரித்து ஆழமாக நாசியில் சுவாசம் நிற்காமல் ஏறி இறங்கியது கணியானுக்கு. அப்போது இடியின் குரல். தேர் சக்கரம் ஒன்று உடைந்து நொறுங்கியது. லாவகமாய் கயிற்றைத் தாண்ட கருத்தையாமேல் இடிபட்டு விழுந்தது குதிரை மின்னலுடன். சரலில் கதறி எழுந்தது கருத்தையாவின் செம்புரவி. சிதறிய கற்களின் வெளிச்சத்தில் உரசும் மழை நரம்புகளின் நடுக்கம். பயிர்களை ஊடுருவும் பாதை. வடக்கே எரிகிறது பிதிர்வனம்.

அவன் கயிற்றில் அவிழாத சாவு இறுகிய இருட்டாய் மழை விரட்டியது. உடலில் சில உறுப்புகளில் உயிரோட்டம் தெரிய பச்சை நரம்பில் ஏறிய உஷ்ணம். எட்டிய வெளிவரை காட்டில் மரங்கள் ஆடும் மழையில் போகிறார்கள். அவன் உடல் முழுவதும் தைலம் தேய்த்தான் ஒருவன். இறந்த பின் அவன் முகம் சவரப் பரிசம் கண்டது. உடையணிகளைப் பூணி கழுத்தில் மிதுக்கங் கொடியும் பாசியும் படர்ந்தது.

பிதுங்கிய சாம்பல் பிதிர்வனம் எரியும் செம்பாலை. பற்றிய நாவுகள் செடிகளாய் முளைத்த தழல். இமை திறந்து வர்ணம் பறக்கும் அதிர் வண்டுகள் தெறித்த ஒலி. சாம்பல் மேட்டில் உடுக்குடன் கால் வைத்தான் காளிப்புலயன். புளியமரத்தின் நிழல் கூடவே தொடர்ந்து வர காலைச் சுற்றும் கயிறு. மாறி மாறிக் கால்சிக்கும் சாவின் மாயக் கண்ணிகளில் வெள்ளையம்மாள் வளர்த்த கிளி பிதிர்ஓலை வாசித்தது முறிப்பதற்கு. குடல் வயிற்றில் பசி எரிய அரளிப்பான கேப்பைக்காடு சுற்றி வளர்ந்திருந்தது. சிறுவர்கள் ஓடிப்போய் கதிர்களை ஒடித்து எரியும் சுடலையில் வாட்டி கைக்கசக்காய் கொம்பையை ஊதித் தின்னும் இரைச்சலிடும் வயிறு. ரோகியின் விரல்களாய் மடிந்து உள் சுருண்ட கேப்பைக் கதிர் சுட்ட வாசனை. பலரும்போய் கமலைத் தோட்டத்தில் விளைந்த கதிர்களை ஒடிக்கிறார்கள். கருத்தையாவின் உடல்சுற்றி கேப்பைக் கதிர்களை பச்சையாய் அடுக்கிமூடி மண் பூசினான் நாவிதப் பூச்சன்.

ஊமைச்சகோதரர்கள் நிழல் கதிர்களுக்கு ஊடே பிடித்த மழையுடன் காற்றில் அசைகிறது. மழையும் சாம்பலும் கரைந்து நீர் சலனமடைந்த கூட்டத்துடன் வலம்பாடிகள் அடுத்த கட்டத்தில் கும்பனிக் கப்பல் புயலில் சிக்கி அலையும் பாடல் பாட இடம்பாடிகள் பின்பாட்டில் தொலைவில் வரும் ஊமையன் குதிரையின் வேகத்தை மகுடம்

வைத்து சுதி ஏற்றினார்கள். சுற்று நிழல்களுடன் கருத்தையா எழுகிறான் வில்லில்.

பாசிப்பட்டணம்

கடல்காற்று வீச சோகமானாள் கர்ப்பிணியான பாசிக்குறத்தி. அது சிலம்பல்ல கிளிவடிவ மந்திரப்படகு திடீரென்று ஓர் ஒடுக்கமான படகு பனிமூட்டத்தின் ஊடாக மௌனமாக மிதந்து வந்தது. பக்கங்கள் செதுக்கப்பட்டிருந்தன படகின் இரு திசையில் இரு கிளிகளின் தலைகளால் அலங்கரிக்கப்பட்டிருந்தன. நடுவே நீண்ட வெண்ணிற இறகடர்ந்த ஒரு பெண் சோகமாக முறுவலித்தாள். இப்போது படகு கிளிமுகப் பயணியை கடந்து போய்க்கொண்டிருந்தது வானத்தில் மிதக்கும் சிறகை போல. படகு பேரச்சத்துடன் அவளைவிட்டு விலகிப் போயிற்று அது படகாகவும் இல்லை வெள்ளைக்கிளி. தனது இறகுகளை அசைத்து பனிமூட்டத்தில் புகுந்து மறைந்தது. படகை பாசிப்பட்டினத்தின் மீது எடுத்துவைத்தாள் கிளிமுகப்பயணி. படகுக்குள் பூனை உருள ஆரம்பித்தது. பட்டினத்தின் மீது வைக்கப் பட்ட படகு ஒரு தேவதைக்கதை.

இருண்ட நீரின் நெடுகிலும் படகு மிதந்து சென்றது. கருப்பு ஆந்தை தலைக்குமேல் அலறி காடு உயிர்ப்புற்றது.

கீழே பெரிய கிளிகளின் நகங்கள் கொண்ட கால்களை உடைய நாவல். அது அப்பால் எங்கோ வசித்தது அது காது வளையங்கள் கொண்ட மணிகள் அதிரும் சிறிய பெட்டிக்குள் உள்ளது. உலோக கீல்கள் கரும் மசகு கொட்டும் திறந்து மூடும்போது. சிவப்பு பூக்களை நாவல்மீது வரைந்தாள். பெட்டியின் நுனியில் பூக்களின் வாசனை. கப்பலைப் பார்க்கும்போது பெட்டியின் மீது வரையப்பட்ட கிளி இறக்கைகளை அடித்துக்கொள்ளும். அருமையான பெட்டிகளை யுடைய பாசிப்பட்டினத்து பெண்கள் காபூல் விளக்கில் தங்கள் தனிமைகளை வரைந்து கொண்டிருக்கிறார்கள் விழிகள் தாழ்த்தி. பெட்டிகளுக்கு அடிமையான பெண்கள் அவர்கள் உடல் பதுமையாக அப்பெட்டிக்குள் துயில்கிறது. பெட்டியைத் திறந்தால் திருடர்களை அச்சுறுத்தி விரட்டும் கொடிய விலங்குகள் வரையப்பட்ட நாவல். அப்பெண்களின் மணம் மணிகள் அதிரத் திறக்கும் உலோகக் காகிதம். சாத்து பாதைகளில் உமணத்திகள் பாசிப்பட்டினத்தை அதிசயங் களோடும் விடுகதைகளோடும் விதைத்துச் செல்கிறார்கள். குறத்திகள் வரைந்த பச்சைநிறப் பெட்டிக்குள் அப்படகு வைக்கப்பட்டுள்ளது.

குரங்குகளின் கூட்டம் இலங்கையிலிருந்து கற்பனையாகக் கடந்த பாலத்தில் கூடவே கயவாகு கொண்டு வந்த ஒரு கால் சிலம்பில் மரகதக் கற்கள் ஆழ்கடல் பாசி மற்றும் வினைச் சிற்பங்களில் பீடித்த காலத் தனிமை. காபூல்விளக்கின் குணங்களை யாரறிவார். ஐநூறு வருஷங்களைக் கடந்த கருமை பூசிய தாமிரச் சிலையில் சிங்க வடிவ இரு முகங்கள் ஒளியை கர்ஜிக்கும். பீடித்த பயணத்தின் நினைவுகளில் நுரை பொங்கும் இரவுகள். ஒளித்த வேகத்தில் அராபிய வணிகரின் நிழல்கள் காற்று வீசிய விளக்கிடம் பேசுவார்கள்.

இப்படகில் பெல்ஜியச் சிமிழின் சங்கீதம் கேட்டது. கனவுப் புஸ்தகத்தில் பொம்மைகளை அலங்கரித்து உடையில் பாசியைக் கோர்த்தாள் சூலியான குறத்தி. 'பிரசவகாலம் நெருங்கிவிட்டது எங்கும் வெளியில் கிளம்பாதே' என்றது விளக்கடியில் வந்த கதிர். அதீத விளக்கின் இமைமூடி கீற்றாக வரும் துயிலில் ஆழ்ந்திருந்தாள் பாசிக்குறத்தி.

ஊமையனின் நிலத்தில் மறையும் குதிரைகள் கடைசியாகத் திரும்பிப் பார்த்தன அவளை. மூலிகைகள் அடர்ந்த தோப்பில் இருந்தாள் பாசிக் குறத்தி. அங்கு சமாதியான குணங்குடியின் பராபரக் கண்ணிகோர்த்த பாசியில் சித்தியொளி காட்டும் நீரோட்டம். கடல்மேல் ஒளிவிட்ட கன்னி கனவு செய்யும் மூக்குத்தியில் உதிரும் பச்சைப்பூ.

குரங்குகள் வழிகாட்ட கைக்கூண்டில் தேவாங்குடன் மாடி துருத்திப் போகும் பாசிக்குறத்தி இடுப்புவலி எடுத்து குளிரும் அத்தி மரநிழலில் கால்வைத்தாள். வெளியில் சேதுப்பாதையும் உப்பு வழிகளும் அசையும் கானல்நீர். கிளையில் கயிறு போட்டுக் கொடுத்தாள் மாட்டுக்காரப் பெண். குரங்குகள் ஓடிப் பாழடைந்த கோயில் கதவுகளைத் தட்டும். அவ்வேளை குறவர்குலப் பெண்போல கழுத்து நிறையப் பாசிமாலை அணிந்து அதிர வந்த காலடியில் பச்சைச் சிலம்பு. பச்சிலைகள் கட்டி பாசிக்குறத்திக்கு பேறு காலம் பார்த்து தொடைகள் பதறிய கருவில் கீறி தலைகீழாய் வெளிப்பட்டது சிசு. தொப்பூள் கொடி அறுத்து தாயிடம் பிரிந்த குழந்தையை பிசுபிசுப்பில் தழுவி நெற்றியில் முதல் முத்தமிட்டாள் மருத்துவச்சி. கூட்டமாய் சூழ்ந்த குரங்குகளுக்கிடையே சிலம்பை எடுத்து குறத்தியின் காலில் பூட்டி அதில் பச்சிலை பூசி மறைந்தாள். கண்ணீர்த் திவளையே சுடரில் ஏறிக் குரங்குகளின் நிழல் கூடியது. மயக்கம் நீங்கிய குறத்தி காலெடுத்தபோது சலீர்... ரென்ற பச்சைச் சிலம்பு. சுற்றித் தேடியும்

பாசிகள் பூண்ட பெண் தென்படவில்லை.

இலங்கை மன்னன் கயவாகு சிலம்பணிந்த பாசி அம்மனுக்கு எடுப்பித்த கற்கோயில் உள்ளே இருந்த பச்சைப் பெட்டியைத் திறந்து சிறிய கிளிமுகப்படகை எடுத்து கையிலேந்திச் செல்கிறாள். பாசிப் பட்டினத்தின் மீது குனிந்து கடல்தெருபோய் மணல் விளிம்பில் வைக்க அதிசயமாகப் படகு பாசி ஒளியில் பெரிதாக விரிந்து தீவாக மிதந்து கொண்டிருந்தது. அதற்குள் மறைகிறாள் சிலம்புடன். தூண்கள் சிதைந்தும் உள்ளே நிற்கும் அவன் நிழல் தயங்கியது. கயவாகு திரும்பிப் போன கடல் நெடுகப் பல தீவுகளைக் கடந்தாள் பச்சைச் சிலம்பணிந்த பாசிக் குறத்தி. ஊமையன் கிழக்கே விரட்டப்பட்டு காயம்பட்ட குதிரையுடன் தவித்து வரும்போது நிழல் கொடுத்தாள்.

பாசியம்மன் கூடவே அவனைச் சுற்றி அரணாக வலம்வந்தாள். பாசியில் நீரோட்டம் கண்ட மண்பட்டினத் தெருக்களில் கடல்நிறம் ஏறியது. வீடுகளுக்குள் பச்சை சுடர் நெளிந்த இருட்டு.

பாசிநிற ஒளியில் ஊமையன் ஊடுருவினான். பசுந்தன்மையை மீறிய வசீகரம். தானே போய்விடும் பாசி ஒளிபடர அலைந்து கொண்டிருக்கிறாள் பாசி. பிறவியிலேயே எல்லா அறிவும் பெற்ற உள்ளுணர்வு கொண்டு அது தெருக்களில் வந்து ஜனங்களை ஈர்த்தாள் பாசி. சமூகத்தின் உள்ளிருந்தே சமூகத்தைவிட்டு மீறி வரும் பசுந்தரை. மீனுக்கும் சிங்கத்துக்கும் மனிதனுக்குமான இயற்கைத் தொடர்ச்சி தெளிந்த நீரோட்டம்போல மாறுவதற்கான தேடலில் ஊமையனை நோக்கிச் சாய்கிறது பாசிச்சிலை.

ஊமையனைத் தேடி வந்த மருதிருவர் பாசியம்மன் நிழலில் ஊமையன் படுத்திருக்க மரகதப் பொற்பாதங்களில் கர்ணகையின் சாயல் கண்டு கடல் சிலாபத்தில் ஒவ்வொரு சிப்பிகளும் நீர் ஏறி அவள் கண்களில் புகுந்த ஒளி இருள்வத்தில் அதிசயமாகும்.

கிளிகொண்டு வந்த கூந்தல் இழைக்குள் பாசி ஒளி துயில்கிறது. மறுமுலை எரியும் பாதையில் நடந்தான். வைப்பாறு இன்று வறண்டிருந்தாலும் அவ்வேளை கரைபுரண்டது. அதன்மேல் இருக்கன்குடி என்பதே பாசி ஊர்.

ஆயிரம் கண்கள் ஒளிகட்டிய பாசியில் மிதக்கும் கடல் ஏறிய நீரோட்டத்தில் மாரியின் முத்துவடம் தறித்த காப்புடன் நீந்தி வரும் சிசு. கோரைப்புல்லால் ஆக்கிய கூரைப்படகில் வைத்து அதன் மூடியைத் தார்பூசி அடைத்து வைப்பாபற்றில் விட்டுவிட்டாள் பாசிமாலை கோர்த்த குறத்தி. அந்த ஆறு குறத்திமகளை அமிழ்த்தி

விடவில்லை. குருட்டு அரசன் கையில் வளர்ந்தாள்.

குதிரை வாலடிக்கும் கோலார்பட்டி அரண்மனையை குருடன் ஆண்டு வந்தான். பாசி ஒளி வீசிய துயரக்காற்றைக் கடந்து வந்த பாசிப் பட்டினக் குதிரைகளை ஊமையன் வாங்கிக்கொடுத்தான். ஒடுங்கிய கண்களும் குத்துக் காதுகள் முளைத்த குதிரையில் இறங்காமல் சுற்றி வந்த குருடனுக்கு எல்லாத்திசையிலும் ஒளிகாட்டும் பாசி ஒளிதொட்டு உணர்ந்தான். குறத்தி உடல் பாசி வெளிச்சத்தால் ஈர்க்கப்பட்ட கடல். பாசியம்மன் சிலை இருட்டில் ஒளிரும். மேலே குதிரையுடன் குருடன் நிழல் காடுகளில் மேடேறி ஊர்ந்தது.

குருடனின் இருட்டில் போய் கப்பம் கேட்டான் கும்பினித்துரை. கண்ணில் படாமல் நின்ற துரையின் துப்பாக்கி நிழல் அரண் மனைக்குள். துரைமேல் குருடனின் வாள் சென்று கரும்புயலாய் இறங்கித் திரும்பியது. குருடனின் வாள் வெளிச்சம் வீசியது அவன் பாளையத்தில். விண் எனத் தெறிக்கும் கவண் படை வீச்சில் சிப்பாய்கள் சரிந்து கும்பினி ரத்தத்தில் பாசியம்மன் சிலைக்கு விளக்கேற்றி வைத்தான் குருடன்.

ஒரு கலகம் மற்றொரு கலகத்துக்கு வித்தாவதுபோல் கும்பினிப் படை பின்னொரு இரவில் குருடனைப் பிடித்து கை கால்களில் விலங்கிட்டு வண்டியில் ஏற்றி ஊர் ஊராய் புலம்பி நகரும் மங்கம்மாள் சாலை.

காடுமேடாய் குதிரையில் வரும் குருடன் ஆவி. விலங்கினங்களின் வாய் முழக்கத்தில் பறவைக் கூட்டங்களை அழைத்துச் செல்லும் குருடன் நிழல். காட்டில் அவன் நிழல் அலைவதாகச் சொன்னார்கள்.

பாசியம்மன் கோயில் இடிபாடுகளின் மீது குருடன் நிழல் தங்கியது. அவன் கும்பினியை தலையறுத்த பட்டயத்தை வேம்பார் கடலில் அலம்பிக் கழுவினான். கும்பினி உதிரம் கரைந்து உதயமாகும் சூரியக் கடற்கரையில் குருடன் அலைந்தான். பாசியம்மன் சிலை கசியும் பச்சை ஒளியை விரல்களில் உணர்ந்து பேசினான் தாயிடம். ஒரு முலை வாசனை கொண்ட நிலம், கிளிபறக்கும் பால் மரங்களில் சொல்லுக்குச் சொல் இலைப்பச்சை.

கல்லைத்தொட்டால் பெண்களின் குரல் செல்லமாய் வளர்த்த நாய் ஒன்று மேட்டு நிலத்தில் தூரமாய் ஓடிக் களைத்து மூச்சிரைத்தது. விரட்டிவரும் ஆவிகள் அழியவில்லை. மௌனமாய் சாம்பலும் வெயில் புகையும் மேல் எழுந்து அலைகின்றன தீராத வேட்கையில். 'குடிப்பதற்கு பழம் பகையில் மிஞ்சிய ரத்தம் கொண்டு பாசியம்மன்

முலைபூச வேண்டும்', என்று குருடன் ஆவி காடும் மேடும் அலைகிறது அழிந்த ஊர் சிதறலில் மேலும் கீழும் கிழிந்த பாயில் ஒடுங்கும் ஊர்நிழல். ஒரு புல்லைக் கசக்குவதுபோல் கசங்கிக் கிடந்த ஊர் திரும்பவும் பாசியம்மன் முலையில் அதே புல்லின்பால் சுரக்கிறது. கிளிகொண்டு வந்த கூந்தல் இழைக்குள் பாசி ஒளி வளைவு.

என் பெயர் காஞ்சரமரம்

நிராகதி அடைந்ததோர் பாலைநிலத்தில் பிழிய முடியாத மௌனம் காத்து வந்த முதிய அரவுகளின் நாசியில் செங்கள மொழி சுருள் வதனை ஈர்த்த திசாதிசையினின்றும் காற்றேறிய மணல் மகுடியை ரெட்டைச்சுடலைகள் ஒருவர் மாற்றி இசைக்க உயிர் குடிக்கும் மோனத்தில் வீழ்கிற இச்சைதனை நிலங்கள் ஐந்தின் உலர்ந்த இதழ்கள் ஓர் பூவரசம் பூ நிலம் மயங்கும் உள்வாடல் கொள்ளவிருக்கும் ரகஸியக் குறியீடுகள் சிலையெழுத்து மண்மூடிய பேரழிவுகளும் உள் பாதங்களும் இசையினுள் தோன்றி பிளவுகளை சரமூச்சில் மூடினாலும் செந்நிறம் ஊடுருவி நின்றுவிட்ட செந்தருவையதில் கால்பாவிய வாழ்வும் பிளந்தே ஓடிய ஓடைகளில் நடந்துவந்த பாலைசீவும் முரட்டுக் கைகளில் சுனை வற்றாத கள்ளும் நுரை வாசனை கொண்ட படையலில் கருங்கிடாயும் சேவலும் வெட்டி வைத்த உதிரம் நெடிக்கத் திரளைக்குப் போய் வனம் தாவி வந்த சுடலைகள் கால் ஏறிய சலங்கை கேட்டுப் பனைமேல் ஒருவன் மறைந்து பார்க்கப் பன்னிரத்தம் ஆட்டு திரம் விரவிப் பிடித்த எறி சோற்றுடன் 'பனையில் இருப்பவனையும் சேர்த்து உண்கிறேன்' என நரைவாக்கில் பனங் கருக்கில் அமர்ந்தவனை அடித்துக் கண் திறந்த பெரிய கிழவி ஆனவள் காஞ்சர முளைதனை பேய்களின் உச்சந்தலையில் பதித்து வலியில் வாதைகளும் அலறும் மண் ஒடுங்காமல் கேட்டிருந்த சரளிக் காடுகளில் கம்மங்கதிர் பெறக்கவும் சோளம் நசுக்கி உதிர்ந்த கொம்பையை ஊதி ஊதி மூடை கட்டி கொமண்டி அப்பத்தா ஓலை வீட்டுக் குதிர்களில் சேகரித்துவந்த ராவிருட்டில் இருளாகக் காத்திருந்தாள் பனைகளின் பூர்வீகத்தாய் எனவே.

ஊமைச் சுடலையும் ஒற்றைப் பனைச்சுடலையும் பச்சைப் பாக்கு மட்டையில் ஆடு துடிக்கிற ஈரல்குலை மாங்காய் அறுத்து வைத்துப் பீறிட்ட ரத்தமும் உறையாமல் தங்கம்மாள்புரச் செந்தேரியில் அவளுக்குப் பூர்வீகப் பனைகள் இருந்தன கனவு விரித்த பேய்க் கூட்டமாய். பகல் வெளுத்த ஓலை ஒடியும் துக்கமான சாம்பல்

இற்றுதிரும் செம்மண்வீடுகள் நீர்பட்டால் அழிந்துவிடும். அந்தக் காலத்தில் மனுசருக்கு சாவே இல்லையாம் கூன்பானையில் வைத்த பெரிய கிழவிக்கு. அவள் உயரத்திற்கு சின்னக்கிழவிக்கும் கூன் பானை. வழிவிட்டாள், செம்பியாள், சிலம்பரவடிவாளுக்கும் தனித்தனிச் செம்மேடு. மணலை மேவி மேவி எழுந்த தேரி உள் நகரும் கூன் பானைகள். நகர்ந்து போன இருட்டு சுருள்வைத்த கூன் அறை உள் சாவில்லாத செம்பியா குழிநரி மணல் அசையும் நிசப்தத் துளை களில் சுற்றும் பம்பரக் காற்றின் விசில் ஆவாரங்காட்டு முனியைக் கூப்பிட மறையும் கொடிய பதட்டம் ஆளைப் பீடிக்க சூரங்குடி உடுக்கில் ஓடும் பேயை கல்தூக்கி கால் சிக்கவைத்த துடி நாக்கில் உடுக்கதிர பனையுடன் சேர்த்து தலைமூடிய கூந்தலில் ஆணி பதித்த கோடாங்கி சேருமிடம் செந்தேரி.

கொமண்டி அப்பத்தாளை குளிக்கக் கூப்பிட வந்த பூக்காரப் பெண் சிலம்பரவடிவு ஒவ்வொரு கருக்கலில் நந்தானத்தில் பூவெடுத்து திலாக்கல்லில் இரைத்து பாட்டிக்கும் நீர் ஊற்றி மஞ்சள் அரைத்து உடல்பூசி வெற்றிலைக் கொடிக்காலில் இலைபறித்து பாசிலும் பளிதமும் மென்று சுற்றிவர வெள்ளென விடிந்த பூ.

ஓர் காலத்தில் கருக்கல் வந்திருக்கும் முன்பே பூக்காரப்பெண் ‘கொமண்டி அப்பத்தா... குளிக்கவா... குளிக்கவா...’ என கூப்பிட்டு ஒருவருக்கும் தெரியாமல் போன தெரு இருட்டில் சுடலை வெளிச்சம் ஊரில் பளிச்சிட கால் பற்றிப்போன நந்தானத்தில் கிணத்தை எட்டிப் பார்த்த வேளை உச்சியில் நிலவு வெருக்கென்று பளபளப்பில் புல்லரித்தது கொமண்டிக்கு. ‘அடி பாதகத்தி மகளே கொமண்டியை கிணத்தில் பிடித்து தள்ளவா கூட்டி வந்தே...’ என திரும்பி பாம்படத்தைப் பிடித்திருந்த மோகினியை நெட்டித் தள்ளினாள் கிணத்தில். கலைந்துபோன உச்சிநிலா காஞ்சரமரக் கிளைக்கு ஓடி இலைகளுக்குள் ஒளிப்பித்த வசீகரம். வந்தவள் காட்டு மரிக் கொழுந்துக்குள் மறைந்த மணமாக வீசிச் சிரித்தாள் நிலா ராத்திரிகளில். தாலியில் மரிக்கொழுந்து சூடிக்கொண்டாள் கொமண்டி. வாசனை போகவில்லை கொமண்டி உடலைவிட்டு. இப்போதும் காட்டு மரிக்கொழுந்து வாசத்தில் பூக்காரப் பெண் சிலம்பரவடிவு காண ஆவலாய் இருக்கும். காணாமல் போனவளை இரவு உரு ஏற்றிப் படிந்த நறுமணமாக வந்து சேரும். இரவை ஒட்டிக் கொண்ட சிலம்பர வடிவு ஒரு காட்டுக் கொழுந்து, அதன் இலையும் நரம்பும் சாம்பல் பூசிய தண்டும் தளிரும் தொட்டால் ஒட்டிக்கொள்ளும் மோகினி வடிவு.

மணல் மகுடியை காஞ்சரப் பேய்கள் வாஸிக்க இசையானது முளையடித்து தடை செய்யப்பட்ட இசைமுறை கொள்கிறது. தேரியில் கால்வைத்தால் தொற்றிவரும் சடங்கியல் காப்பியத்தில் பேயும் கதாபாத்திரமாய் தொயர்வதில் அந்நியர்கள் அச்சப்படுவார்கள். வெளியாள் அதிகம் நடமாட்டமில்லாத காடுகளில் ஆடு மேய்ப்பவர்களும் பனையேறிகள் வாடிகளும் ராயப்பன் செவலும் பரந்திருந்த பனைக்குப் பனை பெண் மறைவதைப் பார்த்தவர்கள் சொல்கிறார்கள்.

'அந்த விடலிக்காடு போகவேண்டாமே உச்சிவேளை. பனையடியாளுக்கு பலியும் தராமல் போனால் திரும்ப மாட்டியே பாவி' என்றாள் கொமண்டி அப்பத்தா. தள்ளாத வயதிலும் முள் விற கொடிக்க தேரிக்கு வந்தாள். எத்தனையோ பேய் மக்களிடம் பூர்வ கதை போட்டு வந்தாள் அடுத்தவர்களுக்குத் தெரியாமல். ஒவ்வொரு பனைக்கும் பட்டப்பேர் சொல்லிக் கூப்பிடுவாள் கொமண்டி அப்பத்தா. எந்தப் பனையின் கள் ருசி மயக்குமென தெரிந்த பனையேறியிடம் அந்தத் தனிப்பதினி கேட்டுக் குடித்திருந்தாள் ஒவ்வொரு உச்சிவேளையும். இப்படித்தான் எல்லாப் பனையிடமும் உறவு வைத்தாள் ருசி கண்டு. உயிர்ப்பு கூடியவளாக அதீதப் பிரியம் கொண்டு பேய்ப்பிள்ளைகளைக் கூட்டி வந்தாள் ஓலைவீட்டுக்கு. உடல் இல்லாத அப்பெண்களுக்கு ராத்திரி உடல் வந்ததும் மூக்கமாகி விடும். திணித்துக்கொண்ட அருவை ரூபத்தில் பார்க்க பௌர்ணமி நாளில் வண்ணாத்திப் பாறையிலிருந்து கீழே பார்த்தால் அவலட்சணத் தோற்றம் கண்டு அவமானமும் வருத்தமும் கொண்டிருக்கும் பேய்க்கூட்டம். இத்தகைய பேய்மை உணர்ச்சிகளால் அலைக்கழிக்கப் பட்ட கொமண்டி அப்பத்தா எல்லாப் பேய்களுக்கும் கதையில் வரும் வெள்ளெரிப்பான காஞ்சரமரத்தின் கிளைகளை ஒடித்து முளைக் குச்சிகள் செதுக்கி வைத்திருந்தாள் விறகுடன். ஒவ்வொரு விகாரத் தோற்றத்தினாலும் வெட்கி நிற்கும் பேய்மகளுக்கு உச்சி வகிடெடுத்து நடுச்சிரசில் காஞ்சர முளை அரைந்தாள் கொடிய செயலாய். அவ்வேளை நிலவு மருவுள்ள பெண்ணாய் மாறி அழுதது. அறுவருக்கு இளைய நங்கை மச்சம் பட்ட முகத்தால் எட்டிப்பார்த்து 'காஞ்சரமுளை அரைந்த பாவம் உன்னை சும்மாவிடாது கொமண்டி ஆத்தா... ஒண்டியாய் திரிந்து நாதியத்து கடைசி காலத்தில் அனாதியாய் சாவு வரும்போது உன்னை எடுத்துப் போடவும் உன் கண்ணில் மஞ்சள் வைக்கும்போது யாருடைய கண்ணீரும் உன் முகத்தில் முறியாது' என சாபமிட்டன பேய் கணங்கள்.

'வேண்டாம் விட்டுவிடு கொமண்டி அப்பத்தா...' எனக் கதறும்

பேயை தாட்டியமாய் வசப்படுத்தினாள். பூதப்படை கொண்டவள். காலில் சங்கிலியிட்டுப் பூட்டி வைத்தாள் வீட்டில். இரும்பு லாடம் அடிந்த மூட்டிலிருந்து கரிய இருள் கக்கி ஊரை மூடியது காரிருள். பிசாசும் இவளையடைந்து பூதப்படை சென்ற வேம்பார் கடலில் டச்சுக்காரன் கப்பல் ஒன்று தீப்பிடித்து எரிந்து கொண்டிருக்கும் செந்தழலில் எல்லையற்ற வடிவங்கள் சூறையின் அதிசய நகரங்களோடு செந்நிறக் கோபுரங்கள் இருட்தெருக்களோடும் முன் பார்த்திராத மனிதர்கள் மேல் வந்தார்கள். அக்கப்பல் மெதுவாய் மூழ்கவும் பௌர்ணமியின் தணல்மீது தாவுகிறது. வேம்பார் கடலில் எரியும் கப்பல் இனம் புரியாத கடல் பூக்களின் வாசத்துடன் நள்ளிரவில் சென்ற பரங்கிகளின் போதகர்களும் கப்பலைவிட்டு இறங்கினார்கள் வேம்பாரில்.

சிருஷ்டி செய்ய அறியாமல் பிரமன் அழுத கண்ணீரில் உதித்த பேய் மகளிர் சுற்றி ஆடி வரும் பேய்க்குரவை தீவளையம் மூண்டெழ பொங்கிருள் கசிந்த மணிவிளக்கே மனையினிலுணவும், பூப்புற மடந்தை வரிவழி கண்டிடுமுணவும், பனிகொள் பூங்கூந்தற் பரத்தையர் தம்பாலுண்டிடும் பதகர் தம்முணவும் வனப்பலி மட்கலம் ஏந்தி ஆடிவரும் பேய்கள். முதிர்மயிரணைந்த உணவுமே கொள்கலம் பொங்கிய புலவுவனம்.

வனப்பலி மட்கலம் ஏந்தி வர ஒவ்வொரு பேய்மகளும் தன் கதை கூறிய பனிமுற்றத்து வெள்ளெருக்கான காஞ்சரக்கிளையேறிய குரல்வளைக்குள் அறியப்படாத கவித்துவம்.

பேய்மகளை ரூபவதியாக உருமாற்றி மணக்கப்போகிற முதிய இளந்தாரிகளுக்கும் புத்தி சுவாதீனமற்ற பிள்ளைகளுக்கும் அப்பேய் பிள்ளைகள் உருமாறிய ரூபவதி என்பதால் பெரியகிழவி கூரைக் கோயிலில் பாக்கு வைத்து நடந்த காட்டுக் கல்யாணம். பேய்மை உணர்வுகளைப் பெண்ணாக்கி அதிகாமவேட்கையை அழகியலாய் கட்டமைத்த மணல்மகுடி ஒன்றை இருளாயி எனும் மூதாளிடம் பெற்றாள் கொமண்டி அப்பத்தா. தன்மேல் சுமரும் பாவத்தை உணர்ந்த கொமண்டி பெரிய கிழவி முன் பாடு விழுந்து வயனம் காத்திருந்தாள் இரவுகளில்.

காட்டுக் கல்யாணம் பூக்களின் அலையாக வீசியது பித்துப் பிள்ளைகள் நாசியில். தங்கம்மாள் எனும் அதி அழகுபட்ட பெண்ணை உணர்ந்தார்கள். பேய்களின் அக உருவம் அதுவாக இருக்கும். தொலைவிலான அந்தப் பெண் எதையோ உச்சரிக்க குளிர்காலப்

பனிபோல உணர்வெழுந்தது. இரவு மழையில் சீறிய மின்னலை ஒத்த பேரழகுடன் வந்த தங்கம்மாள் கட்டியாண்ட பாலைநிலமே முன்பிருந்தது. அவளுக்கு சிங்கப்பல் கிளைத்த வலியில் அலறும் இரவில் யாராலும் தீர்க்க முடியாத துயரங்கள் பீடித்தது ஊரை.

பதனீரை மணல் மகுடியில் ஊற்றி நிதானமாக ஈர்த்தாள் தங்கம்மாள். தனக்குள் முணுமுணுத்த பனைகளின் நிழல் மேற்கே நீட்டிச் செல்ல இசை விதிமுறை மீறி நடந்த இசைப்பனுவல் மனித உணர்வுக்கு அப்பால் கருமையான மருந்தீடு செய்ய பாலை ஊற்றில் பேய் வீடுகளின் அருகே எல்லோரும் போய் எதையோ கேட்கிறார்கள். 'நல்ல கனவும் கெட்ட கனவும் சேர்ந்தே வரும் இரவுகள் வேண்டுமே' என்றாள் ஒருத்தி.

பேய்வீட்டின் துயரத்தை யார் அறியக்கூடும். பீடித்த ஒரு பெண்ணை சங்கிலியிட்டுக் கூட்டி வந்து திருணையில் படுக்க வைத்து பிள்ளையை உடல் மூச்சில் முகர்ந்து வருவாள் கொமண்டி அப்பத்தா. தேரி மணல் எடுத்து பதனீரில் கரைத்து உடல்புடம் பூசி காயவைத்த ஒன்பது பகல் ராத்திரிகளின் பின் காய்ச்சல்விட்ட மெலிவில் சுகப்பட்டு நடந்து போனாள் அயலூர் பெண் ஒருத்தி. மனிதர்களைச் சுற்றுவதில்லை பனையில் மறைந்திருக்கும் இப்பெண்கள். வயதென்பதில்லை. பனங்குருத்துவிடும் மென்மைகொண்ட இயற்கை நியதியைச் சார்ந்த பாலை இயல்பு கொள்கிறார்கள்.

எல்லோரும் தொலைத்துவிட்ட பேய்க்கதைகளின் ராத்திரிகள் கனவைவிட வசீகரம் கொள்வதாயிருக்கிறது. சிலருக்கு தேரியிலிருந்து ஊர்களின் ஞாபகம் கூடி மௌனத்திலிருக்கும் ஓலைப் பிரதிகளை வாஸிக்கிறார்கள் ஏடறியாமல் எழுத்துமீது கண்படாமல்.

சரசரவென பனையோசை கிளம்பி வரும் வாடிவீடுகள் ஆளற்ற வெறுமையால் வாசனை வீசி அழைக்கும் வழிப்போக்கரை. அதைத் கண்டு தயங்கினார்கள். சுழிக் காற்று சுழன்று கிளம்பி வட்டம் போட்டு வர ஏதேதோ மறதி உணர்வுகளில் பிதற்றுவார்கள். பனை மடலில் வீசிய வாசனை கன்னிகளுக்கு காமத்தின் முதல் நினைவுகளைக் கொடுத்தது. பேய்க்காரி படுத்திருக்கிறாள் தேரி மணலில் மகுடியுடன். அவள் அருகில் போய் பதனீர் ஊற்ற அப்பாவியான சுபாவத்துடன் குடித்துப் பசியாறி வேறு இடம் நோக்கி போய் மறைவாள். தைரியசாலிப் பெண்கள் அங்கே காட்டு விறகொடிக்க வருகிறார்கள். மணல் மகுடி இழைத்த காற்றை கேட்கக் கேட்க சித்தம் கலங்கி தொல்முறையில் வகுத்த இசைக்கோடு வெளிப்பட்டு பாழில்

உதிர்கிறது. அதை யாரும் கேட்கவில்லை. பூமியின் அனந்த உறக்கத்தில் புலன்விழிப்புறச் செய்து இச்செந்தருவை அகப்படாத புதிர் என கூட்டிப் போகும் பொட்டல் தரவைநோக்கி. மல்லப்பன் ஓடையில் அயத்து மறந்து கிடந்த பூர்வ வரிகளில் ஊரணிக் காட்டில் பெண்களின் குலவை. குத்துக்கல் தெரியும். மேலே பனங்காடை கூப்பிட்டு அமரும். கிட்டப் போனால் பல கற்தூண்களில் துளை உள்ள போது ஞாபகம் புதில் நிழல்களை கொண்டு வரும். இரட்டைக் கமலைக் கிணத்துப் பக்கம் யாரும் போவதில்லை. பாங்கிணறு.

காக்காய் முள்ளின் சாம்பல் பூசிய நிறத்தில் தோன்றும் அருவங் களைக் கண்டாள் கொமண்டி அப்பத்தா. பன்னிப்படையல் கேட்டு இருளன் வனந்திரியும் சலங்கை கால் சுற்றி வரும்போது குறுக்கே சாட்டை அடி தழும்புகளோடு மாண்டவரும் புதைந்திருந்த தேரி மணல். மழைவாசி இல்லாமல் செங்காற்று விசிலடித்தது. பேய்களின் தாகம் அடங்கவில்லை. சாமத்தில் இரட்டைக் கமலைக் கிணறு தோண்டி தூர்வாரி எடுத்த பாறையொன்றைத் தலையில் வைக்க மற்றொரு பேய் சிரசில் செம்பராட்டங்கல் தூக்க இன்னொரு பாறை உவட்டுக்கல். சுக்காம்பாறை நொறுங்கியது காலடியில். பொக்குப்பாறை தூக்கி ஓடும் களிமுற்றி செதில்மண் கீறலில் கசிந்ததோர் நீர் கண் முளைவிட இருட்கெவியின் ஆழத்தில் ஊற்றின் தொனி பேய் வைத்த கையும் நறுமணத்தால் குடிநீர் கண்ட சீமை. கனவுகள் மிதந்தலையும் பேய் விரித்த சடைச்சியின் பாதம்படாமல் பறந்து போன பனங்கூட்டம்.

அந்தப் பேய்பெண்ணைத் தொட்டு ராத்திரி சம்போகித்த வெறியனும் கருப்பணனும் சிக்கிக்கொண்ட இரவிரவாய் வந்துபோய் மண உறுதியும் ஆகிய மண்புடவில் சேர்க்கை கண்டு சூல்பட்ட பேயவள் சுமந்த கர்ப்பம். கருவறைப் பெண் சிசுவும் தேவதைகளாக இரட்டைப் பிள்ளை பெற்ற சேதி பரவியது தங்கம்மாள்புரக் காடுகளில். ஊரை ஒட்டி அனாமதேய உணர்வுகள் பீடித்துக் கொண்டது. கொமண்டி அப்பத்தா குலவையிட்டு கருப்புச் சேவலை கக்கத்தில் இடுக்கி கடகப் பெட்டியில் இருபத்தி ஒருபடி அரிசியும் கொண்டு போனாள் தேரிப் பாதையில். அவள் நிழல்களான ஊராரும் குலவையிட்டு மண்பானை சுட்டு எடுத்து குதிரை எடுப்பு நடத்தி நாயும் கால்பற்றிச் செல்ல தங்கம்மாள் எனும் இருபெண் தேவதைகள் ஜனனத்தைக் கொடை நடத்திப் பலிகொடுத்த வேளை இருபத்தி ஒரு ஊர் சேவல் தலை அறுத்து அவற்றின் நாற்பத்தி ரெண்டு விழிகளும் சுழற்றிய பார்வை எல்லார்மீதும் பதட்டமாய் பரவியது. பெண்

களுக்குக் கால் துடியும் பூமிச் செழிப்புமாய் கம்பும் கேப்பையும் வரகும் தினையுமாக விளைந்தது பதிநாலு வருஷம்.

விசித்திரமான பிறப்பில் இரு தேவதைகள் பதிநாலு மழைக் காலமும் கோடைகளும் காத்திருந்த மணல் மகுடிக்குள் இசையாக மழைவித்தார்கள் எரியும் நிலத்தை. செவல் எரிந்த தினைத்தானியம் விளக்குகளாய் எரியும் நறுமணப்பேய் மக்கள் கண்ணிகோர்த்த பாடல்களை முனியாண்டி பனைவிடலி ஓலையில் எழுதி வந்தான். இரு தேவதைகள் ஒருவருக்கொருவர் கொடுத்து வாங்கிய பேய்களின் இதிகாசத்தை முனியாண்டிப் புலவன் கேட்டு பித்துப் பிடித்தலைந்தான் தேரிக்குள். அழகுபட்ட தங்கம்மாளும் இளையவள் பழையமுத்தும் ஒவ்வொரு பனையாய் போய் கூப்பிட்டார்கள் கருக்கில் மறைந்த பேய்களை. 'அடியே பழயமுத்து பொன்மகளே தங்கம்மா நாங்க எல்லோரும் லெட்சணமில்லாத கருப்பிகளடி. வாக்கப்பட்ட ஆம்பளைகள் அஞ்சும் நாளில் வெறியனுக்கும் கருப்பணனுக்கும் இரவு விரித்துப் பெற்ற மக்கா. போய்வாரோம் பூமிவிட்டு' எனக் கேவி அழுதார்கள்.

ஒவ்வொரு பனையிலும் காஞ்சரப்பேய் வடிவுகள் ஊறிய கள்ளும் அமுதமாய் மனிதரை ஊட்டி வளர்த்தது. எலும்புவரை சரம்போகும் பழைய மொந்தைத் தேரல். 'கொமண்டி அப்பத்தா... எங்களுக்கான கதையும் என் இருளித் தாய்மார்களுக்கானதையும் வேறுபடுத்திப் போடு... கிழவி' என்றாள் பழையமுத்து.

'சரி சரி... என் கருவிருந்த செல்லமே... இருளைவிட்டு வெளியேறிப் போவதென்ன...' 'காஞ்சரங்குச்சியால் என் நெஞ்சை வகுந்து பார் கொமண்டி அப்பத்தா... நாங்கள் தரித்திருக்க விதியில்லையா... அப்படியானால் உச்சிச் சிரசில்நீ அடித்த காஞ்சர முளையை எடுத்துவிடு... என்னப் பெத்தாரு...' என்றன பனம் பேய்கள் பாட்டியிடம். 'சங்கடப்பட வேண்டாமே... ஒருநாள் காஞ்சர முளைகளை உங்கள் சிரசிலிருந்து உருவி எடுப்பேன் அன்று எல்லாமே வனமாகிவிடும்' என சாபத்திலிருந்த கிழவி சொன்னாள்.

நள்ளிரவைக் கடந்துவிட்டது கீழ்வானில் வெம்பரப்பான ஒளி தோன்ற பேய்களின் கருவிலிருந்தே வெள்ளி தேவதைகள் தோன்றிவர பலமனைத்தையும் ஒடுக்கி வரும் அழகு இருளைக் கெடுக்க வரும். ராக்கள்ளின் வெறியும் தளர்ந்து வர விடியல் வந்தால் மறைந்து விடுவோமே... என்று விசாரப்பட்டன வேதனையில். பேய்கள் எழுந்து போனபோது ஊர் எழுந்திருக்கவில்லை. வெள்ளையான

அருவம் முளைத்து அதிசய ஒளியுடல்கொண்ட இரு பெண்மக்கள் தேரி மணலில் ஊதிய மகுடியில் ரத்தமாய் விடிந்த சூரியன். அந்த மகுடி வீங்கிப் புடைத்தெழுந்த மணல் அரவுகளின் மூர்ச்சனைகளில் தாதுதும் தட்டான்கள் மிதக்கின்றன.

மகுடிக்குள்போய் ஒளிந்த நிலவின் பாழ் பேய்களின் கனவுகளாக மூச்சரவம் கேட்கிறது. நேர்த்தியான கிழப்பாம்பு சூரியனைப் பற்றிப் பிடிக்கும் ஆங்காரத்தில் மணல் எழுகிறது அலைகளில். அருமணி இழந்து ஓர் அரவு அலமருகிற தேரிவழி சென்ற உடல் வளைவுகளில் செங்கள மொழி. மிக வயதான பாம்பின் முடியிலிருந்து உமிழ்ந்த மணிக்கல் திரட்டிய பழமை விஷ அலை மருந்தாகும் சடங்கு. பழம் பெரும் அரவு கற்களை உமிழ்கையில் ஜீவரத்னம் அதன் ஒளிவேகம் அலையாகும் தேரிநிலம், வெளிச்சத்தில் இரை தேடும். மணியைப்பேய் அமுக்கியதால் உடன் குருடாகும் அரவு நெளிவில் காஞ்சர பேய் மொழி மணலில் வரைந்திருந்ததை வாஸித்தவன் தொற்றிச் செல்லும் கயிற்றரவு. ‘என்னால் அரவுகளின் முன் இசைக்க முடியாது’ என்றாள் தங்கம்மாள். மிருதுவான துளைகளை மூடித் திறக்கும் விரல்களில் ஒளிந்திருக்கும் ஒரு துளி இரவுதான் ‘பிரம்ம ரத்னம்’ அது முதியகலை. சொல் அடியில் மறைந்திருக்கும் பிரம்ம ரத்னம் ஸ்பரிசத்தில் கொண்டால் இந்த வகை மணல் மகுடி அசையும் காஞ்சர மரமொன்றில் கூன் அரவு நெளிவதை கனவில் கண்டேன்’ என்றாள் பழையமுத்து. ‘அந்த மரத்தில் வேதனையாகத் துயிலும் பேய்களின் வாதையை கேட்கிறேன் பழையாளே’ என மீண்டும் உரைத்தாள் தேரிமீது நடந்தவாறு. ‘நாம் இருவருமே ஒருவராக இருக்கக்கூடும் உன் கருப்பு நிறத்துக்குள் என் தாயும் என் பழுப்பு நிறத்தில் மணல் அரவுகளும் புனையும் வேகத்தை கேட்கிறேன்’ என்றாள் பழையாள். ‘நம்மை மணக்கப் போகிறவர்கள் கடலிலிருந்து வரக்கூடும். நீர்வழி வந்த ஒருவனைப் பற்றிக் கனவு கண்டேன்’ என்றாள் தங்கம்மாள். இருவரும் ஒருவராகி மறைகிறார்கள் பொட்டல் தரவையில்.

கண்களின் வசியத்தால் தன் உரு அழித்து அடையாளம் தேடித் திரியும் மிக்க மெல்லிய பேய்மகள் தனியே போய் செண்டாக்கெட்டிக் கம்மாயில் அழுதாள். தன் பாதைகளில் இருந்த முற்பிறப்பு நாளும் இருப்பைக் கொள்கிற சிவந்த தேரி. ‘வாயும் வயிறுமாய் நான் புருஷன் ஊரிலிருந்து இந்தப் பாதையில் ஏறிய மணல் உச்சியில்போய் எட்டிப் பார்த்தேன். அங்கே சரிந்து வந்த வெள்ளெலும்பு மூலநாவுகளில் எவ்வுயிரும் என் போல்வதாயிற்று. செம்மேட்டில் குடியமர்ந் திருந்தேன். சீர்கெட்ட ‘தொம்பை ஆரோக்கியம்’ என் பேர். நான்

அழுவதைக் கண்டு பனைகளும் சேர்ந்த ஓசை வசப்பட்டு இருந்து வாரேன் இங்கே. எப்பிறப்பிலிருந்து வந்த என் உடலும் உருக்கிய எலும்புகளின் மொழியில் சுவாசம் ஓடுகிறது' என்றாள் தொம்பரைக்கான்.

தேரிக்கு அந்தப் பக்கம் கடல்சார் நெய்தலும் பாலைபட்டு வைப்பாறு கலந்தாலும் ஊழ்படும் ஸ்திதி. வேம்பார் முத்துக்குளிப்பு நடந்த காலம் போய் கன்னிராஜபுரத்து பனங்கருப்பட்டி ஒட்டிக் கொண்ட வாழ்வினை பனையேறிகள் தொடர சுண்ணாம்பும் கடுக்காயும் கருப்பட்டியும் குலைத்த வேதக்கோயில் ஓடுகள் வேய்ந்த கத்தோலிக்கர்கள் பனையடியாளை விட்டுப் பிரிந்து போயினர். மீன் வாசி கூடிய வேம்பார் கடல் முனையில் பரதவர்களைக் கூப்பிட வந்த போர்த்துக்கீசியக் கப்பலில் இருந்து ஜேம்ஸ் மன்ராண்ஸோ சாமியார் ஞானஸ்தானம் செய்வித்த வேலை ஊசிக்கோபுரம் காரைபூசி அரைவட்ட முகப்புகளைக் கொண்டிருந்தது. அவர்களும் தேரியைக் கடந்து வந்து மீன் விற்றார் கள்ளுக்கு. அந்திக்கள்ளு அழைத்த பாதையில் தேரி மணலில் விரிகிறது காஞ்சரமரக்கிளைகள்; அதற்குத் தூரமாய் ஒதுங்கிப் போனார்கள் நெஞ்சில் சிலுவைக் குறியிட்டு.

எல்லா வீட்டு முன்திருணைகளிலும் பெருசுகளின் பேச்சுக்கால். தெருவே கொமண்டியை நோக்கி திரும்பிப் பார்க்கும். பெரிய பெரிய முலைகளில் பச்சை குத்தியவள். வாக்கு அளிக்கும் மரியாதை இருந்தது அவளுக்கு. விரல்கள் மெதுவாக அசைய தடித்த சரீரத்தை திருணையில் கிடத்தியிருந்தாள். அவள்மீது வீசிய உப்பாங் காற்றில் வெள்ளை நிற வேதக்கோயில் மணி ஒலி அவளைக் கூப்பிடுவதாக இருக்கும். ஊர் பாதியும் அவள் பாதியுமான தாட்டியம் கொண்டமுலைகள். அவள் விழிகள் எப்போதும் தேரியைப் பார்த்து திரும்பும் போதெல்லாம் பெரிய கிழவி கூரைக்கோயிலில் விளக்குப் போடப் போனார்கள் பிள்ளைகள். தன்னைச் சுற்றி அலைவதான நிழல்கள் அவளேயான இரு தேவதைகளாகி தங்கம்மாளும் பழையாளும் அவள் தொனியில் பேசுவதென்ன? தெருவில் இரண்டு குத்து உரல்களும் சுவரில் நாலு உலக்கையும் சாய்ந்திருக்கும். கடகப்பெட்டி சுளகுகள் தலைகீழாகத் தொங்கும் ஓலைக் கூரை. கம்மம்புல் இடிக்கும் மூச்சிரைப்பு எந்நேரமும் அவள் வாசலில்.

குமருகளெல்லாம் தலை விரித்து கொமண்டி அப்பத்தாளுக்கு பேன் பார்க்கும் அந்தியில் காட்டு வாடைகொண்ட அவள் கூந்தலில் யார் யாரோ ஒளிந்திருக்கிறார்கள்.

ஒரு நாள் பேத்தி என்று வந்த பேய் ஒன்று கொமண்டிக்கு பேன்

பார்த்தபோது கிழவியும் அந்த யுவதிக்கு பேன் பார்த்தாள். அவள் உச்சந் தலையில் காஞ்சரமுளையை அரைத்திருந்தது.'அடியே... பாதகத்தி பேயாய் வந்து என்னை சாகடிக்கவா போரே.' 'நான் உன்னை ஒன்றும் செய்யமாட்டேன் கொமண்டி அப்பத்தா' என்றது அழகுபட்ட மோகினி. ராத்திரி வந்து காஞ்சரமரத்தைச் சுற்றி உதிரும் கருஞ்சிவப்புக் கனிகளைக் குனிந்து சுளகில் சேகரித்தார்கள் இருவரும். மோகினி காஞ்சரங்கனியை எடுத்து உதட்டில் பூசிக் கன்னங்களில் இட்டுக் கொள்ள அவள் வசியம் கூடியது. 'இது திண்பதற்கான கனியில்லை பாட்டி இதற்கு மோகினி வரும்' என்றாள் காஞ்சார மோகினி. கொமண்டிக்கு என்னென்னவோ விநோதங்களைச் சொல்லி வந்தாள்.

அமாவாசை இரவில் பேய்ப்பெண்கள் தேரியிலிருந்து வந்து கொமண்டியைச் சூழ்ந்து நெருப்பை நாக்கிலிருந்து துப்பி வளையும் சடங்கில் கள்ளும் புல்வகை உணவும் சமைத்தார்கள். ஆள் இல்லாமல் புல் குத்தும் உரல் அதிர்வு. பேய்கள் புல் இடிப்பதால் நகரும் உரல்களில் கந்தமான வாசனையில் பழமையான கதையிருந்த நெஞ்சைப் பிளந்து உதிரம் பூசுகிறாள் பேய் பிள்ளை ஒருத்தி. கனவுப்பால் அறுந்த முலை ஒன்றுதான் இருந்தது பேயிடம்.

கொமண்டி அப்பத்தாளுக்கு பேன் பார்க்கும் இரவுகளில் காட்டு வாடைகொண்ட புராதன நினைவுகள் ஊரைச் சூழ்ந்து கொள்ள கரைவாடை கூப்பிடும் ஒவ்வொரு பெண் பேர் சொல்லி. தானே திறந்த கதவு வழியாக சடங்கான குமருகள் தூக்கத்தில் நடந்து வரும் கொமண்டி வாசல். அப்போது வெளிப்படும் நிலவு பனங்குருத்து வாசனையும் சிதறிய வாக்கியம் ஏடறியாதிருந்தது. பேன் அறிந்த கதை வாடை ஊரெல்லாம் வீச தங்கம்மாள் எனும் பேரழகியை ஊரே உசுப்ப எல்லா வீட்டு பெண்களின் சாயலாகவும் வெளிவந்தனர்.

தங்கம்மாளைக் கண்ட பேய்கள் அவள் கற்பனைக் கெட்டாத அழகில் மயங்கி நிலவைத் தெரியாமல் மறைத்து கதைக் கவையில் எடுத்த வாக்கு ஏழு பேய்களிடம் சுற்றி தொடர்கண்ணிதோர்க்கும் பூமியைக் கீறி வந்த தங்கமெல்லாம் கடலிலிருந்த பவளக்கொடியும் தேரிப் பாம்புகளும் பச்சை கக்கி அவள் உடல் அணிகலன்களாகி 'தங்கா...' என கூப்பிட்டாள் கொமண்டி. நீந்தி வந்த பச்சைப்பாம்பும் கழுத்தைச் சுற்றிய கொடியாகி ரூபாவதியானாள் ஓர் இரவில். பேயும் அழகெனப் படும் புன்னகை. மோனத்திலிருந்த ஊரின் மாயத்தைக் கட்டுபவள் கொமண்டி அப்பத்தாவாக இருந்தாள்.

மனதில் நீந்திவரும் சோழசீமையில் கருக்கு நெல் கொத்திப் பிழைத்த சேவலைப் பிடித்திருந்தாள். கொமண்டி வீட்டு புடை விளக்கை அணைக்காமல் கிளம்பியது.

ஆட்டு மண் ஈரல் ஒட்டிக்கொண்ட சுவர் இருட்டில் பஞ்சத்தின் சித்திரமும் கொமண்டி அப்பத்தாளோடு ரயில் ஏறியது. பேய் குத்திய ஒருபடி அரிசிச் சோறும் சேவல் கறியும் கட்டிய வயிறு. காக்காய் சோளம் குத்தி கருப்பட்டித் தோசை விற்றாள் கள்ளுக்கடைகளுக்கு. சாவைத் தள்ளிப்போட்டவள் பேரன் போகிறான் சோழசீமை. அவனுக்கு ஆக்கிப்போட கொமண்டி போனாலும் போனாள் ஊரே கிளம்பியது அந்தப் பஞ்சத்தில்.

அறுவடை முடிந்து திரும்பும் பிள்ளைகள் கண் இமைக்கிறார்கள் கொமண்டி அப்பத்தா வீட்டில். பேரன் பெரியகருப்பணன் வைப்பாற்றில் முனியுடன் சேர்க்கையாகி வீடு திரும்பவில்லை. காட்டுச் சாம்பல் பூசிய மேனி. வாரம் ஒரு தினத்தில் கள்ளக்கறியும் செவல்பட்டி நாட்டுச் சாராயமும் வேண்டும் கொமண்டிக்கு. குடிக்குத் துணையாக ‘தனுஷ்கோடியாபுரம் சுருட்டு’ப் புகை வளையும் நெடி பரவ பேயும் கேட்டது பங்கு. சேவலின் கொண்டைமேல் அசையும் பகலில் கண் வைத்த கருப்புக் கோழிக்கு கொமண்டி ஊட்டிய கரையான் வீடு பூராவும் செம்படை மண் கட்டிய அறைகளை களைக்குத்தியால் கொத்திக் கொத்தி இரையூட்டினாள்.

கானப்பயிற்றுப் பஞ்சத்தில் ஊர் முச்சூடும் இறுகலான அமைதி. ‘அது எப்படியும் கருக்கித் தீய்ந்து மழையாக மாறிவிடும்’ என்றார் போத்தையா ஏர் கலப்பையை தொழுவத்தில் சாய்த்தவாறு. போத்தையா நந்தவனத்தில் பூ இல்லை. அரளி மட்டும் எப்படிக் காத்துக் கொள்கிறது உயிரை. தெலாக்கிணறு வெட்டிய பாண்டிய மன்னன் கல் தொட்டிகளில் நீர் விட்டால் அழிவாய் தெரியும். கல்வெட்டு எழுத்தில் அசைந்தது புராதனப் பூ. கரம்பை பூசிக் குளிக்கும் போத்தையா சொலவடை சொன்ன கிழவி கொமண்டி ஊர்விட்டுப் போனது பற்றி விசாரப்பட்டார். பட்டியக்கல்லில் உட்கார்ந்த காக்கை ‘போத்தையா… நீர் மட்டும் போகாமல் துண்டை முறுக்கி முதுகில் அழுக்குத் தேய்ப்பதென்ன…’ என சீண்டியது. வேட்டி முள் வேலியில் உலரும் வரை பேச்சுக்கால் நீடித்தது காக்கை.

வெளவால் ஒட்டிய இச்சிமரத்தடியில் கொமண்டி அப்பத்தா பெரிய கருப்பணனுக்கு சுட்ட கனி எடுக்கக் குனிகிறாள். ‘ஊதிஊதி எடுபாட்டி’ என்றது காக்கை மூக்கை நீட்டி. ‘பூவின் பேர்கொண்ட

பட்டணத்தில் பேர்போன கொமண்டி ரயில் ஏறிய அலுவுசம் என்ன சேவலைக் கக்கத்தில் இடுக்கிக்கொண்டு போனாள் ராமநாட்டு ரயிலடிக்கி' அவள் துணிப்பொட்டணத்துமேல் கருஞ்சேவல் ஒய்யாரமாய் அமர்ந்து தன் கழுத்தைச் சுற்றி செல் கொத்தியது.

போன ஆறு மச்சங்கள், வலம்புரி, நண்டு தவளைகளின் கதை கொண்டது. பல்லியின் பேச்சு ஜாடையில் கண்ணீர்த்துளி விடுபட்டது கொமண்டிக்கு. ஒவ்வொரு ஊரிலும் லெஜ்ஜைப்பட்ட கொமண்டி அப்பத்தா இருந்தாள். யாரோடும் பற்றிவிடும் சைகை கொண்டவள். ஊர் ஊராய் வழிதவறிய பேரன் பெரிய கருப்பணனைத் தேடி அலைகிறாள் விதியாக. அவள் குரல் பேரனுக்கு ஏங்கி நீர் சுரந்த வாடை. கடலாடி, கிடாக்குளம், பெருநாழி, காடல்குடி, மீனங்குடி, ஓரிவயல் வரை அவள் பாதரேகை கிடந்தது. அங்கெல்லாம் சொந்தங்களைத் தேடி விருந்தாடி போவாள். இடுப்பில் கடகப் பெட்டியில் மாவிலோடைச் சேவு, மிட்டாய் வாங்கி எறும்புக்கும் வழிப்போக்கருக்கும் பங்கு வைத்து வெறும் பெட்டியுடன் சேர்வாக் அடுத்த ஊர். காட்டில் பயறு கிழங்கு கருப்பட்டித் தோசை விற்று வயிறு கழுவினாள். வரவான தவசத்துக்கு கணக்கெழுதத் தெரிய வில்லை கொமண்டிக்கு.

பேரனைத் தேடிவந்த வேம்பாரில் சவரிமுத்து ஐவேசாய் பிழைத்தான் வேதத்தில் சேர்ந்து. அவனுக்குப் பிள்ளைகள் அதிகம். அப்பத்தாளைச் சுற்றிக்கொண்டு பேய்க்கதைகள் கேட்க மணல் தெருவிலிருந்த கடலும் ஏறிவந்து தொலைவான ஒலிகொடுக்கக் கப்பலில் வந்த பூச்சிக்காரிகள் கொமண்டிக்கு 'விக்டோரியாள்' என ஞானஸ்தானம் செய்தார்கள். பாம்படம் போட்டவள் காதில் வாங்கிய பழங்கதை அதிசயமாக இருந்தது. வாய்க்குள் நுழைந்த அப்பத்தின் உப்பு ருசியும் திராட்ச ரசமும் பட்டு கொமண்டி மாறித்தான் போனாள்.

ஆனால் 'விக்டோரியாள்' என்ற பேர் ஊரார் வாய்க்குள் கிளம்பி வராமல் அவள் கொமண்டி அப்பத்தாளாகவே இருந்தாள். வேம்பார் மீன்காரப்பிள்ளைகள் ஈரமும் கடல் வாடையும் வெள்ளை உப்பும் ஒட்டிக்கொண்டது காது வளர்த்தவளை. ஒவ்வொருவராய் தலையை நீவி கண்களால் ஆசீர்வதித்தாள் பூச்சிக்காரி சொல்லிக் கொடுத்த பிரகாரம்.

எல்லாக் கருப்பிகளின் கரத்தைத் தொடும்போது கடல் உப்பு தெரிந்தது. அது உணர்வாக மாறியது. படிக்கவே தெரியாதவளுக்கு ஒரு பைபிள் கொடுத்தார்கள். பூச்சிக்காரி கொடுத்த பைபிள் திறக்கப் படாமல் தலைமாட்டில் இருந்தது. நாலு எழுத்துப் படித்த குருவம்மாள்

④
கத்தரிக்கப்பட்ட செய்திகள்

பீட்டர் ஜி.பீசான், பழங்கதை, ஆல்பெர் காம்யூ.

1. விவசாயம் என்பது பணம் ஈட்டும் மனப்போக்கான வேலை என்பதைத் தாண்டி மேலானது. இது வாழ்வின் அனைத்துத் தேவைகளையும் பூர்த்தி செய்யும்வழி மேலும், தலைமுறை தலைமுறையான நம்பிக்கையின் பிதிர்-ஆர்ஜிதம்.

2. 'விவசாய இழப்பு என்பது ஒருவரின் தனிப்பட்ட மற்றும் குடும்பத்தின் அடையாளத்தைத் தொலைப்பதற்குச் சமமானது. அதிகப்படியான விவசாயிகள், விவசாயத்தை இழப்பதைத் தங்களின் முன் மற்றும் எதிர்காலத் தலைமுறைகளை இழப்பதாக நினைக்கிறார்கள். விவசாயத்தை இழப்பது எனும் சோகத்தைத் தனது குடும்பத்தின் ஒருவர் இறப்பதற்குச் சமமாகப் பார்க்கிறார்கள்.'

3. மழைக்கடவுள் தனக்கு மேலான கடவுளிடம் சென்று பத்தாண்டுகள் ஓய்வு கேட்டார். பல விவாதங்களுக்குப் பிறகு கடவுள் ஒப்புக் கொண்டார். மழையின்றி என்னவாகும் என்பதை அறிய உலகிற்கு-கடவுள் ஒரு கிராமத்துக்குச் சென்றார். அங்கு ஒரு வயதான விவசாயி தன் நிலத்தை உழுது கொண்டிருந்தார். கடவுள் அவரிடம் 'அடுத்த பத்தாண்டுகள் மழையின்றிப் போகப்போகும் போது ஏன் வீணாக உழுது கொண்டிருக்கிறாய் முட்டாள்தனமாக' என்று கேட்டார். விவசாயி அதற்கு 'எனக்கு இன்னும் நம்பிக்கை இருக்கிறது. பத்தாண்டுகளுக்குப் பிறகு மழை கட்டாயம் பெய்யுமென்று. இடைப்பட்ட காலத்தில் வேலை செய்யா திருந்தால் மரபான விவசாயப் பணிகள் மறந்து போகலாம்; ஆதலால் உழுது கொண்டு மண்ணோடு உறவாடுகிறேன்' என்று சொன்னார். கேட்ட கடவுள் வெட்கித் தலைகுனிந்து மழைக் கடவுளின் ஓய்வை முடிவுக்குக் கொண்டு வந்தார் எனவே.

4. இந்த உலகில் ஒரே ஒரு தீவிரமான தத்துவச் சிக்கல் இருக்கிறது அது தற்கொலைதான்.

பழைய கதைகளை வாஸித்துக் கொடுக்க பூமியின் பிரளயத்தையும் விநாசத்தையும் இன்னும் விரிவாக நீட்டிக் கிடந்த சமுத்திரத்தையும் கண்டு கண்ணீர்விட்டாள். சீன் வனாந்திரங்களில் நீர்தேடி அலைந்தவர்கள் சொந்தமானார்கள் புஸ்தகத்திலிருந்தவாறு. சீவனுக்கு மனசு ஒப்பவில்லை. எரேமியாவின் புலம்பல் அவளிடமும் சேர்ந்தது. தாவீதின் சங்கீதத்தைக் கேட்டவாறு தேரி மணல்வழியே திரும்பிப் போனாள். கோதுமையும் சேலையும் கொண்டுவந்தாள் குழந்தை திரேஸ் அம்மாள். பைபிளை விட்டுப் பிரியாமலும் அதன் பொன் விளிம்புகளில் வாசனையும் தேவதைகளும் ஒட்டியிருப்பதால் அதனை அறியாமலும் கனவு கண்ட நாளில் சொர்க்கத்துக்கு அழைத்த தேவதை வீட்டைச் சுற்றி ஓலைக்குள் சிறகுகளை இறக்கி கொமண்டி அப்பத்தாளைக் குனிந்து பார்க்கிறது என்ன?

வல்லிசாக மறந்துபோன பெரியகிழவி இரவில் வந்து இருளைத் திரும்பக் கேட்கிறாள். ‘எங்கும் இருள்தான் நிரம்பியிருந்தது. சலமாக இருந்தது. எந்த வீடும் இல்லை.’ அந்த இருளில் பெரியகிழவி இருப்பதைக் கண்டுகொண்டு வந்த உப்பைப் பார்த்து அழுதாள்.

அது பழைய கதை ஆயினும் பெரியகருப்பணன் திரும்பி வந்து ‘ஆல்பட்டு’ ஆனான். அவனைப் பெரியகருப்பணன் என்றே பூச்சிக்காரரும் கூப்பிட்டார்கள். ஓயா என்ற கிருஸ்தவப் பெண் வந்தாள் வேம்பாத்து பெர்னாண்டு ஆவாரான் வீட்டிலிருந்து. குழந்தை திரேஸ் அம்மாளின் ஒன்றுவிட்ட சகோதரி சவுரி அம்மாளின் மகள் எனவும் ஓயா ஆல்பட்டு மோதிரங்கள் மாற்றிய பகலானது. பேய்களின்றி பெரிய கிழவியின்றி பனைகளின் சாட்சியானது. செம்மண் வீடுகளில் உள்ள தெருக்காரர்களும் கொமண்டி அப்பத்தா பைபிள் திறக்கப்படாமல் இருந்ததில் கதைகள் கிளம்பிவந்து பழங்காலத்துடன் சேர்ந்துகொள்ள தேரியில் சவரிமுத்து காடும் பனைகளும் உற்பவித்தது.

தெருவிளக்கைக் கண்ட பேய்கள் மெல்ல மெல்ல சோகத்தால் பிரிந்து போயினர் ஊரைவிட்டு. கொமண்டி அப்பத்தா இரவெல்லாம் கைதட்டிக் கூவி அழைத்தாள் காஞ்சரமுளை அடித்த பேய்களை. அவை வராதபோது வாஸித்த கதைகளில் வந்த ரூத்தை ஒரு பேத்தியாக சீவனில் சேர்த்திருந்தாள். எத்தனை வகைக் குருவிகளுக்கு இடமிருந்தது திறக்கப்படாத புத்தகத்தில். காசிக்கரட்டியும் கொண்டைக்கரட்டியும் அவளைப் பார்த்துக் கத்திப்போகும். கம்பத்தான் கோழிபோல கண்மாய் நீரில் ஓடி அலையும் பிள்ளைகள். அலை மெல்ல மெல்ல

ஏறிவரும் கால்களுடன் தங்கம்மாள்புரம் நீராவி.

காடுவிளைந்த பருவத்தில், கொமண்டி அப்பத்தா விடலிக் காட்டுக்குப் போனாள். கம்மந்தட்டையின் அடித்தூரில் மாம்பழத்தான் கட்டி வரும் சிறுகூடு. பனைநாறும் காய்ந்த புல்லும் சருகும் வைத்துப் பின்னிவரும். சாம்பல் புள்ளி வைத்த இரு முட்டைகள். தட்டையை விலகிப் பார்த்தாள் வெகுநேரம். முட்டைமேல் பொன்பழுத்த இறகினால் தான் வளர்த்த தங்காவும் பழையாளும் மந்திர வளையமாக சுற்றும் அருவமான இருப்பு. மாம்பழத்தான் குருவி மருதநிலம் நோக்கித் திரும்பி ஓர் மாங்கனி வாசனைபோல சொல் உதிர்க்க மந்திரிக்கப்பட்ட முட்டையிலிருந்து வட்டமாய் சுற்றி வந்து 'தங்கா... தங்கா...' எனக் கூப்பிட்டது. மேற்குத் திசையில் பெரியகிழவி கூரைக்கோயில் நோக்கி பரவி வந்த இருளில் புலம்பி மறைகிறாள் கொமண்டி அப்பத்தா.

மருதம்

'இருளில் மண் துளைக்கும்
வேர்களின் ரகசியப்
பேச்சு'
'பாத்தி கட்டிப் பயிர்
செய்த காலமெல்லாம்
அதோ அந்தச்
சிறுவாய்க்காலில்
மெல்ல வடிந்து
கொண்டிருக்கிறது'

- ஆனந்த்

'உழவர் ஓதை மதகு ஓதை
உடைநீர் ஓதை தண்பதம் கொள்'

- சிலம்பு

தண்ணீரில் அசையும் தற்கொலைப்பாலம் III

வரகுடன் இரையான் நெல்லின் உரையாடல். ஒரு கதிர்வரகு சடைசடையாய் அடித்தூர் வரை கட்டும். இரையான்கூட தூர்கணுவுக்கு ஒரு அடிநீளக் கதிர் விடும். இருவகை மண் உலர்ந்த பாடல். கூட்டமாய் பாலம் கட்டும் பணியில் ஈடுபட்டிருந்த கரையான் சொல்லும் ‘முல்லையில் தான் கலப்பை தோன்றியது’, ‘இல்லையில்லை கரையானே. யானைவாய் வடிவக் கொழுமுனையும் துதிக்கை வளைவில் மேழியும் செய்தவர் நாஞ்சில் உழவர்... அந்த திமில் இழந்த மாடுகள் கூட்டமாய் பாலத்தில் மறைவதைப் பார்.’

‘தண்ணீருக்காக உலகப்போர் துவங்கிவிட்ட காலத்தில் நதிகளை உருவிய வாளாக எடுத்து வீழ்ந்த எதிரிகளும் இவர்களும் சேர்ந்து கட்டி வருகிறார்கள் புலப்படாத தற்கொலைப் பாலத்தை’ என்றன பீதியடைந்த கரையான்கள். ‘இதை ஆரம்பித்தவர்கள் விதைவீரியரும் நீர்வணிகரும் கும்பினிப் பொறியாளர் கர்னல். சி. பவென், ஜி.டி. வால்ச்சும்தான்’ என்றது திடகால் நெல். இதை அவசரக் கார் இரங்கல் நெல்லும் ஆமோதித்தது. சிவப்பி எனும் புஞ்சை நெல் குதித்துக் குதித்து ஓடியது தற்கொலைப்பாலத்தில். ‘வரகுக்கடன் இரக்கும் நெடுந்தகை ஆண்ட ஊர்களில்’ புழுதி விதைப்பாய் சிவப்பியைத் தூவி விதைத்தவர்கள் மத்தியில் விட்டார்கள் அதை.

‘விரோதி எலும்புகளும் நேச எலும்புகளும் தண்ணீர் யுத்தத்தில் வீழ்ந்து கிடக்கின்றன. எது நம்முடைய எலும்பு விரோதியின் உழவுக் கரம் எதுவெனப் பிரித்து அறிய முடியவில்லை’ எனவே சமாதிகளை இரு மாநிலங்களின் எல்லை அருகில் அமைத்தார்கள்.

சில நேரங்களில் எல்லை அருகிலும் விண்மீன்கள் நிறைந்த வானத்துடன் செல்லும் தற்கொலைப்பாலம் வானவில்லுடன் கரைகிறது. எங்கோ கீழிறங்கும். சுழன்றபடி இருக்கும். உடம்பில் நுழைந்து பாயும் ஒளியாக வளைகிறது விலா எலும்புகளுடன். வெப்ப நிலையில் தனிமையடைந்த பாலத்தில் நீரின் நாட்கள் வருகின்றன. வருவதும் போவதும் தெரியவில்லை.

திரவநிலையில் பார்க்கக்கூடிய பாலம் அசைந்தவாறு இருக்கிறது. உயிர்வாழ முடியவில்லை. கிளைகள் நீட்டி வளையும் மரம்கூட தண்ணீரின் மறைமுகம். பாலத்தில் நடந்து செல்லும்போது உற்றுப் பாருங்கள். உப்புகள் தங்கிவிட்ட மேல்தோலுடன் உயிருள்ள பாலம். எங்கெங்கும் பரவியிருக்கிறது, தாவரங்களுக்குள் ஊடுருவி. மலைகளில் பள்ளத்தாக்குகளை கடந்து. பனி விழும்போது பார்க்க வேண்டும் பாலத்தை. அதன்மேல் போகப் போக காற்று குளிர் அடைந்து உயிரைத் தொடும். காற்று தன்னிடமுள்ள சாவின் தனிமையை பாலத்தில் விட்டுச்செல்ல ஒரு பகுதி இருள்கிறது. வெளியேறும் கணத்திற்காகக் காத்திருக்கிறீர்கள். மேகங்களுக்குள் நீர் இருப்பதால் பாலத்துக்குள் தற்கொலை மறைபொருளானது. சிறுசிறு நீர் துளிகளின் ஒலி சென்றபின் கேட்கிறது. பாலமே வாழ்க்கையின் மையமாகும். ஜனங்கள் வீடுகளையும் சமூகங்களையும் விட்டுப் பிரியும் இடம். நதியின் குறுக்கே கடந்துகொண்டிருந்தது பாலம். தண்ணீருக்குக் கீழே தற்கொலை ஊர்ந்துசெல்கிறது. பயமாக இருக்கிறது பார்த்ததும். ஆவிகளால் சுற்றப்பட்ட நீர் ஓசையிடும். வேகத்தால் பீடிக்கப்பட்ட நீரை பாலத்தால் நிறுத்த முடியவில்லை. செத்த மீன்கள் நீந்திவருகின்றன. அப்பால் செல்லும் பாசியில் சிக்கிய துடுப்புகள். மீன்கள் சுவாசிக்க இயலாமல் கலங்கிய நீர்ஓட்டம். கடுங்காற்று வீசியது. சாவுக்கான அழைப்பு. இருவர் பாலத்திலிருந்து கீழே சரியும் ஓசை. அவர்களின் ஆவிகள் மட்டும் என்றென்றும் பாலத்தில் சந்தித்து வந்தன. ஒரு நிகழ்வை திரும்பத் திரும்ப நிகழ்த்தும் ஒத்திகை. பாலத்திலிருந்து நேசத்தை வெளிப்படுத்தி வீழ்கிறார்கள் போலும். ஒருவருக்காக மற்றொருவர் பிறந்திருப்பதாகவும் இருவர் ஒருசேர இறந்துபோக வேண்டும் என்று பாலத்தில் வரைந்திருந்தது. பாலத்தில் காதல் ரகஸியமாக இருந்தது. பாலத்தின் மீதிருக்கும் பெரிய இச்சிமரத்தின் ஓங்கார நிழல் இலைகளில் மறைந்திருப்பவர்கள் மெல்லிய ஆவிகள். ஒன்றில் ஒளித்து வைத்திருந்த ரேகைகள் படர்கின்றன பாலத்தில். ஏமாற்றமடைந்தவர்கள் தன் உடம்பைச் சுற்றி துணிவிலகாமல் ஊக்கு மாட்டிக் குதித்தவேளை கடந்துவிடவில்லை. அன்றிரவு வானிலை மோசமாக இருந்தது. அவளைத் தடுத்து நிறுத்த முடியவில்லை. வழக்கம்போல் அவள் ஆற்றைக் கடக்கத் தொடங்கினாள் பாலத்தில். காவிரியைப் போகவிடாமல் தடுத்து வரும் இறையாண்மை கொண்டவர்கள் கால் உடைந்து கைமுறிந்த தொண்டர்களின் குருதியால் வரைந்திருந்தது எல்லைக்கோடு. பாய்ந்து சென்ற காவேரி ஒருசமயம் கெவியில் வீழ்ந்து திரும்ப வெளியேற முடியவில்லை.

என்ன செய்வதென்று சோழனுக்குத் தெரியவில்லை. நூலோரிடம் கேட்டான் யோசனை. 'யானை குதிரை மூட்டு புஜ எலும்புகளில் களிமண் வைத்துப் பாறைகளைப் போடப்போட மணல் குடித்து மூழ்கின பாறைமீது ஒரு குதிரை அதன்மீது ஒரு யானை அது சுமந்திருக்கும் பாறை மற்றொரு சிங்களக் கைதி அவன் தலைமேல் ஒரு குதிரை அடுத்த ஒரு கைதி அவன் தலையில் ஒரு பாறையென கல்லணை எழுப்பிய வேறொரு சோழனைப்போல் ஏதாவது செய் அரசே...' என்றார் உப்பு அறிந்த ஞானி.

சோழன் நாடு நகரைத் துறந்து கெவியின் ஆழத்தில் மடிந்து கொண்டிருக்கும் காவிரியின் வாசலைத் தேடி வீழ்கிறான் என்பதைத் தொடர்கிறார்கள். பிரஜைகளும் கண்ணம்பாடிப் பொறியாளரும். நீதிபதி கிரிஃபின் தீர்ப்பளித்தவாறு பாலம் வேலை நடக்கிறது எச்சரிக்கைக் கோட்டைத் தாண்டி. பாலத்தின் வரைபடத்தை மெக்ஸிகோ நாட்டில் கூடிய கேன்கன் உளவாளிகளும் பூச்சி இன விருத்தியாளரும் விதை வீரியரும் காப்பு முத்திரை அதிகாரிகளும் பிரதிநிதிகளும் அங்கீகரித்துவிட்டிருந்தார்கள்.

2003 செப்டம்பர் பதினெட்டுக்கு ஒரு வாரத்துக்கு முன்னால் பாலத்தின் கட்டுமானப் பணி பூர்த்தியாகும் தருவாயில் விவசாயிப் பிரதிநிதியின் குரல் மங்கலாகச் சென்றது. அதன்மீது ஒவ்வொரு நதியின் நீர்கோடுகள் சுழலும் ஓசை. பாலத்திலிருந்து சிலர் திரும்பிக் கொண்டிருந்தார்கள். திரும்பவும் பாலத்தின் உச்சிக்கு அந்த மனிதன் நிர்வாணியாக நடந்துகொண்டிருந்தான். 'இந்த உலகுக்குச் சொல்லுங்கள். இறுதியில் தற்கொலையை விவசாயி ஒருவன் சொந்த விருப்பப்படி தெரிவு செய்தான் என்பதை' 'உன் பெயர்' 'பெயர் எதுவும் இல்லாத ஒருவனுக்கு மன்னிப்பை வழங்குவீர்' அவனது தலை சாய்ந்தது. அவனது கரத்தைச் சூழ்ந்த பிரதிநிதிகள் நாடி பார்க்கிறார்கள். இறந்துவிட்டாலும்கூட விவசாயி மடிவதில்லை ஒருபோதும். பிரக்ஞை இழக்கும் அளவுக்கு இறந்துகொண்டிருந்தான். நினைவிழந்தான். ஆனால் எல்லோரையும் பார்த்து அவர்களை அழைக்கும் பொருட்டு கையை உயர்த்தி வாயில் கவ்வியுள்ள சுவிஸ் கத்தியுடன் கருப்பு விளக்குக் கம்பத்தின் மீது ஏறியதை எல்லோரும் பார்த்தார்கள். உச்சிமீது வான் இடியும்படி அறைகூவல் விடுகிறான். 'தாவரங்கள், நீரை, பூச்சிகளை, உயிரை வணிகத்தோடு சேர்க்காதே... தற்கொலைப் பாலம் கட்டுவதை நிறுத்துங்கள்' மறுநொடி தன் கையிலிருந்த ஸ்டீம் கத்தியால் நெஞ்சில் நெடுகிப்பாய்ச்சிய உதிரச் சிதறல் உலக விளிம்புகளில் உறுமிக்கொண்டு தெறித்தது. பூமியில் பட்டதும் அதன்

நிறம் பச்சைத் தாவரங்களில் ஓடும் பாலாகவும் நார்களாகவும் உருமாறியது.

ஆறுகளில் எழும் சப்தம்போல கீழே கேட்டன குரல்கள். ஆனால் அவனிடம் எந்த அசைவும் இல்லை. அவன் மார்பு எலும்புக் கூட்டுக்குள் அடைபட்டிருந்த கிளியொன்று செவ்விய இதயத்தைக் குத்திக் கிழித்து மறைந்திருக்கும் தாவர ஆவியுடன் சிறகு விரித்து வெளியேறியிருந்தது. அதன் அலகில் திறந்து அசைந்த கருநாவில் எத்தனையோ ஒலிகளைக் கடைசியாக சங்கேதக் குறிகளாக வெளியிட்டுப் பறந்தது வெளியில்.

அவனுடைய வெளிறிய முகத்தினுள் தற்கொலைப்பாலத்தின் சாம்பல் நிறம் ஊர்ந்து செல்கிறது. அவனது வார்த்தை சாட்சியாக இருக்கலாம் தற்கொலைக்கு. நீரின் மீது வாழ்க்கையை அர்ப்பணித்துக் கொண்டவர்களின் நிழல்கூடவே கூட்டமாய் கடந்துசெல்கிறது நீரோட்டத்தில்.

காவிரித் தொன்மையில் சலனமடையும் புனைவு: முன்னுரை IV

கணியன்: உப்புநூல் யாத்ரீகன்

'வாழ்க்கை வழியற்ற புற்றில் நான்
அடைபட்டுக் கிடந்தேனே
நீயேன் என்னை உன் மையல் மகுடியில்
வெளியிலிருந்து ஆட்டி வைக்கிறாய்?'

- கு.ப.ரா.

'மான்தோல்போல வெயிலைப் புள்ளி
புள்ளியாக தூவியிருக்கும்.
சில சமயம் சிறுத்தைத் தோல் மாதிரி
உறுமிற்று இதேகோலம்.'

- மரப்பசு

'கெவுளி ஓசைக்கு விரலால் சுவரைத் தட்டும் பழக்கமுள்ள யமுனா' மோகமுள்ளின் சாம்பல் பல்லியாக மெல்ல மெல்ல வெளுத்துக் கொண்டு வந்தாள்.

இரவின் இருள் வழியே கிளைவிடும் காவிரி புறங்களில் விம்ம ஒளிபுரளும் தொன்மத்தின் சீற்றம். காவிரி தனிக் கோயில் சிற்பமாய் திருச்சேறையில் ஒருநொடிப்பொழுதில் நீராகிறாள். சாரபுஷ்கரணி குளக்கரை அரச மரத்தடியில் அமர்ந்திருந்தாள். பௌர்ணமி ஒளியில் காவிரி மடியில் நீலனும் குழந்தைதான். முடிகொண்டான் குடமுருட்டிக்கு இடையில் கூந்தல் நெளியும் இருட்டுநீரில் மௌனியின் கைகள் நீண்டு எங்கிருந்தோ உருண்டு வரும் நதியை ஏந்துகிறான். சுமியின் ஆவி அவனைவிட்டு நீங்கியது. சங்கர் உருபடிந்த அவள் சாயை கூடவே நிற்கிறது. பரந்த சடை. அதிலே பளிச்சிடும் பிறை. தாருகாவன ரிஷிகள் ஏவிய புலி நெருங்க முன் இரவில் முதல் ஜாமநேரத்தில் சற்று தூரத்தில் சுசீலா நிற்கிறாள். 'இந்த நேரத்தில் யார் இப்படி தனியே நிற்பது' யோசித்தவாறு அவளைக் கடந்து செல்ல சைக்கிளை நிறுத்தினான். இந்த நேரத்தில் எப்படி இவளை தனியேவிட்டுப் போவது 'சைக்கிளில் ஏறிக்கொள்' என்றான்.

மருதம் ✦ 153

அவன் பின்புறம் அமர்ந்ததும் காவிரிச்சாலையில் சைக்கிள் மிதந்தது. சக்கரத்தில் மணல் ஊளையிடும் சப்தம். தொலைவில் நரியின் சிரிப்பு. போகப்போக இருவரும் அந்தரத்தில் செல்வதான நீரில் மிதக்கும் லேசான பயணம். பின்னால் அமர்ந்திருப்பவள் சுமியாக இருக்கும். முதுகைத் தொடும்போது சங்கரின் உணர்வு. மணலில் சரிந்து கீழே விழுந்து திரும்பிப் பார்த்தபோது அந்தப் பெண் அங்கே இல்லை.

வீட்டுக்கு வந்து ஒரு மாதிரியாக இருக்கவும் மேஜை விளக்கைப் போட்டான். நடந்ததை மாற்றமில்லாமல் எழுதத் தொடங்கினான். இரவின் அமைதியில் சுமியும் சங்கரும் ஒருருவாய் படிந்துபோன ஆற்றுப் படலத்தில் எத்தனையோ உணர்வுகள் கடந்து செல்ல அவள் பேசவில்லை. சாயல் மட்டும் செய்தாள். அப்போது வார்த்தைகளைக் குறைக்க முயன்றான் போலும். சுமியின் நாக்கினால் வார்த்தைகளாகி அதை எச்சில்படுத்தி வெளியிட வெளிப்படுத்த முடியாத துக்கம் அதில் கலந்திருக்கிறது. மனித மனம் சொற்களில் லயிக்காது நிலைநிறுத்திக் கொள்ள அவன் பெயர் அடைக்கலமாவதில் மேலிடும் உதிரம் கசிய வானம் செம்பழுப்பானது. வெளியிட்டு விடமுடியாத ஒன்றை வார்த்தை கொள்கிறது இல்லையா?

இசையின் அடியில் சுமியின் சாயை சங்கரென சேகர் நோக்கி நின்ற மௌனத்தில் தீராமல் அதிர்ந்து கொண்டே இருக்கும் இதயம் கசியும் உதிரத்தில் சேர்க்கப்பட சுசீலாவின் கடிதங்கள் யாருமின்றித் தானே வாஸித்துக் கொண்டிருக்கும் 'சிறிது வெளிச்சம்' கதையைக் கடந்து மரக்கூடத்தில் தங்கி நிற்கிறது விடைபெறும் விலகல். அரூபமான நினைவுச் சுழல். வார்த்தை இழந்து நின்ற தெரு வெளிச்சத்தில் ஊடுருவிய நகுலன் உயிர்க்கடிகாரத்தில் உயிர்தறித்து நிற்கும் கோட்ஸ்டாண்ட் கவிதை. காலத்துடன் தகவமைத்துக் கொண்ட புலன்கள் தம்மை விழிப்புற்ற வேளை நகுலனின் கலை ஒரு உயிரின் லய அமைப்பு. மொழி மரபுபற்றி வடிவம் கண்ணுக்குத் தெரியாத புலத்தில் உருவாகிக் கொண்டதை உருவழித்துக்கொண்டு இருப்பதாலும் விழிப்பு அசாதாரண ஈர்ப்பாகிறது. இயற்கையாகச் சேர்ந்த ஒரு வடிவம் வார்த்தையைக் கடந்துகொண்டிருக்கிறது. 'உன்னைப் பற்றிப் படரும் தருணம்தான் வார்த்தை பிறக்கிறது. நீ என்ன சொன்னாலும் வார்த்தைதான் இவ்வையகத்தைக் காத்து நிற்கும். உன் உருவம் உருத்தெரியாமல் என்னுள் உருவாகும் போதுதான் வார்த்தை பிறக்கிறது' என சொல்லிச் செல்லும் நவீனன் இதற்குப் பின்னும் சுசீலா என்று கூறப்படும் ஒரு உருவம். இதைக் கூறுகையில் இந்த சுசீலாவைப் பற்றி ஞாபகம் வருகிறது சுசீலாவின் சிறப்பு

சுசீலாவிடம் இல்லை என்று. 'என்னை அறியாத ஒரு வேகத்தில் ஆட்பட்டு செயல்படுகிறேன்.'

திருவலம்சுழி வெள்ளைப்பிள்ளையாருக்கு முன்னேயுள்ள கற்சாளரம். அது அசேதனமான நிலையில் வடிவம் பெற்றுவிட்ட மௌனிதான். எத்தனை திசைகளில் நோக்கி நின்ற சுசீலாவின் வடிவங்களில் சுமியும் ரோஜாவும் சங்கரும் இவனும் சதுரித்த ஒட்டுச்சேராத ஒரே கல்லிலான சிருஷ்டியின் விசித்திர வடிவத்தில் மௌனியின் கலை காவிரி நீரைக் கடக்கப் பித்தமொழி கொள்ளும் வெறியை கல்லில் ஏற்றியது யார்? ஒருவரைத் தொடராமல் மூவர் பின்னிய மொழி நரம்புகள் காவிரி கூந்தல் இழையில் நெளிகின்றன. புகார் நகரிலிருந்து அவள் நடந்த வழியில் சிலம்பு தேடிப்போகிறார்கள் காவிரிமண் பாதையில். அது வடுவத்தெரு 'வண்டி' பூட்டிய அன்று நிகழ்ந்தது. 'பயணமில்லாமல் வண்டி நின்று கொண்டிருக்கிறது என்ற நினைப்பில் நின்றிருந்த நேரத்தையும் கவனம்கொள்ள முடியாமல் தலையை சுற்றிற்று. நேர உணர்வு இழையறுந்து பிழைபட்டுப் போயிற்று. காலங்கள் ஒன்றாகக் குழம்பின. நிலை கொள்ளவில்லை' என்றான் வண்டியோட்டி வந்த புஞ்சைக்காரன்.

எதிலும் சேராமல் விலகி வேறாகிவிட்ட நகுலன். இவ்விடத்தில் இல்லாமல் இருப்பதில் என்ன இருக்கிறது. எதன் வரவுக்காகக் காத்திருக்கிறாள் சுசீலா. யாவரும் இல்லாத வெளி அசைந்து அலையாய் வரும் சாயைகள். கால்களின் நடமாட்டம் துவங்கிய விடிவதற்கு முன்பான சுழற்சியில் கிளிகளும் தவளைகளும் குரல்களாய் வட்டமாய் சுற்றி வெளிவரும் சூரியன் காவிரிமீது வெள்வாளுடன் ஒளிபடைத் திருந்தான்.

'காவிரிக் கரையில் இருபுறமும் பெரிய பெரிய மரங்கள் இருக்கின்றன. எந்த ஒரு மரத்தைப் பார்த்தாலும் அவைகளில் ஒரு கிளையாவது அறுக்கப்பட்டிருக்கும். 'கற்பனை அரண்' என்ற கதை டீக்கடையில் தான் நடக்கிறது. ஒரு பைத்தியக்காரன் காவிரியில் விழுந்து தற்கொலை செய்து கொள்ளும் அளவிற்கு அங்கு கூடி யிருந்தவர்கள் அவனை விரட்டுகிறார்கள்.'

மரம் நடுவதற்காக பையன்கள் ஆலங்கிளை வெட்டிக்கொண்டு வருகிறார்கள். புஞ்சையில் கோயில் நிலத்தண்டை வரப்பு கன்னி வரப்பில் இணைகிற முனையில் ஒரு கருவேலங்கன்று முளைத்தது. யாரும் வைத்துப் பயிராக்கவில்லை. தானாகவே முளைத்தது. எந்த ஆடு கருவைக் காயைத் தின்றுவிட்டு புழுக்கைபோட்டதோ? கன்று

முளைத்து நல்ல மரமாகிவிட்டது. யாரும் வைத்துப் பயிராக்காத அந்த மரத்திற்கு போட்டி போட மனிதர்கள் 'கருவேல மரம்' கதையில் வந்து விடுகிறார்கள். காவிரி கலக்கும் இடமான காவிரிப்பூம்பட்டினத்துக்கு அருகில் இருந்தது புஞ்சை.

'ஏங்க, ஐயா ஊட்டு குழந்தை குளத்திலே விழுந்துட்டுது' அப்பாவுக்கு செய்தி சொல்ல செம்பனார் கோயிலை நோக்கி ஓடினான். என்னைக் கிணற்றிலிருந்து எடுப்பதற்கு முன்பாகவே அவன் அப்பாவுக்கு செய்தி சொல்லி விட்டானாம். அப்பாவோ என்னைக் கரையேற்றும் நேரத்தில் கிணற்றடிக்கு ஓடிவந்துவிட்டாராம். எவ்வளவு வேகமாக ஓடினான் என்று புஞ்சையில் கதைகதையாகச் சொல்லிக் கொண்டிருந்தார்கள்.

'இரண்டு கால்கள் உள்ள மனிதன் எவ்வளவு வேகமாக ஓட முடியும்? நான்கு கால்கள் உள்ள குதிரையா அவன்? அதைவிட வேகமாக சுழல சக்கரமா? அதற்குப் பல ஆரக்கால்கள். அவன் அதிகப் பட்சம் நான்கு கால்களாக்கிக் கொள்ளலாம். மிருகம் போல இன்றி சக்கரம் போல் ஆரக்கால்களாக்கிக் கொள்ள வேண்டும். அதற்கு கரணம்தான் அடிக்கவேண்டும்.

இன்னும் அவன் கண்முன்னால் ஓடிக்கொண்டிருக்கிறான். மின் விசிறியின் இதழ்களைப்போல் அவன் கைகால் தோற்றமிழந்து பின்னோக்கிச் செல்லும் பிரமை தருகின்றன. தலை மட்டும் விசிறியின் குமிழ்போல் தோற்றம்காட்டி நடுவில் சுழல்கிறது. சாலை மரங்கள் ஒன்றோடொன்று மோதிக்கொண்டு தலைதெறிக்கும் வேகத்தில் புஞ்சையை நோக்கி ஓடுகிறான். சாலைப் பக்கத்து தோப்புகள் சுழன்று திசை மாற்றப் பார்க்கின்றன. வாழைத் தோட்டங்கள் மயங்கி பச்சை நிறத்தில் ஒரேயடியாய் வீழ்கின்றன. அவனை அச்சாகக்கொண்டு காட்சிகள் எல்லாம் சுழல்கின்றன. இடமும் வலமும் அரைவட்டத்தில் எதிர்திசையில் சுழன்று அவனுக்குப் பின்தங்கி நிலைக்கின்றன.'

'நீர்மை' ஓர் கற்குளமாக அரசமரத்துடன் நிழல்களை மடித்து விஸ்தாரமாய் மயங்கி நிற்கிறது. சிறு வெள்ளிப் பூச்சிகள் காலத்துக்கு வெளியேயும் உள்ளேயும் நீந்தித்தொடும் காமத்தின் ரேகைகள் வெகு அந்தரங்கமாக கலைப்படுகிறது. 'நீர்மை'யின் தாகம் என்ன?

திருவீழிமழலை வௌவால் மண்டபத்தின் பழங்கோடுகள் ஒளிக் கசிவில் திரவ உயிராய் நகரும் நகுலன் உருவங்கொண்ட வௌவால்கள். நிசப்தத்தில் கற்சிலம்பு ஒரு சொல் கிளைத்து உடையும் ஒற்றை நாடிப் பெண்முகம் இருட்டில் மெல்லத் துலங்க கொற்றவை.

சிற்பங்களில் திருகிய சுடர் மேவும் வெளிச்சம். அடுத்த எட்டில் வெள்ளிநீர் சுழியும் சுடர் ஊற்று. தலைகீழாய் இறங்குகிறாள் காவிரி. கருஞ்சிலம்புகளில் அதிரும் வௌவால் மண்டபம்.

நீர் மென் சாயல் மெல்ல 'நித்யகன்னி'யாய் யயாதி மகள் மாதவியும் மான் உருவில் பச்சை முகத்துடன் தாவரமையல்கொண்ட நிலவு மேல்விரியும் பூர்வபட்சம். சிற்பஞான சித்தியில் ஒளியறிவை கல்லில் பாய்ச்சிக் கனிவிக்கும் இயற்கை இனிப் பிறவாதென வேறு எந்தச் சிற்பிகளும் மறுமுறை மூன்று சிருஷ்டிகளில் ஈடுபடாத ஒப்பந்த ஓலையில் திருவீழி மழலை வௌவால் மண்டபம், திருவலஞ்சுழி வெள்ளைப் பிள்ளையார் கோயில் கற்பலகணி, ஆவிவுடையார் கோயில் கொருங்கைச் சிற்பங்கள் என கீறிய உளிகள் தொப்புள் கொடியில் இருந்து அறுபடா மரபில் ஒரு துளி காவிரி விரல்களில் ஊர்ந்து போகிறாள். இருண்டிருக்கும்போது சாளரத்தின் வழி நோக்கி நின்ற அவனும் மனக்கோட்டையின் சிதிலங்களோடு முன்தெரியாத ஊருக்கு ரயில் ஏறிபின் ஜட்காவில் கடகடத்த அசைவில் சிறு காட்டு விளக்கு எரியும் கடையில் அனாமதேய மனிதன் சொன்ன திசையில் பிரிந்து போகிறான். தாராசுரம் கோயில் உளிகள் பிரபஞ்ச கானத்தில் படிவதேன்? கல்லின் ஸ்வரூபத்தில் சிகரத்தை எட்டிய ஸ்தபதிகள். சிறுவயதிலேயே குடந்தை சுந்தரேசனார் சிலம்பைத் திறந்து அபூர்வ ராகங்களில் நோக்கி நின்ற முத்திரைகளில் தளிச்சேரிப் பெண்கள் வாசனையும் கலையும் தொன்மத்தில் கடந்து கொண்டிருந்த கல்லின் உட்பக்கம் காண்பர் சின்ன மேளகாரர். வெளிப் பிரகாரங்களில் பின்னே வந்தவர் மதி மயங்கிச் சித்தம் விரல்களில் அசைந்து சிலம்பைப் பின்பற்றி சரணங்கள் விரிவுபடுத்திய நட்டுவனார் மனம் லயித்த மரபு. இறையிலி நிலங்கள் பாழ்பட்டபின் கலையில் ஈசனோடு ஏகாந்த சேவை ஈடுபாடு. தனக்குப் பின்வரும் சந்ததியினர் காவிரிநீரின் ஒலியில் இருந்து வருவார்கள்.

வௌவால் மண்டபத்தில் மறைந்த சுசீலா திரும்பவில்லை. 'என் எதிரில் இருந்த சுசீலாவின் ஏன் என்ற பார்வை இன்னும் என் பிரக்ஞையில் பளீரென மின்னலிடுகிறது ஏன்? என்முன் இருப்பவள் இல்லாமல் போவதும் இல்லாமல் இருப்பவள் இருப்பதும் தோற்றத்தின் மறைவையும் மறைவின் தோற்றத்தையும் சுட்டுகிறது, என்றால் நானே எனக்கு இல்லாத தருணங்கள் நிகழ்கிற நேரங் களிலும் இருக்கிறதென்றால், அவள்கூ உங்கள் துருவிப் பார்க்கும் கண்ணாடிக்குச் சற்று உயரம் கொடுங்கள். சில வரிகள் இந்த வௌவால் மண்டபம் போல் 'அறை இருட்டில் மஞ்சள் மஞ்சளான

பூக்கள். அதன்மீது செத்த மீன்கள் மிதந்து செல்கின்றன' பிரக்ஞையின் அடிமட்டத்திலிருந்து 'பல ஆண்டுகளுக்கு முன்தான் இப்படி இரவில் உருவிழந்த அந்த வண்டிகள் போயின. அன்று சென்ற அவை இன்று இவன் நினைவில் உருக்கொண்டு பகலில் போனவை போலிருந்தன ஏன் மனக்காட்சியில் பகலின் விழிப்பு இன்றி இரவின் தூக்கம் கலைந்து தெரிகிறது.'

கல்தூக்கி நிற்கும் திருவரங்கக் கல்குதிரைகள் கொள்ளிடத்தில் புரண்டு எழுந்து பறந்த சுழற்சுனை. காவிரி மண்சாலையில் போன சாத்துவண்டிகள் வில்வந்தோப்புகளில் சில்வண்டுகள் ஆள்வாடை கண்டு சப்தம் ஒடுங்க நீர்மை திறந்த இருட்குளத்தில் படிந்த புஞ்சை கிராமத்தின் நிழல். காலச்சக்கரம் சுற்றிப்போகும் வண்டியில் சோழனின் காவலரும் கும்பினிச்சிப்பாயும் ஆரக்காலிடையே காவறகம்பை சொருகி திருடர்களை விசாரிக்க வலத்தி மாடும் இடத்திமாடும் சுவட்டைவிட்டு வனங்களையும் காவிரியின் நிழலையும் இழுத்து நகர்ந்த காளைகளின் கிளிக்கொம்பு அசைவு. மத்தள ஒலி. வண்டிக் குடத்தில் மை காய்ந்து கரகரத்த வாழ்வின் சலிப்பு. நெல்மூடைகளோடு ஆற்றுப் பாலத்தில் திரும்பும் அதிர்வு.

செம்பாலை என்ற முல்லைப் பெரும்பண் வண்டுசெய்த துளையில் சுத்தசுர இயற்கைப் பண்ணில் செங்காடு அரவுகளின் மூச்சில் எரிவதை சிறு வயதில் பிடித்த ராஜரத்தினம் ஒரு துளையில் மெலிதாக ஊதினால் சுரத்தின் கீழ்சுரமும் சற்று வலிந்து ஊதினால் அதே சுரத்தின் மேல் சுரமும் பேசுமென வண்டின் ஓசையில் இருந்து உணர மதியத்தில் குளவி ஒன்று தோடியை சுழன்று வளைந்து கற்பனைப் பாதைகளை நீர்மேல் படாமல் தொட்டுத்தொட்டு ஒரு துளிக்கு ஒரு துளி சிறிதாகி கொஞ்சம் பெரிதாகி காவிரியைப் பருகித் தாகம் அடங்காமல் தொடரும் தோடிராகச் சக்கரவர்த்தியானதை உச்சிவேளை மணல் மேட்டில் மூங்கில் குத்தில் மண் கடந்தை குரல் சுற்றி ஆலாபித்தது.

'நடேசண்ணாவின் தோடிராகம் என் உடல் உள்ளமெல்லாம் ஒரு தடவை வளைவிட்டு ஓடிற்று. கண்ணைமூடி அதைப் பார்த்தேன். நடேசண்ணா பாடும்பொழுது கையை நீட்டி வளைக்கிறாரே, இந்த மூங்கில் கொத்து, சாலையின் இக்கரையில் நின்றவாறு அக்கரையில் உள்ள வாய்க்கால் மேலும் வளைத்து நிற்பதுபோல. கணுவும் வளைவுமாக மூங்கில் போல் வியாபிக்கிறதில்லையா ராகத்தின் வீச்சு. தூங்கு மூஞ்சி மரங்களில் சில் வண்டுகள் பெரிய சுருதியில் பாடின.

வாய்க்காலில் நீர்ச்சேம்பு சாமரம் போட, காவிரி நீர் மந்தமாக நகர்ந்தது. வாய்க்கால் மதகில் யாருமில்லை' நடேசண்ணா சிறுகதையும் தோடி தான் போலும்.

இயற்கையின் நியதியிலும் பேய்க்கற்பனையிலும் கருங்காய் செவ்விய ஊழின் கனிவைப் பிடித்த காரைக்கால் அம்மையாரின் பாடலில் சாம்பலும் தொட்டு எடுத்த நாக சின்னத்தில் அடைத்த ஆவிகளைத் திறந்து ஊரெல்லாம் பரவவிட்டு எத்தனையோ சிற்றாறு களைப் படைத்துச் சென்ற ராஜரத்தினத்தின் விரல்கள்.

எழுதிப் பேர் விளங்காத வடுவூரில் மாவடுக்கள் வருஷம் முழுவதும் காய்த்துக் குலுங்க நடு இரவில் ராஜரத்தினம் வந்து திருமாவடிகளில் நாயனம் வாசிக்க வடுக்கள் உதிராமல் ஊர் செவ்விய இசை கனிவித்தார். சிற்றடக்கமான வடுவூர் கனி ஒன்றை காரைக்காலிடம் கொடுத்தது நாயனம். அச்சுருள் மூச்சில் திருக்கண்ண மங்கை, நாச்சியார் கோயில், திருபுவனம், ஒப்பிலியப்பன் கோயில், திருச்சேறை என நாதம் மோந்து காவிரி ஓர் பாரி நாயனத்தில் அடங்குகிறாள் கிளைகளுடன். நாயனம் எடுத்தால் பொங்குகிறாள் திசா திசை. மூலம் அது கம்பஹரேசர் ஆலயம் முன் திருச்சாழல் தெள்ளேனம் கேட்டுக் கேட்டு கல்லும் உருக வாசலில் நின்ற கூட்டம் நாடி நரம்புகளுக்குள் ஒளிந்திருக்கும் இசையும் காவிரியும் நடை மல்லாரியில் உற்சவ மூர்த்தி முன் நள்ளிரவில் கேட்ட ராகத்துடன் தியாகேசர் சிற்பத்தேர் இருட்டி ஆலிங்கனம் செய்த மர உருக்களில் விருத்தியான தாவரமையல் எனவே.

1
தாண்டவப் பொதுவியல்

'நிழல் தட்டி மறைந்து பின்னும் மேக மூட்டமாக மேல் கவிந்து பக்கவாட்டில் ஏதோ நிழலாடி மறைவதுபோல தோன்றி மறைந்தது.'

- ந. முத்துச்சாமி

'மூடியிருந்த கண்களும் உள்ளமும், ராமலிங்க மடத்தில் இன்னும் பியாகடை ராகத்தைக் கேட்டுக் கொண்டிருந்தன. அப்புறம் ஒரு நிமிஷம் தொண்டைக்குள்ளேயே ராகத்தை இழுத்தான். ஒலியில் அதிரும் ஏணத்து நீர்போல அவன் இளநெஞ்சு அந்த நினைவின் கார்வையில் சிலிர்த்துக் கொண்டிருந்தது.'

- தி. ஜானகிராமன்

காவேரி இயங்குவது பளிக்கறை பட்டதோர் மறைவில். தேடினாலும் வெளிப்படாத பளிக்கறை மாயம் மணிமேகலாவை கதையாக்க மாயவசீகர வாசனை கொண்ட சிலம்பில் ஏறிய கானல்வரி ஆதார நடனத்தின் முத்திரைகளாகும். கோயிற் தூண்களில் மீன் கண்களால் இமைத்த மாதவி மௌனியின் பித்துக்குள் அலைகிறாள் கலையேறி. ஊருக்குத் திரும்பி வந்தவன் தன்னூர் தேவதாசி ஒருத்தி சுடர் மாடத்தில் இச்சா அலை உதிர்ந்த உப்புவிளக்கை நோக்கி நின்றான்.

சீத்தலை கையில் பட்டதும் வெண்பளிங்கான ஆபுத்திரன் அகல் மிதக்கிறது மறதியில். படிமம் மூழ்குவதால் வார்த்தையில் பிம்பங் களை அகற்றிவிடலாம். தொன்மம் இருட்டிய காவேரியானவள் காதகி சித்ராபதி.

எங்கிருந்தோ தொடங்கும் காவேரி நரைத்த இழை தஞ்சாவூர் தாசிகள்போன திருஅனந்தபுர சுவாதித்திருநாள் இசை மாடம், தனம்மாளின் தாயின்தாய் பாப்பம்மாள் வாசனை மரயானைகளில் கருத்திருந்தது.

தலைக்காட்டு மணல் மேடுகளில் மூழ்கிய சிற்பநூல் கபிலை காவேரியில் கலக்கும் மயக்கத்தில் பாறைகளில் விழும் கோடுகள் சொல்வதென்ன?

மாநாய்க்கன் எனும் கடல்வழித் தலைவன் திசைமொழி உரையாடல். மாலுமி அறைகளில் உமணரும் உப்புக் குறவரும் மாசாத்துவனிடம் முத்திரை பெற்று எடுத்த சரக்கும் வெளிச்சரக்குகளை இழுத்துச் செல்லும் பழங்காவிரி ஏறிய நாவாய். மண் சாலையில் செல்லும் உமணர் பேச்சுக்கால் கேட்கும் கரைப்பக்கம்.

வினைச்சிலம்பு உருண்ட ஒலி சில்வண்டு தவளை விட்டில் உருக்கொடுத்த ஒலி. எல்லா ஓசையிலும் ஆந்தையும் நரியும் இருட்டை பயமுறுத்தும். நாய்கள் எக்கி அண்ணார்ந்த ஊளையில் கூன் பானைமேல் வர கூப்பிடும் உருவற்ற ஆவிகள். கூடற்பதிக்கு மேற்றிசையில் கரியசேறு நிறைந்த அகன்ற பரப்புடை வயல்களில் முறுக்கவிழ்ந்து மகரந்தபொடி சிந்தி அகவிதழ் தோன்ற மலர்ந் திருப்பதும் முட்கள் நிறைந்த தண்டுடைத் தாமரையும் நெய்தலும் பூத்த பாதை. இரவுக் காலத் தாமரையில் உறங்கும் பூச்சிஒலி. விடியச் சுனைப் பூஅடி சூரியன் கிளம்ப ஊதி ஊதிச் சுழல் கடந்தை ஒலி வட்டம்.

அவ்வேளை ஆற்றோரம் ஆலமரத்தில் சடை விரித்த நிழல்மீது ஓர் இலை பாதி நீரிலும் பாதி கரையிலுமாக வீழ்ந்து, நீரில் விழுந்த பாகம் மீனும் கரையில் விழுந்தது பறவையுமாகி மீன் நீருக்கிழுக்க பறவை கரைக்கிழுக்க காவேரி சிலம்பொலி அற்ற பாதங்களை வைத்து குனிகிறாள். அவ்விலைக்குள் துளை துவாரங்களும் இசை நரம்பு களும் ராசிவட்டமும் துளைகளில் ஓடிக் கொண்டிருக்க அதை எடுத்த வேளை மணிமேகலையானாள் காவேரி. கண்தூரத்தில் மீனும் பறவையும் இணைந்த விளிம்பில் வாழ்வுக்கும் துறவுக்குமாக தத்தளித்த விநாடி மயக்கத்தில் மணிமேகலா தெய்வம் அவளை துறவுக்குள் ஈர்த்தது.

சலங்கைச் சத்தம் கூட்டமாய் ஓடிவரும் பெண்களின் சிரிப்பு எப்போதோ இந்தப் பக்கம் மறைந்த ஓர் நகரத்தின் சாயைகள் என வண்டிக்காரன் பயத்தை விரட்டப்பாடுகிறான்.

ஓங்கிய மூங்கிலுயர் சந்து வெண்கலமே பாங்குடைச் செங்கருங் காலி வங்கியத்தில் இடமுகத்தை வெண்கலத்தால் அடைத்து வலை முகத்தை காலியாக விட்டு ஏழு துளைகளில் இடக்கையில் சுட்டுவிரல் நடுவிரல் மணிவிரல் வலக்கையில் பெருவிரலைத் தவிர நான்கு விரலையும் சேர்த்து ஏழுவிரல்கள் இத்துளைகளில் காவேரி ஒலி எழுப்பும் வங்கிய மரபில் கடற்காவேரி திரும்பி கருஞ்சிலம்பை ஏறிய கடல்நீர் பாழில் வீசிய நுரை தெறித்து ஓடும் குமிழ்களில் எத்தனை நிழல்கள் உருளும்; மாதவி யாழின் நரம்புகளிலிருந்து. வெளிப்படும்

ஓசைகள் சில பறவைகள், விலங்குகள் ஒலியுடன் ஒப்பிட்டு ஏழிசைத் தெய்வங்களும் உடம்பின் ஏழு பகுதிகளில் தோற்றம்.

'சங்கு குயிலோடி யானைமயில் வாம்புரவிப் பொங்கு புனலன்னம் புகைக்காடை' என மாதவி கூத்தநூல், சிலம்பினூடு எத்தனை துளிகளாய் காவேரி மெல்ல இறங்கியது. ஒவ்வொரு திவலையிலும் ஒலி அகராதி மறைந்திருந்தது. சிற்பநூல் புதைந்த மணல் புத்தகமதில் தாண்டவப் பொதுவியல் கணிதம் பதுங்கிய அபிநயமரபும் அரங்க விலக்கணமும் தாளநூல் அட்டகணமரபும் அதிர்ந்து பரவிய காவிரி நீரை மெல்ல நூற்று நெய்துவரும் நெசவாளர் நம்பியிருந்ததெல்லாம் நீர் வாசனையில் பூச்சி நிழல் ஓடும் இசைமரபு.

தொன்மைத் துவாரங்களில் மணற்சுனை சுரந்து கொண்டிருந்த தெருக்களைப் பார்த்து ஆயர்கள் புல்லாங்குழலில் அரிகாம்போதி. வண்டு துளையிட்டு மூங்கில்வழி இசை கரைய இதுவே முதல் இயற்கை. மலைபோல் குவிந்திருந்த மணல் மேட்டில் குத்துச் செடி களின் கோடு. சிலம்பை அரண்கள் சுற்றி நடந்த புலி வடிவம் ஸ்பரிசம் பட்டதும் மாயமாய் ஈர்த்தது வைத்தியை.

வாத்துக்களோடு மாயா பார்த்திருந்த தெரு நெடுக நடந்து படிமங் களாகி மணல் விரித்த கால் பதிவுகள் மீது வாத்துநிழல். 'ஏகசிலா' விரிவதைப் பார்வைகொள்ள வைத்தி சிறிது நேரம் தயங்கி நின்றான். முன்னும் பின்னும் காவிரி கொண்ட பிரம்மாண்ட நாகரீகத்தின் பாழ் தோற்றம். நீரடிப் பாதையில் அவளோடு எட்டு வைத்தான். காலமற்ற வீடுகள் மேல்வந்தன.

கல்வாசலில் காப்பிரிப் பெண்களும் யவனரும் சீனமாதுவும் நாசியின் மூச்சிலிருந்து குருதியில் உள்ள சிறு உப்பாக ஏந்திய ரகஸியம். நுரை பொங்கி அலைமேல் உயர்ந்து வங்கியம் எடுத்த சதுக்கபூதம். நாகவம்சத்தார் வழி சென்று விஷப் பல்லாவில் இருந்த நாகசுரத்தை ராஜரத்தினம் திரவத்திலிருந்து கண்டம் வரை ஏற்றி உந்தியிலிருந்தும் உச்சி சிரசில் திறந்த தோடிமேல் ஆடும் சூரியன். எரிமலை தான் கக்கிக் கொடுத்த கல்லை நாக சுரத்தில் ஊதிய வாசனை பரப்பும் எரி கொழுந்து நெளியும் கோடு. ஒளிவீசும் பச்சைக்கல் பலவகை தாண்டவம் ஆடிய செங்கபாடம் திறந்த நெருப்பில் தேர்முட்டிக்குப் பிறகு திருபுடைதாளத்து மல்லாரியும் காம்போதி பைரவி, சங்கரா பரணம் சக்கரவாகம் போன்ற விஸ்தாரத்தில் சுருள்கள் ஏறிய காவேரி. ஆங்காரமிட்டு அலறித் துடிக்கிறது தவுலின் அலாரிப்பு.

அலைகளால் விழுங்கப்பட்டு மீண்ட ஓர் பாய்மரக் கப்பல் வெளி

வந்தது இசை மேதைகளுடன் கப்பல் கயிறுகளில் பாசியும் மண்டிக் கோர்த்த பச்சை இருட்டில் ஆடும் தாசிகள். மறதியின் வார்த்தை இசை நூல் திறந்து நிழல்களாய் விரட்ட கூட்டமாய் கடலுக்குள் தளிச்சேரிப் பெண்கள்.

தாசியும் சிற்பமும் ஒரே சொல்லில் பூட்டிக்கிடந்த மணல்மகுடி. கடல் குடித்த இசைக்கருவிகள் மூழ்கிய நிருத்த நூல். தவளைகள் குரல் சுழற்சியில் உருவெடுத்த பாட்டின் ஓசைகேட்டு நதியில் வந்து சேரும் ஓடைகள் பிளந்த பாறை மண்திருத்தி விதை விதைத்து நீர் சுற்றி விருட்சமான நாகசுர நிழல். கனியும் தந்த காரைக்கால் விரல்களில் பேய்க்கூட்டம். 'இனியாகிலும் நினைமனமே...' என முசிறி கடந்தாள். குரலும் விரலும் சேர்ந்த சாயை. கட்டுக்குடும்பி நட்டுவாங்கம் வாயில் திருச்சினாப்பள்ளி சுருட்டைப் புகைத்தபடி ஜோடனைகளுக்கு நாகரீக அத்தர் ஜரிதா லக்னோபுகையிலை மென்ற வாய்ப்பாட்டு. ஒரு ராகத்திலேயே ஆயுள் பூராவையும் கழித்த பிரமை. கலையும் அதே ரீதி. தலைமுறைப்பிளவு. தேவதாசி உலகம் எல்லா வகையிலும் சுலபமாக நிர்வகிக்கக்கூடிய காரியமா? பழம் புள்ளிகளின் மேதா விலாசத்தில் ஆகாயத்துக்கு உயர்ந்த தஞ்சாவூர் காவேரி விரித்து எந்தக் காலத்திலும் அலைச் சுழல்களில் ஓசையிடும் கைவிரலும் குரலும் நழுவி எப்போதும் துக்கமாகப் பரவுகிறாள்.

காவிரியின் சங்கீதம் வேறுபட்டு நிற்கிறது. பாலா சங்கீதத்தின் ஆணிவேர். தனம்மாள் இல்லாமல் தொன்மையின் வாசனை லயப் படுத்திய நுணுக்கம் அதைக் கேட்கக் காதுள்ளவரும் கேளாசிரவம். தனம்மாள் கலை எரிமலையில் புதைந்திருக்கும் செங்கள மொழி. காலத்திற்கேற்ப சீக்கிரம் மாற்ற முடியாத பழங்கலை அவளுடையது. தனம்மாளின் உத்திகளில் வார்த்தைகளற்ற மோனத்தின் சாந்தி நிலை. உள்ளூர காவேரியின் துன்பம்தான் அவள் இருக்கும் நிலையும். எந்தவித அளவுகோலாலும் கட்டிப்பிடிக்க முடியாததாகவும் உணர்ச்சி களை விவரிக்க முடியாமல் உள்ளே பக்குவப்பட்ட உயிர் இருட்டில் நகரும் நதியென தலைமுறை தலைமுறையாய் தனத்தின் வீணை மூழ்கியிருந்த காவேரி. சிலம்பின் உள் புகுந்த கடல்சீறி மோதும் பாலாவின் கருந்துகில்.

காதல் வடித்த கண்களோடு பாலா எனும் இசைப் பறவை எல்லா மணலிலும் கரைந்திருக்கிறாள். பேசாமடந்தையாகி தடைசெய்யப் பட்ட இசைமுறை கொண்ட தேவதாசி கடல்கொண்டும் கல்லாய். பாலாவே இவ்வுப்புநூல் அகராதியை கண் திறக்கிறாள். அவளுள்

ஒடுங்கிய காவேரி சதா அழிஅழி என மணல் சிதறியது நீர்குமிழ் சுழற்றி. இவ்வூர் இருளை அடைய யார்பட்ட ஊழ் சீறும் நாட்டிய நிருத்தம். உதிரக்குரல்வளை கசிந்த முல்லைத் தீம்பாணி.

தொடங்கிய நாள்முதலே முல்லைநிலம் கூடவே வருவதாயிற்று. நிலம் தங்காப்பாணரும் வழிநடை குறித்த பச்சைப்பூச்சியின் மூச்சில் மூங்கில் சிவக்க வாசித்த குழல்களில் நுரை எறிய வங்கியம்.

நாகரத்தினம்மாள் கெம்புக்கல் என்றால் தாயி புஷ்பராகக்கல். சிவபாக்கியம் நீலக்கல். படிகம்போல் உட்பொருளை உணர்த்த எல்லாப் படிகத்திலும் பாலாவின் ஒளியுடல் கொண்ட மடிப்புகள். என்ன வகைப் பூச்சி அவள்.

நிருத்தம் செய்ய நீண்ட புன்சடைகள் தாழ இசை கொடுத்த காவேரி ஒரு துளி அபிநயத்தில் சுடலையேறிய தாண்டவம். கையில் துளி ஏந்தி நிற்கும் பாவை. துவாரபாலகராயினும் கலை வடிவம். நந்தியின் தோளில் மத்தளமும் பேரம்பலத்தில் கூத்தாடும் ஆடமங்கை பண்ணுடன் பாட அகம் மாயாதீதம்.

நட்டுவனார் சாவடியில் பந்தனை நல்லூர் பெண் ஒருத்தி குறவஞ்சி நாட்டியம் ஒன்று குறித்தாள். 'இந்நூலை எம்முன்னோர் இசைநாட்டிய நூலாக அமைத்தனர்' என்றாள். சின்ன ஒத்திகை என்றும் சித்திரைத் திருநாளில் கொடி மரநிழல் அருகில் பெரிய ஒத்திகையும் குறக்கூத்து.

அவள் பாதங்களில் சுழற்சுழிகளின் உள்ளே பசுஞ்சுனைகளும் காடுகளும் முல்லையும் மருதமும் மாறிமாறி கால்வைத்த திணைப் பெண். எடுத்தகால் வைத்து இருந்தகால் தூக்கி ஆட ஈசனும் தீவிழித்துக் கூடவே பின்சென்றான் நச்சாடை போர்த்தி.

கடற்குகைக்குள் மூழ்கிய கங்கமுத்து, ராமலிங்கம் மகாதேவ அண்ணாவிமார் இசைக்கும் வாத்தியக்காரர்கள், நடனப் பெண்கள் சதிர் சூழ மன்னார்குடித் தாசியும் செங்கனார் கோயில் தஞ்சை நால்வரும் பெரியகோயில் பரம்பரை. நவசந்தி கவுத்துவங்களும் இயற்றிய காவேரி வற்றி பாழ் ஊற்றில் குடியானவர் தூம்புக் கயிற்றில் நாண்டு நின்ற நிழல் துடைக்கத் துடைக்க காவேரி ஆழத்தில் படிகிறது. தூக்கிட்டுக் கொண்ட நாளும் வந்தது; குரல்வளை தடித்து நெருங்கிய கயிற்றின் நிழல்.

வெள்ளேறுகள் மறைந்த வீதி. விரதப் பட்டினியால் தசை கெடுகின்ற மார்பினை உடைய உலக அறவிகளும் திரிந்த கோடு. வலம்புரிச் சங்கு நகரும் வெள்ளி நரைத்த காவிரி நெளிகிறாள் இருளில். மாவின் அவிர்தளிர் புரையும் மேனியுடைய மாதவி ஓர் நர்த்தகி

ஆசிரியை கலை விதி படைக்கும் தேவதை. அவள் சிலம்பக் கூடத்தை காவிரி வெளிப்படுத்தா நின்றது.

மாதவி கையிலிருந்தே காவேரிக் கிளைகள் பரவிச் செல்லும். மறையும் வாத்தியங்கள் நதியின் இசையென ஒவ்வொரு பூவிலும் தலைகீழாய் தொங்கும் நம்பிக்கை இழந்த ஒரு குடியானவன். அரளிப் பூ ஒன்று மஞ்சள் நிறத்தில் மரணத்துடன் பூக்கிறது.

மருதநிலத் தனிப்பாடல் துக்கம். அதன் வடிவங்களைக் கேட்டுக்கேட்டு சுவாதித்திருந்தாள். ராஜா தஞ்சை நால்வரை அழைத்து சிற்ப மரபினரையும் கொண்டுபோய் வடித்த மர அரண்மனைக்குள் தஞ்சாவூர் தேவதாசிகளின் தொன்ம வாசனை.

ஏனோ, குடியானவர் பெற்றதெல்லாம் காவேரி உயிரில் மறைந் திருக்கும் தீராத வாழ்வின் மர்மம். கல்லில் கனன்று கொண்டிருக்கும் துயரம். அவளிடம் உயிர் கொடுக்கும் வேகமும் மெல்ல மறைந்த மணல் கிளைகளில் ஏறிய விருட்சமென சுவடிகள் உதிர் இலைகளில் ஒன்று காவேரி நீரில் பாதியும் நிலத்தில் பாதியுமாய் படிந்து கிடக்கிறது சருகாகி. அது காற்றில் அசையாமல் நதியில் ஓடாமல் ஒரு கை உள்புறமென உலர்ந்த வார்த்தை. தேவதையான ஓர் நர்த்தகி குனிந்து அந்த இலையை எடுக்கிறாள். சருகில் ஒரு வெந்தழலாகி வாழ்வு இடர்சூழ காலம் புரண்டாலும் தான் அழியாது வெளுத்துக்கிடந்த நரம்பு முடியில் அத்தனை கிளைகளும் வறண்டுவிடும்.

‘மாயப்பொய் கூட்டும் மாயத்தாள்’ என சீறிப்பிரிந்த பாதையில் மாதவி எழுதிய ஓலை மறந்துபோன விதியும் தண்டியம் பிடிப்பதி லிருந்து பச்சைமாலை அணிந்தவள் தெரு சிலம்பின் சாரமாய் நாவேதரி. பதினொரு வகை கூத்தும் தாளங்களின் வழி தூக்கும் தெரிந்தவள். பிண்டி பிணையல் அறிந்தவள். சுண்ணாம்புக் கல்லாலாகிய சிதைவுற்ற ஆடல் உருவம் ‘ஏகசிலா’வைக் கடல் அரிக்கிறது. ஈர்த்து மணல் மூட உப்புவாய் திறந்த ஊழ். கரைவாடை இடம் நகரும் நகரை மெல்ல உள்ளிழுத்த சாம்பல் வார்த்தை.

தெருக்களில் வைத்தியும் மாயாவும் வாத்துகளோடு மீண்டும் நடமாடுகிறார்கள். சந்திரன் நிறமுடைய பிதிராவின் கானத்தில் பிரியமுடைய மாயாவின் தன்யங்களில் அன்னப்பட்சி சிறகடிக்கிறது.

மனக்குரங்கின் சஞ்சாரத்தை நிறுத்தி ‘சிலம்பரவடி’வின் சொரூபத்தை காண்கிறான் வைத்தி. பாசிச்சிலம்பை பூட்டிய பாதங்களுக்குள் பிதிர் ரேகை சுழிய பாடுபவர்களின் சம்பாஷிக்கும் ஸ்வரம் லயம் ராகமார்க்கங்களை தெரிந்தவள் சிலம்பர வடிவு.

கண்ணகியின் குணத்தை கணுவாகத் தெரிவிக்கும் பச்சை மரகத மாலை கழுத்தில் விளங்கும் மொழி உயிர்மை. இப்புவி ஞானம் கருணை உலக அறவி மணிமேகலா அமிர்தமான பார்வையுடன் ஒய்யாரமிக்க நடையுடன் வருகிறாள் தன்விதியான உதயண சரஸகுணம் ஈர்க்க கண்ணால் விலக்கிக் கொண்டு சரீரம் உணர்வுகளை உதிர்க்க புளகாங்கிதத்துகில் கலைந்து அன்னத்தின் கடலில் கீர்த்தி யடைவாள். மாதவிக் கலையின் சிரஞ்சீவிக் கழல் நாட்டிய ரூபத்தில் சாந்த மனதைத் தராமல் எத்தனை பாவங்களை அபிநயத்தில் கொள்வதாகும்?

'உன்னிடத்தில் சிருஷ்டிக்கும் விரல்களின் உளிக்கூட்டம். தேவதாசி ஸ்பரிசம் எதை எதையோ தூக்கத்தில் வெளிப்படுத்திய பாலியல் வடிவம் ஒட்டிக்கொள்ளும் நகரம். தொட்டால் ஊழ் விதி.'

உடைந்து முலையறுந்த கந்திற்பாவை கையில் ஓர் பயிர் வளைந்து நெல் மணி மரபு. புலப்பட்ட எதிலோ காவேரி நரை கோர்த்த மீன் உரசும் தனிவகை எழுத்து. இருண்ட ஓசையில் சுவர்ப்பல்லி குதித்து கீழே விழுந்து ஓடியது. 'பிரியமானவளே எப்படி இருக்கிறாய் அறவி' 'நான் பிக்குணி. கச்சிமாநகர் அடைவேன் சில நாளில்.'

'எவ்வளவு காலமணல் எவ்வகைப் பூச்சி அலையும் தருவையதில் துக்கம் என்ன?'

'எனக்குத் தெரியவில்லை ஒன்றும் சொல்லாதே மாயா'

பிக்குணியைத் தேடி அலையும் பாட்டியின் ஒற்றை முடிச்சுருளில் பச்சைப்பூ தெரு. சித்ராபதி சேலை நூல் அலைந்து வரும். மச்சுசெட்டி யார் இசைகேட்டு முதல் இழந்து கல்மண்டப ஏக்கம் பாழ் அசையும் கடல்வீடுகள். விரல்பட்ட மணல்வீணை ஒவ்வொரு துளியிலும் கண்ணீரின் நிழல் செல்லும் மாதவி வீடு மறையவில்லை.

அது ரகஸியமாய் பெண்களிடம் பேசி இருந்தவையெல்லாம் இருந்து கொண்டிருந்த சமையலறையில் எல்லா தேசத்திலிருந்தும் வந்த பான பாத்திரங்கள், செப்புகள், சீனத்துணி ஓவியம். மூங்கில் வரையும் சித்திரத்தில் மெலிந்த புத்தர். கருமையடைந்த பெண்களின் சமையலறைக்குள் கொண்டுவரப்பட்ட 'கொமண்டி அப்பத்தாள்' உடல் அங்ஙனக் குழியில் படுத்திருக்கும். அவள் அரண் கட்டிய வீட்டில் புலியாக வாழ்ந்தவள். சித்தம் கலங்கிய நிலையில் காவிரியை அழைத்தாள். வள்ளலாரின் சாயல் அவளுக்குத் தெரிந்தது. தொலைவில் போய் இலைகளுக்கிடையே வள்ளலார் உருவெயிலில் பச்சென்று மறையும்.

2

பூவரசமரம் அறிந்த கனவுப் புனைகதை

உழவர்களின் காலடி ஓசை மென்குரல் கேட்டபொழுதில் காளைகளோடு கல்தொட்டியும் கண்டேன். பெண்கள் தொட்டுக் கொடுத்த விதைப்பெட்டி மாரிமூலையில் வைத்த சடங்கில் குருதிமேழி. கரங்களில் படிந்த உப்பு வழிந்தோடும் நிலம்.

திரேதாயுகத்து கலப்பை படிந்த வெம்பரப்பில் ஒருவர் பின் ஒருவராய் பனைகளுக்கு ஊடே விதைத்திரட்சியான மழைத்திவலை. நிலத்தின் ஆழத்தில் மெல்ல வடியும் விதை கசிந்த ஒரு உதிரம். அவர்களின் உடல் காடு சாய்கிற நிழல் மரங்களைப்போல. உழவர் மரிக்கும்போது காகக்கூட்டமாகி சாம்பல் பரவிய வானம். குடியானத் தெருவில் உடல் நிலம் பார்த்து சொருகிய கண்களில் புயல் சுழியான காவேரி மணம். துக்கத்தில் கடந்துபோன புஞ்சை வாசிகள்.

எவ்வகையிலும் கடக்க முடியாது தூக்குக் கயிறு படிகிறது கோடு கோடாய் இருட்டில். வண்டிப்பாதை மறதியில் சென்று திரும்பிய வேளை மாடுகளின் கரியவிழிகள் கயிற்றைப் பார்த்து நின்றன. காட்டில் காளையின் பெருமூச்சு. கடைசியாக அவரைப் பார்த்த செடி மரங்களின் மோனத்தில் கசியும் குருதியுடன் சிவந்த விழி பார்த்து சுவர்ப்பல்லி செத்து விழுந்தது தரையில். உருண்ட கடகப்பெட்டியில் சிதறிய தானியத்தை கோழிகள் கொத்த சூ... வென்றாள் அவர் மனைவி. தாயும் மகளும் விதைக்கப் போகிறார்கள். அவள் குரல் வௌவால் மண்டபத்தின் இருளைக் கலைத்தது. நூறுநூறு வௌவால்களின் குரல்பட்ட ஊரின்வெளி கருத்திருக்கும். இருட்டை பூசிப் பறக்கும் சாவின் கருங்கரையில் ஓடுவது யார்?

பூவரசமரங்கள் அறிந்த கனவுப் புனை கதையில் வாழ்வு சாவு இரண்டின் தோற்றத்தையும் நெற்பயிரில் கண்டுவிட்ட இவர்கள் சொற்களின் மறதியில் அழிந்துவிட்ட மரபுக் கதைகளை கிளி அலகில் கைவிட்டுத் தேடினார்கள். கிளியின் கருநாவுகளில் சுழலும் நெருப்பு மொழியின் வெப்பமண் மடிப்பிலும் திணைநிலம் புரண்டு துக்கத்தில் மூழ்கிய தனிமை நீலம்.

தற்கொலைக்குப்பின் எதிர்காலம் இருப்பதாக கலப்பையின் சுழல்களில் காடு. முரண்விசை கோடை உழவில் தங்களை விரட்டி வரும் துர்தேவதை கையினுள் ஆழ்ந்து இறங்கும் கலப்பை அடியில் சூரியன் திரும்பும். நிலங்கள் அச்சமாயுள்ளன. சிறகு முளைத்து

கிராமங்களின் கனவைத் தாக்கும் பஞ்சம். உள்ளே வந்துவிட்டால் மறதியில் ஆழ்ந்து விடும் அகப்பாடல்.

காவிரியின் வலது கரையில் காணக்கிடைத்த கோயில் இடிபாடு களில் 'சிலா' பற்றிய கல்வெட்டு, சிலாவை தலைநகராகக் கொண்ட பிதிரர்கள் வாழ்ந்த நிலப்பிரதேசம் பிதிராவின் பாய்களூடே புலப்பட்டது. உப்பு மேவிய உடல்கள் சுருங்கி வற்றிய வயிற்றுடன் பசிமறந்த தனிமை உவர் தருவையாகக் கிடந்த பாலை நிலத்தை அடைந்தார்கள்.

'சோபடமா' உலகின் மறதியில் விடப்பட்டது. பிதிரா எனும் ஒரு பெரிய நாவாய் மீது நிறம் வெளுத்த கிளிநாவுகளில் சுழிந்த 'சிலா' நத்தை வடிவநகரம். பழைய படகுகள் வெளுத்து நண்டுச் சேற்றில் பதிந்த ஆமைகளாய் கிடந்தன. புயலின் அக்கணம் கருத்த மையிருட்டில் எல்லாம் அப்படி அப்படியே நின்றுவிட்டிருந்தது.

பிதிராவின் பாய்மரங்கள் கிழிந்து குருதியில் எழுதப்பட்ட கவிதை. நம்பிக்கையும் நொறுங்கிப்போன அலைக்கழிப்புகள் இறுதிவரை துக்கமும் முடிந்தபின் தொடரும் பிதிரர் நிழல்களும் சரித்திரம் அழியப் பின் சரித்திரமே நிழல்கோடுகளாய் மிதந்து படர்ந்துவரும் ஸ்திதி நிலையில் வெளியேறிவிட்ட ஆன்மாவிலும் படிந்துள்ள சாயைகள் துரத்துகின்றன. நாவாய்களும் தூரதேச பாய் கப்பலும் சிலாவில் நங்கூரம் இறக்கியது. இங்குள்ள நீலக்கல் சுரங்கத்துக்கு வலது பக்கமாக மறுபடியும் சென்றால் 'ஐந்து கூடாரங்கள்' எனும் திணை நகரங்கள் வகுக்கப்பட்டு உலகிலிருந்து விடுபட்டிருக்கும்.

இச்சுரங்கத்தின் பல பகுதிகள் மூடப்பட்டு வேறுபக்கம் திருப்பப் பட்டிருந்த குகைகளில் சதா வெட்டும் சப்தம். கஷ்டங்களிலிருந்து தங்களை காப்பாற்றிக்கொள்ளும் நோக்குடன் இங்கே தோன்றும் நீல ஒளி கலங்களை ஈர்த்தது. செம்பியாவின் மணற்சிலைகளை சதா அழிஅழியென ஊர் சுழன்று பாலையாகிவிடும். திரும்பவும் பாலையின் வெறுமையில் செம்பியா உருவம் எழுகிறது மணல் புன்னகையில்.

சிலா தாண்டி மேலும் சென்றால் இரு நதிகள் மறைந்த வடு. வணிகர் சந்தித்த சிதிலமான நகரங்கள். பயிர் அழிந்த நிலங்கள். பூமியின் அடிப்புறம் நோக்கி நீலக்கல் வசீகரித்து அழைத்தது பிதிராவை. அலைகடல் தயங்க மாலுமிகளை ஈர்ப்பது யார்?

நீலக்கற்களையும் தேடுகிறார்கள். ஒளி ஊமையான மோனத்தில் தவழும் ஓர் அமீபாவின் நிலையில் இவ்வுயிர் இடைவெளி காண்கிறது.

சரிவான மணலில் தனிமை இறங்கிச் செல்லும். இச்சுரங்கத்தி லிருந்து எழுந்த செம்பியா வா... வாவென ஒளிமுகங்காட்டி கையில் நீலக்கல் ஏந்தி உடலைச் சுற்றும் பறவைக் கூட்டத்துடன் சுழலும் நெருப்பில் முதல் ஒரு தானியத்தை மார்பின் உள் துவாரத்தில் நுழைத்து குருதியுடன் முலை பிழிந்து ஓர் செடியாகிறாள் செம்பியா.

கிழிந்து அழுக்கான பாய்களில் செங்கள மொழியின் இருள்வீச காற்று எதிர்வசம் திரும்பி ஒட்டிக்கொள்ள அதுவே சாயாமல் பயணம் தொடர்ந்தது.

பிதிராவின் மாலுமிகளோடு சமணரும் போகரும் புசுண்டரும் கொங்கனர் கருவூரார் வள்ளலார் அகப்பேயும் பயணமாகிறார்கள். போகர் மீது சீனப் பெருங்கிளி 'காஞ்சரப்பாலை' எனும் மூழ்கிய நிலப்பரப்பின் ஞாபகங்கள் பாலையென மேல்வர அது பிதிரர் தாய்நிலம் ஆனது. முன்னையோர் நிலம் மூழ்கிய கடல். பின்னையோர் அங்கு கோடாரியால் பிளந்து கொண்டுவரப்பட்ட கற்களை வைத்து கட்டிய பிதிரர் வீடுகள் அவர்களின் ஆரம்பகால நாடோடி வாழ்வும் பரதவரின் புல்வேய் குரவையும் மணல்வடிவம்.

பாலையின் பிரதி வழிந்து காலத்தால் கைவிடப்பட்ட தறி ஒன்றை வள்ளலார் நெய்து கொண்டிருந்தார். துன்பந்தரும் தாபத்ரயங்களை வென்று இத்துகில்மீது கொக்கு தவளை சண்டைபோடும் பகையில்லை. தறிசப்திக்கும் சூக்குமத்துடன் மயக்கச் செய்கிற நீலக்கல் இழைகளில் கவித்துவ அழகோடு மூலிகைச் சீவரம் நெய்து கொண்டிருந்தார் வள்ளலார். தாழம்பூ வாசனை விரலால் அரும்பிய படிகம் எழுதி தூரதேசங்களில் பிரகாசித்த செவ்விய மனோரதப்படி சொல். தறியின் கையில் வாடிய விரல். பிரளய கால அட்சரங்கள் உயிர் மெய் எழுத்துக்கள். கால முடிவில் கோடிமூத்த கடலின் ஆரவாரம் எல்லாம் வடிந்து வெளிப்படும் மூலிகைச் சீவரம் போர்த்திய வள்ளலார் தறிமேல் சயனிக்கிறார். புதிதான சீவரத்தை சகல ஜனங்களுக்குமான இருப்பாக நெய்துவரும் கண்ணாடி.

3
ஏகசிலா

கல்லால் தொடுக்கப்பட்ட 'ஏகசிலா.' தாங்கொணா துயரத்தையும் எல்லையற்ற காலத்தையும் ஆகர்சிப்பதாய் இருந்த பிதிராவின் தறிவீடுகள் பழமையடைந்து சடங்கியல் ஒலி கொடுத்தது எந்நேரமும்.

மாறுதலுறா கால் மரங்களில் பருத்தி இழை எடுத்து நடந்த கச்சைத் துணி விற்பவர்கள் காடோசெடியாக அலைந்த பட்டிகள். சிறுதறி திறக்கப்பட்டு அதன் பாவுதோய்ச்சல். ரெண்டாம் தோய்ச்சலை பெண்களும் மருந்தீடு செய்தார்கள். தறியின் வருடங்கள் நூலில் மெலிய மெல்ல மெல்ல மங்கி வரும் ஏகசிலா.

கீழிறங்கும் இழை நுனியில் காவேரி வெளிச்சம் கூரை முகட்டில் நுழைகிற அப்போதுதான் தறி ஒரு சாதுவன் கொண்டுவந்த நாவாய் எனப் பாய் நிழல்கள் விடைத்திருந்தும் அறியவில்லையாரும். சிலம்பர வடிவு காற் சிலம்பொலிக்க ஒவ்வொரு இழை கோர்க்கிறாள். மட்கலப் பசை வாசனை வீசும் கேட்பை வீட்டுப் பெண்களும் லாந்தக்கல் வீட்டு மனிதரும் மச்சுச் செட்டிப் புலவர் தெருவில் வளைகிறார்கள்.

வயதை எண்ணுவதற்கு ஏலாத மச்சுச் செட்டிப் புலவர் இவ்வூர் இருளில் விடப்பட்டவர். ஒரு காலத்தில் சாதுவனோடு கடற்பயணம் போனதும் ஆபுத்திரன் எடுப்பித்த உலக அறவியை இங்கே கொணர்ந்து தறி நூலோர்க்கு அமுதளித்த தெருவும் ஓடிக்கிடந்தது ஞாபகங் கொண்டு. மரண நவை தீர்க்கும் கூழ்சாலை வைத்த வள்ளலார் இங்கே இருக்கும் தெருவில் கண்ணாடியுள் மரணமிலா பெருவாழ்வு காண வாழ்வின் சிறையில் இங்கங்குமாய் நடைகொண்டு காத்திருப்பதைவிட வேறேதுமியலாதவராக இல்லாமல் மூலிகை நாடியில் மறைகிறார்.

ஏகசிலாவுக்கு ‘கண்ணாடி’ என்ற பட்டப் பெயரிட்டார் வள்ளலார். எவ்வுயிர்க்கும் நூல்வழி கூழ் அளித்தும் கண்ணாடி மாயவித்தையுடன் துணையாலன்றி தன் சொந்த ஸ்தூல சரீரத்தை ரஸ நாளங்களிடையே கேப்பைப்புல் தானியக் கழனியாக்கினார். அவர் உடம்பு நிலமாகி எத்தனை வகை புல்லுக்கும் இடமிருந்தது.

கண்ணாடியில் மறைந்தவரைக் காண்பிக்கச் சொல்லி நிர்பந்தித்தனர். அவர்கள் கண்ணெதிரிலேயே தனிப்பெருங்கருணை ஓர் உருவிலா அருவென கடவுளைவிட்டு மனிதர் அருகில் அலைவதாயிற்று. அந்தகாரமான சித்திவளாகத்தில் ஞாபகத்தில் மீட்கவியலா கையெழுத்துப் பிரதிகள் சச்சதுரமான பெட்டியில் தானே புரண்டு கொண்டிருந்ததை ‘பிதிரா’ எனச் சொல் எழுத்து வரிசைக்கிரமத்தில் மாறி மருத்துவ மூலிகை படரும் பக்கங்களாகிக் கிளைத்ததோர் மரமாகிக் காட்சி ரூபத்தையும் சுடர் நாளில் காண்பதாயினர்.

இவ்விதம் தறியில் அமர்ந்திருக்கும் வள்ளலார் படிப்படியாக நெய்துவரும் சால்வையதில் ‘கண்ணாடி உயிர்மை’ எனப் பிரதிபடும்

துக்கம் சங்கதிகளை மொழியில் அடைந்திருக்க இவ்விதம் மெல்ல மெல்ல சுவாதீனமடைந்து கொண்டிருந்த எளிய தறிவீடுகள் சத்தமிட்டன உயிருக்கும் சுடர் இழை கொள்கிற துல்லியமானதோர் கவிதையில்.

பெருஞ்சமுத்திரத்தில் மிதந்து வந்த ஏகசிலா நோக்கிப் பயணித்த வள்ளலார் ரத்தத்தில் அலையதிர்வு தோன்ற சலனமாகும் சுடர் படர்வதனை உள்ளூர உணர்ந்தார்கள் அவ்வூரார்.

ஒவ்வொரு துளியாக ஒளியை நெய்துவரும் வள்ளலார் தரிசிக்கத் தொடங்கிய புனையரவுகளின் சீற்றத்தில் சுருள் கொண்ட பழநூல் சிருஷ்டியின் முதன் முதலில் 'மனிதருக்கு சாவே இல்லை' என மொழிந்தார். கால முடிவில் பிரளயமெடுத்த 'ஏகசிலா' மூழ்கியது பின் தோன்றியது. இம்முறை சித்தர்கள் வசிக்கும் ஊரானது 'ஏகசிலா.' தீங்குகளைத் தடுத்து விலக்கும் மொழி படைத்த அகவல் 'ஏகசிலா' மாந்திரீகச் சொற்றொடர்களை எழுதி நிமிர்ந்தார். அதி தூராந்திரத்துக்கு அப்பால் சுழியும் கண்ணாடி உருவினை இழந்தது.

படமரத்துக் கம்பு சுற்றிய ரேயான் சேலை, சுடர் கம்புச்சேலை, கப்புக் கம்புச் சேலை விற்று வந்த பட்டிகளில் ஏலவிளக்கு எரிகிறது இன்னும். மண்பானை பசைத் தோய்ச்சலான நூல் தனித்தனி இருப்பில் பிரிய புல் வாளிப்பு லாவகமாய் செய்யும் அஞ்சுவீட்டு ஆட்கள். நூலுடன் உரையாடும் பெண். தூக்கத்தை கலைக்காமல் நடமாடினார்கள். எத்தனை வாசனைகளைக் கொண்டிருந்த காற்று இழைமேல் தழுவிச் செல்ல நெசவாளி குனிகிறான்.

பருத்திநூல் ஒன்றில் பலநாள் சிறுதுளி சுருதிபேதம் நடப்பதை சிறுகுளிர் கொள்ளும் ஸ்பரிசம். மெதுவாகப் பேசும் தறிகள். வள்ளலாரின் உடல்நிறம் மாற விரல்கள் மட்டும் எழுதிச் செல்லும். முதலில் ஒளியினால் மொழிக்கருவில் சுவாசத்தைப் பெறுவதில் உணர்வு இருளில் படர்ந்துள்ளது. மயங்கிய ஆன்மாவின் மீது படர்ந்த துணிமடிப்பில் மீனின் நயனம் போலும் கடலுக்குள் மூழ்கிய அவர் பார்வை. இயற்கை நியதியில் பிறவி எடுத்த நிலை. பாடும் மீன் எனச் சிப்பிகள் கண் ஏழு திரையாக உயிர் அலைதொடும் அகவல்.

விரல்களைத் தொடும் விநாடி அருகில்படுகிறது. ஆறாவது அகவல் மனிதனுடைய தெளிவைவிட பச்சையும் நீலமும் கலந்த தாவர உலகில் மூழ்கிய வார்த்தை. மற்றவர்களோடு நில்லாமல் நிழல்களின் வரிசையைத் தொடாமல் கடைசியில் நிற்கிறார்.

கடற்சோழிகளின் கரு யோனியில் உள் நுழையும் மனுமுறை கண்ட

வாசகம் பிதிராவின் அடியுருவைப் பார்த்தார் போலும். கண்ணாடி ஓர் உயிரினமென ஊழை உப்பக்கம் காண்கிறார் கருவை உள்ளே படைத்த கண்ணாடியில். வள்ளலாரின் தறி மெல்லிய அழகுள்ள ஏழு திரைகளை நெய்து கொண்டிருக்கிறது இன்னும். நீந்திவரும் அவர் கவிதை தேசங்களைக் கடந்த விரல்களில் படைக்கப்பட்டிருந்தது. அவர் முழு உருவையும் சிருஷ்டித்துவிட ஒளி என்பது வள்ளலாரின் கடல் உருவிலிருந்து எடுக்கப்பட்டதென உணர்வேன். ஒளி ஓடையாக சலனமாகிறார். அவர் நிர்வாணமடையப் புலன்விழிப்புற்ற நித்யத்துவத்தில் மொழியின் குணரேகைகள். உதிரத்தில் அலைபடும் வெப்பம் கலைஞனின் தற்செயலான இருப்பு.

அந்த ஊர் கண்ணாடி அத்தனையின் நேர்த்தியிலும் கலையில் பட்ட ஒளிவருடங்களின் அகவலுக்குள் அடங்காமல் சுடர்ந்து கொண்டிருந்தார் மருதூரில். வள்ளலாரை நான் ஆற்றில் உராய்ந்துகொண்டிருந்த வெப்பமான கூழாங்கற்களின் குழப்பத்துடன் புரிந்துகொண்டேன்.

அவர் உடம்பிலிருந்து கருநீல ஒளி நீரில் கரைந்து விலகிச் செல்லும் தாவரத்தை ஒத்திருந்தது. திரும்பிப் பார்த்தவேளை அப்படி ஒரு மாற்றத்தையும் காணவில்லை.

கருங்கிளி நாவுகள் அழிந்த மொழி மறதியில் மூழ்கிய கண்ணாடி ஊர் மேல் எழ உயிருள்ள விலங்காக எழுந்த கவிதை. நம் கைகளைவிட நீளமான கைகளையுடைய வள்ளலார் கொண்டு வந்த மெல்லிய அழகியலை கிழக்குடன் இணைத்து நெய்யும் இவ்விசித்திர மான கடல்தறியில் தீட்டிக் கொண்டிருக்கும் அவர் கவிதை. கற்பனை நிலப்பரப்பு வழி தோன்றிய செவ்வியல் தேசம். கற்பனைகள் பலதால் ஆன சரித்திரத்தை வாழத் தொடங்கிய பிதிரர்கள் சரித்திரம் பேய்பிடித்த கனவுத் தொழிற்சாலையாக இயங்கிக் கொண்டிருந்த காலந்தவறிவிட்ட நாவாய் உள்ளே கதாபாத்திரங்களோடு உறைந்துபோன பிதிரா.

வள்ளலார் எவ்வரி வடிவ அட்சரங்களின் மூலம் எழுதிவைத்த அகவல் திறந்து ரகஸியத் திணைநிலம் கண்ணாடியில் நிலைத் திருக்காமல் மாறிக்கொண்டிருப்பதை பார்த்திருக்கக்கூடும். வெகு தொன்மைய வடிவம் கவிதையில் நிலவி வர சாத்திரத்தை சுட்டெரித்த சித்தன் மதமற்ற சன்மார்க்க ஞானத்தால் எய்தும் முக்தி. சிலந்தியுந்தன் வாயின் நூலால் புதுப்பந்தர் அது இழைத்துச் சருகால் மேய்ந்த சித்தின் சித்தம்.

4
மீனின் மீசையுடன் போன ஆறு

புனித அத்திமரம்
தன் முடிச்சுகளிலேயே சிக்குண்டு
இரண்டாயிரம் வருஷங்கள்
அந்த அத்திமரம் தவழ்கிறது,
உயர்ந்து வளர்கிறது
தன்மூச்சை தானே நெரிக்கிறது

- ஆக்டேவியோ பாஸ்

வலைவீசும் பெண் ஆறு மூழ்கி எடுத்த மணலின் பொன் அணுக்கள் காகத்தின் மூக்கில் இட்ட வளையம். கத்திக் கரைந்த சாவு. சாம்பல் பூசிய தெரு. விடமுடியாமலும் தொடர முடியாமலும் கருகிய பயிரும் பால் ஊற விவசாயி தன்னை திரும்பிப் பார்த்தான்.

சிவப்பு நிறக் கெளுத்தி பதிந்த ஆறு. எத்தனை வகை மீன்வரும் ஆயாவின் குரல்வழி ஓவியத்தில். ஒரு சிறுமின்னல் கீற்றில் பிளந்ததோர் அகம் கூட்டு நம்பிக்கைகள், உணர்ச்சிகள் மற்றும் முனைப்புகள் ஒரு மனிதனின் நல்ல நிலைகளில் நடப்பதில்லை, வேண்டுமானால் அந்த சோழ சீமையின் ஒட்டுமொத்த இருப்பில் நிகழ்ந்துகொண்டிருக்கும் இடைவிடாத தற்கொலை மனோபாவம் பைத்தியமாவதற்கு முந்திய தூங்காத கண்களில் கருவிளிம்பிட்ட மனநோயின் அசதியில் விவசாய இழப்பும் சிக்கலும் உருவாக்கிய வேதனை பீடித்த முகங்களில் தற்கொலை செய்துகொள்ளத் தூண்டும் ஊழில் மறைந்திருக்கும் காரணிகள் எல்லோரது விதியுமாக இருக்கும்.

பயிர்களுக்குள் வளைந்த கரங்களை நீட்டும்போது அதில் மனித உடல் காய்ப்பும் பழுப்புமாக இருக்கும். நிசப்தமாய் இருந்து வரும் வயல்வெளி எங்கும் பைத்திய ரேகை படிந்த கரங்கள் விட்டுச்சென்ற தடங்கள். இலைகள் அகத்தின் குரல்களாய் புலம்பும். பின்னர் ஒரு நள்ளிரவில் ஒளியற்ற சுதந்திரம் கொடுக்கப்பட்டபின் அவ்விருட்டில் அச்சம்கொண்ட மரங்களின் குரல். அவநம்பிக்கையில் காத்திருந்த பயிர் கருகிய வேளை ஒவ்வொரு பொழுதாக வாடிச் சிதறிய கண்ணீர் செதுக்கிய சிறு உளிகளில் விழித்த பிரதிமை.

மீன் துள்ளிய கண்களில் உப்பு

காத்திருக்கிறான்.
ஒவ்வொரு வயலிலும் தனிமை.
கனிவெடித்த குருதி இழை தீ உள்ளது
காம நசைகளில் தான் வேட்கை
மன்னரும் மந்திரியும் நதிகளைப் பூட்டும்
அடிமை சாசனம்
இன்று கடையாமத்தில் காற்று உந்தும்
மருதம் எங்கும் தேவதைகள் நிரம்பி எழுந்து
தீப்பிழம்பை வயலில் கண்டான்.
இப்பரிதி பகிரும்
வர்ணச் சாயைகள் பேசாமல்
ஊரும் கானல் நதி
உள்ளே உருளும் தழல்.
பனி இறங்கிய மென்குரல்
'அம்மா வந்தாள்' ஊஞ்சல் ஓசை வரும்
அந்தநாள் உதிர் வெண்பனி நாட்களும் மெய்யுணர்வில்
அழிமதியான மகசூல் நடுவில் மாடுகளின் மௌனம்
வண்டி கடையாணி உரசும் 'செம்பருத்தி'
பூ மடிகிறது பால் உதிராமல்.
அடுத்த பூ விளையுமென்பதில் நம்பவில்லை.
எதிர்பாராதபோது
சேரியில் வெளியேறிவிட்ட குடியானவர்
கண்களில் மீன்துள்ளிய உப்பு.
எத்திசை படரும் கிளி இறகு.
காலச் சூழலிடை கலங்கும் பட்சிகள்
துயர்வீசிய சிறகுகளில் அமைதியில்லை

நண்டு நத்தை தவளை பாம்புப்பூச்சி வளையும் பாதைச் சகதியின் கீழ் சிறுசிறு கண்கள் இருட்டில் அலையும் தெருச் சேத்தாளிகள் கூடவர நீருக்குள் சாய்வாகச் செல்லும் உப்புரயில். பெரிய முதலையை காவிரிப் பாலமாக அமைத்து அதன் முதுகுமேல் சென்ற சிறுவர்களின் பயணம்.

எந்நாளும் மீன் வீசும் சேரியில் கெண்டைக் கருவாடு முற்றத்தில் உலரும் வேளை காகங்கள் வந்த வளைவான ஈச்சம் படலில் அமர்ந்து மீதிக்கதை சொல்லிவிடும்.

பிலுபிலுவென சகதியில் அயிரைக் குஞ்சுகளை பத்தல் போட்டு பிடித்துவந்த கூச்சல். யார்யாரையோ கூவி அழைக்கும் மீன்காரி சத்தம்.

உப்புரயில் கதவு திறந்துவிடும். 'தக்கையின் மீது நான்கு கண்கள் ஆற்றில் மீன் விழும் சத்தம் கேட்டவர் காதுகள் கொக்குக்கல்மேல் உட்கார்ந்து தூண்டில் வீசி அதிர்ந்த நரம்பு விர்ர்ர்ர்ர்... ரென்றுவிடும். திமுதிமுவென ஆணும் பெண்களும் மீன்பார்த்த ஆறு.

ஆற்றோர நந்தவனத்தில் எத்தனை வகை அரளி. கல்திண்டு வைத்த கிணற்றில் கயிற்றின் வடு. தொட்டால் துக்கம் ஒட்டிக்கொண்ட கோடு. கல்வடுவில் பெண்களும் வருகிறார்கள் குடங்களுடன் . வெற்றிலைக் கொடிக்காலில் கிள்ளிய இலையில் குளிர் நரம்புகளில் தாகவெளி.

வளையில் பிணைந்திருக்கும் மீன் நரம்பு வால்துள்ளத் துடிக்க மண்கலத்தில் அரிகிறாள் ஒருத்தி. அரளிப்பூவும் பிஞ்சுமாய் பொய்த்தேவில் மறையும் சோமுப்பண்டாரம் பால் ஒடியும் வலி. தளிர்க் கொழுந்தாய் வெற்றிலை பறிக்கும் கூடையுடன் சோமு கல்திருணையில் படுத்திருப்பதைப் பார்த்து தெருவில் செல்லும் கொடிக்கால்பெண். இம்மதியம் ஒரு சேர இரு பெண்கள் வந்து சேர்ந்த ஆறு விநோதம் கொள்கிறது. 'காவேரியில் நனைத்த சலவை செய்த வேட்டி சற்று பழுத்திருந்தது' 'இளமையும் பெண்மையும் கரைதவழும் அலையாகக் கிழக்கிலும் மேற்கிலுமாக நடந்துகொண்டிருந்தது' காவேரி தன்னுள் உறைந்த உணர்ச்சிப் பிரவாஹத்தில் உரசிய கல்லின் மீன் கோடு. மோகமுள் வெளுத்திருந்த கல்லைக் கனிவிக்க சொல்லைப் பூட்டாமல் விட்டதென்ன?

பேய்கனவுதான் உரு எடுத்த காரைக்கால் கையில் சாம்பல் பூசிய கனியுமது ஊர் எனவே. எதையும் சொல்ல வேண்டாமே.

சோமுப்பண்டாரம் எஞ்சியுள்ள பொழுதெல்லாம் துவைத்து நீறுபூத்த உலர்சலவை வேட்டிகளை முறுக்கிப் பிழிந்து காய வைத்த வண்ணாந்துறையில் இலுப்பைமர நிழலில் மறைவார். நிழல் வெகு காலம் சாவதான தூக்கத்தில் இலுப்பை மரச் சிறபங்கள் மேலே வரும் காவேரி சூட்சுமக் கலைபடும் சிருஷ்டிக்கு ஆதாரம்.

காவிரி எல்லையில்லாக் காதற்பேருலகம். தண்ணீரும் காவிரியே. அங்கே கண்டபெண் தோற்றம் கசமென மதகோசைபட சேலை படபடப்பு. வேட்கை கழுவிய மணல் கோடி வருஷ தாபத்தில் கிடப்பது. துயரத்தில் இவள் தான் அவள் என இருந்துவந்த இருப்பும் துயிலில் புலம்புவதேன்? மோகமுள் கிடந்த மணல் அலைமெல்ல மையல் மகுடியில் வெறுமை குடித்த நுரை நகரும் காவேரி.

முன்வந்த கரி எஞ்சின் பின் தொடங்கும் அரக்குப் பெட்டிகளில் மெலிய வந்த கிட்ணம்மாள் ஒச்சமான கரத்தை ஜன்னலின் வளைந்த முள்ளாக வைத்திருந்தாள்.

தஞ்சாபுரி தையல்காரன் ரெண்டாம் தாரமாய் வேறொருத்தியுடன் திருபுவனத்தில் மறைந்திருந்தான். கிட்ணம்மாளுக்கு கூந்தல் அலையேறிய வாசனையில் அழைத்தால் வரும் பிள்ளைகள் அம்மணத்தில் சகதி பூசி மீன்பிடிக்கும் ஆற்று ஓரம். கத்தாள் வலையில் மீன்வாடை அவள் உடல்பட அலையும் கரை. வலையில் மீன்வாடை உள்ள மீன் போதுமென்று கூடையுடன் கூவிப்போனாள், உடல்மேல் நழுவும் மீன் சதையுதடு மெல்லும் பாசிவேர் நெடி. செஞ்செவுள் திறந்தாள். கணவனை விட்டுப் பிரிந்த உடல் மீன் வாடை கொள்ள எதிர்பார்த்திராத கண்களால் இமைக்காமல் நோக்கிய மோகமுள், இருட்டாக இருந்தால் மனதில் படிகிறது. மேகமுள்ளின் உரையாடல். மின்னல் கீற்றென நெடுகிச் சொருகிய வடிவம். கண்ணிமைகளின் தனித்தனி லிபிகளை வரையும் முள். கெட்ட கனவாகவும் வரும். வெளிறிய ஒளிர் மஞ்சளில் அதன் இருப்பு. ஒருவித மயக்கத்தில் கடந்து மிதக்கும் கனவு. காவேரியின் ஒலிஅகராதி மோகமுள் என விதியின் சங்கீதத்தில் ஆழ்ந்த மௌனியும். அவன் அமைதியாகவில்லை. மோகமுள்ளின் உரையாடல் மெதுவாகவும் உயிரைக் கரைக்கும் துடியாகவும் உறக்கத்தில் ஆழ்ந்திருக்கும் இருட்டில் சுடர்வதெனப் பற்றிக் கொள்கிறது. மிக சன்னமான கோடுபடும் இருட்டில் மொழிக் கருவில் திரளும் பனிமந்திரம். கௌரி, ரோஜா, சுமி, மோகனா, யமுனா என திசைகள் கதித்த குரல்வளையில் பெண்மீது படிந்திருக்கும் சுழி. அது சிருஷ்டியின் நறுமணம். ஜனனத்தின் வலி போலும் பெண் அலறுகிறாள் சுழல்களில். அது சிலம்பெனவும் படும்.

கவலை ஏற்றம் முடியவில்லை. ஈச்சம்பெட்டியில் கவலை இறைத்தால் நீரும் வாசனை. ஏற்றப்பாடல் கவிழ்ந்து நீராய் பாய்ந்த வழி செல்லும் இருப்பு. வந்தேறிகள் பராமரித்த பயிர்களை தனித்து முளைக்க வைத்து நட்டி நீர்சுற்றுவதும் சிற்பம் வடிக்கும் சிருஷ்டியென உணர்ந்தவர் இருக்கக்கூடும்.

ஆற்றிலிருந்து தனி ஆள் ஏற்றம் இரண்டு ஆள் ஏற்றம். பள்ளத்திலிருந்து மணலில் உறைபோட்டு இறைக்கிறார்கள் இன்று. ஆற்றுமடு அறுத்து பால் அருந்திடும் சூழ்விதி. மாடுகள் கொம்பேறி வரும். குழம்பபடிப் பிளவில் மீன் உரு. சூலாகுமீன் ஒன்றையொன்று மோந்துகொள்ளும் மோகமுள்.

காக்கை சாய்ந்த பார்வையில் புலன் விழிப்புற்ற 'உண்டி முதற்றே உணவின் பிண்டம்' சோழச் சீமை விவசாயி தற்கொலை செய்து கொண்டதால் உப்பின் ஜீவசாட்சியம் அவரே.

தற்கொலை, பயிர் அழிவு, நிலம் அந்நியமாதல், அமிலக் கரைசலில் மூழ்கிய இரைப்பைக்குள் மரபில்லா விதைகள் முனைவெடித்த கீறல் களில் நம்பிக்கையின்மையின் நடுக்கம். எப்படி நடந்ததென்று எல்லோரும் அச்சிட்ட தாள் மடிப்பில் உயிர்க் கொல்லி விளம்பரம். தற்கொலையான யாக்கையை காக்கை உகுக்க சிலையெனப் படிந்துள்ள ஆற்றுமணல் மெல்ல உரு அழிந்த ஊரின் நடமாட்டம். கயிற்றின் நிழல் பின்துரத்த சுருங்கிய கயிற்றில் உயிர்க்கொடி படர் பாசம்.

கடன்பத்திரங்களில் சாம்பல்நிற நயனங்களும் பொலிவிழந்த போர்வையும் மட்டுமே கடனுக்கு ஈடாக வைக்கப்பட்டுள்ளது.

மீன்கள் சரிந்தன. சாயாவனம் சாய்ந்தது. கத்தாள் மூங்கில் வலை தொங்கும் கைமரத்தின் உச்சியில் ஒருமீன் தொங்கி முடிச்சிட்ட செவுள் விரித்து மூச்சுவிட விவசாயி தற்கொலை சிவந்திருந்த விதி. சாவின் மணல் முற்றம் அதில் நூறு வாத்து தடங்கள். எச்சங்கள். ஈரப்புல் நெடி.

மீன்வலைக் கண்ணிகளின் ஊடே தெரியும் சாவின் முழுஉருவம். மோகமுள் முனை அவளைப்போலும் அவன் உருவம் நெருங்கியதில் இச்சித்தவை உடல்சேர நண்டு, நத்தை, தவளைகளுக்கெல்லாம் ஒரு கதையை பிரித்துவைத்த கடவுள் தற்கொலை செய்துகொண்ட நாளில் இதுவெல்லாம் தவளைகளின் ஒலிநாவுகளில் சாவின் திரள் ஓசை புரண்ட ஆத்மஹத்தி. ஊர்விட்டு ஊர் ஒரு வீடு பாழ்.

நிழல் பற்றி ஏகிய ஓரிருவர் பல ஊர் கடக்கிறார்கள்.
வீடுகள் மயங்குவதேன்
ஆற்றங்கரைத் தெருவில் மாயாவின் வீடு

நெல்சார்ந்த பொன்பிழைக்க வேண்டுமெனில் மண்ணைக் கீழது மேலாக ரேகை பிடித்த நீர்வழி சூரியன் மடியில் கிடந்தது எத்தனை.

கிழிந்த வலையை காகம் கிழிக்க அடைந்த கூட்டில் முட்டை இட்டது. தூக்கணாங்கூடு, தொங்கும் பாடல். தற்கொலை வளைந்த வில்கீழ் சாய்வாகக் கழுத்தை நக்கும் பாம்புப்பூச்சி.

ஒலிநீர் புரண்டு குரவை மீன் கடித்த அவன் உடல். கரும்பிய சாவின் வரைபடம்.

5

பாலையும் மருதமும்

உப்புரயில் வழியை மாற்றி இவ்வளவான மெலிந்த குரலில் கூப்பிடுவதென்ன? அப்பெண்கள் ஆபரணங்களையெல்லாம் மண்வெட்டி அடியில் கரைத்தாயிற்று. விதைவித்துகளை அள்ளிய மாதோர் கரங்கள் தாழ்வாரங்களுக்கு வெளியே நீட்டி இருந்தது. அவற்றின் நிழல் கரையாமலும் விரல்கள் வெளிப்பட்டு கருகுவ தாயிற்று. மழை வராமலும் பின்மாரி இல்லாமலும் அப்பெண்கள் வெளியே நிற்கிறார்கள். பனியுடன் திரண்ட ஒரு துளி நெற்றியில் விழ கூச்சலிட்டார்கள். மொத்த வனமும் ஏமாற்றித் திரளும் ஒரு பனிநீர் அவர்களுக்கு நம்பிக்கையாய் இருந்தது.

பச்சையான சகல மரத்தின் கீழ் எல்லாப் பெண்களும் குனிந்து அத்திப்பழம் சேகரிப்பதான நாள் வருகிறது. மரத்தின் சத்தங்களுக்கு செவி கொடுத்தபோது அது மனதைப் பீடித்த இசையாயிற்று. நாழி ஓடு வேய்ந்த வேதக்கார வீடுகள் பூர்வத்தில் செய்த ஓடுகளைப் பத்திரப்படுத்தினாலும் ஒடிவது துணுக்காகக் கேட்டது. வீடுகளுக்கும் ஆத்மாவும் பாடலும் இருப்பதை யார் அறிவார்கள்.

'கிடாத்திருக்கை'யில் உப்போடை கல்வோடை ஆலமரம் மொடு மொடுக்கும் வயோதிகத்தில் இருட்டு ஆட்களைவிட்டு திடல் சூறாவளியில் சுற்றியது. கண்மாயிலிருந்து 'கொண்டுலாவி'ச் சரல் ரோட்டில் வளையும் கரைமேல் நின்று பார்த்தால் 'சோனைப் பிரியாங்கோட்டை' 'சித்திரங்குடி' தெரியும். மூலிகையும் சூடி முதிய அரவின் காவலில் நந்தவனம். ஓடைக் காடுகளின் வறண்ட இருப்பு. வீராவளிக்காடு. புஞ்சை மாசூல் இல்லாமல் கரடு தட்டியது. ஆடுகளை விட்டு மேயவிட்டாலும் வாய்வைக்க முடியாமல் முள்ளுகள். ஆடுகளின் எச்சில் நூல் இழைகளாய் செருமும்.

வண்டிகள் போன 'நெரிஞ்சிப்பட்டி' பாதையில் கரம்பையை மூடிய சாம்பல். 'கண்டிலான்' அய்யனார் கோயில் பூசைகேட்ட ஆங்காரம் 'ஆப்பனூர்' அரியநாச்சி மலட்டாற்றில் நடமாடுகிறாள் ராத்திரியில். 'ஏனாதி' காலாங்கரையில் 'பூங்குள'த்து அய்யனார் பாய்ச்சல் ஓடும் சுழிக்காற்றில் காடே குனிந்திருந்தது கருவின் உறக்கத்தில். கல்லோடையில் பெருவிரல் நகர் பெயர்ந்த வலி.

நெற்றி வேர்த்து பால் கசிவில் மார்புகளைத் தாங்கிய பெண் சேட்டமில்லாத பிள்ளையுடன் காய்ந்த காடுகளைக் குறுக்கிட்டு

‘முதுகுளம்’ போகிறாள். பாதையின் மூச்சிரைப்பு. காடு எதுவோ சொல்லிக்கொண்டிருந்தது அவளிடம். ஆக்காண்டிப் பட்சி வண்டிப் பாதையில் கத்தியது. கழுத்தில் ஒட்டுத்தாலியில் சூடிய மரிக்கொழுந்து. காது வடித்து பாம்படம் போட்டிருந்தாள். கருவிழிகளில் ஈரம். அவளைச் சுற்றிலும் வெயிலில் மிதந்து செல்லும் வண்டிச்சோடு.

அவள் பால்வாசம் உணர்ந்த தேன் தட்டான்கள் நம்பிக்கையற்ற சருகு அதிர்விலிருந்து மேகத்தை கீழிறக்கின. எங்கிருந்தோ உலர்ந்த காற்று மழையைக் கொண்டு போகிறது இவர்களை ஏமாற்றி.

தைனஸ், ஐனேஸ், சந்தியாகப்பர் உருவங்களில் மீன் வரைந்து போனாள் ஜிம்னா மேலகாரப்பெண். சுவாசம் பட்டுச் சுரம் ஏறிய முகவீணை வெயிலை உருக்கி உச்சிவேளை இசைத்த தோடியில் ‘சின்னக் கருவண்டு’ போகிறான் ஆப்பனூருக்கு. அவர்கள் யாரும் பூச்சிக்காரர்கள் இல்லையென்றாலும் நாழி ஓட்டு ஊசிமாதாகோபுரம் முதுகுளப்பட்டினத்தில் ஈர்த்தது பால்ய காலத்தை. நாழி ஓடுகளை வேய்ந்த வனமூர்த்தி ஆசாரி பேரன்மார்தான் முதலில் ஊரைவிட்டு போனது. பின்னே திரும்பிவந்த சந்தனாசாரி வனமூர்த்தி ஆசாரியையும் கூட்டிபோனார் சோழசீமைக்கு. தச்சுவேலைதான் நெல்லுக்கும் குடலுக்கும் சேர்த்து நடந்த காவிரிப்பாதை. பழகிய மரங்கள் அங்கும் இருந்தன. மரத்தடியில் வாசம்.

பூர்வகாலந் துவங்கி ராமநாதபுரத்திலிருந்து அறுப்பறுக்கும் கூட்டம் உப்புரயிலேறி வந்தது. அங்கே பனையும் கரிசலும்தான். ‘பொதிகுளம்’, ‘எரச்சிகுளம்’, ‘கீரந்தை’, ‘காத்தநேந்தல்’, ‘கோவிலாங்குளம்’, திருக்காலுடைய அய்யனாரைவிட்டு சனம் ஏகியது. ஊர்கள் காலியாகி விட்டன. வயதானவரையும் கால்நடைகளையும் ஆடுமேய்ப்பவர் களையும் விட்டுப் பிரிந்தார்கள். கரிசல் வறட்சியடையாதபடி விவசாயம் நடந்தது. துவரைமார் பிடுங்கவும் பருத்தி விதை சிதறவும் உழவுக் கட்டிகளின் பின்னே பெண்கள் வெறுங் கால்களை வைக்கவும் முளைதளுத்தது. தோட்டக்காட்டில் சேனைக்கு பாத்திகட்டும் கீழத் தெரு ஆட்கள் மண்வெட்டி பிடித்த நிழல் மறைந்திருக்கும்.

அப்போது தீங்கருதுப் பருவத்தில் சினைப் பறவைகள் கூட்டமாய் வந்திறங்கி தஞ்சாலூருக்கு திசை தெரிவித்தன. காடு உறக்கத்தில் இருந்தது. இஷ்டமான பாதைகளையும் ஓடைகளில் நின்ற பனை களையும் விட்டுவந்தார்கள். தன்னோடு இருந்தவர்களோடு வயதான ஆலமரம் காக்காய் சுற்றிக்கிடந்தது. நம்பிக்கையிழந்த பூமிமேல் பதிந்த மனிதர்கள். பிரிவைச் சார்ந்த பாலை. பெரியவர்களுக்கு வேண்டிய

தவசம்கூட அருகிவிட்டது. நம்பிக்கையாய் ஆப்பனூர் கருவிளக்கில் தலைகீழாய் தவிக்கும் சுடர் நரையில் ஆதக்காள் ஒவ்வொருவராய் மறைவதைப் பார்க்கும் விழி அரைத்தூக்க நிலையில் தெருவில் நடமாடுகிறாள். காற்றுவாக்கில் சேதிவரும். ஆதக்காள் நிலமாய் வறண்டிருந்த சரீர மண் நக்கிப்போன பெண்கள் கேவினார்கள், ‘பொண்ணாத்தா… வாரோம் பேத்தி… வீட்டைப் பாத்துக்கெ…’

மையிருட்டில் பழைய சேலை வாசனையுடன் கருத்து வளர்ந்த பெண்களும் கிளம்பிப்போன திசை. இருந்த வெளிச்சத்தில் தனக்கருகில் படுத்துக் கிடந்த பிள்ளைகளும் போய்விட்டிருந்தார்கள். பாட்டியின் மூடிய கண் இமைகளில் பேரர்களின் விரல் தொட்டுப் போயிருந்தது. மெல்லிய சுவரொட்டி ஒளியில் தெருமேல் நோக்கிச் சரியும் நட்சத்திரம். கலப்பைகள் அழுத்தமான மை இரவை உழுது கொண்டிருந்த மூச்சிரைப்பு.

கருக்கலில் எழுந்தவர்கள் தெருவில் நடமாடுகிறார்கள். கிணத்து நீரில் முணுமுணுக்கும் ரேகையில் திவலை ஒலி. எல்லா ஞாபகங் களும் வருவதான நீர்வழி. எட்டிப் பார்த்தால் இருட்டில் வெள்ளி இழைகளால் கோர்த்த நீர் அங்கிங்கும் சிறுமியைப் போல் விளையாடிக் கொண்டிருக்கும்.

கீகாட்டு மனிதர்களை சோழ சீமையில் ஆடுகளைப்போல் காலடியில் வளைத்துக் கட்டினார்கள். ஆற்றின் கரைநெடுக பூச்சிக் காரர்கள் ஈச்சம் படல்களை அமைத்த கூரைகள் தீரவாசத்தவரை நம்பி இருந்தது. சகதியோடு குழம்பிய மீன்துடி. கீகாட்டில் இருந்து உப்புரயில் ஏறிவந்த ஊனமான சிறுவனைப் பார்த்து ‘அவன் இன்னும் நடமாடுவான்’ குழுவில்லா சாமியார் வீடுவீடாய் விசாரித்துவருவார். மாயா அவருக்கு பழமையான ஆப்பனூர் வாலி எலும்பு ஒன்றை பரிசளித்தாள். அதனுள் அப்பத்தாளின் சுவாசம் இருந்தது. பாட்டியின் சுடர் ஊற்று பெருகுவதைக் கண்டார். ‘என் வெடிப்பான வாத்துக்காரி’ என்பார்.

நத்தை நண்டு மீன் குழம்பென்றால் நடுச்சாமத்திலும் அவர் வருவார் சுடரும் ஆதக்காளின் வாலி எலும்புடன். அதில்தான் ஆப்ப நாட்டில் கசந்த வாழ்வின் புராணம் மறைந்திருக்கிறது. துக்கமான வாலி எலும்பைக் கண்டு கடவுளும் பதறினார்.

ஆப்பனூர் கிழவி ஆதக்காள் மகளுக்கு சீதனமாய் கொடுத்தது. பிள்ளைக்குப் பிள்ளை பேறு காலத்தில் கொடுத்த வலி கைமாறி வந்த வாலி எலும்பு குருவில்லா சாமியாரிடம் உள்ளது. அதை ஆடும்

நீரில் வைத்தபோது பைபில் கதை விரியத்திறந்து ஆப்ப நாட்டு வனாந்திரத்தில் தொண்டை வறண்ட பாதைகளில் பூத்திருந்த செடிகளும் மரிக்கொளுந்தும் ஒட்டுத்தாலியில் சூடிக்கொண்ட கிளைக்காரிகள் அங்கே இருந்து இங்கே வந்ததென்ன?

கசப்பான வாழ்வு கண்ணீரின் உப்பினால் கரிசல் ஆனது. மதலைத் தாத்தா வீடே இப்போது இல்லை. பல வருஷங்கள் குடியிருக்காத வீடாக இருந்து 'ஓணாப்பட்டி' மண் சுவர்களும் பூச்சிகளுக்கு இடமானது. சாணம் பூசித் தீத்துக் கல் உரசிய தரையும் கூடங்களும் 'கிட்ணம்மாள்' 'உடையம்மாள்' 'சங்கரவடிவு' குமராய் இருந்த வாசனை அகலவில்லை. வாக்கப்பட்டுபோன 'வாலாந்தருவை' ஊரில் அனுமாரின் வாலை அறுத்துவிட்டான் ராமனும். கடலோரமாக கழி நீரும் புலம்பிவர அனுமன் வால் வடிவ ஊரது. அவன் லிங்கம் கொண்டு வரத் தாமதித்த கோபம் வாலைக் குத்திய அம்புமுனையில் சாவு.

மதலைத் தாத்தா செல்லான அன்று தெருவில் இருந்த சொந்தக் காரர்கள்கூட சில பேர்தான். சோலை அப்போது 'சேர்வாரம்பட்டி'யில் தலவுத்தாத்தா ஆடுகளை மேய்த்து வந்தான். ஒரே பையன் பதிநாலு வயசு இருக்கும். 'ராசாப்பட்டி'க்கு வாக்கப்பட்டுப்போன உடையம்மா புருஷனோடு வந்திருந்தாள்.

இப்பொழுது வாலாந்தருவையிலிருந்த சகோதரிகள் தகப்பன் மறைவிற்கு இரவோடு வந்துவிட்டார்கள் வண்டிப்பாதையில். சாவின் கதவை உள்ளே தள்ளி அடுத்த அறைக்குள் பெண்மக்கள். புங்கை மரம் வீட்டு வாசலில் இருட் துளியானது. அந்தச் சுவரும் கூட இரைந்தது. வாசலில் பலாக்கட்டிலில் வருகை தந்த ஊர்க்காரர்கள். உள்ளே பெட்ரோமாக்ஸ் லைட் மேண்டல் பழுத்திருந்தது. சூழல் எங்கும் வீட்டு நிழல்கள். நிலவு மயக்கம் தரும் உறக்கத்தில் மதலைத் தாத்தாவை மூழ்கடித்தது.

மதலைக்குப் பக்கத்தில் மக்கமார் குனிந்திருக்கிறார்கள் தலை விளக்கில். வெதுவெதுப்பான பெண் மக்களின் கைகள் கோர்த்து அசையும் துக்கத்தில் பாடிவந்த ஒப்பாரியில் மரணத்துடன் உரையாடுகிறார்கள். அவ்விரவில் தாயம்மாளும் கோட்டைவிட்டுப் போனவர்களும் வந்தார்கள் சாயலில். தூக்கமற்ற அவ்விரவில் பதிந்திருக்கும் மதலைத்தாத்தா வேட்டியை மடித்து ஞாபகார்த்தமாய் மஞ்சள் பைக்குள் திணித்தாள் கிட்ணம்மாள்.

மதலையைச் சுற்றி நடந்துகொண்டிருந்த ஊரின் சலனங்களிடையே சப்பரம் கட்டி அரளிப்பூ முன்சென்று அதில் மறைகிறார். மூணு

இளவட்டங்களும் நாலாவது ஆளாய் குடிமகன் சேக்கு.

சாவு வீட்டுக்குள் தானியம் மறைந்து போயிருந்தது. ஜீவனும் ஒளியுமாயிருந்த நாய் ஒன்று குடும்பத்தின் பாரத்தை சுமந்தவாறு வாசலில் துக்கம் காத்தது. பெண்பிள்ளைகள் அதை வாலாந்தருவைக்கு கூட்டிப் போனார்கள் பின்னே. அது காற்றுவாக்கில் மதலைத் தாத்தா வாடை அலையும் பாதையில் சுற்றி வந்தது தலையை நீட்டி. ஊரில் எல்லோரும் மயங்கித் துயிலும் அந்தப் பஞ்சதேசத்தில் தண்ணீர் ஊற்றாமல் பராமரிக்காமல் மடுவில் பால் உள்ள நாய் மதலைத் தாத்தா சாயைகளை விரட்டிக்கொண்டு அலையும்.

தவிட்டுப்பனி உதிர் காலம். நிலத்தின் மீது பனிநுரை உள்ளே மண் சூடாக இருந்தது. வெறும் வீட்டுக்குள் அந்த நாய் நாலுகுட்டிகளை ஈன்றது. ஒரு குளிர் இரவில் உயிர்க் கீச்சிடும் குட்டிகள். கல்தொட்டியில் கூழ்வார்த்த பள்ளிப்பிள்ளைகள் குட்டிகளை கண்டார்கள். மடுதள்ளிய நாய் ஈன்ற சுவாதீனத்தில் மண்ணைக் குழிபறித்திருந்தது. எத்தனை அழகான குட்டிகள். அவற்றின் குரலில் நீங்காத வாழ்வு. தாய்மடியில் ரத்தம் பாலானது. முகத்தில் அச்சுறுத்தும் பாவம். யாருமில்லாத ஊரில் பஞ்சத்தைக் கண்ட நாய் மடுவில் பால் ஊர்ந்து வருகிறது.

மாட்டின் முதுகில் தார்முள் குத்திய வடுக்கள். கழலைவந்த கழுத்து. மாட்டுக்கு முரட்டுத் திமில். ஈக்களால் புண்ணில் சதை ஆடும். ரொம்ப காலமான கந்தல் தாட்டுத் தொழுவத்தின் கிழிசல்களிடையே கொம்புக் கழல் ஓசை. காடியில் கூளத்தை மாடு கடிக்கும் காய்ந்த மொருமொருப்பு. பெருமூச்சு. தொண்டைக்குழியில் மாட்டு எச்சில். புட்டத்தில் ஒட்டிய பெரிய ஈயை வாலைக்கொண்டு தொடையில் தட்டி விரட்டும். தேய்ந்த கல்தொட்டியில் ஊரத்தண்ணீரின் புளித்த காடியை முகத்தை முக்கி உறிஞ்சும் தாகம். கன்று அழகான செவலை முகத்தை நீட்டிப் பார்த்தது ஆள் இல்லாத தெருவை. மாட்டின் பெரிய பெரிய கண்களில் களை பொருந்திய சுபாவம். கன்றின் இளங் குருத்தான மூக்கந்தண்டில் ஈரம் கசிகிறது இவ்வளவு வறட்சியில். தாழ்வாரத்தில் சாட்டைக் கம்பை சொருகி இருந்தது. சம்சாரியின் ரெண்டு காளைகள் கொம்பை ஆட்டி சிம்புகின்றன. காடியில் குளுதண்ணி மணம். கருவக்கட்டையில் செதுக்கிய ஏர்க்கால் இன்னும் ஒண்டிக்கப்படாமல் சாத்தியிருந்தது அடுத்த வீட்டுச் சுவரில். 'மலைப் பட்டி' மருமகள் சாணியால் தரையை மெழுகிய ஈரம் காயவில்லை.

காளைமாட்டின் கொம்புகள் மண்ணை முட்டி மழுங்கிப் போயிருந்தது. நெத்திக் கயிற்றில் குஞ்சம் தொங்கி அசையும். அடிக்கடி

மாடுகள் பயிரிடாத காட்டைத் திரும்பிப் பார்த்தன. காடியில் கூளம் தீர்ந்து வாக்கப்பட்டு வந்த மருமகள் வாடக்கரடுகளை பிடுங்கி வர காட்டுக்குப் போனாள். வீட்டில் சமைந்த குமரு பல வருஷங்கள் ஆகியும் கெட்டிக்கொடுக்காமல் வயனம் காத்தாள். சுத்து வட்ட கண்படாமல் முகம் வெட்கினாள் இருளாயி. தஞ்சாலூர் பக்கம் கருது அறுப்புக்கு ஏகிய முறைமாப்பிள்ளை தொரட்டியை மாமா எடுத்து வந்துவிட்டார் 'தங்கம்மாள்புர'த்திலிருந்து.

ஓட்டுவீட்டில் சாய்ந்திருக்கும் முறைகாரன் தொரட்டியை நோக்கினாள் இருளாயி. 'திருமலாபுரம்', 'கோடங்கால்' ஊர்களி லெல்லாம் ஆசைப்பட்டு பெண்பார்த்துப் போனார்கள். 'சரி... மாட்டேன்...' என ஒருவார்த்தை இருளாயி சொல்லவில்லை. பனி நேரம் ஒண்டிப்படுத்துக் கிடக்கும்போது கரிச்சான் கூப்பிட்டது அவளை. கவுதாரி சதாகாலமும் பொட்டல் புதர்ச் செடிகளிடையே சாம்பலாகிக் கிடந்த காட்டில் கரையான் தேடிவரும்.

பாழடைந்த வாழ்வு வீசிய காற்றில் பனைகளில் உரசும் ஓசை. ஊமைப்புறா பாங்கிணத்தில் அடையும்போது பதிலைச் சொல்லி விடும். குக்கூக் கூ.... உக்கூக் கூ.... வென மனம்விட்ட வெளியில் கரையும் துயரம். மனசாட்சியில் தொரட்டி முனைமாட்டிக் கொண்டது. அவர்கள் காட்டு வழியாக நடந்து போனார்கள். பல வருஷங்களில் தழுவிய காற்றில் மண் உடம்பு முலைகளில் சுரந்தபால் ஊரின் வெளிச்சம் அது. வீட்டில் கிடந்த பழைய மஞ்சணத்தி நாற்காலியை புளியமரத்தடியில் போட்டு காத்திருக்கிறார் தூக்கத்தில். உள்ளுணர்வு களை விழிக்கச் செய்யும் காட்டு மௌனங்களில் அரிச்சலாகக் கேட்கும் ரகஸிய உரையாடல். நள்ளிரவைக் கடந்து சில வீடுகளின் கதவைத் திறந்து மாடுகளை பத்திக்கொண்டு தேசாந்திரம் போக, கமுதிச் சந்தையில் விற்க வேண்டியதாயிற்று. ஒவ்வொரு மாடும் கம்மாய் கரையில் திரும்பிய நிழல். வாசனை உள்ள தொழுவங்களில் உரையாடிச் சென்றதை ஒலிக்கும் பல்லி. கடந்துவருகிறது தூங்கும் நாற்காலி அருகில், துயரைச் சொல்ல தாத்தாவிடம்.

6

நந்தன வருஷப் பஞ்சம்

ஆயத்தம் போட்டு சிறுமிகள் வருவார்கள் ஊசிமாதாவிடம். பீடத்துக்கு வந்து உதவிசெய்வார்கள். 'வேளாங்கன்னி' போன கிழவியும் அங்கிருந்தாள். 'புளியம்பட்டி' அந்தோனியார் கோயிலில், பைத்தியம் பிடித்தவனைக் கொண்டுபோய் நிழலில் வைக்கவும் சற்று இளைப் பாறினான். மொட்டை போட்டு, கிடாய் பலி கொடுத்து காலில் செம்பு வளையம் போட்டுக் கூட்டிவந்த செவத்தையாவும் பெஞ்சாதியோடு ரயில் ஏறிவிட்டான். வெறுங்கால்களுடன் வயல்வழி சுற்றி கடல்மீது கன்னியின் விழித்திறப்பை நேருற்றாள்.

மண்ணில் கோடுபோட்டு பாழ் அழுத குருசடிப் பெண்களின் கருத்த கரங்கள் வயல் அறுத்த கருக்கு அறிவாள் வீசி வீசிப்போன அறுப்புக்காலம். 'ஏசுவடியாள் கிழவி' சொன்ன பாடாந்திரங்களில் உப்பு நீண்டு உறைந்திருந்த கண்ணீர் ராச்சியத்தில் சிருஷ்டிக்கப் படவில்லை. நெல் கிண்டியவாறு பிறர் கஷ்டம் கேட்டு அழுதாள் 'சாராள்.' 'ராஜ காந்தம்,' 'கூரியாயி', 'மாயழகி' ஆகிய மூதாட்டிகள் ஆதக்காளோடுஉப்புரயில் ஏறியவர்கள். எத்தனை காலமானாலும் அவர்கள் பூமியில் தரித்திருந்தார்கள். 'ஓரியூர்' அருளானந்தர் கூடத்தில் பித்துப் பிடித்த 'சவரியம்மாள்' மகள் 'காணிக்கைமேரி' அண்ணன்மார் போன திசைக்கு வந்துவிட்டாள் அம்மாவுடன். பைத்தியம்பிடித்த சவரியம்மாள் தரிசான 'பனையூரை'ப் பற்றி பிதற்றியவாறு இருந்தாள். சில நாட்களில் வந்த இடத்தில் தெருப்பிள்ளைகளைக் கூட்டி தலை முடி கோதியவாறு இருட்டில் சொன்ன ரயில்பாதை சேதுச்சீமை விட்டு தயங்கிக் கிளம்பியது. மண்ணெங்கும் சிதறிய அருளாநந்தரின் உதிரத்தில் எரிசெவல். வெப்பக் காடுகளில் தேம்பினார்கள். பனை களுக்கிடையே அலைந்த வாழ்வு பாழாயிற்று.

சவரியம்மாள் பைத்தியக்காரியானாலும் இருமுலைகளில் பால் வாசம் வீசியது. அடுத்தவர் பிள்ளை அழுதால் மாத்துப்பால் தருவாள். அவள் கழட்டிய ரவிக்கையிலும் பால் மடி கனத்தது. அவள் புருஷன் 'ரோசப்பு' கதிர் மணிகளோடு குலுங்கி அழுதான். 'கடவுளே... நான் அவளை வெறுக்கவில்லை' என்றான். 'அடுத்த பிள்ளைகளின் வாய்வடுவில் பால்துளி ஊர்ந்தது. நீ அப்படித்தான் சவுரி.' அவளுக்கு ரவிக்கையை போட்டுவிட்டு கைப்பிள்ளையைத் தூக்கிக்கொண்டு வயல் அறுப்புக்கு ஏகினர் ஆற்றுவழி.

பாலின் ரகஸிய சுவாசம்பட்ட நாளில் ரோசப்புக்கு அப்பத்தா ஞாபகம் வந்தது. பாட்டியின் கண்களில் தங்கினார்கள். அவள் இமை ரெப்பையால் காடுகளை அசைத்தாள். மனைவியும் குழந்தைகளோடு பாட்டியை கூட்டிக்கொண்டு நென்மேனிவேதக் கோயிலுக்குபோன திருவிழா ராட்டினம் சுற்றி உப்பும் மிளகும் தூவி அந்தோணியாரை சேவித்தாள் அப்பத்தா. அவள் கைகளுக்குள் நுழைந்த உப்பு இன்னும் இருக்கிறது. இவ்விதமாய் உப்புரயில் தன் வழிகளைக் கற்றுக் கொடுத்தது ஆதக்காளுக்கு.

'ஆப்பனூர்வாசிகளில் இருகிளை பிரிந்து குருசடிக்கு வந்தது ரெட்டைபிள்ளைகளான சிலையத், தலையேத் ஆகியோருக்கு வந்த வாதநோயினால் தான்' என்றாள் அபூர்வமேரி அக்கா. அவள் இடைக்காட்டூர் வேதக்கோயிலில் கன்னியாஸ்திரீயாக இருந்தாள். ஊருக்கு வரும்போது பொம்மைகளும் கனிகளும் கொண்ட அவள் ஆசாபாசமெல்லாம் அடுத்தவருக்காக இருந்தது. ரோசப்பு சவரியம்மாளை பிள்ளைகளோடு களஞ்சேரிக்குக் கூட்டிக்கொண்டு வந்தபின் அபூர்வமேரி அக்காவிடமிருந்து லிகிதமே வரவில்லை. போன இடம் தெரியாமலிருக்கும். ரோசப்புக்காக அபூர்வமேரி இருந்தாள் என்ற ஊர் கதையும் கரையாமல் புஸ்தகத்தின் கரம்படாமல் காற்றில்அலைவதாயிற்று. சூரியனின் முகம்படாத இருண்ட ஊற்று பனையூர் பெண்ணிடம் இருக்கும். நாதியில்லாத பனையைப் போன்று கருத்தவள் அபூர்வமேரி.

சுனையுள்ள காட்டு இதயம் பனையாகவும் அபூர்வமேரி யாகவும் இருக்கும். அவள் வார்த்தைகளில் எத்தனையோ பழைய ஏற்பாட்டிலிருந்த கதைகளும் நடப்பதுபோல கைகளை விரித்து உணர்வின் அந்தரங்க இருப்பில் தொனி கொடுப்பாள்.

தாயம்மாளின் இளைய சகோதரியான சண்முகத்தாய் 'மேலக் கரந்தை'யில் இருந்தாள். அந்த ஊரில் தையல்மிஷின் போட்டு கழிந்த காலம். மூத்தவனும் நடராசனும் பலகை அடைப்புள்ள சிறுகடையில் காசாப்போட்டு சட்டை தைக்கவும் பழகிவிட்டார்கள். அருணாசல மாமா ஜவுளி தூக்கி தலைச்சுமை இறங்கிய கிராமங்களில் அவர் கால்படாத ஊரே இல்லை. அத்தனை எளிய சனமும் சண்முகத்தாய் மக்கள் தைத்துக் கொடுத்த சீட்டித் துணி, லாங்கிளாத், காடாத் துணி, லங்கோடு, கல்லிஜிப்பா, ஆண்கள் அணியும் பை வைத்த பாடி என கீகாட்டு தையல்பாணி பிரசித்தம். பெரிய காலர் வைத்து இரும்புத் திரை சட்டை போடும் கடுக்கன் அணிந்த கிருதாமீசை வைத்த கீகாட்டு

ஆட்கள் ரேக்ளா வண்டி ரேஸில் பேர் போனவர்கள். வருஷம் பத்து பந்தயம் அந்தப் பக்கம் மனிதரை பீடித்து கூச்சலிட்டது. கரிசல் முருக்காய் விளைந்து கம்மஞ்சோறும் களி மண்ணும் விழுங்கிய வயிறுகள் பின்னே திண்டு முழுங்கிய சஞ்சலத்துக்கு ஆட்பட்டது.

யார் கண்ணுக்கும் தெரியாமல் நுழையும் பஞ்ச காலத்தை மாடு களின் பெருமூச்சுவழியாகவும் காகங்கள் கூடு கட்டும் வாகைப் பார்த்தும் அறிந்துகொண்டார்கள். பாப்ளின் துணிக்கு பிரியம் அடைந்த இளந்தாரிகள் சண்முகத்தாய் மக்களிடம் அளவு கொடுத்து மிஷினைச் சுற்றிப் பல ஊர்க்கதையும் சோளரொட்டிக்காரன் சைக்கிளில் வரும் போது காக்கை கூப்பிடும் சோளரொட்டி வாசமுள்ள மேலக் கரந்தை நாட்கள் ஊருணித் தண்ணீரில் அசைந்த பெண்களின் சின்னஞ்சிறு குரல்களுடன் சதா ஆள் நடமாட்டத்தில் ஊரே செழித்திருந்தது.

அந்த ஊர் நெய்கரிசலில் தவசத்துக்குப் பஞ்சமில்லை. சண்முகத் தாயின் அக்கா சுப்புத்தாயை காடல்குடியில் கொடுத்திருந்தது. அவ்வூரில் பூர்வீகப் பிஞ்சையில் மல்லியும் குண்டுமிளகாயும் பிடித்தது. போகவர மல்லி வாசனை. ‘வாதலக்கரை’ சித்தையா உப்பு ஏற்றிப்போன வண்டி ஊர் ஊராய் கூவிய தெருவில் படியளந்தான் தானியத்துக்கு. சித்தையாவுக்கு ரெண்டாம் தாரமாய் வாக்கப்பட்டாள் மாணிக்கம். மதினிக்கு பத்து களஞ்சு நகை போட்டாள் தாயம்மாள். பொண்ணு மாப்பிள்ளையும் விருந்தாடிப்போன மார்த்தாண்டன்பட்டி பாதை மீனாட்சிபுரத்துக்குள் அய்யனார்கோவிலைச் சுற்றி சிதறுதேங்கா யுடன் வண்டி போகிறது. ஊர் ஊருக்குக் குறுக்கே வண்டிப் பாதை. களிமண்ணில் பைதா சொருகி மாடுகள் வாதையுடன் இழுத்தன மூர்க்கமாய்.

உப்போடை மணலில் சக்கரம் சரசரத்து அக்கா தங்கை பிரியங் களுக்கெல்லாம் ஓடை வளைந்தது. பனையின் ஓசையும் கூப்பிடும். இடைவெளிப் பிஞ்சைகளில் மும்முரமான சம்சாரித்தனம். லெட்சுமியாபுரம் பிச்சை தலையாரி. ஒன்றுவிட்ட மகன்முறை. காத்திருந்த குமருகளும் சொந்த மாப்பிள்ளைகளை விட்டு கிளை கொத்தாய் பிரிந்தனர். மதினிக்காரி பேச்சைக்கேட்டு தஞ்சாவூர்போன ஆட்களுடன் சுப்புத்தாய் கணவனும் புறப்பட்டது. ஒரு காக்கை சகுனம் பார்த்து வேண்டாமென்றாள். ‘அக்காவுக்கு துணையாகப் போகிறேன் நீ போய் அய்யா வீட்டில் இரு’ என்றார் செண்பகத்தார். காட்டில் விதை முளைத்து களை எடுப்பு நடந்து கொண்டிருந்தபோது பெண்கள் குனிந்து நிமிர, சுப்புத்தாய் புருஷன் விடைபெற்றார்.

செண்பகத்தார் அக்காளை கூட்டிக்கொண்டு தஞ்சாலூர் பக்கம் போகவும் வருஷம் கொஞ்சப்பேர் வந்து சேர்ந்தார்கள் களஞ் சேரிக்கு.

7

பூனைக்குத்தி

இங்கே நாகலாபுரம் சீமையில் குருவி குடிக்கக்கூட ஒரு சொட்டு தண்ணியில்லை. அறுப்புக்காரர்கள் கூட்டம் கூட்டமாய் ராமநாதபுரம் சந்தையில் வேஷ்டி வாங்கி கட்டிக்கொண்டு ராவுத்தர் கடையில் ரேகைக்கு பணம் வாங்கி நம்பிக்கையாய் பயணம் செய்தார்கள்.

‘மாவிலங்கை’, ‘பாக்குவெட்டி’, ‘எருமைக்குளம்,’ ‘இடிவிலகி’ ‘கொம்பூதி’ புழுதிக்காட்டில் கால்கடுக்க வெளியேறி வந்த பாதைகளில் உடைமரமும் பனையும் நிழல்விட்ட வேனலில் பொடிக்குருவிகள் கண்ணுக்குத் தெரியாத விருவில் ஈரம் கசியும் ஒலி.

நீலமாகப் பரந்து கிடந்த வானத்தில் மேகம் கூட இல்லை. ரெண்டு வருஷங்கள் வறண்டு களையிழந்த கரிசல் வெயில் பிசைந்து ஈரத்தை வாங்கும். அனல் கக்கிய நாவுகளில் சாம்பல் மூடியமண். பெண்களும் பிள்ளைகளும் தூக்கத்தில் இருந்தார்கள். ‘அஞ்சுராம்பட்டி’யில் ஆட்கள் சுருங்கிவிட்டார்கள். பருத்திவிதை ஆட்டிய உரல் காய்ந்து வெளுத்த மாட்டு எலும்பாய் மூச்சு. அங்கங்கே காகங்கள் தனித்தனியே மிதந்தலையும் வேனில். பெயிண்ட் உதிர்ந்த ஹெர்குலிஸ் சைக்கிளில் ஓசைப்படாமல் ஏலம்போடும் ஜவுளி வியாபாரி அணைந்த காண்டா விளக்கை சொருகியிருந்தான். கருகிய திரியில் சீமை எண்ணைக் கசிவு.

பஞ்சாயத்து தீர்வைக்காக கிராமமுன்சீப் தலையாரியுடன் பெரு நாழிக்கும் சாயல்குடிக்கும் இடையில் உவட்டுக் காட்டைப் பார்த்து திரும்பினார்கள். கடுகுச்சந்தை சேதுபதி சத்திரத்தில் நரிக்குறவர் கூட்டம், ஊரில் பாடிவந்த தவசத்தில் குறிசொன்ன குறத்தி உலை வைத்திருந்தாள். காட்டுப் பூனை வேட்டைக்கு பூனைக்குத்தியும் கவட்டைவில்லும் கைவசம் இருந்தது.

ஊர் மௌனமாகிக் கிடப்பதில் குறவர்களுக்கு மனசில் கலவரம். ஒன்றும் பேசாமல் அடுத்த கிராமத்துக்கு போகிறார்கள். உடை மரத்தடியில் குளுந்து உருளும் காற்றில் மூச்சு வாங்கும் குறவன் பொதிமாடு. ஈராச்சி வெத்திலைக் கட்டு வியாபாரி ஓட்டமும் நடையுமாய் கானல் சுருளும் பாதையில். இருக்கும் பெரியவர்களுக்கு

ஊர்வாசனை மெல்ல வெற்றிலையும் சுண்ணாம்பு டப்பியும் சாத்தூர் நரிமார்க் பொடியும் போதும். செவத்தையாபுரம் சுகந்த மூக்குப்பொடி அளவான வாழைமட்டையில் நார் சுற்றிய காலம். அதற்கென்ற கல்லிஜிப்பாவும் பல் வைத்த தோல் செருப்பும் அணிந்தவர்கள் நாடு சுற்றிப்பார்த்து செவத்தையாபுரம் சுகந்தத்தில் திறக்கும் உணர்வு ஊரின் சாயை தோய்ந்த பழக்கம்.

இருட்டில் புறப்பட்டவர்கள் நாலுகல் நடந்து கல்லோடைக்கு அப்பால் பயங்கரமான கெட்ட கனவைப் பிளந்து உவர்நீரைக் கோரிக்கோரி குடத்தில் சேகரித்தார்கள். தண்ணீர் கசந்தாலும் வடிகட்டிக் காய்ச்சி ஆற வைத்து குடித்துக் கொண்டிருந்தது ஊர். அப்படி ஒரு கைப்பு. உப்போடை மணலுக்குள் சுழற்சுனையாக ஓர் கொடுங்கனவு. அதை ராவிருட்டில் போய் கடப்பாரையால் உடைத்து ஒவ்வொரு தண்ணீராய் கழித்து சூடாய்வரும்போது போணியால் சுரண்டி நீர் மொண்டுபோனார்கள். கிடைத்த நீரில் அருமையில்லை. ஏதோ பழைய உணர்வுகள் உடைமரத்தைப் பற்றிக்கொள்ளும். அவ்விடம் போன பெண்கள் தனிமையில் வாசம் செய்தார்கள். சலனமுற்ற உப்பு நீர் தொனித்த குரலில் ஆவி கரைந்திருந்தது. கூழாங்கற்கள் உரசிப் பேசும் வார்த்தை.

கிழவியின் கையில் ஈயவளையல் இரண்டு கைக்கு குளிர்ந்தது. தன்னையும் கொண்டுபோய் மகனிடம் சேர்க்கும்படி கேட்டாள். 'ஒரே அபாந்திரமாக இருக்கு. சாம்பல் இப்பிடி விளையுது பூமியில். கெட்டது வாரமாரி தெகப்பா இருக்கே. கெனாவில மாடுபோன காட்டில யாரோ கூப்பிடுதாக... எல்லோரும் பெழக்கப்போங்க... அது வரைக்கு நா இருப்பனப்பா...' என்றாள்.

எப்போதுமில்லாத காற்றில் சுவாசித்து வந்த கேடுகாலம் போல் பட்சிகள் திசை மாறிப்போகின்றன. வெயிலில் அலைந்த மாடு களுக்கும் இரவில் வரும் பயங்களுக்கும் பாட்டி காலில் மந்திரித்து கம்பளிக்கயிறு கட்டினாள். கழுத்தில் சங்கும் மரங்களுக்கு காப்பும் கட்டி உயிர்வாழ கருப்புச் சேவலை வழிவிட்டானுக்கு காவு கொடுக்கவும் மரங்களில் வீசிய துயரம் குறையலாயிற்று.

8

வாள்மேல் நடந்த அம்மன்

முளைவாரி அமுதளித்த நாற்றங்கால்நிலம், 'வாள்மேல் நடந்த அம்மன்' பூமிவாடுமென்று நினைக்கவில்லை. தெற்குத் தெருவில் நூற்றிப்பதிமூன்று வயதான 'மருதாத்தாள்' வாள்மேல் நடந்து மழை கொடுத்த நாளில் 'ஆக்கவயல்', 'அளவிடங்கான்', 'கலங்காதான் கோட்டை', 'முனைவென்றி' வரை பெருகிய கண்மாய் உடைப் பெடுத்ததும் கரையடி அம்மனுக்கு காவு கொடுத்த சேவல் கண்ணை உருட்டிப் பார்த்தது.

அளவிடங்கான தெக்குத் தெரு வெளிச்சத்தில் மருதாத்தாள் சீரம் தொட குறுக்குச் சந்து வழியே வந்து குனிந்து வாக்கு கேட்டார்கள் கிழவியிடம். மருதாத்தாளைச் சுற்றி முளைப்பாரிப் பாடலும் கும்மியும் கூடிவந்த குமருகளும் பிள்ளைகளும் விபூதி வாங்கிப் போன கருக்கிருட்டில் ஊர் இருண்ட மழைக்குள் எத்தனையோ பூச்சி உயிர்க் கூச்சல். சுவர்களைத் துளையிட்ட மழைக்குரலில் பேசினாள் மருதாத்தாள் கிழவி. பண்டாரவீட்டு பெண்களும் பனையேறிகளும் மேஸ்திரிமார் தெருவழிபோய் காட்டைப் பார்க்க புல் விளைவாயிற்று.

நாடாக்கமார் தெருவை ஒட்டிப்பிறந்த கருப்பட்டி குடல் இனிக்க பிள்ளைகளை ஈன்று சேனை வைத்துக் குலவை. அவ்வூர் பூர்வீகம் கருப்பட்டிக்குப் பேர்போனது. சமாதியெங்கும் எறும்புப்படை. முள் மரங்களில் இறங்கிவந்த கட்டெறும்புகளைக் கல்லாய் சபித்த மருதாத்தாள் ஊர்மேலும் சாபமிட்டாள். வாள்மேல் நடந்த அம்மனுக்கு நின்றுபோன எட்டுவருஷக் கொடை நிகழ்வில் பங்கம். தீர்த்துவைத்த பெரிசுகளும் சொல்லானபின் சனம் ஒருத்தருக்குத் தெரியாமல் ஒருத்தர் வெளியேறும் நிலை. கரிசல்மண் திரடு ஏறிய கம்மாய் பொந்துகளில் மூச்சுவிடும் அரவுகள் ஒத்தையடிப் பாதையாய் ஊர்ந்துபோய் ஆள் நடக்கச் சுருண்டுவரும். நல்லதண்ணிக் கிணத்தை எட்டிப்பார்த்து அடுத்த ஊர்போகும் பெண்களின் கைகளில் காலிக்குடங்கள் ஊளையிட வெள்ளி விடியுமுன் ஓடையூற்றில் குனிந்த பெண் 'முனைவென்றியூர்' சனம் எறும்புகளாய் ஊரைவிட்டு கிளம்புவதைப் பார்த்தாள். உச்சி முள்ளில் இருந்து கருப்பு எறும்பு எட்டிப் பார்த்தது. தெருச் சுவர்களில் ராஜியம் கொண்ட எறும்புப்படை கீழிறங்கி பயந்த குரலில் கேட்கும் 'போகவேண்டாமே. மருதாத்தாள்

பேரைக்கேட்டு பஞ்சம் போய் விடும்... கரிசல் விருவில் தானியம் ஒளித்துவைத்திருக்கிறோம்... கிளம்பிப் போவோம்'மென அழைத்ததும் கேட்கவில்லை.

முனைவென்றிப் பிள்ளைகள் காடெல்லாம் எறும்புத் தானியம் சேர்த்து அலைந்தார்கள். ஒவ்வொரு நாளும் கைநிறையப் புல் தவசம் கிடைக்கும். தூரெல்லாம் விரிந்து நிற்கும் வேலிக்கருவைகள் முள் காட்டும். சாம்பல் அனல் சேர்ந்த நிழல்களில் தாமசித்தார்கள். இன்னும் வெகு தொலைவு போக வேண்டும். உப்பரித்த பொட்டலில் வரைந் திருந்த ஊச்சிக்கூடு.

கிட்ணம்மாள் கைப்பிள்ளையைக் கருவைமரத்தில் தொட்டி லிட்டாள். தீராத காற்று தாலாட்டி கருவண்டு வழியை இழைத்த சுவாசத்தில் காடு விரிகிறது. தனிக்காட்டில் கரும்பறவையென தொட்டில் ஆடும் குழந்தை கரைந்து அழுதது. அதை எறும்புகள் கேட்டு கூட அழும்.

கிட்ணம்மாளின் வேர்த்த மேலில் மாராப்பு தொட்டிலில் வளர்ந்த மருதா. சாய்ந்துபோன மாலையில் முனைவென்றி சொக்குபிள்ளை கடைக்கு விறகு விற்றாள் கிட்ணம்மாள். அப்புறம் இருட்டும் புகையும் நெஞ்சுப்படபடப்பும் கூட உலையில் அரிசி கொதித்தது. இருட்டின் தீ நாவுகளில் முனைவென்றி. கடந்த இரவு அவள் விடுதியான கூந்தலில் கோழிக்குஞ்சு மாதிரி சவண்டு கிடந்தான் புருஷன். தனுஷ்கோடி சுருட்டுச் சாம்பல் உதிர்ந்த தரை. கைமிஷினைத் தூக்கிக் கொண்டு பட்டிக்கு போவான். வெட்டுத் துணி மடிக்க அவன் பெருவிரல் நகம் நீண்டு சுருட்டு வாசனை அடித்தது.

டெயிலர் பெஞ்சாதி, கிட்ணம்மாள் புருஷன் தைத்த ஜம்பருக்கு காசாபோட்டுத் தருவாள். கை மிஷனோடு தஞ்சாலூர் பக்கம் போனால் பஜார் தெருவில் கடைபோடலாம். எந்த ஊரிலும் கிழிந்த துணி இருட்டில் ஓர் அகல் நெளியும் வீடு கிட்ணம்மாளின் வீடுதான்.

சுருட்டு நிறத்தில் ஆன நீண்ட நகத்தால் அவள் கூந்தலை காற்று மாதிரி வருடினான். விளக்குத்திரி கருப்பு நாக்கைத் தூக்கிக்கொண்டு சன்னமாய் எட்டிப் பார்த்தது. குழந்தை மருதா கேப்பைத்தாளாய் சவண்டு பூனையாக மெலிந்து குணங்கும் இரவு. உமி அடுப்பு மாதிரி அவனின் தேகம் கனகனவென உணர்வு பீடித்த நேசத்தில் மூழ்கிய விழி இமைகள் காந்தலான உப்பில் அவிழ்கிறது. ஒருபொட்டு தூங்க வில்லை இருட்டு.

வறட்டுப்பனி சுவர்களில் நுழைந்து இருட்டில் வெளிரவைத்த

மயக்கம் வாழ்வாகிறது. மௌனமும் பனியும் காதில் தொனித்ததென்ன?

அவனுடைய சுவாசம் இழையாகப் பிரிந்து உடல்கோர்த்த வாதையும் மோதிய உணர்வுகளும் தீராத அலையில் மீள்கிறாள் சிலவேளை. மூக்கின் ஓரம் கண்ணீர் பிதுங்கிய உப்பு அவன் உதடுகளைத் தொடும். அவள் ரவுக்கை பித்தான்கள் வெடித்துத் திறந்த மார்புகள் ஏந்திய கருந்துளைகளில் பால். மீனாக நழுவி நுழைந்த மருதாவின் உதடு களில் மூட்டி வெப்பமான பால் நாவில் வெதுவெதுத்தது. உள்ளுக்குள் திரிவிளக்கின் கருநாவு உடலில் பட்டு நகர்ந்தே தூக்கத்தில் இச்சையும் சேர அந்தரங்கத்தில் அவன் மனைவியும் குழந்தையும் இருப்பதில் ஆசுவாசமடைகிறான்.

தட்டான்பிடிக்கப் போகிற குழந்தை மாதிரி அவனுக்கு இஷ்டமானது அவள் கூந்தலில் தோன்றும் இரவுவனம். ராப்பூராவும் நீர்க்கோழி மாதிரி அலைகளில் ஒலித்த கோடு. கூந்தலையே தொட்டுக் கொண்டிருப்பான். கிராமத்துக்குள் பேச்சு சத்தம் குறைந்திருந்தது. ஓலைக் கூரை இற்றாலும் ஒடிகிற தொனி கேட்கும். சருகு ஒடிகிற மௌனத்தில் இருந்த ஊர் உள்ளே கலவிகொண்ட உடல்கள் பஞ்சத்தைப் புணர் பாகத்தில் உயிர்ப்பிக்க எத்தனிக்கும் வாழ்வு. உயிர் வாழ ஈரமான இரவும் கிட்ணம்மாளின் பால்நெடி வீசும் கண்டாங்கிச் சேலையும் மோந்து பார்த்த இருட்டு பின்வாங்கிச் சுருண்டது கிழிந்த துப்பட்டியில்.

காமத்தை வேண்டி இரைந்த பூச்சிகள் நாவில் சுவர்மண் ருசித்த வாழ்வு. ஏங்கும் மண் உடலாகி ஊடு புகுந்த அரவுகளின் பிணையலில் மேகம் திருகிப் பிழிந்த ஒருபாட்டம் மழையில் விளக்கு வெளிச்சத்தில் சோழிகள் சுழல்கின்றன உருண்டு. நீர்த் திவலைபட்ட கருவில் தரிப்பதான காடு. முள்முனைகள் மண்கீறிய பச்சை நாவில் தொட்டு ஊர்ந்த கலவி எலும்புகளைக் கோர்த்து மொடு மொடுத்தது.

அர்த்த ஜாமத்தில் மாட்டு வண்டியொன்று தெருவைக் கடப்பதில் புலப்படாத சக்கரங்களில் மணல் உரசும் ஒலி. கால்குளம்படி தட்டிய காடும் வெளுத்திருக்க கிளம்பிப் போவது மாட்டு வாசனையில் புரிந்தது. மூல வீட்டுக் காளியம்மாளும் அரிச்சந்திர புராணமாய் சாம்பல் காடு விட்டு பரமக்குடி போகிறாள். காளியம்மா பிள்ளைகள் அலைந்த காடு வெறிச்சென்றுவிடும். மாடுகள் துள்ளாமல் உயிர் வைத்து இருக்க முடியாது. அநேக வீடுகளில் வைசூரி விளையாடி யிருந்தது. பூசாரி குதித்து விழுந்து ஊரைக் கொம்பு சுற்றி குலவை போட்டு வேப்பங்குலை பிடித்து நாக்கைத் துருத்தி மாரி உருவெடுத்து

ஓடிச் செல்லும் பதைத்த தெரு. முதல் பெண்ணுக்கு வைசூரி கண்ட நாளில் தாழ்வாரத்தில் வேப்பிலை வைத்து கதவை முட்டினார் பூசாரி. தெருச்சனம் கூடி வாக்கு கேட்டது பண்டாரத்திடம். வேப்பங் கொளுந்தைமென்று ஆடி ஆடி கசப்பு ஏறிய நாக்கில் சூடம் விழுங்கி பாடுவிழுந்தார். பக்கத்து ஊரிலிருந்து கோயில் மரத்தில் இலைகள் தெரிந்த இருட்டில் ஏறிக்கொண்டு போன அக்கினிச்சட்டி தீமூண்டு ஆடிவரும் குலவை.

வேப்பிலையில் வைசூரி கண்டவரையும் குழந்தைகளையும் படுக்க வைத்து நீர்மோரும் இளநீரும் கொடுத்து உஷ்ணத்தை ஆற்றுகிறாள். வைசூரி கண்ட கிராமம் என்று தனியாகத் தெரிந்தது. தெருவில் இறங்கிய முத்து மண்ணில் கலந்த துடி கால்பொத்திப் போன காற்று. மாரி கொண்டுபோன சிலருக்காக யாரும் அழவில்லை. நாட்களை என்ன செய்ய முடியும். நடையைக் கடந்துதான் மாரி வந்துகூட இருந்து எத்தனையோ ஊர் உணர்வுகளில் ஏறிய துயரமாய் பீடித்து மெல்ல இறங்கி திரும்பிப் பாராமல் ஆயிரம் கண்களில் விழித்த கரு மிதக்கும் கொடுங்கனவுகள் ஆறித்தான் அயலூர் போகிறார்கள் நடக்க மாட்டாமல்.

9

வெண்ணாற்றுக் காலரா

'கம்னாட்டி பயக கம்புக்குள்ள ஏர் ஓட்டனும்ரான்' சோழ சீமைக் காரனுக்கு பயிரடிக்கத் தெரியவில்லை. தண்ணீர் ஏறாத இடங்களில் கம்பு விதைப்பு. ஊடு உழவு பற்றி ஆண்டைகளுக்கு விபரம் சொல்லவும் கேட்டுக் கொண்டான். பல பயிருக்கு ஏரடித்தவன் வைக்கோல் ஒன்றில் தஞ்சமானான். குடித்துவிட்டு வைக்கோல் போரில் விழுந்த ரோசப்பு 'என் பிள்ளைகளே திரும்பி போங்கள். சவுரி... ஆதக்காள் வயது சென்றவள். இனி அவளை ஆப்பனூர் ஈமக்காட்டில் காவல் வை.'

ஆணும் பெண்ணுமாய் கூடிக்குலவையிட்டு வந்தேறிக் கூட்டம் பிள்ளைகளைப் பெற்றார்கள். நீரின் கண்ணிமைகள் அலையாயிற்று. காவிரி கண்திறந்தாள். சிசுவின் கரத்தில் நெற்கதிர் வைத்தாள் ஒரத்த நாட்டு மருத்துவச்சி. சம்பாவின் வாசனையை நாசியில் உணர்ந்தது குழந்தை. விளக்கின் உள்ளே நெற்கதிர் வளைந்து நாணிய மஞ்சள்நிறம். குழந்தைக்கு சரீர நெல்ரேகை முளைத்தது. பிள்ளையை

அணைத்தவாறு கதிரடித்தார்கள். அம்பாரத்தில் விழுந்த குழந்தையைப் பார்த்த ஆண்டயம்மாள் சிரித்தாள். பழைய சீவரம் கொடுத்து நிலாச் சோறும் உறுதியானது. உள்ளங்கை ரேகையிலிருந்து காவிரி பிரிந்து போன பாதையில் அலைகிறார்கள். சகதியில் ஒளிர்ந்து கொண்டிருக்கும் பெண்கரம் மீனாகத் துள்ளி வளையும். காவிரி அடியில் ஈச்சம்படல் அமைத்த கூரைகள் தோன்றியது. ரகஸிய அழைப்பாக ஆப்பநாட்டு வாசிகளும் தேடிவந்தார்கள் போனவரைப் பார்க்க.

பலமேனி கண்ட நெல்லுக்கு கணக்கெழுதும் கீகாட்டு செட்டி மகன் படியாட்களை எண்ணி தவசக்கணக்கும் எழுதினான். பற்று இல்லாதவர்கள் பற்றியிருந்த கதிர் அருவாள் கை இன்னும் முரட்டு வேலை செய்யும். நெல்லைத்தொடு உணர்ச்சியால் மிருதுவான பாடலாக்கி கரையவிட்ட பள்ளுப்பாட்டுக் கட்டியவனைக் காண வில்லை. விரல் நுனிபடாத இசையில் வயலின் சங்கீத வெளி. ஓரமாய் ஒதுக்கிக் கொடுத்த ஈரத்தரையில் குடிசைகள் போட அவர்கள் சரீரம் படவும் வறண்டுபோனது உள்வீடு. அவர்கள் பெரியவர்களாகு மட்டும் நீஞ்சக் கற்றுக் கொடுத்த தீரவாசிகளின் காலடியாய் பாடு. என்றாலும் ‘ராமநாதபுரத்தான் கம்நாட்டி கள்ளமுழி முழிக்காம் பாரப்பா’ என தூண்டில்காரன் துரத்திக் கூப்பிட்டான்.

களஞ்சேரியில் குடிபோட்ட படியாட்களை வைத்தீஸ்வரன் கோயில் கங்காணி செம்பையா கூட்டிப்போனான் ஆளை எண்ணி. ஒவ்வொரு படியாளுக்கும், சோழ சீமையில் ஆடுகளைப் பிரிக்கும் பட்டப்பெயர் விட்டார்கள் மதகு ஓசையில் பேசும் உள்ளூரார். தென்வாயில் தலைமதகின் ஓரம் சேரி அமர்த்தினான் ஆண்டை.

‘பஞ்சமாய் இருந்தும் ஏன் வந்தீர்கள்’ என்றது தேடி வந்த காகம். அவர்கள் பாடு உணர்ந்த மீன்கள் அந்தரங்கத்தை மறைக்காமல் செவுள் திறந்து பேசும் ‘இங்கேயே தாமசியுங்கள். இவ்வளவு தூரம் வந்த பிறகு நான் எப்படிப் போகச் சொல்வது.’

‘இருந்தாலும் இங்கிருந்து போய்விடுங்கள்’ என்றது காகம் ஓட்டுமேல் இருந்து. காலை உணவை முடிக்காமல் வயல் வரப்பில் அப்படியே கூட்டமாய் திறந்த வெளியில் வெஞ்சணமும் பழயதும் திண்ண விக்கலில் மீன் துள்ளித் தாவும். கண்களைத் திறந்தால் காவிரி வாசனைகள் எத்தனை விதத்தில். நம்மூரில் இல்லாத மூங்கில் குத்தில் என்னென்ன ராகம். ஒடிசல் ஓசை. ரயில் நின்றபோது மூங்கில் இலை நிழல்கள் அசைவற்றிருந்தன. ரயில் ஏறிவந்த இருட்டான ரயிலடிகள்.

எந்த ஊர் என்று தெரியாமல் பலரும் இறங்கினார்கள். அடக்கி

அழுதார்கள் பிரிந்த வேளை. ரயிலைப் பின்பற்றி கண்ணீரும் சென்றது. அழுகுரல் கரைந்த கருங்கோடுகள் பேசப்பேச உதிர்ந்த நெல் ஆயிரம் கதை. வந்தேறி மனிதனாக இருக்கும் பட்சத்தில் மனதோடு ஒட்டாத பிரியத்தை கொட்டினார்கள். கனவான் கைகள் வரப்புபோல வேலி எங்கும் தடித்திருந்தது. பெண்களாக எண்ணிக் கொள்ளவில்லை. பிடி நெல்லில் ஓலமிட்ட எலும்புகள் குளிர்ந்த காவிரியில் உஷ்ணமாய் திரிகின்றன காவுகேட்டு. வந்தவர்களிடம் தன்பெருமை தவிர பெரிதாகப் பேச ஒன்றும் இருந்திருக்காது. வெப்பலில் ஊறிய ரத்தம் உயர்ந்துபோய் குனிந்திருந்த வயல். மரணத்தின் பிடியில் கீகாட்டு இருள்கூடவே தூங்குகிறது.

எங்கோ நடந்தது என்றைக்கோதான் கேள்வியானது. 'நீ போகும் இடத்துக்கு நானும் வருவேன்' எனப் பிள்ளைகள் பின் தொடர்ந்தார்கள். சிலேட்டும் பையும் அரிக்கேன் விளக்கும் சிமிழ்போட்ட பூதத்துடன் ஆற்றின் அருகில் இறங்கினார்கள். மணல் ஊற்றில் கலங்கிய நீர் தெளிந்த வெளிச்சத்தில் கூட்டி வந்த முனியை மாவடியில் வேல் நட்டிப் பூசினார்கள் பூடத்தை.

அந்தக் கிழவர்கள் தலைசாய்ந்த இடத்தில் கதிர் சாய்ந்தது. எழுந்த இடத்தில் காவிரி நீர் கண்டது. அங்கே வயலோரம் அடக்கம் செய்ய இடம் தராதபோது ஊசிமாதாவின் கதவு திறந்து குருவில்லா சாமியார் வந்து மரணத்தையும் வேதத்துடன் சேர்த்துக் கொண்டார். நன்மைகள் உண்டாயிற்று.

ஏற்கனவே இருந்த குடியானவர் சேரியோடு வர மனமில்லாமல் வந்தவரும் மணல் தெருவில். அப்புறம் இங்கிருந்து போய்க் கொள்ளலாம். அவர்களோடு ஒன்றும் பேசவில்லை. மிகுந்த கசப்பைக் கொடுத்தஆப்பனூர் காட்டிலிருந்த பனைகளைப் பற்றித் துயர் உற்றார்கள். பனைகளுக்கிடையே கருப்பட்டி வாடை மடக்கு ஓலைக் கன்னி சேனை வைத்த பதினி மணம் குருத்துவிடும்.

குருவை அறுப்பின் துவக்கத்தில் அவர்கள் சோழ சீமைக்கு வந்தார்கள். ஆண்டையும் பிறஜனமும் மிருகங்களைப் பெற்ற சந்தோஷம் கொண்டு எட்டி விலகினார்கள். இருப்பிடம் உறுதியாயிற்று. படியாள் மண்வீடு கட்டி நாழி ஓடு செய்யும் குயவர் கொட்டாரம் போனார்கள். அங்கே காளைகளும் நாய்களும் நுரை தள்ளிய நாக்குடன் உடைந்து கிடந்த மணல் மேட்டில் சின்னக் குட்டி வேளார் நாலுபடிக்கு பத்து ஓடு கொடுத்தார். கூலிநெல் ஓடுகளாய் உருமாறிவிடும். நாழி வீடுகள் உள்ளே விட்டங்களாய் பச்சை மூங்கில்

ஆறுபோல் அதிர அலை ஏற்றம்.

வந்த பலரும் மானாமதுரை ரயிலடியில் மண் அடுப்பு வாங்கி வந்ததாகவும் பேச்சு. மானாமதுரை சந்திப்பிலிருந்து தனுஷ்கோடிக்கு ஆள் இல்லாத ரயில் போனது. நரிக்குறவர்களின் சங்கிலி போட்ட குரங்குகளின் குறலிவித்தை காட்டி. தட்டேந்திவரும் அரையணா ஓரணாவை கை உணர்வுபடத் திணித்தபோது ஸ்டேஷன் குளிர்ந்த வேப்பமரங்களால் ஓங்கி எழுந்தது.

தூங்குமூஞ்சி ஸ்டேஷன்களும் அருப்புக்கோட்டை வரை கிடக்கும். திருச்சுழி ரயிலடி அழகால் வளைந்து வீடுகள் சொன்னதை கேட்டார்கள். 'இங்கேயே இறங்கிவிடவா நான்' என்றான் ஒரு படியாள். வடுக்கள் உதிரும் மாவடி ஸ்டேஷனில் நின்று போயிருந்தது ரயில். கிளைகிளையாய் இறங்கிப் போனார்கள் உறவுகளை விட்டு. கூடவே பாலைநிலம் அகப்பொருளில் உலர்ந்து வீசியது.

அன்றைக்கு ராத்திரி திருவிடைமருதூருக்கும் திருநாகேஸ்வரத் திற்கும் ராகு கேதுவின் சீற்றத்தில் மூச்சு வாங்கிய ரயில் புறப்பட்டு இயங்க ஆரம்பித்ததும் கதிர்வயல்கள் சூழ்ந்து கொண்டன. யாருடைய கண்களிலும் தயை கிடைக்காமல் உப்பு ரயிலைத் தஞ்சமெனப் புகுந்து இடம்விட்டு ஓடுகிறார்கள். முடிவற்ற தீக்கனவு மறைந்திருப்பதாய் விநோத ஒலி. காவிரி கூடிய ஒரு இரவு வந்தது.

தன்னிச்சையான இரவில் ரயில் மெல்ல எதையோ சொல்வதை உணரமுடிந்தது. நிலக்கரித் தூசு படிந்த அரக்குநிற இருக்கைகள். கண்களில் ரயில் கரிபட்ட உறுத்தல். கண்ணீரும் கசங்கியபோது வலி. அவர்கள் அங்குபோய் திரும்பும் படியாகத்தான் ஆகும் என்பதில் சந்தேகமில்லை. நிலக்கரி வாசனை சூழ மங்கலான ஹெட்லைட் வெளிச்சத்தில் இருள் கசிவு. அச்சிறிய இலை என்ன பேசும் இவர்களோடு. இரவு வெளிறியபோது எல்லாவகை இலை வடிவங் களோடும் கூட்டமாய் ஜன்னல் தோன்றும்.

கரங்களை வெளியில் நீட்டி மரமாகிவிடத் தோன்றும். விரல்களை முகத்தில் தொட இலையின் முனுமுனுப்பு. இருள் கரைய வெம்பரப்பான வாசத்துடன் இழுத்துச் செல்லும் நிலக்கரி மணம். அங்கங்கே ஒரு சில பயணிகள் மூட்டைமுடிச்சுகளை முதுகில் சுமந்து கதவைத் தட்டுகிறார்கள். குழந்தைகள் இடுப்பில் குலைந்து வாடுகின்றன. உடனே திறக்க முடியவில்லை ரயில் கதவை. பக்கத்தில் குமட்டும் கக்கூஸ். மூத்திரம் தெளித்த படிகளில் மஞ்சள் கைப்பிடி திருகினால் திறக்கும் வாழ்வுப் பெருங்கனல். உதறிவிட்ட ரயில்

உறவுகள் சுரங்கமாவதும் உண்டு. சிலநாளில் கரைந்துவிட்டாலும் கரிப்புகை வருகிறது மனதில்.

கரித்த காற்றின் சுவையில் சிறுநம்பிக்கைபோலும் காவிரி நெல் மணிகளால் ஒலித்தது. தண்ணீரைக் கண்டார்கள் அது ஒரே உயிர்போல் நீட்டி அதிர்ந்து அவர்களைத் தொட்டு தன்னுள் மூழ்கவைத்து நீச்சலாயிற்று. நீர்க்கோடு கண்ட கருத்திருந்த விழி திறந்த பாதையில் கமுதிப் பெண்ணும் போகிறாள். அறுக்கிறவர்கள் குனிந்திருப்பதைப் பார்த்து புகைவிட்டு நீளும் வாக்கியத்தில் நிலக்கரித்துகள்.

காளியங்கோயில் கிளியஞ்சிட்டி பிசுபிசுத்த வேப்பெண்ணைச் சுடர் ஊற்றில் ஊர் இருட்டிலும் பச்சையாகத் தெரிந்தது. பூமி காய்ந்து ஊரெல்லாம் வைசூரி கண்டது. செடிகளில் கண்வைத்த மாரிகாய்ந்தும் இலைப்பசப்பு தீரவில்லை. மீன்விளக்கு தலைகீழாய் சுடர்ந்த காவிரி நோக்கி அழைத்த நீர் கண்டவர்கள் போகிறார்கள்.

10

ஜன்னலில் பூ உதிரா கம்மங்கதிர் ஆடும்போது மயங்குகிறது காலம்

இளந்தாரிகள் ஆறுபேர் கிளம்பினோம். நாங்கள் எழுந்துபோக கிராமம் எழுந்திருக்கவில்லை. பனி வறட்டுத்தவிடாய் உதிர விருவு ஓடிய வண்டிப்பாதையில் போகிறோம். தூங்கும் தெருவுக்குள் போய் முனிப்பாய்ச்சல் இருப்பதை பயந்து கடந்தது. உறக்கத்திலும் புலம்பும் கனவு. கம்மாய் கரையில் வரிசைப் பனை ஓலை விரட்டிக் கூப்பிட்டது ஆளை. வீல்...வீல்... லென்று காட்டு மரங்களில் விசில்.

செடிகளை நட்டி தளுக்க வைத்த சிற்பிகள் உளியுடன் புறப்பட்ட ரயில் திருப்பாச்சேத்தியில் நின்று போயிருந்தது. மழைக்காக இனி ஒவ்வொரு நாளையும் எதிர்பார்த்து செடிகள் வாடுவதைக் காண்பதில் உக்கிப்போன தசை. சுவர்ப்பல்லி கூப்பிட்டது. பனைவிட்டத்தில் சொருகிய மண்வெட்டிக்கு வேறுகணை செதுக்க ஆசாரி இல்லை கைவசம் மண்வெட்டி இருந்தால் தேட வேண்டியதில்லை.

எல்லோரும் ரயில் பெட்டிக்குள் எதிரெதிரே உட்கார்ந்திருந்தோம். வெகுநேர அமைதி. பேச்சுக்காலுக்கு இடமில்லை. அவரவர் தனிமையில் அழைக்க சோழ சீமையின் ஆறு இரவுத் துளைகளில் எட்டிப் பார்க்கும். கருமசகாய் தேய்ந்த கரி எஞ்சின் கொதிகல ஓசையும் இரும்பின் நெடியும் வெப்பமானது. சிவகெங்கையில் சிறுதூறலாய் மண்காற்று வீசிய சரிவில் மண்மாரி வீச எல்லோரும் அதில் மண்

நுரையீரலுடன் குளிர்ந்துபோய் பேச ஆரம்பித்தார்கள் காற்றின் கோடுகளில். 'பசலி விளைச்சல் இல்லாமல் தீர்வைக்கு முன்சீப்பு தலையாரியை அனுப்பினான்' என்றான் கருவண்டு. 'மழைவாசி இல்லாமல் எப்பிடிய்யா இருசால் போடுவம்... தலையாரி' என்றான் போலும். சிவகெங்கையில் துவங்கிய மழையுடன் புறப்பட்டு இயங்க ஆரம்பித்த ரயில் இடமற்று ஓடியது. மாயா வாத்துகளோடு வெளியில் நிற்கிறாள். ஜன்னலின் உள்ளே வைத்தி தலைசாய்த்துப் பார்த்தான் வாத்துகளை. உள்ளேயும் நிழல்கள் ஓட காரைக்குடிக்கும் புதுக்கோட்டைக்கும் இடைப்பட்ட காடு நிலவிலும் செந்தரவையாய் தெரிந்தது. வாத்துகள் தரவையில் கால்வைத்து போகும்.

ரொம்ப நேர ஓட்டத்தில் நிழல் விழாத பெரியகோயில் கோபுரத்தின் வடிஉரு தலைகீழாக இவனைக் குத்தியது. கால்வாயில் தெரிந்த நீரில் ரயில் கண்ணாடிகள் உட்செல்ல மறைவது யாராக இருக்கும்? வாத்துகள் பெரியவாசல் திறந்து உள்போகின்றன மாயாவுடன். குளிர் இரவு வரும் ஊர்களின் சலசலப்பு. அவ்விடம் இருந்து கொள்ளலாம்.

கம்மம்பயிர் எங்களைச் சுற்றிலும் தலைக்குமேல் உயர கருதுகளில் பால் கொடுத்த நிலவு மெல்ல முள்ளுகளுக்குள் கிழிபட்டு கூட வரும். ஜன்னலில் பூ உதிரா கம்மங்கதிர் ஆடும்போது மயங்குகிறது காலம். ஞாபகத்தில் ஓடும் மிகமெலிதான நுட்பமான மண் இழைகளில் பின்னப்பட்டிருந்தது பாலைநிலம். அது கூடவே உருண்டு வருவதில் இரவுக்குள் வேறொரு இரவும் கருப்புப் பெண் பாலையில் மல்லார்ந்து முலை ஏந்திய தோற்றம். அவள் மீதே கரிசலும் பனைகளும் அடியில் அரவுகளும் கீறல்பட முதுகுத் தண்டில் பாலைப் பண்ணும் வட்டவிதியில் சுற்றிய ராசிகள் நகர ராகமும் மாறுபடும். பாலையின் குரல்வளை கொண்ட நாட்டுப் பாடகன் ரயிலேறிவிட்டான். ஈரத்திலும் வறண்ட விருவிலும் புதையும் பாடல் நெஞ்சு வலிக்கிற கண்ணீர் கசிகிற வறண்ட நிலவாசியின் அகப்பொருள் எப்போதும் மாட்டுத் தோலில் சுருண்டதுதான். தொட்டால் செந்நிறமாக ரத்தம் கசிகிறது. வெப்ப இசையென பால் புலப்படும் விதி.

எதையோ தேடிப் புறப்பாட்டு. தனிமை வாசனை கொள்வதாக ஆற்றின் விநாடிகள் நகர்ந்தால் வேறு நீராகும் துல்லியம். ஒரு இரவு ரயிலில் பெண்களையும் கூட்டிப்போன வடிவில் கண்விழித்திருக்கும் வழி. உப்பு விலங்கிடப்பட்ட கைதிகள் காத்திருக்கிறார்கள் வேதாரண்யத்தில். உப்பளங்களிலிருந்து சென்ற நூற்றாண்டு கடக்கும் அடுத்த பிளாட்பாரம் அதிர எல்லா ஜன்னல் வழியாகவும் பார்க்கும்

கைதிகள் வேகமாக ஓடத் தொடங்கிய இடம் எதுவெனத் தெரியாமல் பின்னோக்கி நகரும் நீராவி எஞ்சினில் பிசுபிசுத்த உப்பு வாடை.

அந்த ஸ்டேஷனின் அரசமரத்தடியில் மெல்ல புகைவிட்டு நின்றதும் நீ இருந்த ரயில்பெட்டிக்கு எதிரே இரும்பு கிராதிகளின் நிழல் பின்னே அவர்களை தொடராதபடிக்கு வயிற்றுப்பிள்ளையுடன் கிட்ணம்மாள் கணவனின் முதுகைத்தொட்டு போகிறாள். இருளடைந்த தையல் மிஷினை தோளில் சுமந்து புகைச்சல் நுரையீரலை மற்றொரு கையால் பிடித்து எவ்விதம் போகிறான் தையல்காரன். அடை மரங்களில் பட்சிகள் விநோதமாய் ஒலிக்க அங்கேயுள்ள ஆற்று வாராவதியில் ஜனத்துடன் கலக்கிறார்கள். அவளுக்கு எதுவும் சொல்லத் தோன்ற வில்லை. சிறுமி மருதாவை தோளில் சாய்த்து ரெட்டைச்சடை பின்னிய ரிப்பன் பூ அசையும் இருள்.

தையல்காரனின் பெருவிரல் நகம் மேலும் வளர்ந்திருந்தது சுருட்டு வாசத்தில். எந்த இழப்பையும் மடித்து பட்டுத் துணியாகக் கத்தரிப்பதற்கு லாவகமான விரல்கள் இருந்தன அவனுக்கு. அவர்கள் இருந்த ஊர் முன்னோர் உறக்கத்திலிருந்து கிளம்பியிருந்தது தீரவாசம் நோக்கி. மனிதத் தொடர்பைவிட ஆற்றை நம்பி ஊர்ந்து புலம்பிய நீர் விதி. கிட்ணம்மாள் புருஷன் பிள்ளையுடன் நரசிங்கப்பேட்டையில் மறைந்தாள்.

இன்னும் குளிர்ச்சி நிரம்பிய பாவநாசம் ரயிலடியில் மரமாகி விட்டிருந்த அறுப்புக்காரர்களின் கீகாட்டு பேச்சு காற்றில்அலையும். எதிரே வயலில் கதிர் பொறுக்கினாள் வயிற்றுப் பிள்ளைக்காரி. பொறுக்கின சிந்துகதிரை அவள் மடியில் தட்டி கசக்கி தீர்ந்தபோது அது ஏறக்குறைய ஒரு மரக்கால் சம்பா நெல் கண்டது. அப்படியே கார் அறுப்பும் குருவை அறுவடை தீரும் காலந்தட்டியும் இங்கே இருங்கள் என்றார்கள்.

அந்த புகழ்வாய்ந்த தையல்மிஷின் கசிந்த மசகும் ஊசிக் கண்ணில் கோர்த்த நூலும் உருவிச் செல்ல வயல்மேல் அலைவதாயிற்று. இருட்டு நூலைத் தொடர்ந்து பெருவிரல் நகத்தால் உரசிச் செல்கிறான் வளைவுகளில். அந்த பட்டுமரத்தைச் சுற்றிக்கொண்ட நூல் இழை தன்னிச்சையாக முனைபட்டது. பாவநாசம் மணல்பட்டபோது பதிவாய் தைப்பதற்கு பெண்களும் பிள்ளைகளும் சூழ்கிறார்கள். 'பல வேசம் அண்ணாச்சி'யென்ற பேரை ஆறு கூப்பிட்டது. கண்களின் மேல் அலையும் நூல்கண்டிலிருந்து பிரியும் பாதை. அவ்விரலில் கிட்ணம்மாளின் கூந்தலில் நெல்வாசனை அடித்தது. கேசச்சுழலில்

சுருட்டு வாசனையுள்ள நகத்தை சொருகி வருடினான் பலவேசம். அதில் காவேரி அதிரும் சுழல் வேகத்தில் சிக்கி மூழ்கிக் கொண்டிருந்தான். நீரின் உடல்வளைந்து கைகளாகவும் விரல்களில் கோர்க்கும் அந்தரங்க இசையாகவும் நீவிய ஓர் இழை செவ்விய விதியுமாகும். அவள் உடல்மேல் காவிரி தொனித்த திவளைகளில் எதை எதையோ அகப்பொருளில் கேட்டான்.

கிட்ணம்மாளின் பாலை உடல் உருமாறி மருத நிலமாய் மாறியது. எத்தனை நிலங்கள் உள்செல்லும் உடலாக இருக்கிறாள் இப்பெண். பூண்டு வாசனையுள்ள மார்பு வெளிச்சத்தில் சுற்றிக்கொள்ளும் கேச அலை நுனியில் காவிரி. அவர்களுக்கு நேரிட்ட வயல் நிலத்தில் ஊர்ந்து வந்த பச்சைப்பாம்பை சடையில் தரித்து சுவாசம் கொள்ளும் நெளிவில் மேல் தூக்கிய நாசி. சரமூச்சில் தாளமிடும் தொலைதூர கோயில் தாசிகளின் வாசனை. தையல்மிஷின் தூக்கிப்போன தேவதாசிகள் தெருவில் அகன்றிருந்த திருணைகளில் அமர்ந்து முகச்சாயல் பார்த்து பெண் உணர்வுகளைக் கோத்த ஒற்றை ஊசிக்கண் துளையில் சுழலும் காவிரி.

11

தாவரமையல்

படியாள் நெல்விற்று கால் சேக்கல் வெள்ளிவாங்க திருபுவனம் கடைத்தெரு போகிறார்கள். திருமாவடிப்பாதையில் தண்ணீர் எடுக்க வந்த பெண்களில் சவரியம்மாளும் இருந்தாள். அவள் நீருடன் குனிந்து நின்ற நாளில் வயல்வெளி பார்த்து கண் கலங்கினான் வைத்தி. 'இங்கே தான் எங்களுக்கு வயலு. எல்லாப் பக்கமும் இருந்தது' என்றான் மாயாவிடம். தாத்தா அவனை தூக்கிப்போய் அறுவடையாகும் வயலைக் காட்டினார். எவ்வளவு தூரம் அந்த வரப்பில் முற்றியிருந்தது வளைந்த நெல்.

ராத்திரி ரொம்ப நேரத்துக்குமேல் அவனும் தாத்தாவும் ஆற்றுக்கு அப்பால் உள்ள கிராமத்துக்கு வண்டியில் போவார்கள். நெல்மூடை களோடு திரும்பும்போது மூடைமேல் வைத்தி இருந்தான். தாத்தா வெற்றிலைச் சீவலுடன் சிவக்க சிரித்த கண்களில் நாளும் இருந்தது.

வைத்தியின் குரல் கரகரத்து கண்ணீர் விளிம்பில் ரயில் ஜன்னல் களும் ஆடி உருள எங்கே போகிறோம் தாத்தாவைவிட்டு. அவள் கையில் வாத்துக் குஞ்சுகள் சுடர்விட்டு ரெக்கைகளை மூக்கால்

கோதுவதைப் பார்த்தான். கைரேகை போடும் தாத்தாவின் வெற்றிலைப் பையில் காந்தக்கல் இருந்தது. ஈச்சங்கள் குடித்த வெறியில் மதகோசை கேட்டு நிற்பார்.

படிப்பில்லாத பாட்டியின் நாக்கில் காவிரி ஏறிய நிலம் நகரும். சகதியும் செடியும் பூச்சியும் நண்டு மீனுமாய் கதைக்குள் ஊர்ந்தது. ரெண்டு கையால் சடைந்து அழுதும் பாட்டிக்கு வயல்வேலை தீரவில்லை. திணைக்குடியினர் கருத்திருந்த வெயில் மோனம்.

வாத்துகள் எட்டிப்பார்க்கும். ஜோசப் வாத்து நிறம் சாம்பல். ஆயா வாத்து முட்டை எடுத்து கையில் வைத்து ஊதினாள் மந்திரம். மரியான் கோடுபட்ட வாத்தில் சிவப்பு ரேகை. 'ஜோசப் வந்து விட்டானா' என கேட்கும் மரியான் ஏறிய மரத்தில் அண்டி கரையாத கிளிக்குஞ்சை ரெக்கை முளைக்காத பருவத்தில் எடுத்து வந்தான். செல்லம் கொஞ்சிக் காலில் வசம்புக்குச்சி கட்டி வாக்கு வர கிளி நாக்கை தன் வாய் எச்சில் தொட்டு நெல்லும் சொல்லும் ஊட்டி இன்னும் என்னென்னவோ மந்திரித்து மாயக்கிளி வளர்த்தான் கையில்.

சமையல் அறையில் வெள்ளை வாத்துகள் தலைநீட்டிப் பார்க்கவும் அவற்றின் நிழல் சுவர்களில் நகரும். மாயாவின் ஆயாவீட்டு வாத்து முட்டைகள் உப்புப் பானையில் இருப்பதால் துர்தேவதைகள் கடந்து வருவதில்லை.

புகைவளையம் சுழன்று உயர எழுந்த கண்ணாடியில் நகரும் மூங்கில் நதி. புகையின் அடியில் மங்கிய புகைப்படத்துக்குள் திறந்திருந்த மாயாவின் கண்களில் கபிலநிறம் உள்ளே செல்லும் உருவென வைத்தி நின்ற புவனாவின் தறிவீடு சுண்ணாம்புக்கிளி மாடத்தில் சங்கு சுட்ட குளிர்ச்சி தங்கை கோமதி புவனாவைப் பார்க்க வருவதில் வைத்தியின் சாயல்.

மாயாவும் வைத்தியென தோன்றும். ஏன் இவ்விதம் பெண்களில் வடிவம் கொள்கிறான். புவனாவும் வைத்தியும் சேர்ந்த ஊர் மேல் அழிந்தகோடு திரும்பவும் பதிகிறது மந்திரமாய் நிறமழிந்த முக்காலி மீது தறிவிளக்கு கூம்புச்சிமிழ் கசியும் பிரதியொளி அசைய மாறும் உருவினரில் மாயாவும் இவனுமென மோகம் கொள்கிறாள் புவனா. கடல் சிப்பிகள் பச்சைநிறம் படர்ந்த நாரில் பளிங்கு கூஜாவில் செடிப் பூக்களில் உறைந்து விட்டிருந்த இருப்பு. மர அலமாரிகளில் புவனாவுக்காக அப்பா வாங்கிய பட்டுத் தாவணி மற்றும் வெல்வெட் ரவிக்கைகள் விரலணியில் பதித்த ராசி முத்து சிவக்கக் கரையும் வெளிச்சத்தில் பகலிலுள்ள வீடு. விழிப்பிலும் மயங்கிய அழகு

மரக்கூடங்கள் நிரப்பியது. புவனாவின் ஜன்னல்களை நோக்கிய எதேச்சையில் யுவன் ஒருவன் சைக்கிளில் போக மனம் இழப்பில் வீழ்கிறது. தேடி வந்தவனின் பயமும் பீடித்த சுவர்கள். பால்யசகியின் இருப்பானது பல சினேகிதர்களின் மனமாகத் திரிவது. தூக்கத்தில் வருகிறாள் புவனா.

புஷ்பராகக் கல்பதித்த நெற்றிச் சுட்டி, இலைமிடி தாமிரப் பூண் போட்ட ஈட்டியிலுள்ள களிம்புவாடை. வளைமூங்கில் வில் கும்பகோணம் கண்ணாடியில் ஒவல் வடிவத்தில் பதிந்த புவனாவின் தாபம் பூசிய தோற்றம் மாறித் திரும்பினால் வைத்திவருகிறான். தைலச் சக்கையுள்ள திருமஞ்சண அறையில் புவனாவின் கால்ரேகையும் மஞ்சக் கொள்ளை அரவுகளும் சேர்ந்த ஜடை பின்னிப் பிரியும் அந்தியுரு. முகப்பருவை மறைக்க திரும்பவும் அது உணர்வைச் சொல்லிவிடும். இமையடியில் ஏதோ விளையாடும் அந்நாள் இதுவென எப்போதும் இருக்கவெனக் கரைந்துவிடும்.

கண்ணாடியில் படிந்து உள்சென்ற பிற்பகல் நாளையும் அதே வேளை தாழ்வாரத்தில் வரும் காகங்கள் மூக்கால் கொத்திய சாளரத்தில் காற்றின் குளிர்ந்த தொடுதல்.

புவனா உடல்மீது நகர்ந்த ரோமச்சுழியில் மயங்கி மறைந்த வைத்தியைக்கொண்டு திரும்புகிறாள். வாசனை உதிரும் காரை வீட்டின் அலமாரி வாசனைகளில் பல பெண்களும் கடந்த ருதுகாலம் இருந்தது. வைத்தி முகத்தில் சாயை கொண்ட புவனா உயிர்பெற்ற நாள் தொடங்கி முடியவில்லை போலும். புனைந்த ஸ்திரீமுகம் கண்ணாடியில் மறைந்தது. அரும்பிய மீசையை சவரக்கத்தியால் மயிர் கட்டைகளை கனுவில் கீற ஆண் மறைந்து வேறுவேறு வாசனை கொள்கிறான்.

புவனா அலமாரிகளில் உடைகளை ஆபரணங்களை பூண்டு உருமாறி திரைச்சீலையின் பின்னே வைத்தியைத் தேடினாள். அவன் மயங்க வைத்து எப்போதும் சர்ப்பமூச்சில் நுழைந்த பிறைவிளக்கென இருள் வடிகிறான்.

பூச்சிகள் அரித்த சில புகைப்படங்களில் இருந்த புவனாவின் அம்மாவும் மாயவரம் சித்தி புஷ்பா அக்கா இவர்கள் அங்கிருந்தும் வேறு ஊர் சேர்ந்தபின் திரும்பவில்லை. புவனா கண்டிராத பழைய பெண்களும் பெயர் தெரியாதவர்களும் பார்த்ததான நெருக்கத்தில் அடிக்கடி அழைப்பதென்ன? பெயரற்ற பலரும் சிலந்தி நூலில் கோர்த்த பின்னல் கால்களால் நெய்துவர கால அடுக்கில் நூல்பாவி

ஊடுருவிய சிலந்தி.

மரபீரோவின் தைல வர்ணத்தில் பர்மா ஈட்டி மர ஆசனங்களில் அப்பாவும் பர்மா பெரியப்பாவும் அமர்ந்த பழைய சாயல் ஸ்டூடியோ கோட்டுகளும் பூச்செண்டு முக்காலி வளர்ந்த கால்களை அசையாதிருந்த புகைப்பட நிபுணரின் கருப்புத் துணி போர்த்திய காலம் திறந்தது. பதிவு மாறாத கிராப் தலைகள். தங்கக் கடுக்கண் போட்டு கர்லிங் முடியும் படியவிட்ட பெரியப்பா எப்போதும் புகைப்படத்தில் இருந்தது புவனாவின் கனவுக்கு இடம் மாறியிருந்தார். சிலசமயம் அப்பாவின் அறையில் அவர் வாசனையுள்ள தோல்பை, கருப்புகோட்டு இடைவார், சிமிழ்களென பிதிர்வாடை.

அந்த ஒற்றைப் பெண் உடலில் ஐந்து நிலங்களாயிருந்ததென்ன? பூவரசம் பூவிதழ் ஐந்தும் சேர அடியில் மடித்த விளிம்பில் செந்நிறப் புள்ளிகள். பூவைச் சுற்றி மரங்கள் அத்தனையும் பாவிய கால்களின் வேரோட்டம். அவள் மீது மாறும் நிலங்களின் அகப்பொருள் என்ன? பொழுது மாற பருவமடைந்த பண். கருவும் உரியும் இணைவதான நிலங்கள். அவள் ஒரு விருட்சமென வீசிய காற்று. உணர்வில் பரவிய தாது கூடும் வடிவம் இந்நாவல் உலர்ந்து சுருங்கிய பாலையில் வீழ்ந்தது. தன்னிச்சையான ஒரு பூவிரிய நிசப்தத்தில் இமைமூடி நாணத்தில் எரியும் காகிதங்கள் கரைகிறது மெல்ல.

12

புவனாவின் மோனமும் இவர்களும்

விட்டில் பூச்சிகள் அடி வயிற்றில் புறைவிளக்குகளின் சுடர் ஊற்றில் மிதந்து வர பகல் இரவு மயக்கங்கொண்ட திருபுவனம். காமசிற்பங்கள் தேர்முட்டியில் நிலைபெயர்ந்து சுரதநீரில் உருளும் நிழல்களில் ஆடிய சர்ப்பமூச்சரவம் கேட்ட சரபேஷ அவதாரம் எழுந்து ஹிரண்ய வதம். தூக்கும் அடிமைகளின் தோளில் திருபுவனத்தேரின் இலுப்பமர வாசனை.

எலுமிச்சங்காய்ப் பாளையத்தில் எல்லாமே அரவுகள்தான். காமம் பூசிய பச்சைப் பட்டு நெய்கிறார்கள். பழத்தோட்டப் பாம்பை யாரும் பார்த்ததில்லை. பழத்தைத் தின்னக் கூடாது. கால்வைத்தால் எலுமிச்சை முள். அவ்வை கூழுக்குப் பாடிய வரிகள் கஞ்சிமேட்டில் காற்றை குடித்த சர்ப்பப் பிஞ்சுகளாய் விழுங்கிய வார்த்தை. கதிர் அறுக்கவந்த கூட்டம் தெருவாகிவிட்ட வடக்குமாட வளாகம்.

வந்தவர்கள் ‘உதயநத்தம்’, வேட்டித்தறி நெய்தும் விவசாயத்தில் மூழ்கிய பூச்சிகளின் அதிர் கொம்பில் குளிர்ச்சியைக் காவிரியின் ஸ்பரிசம் என்றோ நூலின் வசந்தமென்றோ திருபுவனம் பட்டு இழை முடிந்தவாறு சொன்னாள் கொமண்டி ஆயா.

பட்டுப் புழுக்கள் குதிரைத்தொலி சுற்றிய கனவுக்குள் குணங்கும் இரவில் ஆவிகள் எட்டிப் பார்த்த ஜன்னலில் நெய்து கொண்டிருந்தாள் கொமண்டி ஆயா. நளதமயந்தியின் ஒரே ஆடையில் ஆண்பாகமும் பெண்ரூபமும் இருந்தால் அவற்றை நுட்பமாக நெய்வதற்காக இருபால் இழைகளை உணர்ந்து கால் மாற்றினாள் தறியில்.

அதில் தேவலோக அன்னப்பட்சிகள் முப்பத்திரெண்டின் சாயலும் சூதாட்டக் கோடுகளில் இடமுறையாய் மாறும். அன்னங்கள் சூதின் காய்களாக நகரும் விதி ஒவ்வொன்றின் நேத்திர மார்க்கத்தில் எதிரெதிரே ஒரே தறியில் அமர்ந்து விழுதுவடி அச்சுகட்டி நூல் மயக்கத்தில் புவனாவும் ஆயாவும்.

சரிந்து வரும் இழைகளில் அன்னத்தின் சுடர்விழி திருகி நளனையும் வீழ்த்த சப்த ருதுக்களின் காமத்தில் புங்கை எண்ணெய் வீசும் பச்சைத் திரி ஏற்றினாள் கொமண்டி ஆயா. மிதக்கும் சுடரில் அன்னங் களிடையே ஆயாவின் விரல்களின் ரேகை. மண் விளக்கில் பூச்சி கட்டிய காமத்தை பாசி நிறத்தில் கோர்த்தாள். இருபால் ஏறிய சிறகு நெல் ஈக்கிபட்ட ரத்தமும் துகில்படும் வலி.

தமயந்தி நளன் ஒரே ஆடைக்குள் இருபாகமாய் செல்ல இலுப்பந் தோப்பில்தேர் சில்கள் தீராத திருபுவனம். தஞ்சாவூர் தேர் சிற்பங்கள் நிலைவாட்டத்தில் மிதக்கும் காமத்தை இருளில் ஈர்த்தவேளை செங்குந்தரும் அதைப் பற்றிக்கொண்ட சூலில் சிசு ஒன்று காலசைத்த கர்ப்ப அறை. உள்ளே விளக்கேதுமில்லை. ஒளியுமில்லை. இருளைப் பாவாக்கி நூற்கிறாள் கொடி சுற்றிய தொப்பூள் ஈரவாடை நெடிக்க தன் பிள்ளைகளைத் தறிமீதே ஈன்ற தாய்மார் வளர்த்த கலை. மரங்களை வெட்டி இலுப்பை எண்ணெய் பிசுபிசுக்க திருவாவடுதுறை, தருமபுர சந்நிதானப் பல்லக்கு சுமர்ந்திருந்த தோளில் அழுத மரம். அரளிப்பான தோப்பு ஆள்போனால் விருச்சம் விழுங்கிவிடும். கிளைகளில் வளையும் தேர்முட்டி ஆகாயத்தில்.

காத்தாயி அம்மன் தோப்பில் வன்னியர் நெல் அறுத்தார். அய்யாறு வண்ணான் பாவுச்சாயம் ஜென்மத்துக்கும் அரிப்பதில்லை. பாக்கணாந் தோப்பு வாடையில் கடைத்தெரு முட்டித் திரும்பினான் வைத்தி.

இவ்வேளை நிசியில் வைத்தி அலைவதென்ன? இலுப்பைத்

தோப்பில் நிறங்களைப் பிழிந்த அவன் கைகளில் காமம் வரைந்த பெண்களின் சித்திரம் பழைய வீட்டில் மறையும். தறிகள் சப்திக்கிற சௌராஷ்ட்ரா தெருவைக் கடக்கிறான். தறியோசை பின்தொடர வருவது யார்? நீலத்தில் முட்டி கொம்புகள் தேய்ந்த காளைகள் விரட்டிவர கனவில் ஓடுகிறான். கொமண்டி ஆயாவின் வாசலில் புவனா காத்திருக்கிறாள் இலுப்பை எண்ணை வீசும் அவனை நுகர்ந்து தேரின் சிற்பங்களைக் காமுற்றாள் இரவில்.

புவனா வான்பரப்பில் கேட்கும் அன்னப் பட்சிகளின் இரவு நீலத்தை அண்ணார்ந்தவாறு தறி இழைகளில் நிறம் கொள்கிறாள். காமத்தால் காய்ந்த காட்டில் மார்மாராய் அசையும் இலைகளற்ற கோடுகளால் மறைக்க முடியாத நளதமயந்தி நிர்வாணத்தில் நிலவு பால் வீச பட்டுப் பூச்சிகளின் துயிலில் குனிந்து கேட்கிறாள் தமயந்தியின் அந்தரங்க இருப்பை. அங்கிருந்து வடக்குத் தெருவில் மாட்டுத் தொழுவில் தூங்கும் வைத்தியின் உடல்மீது ஒட்டிய தம்பலப்பூச்சியின் நிறப்பொடிகளைத் திருடி வந்து நலனின் துகில் பூசினாள். தூங்கும் வைத்தியின் சாயலில் புள்ளிகளும் வடிவங்களும் சுற்றுவதைப் பெற்று வந்தாள் இரவில். அவர்களோ திருபுவன மூங்கில் கோடுகளில் ஒளிரும் நிர்வாணத்தில் சலனிக்கிறார்கள் துகில் இழந்து.

நிலா சாய்கிற நிலமும் தெரியாது. வித்துக்குவிட்ட சுரைக்காய்களாய் நளதமயந்தி அம்மண உடலில் விதைகள் குலுங்க அதைக்கேட்டு தன் அகநூலில் வைத்தியின் இருப்பை நெய்தாள் புவனா.

இப்படிக் காக்கை ஒன்று கதை சொல்லி வந்த நாளில் அகஸ்தியரும் தாகத்தில் கதை கேட்க அவர் கமண்டலத்தை தந்திரமாய் காகம் கவிழ்த்தியதால் காகவிரி என வந்த நதி காவிரியானாள்.

மீன்களும் பட்சி ஜாலங்களும் நீரோடு சேர்ந்துவர கட்டைக்கார தெருவழியே வைத்தி ஒரு நத்தை நீட்டிய நாக்கில் ஒரு துளியாய் நதி சுருள் கொள்வதைப் பார்த்தான். பின்னே தலையாரித் தெருவில் சுருண்டிருக்கும் நத்தைக் கூடுகள் ஒவ்வொரு இரவிலும் சிலர்மீது ஒட்டி நாக்கை நீட்டி இருட்டியது. புவனா அவன் உடல் ஊர்ந்த அதிசய நத்தை எனவே.

தேவலோக அன்னப் பட்சிகளை நெய்துவர குடியான வீட்டுப் பெண் மாயா ஐயன்குளத்தெருவில் வாத்துகளோடு மூங்கில் கழி சுற்றும் ஓசை சம்பைக் கோரைகளுக்குள் நின்றால் உருவம் தெரியாதென்று மறைந்து சொல்லி வந்தாள். செங்குந்தர் தெருவில் சிதறிக்கிடக்கும் நெய்யப் படாத பொன்செதில்களை பட்டுத்

திரடுகளை பொறுக்குவதற்கு முதலியார் தெரு பிள்ளைகள் கன்னித்தோப்பு சுற்றி வந்தார்கள். கையில் ஏந்திய பொன்செதில் மின்னிய அங்காளம்மன் சந்து காகங்கள் வந்து ஜன்னலில் எட்டிப் பார்த்த வேளை வண்டிக்காரத் தெருவுக்குள் போய்வந்தால் தாவரமையல். காக்கையை கூப்பிட்டாள் கஞ்சிமேட்டில் இருந்த அவ்வை.

ஏழையான அவ்வையின் விரல்களில் வாழ்வின் விதி மாட்டிக் கொள்ளும். அவள்வீடு கூரைவீடாக இருந்தாலும் கூரையின் கூம்பு கோபுரம்தான். அவ்வை வீடு பூராவும் கருவாட்டுப் பானையை சுற்றும் பூனைவால். உப்பைத் தொட்டு உலர்ந்த வார்த்தையை எழுதி முடிக்க வில்லை. அவள் கையில் முதிய வார்த்தை உறியில் தொங்கும் பால் கிண்ணத்தில் பட்டு உலகம் விளிம்பு வழியத் தழும்புகிறது.

இருசிட்டம் கடனுக்கு நூல் வாங்கி வட்டியை பொன் செதில்களால் நெய்து கொடுப்பதில் உள்ள இயற்கை நுண்புலன் கொண்ட எல்லாத் தறியிலும் காவிரியின் தேசல் ஒளி. நூல் பாதையில் இந்திரன் வந்து வறியவரிடம் ‘சால்வை நெய்துதா’ எனக் கேட்டதும் காவிரிப் புனலின் செந்நிறத்தில் அவனுக்கோர் சால்வை தந்தார்கள்.

தறிகளின் சப்தத்தின் மூலம் கலவி நடந்த மண்பூசிய வீடுகளில் சூலும் ஒலிகளில் கூடிய கர்ப்பம். முடுக்குச் சந்தில் இருட்டும் தேரின் சிற்பங்களும் ஏந்திய முலைகளில் பால்வாடை. அவ்விரலில் எலுமிச்சங்காய் முள் முனைகொண்டு அவ்வை காமத்தை இயற்றுகிறாள் விருப்பு வெறுப்பற்ற ஊழினால். எலுமிச்சை இலைகளின் துடியில் பச்சைநிறப் பேரரவு ஊரைச் சுற்றி சீறிப் படர்கிறதை யாரும் பார்க்கவில்லை. பசிய நீலத்தில் அதன் உடல் ரஸ ஓட்டமாய் புவனாவின் உருப்பெற்று ஒவ்வொரு தெருவிலும் ஊர்ந்து மகுடி இசைக்கப் பாம்புதான் மகுடியா? ஊதுவது வைத்தியும் இல்லை. எலுமிச்சங்காய் பாளையத்தில் மாதவிடாய் பெண்களுக்கான பதினைந்து அறைகளின் கதவுகள் கீறி உள்போய் ததும்பும் அரவின் மோனம்.

காவிரிப் பலியில் வெளுத்த வண்ணான் அய்யாறு பாவுச்சாயம் போடும் செங்குந்தர்தெரு அகன்று நீட்டிக் கிடந்தது நூல் சுற்றி. பிள்ளைகள் வீட்டுத் துணிகளுடன் ஆற்றுக்கு குளிக்கக் கிளம்பிய நூல் பாதை. தறியின் குரலில் நீரோட்டம் கொண்ட குருவிகளின் கீச்சொலி. சதா புறநிகழ்வில் யார் யாரோ பாவின் ஊடே செல்வதில் குடும்பப் பேச்சுகளுக்கிடையே நடந்த கால்கள். தறியின் சுவாசத்தில் விரல்களை

நூலில் வைத்திருக்கும் பெண் மெல்லிய இழையை முடிகிறாள். பட்டு நூல் நாசியில் படும்போது ஊரே வாசனை கொள்ளும் ரத்தாம்பர இழை. அலைகளில் மீளாத தறியில் பட்டுப்பூச்சிகள் இலை மெல்லும் ஓசை எச்சில்பட்டு நீள்வதில் இருட்டை நூலாக்கி துயர் இரவைக் கலைகொள்கிறாள்.

குழந்தையின் துயிலில் ராப்பூராவும் ஒரு சிம்னி விளக்கு கசிந்த அரக்குநிற வெளிச்சத்தில் அம்மாவின் உயிரும் உடல் அசைவுகளும் வேதனையில் சேர்ந்தே தூக்கத்தில் முலைப்பால் ஊட்டுவது. வண்ணாத்தி விரல்பட்ட பாவுச் சாயத்தில் தெரு துலங்கியது. மடிக்கப்பட்ட பட்டு விரித்து முழு உடலையும் சுற்றித் துயிலும் புவனா வைத்தியை இறுக அணைத்த கனவு ‘உள்ளே இருக்கிறாய் தானே...’ எழுந்துகொண்ட தறிக்குழியிலிருந்து கொமண்டி ஆயா கூடத்தில் கம்பளிமீது அயர்கிறாள்.

நெசவாளிக்குள் உறங்கிக் கிடக்கும் புதிர் கண்ணிகளில் மறந்து விடாத பழைய ஆயாளின் வாசனையும் நுட்பமும் இருளால் பிணைந்திருந்தது. எடுக்க எடுக்கத் தீராத பட்டுப் புழுக்கள் இலை மடிப்பில் துயிலும்போது பசைப்பிசின் கலந்த கரு.

இருளே வாழ் விதி. அறையில் வேறு ஒருவருமில்லை. வைத்தி வாசனை வெளியே புவனா நரம்பில் பரவுகிறது. அவளை மெல்ல பேர் சொல்லி அழைத்தான். கூடத்தைத் தாண்டாமல் கரையும் அவன் தொனி காதுகளில் செவுள் திறந்து ரத்தமாய் சுழல்.

‘புவனா... நான் தான் வைத்தி.’

பார்க்காததுபோல் திரும்பிய பச்சை இழையில் ஓடி அதிர்ந்த இமை மெதுவாய் விழித்து குரல் துளையில் சலனமாகிறாள் புவனா. தெளிவின்மையில் பரவிய பால்யவிதி. ரகஸியம் இல்லாமல் அவன் உரு பதிந்த வாசலில் தெளிவித்த தெரு. அதற்குள் அறுந்த இழை மேலிருந்து கீழே சரியச் சரிய நுனிநூல் தொடுவதற்கு விரல் நடுக்கம். நுழைந்த உருவெளியில் படிகிற பனி சாஸ்வதமின்றி நகர தவிப்பில் அமிழ்ந்த விளக்கிடம் காண்பாள் வைத்தியின் மற்றொரு நாள் நிகழ்ந்த உறவின் ஸ்திதியை. இது எந்த நாளென்று புரிபடாமல் கருக்கலில் வந்த நொடியும் நகரவில்லை வாசலில்.

பைத்தியக்காரத்தனத்தின் இலக்கற்ற சுழல் பரவிய இருவர் நிலையும் சன்னமான தவிப்பில் மிதப்பதான இருப்பும் பெருமூச்சில் நூலிழை எடுத்தாள். திரும்பவும் அவன் குரல் தழுதழுத்த ஈரத்தில் நழுவினாள் முதலியார் தெருவில். கன்னித்தோப்பில் மறைகிறார்கள். அதைத்

தாண்டி இலுப்பந்தோப்பில் வாசம் செய்ய மரச் செதுக்கில் என்னவானாள் அவனிடம். வாடிய கிளையில் சிருஷ்டியான சிலையென நின்றாள் புவனா.

அத்தனை தேர்களையும் தச்சர் ஆயிரம் கரங்களும் உளிகளும் சேர இருள் இவ்விடம் சிருஷ்டிபோலும் ஓர் கரு. அப்பெண்ணின் மோனத்தில் இருக்கிற மரம் உதிர்த்த இலை. தோப்புக்குள் ஒருவருமில்லை.

அறிந்து கொண்ட பட்சிகள் சிறகொலிக்க அதிர்கிறாள். ஒவ்வொரு நொடியும் மரங்கள் வேருக்கு அழைத்த இம்மண் கொள்ளும் காமம் எவ்வூரிலும் இல்லாத பித்தம். உறங்கும் மரத்துடன் சுவாசித்த உப்பு சிறு வெளிச்சமாய் அகன்று கிளைகளில் ஊடுருவி விடிவதற்குப் பிரிந்த ஒற்றையடிப் பாதையில் ஆற்றின் வளைவு.

அவன் திருகிய இலுப்பை மரமொன்றில் கண்மூடி அண்ணார்ந்து சுவாசிக்கிறான் சிற்பங்களின் அந்தரங்க இருப்பில். திருவிடைமருதூர் மகாலிங்கம் சாம்பல் நிறமாகித் திரும்பிப் பார்த்தான் வைத்தியை. 'புவனி... உன் இருப்பின்றி இருக்க முடியவில்லை.' முகம் பார்க்க முடியாத மெல்லிருட்டு 'வைத்தி உன்கூட நடந்துவர சங்கடமாய் இருக்கிறது. நாம் சேர்ந்திருக்கச் செல்வதிலென்ன விலகல்' என்றாள்.

திடீரென்று விதியை யாரும் கைப்பற்றி பழித்துவிட நேருமென பயந்தாள். இலுப்பைமரங்களின் மீது உயிர்வைத்த நேயம் உயர எழுந்து அளாவியது. பசுந்தரையில் குனிந்திருக்கிறான் வெகுநேரம். சிவப்பு வெல்வெட் பூச்சிகள் பிறந்த விடிகாலையில் ஓடி ஓடிச் சிறுவர்கள் சேகரித்து தீப்பெட்டிக்குள் அடைக்கிறார்கள்.

ஒரு பூச்சியை கையிலேந்தி ஊதினாள் புவனா. பூச்சியின் உரையாடலில் பைத்தியம் தொனித்தது. பயிர் வெளியெங்கும் இருவருக்குமான ஒத்திசைவு பேரமைதியில் இறங்கிய மார்கழிப் பனியில் துலங்கியது. உதயத்துக்கு முன் அவள் முக உணர்விலிருந்த மச்சத்தில் முகம் தொட இலுப்பை மர அதிர்வு. பச்சைப்பாம்பு செடிமேல் வந்து நுரை பொங்கியது பனியில்.

கீழே சிறு பூக்களின் குளிர். அவற்றின் மனம்போல் ஊசலாடினாள் புவனா. வைத்தி வாசனை நுகர்ந்த வேகத்தில் பயந்து விலகி திரும்புகிறாள் வேறொரு ஒற்றைப் பாதையில். அவளைப் பின்தொடர நகர்ந்த கால்களை கரைப்பாதை நோக்கி வைத்தான் வைத்தி.

அவள் இருப்பில் ஓடும் வெப்பத்தை முகத்தில் கொண்டு செல்கிறான். மனதின் இயக்கத்தை அவள் சாயல்வழி நடத்தியது. இனி

அவளின்றி அவனால் இருக்க முடியாது போலும் காற்று வீசியது உள்ளே. அவள் கூந்தல் கொண்ட உவர் சுவாசித்த சில நிமிஷங்கள் லயமடைந்து வெளிவிளக்கம் கொள்கிறது.

தூரதேச வணிகரும் உப்புரயிலை விட்டிறங்கி திருபுவனத் தெருவில் காத்திருந்தார்கள். கொமண்டி ஆயாவின் விரல்பட்ட பட்டுக்குள் திசையெங்கும் பூச்சிஒலி.

வாத்துக்காரி மாயாவின் எதிரே புவனா பல இரவு தூக்கமற்றிருந்து நெய்தமுகம் வாடியிருந்தது. 'வியாகுலப்பட வேண்டாமே புவனா வாத்துகள் சகதியில் மூழ்கும்போது குருட்டு மண்புழுவைப் பிடிக்கு முன் அவை உரையாடும் பாடல் மொழி கேட்டேன்.'

'உன் வாத்து இறகுகளின் மெலிவை நெசவில் கொள்கிறேன். நீ அந்த வைத்தியை இலுப்பந் தோப்புக்கு வரவேண்டாமென்று சொல்லி விடு இரவு நூல் நகரும் வளைவில் சர்ப்ப பயம் தோன்றுகிறதெனக்கு.' அவன் கண்டதான கனவில் வேறொரு பெண் கடல்நோக்கி அழைப்பதை பார்த்தேன் கனவில்.'

'இருவருக்குமான நேசத்தில் ஆறுபுனல் பாயுமென நினைக்கிறேன் புவனா. இருவரும் அந்தி சாய்ந்தபின் இப்பழைய மரப்பாலத்தில் குனிந்து நீரில் முத்தமிடும் சூலாகு மீன்களை சந்தித்தீர்களா நேரில். முகர்ந்து கொள்ளும்போது பரிமாறிக் கொண்டதென்ன... அம்மீன் வகை இப்போது தான் வரத்தாகியுள்ளது இங்கே...'

'வருகிறேன் உனக்காக இடையில் நீ இருந்தால் யாரும் சந்தேகிக்க மாட்டார்கள் இல்லையா.'

'வைத்தியென்று மனதானபின் அஞ்சவேண்டாம் புவனா' வண்டிக்காரத் தெருப் பெண்கள் தேர்முட்டியை கடந்து வடக்குத் தெரு வழியே வைத்தி வீட்டில் திரும்பி கரைப்பாதைக்கு வருகிறார்கள்.

'அவன் கோடுகளால் உருவமைத்த பிரதிமை அவளாக இருக்கும்' என்றாள் ஒருத்தி. 'ஊறறிந்த நேசத்தை மூட முடியுமா' என்றாள் வேறொரு வண்டிக்காரத்தெருப் பெண். 'அவனை இன்று கூடுதுறையில் பார்த்தேன். செங்குந்தர் தெருப்பெண்ணை ஒரே கோட்டில் மீனாகவும் உருமாற்றியிருந்தான். அதைப்பற்றி ஆற்றில் நீந்தும் இவர்களிடம் சொன்னால் என்ன? என்றாள் தேவதாசி ஒருத்தி. 'நிசியெங்கும் அவன் நினைவு பீடித்துள்ளது' என்றாள் காவிரியை வாயில் அடக்கி.

காவிரி மரப்பாலத்தில் உதயநத்தம் வேட்டி துண்டுகளின் பொட்டணத்துடன் பட்டிக்குப் போகிறான் ஒரு நெசவாளி. காவிரியில் குளித்து சரபேஸ்வரனைப் பார்த்துக் கைதூக்கி திரும்பவும் பாலத்தை

கடக்கிறான் தன் போக்கில்.

நொண்டி நரி அம்பலம் இரு வாத்துக்குஞ்சுகளை தோளில் போட்டு கடத்திப்போய் ஆசை வார்த்தைபேசி 'உன்னைக் கொன்றால் நீ சீர்காழி நந்தவனத்தில் அன்னமாய் பறந்து விடுவாய்' என ஈச்சங்கள்ளுக்கு ஏற்ற எரச்சி என தந்திரமாய் கொன்றது நொண்டி நரி அம்பலம்.

காணாமல் போன இரு சாம்பல் வாத்துக்குஞ்சுகளிடம் பிரியம் கொண்ட கால்கள் தேடி அலைந்த தெருக்கோடி வெயில் அலை. செல்லும்பாதை கூட்டிப்போன நாவல் மரத்தடியில் அவற்றின் இறகுகள் அலைந்தன. வெருகு தூக்கிப்போயிடுச்சே...' என்றாள் சாலியப்பெண் ராட்டையில் கண் வைத்து.

மாயா சிறகுகள் இல்லாத அற்புதப் பறவை அவள். நயனத்தை மேல் கீழாய் இடம் நகர்த்தினாள் உடனே. வேப்ப மரங்களின் கசப்பு வாசனையுள்ள மாயாவின் உடலைத் தூக்கிச் சுழற்றுவதற்கு அனுமதி யுங்கள் வாசகரே. நானும் அதில் கதாபாத்திரமாகிக் கொள்வதில் இக்கதையிலுள்ள 'மிலிந்த அரசரின் கேள்விகள்' என்ற நூலில் காவிரியின் குறிப்புகளை அதுசேரும் பழங்காவிரியின் நாட்டிய விரல்களை முத்தமிட மிலிந்தர் நீர்த்துளிகளை யாழின்பாடல் என வர்ணித்தார்.

காதலான புவனா கண்ணீர்த் துளி கண்ணாடி மணிகளாகப் புரளும் பக்கங்கள் உள்ளனவே. மரபு விளக்கின் அடியில் புவனா அமர்ந்திருக்கிறாள் இரவெல்லாம் அவளைக் காண வைத்தி வருகிறான். 'எங்கே... மறந்துவிடுவாயோ புவனா... நளதமயந்தியின் இருபால் துகில் எங்கே காட்டு' 'யார் கண்ணுக்கும் புலப்படாத இந்த துகில் அவரவர்களின் அந்தரங்க இழைகளால் ஆவது வைத்தி... மறுக்கிறேன் என வருந்தாதே...' 'எனக்கு அதைக் காண அவா மேலிடுகிறதே.'

'உணர்வு மட்டும் பிரியமில்லையே அது ஊழின் துகில். அதைப் போர்த்தவோ ஸ்பரிசிக்கவோ அந்நியக் கரங்களுக்கு நீதமில்லை கண்ணே!'

'மென்மையும் சொர்ண இழைகளால் உன் விரல்கள் அலங்கரித்த அத்துகிலை நான் தொலைவில் காண அனுமதி'

'இரு உடல் சேரும் கனிந்த ஸ்வரூபத்தில் என் வைத்தி தலை யிடுவதில் துரதிருஷ்டம் நேரலாம் இல்லையா.'

'நேசத்தால் மெலிந்திருக்கும் என்நிலையில் நீயின்றி அகத்தில் வேறு

ராகமில்லை கண்மணி.'

சிறிது நேரம் கழித்து மண் அகலுடன் மரக்கூடத்துக்கு வந்தாள் புவனா. வைத்தி அவளை நோக்கி தலைவாசலில் நின்றான்... 'என்னையே பாவிக்கும் நீ விரைவில் பிரிந்துவிடும் கனாக்கண்டேன் நேற்றிரவில்.'

'உன் மீதான எனது சாயல் நிலமாக அலைகிறதே ஏன்? ஊழ்தான் என அறிவேன்' தந்தங்களால் செதுக்கிய சிங்கமுகப்பேழை ஒன்றை அவன்முன் எடுத்து வைத்தாள் சிரித்தவாறு. அப்பெட்டி காலத்தில் பயணிப்பது. அதில் சீன யாத்ரீகன் ஒருவனின் விரல்கள் பட்டு அழுந்திய ரேகைகள் தெளிந்தன.

மெல்லத் திறக்கிறாள். அதன் உள்ளே இருபாலிலான வஸ்திரம் ஜீவாலைவிட்டு இதயங்களின் ஊற்றுக் கண்களாக மயில் இறகு ஒன்று எடுத்தாள். அதை வைத்தியின் கரங்களில் வைக்கவும் அவன் விரல்கள் நடுங்கின. உள்ளே நோக்கினான். எத்தனையோ நகரங்களிலும் நெய்து கொடுக்க முடியாத அதிசய வஸ்திரம் எப்போதும் 'ஊழ்' எனும் சொல்லில் மறைந்திருக்கும் சிலம்பின் பனுவலைப்போல் மொழி பொறிக்கப்பட்டிருந்தது. ஒருவேளை அந்த இருட்டு அறையில் அதனருகில் இருந்த விளக்கை அவள் அகற்றிவிட்டதால் தனியொரு நிலவுபோல காய்கிறது. வெண் நிழல்படிந்த அன்னங்கள் முப்பத்திரெண்டு பதுமைகளாகவும் இந்திர நந்தவனத்தின் மகரயாழ் போலவும் அந்த துகில் விளங்கியது. இது பெட்டகத்தில் இருக்கும் மயில்போல அகவியது துகில். அதுவோர் பறவை இனமா? நெல்லின் பாடலா? அவளிடம் வெளிப்படுவது பைத்தியம் பிடித்த வைத்தியின் சித்திரப் பிரமைகளில் வராத பெண்மையின் உள்ளுணர்வு கொள்வது அவன் கண்களில் ஆழ்ந்திருந்த நெசவாளிப் பெண்ணின் தறிவில்லில் இருந்தே அன்னத்தின் முட்டைகள் பறக்கின்றன.

13

சேறும் சகதியுமான வாத்துக் கதை

மாயாவை உறக்கத்தில் அணைத்தவாறு தோளில் போட்டு துயிலும் போது நகரும் ரகஸியக் கயிறுகளால் என்னை பொம்மையாக்கி விடுகிறாள். ஏனெனில் கனவுகளில் அவளோடு செல்லும் பறவைக் கூட்டங்களைப் பின்பற்றி வானமும் கடலும் இணைந்த நீலத்தில் மூழ்கிவிடலாம். வாத்துகளின் சாயலான வெண்ணிழல்களாய்

மறைகிறாள். ஒரு மின்னல் பிளவில் எல்லாரும் மறைந்து அடுத்த ஊர் வந்து விடும். மாயாவின் உரு எங்கோ ஈர்க்கிறது. நிகழ்காலத்தை பளிச்சிட வைக்கும் சோழியைப்போல ஆழமான கண்களில் கழனிகளில் சாயும் நெற்பயிரின் வெளிறிய மஞ்சள். பால் ஊறும் பருவத்தில் மாடுகளோடு சகதி வழிபோன சுவடுகள் பதிந்தும் தெருவும்கூட குளம்படிபட்ட வடுக்களில் இருந்தது. ஆயிரம் புள்ளிகள் வரைந்த விட்டில் பூச்சி துடிக்கும் செடிக்குள் எட்டிப்பார்த்தாள். எறும்புகள் துளைகளில் உருட்டும் மண் குவிசலைப் பார்த்து நெடுநேரம் அவளருகில் சாய்வதில் சூரியனின் விந்தை. மெல்லிய இழைகளில் பின்னப்பட்ட உப்பு ரயிலின் கதாபாத்திரங்கள் ஆற்றுக்குப்போன சிறுவர்களாகவும் இருந்தார்கள்.

ஒரு சமயம் இந்த உலகத்தில் தனித்துவிடப்பட்ட ஒவ்வொருவரும் ஊராகச் சேர்ந்திருப்பதில் எங்கும் தப்பமுடியாத கிராமத்தில் அகப்பட்டிருப்பதாகப்படும். யாருமில்லாத காலி வீடுகளுக்குள் ஒளிந்து விளையாடியபோது வெறுமை தெரியவில்லை. விளையாட்டுத்தெரு மறைந்ததும் அவ்வீடுகள் துயரத்துடன் காற்றின் ஜன்னல்களை அனைத்து கீச்சிட்டன. வெளியேறிப் போனவர்கள் திரும்பி வரக் கூடும். அந்த மற்றவர்கள் மனிதரும் மரங்களுமே.

சிலவேளை சேறும் சகதியுமான வார்த்தையுடன் வாத்துக்கதை போடுவாள். சுழற்சியில் மாயாவின் கவுன் பிரில்சுருக்குகள் புடைத்து அலையாக விரிந்த அகம் குமிழ்விட்ட குடைகளாகிவிடும்.

அபூர்வத்தை பால் ஊறும் உறவாக எய்திவிட்ட இயற்கையில் அவளைச் சுழற்றுவதால் சுழல்கிறேன் உலக விதியில். மறக்கமாட்டாள் இத்தீவாந்திரமான எளிய சிநேகிதனை எனத் தெரிந்தபோதும் சந்தேகம் வரும். பள்ளி நாட்களைக் கொண்ட தெருக்கோடுகளை பென்சில் மொட்டில் கீச்சிச் செல்ல தாழ்வார வீடுகளின் வெளிச்சத்தில் வாய் திறந்த கதவுகளோடு நாளும் பறந்த நாழியோடுகளின் தாத்பரியமான அடுக்குகளில் செங்காவி வெளுத்துப் பாசியும் கருத்த விதியும் வந்தபின் கால்பட்டால் வழுக்காத பூனைதான் என எளிதாக இருந்துவிட முடிகிறதா? அதன் வால் எல்லா வீட்டிலும் தோன்றி மறைவதேன்? தறிவீடுகளின் ரகஸிய முணுமுணுப்பை பூனைகள் செய்துவிடும்.

எங்களைக் கூவி அழைத்த பட்டுநூல் சுற்றும் பெண்கள் அருகில் போய் பொழுதுகளின் உணர்வைப் பகிரும்போது வெயிலுடன் ஆலங்கட்டி மழை ஓடுகளில் சிதறியது. ஞாபகங்களில் கரையும் ஊர்

ஒரு ஆலங்கட்டியின் குளிர்ச்சியுடன் மூடிய விரல்களுக்குள் பத்திரமாய். அவள் கையில் நெருப்புக்கோழி இறகுகள்.

துக்கம் பருகிய கோடுகள் சகதிபூசிய சுவரில் வரைந்த எல்லோரின் சாயலிலும் மாடுகளை வரைவதில் அதன் குணங்களை சுழிகளை வீடுகளின் ஸ்திதி நிலையை தொழுவங்களின் சுவர் ஏறி ராத்திரி வெளிச்சத்தில் தோற்றமாகும் மாடுகளின் சாயைகளை அவற்றுடன் கடவுள் உரையாடுவதை வரப்போகும் பஞ்சநாட்களை விடுவிக்க மாடுகள் விடும் பெருமூச்சையெல்லாம் வரைந்து செல்கிறான்.

பைத்தியம் பிடித்த வைத்தியின் வாசனையும் உப்பும் கலந்திருக்கும். சினேகத்தின் உருவானது ஒரே சாயலைப் பெற்றுவிடும் ஒருவரை யொருவர் நெருங்கிய மூச்சுவிடும் உழுவை மீனும் ஒரே உருவைக் கொள்கிறது. அவனிடம் அவள் சாயை மெல்ல பழகிய மந்திரிக்கப் பட்ட உடல்கள் சிருஷ்டிக்குப் பின்னும் சிருஷ்டிக்கப்படவில்லை. மாயாவும் அவனும் ஒரே உரு என்று பட்டது எனக்கு.

சுய உருவை நேசத்தால் காதலி வடிவத்தில் சிற்பித்துக் கொண்ட கருப்புப்பாடகன் நினைவு வந்தது. இப்புதிர் நிழல்கள் சேரமண் உடலைப் பூச்சிகள் நெண்டிக் கடிக்க வைத்தியின் விரல் உப்பினை நாவினால் தொட்டு ரேகைகள் இருட்டும் பின்னிரவில் எழுதிய வரிகள் அவன் அறையில் நகரும்.

14

எலி அரசனின் சுருங்கை

காவிரி பொங்கி ஓடும் நாளில் வயல் எலிகளின் உள் வளைகளில் நெல்மணிகள் அசையும். யாரோ ஒருவன் சைக்கிளில் வந்து ‘மாயா... உன் தாப்பன கூப்டு... எலி எல்லாம் கதிர் வெட்டுது... வந்து புடிச்சு போச்சொல்லு... மரியான...’ என உத்தரவிட்டுப்போன சைக்கிளில் அவசரமும் பதட்டமும் செல்கிறது.

ஈச்சம் படல் திறந்தால் முற்றத்தில் காவேரி மணல் பழுத்துக் கிடந்தது வாத்து தடத்தில். மாயாவின் அய்யா மரியான் மூத்தவன் ஜோசப் தங்கை மேரியும் அவள் அம்மா சாராளும் கோவிலடி வீட்டில் தினம் ஜெபத்துக்கு போவார்கள். வாய்வழிப் பாடாந்திரத்தில் படிக்காத அம்மாவுக்கு அனேக பாடல் வசனம் தெரிந்திருந்தது. ‘மாயா வெடிப்பான குட்டி’ என்பார் ஜேம்ஸ் மன்ரான்ஸோ பாதர். ஊரில் கிருஸ்தவக் குடிகளை ‘பூச்சிக்காரங்க’ என்கிறார்கள். மாயாவுக்கு

லத்தீன் மந்திரங்கள் சொல்லி வந்தார் மலையாளத்திலிருந்து வந்திருந்த குருவில்லா சாமியார்.

மரியான் மூத்தவனைக் கூட்டிக்கொண்டு கழனியில் எலி பிடிக்கப் புறப்பட்டார். கோணிப்பை கக்கத்தில் இருந்தது. எரவாரத்தில் சொருகியிருந்த மண்வெட்டி கடப்பாறையுடன் பக்கத்துவீட்டு சூசையும் உடன் போனான். ஓலைவீட்டு விட்டத்தில் தொங்கிய 'ஊத்தம் பல்லா'வை உறித்துணியிலிருந்து அவிழ்த்து எடுத்தார் அய்யா. ஜோசப், சூசை இருவரும் படுசுட்டிகள். கழுத்தில் உண்டிக் கல்லி தொங்கும். ஓணான், கரட்டாண்டி அணில் காக்காய் என ஒன்றுவிடாமல் வேட்டை. 'சீ... போடா பாவம்டா' என்பாள் மாயா. கேட்கமாட்டான் ஜோசப். கிழிந்த டவுசரை தொப்பூள் அடியில் முடித்து வெறும் உடம்போடு வில்தெறிப்பான். சீட்டி அடிக்கும் குருவி தப்ப முடியவில்லை. அவனைச் சுற்றிலும் அவன் சினேகிதன் சூசையின் வீட்டைச் சுற்றியும் பறவைகள் பறப்பதில்லை. அவ்வளவு பயம் இருந்ததை அய்யா கண்டு மெச்சுவார். அவன் அய்யாவின் சினேகிதன். தென்னைகளுக்கிடையே ஓடும் அணிலை தெறித்துவிட்டான், காலைக் கிந்திக் கிந்தி செத்தையில் துடித்தது. முதல் போணியை எடுத்து கழுத்தில் வெடுக்கென்று இழுத்து கோணியில் போட்டான் ஜோசப்.

நீர் இல்லாத கிணத்தில் பாம்புச்சட்டை அசைந்தது. கரையேறி காவிரியை குறுக்கே கடந்தார்கள். மேல்வயலில் ஓடியாடும் எலிகள். வரப்பு ஓரமாய் சுருங்கைகள் செல்கின்றன. முன்பு அரண்மனையில் ராஜாவும் ராணியும் தப்பி வாழ இருந்த சுருங்கை வழிகளை எலிகள் தான் கண்டுபிடித்தன. ரவுக்கை அணிந்த எலிகளும் தங்கச்சட்டை அணிந்த அரச எலிகளும் ஆள்வாடை கண்டு சுருங்கையில் பதுங்கி கீச்... கீச் சென உரையாடுவது கேட்டது.

காய்ந்த சுள்ளிகளை சூசையும் ஜோசப்பும் சேகரித்து வந்தார்கள். அய்யா வத்திப்பெட்டியை எலிக்குக் கேட்காமல் உரசி பீடி பற்ற வைக்கிறார். கைக்கூட்டுக்குள் குச்சி நின்று எரிந்ததும் பீடியைச் சுண்டினார். 'அடே... ராசா... அள்ளிவாடா வெரசா...' சுள்ளியிலும் பற்ற வைத்த நெருப்பு பரவி கங்கு பழுத்தது. சருகுகளில் சாம்பல் பூத்தது. ஒவ்வொரு கங்காய் முணுமுணுத்தது. கொள்ளித் துண்டுகளை ஊத்தம் பல்லாவில் போட்டு பின்வளை வழியாகப் புகை வட்டம் போட்டது. வயல் எங்கும் தங்கள் அறுவடை நாடகத்தில் எல்லா வேஷமிட்டும் நடித்த எலிகள் சுருங்கை சென்று சிப்பாய் எலிகளுடன்

ஆலோசித்தன எப்படித் தப்புவதென்று. கண்மதிப்பில் கழனியைச் சுற்றிவந்து வளைகளை எண்ணினார். மொத்தம் ஏழுவளைகள். எண்ணிக்கையற்ற கிளைகள்.

பின் கங்கின்மேல் காய்ந்த சுள்ளிகள் பற்றியது. ஊத்தம் பல்லாவை ஊதத் தொடங்கினார் மரியான். அவன் தாயார் பொஷ்பம் ஈயத் தூக்குவாளியில் வறக்காப்பி போட்டு மகனுக்கும் பேராண்டிக்கும் கொண்டுவந்தாள்.

'ஆத்தே... புகை வர்ர பக்கம் சகதிய சேந்திப்பூசு...' அவள் குனிந்து நடுங்கும் கைகளால் ஈரமண்ணை வாரி அடைத்தாள். சந்து சந்தாக கிளை விரியும் சுருங்கையின் அனைத்து வாயில்களும் எதிரிகளால் மூடப்பட்டுவிட்டன. தப்பிக்க ஒரே வழிதான் இருக்கிறது. ஆபத்தில் குதிப்பது. எல்லா அதிகார எலிகளும் கையில் மதுக்கோப்பையை ஏந்தி கடைசி விருந்து முடிந்ததும் அரச எலியான கெடாய் எலியை வாசனை பூசி மாறுவேடத்தில் முதலில் வெளியே தப்பவிட்டன. உடனே புகையின் உள் வழிகளில் சிக்கி ஓடியது கோணிவாய் திறந்த வாயில் பக்கம். தாவிய வேகத்தில் ஜோசப் அரசனைப் பிடித்து சகதியில் அமுக்கினான் வீறிட்டுக் கதறும் அரசனுக்காக சுருங்கையுள் எலிகள் மௌன அஞ்சலி செலுத்த ஒவ்வொரு எலியும் தற்கொலையைத் தேர்ந்தெடுப்பது அல்லது ஆபத்தில் பாய்ந்து எதிரிகளோடு போர் புரிந்தபடியே வீழ்வது என்றானது. எலிப்படைகள் அணிவகுத்து வந்தன தப்ப முடியாத ஒரே வழியில். அவர்களைச் சூழ்விதியால் புகை விரட்டி வர ஜீவனை மூச்சுத்திணறி விட்டன சில. மேலும் பல கடவுளை திட்டியவாறு வெளியேறி அகப்பட்டுக்கொண்டன. சுருங்கைப் பாதையில் மண்வெட்டுகள் வீழ்ந்து குகையில் இருந்த பொன்னிற நெல் அகப்பட்டதை வேஷ்டியில் கட்டி அய்யா தலைச் சுமையாக கொண்டு போகிறார். ஜோசப்பும் சூசையும் ஆயாவுக்கு பின்னால் கிடைத்த வெற்றியின் சிரிப்பில் வீடு போகிறார்கள். எலி அரசனின் சுருங்கைகள் வேறு வயலில் இருப்பதை அவர்கள் பார்க்கவில்லை.

15

பழத்திருடர்கள்

வடக்கூர் காளிங்கராயர் பிள்ளைகள் காகிதத்தை மடித்து எறியும் தாள் விமானம் நெடுகிப் பறந்து அணில் சத்தம் கேட்டு வைத்தி மரங்களுக்கு இடையே நோக்கி நின்றான். ஒவ்வொரு ஒலிக்கும் வாலை எற்றி

எற்றி ஆட்டியது. மூங்கில் புதரின் பச்சை மயக்கத்தில் பறக்கும் அணில் மறைந்ததில் ஏக்கத்துடன் திரும்பிவிட்டான்.

மாட்டுத்தொழுவத்தில் காளைகள் இரண்டும் காடியில் குனிந்து வைக்கோலை மென்றன. பொழுதுசாய முளைக்கல்மேல் அமர்ந்து காகிதங்களில் மாடுகளின் வரை உருவையும் கலங்கிய பொழுதையும் பென்சிலால் இணைத்தான். பிறகு தொழு அவன் ஓவியக் கூடமானது. மாடுகள் இருந்த ஓட்டுவீட்டு திருணையில் பழைய கருப்பு பீரோவில் சேது மாமாவின் வாசனையும் துவராடைகளும் கதர் வேஷ்டியும் பழுத்த நிறத்தில் நெகிழ்த்தியது மனதில். தாத்தாவின் கட்டில் ஒடிந்த ஏர்க் கலப்பைகள் களைக்கொத்திகள் மண்தோண்டிகளுக்கிடையே வைத்தியின் ஓவியப் பெட்டி. அது தாத்தா ரங்கூனிலிருந்து கொண்டு வந்தது. மண் திருணை அடியில் இருபது கோழிகளுக்கான கூடு அவற்றின் எச்சங்களின் நெடி. சாணம் பூசிய திருணை சத்தமிட்டது, மரப்பலகை போல். 'தகரக்கதவைத் திறந்து தொழுவீட்டில் சேது மாமாவைப் போல் துறவியாகிவிட்டாயா...' என ஜோசப் வந்து கேட்டான்.

விட்டங்களில் தொங்கும் ஹேங்கர்களில் இவனது அழுக்கு முழுக்கைச் சட்டையின் கைமடிப்பில் ஜோசப் கொண்டுவந்து ஆத்மார்த்தத்தின் அடையாளமாகக் கொடுத்த குட்டி அணில் ஊஞ்சலாடியது. அதன் வால் வெளியே நீட்டி வெற்றிடத் தூரிகையாக சதா வரையும் ஓவியம் எது?

இது விலங்கேயாயினும் அவனுடன் பழகியது. நெருக்கமுள்ள பிறவியாகிவிட்டது. இதன் அழகும் மென்மையும் அமைதியான தோற்றமும் வைத்தியின் இயல்பில் கரைந்திருக்கும். ஒளி நிறைந்த கண்களால் இருட்டில் நோக்கியது வைத்தியை. சிற்றொலிக்கும் மருண்டு ஓடி ஒளிந்துகொள்வதால் அணில் இயல்புக்கு ஏற்ப அறையில் சப்தமில்லாமல் நடமாடினான். எளிதில் பழகும் பண்பினால் அம்மா அதை கையில் எடுத்து பிள்ளையாக்கிக் கொண்டு யாரும் புழங்காத பின்கட்டில் உரையாடினாள் தன் துயரத்தை. அதன் விரைவும் சுறுசுறுப்பும் வீட்டில் எல்லோரையும் பற்றிக் கொண்டது. அய்யா அதைச் செல்லமாக 'கில்கில்லா...' என்று கூப்பிட்டார். மாடுகளை அவிழ்க்க அவர் வரும்போது அவன் கைமடிப்பில் தூங்கும் அழகைப் பார்த்து ஏதோ ஆத்மாவுடன் புலம்பினார் மாடு களைப்போல.

இங்கேயும் அணில்பாலம் அமைத்துவிட்டது. வீட்டுக்கும்

தொழுவுக்குமான துணிக்கயிற்றில் கீழே இறங்காமல் வாலின் உதவியால் உடலை தட்டையாக உருமாற்றி மாடக்குழிவரை சென்று விளக்கு வெளிச்சத்தில் உற்றுப் பார்த்தது.

விடியுமுன் எழுந்து கொட்டாவி நெளிக்கும். சின்னவாய் குழந்தையின் பிஞ்சு கைகள் குட்டி நாக்கை நீட்டி வாலைத் தரையில் படாமல் பின்னும் தூக்கி அருகில் வந்தது. வெளியே போய்விட்டு வரும்போது இவனைப் பார்த்து ஓடி ஒளிந்துகொள்ளும். சட்டைப் பைக்குள் சிறு பருப்பு போட்டால் உள்ளே புகுந்து கொறிக்கும்போது வால் முளைத்த பையாகிவிடுகிறது. தங்கைக்கு வேறு நூல்கண்டுகள் வாங்கிவந்தான்.

தாய்ப்பால் கொடுத்து வளர்த்தாள் அம்மா. செடிமறைவில் மாராப்பை விலக்கி மண் ஏணத்தில் விட்ட தாய்ப்பாலில் பஞ்சு முக்கி அணில் வாயில் பிழிந்தாள். இருட்டில் எல்லா ஜீவராசிகளும் சப்தித்துக் கரைத்து அழும் ஒலி. பிரபஞ்ச நுண் உயிரில் விட்ட ஒருதுளி பால் சுழல்கிறது ஏகாந்தத்தில். அம்மாவின் இயல்பில் பால் துளி ஒன்றில் ஓடும் உள்ளுரைகளை தலைகீழ் பென்சில் விரல்களாக உருமாற்றி வரைந்தவற்றில் பால் கவுச்சியில்லை.

ஜோசப் கொண்டுவந்த அணில் அம்மாவைச் சுற்றியலைந்து கொண்டே இருக்கும். பிதிராவில் படித்த நாளில் நடந்தவை எல்லாம் அதிசயம்தான். குட்டி அணிலுக்கு அய்யா கூடு செய்ய தொழுவில் கிடந்த பழைய அலமாரிப் பலகைகளை பெயர்த்து அவற்றில் பலவிதமான மரமாளிகையின் அறைகளை உண்டாக்கினார். ஜோசப் அதற்குப் பின் அய்யாவின் விலங்கியல் குணத்தை மெச்சி அணிலுக்கு கொய்யா, நாவற்பழம், முந்திரி என்று சீர்வரிசைகளை கொடுத்தான். பக்கத்து ஊரிலிருந்து வனமூர்த்தி ஆசாரியை கூட்டிவந்தார் அய்யா. அவர் வனத்தில் இருக்கும் பட்சி ஜாலங்களை அறிந்தவர். எல்லா மரத்திலும் காவிரியின் சலனம் இருப்பதை சொன்னார். கிளிக்கூண்டு அமைத்துக் கொடுத்த ஊர்களில் உள்ள கிளியர்களைப் பற்றி பேசுவார். அவர் பேச்சில் எத்தனையோ அந்தப்புர ராணிகளின் ஆசைப் பறவைகளும் கூண்டுகளும் வேறு பிரதேசங்களும் உயிர்பெற்று எழுந்தன. வர்ணம் பூச நினைத்த நீர் ஓவிய வில்லைகளைத் தொடாமல் மண்ணையும் சிப்பி சுண்ணாம்பையும் இலைகளின் நெடியையும் தட்டிப் பூசி எல்லாப் பலகையிலும் கனிமரங்களின் கிளைகளை வைத்து அவற்றை பழுக்கச் செய்யுமாறு கூண்டமைத்தார் வனமூர்த்தி ஆசாரி. அவர் கூண்டு செய்வதைப் பார்க்க பக்கத்து ஊர்களிலிருந்து

எல்லாம் விலங்குப்பிரியர்களும் பறவைப் பைத்தியங்களும் வேட்டைக்காரர் சிலரும் வந்து போனார்கள். பித்துப்பிள்ளை வைத்தியின் வீட்டுக்கு எல்லாத் திசையிலும் வாசல் வைக்கப்பட்ட அணில் கூண்டு அதற்கு சிறகு இல்லை என்ற குறையை யாரும் வெளிப்படுத்தாமல் இருந்தார்கள்.

நாவற்பழம், கொய்யா, கொட்டை, தானியம், இலை, பட்டை கிளைகளின் மென்நுனி என முன் பற்களால் சுரண்டிச் சுரண்டித் தின்னும். கூண்டைக் கொண்டுபோய் பழத்தோட்டத்தின் மையத்தில் தொங்கவிட்டார் வனமூர்த்தி ஆசாரி. எங்கும் கனிவாசனைகள் நிறைந்த புஸ்தகமொன்றை திறந்து அணில் வாஸிக்கத் தொடங்கியது. அதற்குப் பிடித்த மாதுளங்கனி ஓர் பெண்ணாக உருவெடுத்து முத்துகள் ஒலி எழுப்ப சுற்றிவந்தாள். கொய்யாப்பழத்தை சிதறிவிட்டு விதையைத் தான் கொரித்தது.

காலை ஐந்து மணிக்கு எழுந்து வந்து அம்மாவின் தலைமீது ஏறி மூக்குமேல் வந்து பளிச்சென்று திரும்பி மீசையை வைத்து மூக்கில் பூசும். உடம்பில் ஏறி கை வழியாக கீழே வந்து அம்மாவுடன் சிலதுளி காப்பியை அருந்திவிட்டு அவள் மீது மீசையை துடைத்துவிட்டு போய் விடும். நக்கிக்குடிக்கும்போது யாரையும் பார்க்காது. அய்யா கையில் ஏறி வைத்தியின் அழுக்குச் சட்டையின் கைமடிப்பில் மறைந்து கொள்ளும். அவன் வேர்வை வாடை அதற்குப் பிடிக்கும் போலும். அவன் மறதியில் சட்டையை எடுத்து மாட்டும்போது கைமடிப்பை விட்டுக் குதித்து ஓடும்.

அவன் ஒருபோதும் புவனா வீட்டுக்கு குட்டி அணிலைக்கொண்டு காட்டவில்லை. இவன் பால்யத்தை மறைத்துவைத்தான். கூப்பிட்டால் வராது. தானே வரும் இயல்பு. எதை வைத்தாலும் ஏற்காது. எங்கிருந்தோ மரத்திலிருந்து தெறித்து வந்த கொட்டையுடன் கரண்டிக் கடித்து உருட்டி விளையாடியது.

பூனை விரட்டி வரும்போது வேகமாய் தப்பிவிடும். அதை யாரும் விரட்டினால் நெடுநேரம் வெளியில் வராது. கோழிகளுடன் சண்டை யிட்டு அந்தப் படைக்கு தளபதியாகிவிட்டது. எல்லாக் கோழிகளும் பயந்தன அணில் புலவனைக் கண்டு. கோழியை பஞ்சாரத்தில் போட்டால் அங்கும் சண்டை. சந்துக்குள் அணில் போய்விடும். கோழியை கொடுமைப்படுத்தும்.பிதிராவின் சண்டைச் சேவலை விட்டு வைக்காது குட்டி அணில்.

பெரிய அக்கா தலைப்பிரசவத்துக்கு வந்தபோது அவள்மீதும்

விளையாடியது. பாப்பா பிறந்து பெரிய அக்கா வந்திருக்கிறாள். அவள் பிள்ளைக்கு பாடு பார்க்க அம்மா வேலையும் கையுமாக இருக்கிறாள்.

பிள்ளையைக் கொண்டுபோய் தொட்டிலில் கிடத்திய உடன் பாப்பாமேல் கிடந்து உரசியது முதலில். தண்ணீர் ஊற்றி அம்மா வீடு கழுவும் நேரம் பார்த்து பிள்ளைமேல் விளையாடுகிறது குட்டி அணில். பதினைந்து நாள் பச்சை உடம்பு. அதன் நகம்பட்ட இட மெல்லாம் சிவந்து வீறிட்டது குழந்தை. கீறல் புள்ளிகளுடன் வயிற்றில் தடிப்பாய் இருந்தது.

ரெண்டு மார்க்குச்சியை உருவிக்கொண்டு அதை ரெண்டாக மடித்துவைத்து கட்டி விடவும் அது உத்திரத்தின் மேல் ஒட்டிப் படுத்துக் கொண்டுவரவில்லை. அதற்கப்புறம் அந்த அணில் வரவே இல்லை.

அந்த அணில் தங்கையின் நூல்கண்டுகளை எடுத்துப்போய் உல்லன் பின்னல் போல வட்டமாகவும் சதுரமாகவும் நார், சணல், வேர், இழைகள் எடுத்து தறிவீடுகளின் குப்பைகளில் பட்டுஇழை சேகரித்து வந்து தானே கட்டிவரும் கூண்டு. தன் புனைவில் தானே படுத் துறங்கும்போது வால் மட்டும் வெளியில் தெரிந்தது. கோமதி அதன் இருப்பிடம் போய் எட்டிப் பார்த்தவேளை உள்ளே நூல் தீர்ந்து கட்டை இருந்தது. அணில் கூண்டுகட்டி இரு குட்டி போட்டது. அதற்குப்பின் அவர்கள் யாரிடமும் அது வரவில்லை. வால் மயிரடர்ந்த தினைக்கதிர் போல் நீளமான மூன்று வால்கள் மெல்ல அசையும். மேலே உயர்த்தி வைத்திருக்கும் வாலை அது கீழே விடவில்லை. யாருடனும் விளையாடவில்லை. அய்யா ஆசையாய் செய்த கூண்டை அது திரும்பிப் பார்க்கவில்லை. எத்தனையோ தரம் கனவுக் குள்ளிலிருந்து விக்கி அழுதாள் அம்மா. வைத்தி படிக்கப் போனபின் காலியான ஹேங்கர்கள் கொடியில் ஆடிக்கொண்டிருக்கின்றன வெற்றிடத்தில்.

அவ்வீட்டில்தான் இருந்தாலும் ஒருவரையும் ஏரெடுத்துப் பார்க்கவில்லை. பின்காலை குத்துக்காலிட்டு உட்கார்ந்து கொண்டு உடம்பை உயர்த்தி முன்கைகளில் பழத்தை உருட்டிக்கொண்டு முகத்தை மறைத்திருந்தது. அதன் கோடுகள் எல்லார் மனதின் ஆழத்திலும் ஏக்கத்தையும் இனங்காண முடியாத இயலாமையையும் விட்டுச் சென்றது. 'அம்மா கடிந்ததுதான் காரணமாக இருக்குமா?'

அணில் மயிர் ஓவியத்தூரிகைகளில் இருந்தாலும் அழியாத கோடு களில் என்னென்னவோ இருப்பதை உணர்ந்து நகரப் பெருஞ் சுவர்களின் ஓரத்தில் அதை நினைத்து தனிமையில் திரும்பிப் பார்க்கிறான். 'கில்கில்லா'வைப்போல ஒரு அணில் அவன் வேர்வை

வாசனை பிடித்து கைமடிப்பில் அசைவதான பிரமை நீங்கவே இல்லை வைத்திக்கு. அய்யா மறைவிற்குப்பின் பைத்தியம் ஆகிவிட்டான்.

16

மருதம் அகத்திணை

பைத்தியக்காரத்தனத்தின் இலக்கற்ற சுழற்சி சதாவும் சூழலை வளைத்துப் பரவிக்கொண்டிருக்கிறது. ஊரின் தோற்றத்தை வெயில் கரைத்து தாகத்தில் ஆழ்த்தியது நிலங்களை.

மரங்களை ஊடுருவி வந்து சேர்ந்த உப்புரயிலில் குடிநீருக்கு அலைக்கழியும் பெண்களின் குரல். அலைமோதும குடியானவர். நீர் கிடைக்காதவர்களின் வசைகள். எல்லாம் கண்டு அச்சமடைந்த உப்பு ரயில் ஸ்டேஷனைக் கடக்கிறது. ஆற்றுப் பாலத்தில் மணல் காயும் வெறுமை. மாடுகள் தாகத்தில் அண்ணார்ந்து திரியும்வயல். இப்போது என் கலக்கமெல்லாம் கருத்த இருட்டில் மறையும் உப்புரயிலில் இன்னும் கொஞ்சம் விவசாய விதி மிச்சமிருக்கிறது. அன்றிரவு மாயாவின் வாத்துகள் ரயில் பாதையைக் கடந்து ஸ்டேஷன் எங்கும் நிரம்பிவிட்டன. திரும்பிப் பார்த்தபோது அவள் இல்லை. மங்கிய ஹெட்லைட் வெளிச்சத்தில் உப்புரயில் வந்தது. கூடைகளில் அடைபட்ட வாத்துகளின் மஞ்சள் மூக்கு தென்பட்டது. வீட்டுக்கு வந்து படுத்துக்கொண்டாள் மாயா. ஜுரவேகத்தில் ஓடிய நாடிகளில் வாத்துகளின் சிறகுத்துடிப்பு. மடவாத்துகள் எங்கே போகின்றன. மாயாவுக்காக அம்மா விட்டு வைத்த அந்த கருப்புவாத்துகள் மூன்றும் ராசியானவை. உப்பையும் தவிட்டையும் குருணையில் கலந்து வைத்தாள் அம்மா. மாயாவுக்கு ஜுரம் விடவில்லை. கீழ் ஜன்னலைத் திறந்து எட்டிப் பார்த்தேன். தைலம் வற்றாத தோதகத்திக் கட்டிலில் மாயாவிழிகள் திறந்திருந்தன.

‘வராதே போபோ...’ என விரட்டினாள் என்னை. ‘காய்ச்சல் போய் விட்டதா உனக்கு’ ‘அது ஒன்றும் உனக்குத் தேவையில்லை. என்னைப் பார்க்கவராதே...’ என மூடினாள் ஜன்னலை. அவள் திறந்த விழிகளில் கண்ணீர் தத்தளித்தது. தேனிறம் கருத்திருந்த சோழியைப் போல் துக்கம் குடித்த தனிமை கொண்டிருந்தது. கருப்பு வாத்துகள் வெளியில் சப்தமிட்டன. அம்மா என்னைப் பார்த்துக் கூப்பிட்டாள். மாயாவின் அம்மா என்றாலும் என் நாடியைத் தொட்டு ‘மாயாவுக்கு ஜுரம் விடலையே’ என்றாள். எனக்கு அப்பாலும் செல்லும் வெளியில் மாயா

பரவுகிறாள். உறக்கத்தில் எழுந்து வாத்துகளைத் தேடிப் போகிறாள் ஆற்றுப்பக்கம். அங்கே மழையைப்போல இலைகள் சப்தித்தன. காற்று ஆற்றைப் போல் அலை எழுப்பியது. அதற்கும் அப்பால் மாயாவின் வாத்துகள் இருட்டில் நீந்தி வருகின்றன அவளிடம். கதவைத் திறந்ததும் உள்ளே வாத்துக்கூட்டம்.

என்னை லட்சியம் செய்யும் உத்தேசமும் இன்றி மாயா வீட்டுக்குள் நடமாடுகிறாள். என்னை நிமிர்ந்து பார்க்கக்கூட இல்லை. அவள் கண்களில் ஓடும் ஆயிரம் ஒளி வருடங்களின் நேசத்தைப் பார்க்க விரும்புகிறேன். இரு கைகளாலும் முகத்தை மறைத்துக்கொண்டு விரல் கீறலில் சற்றே சிறுகீற்றை என் இதயம் இருக்கும் பக்கமாக மூர்க்கமாக செலுத்தினாள். அதுபோதுமெனத் திரும்பிவிட்டேன். போனதும் அவள் அழைப்பு கேட்டது தூரத்தில்.

மாயாவைப் பார்த்து செடிகளும் கொடிகாய்ந்துவிட்ட வெளிர் நாட்கள் நேற்றைய உறக்கத்தில் ஜுரத்தில் உடல் நடுங்கியது. மஞ்சள் வயல்வெளியில் வாத்துகளுடன் மாயா போகிறாள். நெல்வயல் நடுவே உள்ள பாறையின் ஒலியைத் தொடர்ந்து அவள் குரல். ‘நாம் அங்கே போகலாம்’ உறக்கத்தினூடே ஜன்னல்வழி நிலவு காய்ச்சலில் உஷ்ணமாக அலைந்தது. மெல்லப் பெரிய வட்டமாக அகன்று தலைக்குள் குழம்பியது. அந்தரங்கமாக மாயாவின் கண்களால் பார்த்தது. ஆன்மாவின் இருண்ட அறைகளைத் திறந்து இலையுதிர் காலத்தின் தங்கநிற இலைகளை ஏந்திவருகிறாள். விழிகளைத் திறந்து ஸ்பரிசித்தாள் உதிரத்தில்.

வியப்பும் மிரட்சியும் அடைந்து மீள முடியாமல் அவளை அணைத்துக்கொள்ள வாழ்வின் தருணங்கள் நெகிழ்வுடன் காத்திருக்கிறது. ரெக்கைகொண்ட பெண்ணாக மாறியிருந்தாள். மௌனத்தில் ஆழ்ந்த தேனிறக் கண்களால் அசைத்து உடல் உப்பை இமைகளில் தொட்டு எதையோ பரிமாறிச் சென்றாள். என்னிலிருந்து தனியாகப் பிரிக்கப்பட்ட அவள் வேறொரு கிராமத்தில் பனிரெண்டு வயது சிறுமியாக கூரைவீட்டின் உள்ளே செந்நிறச் சுவர்மீது சாய்ந்தவாறு பார்த்தாள்.

சிறுமியாக உருமாறியிருந்தான் வைத்தி. அந்த தேனிறக் கண்களை ஏந்திய சிறுமி நிலத்தில் ‘ஆத்மக்கூர்’ கிராமத்தில் இருந்தாள். வைத்தியும் அவளும் ஒன்றா? இங்கிருந்த மாயாவும் அவளும் வேறா. எங்கே இருந்தும் பரவுகிறாள் மாயா. இவ்வேளைகூட இல்லாத வைத்தி பைத்தியங்களோடு திருவிடைமருதூரில் இருந்தான்.

⑤

கத்தரிக்கப்பட்ட செய்திகள்

கடிக்கச் சொன்ன கனியின் குரல்வளை

நீக்ரோ அடிமைகள் நடந்துபோன ஒவ்வொரு எட்டிலும் மாமரங்கள் மொடுமொடுத்த வரிசைக் கிரமத்தில் வெவ்வேறு கனிகளின் புஸ்தகம். திறந்த பக்கங்களில் மண்நிறப் பூர்வகுடிகள் அடிமைகளாய் கப்பலில் ஏற்றப்படக் காத்திருந்த நாட்களில் அவர்கள் தங்கியிருந்த காடுகளில் மாந்தித் தின்று நாரோடு துப்பிய மாங்கனிகளின் கொட்டைகள் நானூறாண்டுகள் வளர்ந்து நெடுகிய மாமரங்களாய் நிலைத்திருக்கின்ற சாட்சியங்களாய் இன்று. கண்டத்தையே மாமரங்களால் நிரப்பிய நீக்ரோ அடிமைகள் பல்பட்ட நார் நெறுநெறுக்கிறது கனி பிளந்து இன்று. மறைந்த மாமரப் புஸ்தகத்தில் பழத்தொலி உரித்த புளிப்பில் பூமத்திய ரேகை நீக்ரோவின் நாக்கைத் துளைத்துச் செல்கிறது.

'யாருமில்லையவன் வேறெனில்'

அவன் யார்
வரப்பில்
பூச்சி மருந்தைக் குடித்து
கருகிய பயிர் நடுவே கிடப்பவன்
அவன் யார்
கால்களை கயிறுகளால் கட்டி
கடன் பத்திரத்தோடு
கிணற்றில் குதிப்பவன்

- தேவதச்சன்

உருமாறியவளாக சோபடமாவுக்கு பின்னால் தோன்றிய கிராமத்தின் உள்ளே இலைகளால் மூடப்பட்ட சிறுமியாக இருந்தான்.

அவளுடன் பேச நினைத்தும் முடியவில்லை. ஆனால் தூக்கத்தில் வந்து நடு இரவுக்குப் பின் கரைந்து வரும் இருட்டில் சிறு வெளிச்சமாக என் உடலைச் சுற்றி வேப்பமரங்களின் கசப்பு வாசனையாக ஒட்டிப் பிசுபிசுக்கிறாள். அவனும் அவளுமான மாயா, உடலா? மனமா? இரு உடல் கொண்ட ஒரே இருப்பில் ஆண் பெண் எனும் பேத புத்தியிழந்த

இருப்பா? அல்லது உடலும் மனமும் அற்ற மாயா எங்கிருந்து வந்து கொண்டிருக்கிறாள் தேவலோக வாத்துக்களுடன். அவள் கையிலுள்ள உப்பை என் நாக்கினால் தொட்டு ஸ்பரிசிக்க ஆவல். எப்போதும் பிரிய முடியாத நினைவுப் பாதையில் பாதியில் மறைந்துவிட்ட நண்பன் மாயாவின் ரூபமடைந்ததில் கண்ணாடிக்கும் இருப்புக்கும் நடந்துகொண்டிருக்கும் உரையாடல் என்ன? எனக்குத் தெரிய வில்லை. இதைத் தொடர்ந்து புனைவின் சீற்றங்கள் துடி ஏறிச் செல்கின்றன. படைப்பு என்பதில் மனதும் உடலும் இல்லாத வேறொரு உயிரினம் பிறந்திருக்கிறது என்பதை யார் நம்பப் போகிறார்கள்.

17

மாமர விதி

பழுப்பு நிற வயல் கால்களுக்குப் பக்கமாய் செல்வதைப் பார்க்கிறாள் மாயா. தூர விளிம்புகளைக் கடந்த நவம்பர் மாத மரத்துண்டுகளுக் கிடையே தற்கொலை அசையும் திணைக்குடி. சிலவேளை அசையும் கண்ணீரில் வயல் சாயும் எனில் அவர்கள் யாரும் இல்லை. மரத் துண்டுகளின் வாசனை கொண்ட ரகஸிய வாக்கியம் இடை வெளிகளில் இக்கதையும் திரியும் சிறுவர்களோடு மேல்வரும் உடம்பிலிருந்து பிரிக்க முடியாத மாமரத்தின் கிளையில் நாண்டு கொண்ட வடக்கூர் வீராசாமி காளிங்கராயர் காய்த்து ஓய்ந்த மரத்தின் இருப்பாகப் பீடித்த நோயாகி மந்திரக் கண்களின் வசியத்தை அவரது தோட்டத்து நீலமாம்பழம் பின் காய்க்கவுமில்லை பழுக்கவுமில்லை.

அந்தக்கோடை சாவுகளால் நிறைந்திருந்தது. நிழல்கள் அமைதி யாகவரும் ரயில் ஜன்னல்களில் ஓடும் மாமர நிழல்களில் பழுத்த பெரியவரின் அதிசயச் சாயல். கிணற்றுக்குள் தலைகீழாகப் பாய்ந்து உடம்பில் கயிறுசுற்றி எடுத்தவர்களின் வாடிய இலை கற்பூர வாசனையில் சூழ்ந்து பதுங்கிய கண்களால் பார்த்தது. அவ்வீட்டில் நெருக்கியடித்து வேர்வையோடு குனியும் நிழல்களில் மாயா நிற்கிறாள். இதுவரை உணர முடியாத துக்கத்தில் பூச்சிகள் சோம்பல் விரித்த ஓசை. தனிக் காகமொன்று மாமரத்தின் சாயலைப் பார்த்தது சாய்வாய்.

நீலமாம்பழம் ஏந்திய காளிங்கராயர் உடலில் வண்ணத்துப்பூச்சி படபடத்து வைத்த புள்ளிக்கோலத்தில் மாவிலை உதிர்ந்தது. கனி பொங்கும் மாந்தோப்பில் சொரிந்த வடுக்கள் பொறுக்கும் பிள்ளைகள்

குனிகிறார்கள். எல்லா மரமும் காய்க்க அந்த மாமரம் எதைச் சொல்லி தனக்குள் முடிச்சிட்டு துக்கித்து மௌனத்தின் காயங்களுடன் எட்டுப் பிள்ளைகளைவிட்டு மெல்ல மொடுமொடுவென உதிர்ந்த இளைச் சருகுகளில் வீழும் கால்படிந்த நகங்களின் ஒலி. இப்போது அம் மாமரத்தை விட்டுக் கடந்து செல்ல முடியவில்லை. அலையலையாக சாவின் வசீகர நிகழ்வு மாமரத்தில் ஆரம்பமானது. நீலமாங்கனி கொண்ட ரகஸியம் சிறுபூவில் பூச்சி ஆடிக் கூடிய தோடி. இலைக்கு அடியில் மழை எறும்புகள் ஓசையின்றி ஊரைவிட்டு வெளியேறு கின்றன குருடான வேளையில். ஆத்மஹத்தி செய்துகொண்ட குடியானவர் வீடுகளில் மாயா உருவம் தெரிந்தது. விரிசலடைந்த வயல் நிலத்தில் மறைந்தாள். உருவமற்ற உப்புநூல் சிறுமியின் கையெழுத்தில் இருந்தது.

காளிங்கராயர் மாந்தோப்பில் குளிர்வீசும் காவேரியில் மீன்களும் கனவில் புதைந்துகொள்ள மாயத்திரியில் நீந்திவரும் இழைகளூடே நூலில் பின்னலிடும் பொன் செதில்கள் உதிர்ந்து கிடக்கும் திருபுவனம் வடக்கூர் காளிங்கராயர் தெரு. அந்த நெசவாளிப்பெண் குனிந் திருக்கிறாள் காவிரியில் தன் நிழல் பார்த்து. மீன் கரும்பிய சின்னஞ்சிறு கால்களும் நீந்தி அம்மணமாய் எதிர் நீச்சலில் அக்கரை சேர இழுக்கும் வேகத்தில் ஊடுருவும் பிள்ளைகள் வண்டல் சேற்றில் சொற்கள் பூசி முகத்தில் எழுதிய கதை.

குடியானவர் சாவில் வளைந்த நிழல் ஒருகையில் உப்பும் வலக்கரத்தில் ரகஸியமாய் மூடி வைத்த முதல் நெல்லின் தங்க உமியில் விவரிக்கப்பட்ட கோடு குறிகளை வாசிக்க சொல்லின் மறதிக்குள் நெல் மறையும் அத்தனை வகை நெல்லுக்கும் கால அகராதி கண்ட திணைக் குடியினர்.

நீரடிகளில் சீவராசிகள் நிறங்களைப் பகிர்ந்து பாடும் பின்னணியில் ரயில் அன்று சாமத்தில் ஊர் எல்லையில் செல்லும். நானும் மாயாவும் உறக்கத்திலேயே ரயில்பெட்டிக்குள் அதிரும் மின்விசிறிகளை அணைத்துவிட்டு வந்து படுத்துக் கொள்கிறோம். என்னைப் பிரிந்த மாயா தூங்கும் சாயலைப் பார்க்க கைகள் நகரும் மஞ்சள்நிற மர இருக்கைகளில் கோர்த்துக்கொள்ளும் விரல்களில் ஊரின் உயிர் மாமர இச்சை நோக்கி ஓடுவதை உணர்ந்தான் போலும்.

அய்யா மறைந்த மாமரம் காய்க்காமல் நிகழ்ந்துகொண்டிருக்கும் ஞாபகங்களாய் உறைந்திருக்க அவரின் சிலை வடிவில் இடது கண் உள்ளே பிள்ளைகளோடு இரு மனைவிகளையும் கூட்டிக்கொண்டு பயணமான இரவுகள் அசையும் இமை விழித்தது.

கண்ணீரில் நகரும் கோடுகளைக் கொண்ட அய்யாவின் கடிதங்கள் அவை முத்திரையிடப்பட்ட நாளின் வேர்வையில் மாமர மூச்சு 'இனி எழுத வேண்டாம் என்னால் முடிந்ததை அனுப்பி வைப்பேன். என் கடிதங்களை யாரிடமும் காட்டாதீர்கள்' எனச் சொன்னதில் மௌனமான காயங்களுடன் நீலமாமரம். நெல்வயல்கள் பாகமாகி வீடும் பிரிக்கப்பட்ட மறுபாகத்தில் சிறுவயது மரப்பாச்சி, பிரிந்து விட்ட நிலத்தின் விருவுகளில் கையும் கீறல்விட வரப்பில் தலை சாயும் சூரியனுடன் அய்யா நரைபடாமுடி தெரிந்த நீர்வாய்க்கால். மூங்கில் குத்துகளில் வளைந்து உரசும் சாயலில் அய்யாவின் இலைக்கீற்று பச்சை வெளிகளாய் உள் சுடரும். எந்த இலை உதிர்ந்தாலும் மூங்கில் இலை உதிராது. ஊசியாய் குத்தும் பச்சை கொள்ளிடம் புனலான ஓசை வெளிறிய நாட்களுடன் திரும்பிவிட்டார் ஊரிலிருந்து.

தென்வாசல் தலைமதகுமேல் மாட்டுக்காரன் உலர்ந்த காற்றில் கரைந்து முணுமுணுக்கிறான். திருணை தாண்டி உள்கூடத்தில் அய்யா உறங்கும் பலகை பெஞ்சில் சற்றே கண்ணயர்ந்த மாமரம் காத்திருந்தது அவனை நோக்கி. வெறுத்துச் சென்ற பாதையில் உள்ள முள்புதரில் சாம்பல் முள்மேல் தேன் தட்டான் சருகுச்சிறகு வெட்டிய வெளி.

முள்ளின் அடுக்கில் வரும் சாம்பல்கோடுகள் புதிர் சித்திரமாய் ஈர்த்தது. மயங்கும் முள்ளில் சொருகி வெளியில் கரைந்து போகிறார் அய்யா. தஞ்சாவூரில் ரயில் ஏறிய கோடையில் சீறும் சக்கரங்களில் அலையும் வெயில். ஸ்டேஷனுக்கு வந்து வழியனுப்புகிறவர்கள் கொண்டு போன பிரிவு வயலில் நிறமாகிவிடும். நடை வியாபாரியின் ஆழ்ந்த குரல். பழைய ஆற்றுப்பாலத்தில் அய்யாவின் உணர்வு கொண்ட மாமரக்கிளைகளில் அதிரும் அவரின் சிவந்த செவுளில் இருந்து பதட்டமாய் பரவிய சுயவதை. மாமரத்தை உரசிக் கொண்டிருக்கும் பழைய கோடுகளில் நீர்மீது தடவிச்செல்லும் மீன் போல மின்னலில் நழுவும் நிறங்களைப் பற்றிக்கொண்டான்.

முகம் வைத்த ஜன்னலில் அவர் தோன்றி மறைவதில் காட்சிகளைத் தாண்டி வடக்கூர்காரர்கள் தாவர மையலில் தம்பி வைத்தியுடன். பின் விலகிவிட்ட அவர்களும் கலங்கிப் பிரிந்த அம்மாவும் சேர்ந்தே மறைந்த ஆறு. மெலிந்து சோகமடைந்த வெள்ளி நாடாபோல் கோடு. அம்மாவின் நரை இழை காவேரிதான் போலும். இப்போதும் அவர் பிள்ளைகளை சேர்ந்து கொள்ள இருந்த மாவடி நிழல் பற்றிக்கொண்ட பின் அய்யாவுரு கிளையில் கிளைத்திருந்தது. தொட்டால் ஒட்டிக் கொள்ளும் மரம் அவர் உடலில் கனிவித்த நீலமாங்கனி. ஊழ்விதியில்

அவதிப்பட்ட மரம். அதனிடம் காவேரியின் ரேகை இருந்தது. துரியோதனன் தனரேகை அந்த மரத்தில் அடித்த சத்தியம் பதிந்த பழத்தின் வாசனை. முகம் பார்த்துப் பிரிந்தவர்கள் திரும்பிவந்து அய்யா மறைந்த மாமரத்தில் சிறிய மாம்பழம் கேட்டு நிற்கிறார்கள் ஒவ்வொரு பூவிலும்.

கடந்த கால மரமேஜைகள் அலமாரிகள் ஈட்டி மர பீரோ என ஏலம் விட்ட காளிங்கராயர் வீட்டுப் பெரிய உத்திரங்கள் கிளித்தூண்கள், ஆண்டாளின் ஆலிங்கன ஊஞ்சல் மரப்பாச்சிகளின் பைத்தியம் பிடித்த அலறல். அவற்றுக்கு நடுவே வைத்தி சுருட்டைப் புளியமரம் பேயாய் ஓங்கி கொப்புகளை விரித்திருந்ததை நோக்கினான்.

ஜன்னல்களும் நாழி ஓடுகள் கலைந்த வீட்டுக்குள் வைத்தி பைத்தியமாய் ஓடுகிறான். அவன் காகங்களைக் கூப்பிட்டால் வரும். அவன் முழு மனிதனா குழந்தையா என்பது சந்தேகம். வைத்தி நீண்ட காலம் அய்யாவின் தோளில் கிடந்தவன். நீண்ட பகலைக் கொண்ட தோப்பில் மரம் ஏறி அலைகிறான். அவன் இங்கு இருக்க மாட்டான். அவன் இருப்பில் காகங்கள் பறந்து எதையோ வாக்கியம் கூறிப் பறந்தது. அவன் சுகம் பெற்று இருக்கவே விரும்புவேன். கையில் இரும்பு வளையமிட்டு தூணில் கட்டியிருந்தது. 'வைத்தி... காக்கா எங்கே' என்றால் கைதட்டுவான். ஒரு விநோதச் சீழ்க்கையில் எங்கிருந்தோ படைபடையாய் வருகின்றன. அய்யாவின் பிதிர்கள் அவை.

திருபுவனம் தெருவில் காக்காவைத்தி பற்றி பேச்சுவரும். திருவிடைமருதூருக்கு முரளிதான் வைத்தியை கூட்டிக் கொண்டுபோய் பிரமஹத்தி முன் நின்று உப்பை எறிந்துவிட்டு பிரகாரம் சுற்றி வந்தது. காக்கையைக் கூப்பிட்டால் திரும்பிப் பார்த்தான் வைத்தி. வெகுநாள் திருவிடைமருதூரில் வைத்தி இருக்கவில்லை. 'அவன் சுகமாகி ஊருக்கு வருவான்' என்றாள் மாயா. 'சாம்பலாகித்தான் வருவான்' என குறிகாரன் சொல்லிவிட்டுப் போனான்.

இம்முறை திருவிடைமருதூர் சென்றபோது பைத்தியங்களின் விடுதியில் வைத்தி சங்கிலியால் கட்டப்பட்டுக் கிடந்தான். 'வைத்தி மாம்பழம் இந்தா சாப்பிடு டே...' எனக் கொடுத்ததை வாங்கி உற்றுப் பார்த்தான். கூட வந்த சினேகிதர்கள் அவன் நாடியைத் தாங்கி டவுசரில் இருந்து நெல்லிக்காய்களை அவன் கைக்குள் வைத்து தேவி அழுதார்கள். வைத்தி ஒரு நெல்லியைக் கடிக்க முகம் கோணிப் பார்த்தான் காக்கையைப் போல் தலைசாய்த்து.

அவனுக்கு மனநிலை சரியாகி வருவதை உணர்ந்தார்கள். அவனுக்கு மாயா கொடுத்துவிட்ட சிறிய பொம்மை கையசைத்தது. அடிக்குரலில் பேசியது வைத்தியிடம். வந்தவர்களை விட்டுவிட்டு உலகத்தின் விலங்குச் சங்கிலிகளை அறுத்துக்கொண்டு பறந்து செல்கிறான் பொம்மையுடன். அவனுக்கு அவன் யார் என்று தெரிய வில்லை. இருட்டில் இருக்கும் பொம்மையில் மறைகிறான் வைத்தி.

நெசவாளர்களின் ஓட்டுவீடுகள் நீளவாடைத் தெருவில் வைத்தியின் உயிரைத் தொடுவது. வெளிக்கட்டிலில் இருவரும் தூங்கியவாறு மாமர வாசனையில் சர்ப்பங்கள் ஒன்றையொன்று புனைகிற சீற்றத்தில் ஊரைச் சுற்றிச் செல்லும் அந்த ரயில் வைத்தியைப் போல ஆயிரம் அதிர்வுகொண்டு கடந்து கொண்டிருந்தது இரவு. அதிகாலைக்கு முன்பே நம்மைக் கடந்துவிட்ட ரயில்வாசனை நிலக்கரியின் தூசியுடன் நாசியில் ஒட்டிக்கொண்டிருந்த புகை. திருவிடைமருதூர்போய் பைத்தியங்களின் கைவிலங்கை உப்பினால் தேய்த்துக் கரைப்பதற்கு பிரமஹத்தி உப்பை அள்ளிவருகிறான் திரும்பிப் பாராமல்.

உள்ளேயும் நழுவி உடலைக் கோர்த்து வாசல்கள் பல உள் கடந்து நீர்ப்பரப்புக்கு மேல் தெரிந்தது. அய்யாவின் உடல் மரநிழல்களால் மடிக்கப்பட்ட நீரில் தோன்றும். நிலைதடுமாறிவிட்ட வயல் வெளியில் யாருமில்லாமல் அவர் சாயை கடந்துகொண்டிருக்கிறது பசுவின் முகம் வாடியிருந்த வேளையில்.

சாம்பலும் கருப்பும் கலந்த அதிசய வாத்து அய்யாவுடன் சுற்றிச் செல்லும். வாத்துகளை வரமாகப் பெற்றிருந்தாள் கடவுளிடம். அவள் அம்மா கூடாரத்தில் தானியங்களை சிதறினாள். வைத்தி குனியும் போது அவையும் குனிந்து சப்தமிட்டன. நிமிர்ந்தால் நிமிரும் பாவனைகளை எவ்வாறு கற்றுத் தந்தாள்? ஏனோ வைத்தியைப் போல் சில அபூர்வ பிறவிகள் ஒவ்வொரு கிராமத்திலும் இருந்தார்கள்.

வாத்துகளைக் கடந்து செல்கிறான் வைத்தி.

அவற்றின் நிழல் சுவரில் ஓடும் அசைவும் ஒலியும். நீரின் சப்தங் களை மஞ்சள் மூக்கினால் சொல்லி முட்டாள் குணத்தை வெளியிடும். எளிதில் பிடிபட்டு தோற்றுப்போகும் மடவாத்து.

வைத்தியின் உடலில் மறைந்திருக்கும் காக்கைகள் வெளிவரும். வேற்று உலகை உச்சரித்தன முதலில். காகம் கண்ட புஸ்தகங்கள் வெளியேறின உடனே. கத்தியது காகம்.

இடம்மாறிக்கொண்டிருக்கும் பாத்திரங்களின் முடிவற்ற காகிதத்தில்

இந்த நீரற்ற ஆற்றை குறுக்கே கடக்கிறான் ஓடுமேல் ஓடுவைத்து. பாதம் வெயில்பட மீனின்றிப் புனைவின் சுழற்சி சருகாகியுள்ள வேளை.

ரெக்கைகள் கொண்ட இரவில் வைத்தி தெருப்பிள்ளைகளோடு பறந்து திரிகிறான். விளக்குகள் தேவையில்லை. மூங்கில் இலைகளில் பால் ஒளிபடிகிறது. ஆனாலும் ஊசியான மூங்கில் இலையில் கதை எப்போதும் வைத்தியின் பைத்தியம்பிடித்த திசைகளில் அலைவுறுவ தாயிற்று.

18
என்
பெயர்
உப்பு

'நான் எதை விரும்புகிறேனோ அதோடு திரும்புவேன் அல்லது என் சடலம் சமுத்திரத்தில் மிதக்கும்' எனக் கடற்கரையிலிருந்து உப்புரயிலை தட்சிணம் நோக்கி அனுப்பினார். அதில் எல்லோரும் பயணிக்கிறார்கள். 'இயற்கையாகக் கிடைக்கும் உப்பு, காற்றைப் போலவும் தண்ணீரைப் போலவும் பொதுச்சொத்து' என்றதும் வெள்ளைமேஜர் டார்ச் லைட்டை அவர் முகத்திலடித்தான். உடன் விழித்துக்கொண்டார். தாம் தயாராகச் சிறிது அவகாசம் கேட்டு தான் சேகரித்த உப்புக் கிண்ணத்தில் விரலால் தொட்டு பல் துலக்கிய வேளை சுருண்டு கொண்டிருக்கும் மௌனம் புன்னகையாகி வெளிவந்த வாக்கியம். 'நம் முன்னோர் ஜீவனாக உறைந்திருக்கிறார்கள் உப்பில். இதில் பெரிய ரகஸியம் அடங்கியிருக்கிறது. பூமியைச் சுற்றிலும் விளிம்புகளில் படிந்திருக்கிறது. நாம் உப்பு இல்லாமல் உயிர் வாழ முடியாது என்றாலும் உப்பில் அடங்கியிருக்கிறது பூமியின் பெருமை. இதில் ஒளிந்திருக்கும் வேளை எல்லாக் கடல்களின் அலையும் மெல்ல மெல்ல வேகமாய் பாயுமிடமெங்கும் சூறாவளி. அத்தனை ஜீவனும் வாழ்க்கையை வகுத்துக்கொள்ள பெரும் பிரயாசைகள் கண்ணீரின் உப்பில் அடங்குமாகும்.

உப்பின் இயல்பு ஓடும் தன்மையிலிருந்து சமனமாக்கும். அலை நிரம்பிய ஸ்படிகத்தில் சிறுசுடர் இவ்விருளிலும் துலங்க உள் அழைத்த கடல். உப்பினால் சட்டத்தை மீறும் சடங்கும் நிறைவேறிவிட்டது. சூரியன் கடல்வாயிலில் விழுந்து உப்பாகிறான். மானுடம் நொறுங்கி விடும் துவேஷத்திலிருந்து உப்பு நம்மை மீட்டுவிடும் என நம்புகிறேன்'

உப்புப் பல்லயத்தை தம்முடன் எடுத்துச் செல்லும் மூட்டைகளையும் கட்டினார். வெளியில் தயாராக நிற்கும் லாரியில் ஏறிக்கொண்டார்.

பம்பாய்க்கு சமீபமுள்ள 'போரிவிளி'க்கு ரயிலில் செல்கிறார் இரவுடன். 'எரவாடா' சிறைச் சுவர்களில் விரியும் உப்புநூல். நாங்கள் ரயிலுக்குக் காத்திருந்தபோது யாரும் கண்டறியாத நாடக பாணியில் அதிகாலை துவங்குமுன்பே பனியில் உலர்ந்து மெலிந்த உப்பு மனிதரின் உருவத்தைக் கண்டோம். அவர் கைத்தடியுடன் வெறுமை யான பிளாட்பார மரங்களிடையே நடமாடிக் கொண்டிருந்தார். ரத்தத்தில் ஓடும் தன்மையுள்ள உப்பு பலநதிகளாக சஞ்சலத்தில் பாய்ந்து செல்கிறது. அலைகள் கரைக்குத் திரும்பும்போது அவற்றை மெல்ல தன் உப்பு விரல்களால் பிடித்துச் செல்கிறார்.

மனதைக் கவரும் உப்பு மனிதரின் எளிய குண விசேஷங்களை உணர்ந்தேன் ரயில் நிலையத்தில். நிலக்கரியின் வாசனையும் பழைய இரவின் காப்பி மண ஆவி. பாபுவைப் பார்த்துக்கொண்டிருக்கிறான் எல்லா மனிதருக்கான மண்குவளை கொண்ட இரவு நேர ஊழியன். மண்குவளையை ஏந்தி நின்றேன். அம்மனிதர் திரும்பவில்லை எந்தப் பக்கமும். முகத்தில் கொந்தளிக்கும் சாயல் படிந்துள்ள வேளை அவரது பரந்த கைகளின் வழியே நதிகள் சலனமுற்றன. அவரிடமிருந்தும் நதியை கட்டுப்படுத்த முடியவில்லை.

நதி உள் சலனமென உப்பு மனிதருக்கு அடங்குவதில்லை. நீரை ஜடப்பொருளாக மதிப்பிட்ட துறவுநிலை உப்பாக இருக்கிறது. ஏனோ, ஜடத்தன்மையே சற்றுமில்லாப் பொருள் இருக்குமெனில் நதியாக இருக்கும். நீரோட்டமாய் போய்க்கொண்டிருப்பதில் இருப்பு. ஜடத்தில் சக்தி கண்ட உப்பின் துறவிகள் ஏறிச்செல்லும் ரயிலுக்கு காத்திருந்த காலம் மயங்கி கரிப்புகை முன்வந்த இருள்.

மனிதன் நீர் இயல்பு கொண்டவனும்கூட. நீரைப் பார்த்ததும் அதன் அருகில் போக விருப்பம் ஏற்படுகிறது. அது அருந்தத்தக்கதாக இருக்கிறது. தாவரங்களெல்லாம் பச்சை நிறமொளிரும் நீரின் இயல்பு ஜீவகோடி வாய் சுழலும் வேட்கை. அடக்கப்பட்ட தடைகளிலிருந்து மேவி எழுகிற உடைப்போசை.

உடலுக்குள் ஓடும் நதியில் அத்தனை மரங்களும் எந்தயுகமும் உள்ளே செல்ல மனவிருவுகளில் வேரோடிய பாறைகள் தேயும் சலனத்தில் துளை துவாரமெங்கும் நீரரவம். உப்பின் கோடுபட்ட கண்ணீரின் விதி கவிதை.

உடைகளைக் களைந்து வெளியேறிய நிர்வாணம் கடந்தால் உப்பில்

மறைந்திருக்கும் இருப்பு. உறைந்த சவத்தின் உரையாடலில் உப்பினால் பூசப்பட்ட வார்த்தை. தர்ம நெறியும் ஆசார சீலர்களுக்காக உப்பின் விரல்களை நனைத்துக் கையில் பூட்டப்பட்ட விலங்கு கரைகிறது ரஸவாதியால்.

துக்கம் பூண்ட இமை இரண்டும் தொடத் திறவுபடும் நயனத்தின் சாம்பல் நிறத்திலிருந்து உப்புநூல் சலனம். எல்லோரும் கண்ணீரின் நிழல்கள் தானே. இரு கண்களிலும் நனைந்த விரல்கள் மாயாவின் வேப்ப மரங்களின் கசந்த வாசனை தழுவுகிறது என்னை. அவளுடைய ஈர்ப்பு நீர்த்துறையாக காவிரியின் குறுக்கே நீந்திக் கடக்கும் முப்பத்தி இரண்டு வாத்துகள்.

சிறிதளவு உப்பை கடற்கரையிலிருந்து எடுத்து வரப்போன கோடியக்கரை. அங்கு வேறொரு சிறுமி தன் வாத்துகளுடன் சகதியில் படிந்த உப்பை குனிந்து வாரிக் கொண்டிருந்தாள் மடியில். அவள் போன திசையில் நிலத்தில் மூழ்கிய கடற்கரை பார்த்துச் செல்கிறோம் ஒருவர்மீது ஒருவர் சாய்ந்தவாறு. உடலில் சுரக்கும் வேர்வை தாகத்தில் கலந்த உப்பாகக் கரைவதில் உணர் பரப்பாகிவிரியும் கடற்கரை நோக்கிய அலை மெல்ல ஏறி கால்களைத் தொட நண்டுகளின் முதுகில் செல்லும் தீவுகள். கரையோரம் மாயா விட்டுச் சென்ற தடங்களுக்கு முன் செங்கால் நாரைகளின் விரல் பதிவுகள். அலைகள் மூலம் சிவந்த நாரையின் விரல்கோடு. ஊளையுடன் தொலைவில் வளையும் மணற் சுழி. தூரத்தில் தடம் விலகி சிறு சிறு 'கம்பத்தான் கோழி'களின் வெழுப்பான ஓட்டத்தில் சுற்றிச் செல்லும் அசைவில் இருவரும் நோக்க அதிர்வதென ஓர் படகில் சாம்பலும் வலைகளும் செத்த மீன்களுடன் கொக்கு வந்து ஈட்டி மூக்கில் கொத்திச் செல்லும் செந்நண்டு. கழுத்தைக் கவ்விவிட்ட கதை நிழல் படிந்த கடற்கரை. அங்கும் உப்புத் தருவையுள்ளது.

மனிதனுக்குள் ஓர் மறைமுகவேட்கை உப்பின் ஊற்றுக் கண்களில் மூடியுள்ளது. மாயையின் படைப்பு மானாக ஓடி மலையும் தோன்ற பள்ளத்தாக்கை நோக்கிச் சரியும் விரிசலில் பொங்கிய பாறை உப்பை நக்கி கதறும் மாரீசமான். கானல் நீரைத்தாண்டி ரத்நியாகிரகிகள் மறைந்திருக்கும் சபர்மதி நதியின் குரலில் உப்புமனிதரைச் சுற்றி அலையும் மான் துவராடைக்குள்ளிருந்து நீளும் கரங்களில் அசையும் விரல்களை நாவினால் புல் என பரிசித்த வேளை விடியலும் கண்டது.

இந்தக் கதையை உருவாக்கும் உப்புநூல் யாத்ரீகன் சோழ சீமையில் காவிரி எங்கிருந்து தோன்றி எதுவரை செல்கிறது? உச்சி வகிடெடுத்த

தலைக்காவிரி தோன்றி பழங்காவிரி குடையும் கடல் சிலம்பில் சுருள்கிறதென சொல்வதற்கு முன் குடகு ஒலி கேட்டு மெர்காராவில் நின்றிருந்தான். யாரோ ஒருவன் உப்புநூலின் கிழிந்த பக்கங்களைத் தேடுவதற்கும் விடுபட்ட அத்தியாயத்தை விட்ட இடத்திலிருந்து தொடங்குவதற்கும் வாத்துக்காரி மாயாவை நம்பவேண்டுமாக இருக்கும்.

தர்ஸனா உப்பு ஓர் சிறுமியாகிப் பெண்களோடு முற்றுகையிட்ட காவலர் வளையத்தை உடைத்துக்கொண்டு உப்பளத்திலிருந்த சேற்றையும் நீரையும் தாண்டி விடுதலையின் அகப்பொருளான ஒரு பிடி உப்பு அள்ளி ஏந்தியதும் எதிர்பார்த்த ரயில்மரங்களுக்கு ஊடே கிளம்பியிருந்தது. நத்தைகளின் கூடுகளுக்குள் ஒளிந்து கொண்டது சுருளான கடல். வேதாரண்யத்திலிருந்து வந்துகொண்டிருந்த உப்பு ரயில் கண்ணாடிகளில் ஊர்ந்து படியும் கத்தாழைகளை ஊடுருவிய உப்புநூல் யாத்ரீகன் திறந்த பக்கங்களில் அறியப்படாத வெளிக்குள் பல வெளிகள் செல்லும் பருவமாறுதல்களை ஒரே கண்ணாடியில் பார்வைகொள்ளும் வாசனை நாவுகளால் திறந்துகொண்ட கனவு.

சோழசீமை விவசாயிகள் ஆத்மஹத்தி செய்துகொண்ட கிராமங் களைத் தாண்டிச் செல்லும் உப்புரயில். சுவாசித்த நிலம் பொங்கிய துளைகளில் எலிவேட்டை மும்முரமாய் நடந்துகொண்டிருந்தது. மனிதனுக்கு தேவைப்படும் உப்பைவிட எலிகளுக்கு ஐந்து மடங்கு உப்பு தேவை. தண்டியாத்திரையில் தியாகிகள் ஏந்திய உப்பை எல்லாம் எலிகள் கடத்திச் செல்ல இழந்தவற்றைத் தேடுவது யார்?

தேசவரைபடத்தின் எல்லை அதிகாரங்களைக் கடித்து நச்சரிக்கும் வயல் எலிகள். ஆங்கிலேய எலிகள் கற்பித்தன சுதேசி எலிகளுக்கு. 'பாலியலில் ஈடுபடாமலேயே இருநூறு வருஷங்கள் இனப்பெருக்கம் செய்யும் பரிசோதனைக்கூடத்தை தந்திருக்கிறாம் சுதந்திரம் இதோ. இனியும் அது தொடர்வதற்கான பத்திரங்களில் தலைவர்கள் நடுராத்திரி இருட்டில் கைமாற்றிக்கொண்ட விடுதலை என்பது உப்பு விலங்கினால் பூட்டப்பட்டுள்ளது எனவே.

விவசாயத்தால் கண்ட சுயராஜியம் கிராமராஜியமாக மாறி விடுவதற்கு முன் நாதுஜெயின்கள் கையிலுள்ள சுடுகருவி பாமரனின் இடது கண்ணில் சுட்டு வீழ்த்தியதால் சிதறுண்டு கலங்கிய பார்வையில் ஒற்றைக்கண் இரவில் தடுமாறிச் செல்கிறது. இனி வலது கண்ணைக் குறிவைப்பதற்கு கிண்ணத்தில் ஏந்திய உப்புடன் பேரத்தை உறுதிப் படுத்தவேண்டும்.

நீரற்று மயங்கிய ஊர் ஸ்டேஷனில் விவசாயிகளின் உடல் பிளாட்பாரத்தில் அமர்ந்திருந்தது. ஆளற்ற ஸ்டேஷனில் உதிர்கிற மர இலைகள் காய்ந்து படிந்து காலடிகளில் ஒடிகிற ஓசை கேட்டுத் துணுக்குற்றான் விவசாயி. அதிகாலை வரவேண்டிய உப்புரயில் திருத்துறைப் பூண்டியிலிருந்து வேதாரண்யத்துக்கு சிலரை ஏற்றிச் செல்லும். இடையில் குமிழும் பழங்கள் நாவற்கனி அள்ளிச் சொரிந்து வீழ்ந்துகிடக்கும் சிறிய ரயிலடிகளில் விவசாயி.

வயல்வெளிகளுக்கிடையே ரயில் நின்று புறப்பட்டது. ஜோதியும் அவனும் அன்றைக்கு நட்பாயிருந்த நாட்களின் பின் சரியும் காற்று இவ்வளவான தொனியில் எதையோ பேசியது. பழங்கதவுகளில் ஒளிர்வடைந்த ரயில்பெட்டிகள் மயங்கித் திறந்தது. அப்போது வரையான சோழசீமையின் நெல் ஒன்று புலனாகி ஆயிரம் கதை பேசியது. சாணிப் பால் குடியுண்ட இரைப்பையை வெளி எடுத்து மாட்டுத் தொலியாய் காயவைத்து முகமூடியாய் அணிந்துகொண்ட சரித்திரக் கோடுகளில் சாவின் சிரிப்பு.

ரயில் பெட்டிகளுக்குள் வைக்கப்பட்டுள்ள விவசாயிகளின் உடல் பிரேதப் பரிசோதனைக்காக கொண்டு செல்ல இருந்தது.

'தேசபக்திக்கும் எலிகளுக்கும் என்ன சம்பந்தம்? என்றான் ஒரு திருடன். 'உப்பும் எலியும் என்ற நூலைப்படி' என்றான் சுதேசி. உப்பு ரயில் கிளம்பிவிட்டதால் வயல் எலிகளெல்லாம் சுதேசி வீரர் வேடமிட்டு ரயில் ஏறிவிட்டன. தங்களுக்குத் தேவையான ஐந்து மடங்கு உப்பை ரயில் பெட்டியில் கொண்டுபோவதை கண்டுவிட்டிருந்தன.

நாதுஜெ தனது பையிலிருந்து துப்பாக்கியை கையில் எடுத்து விட்டான். உள்ளங் கைகளுக்குள் மறைத்து வைத்தான். உப்பு மனிதர் மூன்றடி தூரத்தில் இருந்தார். நாதுஜெ நடைபாதைக்கு வந்தான். கைகளுக்குள் துப்பாக்கியை ஒளித்து வைத்திருந்த அவன் மெதுவாக இடுப்புவரை வணங்கி நமஸ்தே பாபுஜி' என்று கூறினான்.

அவன் உப்பு மனிதரின் கால்களை முத்தமிட விரும்புவதாக மனு நினைத்தார். அவனைத் தள்ளி விலக்குவதற்காக அந்தப் பெண் கையை நீட்டினாள். 'சகோதரா... பாபு பிரார்த்தனைக்குச் செல்வதில் பத்து நிமிஷம் தாமதம் ஆகிவிட்டது' என்றும் சொன்னாள்.

அப்போது நாதுஜெயின் இடதுகை முரட்டுத்தனமாக அவளைப் பிடித்து அப்புறம் தள்ளியது. அவனது வலதுகையில் இருந்த கருப்பு நிற பெரெட்டா கைத்துப்பாக்கி வெடித்தது. மூன்று குண்டுகள் பிரார்த்தனை மைதானத்தை உறையச் செய்தது. நாதுஜெ குறி

தப்பவில்லை. அவனை நோக்கிப் பறந்துவந்த வெண் சிறகுகளில் மூன்று ரவைகள் நெடுகியது. ரத்தப் பெருக்கில் அப்பெருஞ்சிறகுகள் மண்ணில் மோதி உலக விளிம்புகளில் தீப்பற்றி எரிந்தது. பாமரனின் இடது கண்ணைக் குறிபார்த்து நெருங்கி மெல்ல மெல்ல மெல்ல ஊடுருவிக் கொண்டிருக்கும் கருப்புநிற பெரெட்டா கைத்துப்பாக்கி. வாழ்வும் இருப்பும் நீரற்று மயங்கிய விவசாயி உடலில் நதி சலனமற்றிருந்தது. வயல்வெளிகளுக்கிடையே நின்று புறப்பட்ட ரயில். என்றோ பிரிந்த மணல் ஸ்டேஷன் வெளிச்சமிழந்த பிளாட்பாரத்தில் ஏறுகிறார்கள்.

நானும் கதாபாத்திரமானதை உறக்கத்திலேயே ரயில் பெட்டிக்குள் அதிரும் விசிறியை அணைத்துவிட்டு வந்து படுத்துக் கொள்கிறேன். கற்பனை எப்போதும் உரசிக் கொண்டிருக்கும் பழைய கோடுகளில் நீர்மீது தடவிச் செல்லும் மீன்போல நழுவும் பாதை ஈர்த்தது. முகம் வைத்த ஜன்னலில் தோன்றி மறைவதில் காட்சிகளைத் தாண்டிக் கலங்கிய மனதின் வேகத்தை என்ன சொல்வது. இப்போது எங்கோ தூரத்தில் ரயில் வந்துகொண்டிருந்தது.

தர்ஷனா உப்பளங்களிலிருந்து சகர்காடா தண்டிப்பாதையில் உப்புநீர் பாவியபின் அவை உறைவதற்கு சற்று அவகாசம் கேட்ட இயற்கையுடன் வேதாரண்யத்தில் பளிங்குக் கண்களைக் கழட்டி உவர் கிண்ணத்தில் ஏந்திய இம்மனிதர்கள் இன்னும் ஏன் காத்திருக்கிறார்கள் அங்கே.

வெகுநாளைய சிறை அறையில் நகர்ந்துகொண்டிருக்கும் சத்யாக்கிரஹிகள் வீட்டு ஜன்னல் வழி கந்தலான வாழ்வு வெவ்வேறு சதுரங்களில் கதவைத் திறந்த அப்பெண்கள் ரயிலைப் பார்த்த வேளை தூக்குக் கயிற்றின் நிழல் நழுவி உடலைக் கோர்த்து கண்ணீரின் பரப்புக்கு மேல் தெரிந்தது.

சிறைச் சுவர்களில் வரைந்த கோடுகளில் சலனமற்றிருந்த குற்றவாளிகள் திருடர்கள் உப்புரயிலின் வரவால் இருளில் நுழைந்து கோர்த்துக்கொண்ட கண்ணீர் ஒளியானது தண்டனை நிறைவேற்றக் காத்திருந்த கும்பினிகள் ஒவ்வொருவராய் சுரங்கவழி கூட்டிப்போன இருட்டில் உயிர்ப்புற்று அப்புறம் பிரிவுகளின் துயரத்துடன் கடந்து சென்றார்கள். இரும்புக் கம்பிகள் பொருந்திய நீண்ட வராண்டா நடைவழி சிறைக்காவலர்கள் கொடுத்த களியும் கோப்பையும் சிறுநீர் நெடித்து குமட்டிய கக்கூஸ்வாடை நோயுற்றவர்கள் வெளிச்சமிழந்த அறையில் படுத்திருந்தார்கள்.

⑥

கத்தரிக்கப்பட்ட செய்திகள்

இந்திய மதுவிலக்குச் சட்டம், சுதந்திரப் போராட்டக் கால நாடகக் கருப்பு இசைத் தட்டுகள். ராஜாஜியின் 'இந்தியாவில் மதுவிலக்கு வழிக்காட்டி'

1. காவிரி நதி ஏகும் திசையில் சில மைல்தூரம் உப்புரயிலில் சென்றால் வெகுதூரப் பனைகள் இல்லை. ஆனால் தண்டி யாத்திரையில் சத்யாகிரகிகள் வீழ்த்திய பனைகளின் எண்ணிக்கை பத்தாயிரமென்றால் வகைகளும்தான். லட்சம் தாட்டிகள்ளுக் கலயங்களை காவலரைப் போல உடைத்து வந்த தீவிர மதுவிலக்குத் தீண்டாமையில் பழங்குடி வாழ்வும் விநாசமாயிற்று. பௌர்ணமியில் பொங்கும் கள்ளுநுரை மண்மனிதர்களை இழந்தது. வயதான பனைகளின் சாபத்தை சுமந்த சத்யாகிரகிகள் 'உப்பு மனிதர் அறியாமலிருந்தார்' எனச் சொல்கிறார்கள். துரும்பு விழுந்தாலும் வன்முறை என்ற கிழவருக்கு பனைவிழுந்ததும் காதில் கேட்கவில்லை.

   மனித வாழ்வில் நிலத்தோடு வெள்ளாவி வைத்த வண்ணார் கைபூசிய உவர்மண் முகமூடியாய் மாறியிருந்தது. நிலத்தோடு சுற்றும் உழைப்பில் விடுபட வலிமறதி தரும் பனையும் ஈச்சையும் அளித்த பாலில் விடுவிப்பு இருந்தது. விவசாய மரபில் மறைந்திருக்கிற தாவர குணம் நிலச்சாற்றில் பிழிந்து பெற்ற லயம் அதன் ஒவ்வொரு உருவிலும் நிலம் சார்ந்தது.

2. லண்டனில் ஹால்கெயிலே காமன்வெல்த் சபையில் ஒரு தீர்மானம் கொண்டுவந்தார். இந்தியாவில் கலால்வரி அதிகாரிகள் மக்கள் தான்தோன்றித்தனமாகக் குடிப்பதை ஊக்குவித்து வருவதாக சொல்லி கண்டித்தார். இங்கிலாந்தில் இருப்பதைப்போல் ஒரு ச[illegible]ம் 1906க்கும் 1921க்கும் இடையே 'அளவோடு குடி' என்ற இயக்கம் வேகம் பெற்றது. சாராயக் கடைகள் மூடப்பட்டன. சீமைச் சாராயம் வழங்குவது நின்றது. குடிவகை வரி உயர்ந்தது. இறக்குமதியான வெளிநாட்டு குடிவகை நாட்டுப்புறத்தை சேராதபோது கள்ளத்தனமாகக் காய்ச்சிய சாராயம் இங்கு வந்தது.

3. குடியால் வரும் பெருங்கேடு சுதேசியின் தாரக மந்திரமாகி கள்ளுகடை மறியல். குடிகாரர்களை சமூக வாழ்க்கையிலிருந்து ஒதுக்கி வைத்தது. ஒத்துழையாமை இயக்கத்துடன் இடம்விட்டு இடம் குடிவகைகளை கொண்டு போவதும் கள்ளச்சாராயம் காய்ச்சுவதும் எதிர்மரபாய் விரிந்தது.

4. 1931 சட்ட மறுப்பு இயக்கத்தின்போது 'இந்தியாவில் மதுவிலக்கு வழிகாட்டி' ஆங்கிலத்திலும் தமிழிலும் அச்சானது. அதை ஜன சக்கரவர்த்தி 'ஊர்க்கட்டுப்பாடு' என பெயர்த்தார். இங்கே தான் சென்னை மதுவிலக்குச் சட்டம் இந்தியாவிலேயே முதலில் நிறைவேறியது. மரம் ஏறிக் கள் இறக்கும் மரபை ஒழிக்க தேசிய ஒருமைக்குள் நூற்றுக்கு மேல் இருந்த பழங்குடி தெய்வங்கள் தோற்கடிக்கப்பட்டார்கள். உப்பு யாத்திரையில் ஏராளமான கரும்பனைகள் சாய்ந்த துக்கம் நிறைவேறியது. கலால் வரிச்சட்டம் சுதேசிக்கலாச்சார தொன்மங்களை அறிந்திருக்கவில்லை. உற்பத்தி செய்வது, வைத்திருப்பது, ஏற்றுமதி இறக்குமதி ஓரிடத்திலிருந்து மற்றோரிடத்துக்கு கொண்டு செல்வதென சட்டத்தின் 83வது பிரிவு விதிகள் சுற்றி வளைத்த காட்டுக் கடவுள்கள் உயிர் இழந்தார்கள்.

5. எந்தவகையான வளமையும் தரமுடியாத அதிகாரம் பிழியக் காத்திருக்கும் வரிச்சுமையில் அவ்வை சுரைக் குடுக்கையில் எடுத்துச் சென்ற மரபான கள்ளும் ஆத்திசூடியோடு போயிற்று.

6. உப்பின் முற்றுகையில் ஓரணி அகஸ்தியம்பள்ளி உப்பளம் நோக்கிச் செல்ல புளியமிளாரினால் வெள்ளைக்காவலர் புடைத்த வடு வேதபுரீஸ்வரர் மேலும்பட்டது. கள்ளிப் புதர்களில் வீழ்ந்த உப்பு மனிதர்களின் ஓலம். வேதாரண்யம் வந்த உப்பு ரயிலில் தொண்டர்களுக்கு மரக்கிளையில் களியும் மீன்கறியும் துணி உறியில் தொங்கியது. சாலை மரங்களும் தேர் முட்டிகளும் உப்பு வாசிகளை அழைத்தன அங்கே. இப்போதும் கோடியக் கரைக்குப் போய் இலவசமாய் உப்பு அள்ளும் பழக்கம் இருந்தது பிதிர் ஆர்ஜிதமாய்.

7. செம்பருத்தி: கடை ஆள் அந்நியத் துணி மறியல். கள்ளுக்கடை மறியல், வேதாரண்யம் உப்பு சத்தியாகிரகம் (பக். 200-201). 'கோயில் வீதி உலாவில் முன்னால் பொட்டுக் கட்டின தாசி வருகிறாள்' (ப. 240) தாசி ஒழிப்புச் சட்டம்.

எல்லா இரவையும் நுழைந்து மங்கிய ஹெட்லைட் வெளிச்சத்தில் தூங்குமூஞ்சி மரங்களைக்கொண்ட ஸ்டேஷனில் நின்றிருந்தது. ஆடும் ஜன்னலில் மாலை நேரம் வந்தது. வெளியே தெருவில் கடந்து போகிற சைக்கிள் மாட்டு வண்டிகளின் நகர்வு ஆட்டுக்காரனின் தொரட்டி நீளத்தில் தொடும் எட்டியவெளி. அவர் விரல்களால் உப்பைத் தொட எல்லோரையும் எவ்விதம் ஆகர்ஷித்தார். அவர் சிறைகளைப் பிரிந்திருந்த மனிதர்கள் மறுபுறம் பயமும் இருளும் பீடித்த சாவுடன். வெளியில் உள்ள சப்தங்களை உருமாற்றி இசையாக்கி நீர்த் திவலைகளை அடக்கிய தொனியுடன் உள்செல்லும் இருட்டு. சிறை உள்ளே பழைய தூக்குகயிறு வாடை. தண்ணீர் குவளையை அதன்மேல் கொட்டியது யாரோ. அதற்கும் தாகம் போலும். கயிற்றின் நினைவு பயமாயிருந்தது. இருளில் நான் கிடந்து அது ஊர்ந்துவரும். எனது மரணம் அதனிடம் இருப்பதாய்படும். இச்சிறையில் இங்கு மங்கும் சுவாசமிடும் சுதேசிகள். நெஞ்சைக் கனியவைக்கும் சித்ரவதைக்கூடம். லத்திமேல் பூசிய பலியுயிர்களின் நெடி. மார்பு களைத் துளையிட்டு திறந்து மண்நுரையீரலைப் பிழியும் கும்பினி.

கம்பிகளுக்கு அப்பால் உறவுப்பெண்கள் உரையாடல் துக்கம் விக்கிய ஒலி ஈவிரக்கமற்ற இரும்பு தொப்பி திரும்பியிருந்தது கற்சுவர்களாய். மரத்தின் காயங்களோடு மௌனமாகிவிட்ட விவசாயி உடல். வேறு சிலரும் ஏறிக்கொண்டிருந்த மேலமருதூர், கரியா பட்டினம், தென்னம்பாலம், குரவப்புலம், நெய்விளக்கு, யாதவபுரம், தோட்டத்துறை என சிறு சிறு பொம்மைகளென ஸ்டேஷன்கள். அங்கங்கே நின்று புறப்பட்டது. உப்புநூல் யாத்ரீகன் திறந்த பக்கங்களில் ஒவ்வொரு ரயிலடிகளின் குறிப்புகள், அங்கிருந்த பறவை சொல்ல குரல்கீற்றை சிதறி விடுகிறான். காடுகளோடு அசையும் ரயில். உயிர்விட்ட குடியானவன் உடலை கொண்டு செல்கிறது. வளைந்து சுற்றும் ஊளை. நீரடிகளில் ஜீவராசிகள் ஏதேதோ துயரில். அன்று சாமத்தில் ஊர் எல்லையில் புகைவாசனை விட்டுச் செல்லும்.

அந்த உப்பு மனிதர் தண்டியாத்திரையுடன் நடந்து வாவிரும்பினேன். கூடவே வந்த குதிரையின் சோர்வைப் பார்த்து கலங்கினார்.

இந்த பூமிமீது வெள்ளுப்பு வரைந்திருந்த மெலிந்த கைகளின் சாயலை ஏக்கம்கொள்ள எல்லாப்பக்கமும் நீண்டபோது அதன் நிழல் படிந்துள்ளது அருகில்.

என்னுடன் வந்த சிலரும் உப்பு ரயிலில் இருந்தார்கள். அந்த ரயிலில் உப்பு மனிதர் யாத்திரை சென்ற பக்கமெல்லாம் வரிசை

வரிசையாகப் பனைமரங்களை சீடர்கள் வெட்டி வீழ்த்தியதால் அதை நம்பி வாழ்ந்த பழங்குடி மரபினம் ஓடேந்தியது; ஒரு கதைபோடும் போது ஏற்படும் எதிர்மறைகளில் இணைந்திருக்கும் கழுமரங்கள் இவை.

மருதமும்
பனிமருதமும்

வான்காவின்
தற்கொலைப் பாலம்: முன்னுரை V

தோல்வியை கலைக்குள் அடையும்போது
உள்ளே தொடர்ந்த பயணம் சாத்தியமாகிறது
கலை தோல்விக்குள்ளேதான் இன்னொரு
கர்ப்பத்தை அடைகிறது. அதற்குள் ஓவியக்
குகைகள் அனைத்துமே இருக்கிறது. வேசை
ஸியென் வயிற்றிலேயே அத்தனை குகைகளையும்
அடைந்துவிட்டான் வான்கா

- கணிவி: கிளிமுகப்பயணி

அடுத்து விழுந்து இறந்த மனிதனைப் பற்றிச் சொல்கிறார்கள் வானவில் நிறங்களுடன் சரிந்துவந்ததாக விருப்பத்துடன் குதித்ததாக வேறு நபர்களை சந்திக்கும்போது அதில் ஏதோ புதிர் இருப்பதாக காலத்துடன் தன் இருப்பைச் சேர்த்துக்கொள்வதில் எண்ணிக்கையற்ற வளைவுகளில் அவன் ஏறி இறங்கிப்போனதாக சுதந்திரம் பற்றி அவன் உணர்ந்திருந்தும் வேசை ஸியெனின் கர்ப்ப வயிற்றில் சரியும் வானவில் ஒன்றை பாலத்தில் வரைந்து சென்றதாக.

இருளிலும் அச்சத்திலும் அடிப்படை கொண்ட சாவுடன் அவன் உரையாடிக்கொண்டிருந்தான். தற்கொலை மடிக்கப்பட்ட கேன்வாஸில் பச்சை ஆங்காரத்தில் கருப்புத் துப்பாக்கி வெடித்த ரவைகளில் தெறித்த வெளிர் மஞ்சளை உட்கொண்ட வெண்மையதைக் கடக்கும் நீலம் பிளந்த சிவப்பு விந்தைப் பறவையின் அடிவயிற்றில். விழிகளால் துருவிய சாவு நகர்ந்துபோகிறது. அறுக்கப்பட்ட காது அதிர்கிறது. உறைந்த பின்னும் தன் முடிவற்ற காது ஓசைகளால் வளர்ந்து அவனையே சுருட்டிக்கொண்டது. வெட்ட வெட்ட வளரும் காது அதுவே கேன்வாஸாகிவிடும்; அதைத் தொடும்போது வான்காவின் வயல். கண்ணீரின் உரையாடல். சலனமதில் சாவு இருப்பதில்லை. தனிமையில் அங்கே தங்குவது துரதிருஷ்டமானது.

சூரியனை நோக்கி ஆதரவின்றி வளரும் சூரியகாந்திப் பூக்கள் திரும்பவும் பூமியின் உள்ளே எரிமலைச் சக்தி பரிமாறிச் சென்ற நிற வேகத்தில் வான்காவின் சுய உருவ ஓவிய பாணி. திரும்பும் பாதையில் சூரியன் வளையும் இயற்கை விதி. சூரியனை மேல் எழுப்புவது அந்த ஓவியனின் விசையாகக் கூடும். வான்காவின் முகத்தில் ஒவ்வொரு நிறக்கோடும் ஒரு சரித்திரத்தைக் கொண்டது.

வேசை ஸியென் தூக்கத்தில் ஆழ்ந்திருக்க சிசுவின் குரல் கேட்டு இருட்டில் எழுந்து போய் அவள் நிர்வாண உடலெங்கும் வரைந்து செல்லும் இருளுக்குள் விழிகளால் நுழைந்துகொண்டிருந்த கலையின் ரகஸிய இடம் வெற்றிடம் போலும்; காணப்படுவதில்லை. எல்லாமே அமைதியில் ஆழ்ந்திருக்க உடல் முளைத்த இலைகள் சலனமுற கதகதப்பான காதல் தொனித்த விநாடியை அறுந்த காதிலுற்றான். கேவலைக் கேட்பதில் காதில் ரத்தம் கசிகிறது. எவ்வகை உயிர் வேசையென மனதின் தோற்றத்தில் காதை அறுத்த கத்தி கடந்து கொண்டிருக்கிறது. வேசையின் வருகையால் ரகஸியங்கொண்ட வேட்கை புலிநகம் முளைத்து மோகப்புயலில் அலைவதாயிற்று.

வேசையின் விழித்திறப்பில் ரயில் ஒன்று பாலத்தைக் கடந்து கொண்டிருந்த பிரிவில் ஆழ்த்திய துயரம் சிதறிய நிறங்களில் அமைதி குலைந்த அப்பறவை பிடிபடாமல் தங்கிச் சென்ற கிளை அசைவதை நோக்கி நின்றான்.

நீராவி எஞ்சின் கரும்புகையால் மூடிய பாலம் அவள் உடல்மீது மெல்லிய வனங்களைப் பின்னிய பித்த இழைகளில் வரைந்தது. தன்னை இழந்துவிடுவதில் கொண்ட பைத்தியக்கார இயல்பு. பிறரை நோக்கிப் பாயும் நிறங்கள் பூமியின் ஜீவாதார மையங்களின் விளிம்பில் அனுதாபத்துக்கு அப்பால் வேறொன்றை சுழல் ஏற்றி உலகினுள் வைத்தான். ஒருவேளை கலையின் புதிருக்கான விடை கிடைக்கவில்லை. தன்னைச் சுருட்டிச் செல்லும் ஒற்றையடிப் பாதையில் விவசாயப் பெண்களின் காலணிகளை வரைந்தான் கந்தலாடைகளில் நுழைந்த விரல்களில் கதிர்மணி உதிர வான்காவின் தானியப்பாதை. எந்த வீட்டுக்கும் செல்லவில்லை. புரிந்துக் கொள்ள இயலாதபடி கலைகூட ஓர் புதிர்தான். அவை நிறங்களின் ரகஸியத்தில் பரவிக்கொண்டிருக்கும் தெளிவின்மை. வெஜ்ஜைப்பட்ட பெண்கள் குனிந்து ஆலிவ் விதை சேகரித்தவாறு வளைவு மெல்லச் சரியச் சரிய கேன்வாஸாக நிமிர்ந்துவிடும் கலை.

வாழ்வின் நெருக்கடி படிப்படியாகக் கனக்கத்துவங்கி காகங்கள்

⑦

கத்தரிக்கப்பட்ட செய்திகள்

'தி டெவில்ஸ்' நாவலின் குரல்கள்

1. பாம்பன் ரயில் பாலத்தின் மாதிரியை டவர் பாலத்தின் புளூ பிரிண்ட் போட்டு கப்பலில் கொண்டுபோனார்கள் இந்தியாவுக்கு. சர் ஹோரேஸ் ஜோன்ஸ், சர் ஜேவுல் ஃப்பேரி இருவரும் ஒருங்கிணைந்த வடிவமைப்பு பெரிய கப்பல்கள் செல்வதற்கேற்ப இரு அடிப்பாகங்களும் நீருந்து விசையால் தூக்கப்படும் விதமாக அமைக்கப்பட்டுள்ளது. பொறியியல் தத்துவத்தில் ஹெர்ஜர் விசை அமைப்புகளைக் கொண்ட கும்பினி மூளையை லண்டனிலிருந்து மிக அதிசயமாக பாம்பன் பாலத்துக்கு இடம் மாற்றினார்கள். பாலங்களின் அபாயத்தை விலகிச் சென்ற வான்கா தேம்ஸைக் கடக்கும் பதினேழு வாராவதிகளை ஊடுருவிப் போய் கேன்வாஸில் வரைந்ததோ ஆற்றைக் கடக்கும் மரப்பாலத்தைதான்.
2. டரியா பாவ்லவ்னாவிற்கு தற்கொலை மடிக்கப்பட்ட கடிதம் தனியே திறந்து ஸ்டாவ்ரோகின் விரலில் நடுங்கும் காதலின் ஆன்மாவை 'என்னை நான் ஒருபோதும், ஒருபோதும் தற்கொலை யுறப் போவதில்லை' என படைத்துச் சென்ற தாஸ்தாயெவ்ஸ்கி.
3. நீ என்னிடம் நேசம் கனிந்து காதல் வயமானவள் ஆதலால் எனது இருத்தலின் இயலை எதிர்பார்த்ததை விடவும் குறிக்கோளுடைய தாகக் கதிப்படுத்த உன்னால் இயலுமென்று நீ நம்புகிறாயா?
4. விளைவுகளைப் பாராமுகம் கொண்ட அவிவேகியாக இராதே: நான் இருந்துவருவதைப் போன்றே எனது காதலும் பலஹீனமாக... ஒருநாள் உனது சகோதரன் என்னிடம் சொன்னான்: 'எவராகிலும் பூமியுடனான பந்தத்தை இனியொரு போதும் இலாமல் அறுத்துக் கொள்ளும் அப்போதே அவர் தம் கடவுளரையும் இழந்து போவார்' எனவே.
5. ஆன்மாவின் பேரொளி மங்கிச் சற்றுமிலங்காமல் போன பலஹீனமாக என்னால் மறுதலிக்க மட்டுமே இயல்கிறது.

மறுதலித்தலே தன்னளவில் பலஹீனமாக நிலவுகிறது என்னில். அனைத்தும் தோல்விகளை ஏற்பதில் மிருதுவானது, வஞ்சப் புகழ்ச்சிச் சொற்களிடம் அடக்கமானது.

6. ஸ்ராவ்ரோகின் கடிதம் இன்னும் முடியாமல் எழுதப்பட விருக்கும் நிலையில், மேல் மாடியறையில் தூக்கிலிட்டு தற்கொலையில் தன்னை முடித்துக்கொண்டான் ஸ்டாவ்ரோகின். இறுதி முரண்புதிர்: சுருக்குக் கயிறு பட்டுத் துணியாலானது; முன்னறிவும் முன் ஜாக்கிரதையும் கொண்டு தற்கொலை அந்தப் பட்டுத்துணியில் தூய்மை பொலியச் சவர்க்கார மிட்டிருந்தது.

அதை அறிந்து அவனை விரட்டிவர முன்கூட்டியே கருப்புத் துப்பாக்கியில் நிறைத்துள்ள ஈயரவைகள் குதிப்பதற்கு தயாராக இருந்தது அழுக்கு ஜேப்பில் தெய்வீகக் குழந்தையின் வருகைபோல அவன் தன்னை சுட்டுக்கொண்ட அகாலத்தில் கேன்வாஸிலிருந்த ஓவியம் ரத்தப் பெருக்கில் கசிந்து கொண்டிருந்தது. எண்ணிக்கையற்ற முறை பாலச்சுவர்களில் வான்காவின் ரேகையுடன் விவசாயப் பெண்களும் குழந்தை விரல்களும் கலந்த நிற விந்தை. முடிவு செய்யாத காதல் இருள் கவ்வி மூழ்கிய பாலம் பிரிகிறது அந்தப் பக்கத்தில் இங்கு.

சாம்பலான இரவு ஊரை விழுங்குவதற்காக வரும் பூதமாக ஒரு சில திவலைநீர் வெளிறிய கண்களில். யாரும் வசிக்க முடியாத வெறுமைபடியும் விழிகளை சந்தித்த வேளை மங்கியதோர் மையல் கொண்ட வான்கா கரைந்திருக்கிறான் பாலமாய்; காதலால் முறிந்த பாலம். இறுதி தறுவாய்களில் அதன் இருப்பு வசீகரம் கொள்ளும்.

தற்கொலைக்குத் தயாராகும் மனிதன் பாலத்தில் வந்தமர்ந்து கேட்டால் மறைந்துபோன ஒவ்வொருவரின் கணம் எதுவெனச் சொல்லிவிடும். தன்னைத்தானே சுட்டுக்கொண்ட இளைஞன் வேலைக்குப் போக மனமில்லாமல் பொறியாளர் உத்தியோகத்தில் சுற்றிவளைத்துக்கொண்ட காலனியப் பாலங்களின் மாதிரி மற்றும் வரைபடங்கள்.

மனநோயாளி ஒருவன் தானே கண்டுபிடித்த சிலிக்கன் தகட்டினால் கழுத்தை அறுத்துக்கொண்டவேளை உலகத் தகவல் மையமெங்கும் அவன் முதல் குருதி கசிந்து பதற்றத்தை ஏற்படுத்தியது.

தகவல் பாலத்தை பூதாகரமாகப் பிடித்துள்ள மனப்பிறழ்வு. வான்காவின் பாலத்தைச் சுற்றி சரிந்து வந்த உடல்களுக்கு சீல் வைத்து விலாசம் எழுதி முறைப்படி உறவினரிடம் அல்லது கல்லறைத் தோட்டத்திடம் ஒப்படைத்து வந்தார்கள் அமரர் ஊரினர். அந்த ஓவியன் அடிக்கடி பாலத்தில் அமர்ந்து அதன் தோற்றங்களை வரைந்து காலத்துடன் இணைத்திருந்தான். பலர் சொல்லக் கேட்பது என்ன வென்றால் குதித்த அந்த இளைஞன் தலையை தூண்களில் மோதிக் கொண்டதாகச் சொன்னார்கள். ஆனால் இதில் சூழ்ச்சி இருப்பதாக காற்றுவாக்கில் பேசப்பட்டது.

'அதைப்பற்றி எனக்கு ஒன்றும் தெரியாது' என்றான் குழி தோண்டுபவன். நண்பர்கள் கைவிட்டதால் இருக்கும். அவர்களின் நினைவிலிருந்து வெளியேறிவிட்டிருந்தான். காலத்தின் மறதியை விரும்பினான். கசந்த வாழ்வின் முன் பருகிய விஷத்துளி குடலுக்குள் பச்சைத் தோட்டமாகி வான்காவின் சீடர்கள் நடமாடிக் கொண்டிருந்தார்கள். அவன் கேன்வாஸிலிருந்து மனித இருப்பு பற்றி பிறந்த கலை. அதைப் பார்த்துக்கொண்டிருக்கும்போது வெறுப்பு உணர்வுகள் தனி நபர்களைச் சுட்டாமல் யார் மீதும் ஒட்டாமல் விலகியிருந்தன.

அவன் வேதனையின் அலையிலிருந்து வெளியேறிவிட நினைத்தான். சிறிது நேரம் பாலத்தில் அமைதியாக நின்றான். மரணத்தைப் பற்றி வரைந்த வலியில் விடுதலையின் ரகஸியமான கோடு. இருப்பு அமைதியாக இல்லை. சாவின் நிழல் கடந்து சென்ற கேன்வாஸ். குழந்தையின் இமைக்கீறலில் தோன்றிய கலக்கத்தை வரைந்து செல்கிறான்.

வெண்மையின் நிர்மலமான ஸ்திதிநிலை அடைந்த பாலம் இருளாகி வாழ்வை தூரிகையிடம் விட்டுப் பிரிந்தான். கன்னிமையான ஓவியனின் வாழ்வு யாராலும் நெருங்க முடியாத உயரத்தில் விசித்திரமாக விரிவு கொள்கிறது. யாரையோ கடைசி நேரத்தில் பெயர்சொல்லி அழைத்தான் அசையும் விழிகளால். உள்ளே செல்வது யார்? நதியைவிட வேகமாய் நேசத்தின் பிடியிலிருந்து மெல்ல நழுவினான் வான்கா. அதன்பிறகு அவன் சாயை படிந்த பாலத்தில் தோன்றலாயின கனவுகளால் வரையப்பட்ட பாகங்கள்.

பாலத்தின் மேல் தளத்தில் ஒரு மேஜையின் மீது அவன் உடல் பரிசோதனை வெட்டவெளியில் நடத்தப்பட்டது. ஆனால் வான்காவை பரிசோதித்துக் கொண்டிருந்தவர்கள் கரங்களில் வர்ணம் பூசப்பட்ட

லட்சம் வண்ணத்துப்பூச்சிகள் பறந்து துடிக்கும் அதிர்சிறகில் ஓவியர்களின் விரல்கள் பதிந்துவிடும். வட்டங்களாகவும் வடிவங் களாகவும் உடல்மாறியது. சுற்றிலும் கேமராவுடன் படம் எடுக்க வந்திருக்கும் கண்லென்ஸ் சுழல்களில் ஓர் சூரியகாந்திப்பூ திரும்பிக் கொண்டே பார்வையை சூரியனில் ஆழ்த்தி சிதைத்தது.

அவன் உடல் பரிசோனையில் என்ன இருந்தது என்பதைப் பற்றிப் பல நூல்களை எழுதவாரம்பித்தது உலகம். நிறங்களைப் பகுக்க முடியாது என்பதுதான் அது. நிறங்களின் நியதி மாயத்திலிருக்கும் போது பகுத்தறி டாக்டரின் தொப்பி தலைகீழாக விழுந்தது பாலத்தில்.

முதலில் கட்டப்பட்ட வான்காவின் பாலமானது மரத்தால் ஆன அமைப்பு. இரண்டாவது மரப்பாலத்தை வரைந்தது வான்காதான். ஒரு பாலம் கலைஞனிடம் இருந்து இரண்டாவது முறையாக வாழத் தொடங்கியது. வைத்திக்கு வான்காவின் பாலத்தைவிட மூங்கில் தெப்பைகள் கழிகளில் ஊன்றி நிற்கும் கிரீச்சிடும் பாலம் காவிரியைக் கடந்து கொண்டிருப்பதால் அதன் மிகக் குறுகிய வழியில் தனியே செல்கிறான். அவன் பாலம் ஒரு சாரிப் பாலமாக அமைந்தது. தற்போதைய மூன்றாவது பாலமும் மரத்தினாலும் பூசப்பட்ட நிறங்களில் வான்காவை கடந்து கொண்டிருந்தார்கள். கீழே துவைக்கிற பெண்களின் குனிந்த தோற்றம் நதி ஓடும்போது ஆடுகிற பாடுகிற பாலம். முறிந்துவிடும். பச்சை மூங்கில் குத்து வளைந்து மறுகரைக்கு அமைத்த புல்லாங்குழல் பாலம் காற்றேறித் துக்கத்தில் பயணிக்கும் நிறக்கோலங்களில் விரல்கள் கோர்க்கும். சப்தமிடும் மூங்கில் பாலத்தில் வைத்தி போய்க்கொண்டிருக்கிறான் உடைந்து சிதிலமான பாகத்தை சரிசெய்வதற்காக.

பழுது பார்க்க வந்த வனமூர்த்தி ஆசாரி தான் எல்லாவனங்களில் மேலே செல்லும் பாலங்களை நிர்மானித்தது. பறவைகளின் சப்த நாடிகள் ஓடும் மலையருவிப் பாலங்களில் இயற்கை அமைதியில் சிருஷ்டிக்கப்பட்ட பாலங்களை வைத்தி உணரக்கூடும். பழுது பட்டிருந்த மூங்கில் தொலைவுகளைக் கடந்து வான்காவின் வயல்வெளி.

பார்வையாளர்களுக்கு அர்ப்பணிக்கப்பட்டிருந்தது சென்ற வருஷத்திலிருந்து கட்டி முடிக்கப்பட்டு ஆறுமாதங்கள் ஆகியிருந்தது. அதற்குள் இன்னொருவரும் குதித்துவிட்டார். எஸ்.சம்பத் தண்ணீரில் குதித்தவனை 'உதிர்ந்த நட்சத்திர'ப் பரப்பிலிருந்து கொண்டு வருகிறான். ஓடிக்கொண்டிருந்த படச்சுருள் காண்பவர்கள் இன்றி

செய்திச் சுருளால் நிறைந்திருந்த அவன் நாட்கள். குதித்தவன் பிதிராவுக்கு நீண்ட விடுமுறையில் வந்தவன். எதற்காக வான்காவின் பாலத்தை தேர்வு செய்தான்?

'விடுமுறை முடிந்தவுடன் வேலைக்குப் போவதற்குப் பதிலாக நேராக தனது கருப்பு மாருதி காரை மூடியிருந்த ரெயின்கோட்டை விலக்காமல் முன் இருக்கையில் விழுந்த வேகத்தில் காரைச் செலுத்தினான் பாலத்தில். நேராக ஓட்டி வந்து வான்காவின் உடல் வைத்திருந்த மேஜை அருகில் சென்று முணுமுணுத்தான் முதலில். பிறகு நீரில் குதித்து இறந்தான். 'தன்னையும் கொன்று கொள்வதற்கு உரிமை இருக்கிறதில்லையா' என்றான் வான்காவிடம். இந்தச் சுவரில் தலைகள் அடிபட்ட வலி பாலத்துக்கு இருக்கும். தற்கொலை செய்து கொண்டவனின் கயிறு தொலைந்தாலும் தேடமாட்டார்கள். கயிறை யாரும் பார்க்காமல் அதன் குணம் என்னவென்று சொல்லி விடுகிறார்கள். 'எப்போதும் இடைவெளியைக் குறைத்துக் கொள்வது' என்றான் எஸ்.சம்பத் 'இடைவெளி'யில் நின்று.

அவன் இல்லாத கார் தற்கொலைப் பாலத்தில் நின்று கொண்டிருந்தது. 'அவன் புறப்படும்போதே காருக்குத் தெரியும். அவன் இருக்கப் போவதில்லை என்பது' என வான்காவிடம் பேசிக்கொண்டிருந்தான் எஸ்.சம்பத். ஒரு முறை கோடை நாட்களைக் கழிக்கச் சென்றான். முதிர மலை என அறியப்பட்டு குமண வள்ளல் கொடை வழங்கிய தாவர இருளில் தோன்றியிருந்தது தற்கொலைப் பாறை. கொடைக்கானல் எனவும் அதில் குமணன் தடம் போன பாதை பச்சைப்புவியானது. அதை SUICIDE POINT என்கிறார்கள். எஸ். சம்பத் அங்கு நின்று தன் நிழல் மலைக்கு கீழே ஓடுவதைப் பார்த்தான். 'கிரீன் வேலி' என அரசாங்கம் பெயர் மாற்றம் செய்தது தற்கொலைப் பாறைக்கு; எனினும் அவ்விடத்தில் உந்தப்படுகிறார்கள்.

தானே நகர்ந்து செல்லும் பென்சில் கால்களாக தற்கொலையை வட்டங்களாகவும் மையங்களாகவும் முக்கோணக் கணிதமுக்கோணங் களாகவும் நடுவிலிருந்து வரையும் ஆரங்கள் பின் அரைவட்டமாகவும் அடுத்த ஒரு புள்ளியை வந்தடையும் இருளில் நிற்கும் கணமொன்று இடறி வீழ்த்திவிடும் எனவே.

தற்கொலை காத்து நின்றுகொண்டிருந்த கொடைக்கானல் பாறையில் எஸ். சம்பத் அங்கிங்கும் தேடிக்கொண்டிருக்கிறான். 'இடைவெளி' சுருங்கிய இருப்பை அதில் கொள்கிறான். யாரும் இல்லாமல் கேட்கும் ஓசையை உற்றுக் கேட்கிறான். சாவின் அரிச்சலான மெல்லோசை. ஒரு

சொட்டு நீருக்காக அது சம்பத்திடம் கேட்டுக்கொண்டிருந்த அடைக்கலம். அவன் இனி தன்னுடன் வாழப்போவதில்லை என்பதால் சாவின் ஒரு துளியைப் பருகினான் போலும்.

எஸ். சம்பத் வீழ்ந்தவன் உடலைக் கண்டுபிடித்து மீட்கும் தருணத்தில் உபயோகப்படுத்திய கயிறானது ஒன்றுக்கொன்று சிக்கிக் கொண்டதால் தன்னுடைய படகில் கயிறைப் போட்டு மாட்டிக் கொண்டான். வீழ்ந்தவன் உடல் வான்காவின் தற்கொலைப் பாலத்தின் அருகிலுள்ள படகுத்துறையில் வைக்கப்பட்டது.

'இறந்த உடல் ரத்தத்தினால் இந்த படகுத் துறையிலிருந்த மரமானது சாவுடன் உறைந்திருந்தது. எவ்வளவு முயன்றும் கழுவ முடியவில்லை. கழுவக் கழுவ ரத்தம் என்றான் சம்பத். எஸ். கறை ஐந்து வருஷகாலம் அங்கேயே இருந்தது. எஸ். சம்பத் அதை பிய்த்து எறிந்துவிட்டு புதிய பலகைகளை சேர்த்தான் படகுக்கு வேறு மரம் வாங்கப்போனான். வான்காவின் தற்கொலைப் பாலத்திலிருந்து வெகுதூரத்தில் இருந்த தீவிலிருந்து கோகின் என்ற ஓவியன் தன் நண்பனைக் காண வந்து கொண்டிருந்தான். இதற்கு பெயர் வைத்தவன் கோகினாக இருக்கும்.

பல வருஷங்களுக்கு ஒருமுறை அங்கு வந்து ஓவியர்கள் கூடுகிறார்கள். நாடோடிகள் வீடற்றவர்கள் இடைவெளியில் இருப்பவர்கள் என ஓவியம் கொண்ட ஈர்ப்பில் வான்காவின் பாலம். பின் எஸ். சம்பத் வேறு ஊருக்குச் சென்றுவிட்டான். ஒரு சந்தர்ப்பத்தில் திரும்பி வந்து தன்னுடைய காரை அந்தப் பாலத்தில் நிறுத்திவிட்டு தன்னைத்தானே சுட்டுக்கொண்டாள் ஸில்வியா பிளாத்.

'எனக்கென்னவோ இந்தப் பாலம் விபரீதத்தன்மை உடையதாகத் தெரியவில்லை. ஒருவேளை இதன் பெயர் காரணமாகவே பலரும் வந்து தற்கொலை செய்திருக்கலாமே' என்றான் திரும்பிவந்த சம்பத்.எஸ்.

சமீப காலத்தில் உலகப்புகழ்பெற்ற ஸில்வியா பிளாத் எனும் கவிதாயினி தூங்கிக்கொண்டிருந்தபோது கனவில் வான்காவின் தற்கொலைப்பாலத்துக்குச் சென்று தான் தற்கொலை கொண்ட கணம் விழித்தெழுகிறாள், கனவிலும் கவிதையிலுமாக.

ஸில்வியா பிளாத்தின் குரல் நோக்கி விரைந்தான் எஸ். சம்பத். அங்கு பனிக்கட்டிகள் தண்ணீரில் தத்தளித்துக் கொண்டிருக்கும் ரகஸிய உருகலுடன் ஸில்வியா பிளாத்தின் உடல் உறைந்துகொண்டிருக்கிறது. தற்கொலை எண்ணத்தை மாற்றிக்கொள்ளாதவளாக பாலத்தில் நின்ற காரில் அவள் உடல் வைக்கப்பட்டதும் ஏற்கெனவே எஞ்சின்

நிறுத்தப்படாமல் ஓடிக்கொண்டிருந்த காரில் அவளை இதமாக வைத்தபோது பெட்ரோல் வாடையில் சூடான காரின் உள்புறக் கண்ணாடிகளில் பதிந்த அவள் பளிங்குக் கண்களில் 'தற்கொலைக் கவிதை' மிதந்துகொண்டிருக்கிறது வேகத்தில் ஆன்செக்ஸ்டன்...

உன் கவிதையிலிருந்து
உதிர்ந்த மச்சம் தான்...

1
கிளிமுகப்பயணி

'ஒரு மரமாகத் தன்னை மாற்றிக் கொண்டாலன்றி
கிளிகளைப் பிடிக்க முடியாது.'

-பைத்தியம்

தெற்கே சரியும் உப்புநூல் யாத்ரீகன் அறியாத பிரதேசத்தைத் திறக்கிறான். நீலத்தில் மிதந்துகொண்டிருக்கும் கெமிலியன் தீவுகளுக்கிடையே மாயத்தின் நிறங்கள் வந்துசேரும் கிளிமுகப் பயணியின் குறிப்புகள். பனிப்பாறையில் இரவுப்பறவை செதுக்கிய வார்த்தையின் நுனியால் ஷேக்ஸ்பியரின் கபாலத்தின் மீது வரையப்பட்ட புனைவான ஒரு புவியியல் வரைபடத்தில் விமானம் வழுக்கி இறங்கக் குளிராகவும் ஈரக்காற்று வீசிக்கொண்டும் இருந்தது.

முன்பார்த்திராத ஒரு பழுப்பு நிறப்புள்ளி விரைவாக விரிந்து பனித்திரள் மூடியுள்ள தலைநகரம் நீருக்குமேல் கருநீலத்தில் மூழ்கியிருந்தது. அது ஒரு மிதக்கும் விடுகதை.

தலைகீழாக இறங்கும் ஜன்னல்களில் உறைபனி சடசடக்கும் இறகுகளுடன் வெள்ளைப் புறாக்கள் வெளிப்பட்டன. நாயுடன் மந்திரிக்கப்பட்ட தூக்கத்தில் அலையும் வெள்ளை தேவதைகள். பூனையின் காமத்தால் அலையும் பனித்தெரு. வரையப்பட்ட கபால வாசல் திறந்து உள்ளே செல்லும் நாடக அரங்கு. சாம்பல் நிற நாயின் ஊளையின் அடியில் முதிர் இலையாய் உதிர்ந்தான். கீழ்பகுதி காய்ந்த இலை. பூச்சி அரித்த துளைகளில் முட்டாள் எறும்புகள் வேற்றுகிரக ஒளி ஊடுருவும் பாதைகளில் நடிகர்களின் உரு பூசிய அரிதாரம் நாற வேடமிட்டு வருகிறார்கள். சிவந்த நரம்புகளில் கண்ணாடி எறும்புகளின் இசை. நீலநிற ஒளிச்சிறகுகளில் கருத்திருந்த சாவில் அசையும் எறும்பின் கால்கள் இடம்மாறிச் செல்லும். வழிதவறிவிட்ட பயணியின் பாடல். வீட்டைக் குடையும் எறும்பு மண் பழுத்த துகளில் காற்று சொருகிக் கொள்ளும். வாசலில் சத்தமிடுவது யார்? சாரை சாரையாகச் செல்லும் கருப்பு எறும்புகளில் சாவு வரைந்திருக்கும்

248 ❁ பிதிரா

கணங்களில் உயிர்நீட்சி.

யாருமில்லை. நீராவி எஞ்சின் ஆன்மாவின் இரைச்சலுடன் எறும்புகளைக் கடந்து புகை நீட்டிச் செல்லும் பழைய ரயில் பாதையில் செந்நிறக் காட்டுக் கோழிகள் சுற்றும் நிலப்படத்தில் சிறிய ஸ்டேஷன்கள் மிதந்து வருகின்றன நீலஒளியில் சரிந்து. முட்டாள் எறும்புகளை ஏமாற்றிய முயலின் கதையில் புகைவண்டி தூரத்தில் ஊளையிடும்போது நாசிவழி மூச்சுவிடும் நீலப்புள்ளி வைத்த துளையில் நிலம் கூடவே மிதக்கும் மலைகள் கணவாய் திறந்த அதிர்வுகளில் மரங்களும் பிரக்ஞையால் விழித்துவிடும். நீளரயில் வண்டித் தொடர் கடந்து கடந்து கோடுபட்ட மரங்களில் யார் எழுதிப் போகிறார்கள். விருட்சத்தின் சுவாசத்தில் ரயில் வாசனை. வட்டமாகச் சுற்றிக் குன்றுகள் அருகில் சில முள்மரங்களில் சாம்பல்நிற முள் குத்திச் சொருகிய காற்று இழை பிரிகிறது.

சிறுமிகளாகக் கால் வைத்த ரயில் பெட்டிகளில் உருமாறும் தீவுகளைக் கையில் ஏந்தியவாறு திருப்பும் பக்கங்களில் பயணத்தின் கோடு மற்றும் நிழல்பட்ட தரைவேகம் சுழலும் காகிதம் சுருளும் வட்டம். கைக்கூட்டில் விரிந்து வெளி செல்லும் காகிதத்தில் வரைந்த ரயில் கோடு. தற்செயலான கூழாங்கல் சிதறும் சக்கரத்தில் தெறித்த ஒலி திசைகளாகப் பிரியும் கதை வேகம். ஆயிரம் சக்கரங்கள் நின்று ஓட்டத்தைத் தொடரும் வேளை சுற்றிவரும் ராசிகளும் நிறங்களாக மாறிவிடும் நகர்வு. அவளுக்கு எங்கிருக்கிறோம் என்று தெரிய வில்லை. முயல் தன் பாடலை நிறுத்தியது.

பொம்மைகள் அசையும்போது நாவிதன் பாடுகிறான். சலூனில் வருவோர் போவோரிடம் பேசும் கிளிக்கூண்டு. ‘திறந்துவிடு நாவிதா’ என்றது கிளி. மென்மையாகச் சிரிக்கும் பொம்மைகள் நார்துணி அணிந்த ஆடை வீட்டினுள் நுழைந்து கதவின் ஊடாக நகரும் கண்களில் புதைந்திருக்கும் பனியின் மர்மம் கீறல்களில் ஒளிரும். முயலும் அவளும் இமைகள் படபடக்கத் திறந்த கனவுப் புஸ்தகத்தில் கருப்பு டியூலிப் செடியின் கீழ் பிதோரால், பிதிரா, கெமிலியன் என இவ்விடத்தைக் குறிப்பிடும் பெயர்கள் எது? வாக்குவாதம் நடந்து கொண்டிருந்த வேளை ‘பச்சோந்தி நிறத்தீவு’ எனப் பெயரிட்டாள் சிறுமி.

கதைகளாக மாறும் தீவு. ஊர்ந்துகொண்டிருக்கும் நகரங்களின் பழுப்பு நிறம். சிம்னி வெளிச்சத்தில் சுவர்மேல் தெளிவாகி நீலத்தில் மூழ்கிய நிலம் மெல்ல வெளி வர ஈர்க்கப்படுகிறார்கள். பூனைக்கால்

அரசன் அங்கு வந்தான். 'நீல நிலத்தின் அரசன் நான். கிளிமுகப்பயணி எங்கே? தீவுகளில் வாழும் விருட்சத்தின் பெயர் என்ன?' கேட்டாள் சிறுமி முயலிடம். 'இதன் பெயர் இப்போது என்ன?' 'பெயர் எதுவுமில்லை. புலப்படாத நிலத்தில் அலையும் கதைக்கூட்டம்' என்றது முயல். முட்டாள் எறும்புகள் பூனைக்கால் அரசனின் வால் போன பாதையில் தங்க நாணயங்கள் உதிர்வதாய் கூச்சலிட்டன. 'அது பூனைக்கால் அரசனின் வாலிலுள்ள ஷேக்ஸ்பியரின் நாடகம்' என்றது கிழமுயல்.

'இங்கே நடப்பது நாடகத்தைத் தவிர எதுவும் நிஜமில்லை. இதன் இருட்டுத் தெருவில் எகிப்திய உருண்டை மணி பயத்தில் அதிர்வதேன். நிலவை மருவால் மறைக்கும் கடவுள் யார்?' பூனைக்கால் அரசனின் உத்தரவுகள் கேள்விகளாகவும் இருந்தன. பூச்சிகளின் இரைச்சல் கேட்டு ஒலிக்கோடுகளில் வரைகிறாள் கிளிமுகப்பயணி. கெமிலியப் பிரதியில் வாலியின் எலும்பு நெடுநாளாய் உதிர்ந்து கொண்டிருப்பதால் 'இது தொல்கதை' என முயல் சொல்வதை முட்டாள் எறும்புகள் கேட்கவில்லை. 'வசனங்கள் இதோ' என பக்கங்களைப் புரட்டி வாசித்தது முயல். துக்கத்தால் பூமியில் திரிந்துகொண்டிருந்த வாலி எல்லா தேசங்களிலும் கடந்துவந்தான். பூனைக்கால் அரசன் பெருவில் எடுத்து தெறித்த அம்பு வாலியின் மார்பைத் துளைத்தது. அது எடுக்கப் படாமலேயே ஒவ்வொரு நகரமாக அலைகிறான் வாலி.

ஏதோ காரணத்தால் வெண்ணிறப் பனிக்குள் இருள் படர்ந்திருந்தது. மங்கலாகச் செல்லும் இருட்டில் திரும்பிப் பார்த்தாள். வெளியே செல்லச் செல்ல விரட்டிவந்தது. மேல் மாடம் கொண்ட பழைய வீட்டின் படிகச் சாளரங்களிடையே நுழைந்த கை ஒன்று அழைத்தவா றிருக்கிறது அவளை. தெருவைக் கடந்து மேலும் கீழும் ஆடிச் செல்லும் வாத்துப்பாதை. தன்னைத்தானே ஒரு உளவாளியாக மாற்றி விடும் நிழல்களில் வாத்துக்களின் அச்சத்தை அடைந்தாள். மஞ்சள் கால்களையுடைய சாவு பனிவேரில் இறங்கியது. 'அரும்பொருள் வாசனை உனக்குப் படவில்லையா' எனக் கடந்து போகும் வாத்துப் பாடல்.

பனிச்சகதி பூசிய பைத்தியங்களைச் சுற்றிச் செல்லும் வாத்துக் கூட்டம்விட்டுச் செல்லும் இறகுகளில் படிந்த நதி. அவள் கடந்து செல்கிறாள் பல ஆறுகளை உள்ளோசையாகக் கொண்ட விருட்சங்களை. பழமையான விருட்சங்களை வீழ்த்திய நதிக்கரையில் நிழல் இன்னும் அகலவில்லை. கொள்ளையிட்ட நதிகளின் உள்ளே பெருமரங்கள்

சாய்ந்து கதவுகளாய் விட்டங்களாய் மரக் கூடங்களில் உள்ளேறும் இறங்கு படிகளில் ஒற்றைக்கண் ஆசாரி இறங்கி வருகிறான் ஒவ்வொரு நதியாகக் கடந்து. கொத்து வாச்சினால் இழைத்த பலகைகளில் நதிகள் பல ஊர்ந்துகொண்டிருப்பதால் அவன் விரல் ஸ்பரிசத்திலிருந்து அவற்றின் வாசனை மற்றும் மணலின் விரக்தி காலத்தின் துறவியென அலைந்திருக்கக்கூடும்.

மங்கலான காகிதத்தில் டிடோ வாத்தின் கரண்டி மூக்கில் நாவலைத் திறப்பதற்கான நதி ஒன்று சுவாசிக்கிறது. பயணத்தை தடைப்படுத்தும் சுழல்கள் நிறைந்த ஆறுகளில் கெமிலியன் தீவுகளுக்குச் செல்லும் வழி உள்ளது. கனவில் மிதக்கும் இவள் படகில் சாம்பல் நிறப்பிரதி கலைந்ததால் அங்கே செதுக்கிய வார்த்தை நோக்கிச் சரிந்தாள். தொலைதூர மரங்கள் சுற்றிக் கடந்த பனிப்பறவையில் தானே திறக்கும் கதவுக்குக் கீழே சுழலாக வீழ்ந்து கொண்டிருக்கும் கிளிமுகப்பயணி மூன்று தீவுகளுக்கு மாறக்கூடிய கெமிலிய நாவலை கம்பாலா நதியைக் கடக்கும் மரப்பாலத்தில் திறந்தாள். ‘சிறுபச்சோந்தி மாயப்பரப்பில் வரும்போது பகுத்தறிவின் உச்சத்திலிருக்கும் தொப்பி தலைகீழாக விழுந்துவிடும்’ பனிப்படலத்தில் மூடிய மரங்களின் கீழே வீழ்ந்து படிந்த சிவப்புக்கனி பிளந்து வெளுத்த அடிப்பாகங்கள் கொண்ட நாவலின் ஸ்படிக இறகுகளைக் கலைக்கும் ஈரக்காற்றில் வளைந்து வீசிய வாக்கியங்கள் முனங்கும் இலைகளில் சிவந்த ஜுவாலை.

நீல இமைகொண்ட ஒற்றைக்கண் ஆசாரி சிவப்பைச் செதுக்கி வரும் கிளி பார்த்த கண்ணாடியில் பறந்து செல்லும் கிளிமுகப்பயணி. ஒற்றைக்கண் வடித்த பல வகை மரங்களின் சட்டகத்துக்குள் கிளிக்கூண்டு. அதைத் தொடும்போது நதிகள் பல ஏறும் விதி. நாகரீகங் களின் ஞாபகங்கொண்ட கிளிவிருத்தம்.

பனி சுற்றிய மிகலேசான உடல் விமானத்தில் தூங்க அம்மாவும் கிளியுருக்கொண்ட பெண்ணாக எத்தனை நதி கடந்திருந்தாள். காமம் கொழுந்துவிட்டெரிய இறகுவிட்டிருந்த மிதக்கும் கருவறையில் கிளியுருவத்திலிருந்தாள் தானும். மாயைக்கெல்லாம் மண் மூலகங்கள் தானே நிறங்களைப் பித்தமாகப் பகிர்கின்றன உள்ளே.

சூலில் மறைந்துகொள்ள முக்காலங்களின் இணைப்பேதுமில்லாத ஒரு கணம் பிறவாமல் தவழ்கிறது. திகழுமிந்தப் பனித்தூளில் குடி கொள்ள உயிர் அம்மாவின் பிரதிமை. துயரச் சால்வை சுற்றி அவள் துயில்கொண்ட கருவறையில் மிதக்கும் அந்தரப் பனித்தூளில் உருகிப் பின் வேறொரு கருந்துகளில் இடம் மாறியிருந்தாள். இன்னொரு

நீலத்தில் உலகமும் தவழ்கிறதில்லையா? நீலத்தில் வெளிவந்த கர்ப்பக் கிணறு அதிர்கிறது. பாறைகளின் கருகருத்த படிவில். குழந்தையின் மூடிய விரல்களில் மின்னும் ரேகையால் மயங்கியிருக்கும் தன்னூர் இலை.

பழுப்படைந்த கூரைவீடுகளின்மேல் சாம்பல் பூசிய மௌனம். யாருமில்லை அங்கு. பாட்டியைக் கண்டதும் முயல்தன் பாடலை நிறுத்தியது. பூனைகள் அலையும் பாட்டியின் நடையைச் சுற்றி காலில் பரசி அலையும் வால்கள் தொடும்போதெல்லாம் வாசனைகளில் மூழ்கியிருக்கும் பிதிராவில் சப்தமற்ற இருட்டின் காலடிகளில் 'பிதிரா என்பது பாட்டியின் பூனை' என்றது இருட்டு. வருவதும் போவதும் தெரியவில்லை. பெயரிடப்படாத நிலம் பூனையாக மாறிவிடும். பிறகு அந்த நிலத்துக்கு மேலே கிளிகளின் மாய நிறங்கள் வந்து சேரவும் பூனைகளுக்குப் பிடிக்கவில்லை.ஏன் பிடிக்கவில்லை எதனால் எனும் கேள்விகளைக் கலைந்து கொண்டே இருந்த பூனையின் நிழல் சிம்னி விளக்கின் மேல். அறையில் அசைவுகள் நிகழும்போது பச்சோந்தியாக உருமாறிய நாவலைப் பார்த்துக்கொண்டே இருக்கும். தன் சர்வ நாடிகளையும் பாய்ச்சலுக்குத் தயாராக்கிக் கொண்டிருக்கும். 'அதற்காக தெருவில் உறுமிக்கொண்டு அலையவேண்டியதில்லை' என்றான் வாசகன். கிளிகள் அங்கு வந்துவிடக்கூடாதே என்று பயமாக இருக்கும். தூக்கக் கலக்கத்தில் திறக்கும் இருட்டில் காடுகள் வந்துவிடும் வாசனையுடன் தினைக்கதிர் ஏந்திய கிளி அலகில் பாரிமகளிரின் 'அற்றைத் திங்கள் அவ்வெண்ணிலவில்' பாறைகளால் சுற்றி வளைக்கப்பட்ட கோட்டையும் தினைப்புனங்காக்கும் கவண் பாடலும் கீயிடும் கிளிகளும் சதா வீழ்ந்துகொண்டே இருக்கின்றன. சுற்றிலும் எதிரிகளால் மும்முனைத் தாக்குதலில் அடைபட்டவர் களுக்கு செந்தினைகளைக் கொண்டுவரும் கிளிகள். கருந்தினைகளை கதிரோடு அறுக்கும் வேறு கிளிகள் என வரைந்துகொண்டிருக்கும் கண்ணீருக்குள் நிழல்கள் சரிந்து உதிரும் தினைமணி வாயில். செஞ்சிவப்பாய் உதிரும் முற்றுகை. ஒரு தினை நிலமாக விரிந்து செவல் நிறம் பிறக்க குருடான புலவனைச் சுற்றி சோளப்பயிர் வளரும் குருத்து ஒலி. கோட்டைக்குள் அடைபட்டோர்க்கு வெளியில் இருக்கும் எதிர்ப்படை வரிசைகளை வர்ணிக்கும் சிவந்த அலகில் குருதியில் பூசிய தினைக்கதிர். குளிர் எனும் வாத்தியத்தை இசைக்கிறான் குருட்டுப் புலவன் எனவே. கிளிகள் அங்கு பனைகளில் கூட்டமாய் பிறக்கின்றன பறந்து.

கூடவே வரும் நிலம் ஓர் இலை மாதிரி நரம்பில் கிளைக்கும்

கைவடிவக் குளிர்ப்பரப்பு. ஏற்கெனவே பரிச்சயமான இலைகள் உதிர்வுகொள்ள நீல ஆம்பல் இலையென ஊரையே குழலாகச் சுருட்டி வாசிக்கும் கன்று காலிகளோடு மறைந்து வரும் சிறுமி. எச்சில் ஒலி குமிழும் ஆம்பல் நாவில் சிறுமியின் இசை கரைந்து கொண்டிருக்கும்.

அதனிடம் மெதுவாகப் பிரிந்து செல்ல இன்மையிலிருக்கும் மிருதுவான இறகுகள் நீலாம்பல் ஊரின் கிளியின் அலகிலோர் செங்க பாடம் திறந்தால் சுழலும் நூலகம் பறக்கும்போது ஒலியே கேட்பதில்லை.

ஈச்ச மரங்களிடையே செல்லும் ஈக்கி ஈக்கியான ஒளிபடர்வதை எங்கும் வியாபித்து நிறைவதைக் கண்டாள். கண்களுக்குப் புலனாகாது அலையாகிவிடும் தேரிநிலம். அதை முருங்கைமொட்டின் வெண் பச்சை நுனியில் எழுதும் வாசனை. சில வீடுகள் மறைவில் இருந்து கரைந்துவரும் தெரு பார்த்துக்கொண்டிருக்கும்போதே மறைந்தது. கதவின் ஊடாக நுழைந்த ஆம்பல் வாசனைப் படுக்கையில் மடிக்கப்பட்ட நார்ச்சால்வையில் சுருண்டிருந்த அம்மா. உட்கார்ந்துக் கொண்டு தங்கைக்கு பின்னலான ஜடை பின்னும் சிறு இருட்டில் ஒளி விளிம்பில் தெளிந்த சோகமுகம். நீண்ட நேரம் சுவர்ப் பல்லியைப் பார்த்து எதையோ பதித்து நகர்கிறாள் இருட்டு மச்சுக்குள். திடீரென உறக்கத்திலிருந்து விழித்துக்கொண்டு அவளைத்தேடும் அரக்கு இருட்டில் அவள் தோற்றம். நெஞ்சுவலி கடந்த பாசம் பால்நுனியில் துலங்கி வெளி வாசல் வரை வெள்ளி ஒளியில் கலங்கினாள்.

ஆம்பல் கிளியொன்று நீல ரெக்கையில் அம்மாவைப் போல் பேசியது. அது அந்த வீடு முழுவதையும் செல்லத்தால் நிரப்பியது. அவளுமில்லை அங்கு. அருகாமையில் செல்லும் கிளி விசிறித்த காற்று இவ்வளவான துக்கத்துடன். ‘நீ ஏன் அழுகிறாய்’ வீட்டுக்கு வெளியே இருட்டில் ஆறு நெளிந்தது. ஆற்றுப்படுகை வழியாக அம்மா மணலுக்குப்போய் மகள் வரைந்த கோடுகளைத் தேடினாள். அந்த நிலம் ததும்பிய ஒரு நீலக்கிளி கடந்துபோன பனைமரங்களிடையே உரசும் காற்று. அதன்பிறகு அது வரவே இல்லை. பூனையின் கண்களில் ஒளி கண்ட நீலச்சிரிப்பை கிளியாக வடித்தாள். சமவெளி நீலமெங்கும் பனைகளின் ஆட்சி. ஓலைமடல் பேசும் சதா வெறிபிடித்த கூச்சல். அவளுக்காகக் காத்துக்கொண்டிருந்தாள் வைப்பாற்று வெளியில். வளையும் தேரி நிலத்தில் பலரோடு விளையாடப்போன பிள்ளைகள் சத்தமிடுகிறார்கள். தேரியிலிருந்த செவல் மண் அவளைப்

பார்த்து வாலியின் எலும்பிலிருக்கும் வசீகர இருப்பை விவரித்தது. அது என்னவென்று தெரிந்துகொள்ள பனைகளுக்கிடையே கூப்பிடக் கூப்பிட வானரங்கள் கூடும் வாசத்தைக் கண்டாள். இந்த நாள் இரவில் வாலிதான் புதைந்திருக்கிறான் தன் ஊர் சாம்பல் மேட்டில். அதன்படியே மேட்டில் குரங்குக் கூச்சல். அம்மா திடுக்கிட்டாள். இரவு முழுவதும் பனைமரமெங்கும் குரங்குக் கூட்டம் விளையாடி அலைந்தது.

கடலாடித் தெருவில் கிழிந்த வலையுடன் சுற்றித் திரியும் வாலி வீட்டில் தூண்டிலேறிய காகங்களின் கரைதல். 'வாலி நோக்கம் எங்கே...' என்றது காகம். 'அது இங்கே தான் அங்கே போ' என்றான் வாலி. வலையனின் அம்பாப் பாடலில் நூறு வருஷங்களுக்கு ஒருமுறை மனிதன் கண்ணில்படும் சாம்பல் ஆமை கூட்டுக்குள் முடக்கிவைத்த கடல் பறந்துவருகிறது அவளுடன். திசைகளை மோனித்திருந்த நாவல் இலைகளற்று வாழ் மரமாய் சூன்யத்தில் அளாவி கவைமீது ஒரு புஸ்தகப் பலகை இலைகளைக் கொட்டுகிறது. இதில் யாவர் வார்த்தையும்.

எல்லா முகங்களாகவும் மோனம் கொள்ளப் பார்த்திருந்த 'வாலி நிலம்' பறந்து செல்லும் நீலாம்பல் வாசனை வெளவால் உடுக்கில் அதிரும் ஊர்மேல் வரும் கோடு. அலகினால் ஒவ்வொரு நூல் எடுத்து எதேச்சையில் திறந்த இந்நாவலின் முன்னுரையை வாசித்தாள் கர்ப்பத்துள்ளிருக்கும் கிளிமுகப்பயணி. பின்னே வார்த்தையொன்று பல உச்சரிப்புகளைக் கடந்த வேளை மரத்தின் மீது செதுக்கியிருந்த தலைப்பை ஒலி சிதறாமல் அதன் தொனி உயிரைத் தொடுமாறு வாசித்தால் மரஞ்செடி கொடிகளும் மறுமொழி பேசும் நூலின் விந்தை.

வாசகர் எதையும் பாராமல் உள்ளே செல்ல கிளி அலகில் திறக்கும் செங்கபாடம். உள்ளே கலைந்து கிடக்கும் நூலகத்தில் எத்தனையோ கனி வாசனைகளைத் திறந்த கருஞ்சிவப்புப் பழங்கள் தோல் சுருங்கி விதை சிதறுகின்றன. ஒவ்வொரு விதைக்குள் சிந்தனைச் திசைகள். சில பழைய தொகைநூல் திறத்தால் ரகஸிய வழிகளில் நுழையலாம். கண்ணாடிக்கும் இரவுக் கிளிக்கும் மிகக் குழப்பமான பித்தம் வார்த்தைகளைக் கடந்துகொண்டிருப்பதால் நிலவைச் சூழ்ந்த நூலக முற்றத்தில் காடு ஒரு புஸ்தகமாகப் புரண்டுவிடும்.

புஸ்தகம் முள் படர்ந்து குருவிகளைக் குத்தாமல் சாம்பல் பூசிய இரவைக்கொண்டிருப்பதால் உள்ளே யாருமில்லாத நூலகத்தில் யார் நடமாடிக்கொண்டிருக்கிறார்கள் கிளிமுகப்பயணியைத் தவிர.

கலையின் யோகத்தினால் தந்தையைவிட்டு நீங்கினாலும் கர்ப்பிணி யின் நிலாச் சரீரத்தில் நீங்கவில்லை கதை.

பனியின் கண்மணிகளில் இமை தாழ்த்திய இருளைத் துளைத்து வார்த்தைகளின் நிழல் நெடுந்தூரம் அலைகிறது. அரவம் செய்யாமல் வாசிப்பதில் பனி இலை அகன்றிருக்கும் சூனியத்தின் நரம்புகளூடே வெளுப்பான பகல் இளங்கபில உடை தரித்திருந்தது. எழுத்தின் எழுதிய இருப்பில் உருகும் எல்லைகளை உள் நுழைந்தான் வாசகன். அவன் தனிமையில் இருக்கும் வெண்ணிறக் கனவு வாசனை நிரம்பியதாக கடவுளின் சால்வையில் மடிக்கப்பட்ட நாவல் இப்போது இருக்கிறது. பனியின் துறவி கிளிமுகப்பயணியாக இருக்கும் வியாஸரைக் கண்டு அந்த இளம்பெண்கள் தங்கள் உடம்பை ஆடைகளால் மறைக்கும்போது யௌவனப் பெண் கிளிமுகப் பயணியைக் கண்டதால் எந்த விகாரமும் கொள்ளவில்லை. ஆடை களால் மூடிக்கொள்ளாத பெண்களின் உடலில் மெல்ல வளரும் கிளி இறகு துயரம் மிகுந்து கதறும் அனைத்திலும் ஊடுருவி நின்ற பித்த வடிவமாக கிளிமுகப்பயணி இருந்ததால் காட்டிலுள்ள மரங்கள் ‘நாங்களும் நீங்கள்தான்’ என தடாகத்தில் அசையும் நிர்வாணம்.

2

புத்தரின் கிளிவிருத்த நூல்

‘உன் நாவலுக்கு ஆண் என்றும் பெண் என்றும் பேதபுத்தி உண்டா’ எனக் கேட்டாள் காமம் அளித்த பெண்.

‘கலைக்கு இருபேதமில்லை. குதம்பாய் தொட்டால் அழியாதே. நீரால் அழியும் பெண்ணே. சிருஷ்டிதான் பித்த வெறிகொண்ட வடிவம். ஞானம் மிகுதியால் வீட்டைத் துறந்த நீயும் வெளி வந்தாய். நானும் பயணித்துக் கொண்டிருக்கிறேன்.’ எனக் கிளியின் கபாடம் திறந்தான் வாசகன். பல நாவல்கள் பருவங்களுக்கு ஏற்ப சீதோஷ்ண நிலைகளில் மாறக்கூடிய நிலத்தோற்றங்களைக் கொண்டிருந்தது நூலகம். பனி குளிர்ந்த சிற்றாறுகள் நூலகத்தைப் பிளந்து ஓடுகின்றன.

நூலகம் ஒரு மந்திரக்கல் அல்லது ஒரு முட்டாளைத் தக்க வைக்க பல ரகஸியப் பாதைகளைக் கொண்டிருக்கிறது. கெமிலியத் தீவில் ஒரு பைன் மரக்காடு என்பது நூலகத்தின் வெட்ட வெளிப்பகுதி.

அவன் போன மாதத்தில் ஒரு வெப்பம் மிகுந்த நாவலில் ஸ்ட்ராபெர்ரி பழங்கள் பழுத்துச் சுருங்கிய நல்ல சிவப்புப் பழங்கள்

வாயில் இட்டதும் கரையும் ருசி மிகுந்த கனவுகளின் மணம் கொண்டவை. பைன் காட்டின் நறுமணத்தைச் சுற்றும் சூரிய வட்டத்தில் இந்த நாவலுக்கு பௌதீக அனுமானம் எதுவும் இல்லை. விழி தாழ்த்தி இமைகளின் பீலிநிழல் கிளிமுகப்பயணி மீது பட தனிமையை உணர்ந்த சிறகுகளின் மோனம்.

சூகரிஷி கொத்திக் கொடுத்த கனி தான் பிதிரா எனவே. உப்பின் அனந்தம் வெளி-கவிதை. காந்தத்தை மணலில் விட்டுத் தோய்ப்பது போல் அதில் ஒட்டிக்கொள்ளும் வார்த்தைகள் எது தேவையோ அது வந்து ஒட்டிக்கொள்ளும். தனக்கான வடிவத்தைச் சென்று அடையும் நாவல். குறிப்பிட்ட உப்புமலைக்குமேல் அமர்ந்திருக்கிறோம். ஒரு வழி சொல்லுதல் சூகரிஷியின் மௌனம். மலைக்குப்போகும் உப்பு வழிகள் சங்கிலிக் கிணற்றைக் கண்டடைவதில் தடுமாற்றம். ஒவ்வொரு சங்கிலியும் உப்பினால் கோர்க்கப்பட்டுள்ளது. எதிர் காலத்துக்கும் கடந்த காலத்துக்கும் பின்னிச்செல்லும் உப்புச் சங்கிலிகளிடையே தன்னை விரித்து நிகழ்காலத்திலிருந்து பதிவு செய்து கொண்டிருப்பதில் சங்கிலிக் கிணறு இறங்கிக்கொண்டிருக்கிறது. அப்படி நிகழ்காலம் கீழே செல்ல ஆழமாகப்போனால் போகப்போக வெளியேற முடியாத தனிமையின் அழுத்தத்தில் சொந்தமாகக் கண்டுபிடிக்கிறார்கள் வட்டமாகச் செல்லும் வடிவங்களை. தனிமையின் இயல்பு அதுதான். இப்படிக் கவிழ்த்திப் போட்ட தலைகீழ் கிணறுதான் எழுத்தினூடு இயங்கிக்கொண்டிருப்பது. அது முயல் வீழ்ந்துகொண்டே இருக்கும் விந்தையென்றாலும் தனிமையின் ஆழம்தான் போலும்.

வாசகன் எழுதியவனுக்குக் கற்பித்தான் நாவலின் மனம் என்பது சிக்கலான நிகழ்ச்சி. பல பொருட்களால் பகிரக்கூடிய பித்தச் சேர்மானமெல்லாம் ஒருமுக அபிப்ராயம் கொள்ளும் சூழலுக்கு உகந்தவையானால் எவ்வாறு? நாவல் நிச்சயிக்க முடியாத வெவ்வேறு வாசிப்பு சாத்திய மூலகங்கள் மொழியின் பித்த வெளியில். நாவல் அதன் நறுமணங்கள் பிரித்தறிய முடியாதது. சுருளாகச் சுற்றப்பட்ட நாவல் சனாதனத்தை மீறியது. உதடுகளால் மொழியைப் புதைக்கும் வெகு பாஷைகளை பனிரெண்டு வருஷ கர்ப்பத்திலே கிளி கேட்டுக் கொண்டிருந்தது.

இன்னும் பல வருஷங்கள் கழிந்தன. மறுபடியும் கிளியின் கபாடம் திறந்து கருவறைக் கிளியைக் கூப்பிட்டான் வாசகன். உள்ளே இறகுகள் வளராத மூக்கின் செஞ்சிவப்பு தோன்றியிராத கிள்ளை

யொன்று ஆதார விகற்பத்தில் பல நிறங்களில் வெளியேறிச் செல்கிறது. நிறங்கள் ஏதும் குருத்துவிடாத பருவத்தில் கலை பிறக்கிறது. சூலில் மறைந்து கொள்ள வெளிகளைவிட்டு வெளியே வந்தால் உலகப் பருண்மை இயல்புகள் பயம் சாவு நம்பிக்கையின்மைகளில் பறக்க முடியுமா என்றது கருக்கிளி.

'கிளிமுக நூலகம் திறவாய் வாசகா' என்றழைத்தன செடிமரங்கள். எதையும் பாராமல் பறந்து கொண்டிருக்கிறாள். நீலத்தின் புள்ளியைத் தொட துக்கத்தில் ஆழ்ந்துவிடும் சாயல். ஒரு வேளை அவளுமில்லை அங்கு. பாழ் அழைப்பில் நீளும் சிறகு மண்ணில் மோதிய தீப்பிழம்பு. இரவில் வரும் கிளி நீலநிற இறகு. சில சமயம் சிவப்பு நிறத்தில் உதிர்க்கும். எல்லாப் பக்கங்களிலும் நானாவித இறகுகள் நிறங்களைக் கொட்டும் வெளிச்சம். கிளியைக் கண்டு பூனைகள் ஒளிவதேன். வெளியே போவது நடப்பது எல்லாம் பூனைவேட்டைக்கான நேரம். சரியான மிருகமாகவும் ஜீவாதாரப் புள்ளியை சதா இடம் மாற்றிக் கொண்டிருப்பதில் ஆடை அணிந்துகொண்டே தினசரி வாழ்வில் வீதியைக் கடந்துகொண்டு பூனையின் பாதரச வேகத்தில் சூழலை மறைந்திருக்கும் ரஸவாதியோடு சதா உரையாடிக் கொண்டிருப்பது. தர்க்கத்தை விட்டுவிட்ட ஒரு வைர எலியை வாலுடன் கடத்திச் செல்வதன் மூலம் நூறு வலைகளை குடைந்திருக்கும் வாயில்களை அடைகிறது பூனை எனவே. வெகு தூரத்துக்கு அப்பால் பறந்து கொண்டிருக்கிறாள். இருக்கை ஜன்னலோரக் கண்ணாடியில் வரும் இரவு. விண்ணில் படுத்திருக்கும் பறவை.

அவளைவிட்டுத் திரும்பும் ரெக்கையின் சரிவு. ஏறும்படிகளின் ஓசை. இன்னொருமுறை மேலே வட்டமிட்ட உயரத்தில் நுண்ணிய புள்ளிகள் தெரிந்தன. அசேதனங்கள் சுருங்கி ஒன்றாகும் கரும்புள்ளி மறையும் கண்ணுக்குத் தெரியாத பாதை. நீரற்ற கடலில் மிதக்கிறாள். திடீரென விமானத்தில் இருளடைந்து காதுகள் அடைக்க தாக மடைகிறாள். மேகத்துண்டுகளால் முகம் துடைக்கிற விரல்கள்.

தீவுக்கூட்டங்களிடையே மிதந்துகொண்டிருக்கும் நீலப்பறவை. கடல் ஆழங்களில் பதிந்து நகரும் நிழல். எங்கும் நீலம் ததும்பிய படுகை கடந்துபோனது. நீண்ட நேர அசதியில் காத்திருந்த பகல் திடீரென இரவாகி நீலத்தில் துளைந்துகொண்டிருந்தாள். பணிப் பெண்கள் கொண்டுவந்த கண்ணாடிக் குவளையை வட்டமாக உருட்டி ஆவியை நுகர்ந்தாள். குறுக்கும் நெடுக்குமாக பெண்கள் பரபரப்புடன் அலைகிறார்கள். ஞாபகத்தில் வந்துகொண்டே இருந்த முகத்தில்

மரு உள்ள பணிப்பெண் கருவிழி ஒரு பறவையின் தூரத்தில் அலைவதாகிறது. பயம் இப்போது எதிர்பாராத இடத்திலிருந்தே பின் தொடர்கிறது பயணத்தின் தனிமையில். கண்கள் நடுங்கி விரியும் கூட்டம் அவளைச் சுற்றி அந்நியர்களின் நடுவில் அந்நியளான மௌனம்.

அந்தக் கிளிகள் தத்தம் நிழலை முத்தமிட்டு புத்தரின் ஜாதகக் கதைபோட்டு சுற்றிப் பறந்துவரும். நாடகமோ சதுரங்கப் பலகையாகக் கீழிறங்கி கோமாளி ஒருவன் குடிமக்களின் கசப்பை அங்கதமாக வெளிப்படுத்த வெள்ளைக் காய்கள் கருப்புக் காய்களை வெற்றி கொள்வது போல் நகர்ந்து இடறி வீழ்ந்தார்கள் பயத்தில். கிளி வேடமிட்ட கோமாளி வருகிறான் கெமிலியத்தீவுக்கு. அவன் கையில் வந்தமர்ந்த ஆண்டீஸ் மலைக்கிளி அதிகவால் நீளத்துடன் அசைந்தது.

'புத்தரின் கிளிவிருத்த நூல் திறவாய் அந்தகா'

பஞ்சவர்ண நூல் திறந்தது. உள்ளிருந்து சிறகுகளின் சடசடப்பு. எத்தனை வகை இறகுகள் வெளிநீட்டிய ரெக்கையில் எழுதிய ஜாதகங்கள். எல்லாம் தெரிந்த நீலவர்ணக்கிளி உச்சி சிவப்பாய் தலையசைக்க நூலில் ஒளிந்திருக்கும் கதாரூபம் 'இப்போது முடியாது. சயனத்திலிருக்கும் நிறங்களை எழுப்பாதே' என்றது. இறகுகளின் ஆழத்தில் கிளியாய்ப் பிறந்த போதிசத்துவரும் இருக்கக்கூடும். இந்தியக் கழைக்கூத்தாடிகளுக்கு கிளிகளைப் பழக்கி நாடகமாடும் வித்தை தெரியும். அக்பரின் சித்திரகூடத்தில் வளரும் இந்திர நீலக்கிளி முகம் முகமாய் ஜாதகம் கூறும் முகக்குறி பார்த்து.

தங்கக்கூண்டின் அடியில் மரணதண்டனை விதிக்கப்பட்ட இரு காவலர்கள் கனிச்சுளை எடுத்து கிளி வளர்த்தார்கள். பீர்பால் இந்திர நீலத்தில் பிறந்த கதைகளை அரசவையில் சொல்லக்கூடும். அவந்திகையின் ரஸநாளங்களை அறிந்தவர்கள் வரும் விதிகூறி கதைக் கருவில் கிளிக்கண் வைத்துப் பார்த்தார்கள். ஈரானியக் கருப்புப் பூனையின் வாலை நிலைநிறுத்த முடியாத அங்கத நாடகத்தில் மெல்ல ஊர்ந்து வரும் காலடிகளில் தெனாலிராமன் விகடங்கள் சுவடு பதியாமல் செல்லும் பித்தத்தை உடலாகக் கொண்ட யாத்ரீகன் தன் கிளி உடலை உப்பு நூலில் விரித்து எழுதிக் கொண்டிருக்கிறான்.

சீட்டாடும் அவந்திகா சூதின் ரோகம் உதிர்க்க ஏழுநிற இறகில் நாடகப்பனுவல் பேசியது 'சுருதியாய் இயலாய் இயல் நீடிய தொகுதியாய் வெகுவாய் வெகுபாஷை கொள்' எனப் பறந்து வில்லியம் கோட்டில் அமரும். 'கிளியை லேடிமேக்பெத்திடம்

விட்டுவிடு' என்றது அந்தப்புர எலி. வெனிஸ் நகர வணிகன் கிளியைக் கையிலேந்தி நகரில் ஏலமிட்டான். அதிக விலை கூறியதால் யாரும் வாங்கவில்லை. குதிரையில் வந்த சாக்ஸன் 'என்ன விலை கேட்கிறாய்' 'உன் குதிரையின் மதிப்பைக் காட்டிலும் அதிகம்' 'சிறுகிளிக்கு இவ்வளவு விலையா' என அதிசயித்தான். 'இது ஜிப்சிகளைப் போல் பல மடங்கு கதையின் ஆரூடம் சொல்லும். ஒரு நூலகத்தின் எல்லா அடுக்குகளிலும் மறைந்திருக்கும் குரல். என்ன விலை கொடுப்பாய் சாக்ஸன்' 'ஐரோப்பிய நாவல்களின் சூத்திரங்கள் அதற்குத் தெரியுமா' 'இதன் கனி போன்ற செந்நிறத்தைப் பார் சாக்ஸன். இதன் நாக்கு வட்டமாக இருப்பதால் மனிதர் கற்பிக்கும் பாஷைகளைத் தாண்டி விண்மனிதர்களின் மொழி பேசும் போ' 'ஆறு குதிரைகளை ஈடாகத் தருகிறேன். ஆனால் ஐரோப்பாவின் கலையை அது சொல்லித் தருமா ராணிகளுக்கு' 'ராணிகளை இதற்குப் பிடிக்கவில்லை. விக்டோரியாவின் அந்தப்புரத்தில் வாழும் கருப்பு அடிமைகளில் ஒருத்தி இதன் சகோதரி' 'அப்படியானால் இதற்கு ஈடாக ஒரு பியானோவைத் தருகிறேன்' சாக்ஸன் கிளியோடு குதிரையில் விரைகிறான்.

'கண்ணை மூடித் தியானித்த கிளியை கண்ணியிலே பிடித்த வேடுவச்சி நீயா' என்றாள் நடிகை. கிளி அவளுக்கு புராணக்கதை சொல்லி. பிதோராவால் கடிகாரத்தில் நகரும் சாக்ஸன் குதிரைகளின் கருப்பான நிறம் அதன் பளபளப்பான முதுகில் அமர்ந்து சுற்றியது, இரவெல்லாம் நடிகைக்கு ஆசைகளை மூட்டி கண்ணாடியில் அமர்ந்து படபடத்தது. 'அங்கே ஓர் மலை. அதிலே ஓர் குகை. உள்ளே நானிருப்பேன்' என்றது.

அந்த இறகு வெண்மையும் கருப்பும் கலந்த கீற்றுகளால் இரவைப் பேச வைக்கும். அந்தப்புரக் கூண்டில் பாஷை பல பேசும் இருட்டு வரும். சுயேச்சையாக நீளப் பறந்து கூட்டமாகப் பாடி மறையும் நாடகம்.

'அரண்மனைக்கே துக்கம் நீண்ட நாள் வாழ்வு இராதே
முட்புதர் தானே புறாவின் கூடாகாதே'
இரவும் பகலும் ஆடு பாடு
சதா ரத்தத்தில் மூழ்கியிருக்கும் நகரம்
கொள்ளையடித்த சிலைகளின் ஓலம்
சாவு காத்திருக்கிற வெளியில் வாழ்வு
வலையாகப் பின்னும் கிளிக்கண்ணி
காதில் விஷமூட்டும் லேடிமேக்பெத்

அரசனைக் கொன்றுவிட்டாள்
காது திறந்திருக்கிறது நகரமாய்
தெருவில் காத்திருக்கும் தெரு.

3

ரெம்ராண்டின் சாஸ்கியாவைமோகித்த ஒளி

ஊதா நிறத் தலையும் மஞ்சள் முனைகொண்ட நீலவாலும் விசிறியாக விரித்த கதை அடுக்கில் சிவப்பு நிற ஓவியம் மாறி அடுத்த கதை. கழைக்கூத்தாடி உடல்மேல் கால் வைத்து வருவோர் போவோரின் சருக்கம் கூறும். பிக்காடலி சர்க்கஸ் முன் கிளி விருத்தம் திறந்து மறதியின் மொழி பேசும். கூட்டம் கூடிவிட்டது. உப்புநூல் யாத்ரீகன் சென்ற இடமெல்லாம் திரும்பிப் பார்த்தார்கள் கிளிகளை அதிசயித்து.

கூண்டிலடைத்தால் கண்ணாடியாக உருமாறினாள் இளவரசி. கூந்தல் இழையொன்றில் மறைந்துள்ள வில்லியம் எழுதுகோல் பனிப் புள்ளியிலிருந்து இருட்டுக்கும் ஒளிரேகைக்குமிடையே படிம நூலாய் திறக்கிறது. பாதரஸ விளக்கின் மீது ஆவிகள் வெண்நிறமாய் வளையக் கிளியைக் கையிலேந்தி பேசுகின்றன. ஷேக்ஸ்பியரைக் கண்டதும் அப்பால் ஒதுங்கினாள். 'ஏன் விலகினாய் கிளியே' 'துயர நாடகத்தின் இரண்டாவது கட்டம் கேலிக் கூத்தாகிவிடும். காதலில் சிக்க வைக்கிறார் வில்லியம். அதுவும்கூட கூண்டுதான். திறந்திடு.'

காதலில் கிழிந்துபோன கருப்புக்கோட்டில் உப்பின் துயரம் பைத்தியம் வெளிறி எரிந்து கொண்டிருக்கிறது. 'காதலின் கோட்டில் வைக்கமாட்டேன் வா' என்றாள் வில்லியம். 'காரணமின்றி இந்தக் கிளி ஏன் காணாமல் போகிறது' என்றான் கோமாளி 'எனக்குத் தெரியாது' என்றது கிளி.

செந்நிறமாக வளைந்தகோடு மொழிகளின் ஞாபகங்களை உணர்த்தக் கூடும். சீனாவில் இருந்து வந்த போதிசத்துவரின் கிளி உரு எப்போது வெளிப்படுமென உப்புநூல் யாத்ரீகனுக்குத் தெரியாது. கரும் பசுமை நிறக்கோடுகளை இறகில் வரைகிறான் கோகின். ஆசியாவின் விரல்கள் இறகின் வெண்மைக்கும் நகத்தின் கருமைக்கும் இடையே மரங்கள் தெளிவதைத் தீட்டின. கடவுளின் ரகஸிய நோக்கங்களை கோகின் அறியக்கூடும். கண்ணீரில் நிற்கும் தகீத்தித்தீவு எங்கே அலைகிறது எனக் காணமுடியவில்லை. 'மநதிரபுத்தியுள்ள கருப்புப் பெண்ணை அறிவாயோ கோகின்' என்றது சிநேகிதியான கிளி.

நாட்டுப்புறக் கைகளின் சாம்பல் நிறம் யாருடையது. முலைகள்மீது பூசிச் செல்லும் கோகின் முகம் பச்சையாகிவிடும். அவளைத் தொட்டால் வருத்தும் காதல் தொற்றி வந்துவிடும். மறுநொடியில் பாசிகள் அணிந்த பெண் பாடி ஆடினாள். ஒரு வார்த்தையை மௌனமாய் உச்சரிக்கும் பூனை வான்காவின் வயலுக்கு அடியில் பதுங்கியது. விதைக்கும் ஓவியத்தில் அலையும் கோதுமைநிறம் கொண்ட பூனை ரெம்ராண்டின் மனைவி சாஸ்கியா இருட்டில் மறைகிறது. ஓவியத்தில் படரும் ஒருபக்க ஒளி அவள். ஆறு ஆண்டுகளுக்குப் பின் மாயமாகிறாள்.

ரெம்ராண்டின் ஒளிர்வு, உருவமில்லாத சாஸ்கியா. அவளது விரல் பற்றி அழைத்துப்போகிறான் நூற்றாண்டுகளுக்கு வெளியே. சாஸ்கியா இருமுறை வாழ்கிறாள். ஓவியத்திலிருந்து கடந்த காலத்திற்கும் யாத்ரீகனின் உப்புநூலுக்கும் இடையே வீதியைக் கடந்து செல்கிறாள். பல நகரங்களில் கேலரிகளில் இருக்கும் சாஸ்கியாவின் இளமையான உடல் அவனோடு மழையில் நனைவதைப் பற்றி அவளுக்குக் கவலை இல்லை. என்ன செய்கிறாள் என உற்றுப் பார்த்துக் கொண்டிருப்பாள் ஓவியத்திலிருந்து. மழையில் நனைந்த ரெம்ராண்டின் ஒளி இவளுடன் கரைந்து கொள்கிறது. மறுபடி அவளோடு வாழ்ந்து பார்க்கிறாள் நேரத்தை ஒளியாக்கிய ரெம்ராண்டின் சாஸ்கியாவை மோகித்து எழுத்தாக்கிவிடுகிறான். ஒளியை மோகிக்கும் பூடகங்கள் எங்கிருக்கின்றன ஓவியத்தில். திரும்பத் திரும்ப அவள் வாசனை நெருங்க பீடித்த நோயில் அவ்வொளியே இவன் உயிர்குடிக்கும் ஆவிகொண்ட கதை உரு. கை தவறவிட்ட சுழலும் குடையில் சாஸ்கியாவும் இவனும். அந்தரத்தில் சரியும் ஒளி மழையாகிறது. இடியும் மின்னலும் சாஸ்கியா கொடுத்த ரெம்ராண்ட் விதி.

மருதோன்றி இலைகள் பொங்கும் சிவப்பை இந்தியக் கழைக் கூத்தாடிப்பெண் உடலெங்கும் கோலம் தீட்டி எத்தனையோ கிளியானாள். அவள் ராப்பட்சிகளின் குணம்கொண்டவள். அவள் இறகு வெளிறிய ஊதாநிறம் விண்ணில் உதிர்கிறது. வாலை ஏடுகளில் காமம் உரைத்த கருங்கிளிகள் எங்கு மறைந்தன. உப்புநூல் யாத்ரீகன் பஞ்ச நீலங்களை கிளிவாலில் கண்டான். உச்சியில் சுற்றும் நீல பஞ்சத்தில் மொழிப் பேழை திறந்திருக்கிறது. நடுக்கடலில் ஓட்டை விழுந்த பாய்மரக் கப்பலில் அகப்பட்டுக் கொண்ட பல தேச அடிமைகளுக்கு ஊண்டுக் கிளிகள்தான் மறைந்துபோன பாஷை களைச் சொல்லித் தரக்கூடும். காஃப்காவும் பாய்மரம் கிழிந்த பைத்தியமாய் மூழ்கிக்கொண்டிருந்தான் வார்த்தைகளின் நிழல்

கூட்டத்துடன். அவன் கோட்டின்மேல் அந்த பனித்துருவக் கருங்கிளி எங்கிருந்தோ வந்து கால் வைத்தது நகம் பதிய. விரல்கள் எழுதத் தொடங்கின. அது ‘மக்கா’ எனும் பெருங்கிளி. தூரதேசப் பயணி.

4

கெமிலியத்தீவு

நானாவித சர்ப்பங்களும் மிருகங்களும் நிரம்பிய கெமிலியத்தீவு. வனத்தில் சஞ்சரிக்கிற ஜந்துக்களில் பல உருவங்களாக நிறங்காட்டும் பச்சோந்தி இத்தீவின் அடையாளம். மரவுரி உடுத்து அடவில் திரியும் கருப்புநிற ஜனங்கள் நாகரீகத்தின் தீட்டுப்படாத தனிமையில். கிளைகளின் நுனியெல்லாம் காகங்கள். மான்களும் பட்சிகளும் கூட்டங் கூட்டமாய் மனித மொழி பேசும். ரூபத்தைப் போலவே சாயல் காட்டும் செங்கழுநீர்களும் நிரம்பின இடங்களினின்று அவற்றின் வாசனை. நழுவிய மனநிலை பிறழ்ந்தவர்கள் அங்கே தப்பி அலைகிறார்கள். மிகுந்த சந்தோஷத்தில் சிரிக்கும் பைத்தியங்களும் பறவைகளும்.

விசித்திரவனமிது. மலைப்பாம்பின் கோடுகளைக் கொண்ட நிலம். பசும்புல்லின் தரையில் காற்று சப்தமிடும். பல விருட்சங்கள் சூழப்பட்ட மனிதர்களின் சாம்பல் வீடுகளில் கிளையேறிய மந்திகள். பனிக்காற்றில் துகள் அடர்ந்து சேரும் ஈரவாடை. இந்தக் காற்று உள்ளே குளிர்கிறது. நீர்க்கோழிகளின் த்வனி கேட்டு பெண்ணும் ஆணும் நிர்வாணங்கொண்ட பாதை நெளிகிறது மலைகளுக்கிடையே. நீல வானத்தில் பனி அடைத்த மேகங்கள் ஒளிர்கையில் வனப் பிரதேசத்தின் தூரிகையுடன் கோகின் அச்சிறு பெண்ணின் சாயல்களை நாற்புறம் வீசும் காற்றில் தீட்டிச் செல்கிறான். புலப்படும் கனிகளைத் திறந்த பனிக்காலம் ஏதேதோ பேசி முடியாத வாக்கியத்தை தொலைவிடம் கொண்டு மறைகிறது.

5

பாழிடை விழித்த நாய்

நடிகனின் கருப்புக்கோட்டு நகரின்மீது தவழ்ந்து ஓய்வெடுத்துக் கொண்டிருப்பதில் மூக்குத்தி அணிந்த எகிப்தியப் பூனை பதுங்கியது காலடி ஓசைபடாமல். வால் முளைத்த கோட் அணிந்த கெமிலியத்தீவு விதூஷகன் உள்ளே பிரவேசித்தான். கவுன் அணிந்த எலிகள் கொள்ளை

நோய்க் காலத்து பாடல் சுருதியேற சலங்கைகட்டி ஷைலக்கின் நீல மோதிரத்தை உருட்டிக்கொண்டு வட்ட அரங்காக உருமாறியன. 'மெர்ச்சன்ட் ஆஃப் வெனிஸ்' நாடகத்தில் அந்த ஷைலக் யூதன் எலிகளின் கண்களில் கருப்பரின் வைரங்களைப் பதித்து வாலில் வெள்ளையரின் தங்க வேட்கையை அங்கதமாகக் கட்டிவிட்டான்.

எலிகளை விடவும் அவற்றின் வால் நீளமடைந்து பவுண்டுகளைத் தேடிச் செல்லும் ஆசியர்களின் தீராப்பசியை உதிர்க்கிறாள் சொர்ணப்பூ ஒன்றாய். அந்த பூ யாருடையது ? யாரும் இங்கு விதி விலக்கில்லாமல் தங்க வேட்டைக்கு ஊளையிடும் பிதிரர்கள் கருப்பு பூட்ஸ் அணிந்து நாடகமாகியிருந்தார்கள்.

இருளாகிவிட்ட பனியில் ஊடுருவிச் செல்கிறாள். நெடு விசும்பில் நீரின் சாயைகள். வெள்ளி அசைந்துகொண்டிருக்கிறது நெளிந்து. அவளிடம் சரிந்த ஒளிக்கதிரில் பின்னிரவு வந்தது அங்கே. எதிரொலிகளின் அச்சமாயிருக்கிறது. இது ஒரு முனை. எதுவுமே இல்லை. தற்செயலாய் இது தோன்றியது. கரும்புள்ளியில் பயம் ஊர்ந்து செல்கிறது. இதற்குக் காரணமே இல்லை. பார்க்கப் பயமாக இருந்தது. எத்திசையிலும் துயரின் ஓலம் அவள் தலைமறைக்க வீடு வாசல் இல்லை. யுத்தங்களின் கீறல் ஓசை. வெம்மையே எங்கும். வெற்று வெளியை அடைந்த பாழ் பறவை கால்மடக்கி நழுவிப்பறத்தல். இரும்பும் ரத்தமும் அரபு எண்ணையில் கலந்து எரியும் நீல வரைபடங்களின் மீது விமானத்தின் நிழல். உலக விளிம்புகளில் தீப்பற்றி எரியும் இந்த வேளை சாவு வேகத்தில் பாலைவன மணலில் வரையப்பட்ட கோடு நிழலைத் தொற்றிக்கொள்ளும். சித்ரவதையை வெளிப்படுத்தும் முகங்கள். ரகஸியமாகப் பதிவு செய்யும் கேமராவுக்குள் சுதந்திரமான வெளி பூட்டப்பட்டுள்ளது.

சிறுபனிப்புள்ளிகள் உருகி மைய இழைகளைக் கோர்க்கும் ஆழத்தில் மிதந்து அவள் சிறகுகளை அலைவின்றிப் பெருவெளி நீலத்தில் விரித்து மேல் ஏறிச் சூறையில் வட்டமிட்ட பாதை சுற்றி கரும்புள்ளியாக ஊர்ந்து இருப்பின்மையை உணரும் வெற்றிடத்தில் தனிமை ஒன்றாய் முளைத்தாள். அது கணமே எனினும் காலம் இல்லையென்பது இல்லை யாகும். இல்லையென்பதும் உள்ளது என்பதும் இல்லை இவ்வாறு.

வெளிப்புறத்திலிருந்து பனி ஒரு துளி வந்து உள்ளே விழுவதற்கு வழியில்லை. நீலத்திலிருந்து துடைக்கப்பட்ட சூன்யத்தின் நிர்மலமான நிலை. அதனுள் சுரக்கும் நுண்ணிய நீர்த்திரள் ஸ்படிகத்தை நிரப்புகிறது.

திசைகள் பனிச்செதில்களில் சுழல் விளையும் ஆர்வத்தில் ஊடுருவி நிற்கிறாள். பனி விழித்த வேளை வெளியேறிச் செல்கிறாள். அவள் அமைதியடையவில்லை. சலனமடைந்தாள். தன் ஊர் நினைவில் குவிந்த மரக்கிளை மூடி ஒரு நாய் வாடுகிறது அவளின்றி. அது அவளை விட்டுப்போய் தெருவைத் தாண்டியும் அலைவதில் வெள்ளத்தைக் கடந்து செல்கிறது. முட்புதர், இருள் சூழ்ந்த காடு; வழி துறையில்லாத வனாந்திரத்தில் அவளைத் தேடும் நாய் கவலையை எழுப்புகிறது. அதன் பற்றிற்கு ஞானம் பிதிர்ப் பகை. நாய் உருவம் குருடர் களையெல்லாம் தொட்டுவரும். நடந்தே உலகின் மறுமுனைக்குச் சென்று கண்ணுக்கு புலனாகாத உருவம். பாழிடை விழித்த நாய்.

6

பலகாலம் தூங்குகிற அம்மாவின் சாம்பல் விளக்கு

அம்மாவின் கருவறைவிட்டு வெகுதூரம் வந்துவிட்டாள். நீலப்புழு இருள் அடைய உயிர் வெப்பத்தில் தவித்த கரு சிருஷ்டியின் நகர்வில் காலம் கீழிறங்கும் குழப்பம். மெதுவாகச் சரிகிறாள் மாயத்தில். தேச வரைபடங்களில் கழுகுகளின் நிழல்கோடு இவ்வாறு உதிர வரலாறு தன்னையே பற்றிக் கொண்ட நெருப்பில் பேய்களின் நிழலாட்டம்.

எல்லைவழிகள் விண்வரை அடைக்கப்பட்ட கருஞ்சுவரில் சரிந்து கொண்டிருக்கும் அகதிகள் சாவின் கருங்கரையில் ஓடுகிறார்கள். பட்டினியும் சாவும் குடித்த மண்உடல்களில் துளைகளை இட்ட கொடிய கண்கள் குழல்களில் செலுத்திய உலோகச் செதில்கள். வாடும் பனி மணலில் முதுகில் பிள்ளைகளைச் சுமந்து திரியும் நிரபராதிகளை விரட்டி அலையும் விமான நிழல்கள். மண்ணாலான தரைகொண்ட வீடுகளின் பாழ்களில் அம்மாவின் உரு ஒரு வெப்பநில விடுகதை. எல்லா மொழியிலும் கரையக்கூடிய விடுகதைகளை கொப்பும் கொடி படர்ந்த கருவில் வைத்திருந்தாள். பச்சைப் பாம்பை உடல்சுற்றி சோளப் பயிரில் மறைகிறாள். அவள் பின்னர் ஒருபோதும் ஒரு வார்த்தை கூடப் பேசவில்லை, ‘வந்துவிடு... வந்துவிடேன்...’ என்பதற்கு மேல்.

சிதறிய வெளிவாசலில் சோளமணி துடிக்க நடுங்கினாள். சூரியனுக்கு ஏற்றதும் பால் கதிரில் ஊறிய முலை வாசனை பிசுபிசுத்து ரத்தத்தில் நகர்கிறது கூடவே. மழைநாள் சுட்ட சோள ரொட்டி எரு வட்டியாய் சில தோல்பையில் ஒடிகிறது. மண் சுவரில் கண் வைத்துக் கீறிய அம்மாவின் நுனிநீர் உலகைப் படைப்பது.

தாகத்தில் நெஞ்சுலர்ந்த ஏக்கம். வார்த்தை உவட்டு மண்ணாய் கரித்தது. உலர்ந்த மிதுக்கங்கொடி வழி நுனிநீர் இடம்மாறிச் செல்லும். தண்ணீரின் முனிகள் யாரென்று தெரியவில்லை. அவளின் சம்பாஷனைகளைக் கேட்கும் காட்டுவழி. மனிதர்களைவிட ஆவிகள் பாடலைக் கேட்கின்றன. பிஷ்மார்க் ஒரு கிழட்டுக் கழுதையாக மறுபிறப்படைந்தான் கதையில். கழுதைகளுக்குத்தான் உயிருடன் இருக்கும்போதே சாத்து எலும்புகள் உண்டு. செத்து மோட்சம் அடைபவை கழுதைகள் மட்டுமே. கழுதையில்லாத புராதன நகரம் சரித்திரப் பிழைபடும். கழுதை இருப்பதால் நகரம் தோன்றுகிறது. சிற்றூர்கள் அழிவதற்கும் நகரங்கள் இருந்த இடம் தெரியாமல் புல் முளைத்த காடாவதற்கும் மறைவு காலம் தெரியாமலே நடந்துவிடும். கழுதைகள் நின்ற சாயல் மறையாத சோகத்தின் நிழல் பற்றிய நகரம். பஞ்சத்தில் வெளியேறிய மக்கள் இட்ட பயிர் விளையாமல் நிலத்தை விட்டு ஊர்விட்டு ஊர்போன வழி விலகும் தொலைவுகள். அழிவதை அழிவற்ற நகரம் பார்க்கிறது. அழிந்த நகரம் எதனாலும் எழுவதில்லை. உதிர் சருகு ஸ்திரமான நகரத்தைக் கடந்து செல்கிறது. இதுவும் முடியும் காலத்தை நெருங்கிவிடும். மரங்களின் வேருக்கு அடியில் சிதல் அரித்த நகரம் சிவப்பாய் எரிந்துகொண்டிருக்கிறது.

எல்லாச் செடியிலும் ஏறிய நீரின் ஆவிகள் அசைந்து பேசக் கேட்கிறாள். மரத்தின் வேருக்குள் நீர் ஓடுகிறது நெடுநாளாய்.

தண்ணீரை யார் பார்க்க முடியும். நீரால் அழியும் பெண்ணைப் பார்க்க முடியாது. இல்லாமல் இருப்பவள் பலம் அனைத்தும் காண முடியாத நீரில் ஒளித்துவிட்டாள். பார்த்ததெல்லாம் தூரத்தில் போய் விடும். பார்த்தது ஒன்றுமில்லை. கேட்க முடியும்தான். நீரின் முனி சதா பேசிக்கொண்டிருந்தது நீரால் அழியும் பெண்ணிடம். உருவ மில்லை நீருக்கு. உடல் இல்லாதவர் யார் எனத் தெரியவில்லை. ஒன்று இருப்பதால் மற்றொன்று தோன்றுகிறது. அருகு நுனிப் பனி அலையது அவள் இல்லாத நிலை. சூரிய ஒளி எழுந்ததும் அவள் உலர்ந்து மறைவாள். நீர்மேல் மழைவிழும் நரம்பிடை எழும் மொக்குள் அவள் வதிகிறாள். நீரில் ஆழ்ந்த நெடுங்கழியிடைக்கோடு வரையும் படகோட்டி புலம்பி மறைகிறான் அவள் இருப்பிடம் தேடி. முன் சென்ற கோடும் பின் செல்லும் பெண்ணும் நீரின் மாயத்திலிருந்து பிரிவதில்லை.

தண்ணீரின் போதை தாவரம். அது பருகிக் கொண்டே இருக்கிறது. சூனியம் அதன் கோப்பை. யாரும் பருகலாம்தானே. செடியாவதற்கு

முன் தோற்றுப் போவாள் என்பது நியதி. இவளுடைய ஆகாயம் காமத்தில் எரியும் கிளியிறகு. நீலத்தில் செல்கிறாள். உரையாடல் பீர்க்கங்கொடியாய் படர்ந்து கிடக்கும் தரை. கால்படவில்லை. பட்டதெல்லாம் இறகாகும் கிளிமுக நூலகம். வாசகன் பருகிக்கொண்டே இருக்கும் தாவரம். புத்தகம் தான் நீரால் அழியும் பெண் ஆனது. என்ன நடக்குமென்று எழுதியவனுக்குத் தெரிய வில்லை. தெரிந்தவன் யாராக இருக்கும். சிருஷ்டி அவனிடமில்லை. பகுப்பாய்வை சிந்திக்கும் மனதை வயிற்றுக்குக் கொண்டு வந்து ஜீரணமாக்கிவிடலாம். புலன் விழிப்புற்ற புத்தன் வயிறு இவற்றை உண்டு செரித்துவிட்டது. ஒன்றும் இல்லை. குழந்தையின் வயிறு மாதிரி இருப்பது. புத்திசாலிகளுக்கான இடம் சரித்திர நூலை காதறுந்த ஊசியில் கோர்க்கும் வேலை. அதற்கு முடிவில்லை என்பதால் அவனும் முட்டாளாக மாறக்கூடும்.

குனிந்த கிராமப் பெண்களை அதலக்காய் முத்தமிடுகிறது கழுத்தைச் சுற்றிப் படர்ந்தவாறு. நீரால் அழியும் பெண்களின் குரல் வளை தண்ணீரில் இருக்கும். மறைந்துபோன விடுகதைகளும் கொடி களுக்குத் தெரியும். நோயுமில்லை. நொடியுமில்லை. நாள் தோறும் மெலிகிறாள் அவள் யார்?

பல காலம் தூங்குகிற சாம்பல் விளக்கை இவள் முகம் தடவி கூரை அடுப்பில் வைத்து கரித்த ஒளியானாள் அம்மா. சாம்பல் பூசிய ஒளி. உவர்ப்பான இரவு. நார்ப்பெட்டியைக் கவிழ்த்தி அசையும் ஒளியை இருட்டில் நகர்த்துகிறாள். வெளிச்சம் நார்த்துளைகளில் பண்பட்ட கண்களாய் உள் வழிகிறது. அம்மா உப்புப்பெட்டியில் சாம்பல் ஒளியை படர்த்துகிறாள். சுவர்களில் ஈரவாடைக்குப் பெயர்ந்த விருட்சிகத்தின் முதிய விஷப்பச்சை தத்தளிக்கும் வாழ்வு கண்ணீராய் இருக்கிறது.

7

கடிகாரத்திலிருக்கும் பிரதி யாருடையது?

சிதைந்து பிரிந்த தேசங்களின் மேல் நகரும் நிழல். கீழே சரிகிறாள் யாருமில்லாத இடத்தில். இவள் கிறுக்கிய காகிதத்தை பனியிடம் மடித்து திரும்ப வாசிக்கிறாள் காற்றில் கிழிந்த வார்த்தைகளின் நிழல் படபடக்கிறது. கையசைக்கிற யாரோ தன் கனவில் நடந்து ஒவ்வொரு படியிலும் சரிந்து வீழ்கிறாள். ட்யூபில் ஏறுவதற்கு உதவிய கரத்தில் அந்நியன் நிற்கிறான் அவளுடன். பலரும் அமர்ந்த கண்ணாடிகளுக்குள் அடைபட்ட பயணம். பாலத்தில் உறுமும் தனிமைகளைக் கேட்டாள். சிவப்பு ஓடுகள் மேல் அலையும் காகங்களுக்கு மேல் பறந்து மின் கம்பிகளில் மீன்முள் கூடமைத்த காகங்குடியிருக்க வெள்ளையான முட்டையிட்டு அடைகிடந்த இறகின் வெதுவெதுப்பில் கீறிவந்த வெளி எரிய ரெக்கையால் மூச்சுவிடும் கிரகங்களின் சஞ்சாரத்தழுவல் நீலத்தில் துளைந்த உருவெளி கொள்ளும் நாடகத்தில் மூழ்கடித்த ஒப்பனையும் கனவும் சேரப் பனிச்செதிள்களை உடைத்தவாறு விமானம் பொம்மையாகச் சுருங்கி முள்ளங்கி வெண்கோபுரங்கள் வெங்காயக் கடிகாரங்களைச் சுற்றி மேக்பெத் திரைச்சீலையில் தலைகீழாக இறங்கியது அவளுடன்.

லட்சம் துளைகளைக் குடையும் பனி நகரின் ரொட்டியை எலிகள் கரும்பி அங்கே இங்கே நிழல்களாய் ஓடும். அந்தக் காலத்தில் பிளேக் என்ற கொள்ளை நோய் இந்நகரத்தை சூறையாடிய தருணத்தில் நாடக அரங்கம் மூடப்பட்டிருக்கும். அதே நாளில் வீனஸ் அண்ட் அடோனிஸ் பாடலை எழுதினான் வில்லியம். ஸ்ட்ரீம் மியூசியத்தில் அந்த பிளேக் எலிகள் அதே பாடலைப் பாடி கவுன் அணிந்து ஆடுகின்றன இசையில்.

கிளியின் ரஸநாளங்களில் காஃப்காவின் 'உருமாற்றம்' ரூபம் கொள்ள மூலகம் சிதறிப் பறக்கும் வர்ணவெளி. சிவப்பான இறகு காஃப்காவின் விரல். இரவில் அலையும் மரக்கொம்பு. பிறகு அது இல்லை. இருள் அல்லாத ஒளி அல்லாத சூழ் உலகில் துன்பத்தில் உழல்வாள். நெடுமதில்கள் தென்படுகின்றன. பாழ்ந்த நகரின் மீது முள்ளின் முனையில் மணற்கரையில் விட்டுச்சென்ற பிரதிகள் சரிந்து போய் நீரில் அமிழ்ந்துவிடும். மரப்பாலத்தில் குனிந்து பார்த்துக்

கொண்டிருக்கும்போது கடந்து செல்லும் உருவகக்கதை. எதிரே நீர் தளும்பி ஓடும் ஆறு தெரிகிறது. அக்கரைக்குச் சென்றால்தான் தப்ப முடியும். எதிர்க்கரையில் இருப்பவர்கள் தப்பிவர இங்கே நோக்கும் கருவிழி கசியும் அச்சம். பக்கத்தில் இருக்கும் புல்லையும் மரக் கிளையையும் ஏந்திப் பார்க்கிறாள் கைவிரித்து. தப்பிக்க முடியாது காற்றில் அலைபடும் கருப்புக்கோட்டு. பாழ் ஊரைக் கடந்து போகிறாள். அவ்வூரின் திசை வாசல்களில் காவலர்கள் உள்ளே விடாமல் வெளியே விடாமல் மறிக்கும் அபாயம். விலங்கு பூட்டிய கைகளில் கையெழுத்திடுகிறான் முத்திரை வைப்பவன். பாஸ்போர்ட் மற்றும் பயண இசைவு ஆவணங்களை வெளியேறுவதற்குமுன் கண்காணிக்கும் கடவு அதிகாரியின் விரல்வழி பரவும் உளவுப் பாதை. தன்னைத்தான் ஒரு உளவாளியாக்கிச் செல்கிறாள் பைத்திய நகருக்குள்.

கண்ணைச் சுற்றிக் கோடு உருமாறும் மொழி குடித்த மரக் கிளைகளில் இறங்கும் உரையாடல். கட்செவிப்புலம் குரலாகி கிளி ஒரு சுவாதீனத்தில் திரும்பச் சொல்லும் வடிவம். இதனிடம் மனித முயற்சிக்கு அப்பால் இயங்கும் தாந்தரீக உணர்வு. முற்பிறப்பின் வாசனை வெளி சிவந்த ஆபுத்திரன் கப்பல்வழி செந்நிறப்பாய் மறையும் ஏதோ வெளி. அதிசயம் மிகுந்த சிவப்பு இறகுவிரல் நடைக்குள் கீறும் இன்மையின் இடைவெளி பிளக்கும் எழுத முடியாத குரல் கரையும் நிலத்தோற்றம். ‘சூரியனின் சாயத்தினால் பேச முடிய வில்லை’ என்றது கிளி. கதைக்குள் கதை செல்வதில் பல குரல் அலையும் கண்ணிகள். குதிரை, பட்சிகள், பெண்கள், விருட்சத்தின் சுபாவாதிசயத்தை உணர்ந்துகொண்டதில் அதன் இறகு பெற்ற உப்புநூல் யாத்ரீகன் உருமாறிக்கொண்டிருந்தான்.

டெகாமெரான் வரிக்குள் பொன் மஞ்சள் காமத்தின் குறியீடு ஆனது. வாலில் நீலம் இருப்பதேன். இறகில் நீலம் இராது போனால் மற்றொன்று தோன்றுவதில்லை. நீலம் மறைவதால் மற்றதும் மறைகிறது. எனவே கிளி வர்ணம் இருப்பதால் பித்த நிறங்களாகப் பகிர்ந்து செல்கிறான் உப்புநூல் யாத்ரீகன். அடிப்பரப்பில் தங்கும் ஞாபகங்கள் கபிலநிற இருப்பின் வெப்பத்தில் தவித்திருந்தான். மேலும் கீழும் நீலநிறம். உப்புநூல் யாத்ரீகன் தன் மொழியை கிளியாக வளர்க்க பல தேசப் பிரவேசம் செய்தான். கழைக்கூத்தாடி பின் உயர்ந்த கன்மலை உச்சிகளில் வசிக்கும் நாடகக்கிளி குளிர்பொத்தி அவன் மரவீடு சேரும். நீலப்பூனையின் சத்தத்தைக்கொண்ட கிளிக்கு வில்லியம் என்ற கருப்புப்பூனை ஆகாது. கோமாளி மீதமர்ந்து அவன் மூக்கை உரசியது. அங்கதப் பிரதிகளின் நறுமணம்கொண்ட கோமாளி.

‘உன் பெயர் என்ன?’ என்றாள் கோமாளி. ‘என்னுடைய பெயரைச் சொன்னால் உனக்குத் தெரியாமல் போய்விடுவேன்’ என்றது கிளி. ஆதியில் சாக்ஸன் நிலமெங்கும் செம்மறித்தோல் காய்ந்த நாளில் அவற்றில் ஒட்டிக்கொண்டிருக்கும் கொழுப்பை உண்டு பழகி வெள்ளை இடையர் பின்னே பாடியது. இதையே திருடர் தந்திரமாய்ப் பழக்கி ஆட்டுத்தோலை வைரப் பள்ளத்தாக்கில் வீசி பேசும் கிளிகளை ஏவினர். மிதக்கும் கிளிகள் பச்சையாய் கீழிறங்கி தோலைக் கவ்வி காலிடுக்கில் எடுத்துவர மின்னும் வைரத்துளி கண்டு பேராசையில் மறைகிறான் திருடன். துவண்டு தொங்கும் ஆட்டுத்தோலை தோளில் போட்டு கும்பலாக மறைந்து திரியும் பழந்திருடர் தலைமேல் சுற்றும் நீலக்கிளி.

8

இறகுகளை சிலிக்கிறான் உப்புநூல் யாத்ரீகன். வேதனை தரும் இரவுகள். எந்த மரத்துடனும் பேச முடியவில்லை. சிவந்து காணப்பட்ட நிலா கடலில் மூழ்கியது. சப்தரிஷி மண்டலம் வழக்கம் போல் சிமிட்டி அசையும். நதிப் பாலத்தில் கிளி பறந்து பேசியது. மரத்தின் இலை களில் படிந்த பனித்துளிகள் தரையில். இவன் கனவிலோர் விருட்சம் வரைந்திருந்தது. மிகப் பழமையான பிரும்மாண்ட உயரம். அதன் அடிமரத்தைச் சுற்றி ஒரு கிழப்பாம்பு படுத்துக்கிடக்கும். அது ரூஸோவின் விருட்சம் கிளைகள் நாலாபுறமும் தேடும் உணர்வுகள் என்னவாக இருக்கும். கோடும் புள்ளிகளும் நகரும் சர்ப்பங்கள் தழுவிக் கிடந்த மரமயக்கம். பச்சை உடைதரித்த யாத்ரீகன் அவற்றிடையே ஏறி நகர்கிறான்.

பழமையான வெளி பொந்தாக உரு அடையும் பழுத்த கனிகள் சதா வீழ்கிற வாசனை. கனியின் நிர்வாணம் எந்தச் சேர்க்கையும் உடையதல்ல. யாவும் பழுத்த நிலையை எய்தும்போது இலைகள் மஞ்சள் அடைந்து உதிரும். இல்லாது போய்விடும். சருகுகளில் நடப்பது யார்? தானே தோன்றியிருக்கும் கனி பறவைகளின் சிறகுபட்டு மூடுகிறது. தொன்மையில் இருந்த கனி அனந்தத்தின் வாசனை. எறும்புப்படை அழித்த தித்திப்பான விதையும் தொலியும் வாடிச்சுருள்கிற வடிவம். பழுத்த வயதுகொண்ட மகாமரம் இப்பொழுது எல்லைகளை விரிக்கும் பால்வாடை. கனி வெடித்த குருதி இழை அதில் தீ உள்ளது. காலச் சுழலிடை கலங்கும் பட்சிகள்.

துயர் வீசிய சிறகுகளில் அமைதியில்லை. காம நசைகளில்தான் வேட்கை. பனிமயத்தீவு எங்கும் தேவதைகள் நிரம்பி இருப்பதைக் கண்டான். உறையும் இடங்களிலெல்லாம் மன்னரும் மந்திரியும் மரங்களைப் பூட்டும் தங்கத்தீவு. சூரியன் மறையாத தீவின் அதிகாரம். இன்றிரவு கடையாமத்தில் காற்று உந்தும் தீப்பிழம்பை பனிக்குள் கண்டான். எத்திசை படரும் கிளி இறகு. எழுந்த இப்பரிதி பகிரும் வர்ணச் சாயைகள். பேசாமல் ஊறும் நதியில் பனி உறைகிறது. உள்ளே அதன் செதிள் உருளும் ஓசை.

வயதால் வால் சுருங்கிய முதிய சர்ப்பத்தைக் கண்டான். கண்ணாடி முகங்களால் சூழலைக் கிளிகளாக உருமாற்றியது. வனவிரல்களால் வரைந்து கொண்டிருந்த ரூஸோ நீரில் மறைந்திருப்பதாக இருந்தது. பின்னிப் பிணைந்த கால்களில் பதட்டமான புதர். அந்த காலப் பொந்துகளில் கிளிகளின் ரஸநாளங்கள் ஓடி உயிர்களின் ஜீவதாது எதிரொலித்த வேளை இறகுகள் சிவந்த விரல் மூலத்தில் அசைவதைப் பார்த்தான் யாத்ரீகன்.

ஏராளமான பெருங்கிளிகள் தென்பட்டன மறைவில். ‘அங்கிருப்பதில் எங்களுக்கு அபாயமில்லை’ என்ற இலைகளின் குரல் கேட்டது. இரைதேடித் தின்று திரும்பும் தானியம் அடக்கிய அலகுகளில் உருளும் விதை உலகம். பச்சை கீறல்களில் பல மொழிகள் கலந்த புதிர். உதிராமல் காம்பின் அதிர்வில் சொர்ண மாதளங்கனி உள்ளே நீலக்கறகள் தொட்டால் எளிய கனியாகி விதை சிதறும். ரத்தச் சிவப்பான கனிப்பரல்தான் வேண்டுமென்றது பூர்வகிளி. மரத்தடியில் கோகின் உதிரவிட்ட கனிகளின் விதை, உவர்ப்பு, தொனி, தித்திப்பு, பழத்துண்டுகள் மயக்கமான தகீத்தித் தீவின் மாயம்.

வலிய ரெக்கை கொண்ட தகீத்திப்பெண் கனவில் அம்மரம் பிளந்து மறைந்தாள். ஒலிகளின் அருவி பாயும் பெருமரக்கிளிகளின் கானம் அந்தகார இசை. விருட்ச யோனியில் கிளி அலகு சிவந்த இயற்கை. வேகமாகப் பறந்துவரும் கிளி நிறங்கள் மாயமாக உருமாறி வந்தமரும் கிளைகள். வனதேவதைகள் உச்சியில் படிந்தன பட்சிகளோடு. கிளிகள் தான் மொழியின் பித்தம்.

கோகின் ஓவியங்களை டெகாஸின் கால்தூக்கி ஆடும் நடனப் பெண்கள் விரல் வேகத்தில் பார்க்க திரும்பவும் போகிறாள். கோகினை கோகினுக்குத் தெரியாது. பச்சை ராட்சஸப் பெரணிகள் உடலில் முளைக்கத் தகீத்திப்பெண் யாத்ரீகனைத் தொடர்கிறாள். அவள் கிளியோ காலனியத்துக்கு முந்திய தீவுமொழி பேசியது. பெண்

உடலை போத்சிலி பாம்புடன் இறுகப் பின்னிக் கர்ப்பம் கொண்ட தாய் யோனியில் ஒரு கை பொத்தினால் பாம்பு நெருப்பைக் கக்கும். தெய்வச்சிலைதான் அவள். கோயிலைவிட்டு வெளியின் உருவாக அலைகிறாள். அவள் மௌனத்தில் கடவுளின் பயங்கரக் குரல் ஏடுபடா மொழியில் கரைந்து செடியானது. பாசி ஏறிய குரல் வளைகளில் கிளை மொழிகளில் பாடிய நிறங்கள் காலனியத்தில் மறைவதை கோகினால் உணரமுடியவில்லை. அவள் பேட்டர்ஸி ஆர்ட்சென்டர் வாசலில் உறைபனிப்பாலத்தைப் பார்த்தவாறு சூடான தேனீர்க் கோப்பையுடன் இவனைச் சந்தித்தாள். அவளும் ஏன் மார்டன் கேலரியில் சிறைப்பட்டிருந்தாள் என்பது இவனுக்குக் குழப்பமாக இருந்தது.

இரவின் ஆழத்தில் உப்பும் நீலமும் வார்த்தைகளாய் நகர்ந்து பூனையின் மயக்கத்தில் இவள் அறியாத பக்கங்களில் சிவப்பு இறகு விரல் எழுதிச் செல்வதில் சுயஉருவம் கரைந்து போகும் சிருஷ்டியின் ஒரே சமயத்தில் பல எதிர்மறைகள் சேர்ந்திருப்பதை உணர்ந்தான். எழுதப்பட்ட 'பிதிராவின் கெமிலிய நாவல்' எழுத்து மை உலர்வதற்குள் வாட்டர் ஸ்டோன் புக் கம்பெனி உரிமையாளர் டேனியல் ஸ்மித் அச்சிட்டுத்தர முன் வந்தார். அது நாவலா நாடகமா என்பதில் ஏற்பட்ட சர்ச்சை எல்லை தாண்டிச் செல்கிறது. ஆனால் நாடகப் பனுவலின் நிறங்கள் அனைத்திலும் பேசும் கிளிகளை விலை யாகக் கேட்டார்.

'அவை கழைக்கூத்தாடிகளின் இந்திய மரபுக்கும் காபூல் நாடோடிப் பாடலுக்கும் சொந்தமான கிளிகள்' என்றது பிதிராவின் குரல். காபூல் என்ற சொல்லைக் கேட்டதும் தணிக்கையாளர் உளவாளிகளுடன் அச்சு எந்திரத்தைச் சுற்றி சோதனையிட்டார்கள். பாரசீகக் கதைகொண்ட வாக்கியங்களின் மயக்கத்தில் காகிதக்கிளி கருப்புமை பூசி உரையாடியது உளவாளியிடம். கோர்த்த அச்சுப் பக்கங்களில் வேறொரு நாவலின் பதினாலாவது பக்கத்தில் அதே உளவாளி கதாபாத்திர மாகவும் வாசிப்பு நடந்து கொண்டிருந்த மேஜை விளக்கில் புரூப் தாளின் வால்நீளமான சோதனை முடிவுக்கு வந்தது. பச்சோந்தியின் உருமாறும் நிறங்கொண்ட வார்த்தை ஈரானியக் கருப்புப் பூனைக்குள் மறைந்தது. 'பிதிராவின் கெமிலிய நாவலுக்கு' பனித்தீவில் தடை விதித்த அரியணையிலிருந்து கிழராணி இறங்கி வந்தாள். அவள் கைகளில் மணிமகுடம் ஒன்றை ஏந்தி நாவல் நோட்டில் முத்திரை யிட்டாள். எலிகள் உடையலங்காரங்களுடன் பின் சென்றன. செயற்கை முடி தாங்கிய அரசவை எலிகள் கிரீச்சிட்டு சாம்பல் தொப்பியை வீசின

வேகத்தில், சுயநினைவிழந்த படைப்பாளி தன் பிரதியுடன் எலிகளைக் கடந்து சென்றாள்.

சில அத்தியாயங்களை நிகழ்த்தப்பட்ட நாடகமாகக்கொண்ட இரவின் நடுவில் பனித்தீவுக் கடிகாரமுள் ஈரமாக இருந்தது. கயிற்றால் கட்டப்பட்ட பிரதியில் எலி வீரன் தொங்கியவாறு கடைசி நொடியில் நாவலை திருப்பிக் கொடுத்தான். 'பிதிராவின் கடிகாரமே சொல் இந்தப் பனுவல்' அச்சாகுமா இங்கே', கடிகாரம் தன் கருப்பு பூட்ஸ் நுனியால் பிரதியை எடுத்துச்சென்று பெண்டுலத்துள் மறைத்தது. நீர் வழியும் கண்களுடன் யாத்ரீகன் கையில் கிளியேந்திப் பேசுகிறான். பிதிராவின் கருத்த வானத்தில் நட்சத்திரங்கள் சரிகின்றன நீரில் அதன் பிம்பம் நெளியும். தெற்கே சரிந்த ஒரு ஒளிஓடையில் அவன் பிரதியைப் பார்த்தான். அதே வானத்தில் பிதிராவின் பக்கங்கள் ராசி வட்டத்தில் சுழல்வதை நிமித்திகமாகப் பார்த்தது கடிகாரம்.

'அவனை பிரதியுடன் இழுத்துச் செல்லுங்கள். கடிகாரத்திலிருக்கும் பிரதி யாருடையது' என்றன காவல் எலிகள். தலைமையகத்தில் அவன் பாஸ்போர்ட்டை சரிபார்த்த டை அணிந்த கடவு எலி ஒரு அதிகாரி. கேப்டன் எலி அதில் சீல் வைத்து உள்ளே அனுமதித்தது அவனை. 'நாளை பார்க்கலாம்' என்றாள். கூட்டத்துக்குள் சென்று மறைந்தான் யாத்ரீகன். நகரின் உருவங்கள் அவனை நோக்கி வருகின்றன. இடைவெளியில் நழுவிச் செல்கிறான். பூனையின் சிரிப்பில் நிறமின்னல் தோன்ற ஒத்திகை கொண்ட கடிகாரத்தின் உரையாடல். இரு பக்கமாய் அக்பரும் பீர்பாலும் எதிரெதிரே அமர்ந்து 'பிதிராவின் மந்திரக் கடிகாரமே சொல். நாடகப் பனுவல் திறந்துவரும் கதா பாத்திரங்கள் ஒப்பனை செய்வதற்கான ஆடை அணிகள் உள்ள பெட்டிகள் எங்கே'

வில்லியம் நாடகத்தில் நுழைந்த ஷைலக்கின் நீலமோதிரத்தை ஒரு குரங்குக்கு விற்ற ஒரே மகள் ஜெஸிக்கா வெனிஸ் நகரத் தெருக்களில் அலைகிறாள். 'தாடு நிறைய குரங்குகளைக் கொடுத்தாலும் காதலி கொடுத்த நீல மோதிரத்துக்கு ஈடாகுமா?' என ஷைலக் பொருமிப் புலம்பினான். நாடகம் முடிந்ததும் ஷைலக்கை சந்தித்தான் யாத்ரீகன் 'அந்த நீல மோதிரத்துக்கு ஈடாக என் அறுபது செங்காட்டுக் கிளிகளை எடுத்துக்கொள் ஷைலக்.'

'உன் பிதிராவின் கெமிலிய நாவல் அந்நியருக்கு அடிமைப்பட்டது தானே. சாக்ஸன் நிலம் சூரியனுடன் நீள்கிறது பார்' என முகத்தைச் சுழித்தான் ஷைலக்.

பிதிராவின் ஆங்கிலப் பெயர்ப்பில் மூலமொழி சிதையக் கோபம் கொண்ட ஈரானியப் பூனை இரவில் பறந்தது ஷைலக்கிடம். 'பிதிராவை ஐரோப்பாவில் அச்சிடத் தீர்மானித்திருக்கிறோம். யூதனான நீ நாரைகளால் ஏளனம் செய்யப்பட்டாய். அக்பரின் பெட்டகத்தில் மறைந்திருக்கும் பிதிராவின் மூலப்பிரதியை அலையும் காபூல் விளக்கில் திறப்போம் வா' என்றது கபாடபுரக்கிளி. 'பதிப்புரிமையை என்னிடம் கொடுத்தால் நீல மோதிரம் உனக்கே' என்றான் ஷைலக். 'உண்மையாகவா. செங்கடல் கிளிகள் அதோ பிரதிராவின் தெருக்களில் ஒளிந்திருக்கின்றன. பிரதியின் திறந்த பக்கத்தில் ஒரு முனையிலிருந்து மறுமுனைக்கு நகரும் செங்கபாடம் திருகிய கருவிழி. அவற்றை உன் மகளிடம் விட்டுவிடு. தங்க இறகைப் பறித்துவிடாதே ஷைலக்.'

'இப்பனிமய நகரில் இருக்கும் பதிப்பாளர் தெரியும் எனக்கு. வட்டி தரவேண்டிய கவிஞனும் கூட அவன். உன் தேசத்தில் பிறந்த கிளார்க் ஷூவைக் கேள் பாரீஸில் அச்சிட முடியுமா என்று' ஷைலக் கிளிகளின் நிறங்களில் ஆழ்ந்து போனான்.

யாத்ரீகன் நிழல் குனிந்து கிளார்க் ஷூவை அணிந்து காப்பர் துவாரங்களில் பச்சைப் பாம்பை பின்னிச் செல்கிறான். 'பிரான்ஸ் செல்ல விசாவுக்கு நீ பதினைந்து நாள் காத்திரு. இதோ மொழி பெயர்ப்பாளர் குரோவின் கடிதம்' என்றது தூது வந்த கிளி. பனுவலை பிரான்ஸி லிருக்கும் இலங்கை அகதிகள் குழுவுக்கு அனுப்பத் தீர்மானமாயிற்று.

அந்தப்புர எலிமகுடம் நிழல்களை இழுத்துச் செல்ல 'வேண்டாம் கிளியே... நீ போக வேண்டாம் பிரான்ஸுக்கு, கிளிக்கண்ணி வாஸிக்கும் உன் பிதிராவை உடைந்த கப்பலில் இயங்கும் ரிச்சர்டு பர்ட்டன் கிளப்புக்கு கொடுக்க அனுமதியும்' தேவாலயக் குவி மாடத்தில் விளக்குகளுக்கு வர்ணமடிக்கும் வேலைக்கார எலிகள் ஓடி வந்து அக்பரின் தேனீர்க் கோப்பையை தட்டிவிடாமல் பெட்டகத்தைத் திறந்து அதிசய மணிகளால் ஒலி துலங்கும் பிதிராவை கூட்டமாய் பற்றி இழுத்துச் செல்லும் எலிகளின் விலா எலும்புகள் நதிப் பாலத்திலிருந்து ஓட்டை விழுந்த கப்பலில் தூக்கிவீச பிதிரா... என்ற எதிரொலிகள் இந்நகரத் தெருக்களில் தேய்ந்தது. நதிக்குள் தலைகீழாக அமிழ்ந்து கொண்டிருக்கும் பிரதியின் பக்கங்களில் நட்சத்திரத் தூரங்கள் மடிக்கப்பட்டு ஒரு கன்னியின் கூந்தல் இழைக்குள் பிதிராவின் கிளிகள் சத்தமிட்டுச் சுழன்று சுற்றி மெல்லவரும் வார்த்தை ஒன்றின் ஆழத்தில் சாயைகளின் பிதிரர்கள் எனவே.

இரவோடு இரவாக அசையும் கப்பலில் பிதிரா அச்சாகி

டான்கெஹாட்டே, டோல்கின், எட்கர் ஆலன் போவின் காக்கைப் படம் போட்ட ரேப்பர் ஒட்டி விநியோகமாயிற்று. நூலின் கையெழுத்துப் பிரதி நாடகச் சீலைகளால் மடிக்கப்பட்டு கத்தரித்து வாஸித்தால் நடிப்பு பாணி இந்தியக் கழைக் கூத்தாடிகள் வரிகளில் ஊர்ந்து செல்ல ஷேக்ஸ்பியர் வட்ட அரங்கை தவிர்த்துச் செல்லும் நாடகப் பிரதி அது. பாரம்பரியச் சிறகடித்தது பிதிரா.

குறிஞ்சி

⑧
கத்தரிக்கப்பட்ட செய்திகள்

குறிஞ்சி நிலத்தின் குரல்கள்
1. குறிஞ்சி நிலப்பறவை: ஆண்டீஸ் மலைக்கிளி
2. குறிஞ்சிநில மக்கள்: செவ்விந்தியர்
3. குறிஞ்சிநிலக் கடவுள்: மாயன், அஸ்டெக், சக்-மூல், சே.
4. குறிஞ்சிநிலப் பெண்: ஃபிரைடா, குறத்தி, கொடிச்சியர்.

1

Football land runs at Zero angle

With Ronaldo, *Football is a Poetry*

உறைபனிப் பெட்டிக்குள் பனிமணல் பூசித் துயில்கிறாள் ஃபிரைடா. நெற்றிக்கும் புருவத்துக்கும் சேர்த்து வாணிப முத்திரையிடப் பட்டுள்ளது. கால்கார்டு ஒன்றின் போஸ்டரால் சுற்றப்பட்ட கோக் பாட்டில்களுடன் அவளிடம் பாதுகாப்பானது. ஆங்கிலோ பிரேசீலியப் பெண் தக்கீலா பாட்டிலுடன் கையில் ஏந்தியிருக்கும் ஆண்டீஸ் மலைக் கிளி நான்கு இலக்க எண்களை அழுத்தினால் நீங்கள் போய்ச் சேரக்கூடிய ட்யூப் சற்று தூரத்தில் வந்துவிடும். கால் கார்டுகளை நீங்கள் தேர்ந்தெடுப்பதற்கு பண்டகசாலைகள் உற்பத்தி செய்து குவிக்கும் சால்ஸ்பெர்ரீஸ் கூடங்களை அடையலாம். நைஜீரியன், ஜப்பானிய மாது, தாய்லாந்தின் இளஞ்சிவப்பு, அரேபிய மணலின் பழுப்புமுகம் அல்லது வகை பிரிக்கப்பட்ட காமன்வெல்த் பெண் களின் எண்ணிக்கையில்லா பாட்டில்கள் அடுக்கியிருக்கும் குளிர் பதனப் பெட்டிகளைத் திறப்பதற்கு உங்கள் தேர்வு முக்கியமானது. இப்போது நீங்கள் ஆண்டீஸ் மலைக்கிளி உச்சரித்த ஃபிரைடாவை நோக்கி வடக்கு நகரிலுள்ள ஹாரோவுக்கு பயணமாகிக்கொண்டு இருப்பதால் ஹாஃப் மூனில் இறங்கிவிடுகிறீர்கள். இது சர்வதேச நகரங்களின் நியதி. எந்த ஒயினைத் தேர்வு செய்தாலும் அதற்கான சடங்கு விதிகள் உங்களுக்குத் தெரியும் தானே. உலகை எட்டு மூதாய் களின் கருவறைகளாகப் பிரித்துவிட்ட கண்டுபிடிப்பில் அதிசயம் போங்கள். பெருநகரின் கண்ணாடி பூத்களில் பெட்ரோல் ஷோ ரூம்களில் போஸ்டர்களில் நகரும் கண்களை அகற்றுங்கள். வைக்கோலில் கீறப்பட்ட தங்கநிற ஒளிபட்டு ஃபிரைடா எனும் பெயர்ப் பலகை விளக்குக் கம்பத்தால் சித்திரமாகத் தெரியும்.

முன்கூடத்தில் மாயன் தெய்வச் சிலைகளைக் கடக்கிறீர்கள். அவற்றிடம் பயமின்றி நடக்கமுடியவில்லை. சுவர்களில் ஒட்டப்பட்ட

சாக்லேட் பிரௌன் பேப்பரில் பச்சைக்கோடுகளும் சிறிய சிவந்த பூக்களும் மணம் பரப்பும் அறை. அதற்கு ஏற்றாற்போல் செர்ரிநிறக் கம்பளம் ஒன்றை விரித்திருந்தாள். மாரடோனாவின் பந்து தனியே அங்கு வாழ்ந்துகொண்டிருந்தது. அது ஒரு உயிருள்ள விடுகதை. எங்கே விழப்போகிறது என்று யாருக்கும் தெரியாது. ரொனால்டோவின் பந்து அடுத்த அறையிலிருந்து எட்டிப் பார்த்தது. விளையாட்டு அவனுக்கும் இவனுக்கும் இடையில் என்ன மாற்றத்தை உருவாக்கப் போகிறது என்று ஒருவருக்கும் தெரியாது. பந்து நம்மிடம் வரட்டும். ரைட் அவுட் வீரன் திரும்பும் முன் பந்தை சுலபமாகக் காற்றில் நிறுத்தினான். பந்து வரும்போது காற்றில் மிதக்கும் கிரகம்போல யாருக்கும் தெரியாமல் ஒரு விதியுடன் இயங்கிக்கொண்டிருக்கிறது. பந்து யார் நம்மைத் தீர்மானிக்கிறார்கள் என்பதிலிருந்து விலகிவிடும். தரையை பார்த்தாலே பந்து வந்துகொண்டிருப்பதை யாரும் பார்க்கவில்லை. அது திரும்பும்போது வெளிபார்த்துக் கொண்டிருந்தது. மழை பெய்த தரை ஒரு அற்புதமான ஈரக்காற்றில் பந்துடன் உறவாடிக் கொண்டிருக்கின்றது. எங்கே திரும்பும் என்று பதினோரு பேர்களுக்கும் தெரியாது. மைதானத்தின் இயற்கையை வாழ்க்கையோடு ஒப்பிடு கிறான் ரொனால்டோ.

பந்து காற்றின் பக்கங்களில் அடுக்கிச் செல்லும் விசிறியைப் போன்ற ஸ்படிக வெளியில் ரொனால்டோ ஓடிக்கொண்டிருக்கிறான் ஒரு கவிதையின் லயத்தில்.

மாரடோனாவின் மாயப் பந்து. நொடியில் கையில் பட்டு காலுக்கு வந்து நூலிழையில் கோல் அறிவிக்கப்படுகிறது. கையில் பந்து பட்டதை பார்வையாளர்கள் நூதனப் பெட்டிக்குள் எட்டிப் பார்த்த வேளை திரும்பவும் ரசிகர்கள் கேட்கிறார்கள் கையில் பந்து பட்டதை, 'it is not my hand it is the hand of God' சில சந்தர்ப்பத்தில் எல்லாம் சேர்ந்ததுதான் மனிதனால் ஆவது ஒன்றுமில்லை. என்னோட கை மாதிரி தெரிந்ததில் அது என்னுடைய கை இல்லை. அடுத்த அறைக்கு வந்தால் காமத்தை ஏற்றும் பாசி நிறச் சுவர்கள். அதில் சிறிய கோடு செல்லும் சிவந்த வெள்ளைநிறப் பூவேலைப்பாடுகளில் எம்ப்ராய்டு செய்யப்பட்ட துணிகளில் நூல் துளைகளில் வழியும் பிசர்ட்டின் இசை. ஒன்றுக்குள் ஒன்றாகப் பின்னிச் செல்லும் விரல் ஊசியில் நூல் நடனமிடுகிறது.

அடுத்த பக்கம் திருப்பினால் கிரீக்கின் இசைக்குறிப்புகள் மூலைகளில் பொருத்தப்பட்ட பெல்ஜிய நிலைக்கண்ணாடியில்

அறையில் இருக்கும் அசேதனங்களுடன் அரூப ஒலி சேரும் பிரேசில் நிலப்பெண். இசையில் ஒளிந்திருக்கும் பூடகங்களைத் திறந்தான் கிரீக். அவை கடல் சிப்பிகள், கல்லைப் போன்ற மரச்சிற்பங்களின் வாசனை. விநோதமான கூழாங்கற்களில் மாறும் ஓணான் நிற இசையில் அறை இடம் மாறுகிறது. கால்பந்தாட்டச் சதுக்கத்தின் மேலே தொங்கும் காற்றுக் கூண்டு. வர்ணத்துணி பொம்மைகளில் கடந்துவந்த அமெரிந்தியக் கப்பல் மஞ்சள்நிறக் கோதுமை வைக்கோலினால் மூச்சுவிடும் மாலுமிகள். கடலில் சிதறும் கோதுமையின் ஆழம். வேறொரு உலகம் ஆடி அசையும்போது அவள் கண்கள் கடலைப் போல் நீலமடையும்.

பறவைகளின் மிருதுவான ரெக்கைகளாய் அவளது கைகள் அசையும் வேளை பிசர்ட்டின் தாவரங்கள் முளைத்து இலைவிடும் குருத்தொலி. பழுப்புக் கம்பளி ஆடையில் அவளது மார்புகளை விம்மும் சிவப்பு நிறப் பொத்தான்கள் வரிசையாகக் கீழிறங்கின. கழுத்தில் லினன் துணியில் தைக்கப்பட்ட காலர்களில் இணையும் கடல் குமிழ் சுழல்கிறது. ஃபிரைடாவின் நீலமான கைகளைப் பற்றினாள் கிளிமுகப் பயணி. சிவப்பு மணிகள் ஒலிக்கும் ஜப்பானின் துயரமும் மூங்கில் ஊதும் ஒலி நாடாவில் நகரும்.

கரும்பச்சை வெல்வெட் பாதையில் அவளைக் கோர்த்தவாறு படிப்பறையில் நுழைகிறாள். மேஜை மீதிருந்த ‘பிதிராவின் கெமிலிய நாவல்’ விளக்கின் துவாரங்களின் வழியாகச் செல்லும் பல கண்களின் வாஸிப்பு. தகரத்துளைகளில் சரியும் பார்வை வார்த்தையைக் கடந்து கொண்டிருந்ததில் சற்று நிறுத்தி திரும்பினாள். அவள் அமைதியாக நாற்காலியில் அமர்ந்து கண்ணாடியைத் தடவிக்கொண்டதையும் மெதுவாகத் தலையசைப்பதையும் கண்டாள். பின் நாவலின் பக்கங்களில் இருந்த விளக்கை கையில் ஏந்தினாள். வாசிப்புக்கான இரவு வசதி செய்தாகிவிட்டதா என்பதை கடைசி முறையாக அத்தியாயங் களைப் புரட்டி வலம்வந்தாள். இரவோ அமைதியாகவும் கரும் கும்மென்றும் இருந்தது. குளிர்கால மரக்கிளைகளை வெடித்துக் கீறும் சிறிய ஒளிப் பிழம்புகளாக காகிதம்.

கிளைகளின் வெதுவெதுப்பில் இருந்த பக்கத்தைப் புரட்டினாள். பனிக் கட்டியைப் போல வார்த்தை அசைவற்றிருந்தது. காற்றில் நுழையும் நெருப்பில் வார்த்தை கசியும் கீழ் புறத்தில் இருள் சூழ்ந்த தண்ணீரின் ஆழத்துக்குள்ளே வெகுதூரம் போய்க்கொண்டிருப்பதாக அவள் உணர்ந்தாள். எதனையும் அவள் கைகளால் பற்றிக்கொள்ள

முடியவில்லை. உள்ளே மூழ்கி கெட்டியான பனிப்பாறைகளுக்கு அடியில்தான் உறைந்து விடக்கூடும் என்று எண்ணினாள். பாறைக்குக் கீழே நீரோட்டம் அவளை வாசிப்பினூடு இழுத்துச் செல்லும். பிறகு வெளியில் தோன்றும் உடற்புலம் காண இயலாது. பனிப் பாறைக் கடியில் இருண்ட நீரில் அவள் மூழ்கிக்கொண்டே இருப்பதில் தனித் தீவானாள். அங்கிருந்து திரும்பவில்லை. சிவப்பு வர்ணம் பூசிய தனிமை வீட்டில் சரிவைக்கொண்ட படிக்கட்டு செல்கிறது. அங்கே அமர்ந்து பிதிராவை வாஸித்துக்கொண்டிருந்தாள் ஃபிரைடா. படிக் கட்டுகளின் மேலேயும் கீழேயும் காற்று அசைவின்றி இருந்தது. 'உன்னோடு பேசவேண்டும்' என்றாள் 'இங்கு குளிர் அதிகமாக இருக்கிறது இன்றுவேண்டாம்' என்றாள் புஸ்தகத்திலிருந்து.

கதவைத் தட்டுவது யார்?

யாருமில்லை. காற்று கதவைத் திறந்து இருளில் புகுந்து பார்த்தாள். வெளியே போய் பனி ஊசிகளால் குத்தப்பட்டு அவள் குறுகிப் போய் திரும்பி வந்து கூறினாள் 'அது வழிதவறி வந்த ஒரு நாய். வேறொன்றும் இல்லை.'

'அதை வெளியே விரட்டிவிடு' என்றாள் ஃபிரைடா. அவள் வெளியே சென்று அதைத் துரத்திவிட்டு வந்தாள். தூரத்தில் ஓடி ஊளையிட்ட பனித்தெருவில் யாரோ அவளைத் திட்டுகிறார்கள்.

'நம்மிடம் கால்பந்தாட்டக்காரர்கள் இருக்கிறார்கள். கூடவே அஸ்டெக் தெய்வங்கள். அவை மூச்சுவிடும்போது மாரடோனாவின் கால்களில் மட்டும் மந்திரசக்தியை கொடுத்தது ஏன். இப்போது மந்திரிக்கப்பட்ட கூடவே வரும் நாய் எங்கே.'

'ஒரு வேளை நீ கால்பந்தாட்டவீரன் மாரடோனாவை விரும்பாத போது மாயன் தெய்வங்கள் ஒத்துக் கொள்ளுமா. அவனுடன் வரும் நாயிடம் தெய்வங்களின் இயற்கை உள்ளதே' பனிமூடிய சாலையை உடைத்துச் செல்லும் மாரடோனாவின் குதிரைக் குளம்படி கேட்டது வெளியில். மேஜைமேல் இருந்த ஊதாநிற உணவுத்தட்டில் ஆட்டிறைச்சி சொருகிய பிரட் உப்பு அருகில் இருந்தது. அந்த நாய் பசியுடன் வெளியில் காத்திருக்கிறது 'கதவைத் திற' என்றாள் ஃபிரைடா. வெளியே மரக்கிளைகள் குளிரில் வெடிக்கும் சப்தம். பனியின் ஊடே ஒரு மங்கலான வெளிச்சம் வந்தது. ஆனால் நகரில் இருள் கவிந்திருந்தது. குடித்து விட்டுத் தள்ளாடி ஒரு கால்பந்தாட்டவீரன் கடந்து செல்லும் தெரு மாரடோனாவின் மாயப் பந்து கவிதையாக இருளில் மிதந்து வந்தது. பனித்தெருவில் வளையும் மிருகம்.

எதிரே இருந்த தோட்டத்தில் பாட்டிகளைப் போல வயதான குதிரைகள் கழுத்தைத் திருப்பி குட்டிகளைப் பார்த்து நேசத்தில் நீராவியைப் போல மூச்சுவிடுவது கேட்டது. அங்கும் இங்கும் ஓடித் துள்ளும் கனைப்பொலி அதிரும். மிரட்சியுடன் மூத்த குதிரை அவளைப் பார்த்தது. திகைத்த நாய் உள்ளே வர மறுத்தது.

நீலப்பூப் போட்ட கிண்ணத்தில் பூனைக்குப் பால் ஊற்றி நிரப்பினாள் ஃபிரைடா. முக்காலியில் எடுத்து வைத்த கிண்ணத்தில் மங்கிய நீலப் பூவை நெருப்பான நாக்கினால் தடவி பாலை ஈர்த்தது ஈரானியப் பூனை.

அவள் வெறுங்கால்களுடன் இருக்கும்போது மாரடோனாவின் படம் போட்ட பனியனுடன் தென்பட்டாள் ஃபிரைடா. கோப்பையில் சிறிது தக்கீலா பரவியதும் உப்புக் கட்டிகளை நகர்த்தினாள். பின்புற வாயிலில் ஒரு திருட்டுத் தனமான சத்தத்தைக் கேட்டாள் 'அது நாய் தான் பந்தாட்டக்காரனை கடந்து வருகிறது. அதன் கண்களில் கடல் நுரையின் பளபளப்பு. 'ஒன்றுமில்லை. அந்த நாய் வரும்போது உப்பும் தக்கீலா மதுவும் எலுமிச்சை வாசனை மேஜையில் இருக்கிறது' என்றாள். திரும்பவும் கதவைத் தட்டுவது யார்? ரொனால்டோவின் பந்து அல்லது கவிதை.

காகிதத்தின் மீது ஐம்புலன்களை விரித்துச் செல்லும் மிருகம் சடங்கியலாக ஒரு கணத்தை தேடி உருட்டுகிறது புகையிலையில். 'நாய்களுக்குத் தெரியும் கட்புலன் ஆகாத பிதிரர்கள் வரும்பாதை. எனவே அந்த மிருகம் கடந்து வந்து எப்படி இருந்தாலும் விருந்தில் கலந்து கொள்ளட்டும். உள்ளே அழைத்து வா' எனப் பருகிய ஆழத்தில் மெக்ஸிகோவின் கற்றாழை நிலத்தின் மங்கலான வெளிச்சத்தை உணர்ந்தாள். குடியில் மூழ்கியவாறு பச்சை நிறப் பாம்பென கைகளை நெகிழ்த்தி அலையாகிறாள். அவள் கதவுகளைத் திறந்தாள். முதலில் நாய் ஒன்றையும் பார்க்கவில்லை. தயார் செய்யப்பட்ட விருந்தில் நாய் நுழையவும் இயற்கையின் வாசனை. நாய் மெல்லிய இருட்டில் பதுங்கி நடமாடும் அறைக்குள் கற்றாழை மதுவின் வேகம். நாயின் விலா எலும்புகளில் ஒட்டிய கம்பளித் தொலியில் மதுக்குவளையை வைத்து நுகர்ந்தாள் ஃபிரைடா. பிதிராவின் மாய முனங்கல் கேட்டது. 'எப்போதாவது வரும் நாய்தான்' ஃபிரைடா கூவினாள். 'தயவுசெய்து அதற்கு கொஞ்சம் கற்றாழை மதுவும் கடற்பஞ்சு ரொட்டியும் கொடு' என்றாள் கிளிமுகப்பயணி.

'காலையில் அதை வெளியே துரத்திவிடலாம்' என்றாள் ஃபிரைடா. என்றோ அந்த நாய்க்கு திறந்த கதவு. திரும்பவும் அது வந்துவிடும்.

குறிஞ்சி ❖ 281

கதவு திறந்திருந்தபோது உள்ளே வரத் தயங்கியது. ஆனால் அவள் கதவை மூடியபின் அது முனங்குவதைக் கேட்டாள். வேறு சில இரவுகளில் வெளியே பல கதவுகள் பூட்டப்பட்டிருப்பதை நிச்சயித்துக் கொள்ளும் வேளை அந்த நாய் எத்திசையில் இருக்கிறது? இருமுறை பரிசோதித்துப் பார்த்தாள். 'நாயிடம் விளையாடக்கூடாது இந்த முறையில்' என்றாள்.

ஒவ்வொரு வெளிக் கதவுகளையும் திறந்துகொண்டே போய் கடைசிக் கதவில் அதன் உருவம் மெல்ல மறைவதைக் கண்டாள். 'இல்லாமல் இருக்கிறதில்லையா' என்றாள்.

அவள் மெழுகுவர்த்தியுடன் சமையலறையிலிருந்து ஒவ்வொரு இடமாகச் சோதனையிட்டாள். நாயின் காலடிகள் பஞ்சுவிரல்களால் பதிந்த மரத்தளங்களில் வெப்பமான நகரங்கள் சுடர்வதில் உப்புநிற ரத்தம் விலகிச் செல்லும். இரண்டு வித பாதைகள். உட்கார்ந்து நாயின் நுரையீரலில் சங்கீதமென நாடிகள் துடிக்கும்போது இக்கணம் குடிப்பதற்கு அருமையானது. சுவாசிப்பதற்கு வேண்டிய இயற்கையில் சாய்ந்திருந்தார்கள்.

அங்கு எப்போதும் வரும் அதன் பாதை பூட்டப்பட்டிருக்கவில்லை. பரிசோதனைகளிலிருந்து விலகிய இயற்கையில் தாவரங்களுடன் முகம் நீட்டிய நாயின் மெல்லிய ஊளை அதன் தாபத்தில் முளைத்த காமம் ஊர்ந்து செல்லும்.

இருளை முறைத்துப் பார்க்கும் நீண்டநேரத்தில் பீரோ உள்ள அறையைத் திறந்தாள் கால் உறைகள் அணிந்து. லிகிதங்கள் சரிந்து விழுந்து பக்கங்களை மாற்றி அடுக்கியபோது முன்னவை கலைந்து கண்டுபிடிக்கப்பட்ட வடிவம். வார்த்தை இமை படபடக்க படுக்க வைத்துச் சென்ற புஸ்தகம் மறுபடியும் புரண்டு எழுந்தது. அதை தலையணைக்குக் கீழே வைத்து மூடினாள். தூங்கவே கூடாது என நச்சரிக்கும் பிதிராவின் பிரதி. ஆனால் அவள் தூங்கினாள். இரவில் ஏதோ ஒரு சப்தம் அவளை எழுப்பியது. அடிப்புறம் திறந்த பிதிராவின் இருட்டில் வெளிவரும் ஒலிமுக வாக்கியங்களிடையே கதா பாத்திரங்கள் ஒளிப்புள்ளிகளாக சஞ்சரித்து அலைவதெனப் பார்வை கொண்டாள். அவள் உடனே நிலைகுத்தாகப் படுக்கையில் எழுந்து அமர்ந்தாள். மனதை சமனப்படுத்திக்கொள்ள அந்த நூலின் அறிதுயிலில் கலந்து கரைந்துகொண்டிருந்தாள்.

மெல்லிய ஒளி பளிச்சிடும் சாம்பல் கோதுமைத் தாளில் அறுக்கப் பட்ட கதிர்கள் மேஜை விளக்கில் ஒரு புத்தகமாகப்

புரண்டுவிடும். அதே புத்தகம் ஒரு வட்டமான கதையாகும்போது கிளியின் அலகு பின்னும் வைக்கோல் கூண்டில் உருவங்கள் கீழே சுற்றிக் கொண்டிருக்கும் சம்பவங்களைக் கோர்த்து சித்தரிக்கின்றன. சுற்றிப் பின்னும் கோதுமை மணிகளால் மறைக்கப்பட்ட ஃபிரைடா வின் கிளிக்கூண்டு. அவள் தோட்டத்தின் இலைகளில் பனி படிந்துள்ளது.

புஸ்தகத்தின் மேலுறைகளைக் களைந்து கொண்டே இருப்பதில் முடிவில்லை. கண்ணாடியின் உறக்கமாக கனவுகளின் நதி கடந்து செல்கிறது. நூலின் நிர்வாணத்தை ஸ்பரிசித்த நாயின் இயற்கையில் எடுத்து வைத்த மதுக்குப்பிகள் காலியாகி விடவில்லை இன்னும். கோர்த்த வார்த்தை கீறல்விடும் பனியில் நிலவு பிரகாசித்துக் கொண்டிருந்தது. தானே புரளும் நூலுக்குள் நிலவில் ஒருவகைப் புதர்ச் செடியைப் பார்க்க முடிந்தது. எல்லாமே அசைவற்றிருந்தன.

மந்திரிக்கப்பட்ட நாயின் வாக்கியங்கள் கீழ் மேலாய் ஓடிச் சுழன்று செல்கிற வேகத்தில் ஒரு மெல்லிய இழையில் தவழ்கிறாள். கடந்த போது பயங்கர உறுமல் சத்தத்தை அவள் கேட்டாள். கதாபாத்திரங்கள் கடிகாரத்தின் முள்ளில் நிழல்களாக பக்கங்களைக் கடக்கிறார்கள். ஜன்னலுக்குச் சென்றாள். அந்தப் புத்தகம் ஒரு நாயைப் பிடித்த பைத்தியங்களின் நகரம். உடலைச் சிலிர்த்து பற்களைக் காட்டியது ஜன்னலின் கீழ்நின்று.

மரங்களிடையே பனிவீசிய நிலவு கூடவே எதிர்பார்த்து நடந்து செல்லும் பாதைகளில் யார் வருகிறார்கள். உள்ளே வாஸித்துக் கொண்டிருந்தாள். மணி பனிரெண்டு அடித்ததைக் கேட்டாள். நீண்ட நேரம் தன் மூச்சொலியைக் கேட்ட மௌன வாஸிப்பினூடே ஒரு மணி அடித்தது. அந்த நாய் கழுமர வேலிக்கு அருகில் சென்று அங்கும் இங்கும் காரணமின்றி அலைவதில் வெற்றிடம் இருப்பென இரவை வெளிச்சப்படுத்தியது. தலையை உயர்த்திக் காதுகளைக் கூர்மையாகக் கவனித்தவாறு இருந்தது. நாவலின் சில இடங்களிலான துவாரங்களில் சிள்வண்டு குணங்கி அதிரும் மயக்கம். வெண்கோடுகளின் ஊடே இலைகளின் தூக்கம். நீலத்தில் மூழ்கிய இரவு மற்றும் பனித்துகள் எழுதும் விரல்களில் படித்துள்ள வேளை. விரல்கள் நாயைத் தேடிச் செல்லும்.

ஆனால் அதை எங்கேயும் காணவில்லை. நிலவுக்கு வெளியில் மற்றொரு புறத்தில் மரங்களுக்கிடையில் அவளும் இவனும் ஒருவர் மேல் ஒருவர் சரிந்து சாய்ந்து பூட்ஸ் அடிச்சுவடுகள் விட்டுச் செல்லும்

ஒலி குளிரில் உறையும். அந்த நாயை மீண்டும் பார்க்கவில்லை. பசி காரணமாக வழி தவறிவிட்ட நாயாக இருக்கும். தொலைவில் செல்லச் செல்ல கண்டறிய விரும்பும் வேட்கை. எப்போதாவது வாய்க்கக்கூடிய தாவரங்களின் தனிமைபட இருளையொத்த பச்சைநிறம் அடைந்தாள். எதிர் சருகில் ஒரு நாள் உலர்ந்ததும் வந்தது ரொனால்டோவின் பந்து. மனவிழிப்புற்ற இலைகளாலான மாயப்பந்து. வெளியேற உதவும் மழைத்துளிகளை எடுத்துச் சென்ற கவிதையில் கடந்து செல்லும் பந்து. தெரு நாயின் சோர்வான இமைகளில் நீரின் இருப்பு. ஈரம்தோய்ந்த ஒரு ஊளை இரவினை ஊடுருவிச் செல்கிறது. அதனுள் நிலைக்கிறது ஒரு சரியும் ஒலி.

தொட்டால் துளியேதும் இருக்காது. காலிலிருந்து ரொனால்டோவின் உச்சி வரை நெளியும் கண்ணாடிப் பந்து பூச்சிகளின் வெளியில் பறக்கிறது.

அவள் எளிதில் தன்னைவிட்டுச் செல்கிறாள். மனதில் இல்லாததை அறிய செஞ்சதுக்கத்தில் சுழலும் வெந்நிறப் பந்து போதும். அதுவே அதில் நிற்கிறது. 'துன்பத்தில் உழன்று பந்து தனியே அலைவதேன்? இல்லை அது காற்று. நெரூடாவின் கவிதை. அரசஞ்சுள்ளிகள் ஒடியும் வலி. இச்சிப்பதில் பாதங்களிலிருந்து பந்தைத் தொடும்போது நிலத்துடன் வெளியேறும் மாயத்தில் அடுத்த கால் எடுத்து நிறுத்தாமல் ஓடும் கால்பந்து இப்போது வெளியில் மறைந்திருக்கிறது. செவ்விந்திய வில்லிடம் இருக்கும் வித்தையே எழுதுகிறவன். குறியே பார்க்காமல் அம்பை எய்வதுபோல் இருக்கும். ஆனால் அம்பின் மையப்புள்ளியை நோக்கி கருப்பு துணியால் கண்கள் கட்டப்பட்ட மறைப்பிலும் சுழலும் குறிவட்டின் மையப்புள்ளியை நோக்கியே வேடன் அதிர்ந்த வில்திறம் ஊடுருவிப் பாய்கிறது. குறிபார்க்காமல் இருப்பது போல் வெவ்வேறு விளிம்புகளில் விலகியிருந்தாலும் எந்த ஒரு யோசனைக்கும் உட்படாமல் வெளியில் உள்ள செடியில் ஒரு பூவைப் பறித்து அம்பாக மாற்றி தன் சர்வ நாடிகளையும் பாய்ச்சலுடன் நெடுகிச் செல்கிறது அம்பு. மையத்திலிருந்து புள்ளிகளைச் சிதறும் ஒளி ஓட்டத்தில் ஓடிச் செல்லும் வேடன் உள்ளம்.

இச்சைதான் எழுத்தின் ஊடு வெப்ப ரத்தப் பிறவியெடுப்பது. ஈன்றவள் முலைப்பால் ஊட்டும் வெதுவெதுத்த பூமி. உடலைப் பற்றிக்கொள்ளும் நிலம். பந்தை உந்தும் போது எவரிடம் பயணத்தின் வெற்றிடம் செல்கிறது ஆடுபவரிடமா பார்ப்பவரிடமா? நுட்பமதைக் கண்ட தாபம் நோயுற்ற தெருவில் அலைகிறாள் அவள் வீடு தேடி.

நாய் இனத்தில் பிறக்க அவாவுற்ற மொழி கூடவே நீளும் ஊளையில் ஏங்குகிறாள் பித்த நிறங்களைத் திறக்க. நீண்டநாள் சுவான விருத்தியை விடாமல் கடைப்பிடித்த நாய் உருவம் நீலத்தில் நுழைந்தது. காதுகள் சுழல்களில் வெளிவரும் பிறவி தொட்ட நாய் வெண்மையில் படிகிற பனி இது. தெருநாயைத் தொட்டுத் திரும்புகிறான் குருடன். மரக்கிளையூன்றி நடப்பதில் கணமேனும் விருட்சமாகி விரிகிறாள். வேரோடு பறித்து எடுத்த ஒவ்வொரு காலடியை உருவினால் பாறை இடுவுகளில் கீறல்களின் நெருக்கத்தில் நெளியும் வேர்ப்பிடி.

குருடனின் தலைக்கு மேலாக கதிர் வளைந்த வெள்ளிகளின் ஒளி வாசனை. அதைத் தாண்டினால் நட்சத்திரங்களின் சரிவை பனி மூடியிருந்தது.

இரு வேறு ஜன்னலில் முகம் வைத்த ஃபிரைடாவும் அவளும் அக்குருடன் பாடலைக் கேட்டார்கள்.

'நிலத்தை நனைக்கும் பனியை அனுப்பினாள்
அடைகிறவழி செல்லாத பாதைகள்
அவள் பாதங்களுக்கு அடியில்
வேசை போன்ற பனித்துகள் மணல்
வெற்றி அல்ல தோல்வி அல்ல தோல்வி
நிரந்தரமாகத் தங்க முடியாத சதுக்கம்
நூலிழை தூரம் மட்டுமே கால் பந்து புலப்பட.
கடவுளின் கையால் பந்தைத் தொட்ட மாரடோனா
வயிற்றில் கரு தரித்தலைகிறாள் வேசை
ஏனையில் உன் நாயைத் தாலாட்டுவது யார்?

2

மருதமும் பனிமருதமும் 1

கப்பல் கே.

பெண்கைதிகளையும் வேசைகளையும் அடிமைகளையும் லிவர்பூல் துறைமுகத்துக்கு ஏற்றி வந்த கும்பனிக் கப்பலின் பாய்கள் கிழிந்து பைத்தியம் பிடித்திருப்பதால் அதற்கு ஐரோப்பாவிலிருந்து வந்த பயணி ஒருவன் காஃப்கா எனப் பெயரிட்டதில் காரணங்கள் இருக்கின்றன. சுருக்கமாக 'கே' என்றார்கள் நாடகக்காரர்கள். கும்பினியார் கைவிட்டதால் ஒத்திகை நடந்துவருகிறது ரகஸியமாக. சூதாடிகள் சிலர் தாஸ்தாயெவ்ஸ்கி நாவலிலிருந்து வெளியேறி

இக்கப்பலை வாடகைக்கு அமர்த்தி சூதாட்டக் கிளப் நடத்தி வருகிறார்கள். பல முக்கிய உரிமைகளைப் பெற்றிருந்த நீக்ரோக் கவிஞர்களின் அச்சு எந்திர சாலையும் இயங்கி வந்தது மாலுமி அறையில். சில ரகஸிய சங்கத்தின் உளவாளிகள் அங்குவருகிறார்கள். அந்தரங்க நெருக்கடிகளால் விரக்தியடைந்த காதலர்கள் ஒருவருக் கொருவர் வஞ்சனையின்றி நாணயமாக நடக்கவேண்டுமென காஃப்காவின் தொப்பி எதிர்பார்த்தது கொடிமரத்தில் அமர்ந்த காகமாக. 'கே'யின் தொப்பிக்குள் அண்டங்காக்கை வாழ்ந்தது.

சிறிது காலம் கூடச் சேர்ந்திருப்பவர்கள் விசா முடியும் நாள்வரை நீடிக்கும் காதலை வெளியேறிவிட்டபின் கடிதம் மூலம் தொடர்வ தாகிறது. வெளியே இருந்து வந்து ஆறுமாதம் அங்கு சுற்றியலையும் கலைஞன் உறவின் நாணயத்தை வரைந்து செல்ல இக்கப்பலில் கேன்வாஸாக தொங்கியது வரையப்பட்ட பாய்கள் வசிப்பிடம்தான். வந்தேறிகளுக்கான நெருக்கடிகள் சந்தேகம் மிகுந்த சூழ்நிலையில் வாடகைப் பாக்கியுடன் அவனால் இங்கே இருக்க நேர்கையில் பழுதடைந்த கப்பல் ஈர்க்கிறது அகதிகளை. நகரை ஊடுருவிச் செல்லும் நதிக்குள் கே தன் பயணத்தைத் தொடர்ந்தது. தனித் தீவாக பைத்தியம் பிடித்தவர்களின் சுதந்திரவெளி இங்கே காத்திருக்கிறது. தற்கொலை செய்ய முற்படுபவர்களுக்கு கடைசி அடைக்கலம்.

மனச்சிதைவடைந்த குடிகாரர்கள் நடமாடும் மதுக் கூடத்துக்கு வருகிறார்கள். ஓட்டைக் கப்பல் எப்போது மூழ்கப்போகிறது என்ற சந்தேகத்திலேயே வாழ்வு தொடர்கிறது. நிச்சயிக்கப்பட்ட சாவு எந்த முறையிலும் விளையலாம். தற்கொலை முயற்சியில் தோற்ற நோயாளிகள் கூண்டுக்குள் காஃப்கா எனும் காகத்துடன் உரையாடு கிறார்கள். மன உறவுகள் முறிந்துபோன தனியர்கள் கப்பலின் நிழலில் கலந்துவிடலாம். குழப்பமான பிம்பங்களைப் பருகும் குவளைகளில் மதுக்கூடச் சிறுவர்கள் நிரப்பிக்கொண்டிருக்கிறார்கள் விருந்துக்கான கணங்களை.

கைவிடப்பட்ட இச்சிறுவர்கள் தானொரு தனித்தீவில் இருப்பதாக உணரும்போது மரங்களும் மனித உருவடைந்துவிட்டதில் வியப் பில்லை அங்கு. குழந்தைகளாகத் தாவரங்கள் முளைத்து கடல் ராசிகள் மண்டிய உப்புநூல் திறந்த பைத்தியம் நாசியால் வாஸிக்கிறாள் இப்பனுவலை. தாஸ்தாயெவ்ஸ்கியின் சூதாடிகள் வாழ்வைப் பணயம் வைத்து ஆடும் சாவு விளையாட்டு. மேலே இயங்கும் பழைய புஸ்தகக் கடையில் எழுத்தாளர்களின் கையெழுத்துப் பிரதிகள்,

டைரிகள், கோட்டுகள், இசை மேதைகளின் குறிப்புகள், பியானோ வியாபாரிகள் சிலர் பழையவற்றை ரிப்பேர் செய்வதற்கு இங்கு வருகிறார்கள். கருப்புத் தார்பூசிய பாய்களுக்குக் கீழே திறந்த வெளி விருந்து நடந்து வந்தது. புகழ்பெற்ற விவால்டியின் நான்கு பருவத்தை இசைக்கவரும் கிழநடிகர்கள் ஒரு வேளை நாடக ஒப்பனைப் பொருட்களை கூவி விற்கிறார்கள். எதை வேண்டுமானாலும் இங்கே ஏலமிடலாம். ஆனால் சில அரிய முகமூடிக் கடவுளரின் கற்சிலைகள் பாசிமூடிக் கிடக்கின்றன அடி அறையில்.

பழமையான நதியை வட்டமடித்து சிறிது சாய்ந்து மதுக் கோப்பை களை உருட்டிக்கொண்டு பழுதடைந்த மரப்பாலத்தை ஊடுருவி மறைந்து கொள்ளும் கே. அதன் காலைப் பயணத்தில் வெள்ளைப் பாராளுமன்றத்தின் நிழல் பட்டதும் தங்கத்தின் வலிமையாலும் தொழிற்சாலைகளின் கரும்புகையாலும் வென்றடக்கிய ரத்தச் சிவப்பாலும் ஒரு சிறிய தீவுநாடு இந்தப் பூமியின் மிகவும் சக்திவாய்ந்த பூதமாக அமுக்கிக்கொண்டிருந்தது கப்பல் கேயை. நீலம் மற்றும் தங்கநிறத்திலான பிரிட்டிஷ் பாஸ்போட்டுடன் சிலர் உள்ளே வருகிறார்கள். கூர்க்காக்கள் சீக்கியர் பத்தானியர் ஆப்பிரிக்கர் சூடான் சைப்பரஸ் ஜமாய்க்கா மலேசியர் கொண்டு வந்த மூங்கில் புல்லாங் குழல் என தத்தம் இனத்து இசைக்கருவிகளின் ஓசைகளுடன் கப்பல் கேயில் நிகழ்ச்சிகள் மிக அதிகமாகப் புகைப்படம் எடுக்கப்படும் ரைட்டிங் ஸ்டுடியோவுடன் இருந்தது கே. காலனிய தேசங்களுக்கு வழங்கப்போகும் விடுதலையின் பூட்டு நதியாகத் திறந்துஓடும் காந்தத்தில் பாய்மரக்கப்பல் நழுவியது உதிரும் பனிச் சேற்றுடன். சுதந்திரத்தின் துருப்பிடித்த சாவிகளை கையுறைகளை மாற்றிக் கொள்ளும் கிரிக்கெட் வீரர்கள் கையில் சுழன்று பறக்கும் சுதேசி உரிமைகள் சிறுபந்தில் பூட்டப்பட்டுவிடும். கருப்பர்கள் பேட்டிங் செய்வதும் வெள்ளையர் வீழ்த்த முடியாத அடிமை ரத்தம் கருப்பு தொலி போர்த்திய இருண்ட கண்டமாக விரிகிறது.

அடி அறைகளில் ஷேக்ஸ்பியர் நாடகங்களை கல்வித்துறை மானியக் கோரிக்கை நேரத்தில் விவாதித்த பாராளுமன்ற எலிகள் மெட்ராஸ் சர்வகலாசாலையின் வடிவமைப்புகளை மேப்பாக வரைந்துகாட்டின பிரதிநிதிகளுக்கு. ஆங்கில மாணவர்களின் நடையுடை பாவனைகளை கண்ணாடியில் கண்ட வேளை எல்லோரும் வில்லியம் ஷேக்ஸ்பியராக உருமாறினார்கள். இவர்களில் யார் நிஜமான ஷேக்ஸ்பியர் என்பதில் சோதனையிட்டபோது 'எல்லோரும் ஷேக்ஸ்பியரே' என்றன அந்தப்புர எலிகள். கண்ணாடியைப் பார்த்து

அடிமை ஷேக்ஸ்பியர்களுக்கு சர் பட்டமளித்தாள் விக்டோரியா. கேட் வே ஆஃப் இன்டியாவிலிருந்து புறப்பட்ட மாலுமிகளுடன் ஆயிரத்தி ஒரு ஷேக்ஸ்பியர்கள் லிவர்பூல் துறைமுகத்தை அடைந்தார்கள். குல்லா வியாபாரியின் தொப்பியைப்போல் எல்லா சுதேசிக் குரங்குகளின் தலையிலும் சாம்பல் நிறத்தொப்பி. அதை துறைமுகம் கண்டதும் உயர்த்தினார்கள். ஜெராக்ஸ் செய்யப்படும் ஒரு வில்லியம் கோட்டுக்கான கருப்பு விலை வெள்ளையரைவிட சற்று அதிகம்தான். பாம்பே லால் அன் கோ வெளியிட்ட ஷேக்ஸ்பியரின் மலிவுப்பதிப்புகள் தூந்திரப் பிரதேசக் காடுகளை விழுங்கியது. பனி மரங்களைப் பார்த்துக் காகிதக் கூழ் தயாரிக்கும் பிண்டோ செக்கு இலக்கிய ஆசிரியர்கள் தோன்றத் தொடங்கினார்கள். லேடி மேக்பெத்தும் ஷைலக்கின் மகளும் சுதேசிக் குரங்குகள் இருநூறுக்கு நீல மோதிரத்தை திரும்ப வாங்கி அதிலுள்ள நீலக்கற்களை ஆப்பிரிக்க வைரக் காட்டில் தொலைத்தார்கள். ஜுலியஸ்சீஸர் வேடமிட்ட கருப்பன் 'வெஸ்ட் கிளாக்' ஒன்றை பரிசாகப் பெற்றான். கோல்டு மெடலும் கருப்பு ஷூவும் பெற்ற மாணவர்கள் 'ஆண்டனி வேடத்தில்.'

சரித்திரம் முடிந்த பாளையக்காரர்களின் ஆடைகளைக் கைப்பற்றிக் கொண்ட சோல்ஜர்கள் வென்ற பிரதேசங்களில் கொள்ளையிட்ட சிற்பங்களையும் கருப்பு மரப் பெட்டியிலிருந்த ஏடுகளையும் கொண்டு போனார்கள் கப்பலில். உயிருடன் பிடிக்கப்பட்டவர்களை கிங் வேல்ஸ் தீவுகளில் இறக்கிப்போனது கப்பல். பின்னே சுதேசித் தலைவர்களாக சுதந்திரத்தின் நிழல்களாக மறைத்திருந்த உப்புவீரர், ரோஜா, வங்கச் சிங்கம், ஐம்பத்தாறு தேச ராஜகுமாரர்களுக்கு ஹாரோவில் ஹாஃப்மூன் கல்விக்கூடம் வழிவிட்டது. சுதேசி மாணவர்களின் அந்தரங்கத்தில் பனிமயமாதா கல்லூரி முற்றத்தில் அளித்த சிவப்பு ஒயினும் அப்பமும் ஒரு துளி உப்பாக சேர்ந்திருந்தது உருவத்தில். இரண்டாம் முறையாக உற்பத்தி செய்யப்படும் விக்டோரிய மூளையை உறைபனிப் பெட்டியிலிருந்து எடுத்தான் உப்புநூல் யாத்ரீகன்.

அதில் துடித்துக் கொண்டிருந்த வெள்ளைக்கால் எலிகளின் நிழல் நள்ளிரவில் கொடுக்கப்பட்ட சுதந்திரத்தை லட்சம் துளைகளாகக் குடைந்துவிடும். தூக்கிலிடப்பட்ட பகத்சிங் தலை சாய்ந்து பார்த்துக் கொண்டிருந்தது. கயிற்றின் நிழல் ஒவ்வொரு இரவின் உச்சிவேளை சாவின் பயத்தை பரப்பியது பின்னே.

காலனியத்துக்கு முந்திய சுதேசி உடல் புதைக்கப்படாத நிலத்தில் எழுதா நின்று சதிவழக்குகளைப் புரட்டியது. கைகளைத் தூக்கி பனித் துளிகளில் சூரியனைப் பார்க்கும் இறந்த கண்கள் இமை மூடவில்லை. நிலத்தையே உடலாகக் கொண்ட சுதேசி உடல் பூமிக்குள் திணித்திருந்த தலையை உருவி ஞாபகங்களில் சிதறும் ஊர்களில் துப்பாக்கிகளை தோட்டாக்களை ஒலிச் சிதிலத்தில் அழியாத நம்பிக்கைகளை காட்டுச் சிலைகளை பேய்க் கதைகளில் உலவும் தெருக்களை முகமூடிக் கடவுளின் நடனங்களை பூசாரிக் குறத்திகளின் மருத்துவச் செய்வினைகளை உற்றுப் பார்த்தன. பழைய உடல் கரைந்திருக்கும் ஈமப் பேழைகளில் காகங்கள் பிதிரர்களாக உலவு கிறார்கள். எனவே சிகிச்சைக்காகக் காத்திருக்கிறார்கள் காலனியத்துக்கு முந்திய பிதிரா நோக்கி. இறந்து விட்டவர் என அழைக்கப்படுபவர் மழையை வரவழைக்கும் முகமூடிக் கடவுளாவார்.

கப்பலுக்குள் நிழல்களாய் ஓடும் எலிகள் வர்ணம் தீட்டப்பட்ட நாடகப் பெட்டிகளைத் திறந்தால் உள்ளே காஃப்காவின் மருத்துவன் எழுந்தான். நல்லெண்ணம் கொண்ட ஸ்டெதஸ்கோப் வாடிக்கையார் களான நோயாளிகளை பண்டக சாலைகளில் அமர்ந்திருக்கும் உற்பத்தியாகப் பாவிக்கிறான். பிரபுக்குல ஆஸ்பத்திரி வார்டுகளில் ஆங்கில இலக்கியத்துறை. டாக்டர் பட்டம் பெற்ற நாடகக்காரர்கள் தொழில் முறையில் பங்குதாரர்கள் அல்லாத வெள்ளையர்களை சேர்த்துக் கொள்ள விதிக்கப்படும் நிபந்தனை ஜாமீன் பேரில் மருத்துவரும் ஒரு கதாபாத்திரம் இங்கு. செக்காவின் ஆறாவது வார்டு இரும்புக் கட்டிலில் மனநோயாளிகளான சுதேசி மருத்துவர்கள் வெளியே செல்வது நடப்பது எல்லாம் பண வேட்டைக்கான நேரம். கேயில் வாழ்தல் வீதியை கடந்து செல்லுதல் ஆடை அணிதல் போதல் வருதல் எல்லாவற்றோடும் இரண்டாவது முறை வாழ்கிறார். உந்து சக்தி பணமல்ல நேரத்தை விற்றுப் பணம். ஆலிவ் விதை ஜாடிக்குள் கைதிகளின் சிறுநீரகங்கள் அலைந்து கொண்டிருக்கும்.

விரோதமனப்பான்மை கொண்ட இரு நோயாளிகள் கட்டிலில் எதிரெதிரே சந்தித்துக்கொள்கிறார்கள். வழக்கு விசாரணையில் காலனிய தேச நாடக மரபுகளை விலையாகக் கேட்டார் நீதிபதி. விற்பனைக்குத் தர முடியாத மரபுச் சின்னங்களை மருத்துவன் வசம் ஒப்படைத்து அவற்றின் பதட்டத்திற்குக் காரணமென்னவென்று ஆய்வு மேற்கொள்ள அதே காலனிய நிலத்தையே சொந்தமாகக் கேட்டது உடல் முழுவதும் பாம்புகளை ஆபரணமாகச் சுற்றிக் கொண்ட கப்பல்கே.

யுத்தங்களின் முடிவில் திரும்பிய கப்பலுக்குள் எலும்புகளை ஏந்திய பைத்தியம் பிடித்த ஆய்வாளர்கள் கடத்தப்பட்டனர் கூடவே. ஒவ்வொரு பிரதேசமாகக் கடந்துவந்த செங்கிடாய்க்காரன் ஆயிரம் தச்சர்களைச் சேர்த்தான் கப்பல்கட்டும் தொழிலுக்கு. ஆனால் சின்னதுரை பெரியதுரை ஏறிய கப்பலை பாறையில் மோதவிட்டான். உடைபட்ட பாய்மரப் பலகைகளால் வடிவமைக்கப்பட்ட வெள்ளைக் காரன் சாமிக்கு பிராந்தி புஸ்கோட்டு கருப்புமூடுசெருப்பை காலில் சொருவி வைக்கோலில் தொப்பி செய்யும் பரதவர்கள் வருஷம் ஒரு கொடை எடுத்தார்கள். ஊர் மந்தையில் கதைப்பாடலை வில்லில் அடிக்கும் கணியான்கள் உடுக்கில் அதிரும் கப்பல் கொடிமரத்தில் செங்கிடாய்க்காரனின் குரல். அவன் கடலுக்குள்ளே மோதிய பாறை மேல் நின்றுவிட்டான். அவனைக் கரையேற்றிக் கொண்டுவர யாருமில்லை. சங்கிலி பூதத்தான் வில்லை ஏற்றி கடல்மேல் சென்று செங்கிடாய்க்காரனுக்கு மணிகள் இருபத்து ஒன்றை கோர்த்த வல்லயக் கம்பில் குலுங்கும் கடல் ஓசை.

நாடக மரபுகளையோ சிலைகளையோ நூற்றாண்டு பல படிந்த பொற்காசுகளையோ கப்பலில் வைத்துச் சூதாடுவதற்குச் சட்டப்பூர்வ அங்கீகாரம் கொடுத்தான் கும்பினி அரசன். மாலுமிகளின் பாடல் கேட்டு சிறுநீரகங்களின் மேல் கைகளை வைத்துக்கொண்டு நோயாளிகள் முடங்கியிருந்தார்கள். மனநோய் விடுதியில் சுதேசி நோயாளிகள் தலை வணங்கியும் உடலை இரண்டாக மடித்தும் நோய் பரவும் அறையில் ஜன்னலைப் பார்த்துக் காத்திருந்தார்கள். நதியின் குரல் பேதலித்தது.

கப்பல் மேல் தளத்தில் பைத்தியங்களின் உச்சிக் கொடிமரம் ஏறிய நாடோடிகள் நகரத்தில் உலவிக் கொண்டிருக்கும் அகதிகளை அழைத்தார்கள் கப்பலுக்கு. கரங்களில் பாய்மரக்கயிறுகளைச் சுற்றி தூக்கிலிடப்பட்ட தலையில் கம்பளிப்பூச்சிகள் நெளியும் கருப்பரைக் கீழிறக்கிக் கொண்டிருந்தார்கள் மாஜி மேஜர்கள். தனிமை ஊஞ்சலில் ஆடும் பைத்தியத்தை நெருங்க முடியவில்லை. அவன் கையில் செங்கடல் கிளி. கப்பலில் அடைபட்டவர்களைப் பற்றி விரிவாக விவாதித்தது. ஒப்பனைக்காரர்களுக்கும் கிளிக்குமான உறவில் எத்தனையோ பிரதேச மரபுகள் பேசப்பட்டன.

நீலப்புள்ளி ஒன்று தென்பட்டு இமை கீறி வந்த பிறை வடிவத்தில் கடல்வழி சுருங்கி சாம்பலடைந்த நங்கூரச் சங்கிலிகள் சீற்றத்தில் இந்தியாவின் நுழைவாயிலில் இறங்கியது. மேலேறி வந்த தீவுக்

கூட்டங்களைத் தழுவிய நீலக்கடல் மீது சிதறிய நிலத்துண்டுகளை ஒருங்கிணைத்தால் தோன்றும் பம்பாய் நகரம். சரக்குக் கப்பல்களின் தார்பூசிய அடிப்புறங்களில் எண்ணைக் கசிவும் நீர்பாசிகளில் அலையும் துயரமும் துறைமுகக் கூலிகளின் ஓசைகளும் அதிகரித்தது. அந்தக் கப்பல் கே. பல ஷேக்ஸ்பியர்களை ஏற்றிக் கொள்ளும்போது ரோஜாப் பூவை கோட்டில் அணிந்த பகட்டு இளைஞனையும் உள்ளே அனுமதித்தது.

பட்டுப்போன மரங்களின் கிளைகள் கப்பல் கம்பிகளைப் போல் வளைந்திருக்கின்றன. கருப்பு விருட்சத்தில் கழுத்தில் மொட்டையான கழுகுகள் சரக்கு கப்பலின் கொடி மரத்திலும் கால்வைத்துக் காத்திருக்கும். பார்சிகளின் மௌன ஸ்தூபி மேல் உலர்ந்துபோன மனிதஉடல் ஆழ்ந்து வீசும் உப்பங்காற்றில் முணங்கும் வலி. பறவைகள் குத்திய உடற்துளைகளில் அலகுகளில் வரைந்த சரித்திர நகரம். காகங்களின் நிழல் வரைந்த பக்கங்களில் மௌன ஸ்தூபி தன் மதச்சடங்கை கழுகின் அலகினால் வரைந்து கொள்ளும். ஹேங்கிங் கார்டனில் நடமாடும் அமரர்கள் காகங்களை அழைத்துச் செல்லும் கடைசிக் கதவு திறந்தால் பனித்தீவுகளாக மிதக்கும் பிரும்மாண்ட கப்பல்களில் உப்பு உதிரும். உலர்த்திக் காயவைத்த மனிதத் தொலியில் உப்பைப் பூசி வரைந்து செல்கிறான் ரோஜாகோட் அணிந்த மாணவன். கழுகுகளின் நிழல் விசிலடித்தது விபரீதமான நகரத்தில்.

கடற்கரையில் இருப்பதைப் போன்ற வெப்பம் கப்பலில் இல்லை. கடலிலிருந்து குளிர்ச்சி பரவிக்கொண்டிருந்தது. உப்பு கலந்த காற்று சுதந்திரமாக மார்புமேல் அடித்தது புலம்பலுடன். கம்பீரமான கடல். சரக்குக் கப்பல்களின் உரு வரைகளில் மங்கலான சிவப்பு நிறவெளி. கேட்வே ஆஃப் இண்டியா வாசலில் விடைபெறும் பெற்றோர்கள், பம்பாய் மிட்டாய்க்காரன் கொம்பூதுகிறான். அவன் மிட்டாய்களில் பயணத்தின் உணர்ச்சியூட்டும் நறுமணம். ஹாஜி அலி தர்காவில் நமாஸ் ஓதும் குரல் ஏறும் கடலில் கலக்கும்போது அந்த இடம் அலையாக மாறிவிடும்.

நங்கூரச் சங்கிலி ஏறும் சத்தம். கப்பல் கேப்டன் ஷேக்ஸ்பியர் நாடக நடிகனின் வேஷத்தில் உரத்த குரலில் ஆணையிடுகிறான். மாலுமி களின் தாளலயமான இயக்கங்கள், கப்பல் சங்கின் ஓலம், கடற் பறவைகளின் வெறிக்கூச்சல் படர்ந்ததும் கருப்பு விருட்சத்தில் மற்றொரு மனித உடல் தொங்கி தலை சாய்க்கிறது கடலைப் பார்த்து. கடைசி விருந்துக்காக விரியும் கருஞ்சிறகின் நிழல் அந்த யுவனைக்

கடந்துசெல்லும். ரோஜாக் கோட்டுக்குள் பிரச்சினைகள் ஆயிரம் சுழிகளுடன் கரும் இருட்டாக குமிழும் காலனியப் பயணம்.

கடற்கரை பின்னால் போகிறது. சரியாகப் பார்க்க முடியாத துண்டு நிலமாக மாறிக்கொண்டிருந்த பம்பாய் மேல் அந்த ஹேங்கிங் கார்டனில் சில பறவைகள் மிதக்கும் கோடுகள் தென்பட்டன அவனுக்கு. பகல் வெளிச்சத்தின் கடைசிக் கீற்றில் அது முற்றிலும் மறைந்துகொண்டிருந்தது. வெப்பமும் வெளிச்சமும் மறைந்து தெற்கின் குறுகிய அந்தி நேரம் வருகிறது.

அங்கே வெகு தூரத்துக்கு அப்பால், பின்னால் விடப்பட்ட பூமியில் வானம் நடுங்கிக் கொண்டிருந்தது. இடி இல்லாமல் மின்னல் ஒளிர்வில் நிலக்கோடு தென்படும். இடியோசை கப்பலுக்கு எட்டாது இனி. காலனியத்தின் பாக்கெட் கப்பலுக்குள் எத்தனையோ வகை தேச மாணவர்கள் கும்பினித்துரைகள், லேடிகள், நாடோடிகள் எனப் பல பேர். வழியில் கப்பல் கே. ஏடென், போர்ட் செயிட் ஆகிய இடங்களில் நின்றது. சூயஸ் கால்வாய் வழியாக மத்திய தரைக்கடல் கிளி ஒன்று கேயின் கொடி மரத்தில் வந்தமர்ந்து பயணக்காற்றின் ரகஸியக் குரலில் பேசியது. ‘மால்டா வரை நான் வருவேன். ஜிப்ரால்டர் மாளிகையில் தேடும் இளவரசி உணவு உறக்கமின்றி என் வருகைக்காகக் காத்திருக்கிறாள். கோட்டில் ரோஜா அணிந்திருக்கும் பிரபுக்குலச் சிறுவனே... காலனியக் கூண்டில் அடைபட்டு விடுவாய்...’ ‘என்ன சொல்கிறாய் மத்தியதரைக்கடல் கிளியே. ஹாரோவில் பள்ளி வாழ்க்கையில் விலங்கிடப்படுவேனா?’ ‘மார்க்ஸின் வீடுகள் அங்கிருந்தன. பிரதிகளை எடுத்துப்படி. ஒருவேளை மார்க்ஸின் பழுதடைந்த கோட்டில் அமர்வேன். சந்தடியற்ற தெருவில் சந்திப்போம்’ எனக் கூறிப் பறந்தது ரோஜாவைவிட்டு. டேவருக்குள் நுழைந்தபோது கடற்காற்று பலமாக வீசிக்கொண்டிருந்தது அங்கே.

புகைபோக்கிகளையும் பனிமாதாவின் ஊசிக் கோபுரங்களையும் உச்சியில் தொட்டது கடல் விளிம்பு. பின்னே மேலேறிவரும் கப்பல் கே தாழ்வாக மிதக்கும் பறவையென கிரீச்சிட்டது. தூரதேசங்களின் குருதியில் மூழ்கிய நாடாளுமன்றத்தின் கூம்பு நிழல்கள் சிறுவனை ஊடுருவி வெள்ளி ஒளியாக எலும்புக்குள் தங்கிவிடும். ஹாரோவில் கால் வைத்தவேளை துருப்பிடித்த கால் விலங்கு தளையிடப்பட்ட கருப்பு மனிதரைப் பார்த்தான். சந்தடி நிறைந்த தெருக்களிலும் சதுக்கங்களிலும் அந்நிய ஷுக்களுடன் ரோஜாகோட் பெனிடென்ஸியர் புதை மிதியடியால் கால்களை நகர்த்திச் சென்றான். ஹைட் பார்க்கில் காமன் வெல்த் நாடுகளின்

பூக்கள் தங்க இழைகளால் விலங்கிடப்பட்ட செடிகளின் தாகத்தை உணர்ந்தான். ஆங்கிலம் எனும் பாஷை உடலற்ற கபால மூடி திறந்து நிரப்பிக்கொண்டிருந்தார்கள் இவர்களென விலகிப் பார்க்கமுடிய வில்லை ரோஜாவினால்.

அந்தப் பனிமயநகரத்தின் சாலைகளில் அவற்றின் காலம் முடிந்து விட்ட போதிலும் குதிரைகள் பூட்டப்பட்ட பெரிய வண்டி களில் வெள்ளைக் கையுறை அணிந்த கிழராணிகள் பட்டுக்குஞ்சம் அசையும் தொப்பிகளை வீசி உயர்த்தி 'எல்லோரும் அடிமைகளே... ரோஜாவின் ராஜா நீயும் தான்...' என மறைகிறார்கள். சாரட் வண்டிகளின் உருவமைப்பை இன்னும் கைவிடாத கருப்பு நிற அமரர் ஊர்திகளில் சவப்பெட்டிகளைக் கடத்தும் கல்லறைச் சாலைகள்.

ஹாரோ பள்ளியில் 'பனிரெண்டாம் இரவு' நாடகத்தில் நடித்த பவூன் 'ரோஜாவில் மறைந்திருக்கும் இந்திய அதிபதியே... உனக்குப் பைத்தியம் இல்லை என்று நான் நம்பவேண்டுமானால் நீ பித்தகோரஸை ஏற்றுக்கொள்ள வேண்டும். அப்படி நீ ஏற்றுக் கொண்டால் ஒரு மரங்கொத்திப் பறவையைக்கூட விரட்டமாட்டாய். அதில் உன் பாட்டி வாழலாம் இல்லையா. நான் வரும்போது நீ ஏன் ஒரு பூவில் மறைந்துகொள்கிறாய். அடுத்த காட்சியில் நீ ஒலிவியாவைக் காதலித்த ஆர்சினோவாக நடிக்க வேண்டும்.'

மதகுரு எட்கரிடம் ஒப்படைக்கப்பட்ட காஷ்மீர் பனிமூடிய ரோஜா புனித மேரியின் ஊசித்தோட்டத்தில் செடியாக வளர்ந்தது. சிலருக்கு மட்டுமே பிடித்த ரோஜா அவன். விளக்கோடுகூடிய மேஜைமீது இலையுதிர்காலப் புத்தகத்தை திறக்கவும் பலவித பூக்களில் இதயம் பறிகொடுத்த வாசனைகளில் விரல் தடவிச் செல்கிறான். கப்பல் கே. அவனுக்கு நண்பனாகிவிட்டதில் தாஸ்தாயெவ்ஸ்கியின் சூதாடிகள் தான் காரணமாக இருக்கும். 'என் தந்தை சூதாட்டத்தில் விருப்ப மானவர். முதலில் பணத்தை வைத்தும் பிறகு வாழ்க்கைப் பிரச்சனை களோடும் சூதாடினேன்' என்றான் ரோஜா.

கப்பல் கேயின் இருண்ட ஜன்னல்களில் வான்காவின் ஓவியம் ஒன்று சூரியோதயத்தின் கதிர்களை வீசியது. வெளிச்சம் உட்புகாத கண்ணாடிகளில் குடிகாரர்களோடு கிளிமுகப்பயணியைச் சந்தித்தான் ரோஜா. அவன் கையில் நீட்ஷேயின் புஸ்தகம் இருப்பதால் சிந்தனைச் சாரளங்களில் அதிமனிதன் ஜரதுஷ்ட்ரா ரோஜாவை எடுத்துச் செல்கிறான் மரக்கூடத்துக்குள். பாலின்பத்தின் பரிமாணங்களில் மறைந்திருக்கும் பூக்களின் நுணுக்கத்தை விவரித்தாள் சங்கோஜம்

அடைந்த ரோஜாவிடம் உடன்படித்த நடிகை. குறுகலான தெருக்களில் பஞ்சவர்ணச் சிறகுடைய கிளியானாள் அவள்.

கப்பலில் ஓடும் மரக்கடிகாரமுள் மனநோயாளியின் குறிப்புகளை வரைந்து செல்லும். கந்தலான துணிமூட்டைகளை சுமந்துவரும் பொகீமிய நாடோடிகள் சேர இருந்த பனித்தீவில் தங்களுக்கான வடதுருவ இசைக்கருவியால் இசைத்து பிச்சை ஏற்கிறார்கள். பின் இரவில் கப்பல் கேயில் சமையலறைக்குள் பீங்கான் கோப்பைகளுடன் கழுவிய நீர் ஒலிக்க கழைக்கூத்திடும் பாடல். கடல்நுரை பொங்கும் ரொட்டித் துண்டில் பைத்தியத்தின் காதல் சலனமற்றிருந்தது. முதுகில் சுமந்து வந்த குழந்தைகளும் சிறுவரும் பூட்பாலீஸ் டப்பிகள் செல்லும் தெருக்களில் ஷூக்களுக்கு பாலீஷ் செய்து பென்ஸ்கள் பெறக்கூடும். இருட்டில் நடமாடும் கப்பலில் பலரும் அடைக்கலமாக ஒவ்வொருவருக்குள் அந்தரங்கமாக இருந்த தேசத்தின் எல்லைகள் அழிந்து கப்பல் தனிமைத் தீவானது.

நாடு கடத்தப்பட்ட இடதுசாரிகள் இங்கே மாறுவேடத்தில் நடிகர்களாக நாடக ஒத்திகையில் ஒப்பனை செய்வார்கள். தூங்கும் நகரத்தின் மேல் மிதக்கும் கப்பல் கே. கருப்பு பைன்ட் போட்ட அகராதிகளைத் திறந்தால் தாஸ்தாயெவ்ஸ்கியின் சூதாடிகள் கயிற்றில் தொங்குகிறார்கள் மிதக்கும் கப்பலிலிருந்து முள்ளங்கிக் கோபுரங்களை ஷூவால் உதைத்து சிரிக்கும் விளையாட்டு.

காஃப்காவின் கருப்பு நிறத்தொப்பி பேசியது. பெருநகரின் பைத்தியம் பிடித்த தெருக்களின் மேல் இருண்ட கப்பலான கே. தன் பயணத்தை தொடரும். மிதக்கும் மதுக்கூடத்தில் கவிதை வாசிக்கிறார்கள். அன்று வெளியிடப்பட்ட நாவலான பிதிராவை தீவிர விசாரணைக்கு உட்படுத்தினார்கள் நாடு கடத்தப்பட்டவர்கள். ‘இனிமேல் பிதிரா எனும் கற்பனை தேசத்துக்கு கப்பல் கே. பயணிக்குமானால் அதை தடுத்து நிறுத்துவதைத் தவிர வேறு வழியில்லை. பிதிரா என்பது மஞ்சள் நிறமான ரோஜா.

‘கவிதை என்னவென்று குடலைக் கிழித்துப் பார்த்தால் தெரிந்து விடும். குடல் நிறையக் குடிக்க வேண்டாம் கவிஞனே’ என்று கூச்சலிட்டான் விற்பனையாளன். ‘அலாவுதீன் கொடுத்துப்போன ஆலிவ் விதை ஜாடியின் அடியில் மறைந்திருக்கும் பொற்காசுகள் மீது மிதக்கும் அகதிகளின் சிறுநீரகக் காய்கள் முளைக்கும்போது தங்க இலை நரம்பில் ஒளிபட்டுத் திரும்புகிறான் படைப்பாளன். தொப்புள் கொடியிலிருந்து எழுத்தைத் தொடரும்போது காஃப்காவின் கை

எழுத்துப் பிரதிகள் ஆலிவ் விதை ஜாடியில் வெளிப்படுகின்றன. சுதந்திரக் காற்று இங்கே இல்லை. இக்கப்பலில் பிணியால் பீடிக்கப் பட்டவர்கள், சாவிலிருந்து தப்பி நீந்தி வந்தவர்கள், சூன்யக் காரியிடம் பெற்ற வசியங்களைப் பூசும் கிழக்கத்திய கழைக்கூத்தாடி, மரத்தி லிருந்து பழங்கள் சேகரிக்கும் அடிமைகள், அவர்கள் கரத்தில் மறைந்திருக்கும் எத்தனையோ கனிகளின் வாசனை, கருப்பர்களான ரயில்வே கூலிகள் மற்றும் ட்யூப் ரயில் சுரங்கம் தோண்டும் பிரத்யேக அடிமைகள்.

பிணியால் வாடுபவர்களை யாரும் நேரில் வந்து சிகிச்சை செய்வதில்லை. சில மருத்துவர்களுக்கு இலக்கியப்பித்தும் அரசியல் சூதும் தெரிந்திருப்பதால் இந்த அடிமைகளுக்கு சிகிச்சையளிப்பதில் தன்னார்வம் இருந்தது. வியாதிக்காரனுடன் சொந்தக்காரனும் கூட இருந்தான். கப்பலில் சூன்யம் அலைகிறது சிலவேளை. உடனே நதியை விட்டுச் செல்லுமாறு மாநகரமேயர் உத்தரவிட்டார். பிணியால் வாடுபவனைவிட்டு கப்பல் நகரவில்லை. ‘சாவுக்குப் பதிலாக உனக்கு பவுன் வேண்டுமா நோயாளியே. தங்கத்தீவு வம்சத்தினரின் மனம் பிணியைவிட உடற்குறைகளை ஏற்படுத்திவிடும்’ என்றாள் பொகீமிய நாடோடிப் பெண். ‘சாக்காடு விளைவிக்கக்கூடிய பைத்திய நகரம்’ என்றான் காஃப்காவின் மருத்துவன். வெளியிலிருந்துகொண்டு வரப்பட்ட காபாவின் ரத்தச்சிலைகளை கைதுசெய்து அடைக்கப்பட்ட அருங்காட்சி சாலைகள் துப்பாக்கிக் காவலில்.

கோகின் ஓவியங்களில் இருந்த தகீத்திப் பெண் கடவுள் பொருட் களின் மீதோ அகதிகள் மீதோ பிணிபடாத காற்றை வீசுகிறாள். சிகிச்சைக்கான ஜீவரசம் அவள் வரையப்பட்ட கேலரியில் உள்ள கேன்வாஸில் கசிகிறது. இங்கு வருபவர்கள் பவுனைவிட்டுத் தப்ப முடியாது.. ஒரு பழக்கமில்லாத கிராமத்திலிருந்து மருத்துவன் வருகிறான். அவனுடன் இக்கப்பலிலிருக்கும் பைத்தியங்கள் காணாமல் போகிறார்கள்.

மறு இரவும் பிச்சைக்காரர்களை பிடிப்பதற்கு காவற்படை கப்பலை முற்றுகையிட்டது. போலீஸிடமிருந்து தப்புவதற்கு எப்போதும் இடம் பெயர்ந்து கொண்டே இருக்கும் கப்பல் கே வசியத்தில் ஈர்த்தது நாடு கடத்தப்பட்ட கலைஞர்களை. சட்டத்தினால் பலியாகக் கூடியவனின் அறையைச் சுற்றி பயம் பரவுகிறது. மற்றொருவனின் சித்ரவதை கண்டு நடுங்கி கீழே விழுந்தான் பயம் பீடித்த வயலின் கலைஞன் ஒருவன். விதிகளால் ஒழுங்கமைக்கப்படும் கண்காணிப்பில் சிக்குகிறார்கள்.

இரவுவிடுதியில் ரத்தம் கசியும் இசை வெளியேற்றும் பாடல் வீழ்ந்தவனை எழுப்பும்போது அருகில் அருந்தப்படாத குவளையில் வெண்ணிற ஓட்காவுடன் ரஷ்ய நாவலில் வரும் கதாபாத்திரங்கள் பிச்சோரின் கோட்டிலிருந்து வெளிவருகிறார்கள். பேலாவைக் கைவிட்டுச் சென்ற பிச்சோரின் எங்கே ஓடிப்போனான்.

அடிபட்டவன் சுயநினைவு பெறாமலேயே சிறிது சிறிதாக வாடி முடிவாக மரணத்தின் நித்யத்துவத்தில் பயணம் செல்ல கப்பல் கே நிறம் மாறிவிடும் பழுப்பு ஒளியில் நம்பிக்கையின்மையில் தொடரும். காஃப்காவின் கடித உறையைக் கிழித்து உள்ளிருக்கும் 'உருமாற்றம்' கையெழுத்துப் பிரதியில் கருப்புமை கீறிச்செல்லும் பூச்சியின் துடிப்புகளில் தொலைந்து போய்விடுவோம் என்பதால் தொலைந்து விடுகிறான். எழுத்து வார்த்தைகளுக்கு அப்பாற்பட்ட லைப்ரெரியைத் திறக்கும்போது தர்க்கத்தை அணைத்துவிட்டு காஃப்காவின் புத்தகம் இருட்டில் திறக்கிறது. கீறல் விழுந்த ஒளியில் நிசப்தமாகப் பிளக்கும் அசைவின்மையில் பயமெனப் படரும் சர்வ வெளிவுணர்வு மெல்ல இருண்டு கொண்டிருக்க உறைய வைக்கப்பட்ட கணம் வாசிப்பாகவும் புரண்டு எழுத்தாகவும் திரும்பி உருமாறுகிறது. கப்பல் கே கடல் நீரைக் குடித்து மூழ்கிக்கொண்டிருந்தது.

கேயின் வசியத்தில் பிதற்றிச் செல்லும் ஈயநிற எலிகள் மது அருந்தி கோமாளியுடன் உரையாடும். காஃப்காவின் கோட்டு கிழிந்த பாய் மரத்தில் அசைகிறது. அதைச்சுற்றி கரும்பி நச்சரிக்கும் எலிகள். இரு குச்சிகள் உடலாகவும் கோட்டு பிரதிகளின் உருவமாகவும் ரத்தக் கறைபடிந்த சட்டங்களில் ஒழுகும் துவாரங்களில் கண் வைக்கிறான். காவலர்கள் துரத்தும் சாலைகளில் ஒரு இளைஞன் ஓடுகிறான். சுற்றி வளைக்கப்படும் கணத்தில் விலங்கு திறக்கிறது. சம்பவம் முடிந்தபின் அவ்விடம் யாருமில்லை. வெறிச்சோடிய சாலையில் வெளிறிய சாவு அலை. கீழே கிடந்தவன் உடல் இப்போது இல்லை. தடயவியல் ஆய்வாளர் சுற்றிக் கோடுகளை சாக்பீசால் வரைந்து புகைப்படம் எடுக்கிறார். அவரும் போனபின் அக்கோடுகளின் அம்புகளில் கால் வைத்து ரத்த வாடை நுகர்ந்து வாலைப் பரசி வரும் காஃப்காவின் பூனை. அது நீலநிறமடைந்து உள்ளே மிதக்கிறது. தப்பிக்க முடியாத அடிமை அமைப்பாக மாறிவிட்ட விஞ்ஞானமும் நுண் வயர்களும் பின்னலிடும் கற்றைக்குள் உயிரைப் பறிக்கும் அச்சம் பூனையின் நீலத்தில் பதுங்குகிறது. உயரமான உச்சிகொண்ட வெங்காயக் கடிகாரம் வெண்ணிற மனத்தோற்றத்தில் பழமையான பெண்டுலத்தை அசைத்து காஃப்காவுடன் பேசியது.

கப்பல் கேயின் நகர்விற்கும் கடிகார ஒலிக்கும் இடையே காஃப்காவின் கருப்புக்கோட்டு வாசனைகொண்ட விரல்களால் புத்தகமாகப் புரண்டுவிடும்.

குடிவெறியால் முகம் வீங்கிய நடிகை தள்ளாடியவாறு மரஏணிகள் செல்லும் காஃப்காவின் தலைகீழ் அறைகளில் புதைக்கப்பட்ட கனவுத் தோட்டத்தில் குட்டிக் கதைகள் இருளைப் புரட்டி வெளிவருவதைப் பார்த்தாள். பாலைவன மணல் ஜாடியில் உதிரும் ஒயின் வாசனையில் அவன் நாவல் புரண்டுகொள்கிறது. உலகைப் பைத்தியத்தில் ஆழ்த்திவிடும் காஃப்காவை இவர்கள் உடைந்து நிர்மூலமான வார்த்தை ஒன்றின் பல அதிர்வுகளில் குறித்துக் கொள்கிறார்கள். அவன் உடல்களில் ஓடும் பழவிதைகளில் சாம்பல் பரவியது. பூனையின் பனிக்காலம் பூசிய கவிதை. நீலவாலில் அசையும் அடிவானம். அங்கிங்குமாக எலிகளின் நிழல். காஃப்காவை கடித்துக் கரும்பி சொல் உடையும் வேளை சிதறும் திசைகளில். கடல் நுரைத் துவாரங்களில் இன்மையின் இருப்பும் எழுத்தின் குரல்களும்.

தெருக்களும் எந்திரங்களின் சாவு ஓலமும் கண்காது விரிய எறும்புப் புற்றாக ஏறிவிட்ட பிரதி பூமியில் வேறு எவர் மாதிரியுமின்றி உடைந்த கப்பலாய் மாறியிருக்கும். அச்சம் பலரை உருமாற்றிவிடும். உயிரைக் காப்பாற்ற முடியவில்லை. பாதுகாப்பற்ற சிதிலமான கப்பலில் ஏராளமான கலைஞர்களுடன் அகதியின் கருப்பு மலரேந்திய யாத்ரீகன் போகிறான்.

கந்தையுடுத்தி அழுக்கான வேசையின் மார்பில் பிசுபிசுத்த பால் வெளியில் கப்பல் கே பயணமானது. வேசையின் ஆடைகளை எலிகள் கரும்பி துளைகளை இட்ட இருட்டில் நுரைபொங்கிய இரவு. கலையின் ஊற்றுக் கண்களை துயிலும் பெண்களே திறக்கிறார்கள். விழித்திருப்பதில் உற்றுப்பார்ப்பதில் கூடாத கலை குமிழ்கிறது எதேச்சையில்.

சாவின் நிழல் மரக்கடிகாரத்தைச் சுற்றிவரும். உள்ளே கற்பனை யான எதிரிகள் இடதுசாரி எலிகள். எலிப்பொறியில் தொங்கும் அழகியல் கோட்பாடு கதைப் பிம்பங்களை ஆழமாகப் பிரிப்பதற்கு கமிசார்கள் கிளார்க் ஷூவுடன் உரையாடுகிறார்கள். பாரம்பரியப் பெருமைகளை தோளிலிருந்து இறக்கி வைத்த ஈய எலிகளின் அசாதாரணமான மௌன உரையாடல். நடிப்பு வெகு சாதுர்யமாக கிழராணியின் பச்சைக் கண்ணாடியில் அலங்கார ஒத்திகையை அந்தப்புர எலிகள் நடத்திக் காட்ட வெள்ளையரின் சந்தேக

மனப்பான்மை இந்திய இசை நாடகங்களுக்கு எதிராக சட்டமாகியது. பாடலைக் கைது செய்ய கதர்நூலின் நிழல் வரலாற்று அரசியலின் கேலிச் சித்திரங்களாய் விரியும்.

ஜன்னலுக்கு வெளியே பின்னிரவாக விரியும் பனி நகரில் நடமாடிக் கொண்டிருந்தது காஃப்காவின் கோட்டு. எங்கோ மழைபெய்து கொண்டிருப்பதால் ஈரக்காற்று. சிகிச்சைக்கான காற்றும் அம்மாவின் முகமும் இருட்டில் துலங்கியது. ஆஸ்த்மாவும் பயங்களும் பீடித்த அம்மாவின் ஜன்னல் வழியே விழுந்த காஃப்காவின் கடிதங்கள் கொண்டிருந்த ரகஸியங்கள் என்ன?

எதுவுமே பிடிக்கவில்லை. இருக்க முடியவில்லை. தினசரிக்காலை ஒன்றில் நுழையும் காவலர்களின் கருப்பு பூட்ஸ் ஓசை தூக்கத்தில் நசுங்கும் ஒலி. பல விஷயங்கள் கலைந்துவிடும். இக்கடிதங்களில் இருந்து எந்த உதவியும் அம்மாவுக்கு அவன் செய்யாதபோது கருப்புமை உப்பு நிறமாகக் கரிக்கும் வார்த்தை முடியாமல் தொடர்கிறது. சிசுப் பூச்சியின் வெற்றிடத்தில் வெளிர் மரங்கள் சிந்தும் பனித்துகள்கள் அவள் பாதத்தடி மணலாக சொரசொரத்தது. பாதரேகை பட்ட பனியில் அம்மா விட்டுச் சென்ற உருவம் கலைகிறது.

மனநோயாளிகளின் கோப்பைகள் வெவ்வேறான தனிமையில் உயர்ந்தன. கப்பல் கே.யில் நடந்துகொண்டிருக்கும் திறந்தவெளி விருந்தில் பூந்தொட்டிகளுக்கிடையே அவனது கோப்பை இப்பொழுது கைகளுக்கிடையே மறைந்துவிடும். மிகவும் வேறுபட்ட ஒரு கிரகத்தில் அவர்களுடையதான தனித்தனி உணர்வுகள் குணாதிசயங்களாக வசியம் கொள்ளும். குடியில் தோய்ந்த கண்களில் சாந்தியில்லை. ஆனால் சொற்றொடர் தெளிவின்றி வெளிப்படும் நீரின் இயல்பு. வசீகரம் பீடித்த கலைக்காரர்கள் துன்பத்தில் உழல்கிறார்கள் இங்கு.

சூதாட்டத்தில் அதிர்ஷ்டம் இருக்கவேண்டும் என்றால் தோல்வி யைத்தான் சந்தித்தார் தாஸ்தாயெவ்ஸ்கி. அவனது கதாபாத்திரமான சிறுமி வெகு தொலைவிலுள்ள ஊற்றுக்களிலிருந்து ஓடிவந்து தாஸ்தாயெவ்ஸ்கியின் கோட்டைப் பிடித்து இழுக்கிறாள். அவனது தற்கொலை எண்ணம் திசை திரும்பி வாழ்வின் கரங்களான குழந்தையைப் பின்தொடர்கிறது. சிறு கற்களின் அடியில் மூடியுள்ள சிறுமியின் ஊற்றுக்கண்கள். உணர்ச்சிவேகமுடையவர்களான கதாபாத்திரங்கள் ஏந்திய இந்தக் கோப்பை உடையும்போது தாஸ்தாயெவ்ஸ்கி அதை ஒருங்கிணைத்த கீறல்கள் வார்த்தைவழி பயணிக்கின்றன கப்பல் கேயுடன்.

கடந்த காலத்திலும் நிகழ்காலத்திலும் மயங்கும் இடம் கால மற்றதாகி பனி உருவம்கொண்ட மதுக்கோப்பை இவ்வேளை யாருடன் உள்ளது? மனப்பிறழ்வுற்றவர்கள் கைநீட்டும்போது பனிக்கோப்பை உயர்கிறது. எழுதுவதை எளிதானதொன்றாய் காணும்போது எதிர்மறைகளின் சந்திப்பில் சிக்கலாகிவிடும் இக்கட்டில் மாட்டிக்கொள்கிறான். கப்பல் கேயின் உருவகம் புரிந்து கொள்ளப்பட்டதல்லதாகும். இந்த நூற்றாண்டு தனித்துவிடப்பட்ட கப்பலில் குழப்பத்தில் பயணிப்பது. நாடோடிகளும் அகதிகளும் நகரங்களில் அலைந்து திரிபவர்கள் எந்த நூற்றாண்டின் ஒளியை ஏற்றுகிறார்கள். நாயின் வெற்று ஓட்டத்தில் களைத்துப் போயிருக்கிறது. மரக்கடிகாரம் எனவே டிக்... டாக்...

சித்ரவதைகளில் நெருங்கும் தற்கொலையின் நிழல் ஒவ்வொரு வரையும் விரட்டி வருகிறது. எந்தச் சாலையில் அந்த விபத்து காத்திருக்கிறதென்று தெரியவில்லை. சட்டங்கள் பெருத்த சமூகத்தின் திட்டங்களில் அணைக்கட்டு அதிகாரிகளும் நிறுவனக் கலைஞர்களும் வரிசையில் நிற்கும் விசாவுக்கான நெரிசலில் விசாரணை என்பது மனச்சிதைவுதான்.

தற்செயலாய் நிகழும் உறவில் இயற்கை தன்னைக் கோர்த்துக் கொள்கிறது. விரல்களுக்கு ஊடாக பதறும் வசிய உணர்வில் உயிரின் அகவெழுச்சியைக் கொண்ட கலை பெண்ணாகச் சிறகடிக்கும் ஒலி.

சரித்திரங்களின் வாயிலாக மனிதனைப் புரிந்துகொள்ள முடியாது எனும் நீரின் பிம்பங்களில் எதைத் தெரிவு செய்வாய். குழப்பங்களின் உள்ளியக்கமாகும் உயிரினம்தான் பழுதடைந்த இக்கப்பல். அது ஏற்கெனவே கைவிடப்பட்டு பழைய பாய்கள் கிழிக்கப்பட்டு கந்தலான பிச்சைகாரரும் பைத்தியங்களும் அடைக்கலமாகும் கடற்குகையில் பதுங்கிவிட்டு வேற்று உரு எடுத்து காலத்தின் குறியீடாய் இடம்விட்டு அலையும் இடமிது. அதற்கு தனக்கென்று நோக்கங்களும் முனைப்பும் இல்லை. துக்கத்தின் குற்றவாளிகள் உள்ளே காத்திருக்கிறார்கள். உளவாளிகள் துளையிட்ட துப்பாக்கியும் துருப்பிடித்து கிடக்கிறது மாலுமி அறையில். இருப்பை உதறிவிடும் வேளை குவளைகளில் புளித்த பீர் நுரைக்கிறது.

கண்ணாடிக்குள் தவழும் பனிக்கட்டியின் செதில்களில் வரையப் பட்ட ஒளி கடந்து செல்கிறது. சில வார்த்தையை முணு முணுக்கிறான் யாத்ரீகன். காற்றின் வசியத்தில் படபடக்கும் அழுக்கான கப்பற்பாய் மீன்வாடை வீசும். எந்த இடமென்று தெரியவில்லை. இரவின் கருமையில்

குறிஞ்சி ✲ 299

கப்பல் மூழ்கியுள்ளது. யாத்ரீகன் எழுதிச் செல்கிறான் உப்புநூலில்.

கப்பலின் ஜன்னல்வழி எட்டிப்பார்த்தாள் ஃபிரைடா. அவள் குடித்துவிட்டுத் தனித்திருக்கிறாள். 'உன் முடிவுகள் தெளிவற்று இருக்கின்றன ஃபிரைடா' என்றான். 'ஒரே முடிவை பலமுறை விவாதிக்கும்போது அது விதியாகிவிடுகிறது. எனவே தனியாக இருக்கிறேன். ஒரு குறிப்பிட்ட நேரத்தில் தோன்றும் மனிதர்கள் வசீகரமாக சிரிக்கிறார்கள். உறவில்லை என்றாலும் எல்லா மரபையும் கொண்ட முகம் இருப்பைத் தருகிறது' என்றாள். கப்பல் கேயில் அடைபட்டிருக்கும் நோயாளிகளில் பலர் வெளியேறிவிட்டார்கள் 'அந்த மருத்துவர்கள் நோயுற்றிருப்பதால் கலைதான் சிகிச்சை அளிக்கப் போதுமான மருந்துள்ள வார்த்தையைப் படைக்கிறது' என்றாள் ஃபிரைடா. கலையின் சிலஇடங்கள் காலங்களால் சுருள்பட்டு ஒரு பனிப்பூ நிகழ்கிறது. இதழ்களின் மடிப்பிலுள்ள வரிகளை அறிந்திருக்க வில்லை. வாசனையின் நோக்கங்களை மனநோயாளி பற்றிக் கொள்வான். ஒவ்வொரு நாளுக்கும் இலைகள் இருப்பதால் மறுநாள் உதிர்கிறது. மஞ்சளும் பழுப்புமான இலைகள் கடந்தவற்றின் சாம்பல் நரம்புகளால் இசைபடுகின்றன. நாளின் கடைசிக் கதவில் பெண்ணின் விரல் பதிகிறது. அந்த ரேகைகளில் பரவும் இரவு அவள் அழைப்பாக பதிந்துகொண்டே இருக்கிறது. நாட்கள் எங்கிருந்து தொடங்கி எங்கே பயணித்துக்கொண்டிருக்கின்றன.

ஒருநாள் விடியும்போது அது எந்த இடமென்று தெரியவில்லை. வீடுகளில் குழந்தைகளைச் சுற்றிலும் அம்மாவின் அதிசய நீர்மையில். அது மிதக்கும் பித்தவெளியில் என்ன நடந்து கொண்டிருக்கிறது. கலைகளைப் புரிந்துகொண்டவுடன் அவை புரிந்து கொள்ளப்பட வில்லை. பார்க்கிற உலகையே கப்பல் கே தன் வசியத்தில் ஆழ்த்தி கடத்திச் செல்கிறது.

இயற்கையினின்று பித்தநிலை அடைந்த கலைஞர்கள் சதா உச்சத்திலிருக்கும் வெற்றிடத்தின் இருப்பில் கதாபாத்திரங்களுக்கான விதவித வெளிநிலம் தோற்றமாகும் சலனத்தில் இருக்கிறார்கள். சொல்லில் இல்லாத படிமப்பேழை உருவகங்களைப் பிளந்து கொண்டு வெளியேறுகிறது. உருவம் கொடுத்தவற்றில் வேறு பொருள் பிரிந்து செல்ல சிதைக்கப்பட்ட சிலை முகத்தில் கீறலான கல்நயனம் ஞான திருஷ்டியில் அசையும் போலும்.

பைத்தியத்தின் பல நிலைகள் அழிகிற பருவங்களோடு தாவர ஜங்கமங்களோடு தொடர்புடையது. சிறந்த கனவுகளைக்கொண்ட

பிரபஞ்சம் சிதைந்த கனிவிதைகளை சிதறிச் செல்லும் விதிகளின் தீவினையில் காலம் அச்சுறுத்துவதாக இருக்கிறது. வாழ்வென்னும் படிநிலை அடுக்கில் கலைந்துபோன காலங்கள் உடைந்து துக்ககரமான உச்சநிலைகளில். நாடோடிகளிடம் எதிர்ப்படும் சந்தர்ப்பங்கள் பாழின் இசையாகிறது. முன் அனுபவங்கள் கலையின் உந்துசக்தியாய் இருப்பதில்லை. முரண் கலைதான் உயிர் நாடி. பொருளற்ற பொருளாகும் கனவு ஊர்ந்து செல்கிறது. கலை நோக்கிச் செயல்படுவதில்லை எழுத்து. பிளவில் சலனமுறும் ஓடைகள். முள் மரங்களின் சாம்பல் முனை காற்றில் கிழித்துக் கீறும் அசைவில் கிளைகளின் நடனம். வாழ்வுக்குத் தரப்படும் சவால்களை கலைஞன் முன் நகர்த்தினான் சூதில். அவனும் தோற்றுவிடுகிறான். துரதிருஷ்டம் பீடித்த பகடைகளை உருட்டினாள் கனவின் நிமித்தம் சொல்லும் கன்னி. மற்றொருவரின் இருப்புக்கான கலையை படைப்பதில் சரித்திரப் பக்கங்கள் வீழ்ந்துவிடும்.

வெளியில் தெரியாத கப்பல் கே. இன்னும் நம்மைக் கடந்து கொண்டிருக்கிறது. உள்ளே ஒவ்வொருவருக்கான இருப்பில் அலையும் கண்கள் திரும்பும்போது விழிச்சிலை உப்பாகிவிடும். எதுவும் தெளிவாகத் தெரியவில்லை. அதிகச் சிக்கலுக்குள் நடப்பவற்றில் நுண்புள்ளிகள் சேரக்கூடும்.

ஒவ்வொரு கோடுகளிலும் ஒத்துவராத புள்ளிகள் விலகிச் செல்ல கற்பனையான வரைபடம் இருப்புக்கு அப்பால் எழுதப்பட்டுவிடும். அவன் நிர்வாணத்தின் மீது வரையப்பட்ட நிலப்படங்கள் சதா உருமாறுகின்றன. தப்பிச் செல்பவர்கள் சிக்கிக் கொள்ளும் எதிர் மறைகளில் விடுபட்ட தீவுகள் உள்ளனவே போல் ஒவ்வொருவரும் ஒரு அறியப்படாத தீவு.

கப்பல் கே. நுழையத்தடை ஒன்றும் இருக்கவில்லை. மனப்பிறழ்வு அடைந்த நடிகர்கள் போதையுற்றிருப்பதையே விரும்பினார்கள். 'வணிக வளாகமாக ஆக்கப்படுவதிலிருந்து தப்ப முடியாது கலையும் கூட' என்றான் தோல்வியுற்ற கலைஞன். 'குடிப்பழக்கம் உடல் நலனுக்குத் தீங்கானது' என திரும்பிச் சொன்னான் விற்பனையாளன். 'பண்டக சாலையில் உற்பத்தி செய்யப்படும் கைத்தொழில் வினைஞர்கள் கலைக்காரர்களா' எனக் கேட்டான் 'கலையும் ஒரு பொருள் தானே' என கைவிரல்களை உருட்டிக் காட்டிய புத்தக வணிகன். 'மறுபிரதிகளின் உற்பத்தி வேகத்தில் அச்சு மை பிசுபிசுத்தது' எனக் கடுகடுத்தான் ஓடிப்போன கலைஞன். 'வியாபார விதிகளுக்கு

அப்பால் எந்த நூலும் அச்சாவதில்லை. ஒரு பிரதிக்கு மாற்று சிருஷ்டியாவதில்லை' எனத் தன் கையெழுத்துப் பிரதியை விற்காமல் கடாசிவிட்ட மூலையில் எலிகள் நச்சரிக்கின்றன எழுதியவன் உடலை. கப்பலையும் கரும்பிக்கொண்டிருப்பதில் காஃப்கா தலை திரும்புகிறான் பிரதியைவிட்டு. 'தலை நிமிரும்போது நான் உயிருடன் இருக்கவில்லை' கருப்புக்கோட்டு கந்தலடையும் துவாரங்களை மட்டும் நெய்துகொண்டிருந்த நூலிழைகளில் ஒளிந்திருக்கும் கதைக்காரன் நெசவின் விசைக்குள் இரவை மெல்லிய இருட்டால் மூடுகிறான். கதை எதுவும் இல்லாத நகரங்கள் பழமையடைவ தில்லை. கழுதைகள் இல்லாத நகரம் புராணமாவதில்லை.

அவரவர் கற்பனையைப் பொறுத்து கதையின் அந்தம் திறக்கிறது. நீலநிற இரவு வந்துவிட்டது பாதைகளை அர்த்தத்தில் இழைப்பதற்கு. சிகரெட் பற்ற வைத்துக் கொள்கிறான் யாத்ரீகன்.

சட்டமானது வந்தபிறகு மதிக்கப்படுவதற்கு சாதகமாகவே திரும்பத் திரும்ப உச்சரிக்கப்பட்டதும் நிஜமாகிவிடுகிறது. முதுகெலும்பின் நடுவில் ஓடும் அதிர்ச்சிகளால் சித்திரவதையை விவரிக்கும் சட்டப் புஸ்தகம். விலங்கிடப்பட்ட பிரூகேலின் குரங்குகள் அதைக் கிழித்து சிறைச்சாலைக்குள் எறிந்து கொண்டிருந்தன. தன்னைத் துன்புறுத்திக் கொள்ளும் வாழ்வுப் பெருங்கனலில் குடிப்பதில் வெளியேறி விடுவதில் சிக்கிக்கொண்ட கணங்களை உடைக்கத் திறக்கும் குப்பிகளில் பாழ்குமிழ்கள். ஆதிக்கப்பலென்று வாழ்ந்து மறைந்து விட்ட மர வாசனைகளை வெளிப்படுத்தியது மரக்கலம். மழைக்காலப் பறவைகளைப் பாடச் செய்யும் கால் கார்டில் ஸ்டிக்கராக இன்று ஒட்டப்பட்டிருக்கும் ஃபிரைடா உறைபனிப் பெட்டிக்குள்ளிருந்து வெளியேறுகிறாள். வாயில் மூலிகையை மென்றவாறு பச்சை நாக்கால் பிணியான சிறுவனை ஸ்பரிசிக்கிறாள். ஒவ்வொரு மூலிகை இலையையும் நாக்கில் கொண்டுவந்து சிறுவன் உடல்பூசி மந்திரிக்கிறாள் கப்பல் மர அறையில்.

பாய்மரக்கப்பல் முழுவதும் பொங்கி எழுந்த காலா லில்லிப் பூக்களின் வசியத்தில் மனநோயாளிகள் கைகளை உயர்த்தி கூச்சலிடும் திசைகளில் விண் ஒளி சரிந்து நாடக விளக்குகளாகின்றன. உடை மாறிக் கொள்கிறார்கள். ஒப்பனை அறைகளில் கண்ணாடிக்குள் மலர்ந்திருக்கும் சரிவான வெண் அரும்புகளில் பிரதியின் கை பேனாவுடன் தன்னை எழுதிக் கொள்கிறது. பேனாவும் நீலம்கொண்ட துக்கத்தில் சிறு மொக்காக முள் மலருமுன் மூடியிருக்கும் வாசத்தில்

நிலங்களின் காற்று அவனின்றி எழுதப்படும் ஒரு அகதியின் மலரை ஸ்பரிசிக்கிறாள் கூந்தல் வாசனையுடன். அவள் முள்முனைப் பூ ஒன்றை நாவினால் பறித்து அதை உடனே மென்று கண்களில் சிவந்த முக்தியில் வயனம் காத்து நோயாளியின் மனப் பரப்பில் மெல்ல பார்வையால் ஊர்ந்து செல்ல எரியும் விளிம்புகளில் உலகம் சுருள்கிறது.

அவள் தோள்மீது அமர்ந்து நெரூடாவின் கூண்டுக்கிளி கவிதையின் கடைசிக் கதவைத் திறந்து விதைகளை உருட்டியது அலகில். கிளிமுகப் பயணி மாறிமாறிக் கீழ் அறைகளில் நடமாடிக் கொண்டிருந்தாள். கிளிக் கூண்டில் சொருகப்பட்ட நெரூடாவின் காதலிகளது லிகிதங்களை முத்தங்களை வசம்புக் குச்சிகளில் மந்திரித்த மொழியாக்கினான் கவிஞன்.

இலைகளின் சாறு பல உள்ளுணர்வுகளில் நகரும் சிகிச்சை. ஃபிரைடா அதீத காமத்தின் செயல்முறைகளைக்கொண்டு தாவரமாகிறாள்.

மறந்துபோன மேப் தயாரிப்பாளனைக் கொண்டு வரும் மாலுமி தன் வசமிழந்த உணர்ச்சி நிலையில் காஃப்காவைப் பார்க்கிறான். இருட்டும் தனிமையும் இடம் மாறிச் செல்லும் வெவ்வேறு இடங்களில் ஒரே சமயத்தில் இருப்பதான பிரமை. ஆற்றங்கரையில் யாத்ரீகன் தனித்து இருக்கும்போது மணலைப் பற்றிச் செல்லும் பாதங்களில் ஏற்படும் அரிச்சல் தோற்றங்களினூடே கப்பல் கே. தனிமைகளை வசியத்தில் ஆழ்த்துகிறது. பனிப்பறவை கடந்துசெல்கிறது அவனை. பதிகிறான் தனிமையில்.

பூமி மௌனமாக நகர்கிறது பனியில். வெளுத்த நிலவில் ஆழ்ந்த மரம் அவன் நிழலுடன். இலைகளில் சொட்டும் நீர் நரம்புகளில் காஃப்காவின் ஒளி இவனைச் சுற்றிலும். கண்ணாடிகளில் மழை சரிய குடையுடன் பஸ்ஸில் அம்மா இறங்கி இவனைக் கூட்டிப்போன இருட்டுத் தெரு. இவனைக் கண்ட பெண் சங்கோஜத்தில் ஒளிந்து பார்க்கும் நயனத்தில் தெருவே ஜீவனுடன் ஒளிர்கிறது. விண்ணிலிருந்து கீழிறங்கும் அதிரய விரல்களில் ஸ்பரிசிக்கப்படாத உணர்வுகள் விளக்குகளாக எரியும் மாடங்கள் திருணைகளுடன் தாழ்வாக ஓடு வேய்ந்த வரிசை வீடுகள். வெகு நாளாக நெசவாளர் தெருவில் இருட்டு நூலில் சுவர்க்கீறல்களை நெய்த ஆழத்தில் இழைகளில் சேரும் இருளை நுனி விரலால் தொட அப்பெண் தாபமுறுகிறாள் அவனிடம். அதை நினைத்து அவன் இன்னும் உறங்கவில்லை. தூங்காமல்

விழித்திருக்கும் ஈஸ்ஹேம் ஸ்டேஷனில் ட்யூபுக்குக் காத்திருக்கும் பயணிகளோடு நிற்கிறான்.

ஸ்டேஷனில் நீலம் இறங்கி எல்லோரும் பூனையுடன் மூழ்கி யிருந்தார்கள். பச்சையாகக் கசிந்தன கண்கள். பீழைக் குழியில் சேரும் வைலட் நிறம் பூனையின் துக்கமாக இருக்கும். தெரியாத முகங்களில் அவனுடைய அடையாளமிருந்தது. தூங்கி வழியும் இரவுடன் கலந்த நடிகை இவன்கூட இருப்பதாக இருக்கும். பின் ட்யூப் வராத தண்டவாளங்களில் நெளியும் நிலஒளி வெண்மையாக மாறியது. இவ்வேளை சரியும் பனிப்போர்வை மீது அரை நிலாவின் பயணம். அதனுடன் இவ்விரவே செல்வதாகப்பட்டது. விடிவதற்கு இன்னும் நேரமிருக்கிறது. வீடு திரும்பும்போது நகரத்தின் கூண்டுக் கடிகாரத்தின் ஒலி. ஈய எலிகள் சில கடிகாரச் சாவியால் காலத்தைத் திருகிக் கொண்டிருந்த துடிப்பில். நீலதேவதையின் இரவு கடந்து கொண்டிருக்கிறது.

இன்று சற்று அதிகமாக பனிப்படலம் மறைத்துக் கொள்ள இருந்த பகலை ஓட்கா அருந்தி குழப்பமான தெருக்களில் உஷ்ணமடைந்தான். போதையொன்றும் அதிகமில்லை. வெகு நாளைக்குப் பிறகு இது மாதிரி நள்ளிரவில் பிளசட்குரோவ் ரோட்டில் நண்பன் திரியெஸ் வரவுக்காகக் காத்திருந்து அவன் வராமல்போன இடம்விட்டு ஆள்நடமாட்டம் இல்லாத பாதையில் பிரிந்து நடப்பதில் உடல்வெளி சேரும் இயற்கையான நிச்சலனத்தில் இருந்தான். பிளஸ்டோவ் ஸ்டேஷனைவிட்டு சில கருவல் குடித்துவிட்டுத் தள்ளாடிச் சிரித்தவாறு இவனைக் கேலி செய்துகொண்டும் கையசைத்துக் கடந்து போனார்கள். அவர்களின் நடையில் பின்னிய போதையில் அடுத்த கிரீன் லேண்ட் மதுக்கூடம் ஈர்க்க மறைகிறார்கள். அவர்களும் கடக்க முடியாத இரவைக் கரைக்க மதுக்குவளை நிரம்பி வழிகிறது. ரகஸியங்களை மறைக்கும் இரவு வேகமாகக் குளிர்கிறது.

பனியின் ரகஸியம் தான் என்ன? நிலமடிப்பில் எழுதப்பட்ட புல் வெளியில் நடப்பதற்கு துயரமாக இருந்தது. மங்கிமறைந்த நண்பர்களின் விதி எப்போதும் இவனைத் தாக்கியது. துறவிலிருந்து விஷத்தைப் பருகவே விரும்பினான். இவ்விரவில் அவன் இல்லை யென்றாலும் காஃப்காவின் கருப்புக் கோட்டு நகரும் கப்பல் கே. அதனுடன் மௌனத்தைக் கொண்ட பாதி நிலவு தேய்கிறது.

உடைந்த கப்பல் நீரில் மூழ்கும் நிசப்தத்தில் மரக்கடிகாரத்தின் துடிப்பு. நாடகக் குதிரைகளின் காதுகள் கப்பலிலிருந்து வெளிவர

குழந்தைகளின் அழுகுரல் தனித்துக் கேட்டது. எகிப்தியப் பூனையின் மூக்குத்தி வெளிச்சத்தில் அரசவைக் கோமாளி நதியில் வரும் கப்பலில் நாட்டியமாடிப் பாடுகிறான். கருப்புத்துணி மூடிய காமிராவுக்குள் நாடகக்காரன் கிளிக்' என உறைய வைக்கிறான் தோற்றத்தை. அடுத்த கணம் நீர் மெல்ல லென்ஸில் பட்டு கிளிகள் உச்சரிக்கின்றன காஃப்காவின் வரிகளை.

வெளி விளக்கமடையாத நண்பனின் மௌனம் புற்றில் சீறி பச்சைநிற எலிகள் தீண்டி விகாரமானாள் கிளிமுகப்பயணி. எலிகளின் கண்களில் இளவரசி வைரங்கள். தோலுரிந்து வியாதியில் காமத்தில் பிடிபட்ட இரையாகி ரோகியானாள். ரோகம் வைரங்கள் வெட்டி மொழி நின்று பிளவுண்ட சூன்யத்தில் கவர்ந்திருக்கும் காமத்தின் விதியாகி எடுக்க எடுக்க எழுத்தினூடாகத் தொடரும் இழை புலன்களின் குகைகளில் வெட்டிய இருள் தரு நின்று புல்லாகிப் பூண்டாகி இவ்விரவில் கண்ணாடிப் புழு குடையும் நிலவெளி துக்கமாக இருக்கிறது.

ஊடுருவிப் பனியும் உதிர்கிறது மோனத்தில். இவள் தனியே குடித்துக்கொண்டிருக்கிறாள் தனிமையை.

காஃப்காவின் வியர்த்த கருப்புக்கோட்டு நீலநிற பெஞ்சில் சாய்ந்திருக்கிறது.

இருந்ததை எடுத்து ஊற்றிக் கொண்டபோது தலைக்குள் நிலவு தகதகத்தது. தங்கமும் பனியும் உருகிச் சேரும் நாளங்களிடையே நிலா நழுவி இறங்கியது உடலுக்குள். நரம்புகளில் ஓடிய பச்சைநிறம் பார்வையில் விரிவுகொள்ள எல்லா இடங்களும் இப்புவியின் பாசியடைந்த உயிர்ப் பொருளாக மிதப்பது தெளிவின்றிப்பட்டது. என்றாலும் அவள் வீடு திரும்பவில்லை.

3
மருதமும் பனிமருதமும் 2
Beware of crows and windows

லௌகீக வாழ்க்கை வேண்டி நிற்கும் காரியார்த்த இயல்புகள் அமையப் பெறாமல் பனி நகருக்குள் நுழைவது தற்கொலைக்குச் சமமாகப் படுகிறது. காகத்தின் கண்ணாடிக் கண்ணினுள் எரிந்துகொண்டே இருக்கிறது தெரு. கல்வீடுகளும் பச்சை பூசிய ஓடுகளும் சர்ப்பத் தோட்டத்துடன் இணைக்கப்பட்டிருந்தது. பழமையான சர்ச் மணிகளின் அமைதி.

சில திருடர்கள் இந்த தெருவழியே அவனைக் கடந்து போகிறார்கள்.

நீர் ஊற்றில் சுற்றி விளையாடும் குழந்தைகள் சிறகுகளுடன் உறைந்திருக்கிறார்கள் சிலையாய். தாவரங்கள் துயரில் இருக்கிறது. நேசமும் பகையும் தொடும் அலையில் கண் குருடான தெரு. தவறி வீழ்ந்துதானே எழுந்துபோகிறாள். நுட்பமான எல்லையில் பிரச்சனைகள் ஆழமாகிவிடும்.

புதிய பிரதேசங்களுக்குள் கால் வைத்தான். பகைவர் வருகையின் காலடி ஓசை தெருக்களில் கேட்கிறது. இயற்கையோடு ஒன்றிணைந்த மனம் எதையும் அழிக்கவில்லை. ஐரோப்பிய அறிவால் மனச் சிதைவும் சித்ரவதையும் தான் இவனுக்கு. சட்டங்களின் நகரை அடையாமல் சிறையிலிருந்து தப்பிவிடும் காகங்கள். ஒயிட் பிரிட்ஜிலும் ஜெராக்ஸ் போர்டிலும் சில மாணவர்கள் காக்கைப் படம்போட்ட பேட்ஜ் அணிந்து ட்யூப் ரயிலில் பயணம் செய்கிறார்கள். இந்தியா ஹவுஸில் இருக்கும் நாதுஜேவின் குருவான சாவர்ஜாவின் சதியாக இருக்குமென்று ஸ்காட்லாண்டு யார்டு உளவுத்துறை சந்தேகிக்கிறது.

வெள்ளையர்கள் சச்சரவு செய்து காக்கை பேட்ஜ்களை பறித்து வெளியே வீச அவை கூவிப் பறந்தன ரயில் கூரைக்கு மேலே. இனியும் மாறவே மாறாத வெள்ளை எலிகள் கருப்புக் கோட்டுடன் நெரிசல் மிகுந்த ரயில் பெட்டிக்குள் அகதிப் பெண்ணை அலட்சியமாய் நோக்கித் திரும்புகின்றன.

ஏனோ கூப்பிட்டு யாரும் வராதபோதும்கூட அழைத்தவாறு இருப்பதில் வெற்றிடம் அங்கே பரவிக்கொண்டிருக்கிறது. காலமற்று நிகழ்ந்து கொண்டிருக்கும் வானவெளியில் வெறுமை குடிக்கிறது. அவ்விடம் இருந்து கொள்ளலாம். தானில்லாமல் காகங்கள் மட்டும் இருப்பதாக இருக்கிறது. படிக்கட்டுகளில் கீழிறங்கியும் மேலேறியும் அலைந்துகொண்டிருந்த பகல்இரவுகள் திரும்பித்தான் வர இருக்கின்றன. வெளிப்படாத நாளின் வருக்கைக்காகக் காத்திருக்கிறாள்.

சுவரின் மேல் ஏறிய நீலம் கடல்நெளிவில் தொடும் தனிமை கோடுபடுகிறது. அப்பெண்கள் இவன் வந்த ட்யூபிலிருந்து இறங்கி காதரீன் ரோட்டில் நடக்கிறார்கள். இந்நகர் வந்து பல நாளாகியும் அவனுக்கு சினேகமான மனிதர்கள் யாருமின்றி தெருக்கள் அவர்களின்றியும் அந்நியர்களை இருப்பில் கொண்டிருக்கும். என்றோ வந்தார்கள் அவனின்றி சிலவேளை.

நவீனன் உப்புநூல் எழுதும் யாத்ரீகனிடம் சொல்லி எதேச்சையில்

மேப்பிள் மர மதுவிடுதிக்குப் போய்விட்டான்.

தூரத்திலிருக்கும் தன்னூர் பிடிபடாத வலையாக சூன்யத்தில் பின்னல் படிந்து அங்கு இவனின்றி சில காகங்கள் இருப்பதால் சற்று ஆசுவாசமடைந்தான். அவற்றின் கரைதல் ஒலி வெயில் மேல் உருகிப் பச்சை மரங்களாகிவிடும். அம்மா தலை சாய்ந்து படுத்திருந்த அறையைவிட்டு அவன் வரவில்லை. மரத்தூணில் ஓடும் செந்நிறமான கரையான்களின் நாட்டிய ஒலிகளை செவிக்குள் உதிரக் கேட்டான். தூணின் உள்ளே செம்பட்டையான ஒளி நடமாடிக் கொண்டிருப்பதால் காலத்தில் அகப்பரப்பில் பொருள் குடைந்த இடத்தில் இவன் கூடொன்றை மற்றவர்களோடு விட்டுச் செல்கிறாள். உள்ளிருந்தவை பித்தமான வாக்கியங்களாய் அலைவுறுகின்றன.

நீர்ப்பரப்பைச் சுற்றி காகங்களிடம் செல்லவே கிளம்பியிருந்தான். அதன் குரல் கரையும் தொலைவைப் பார்த்தான். அந்தப் பெண்ணின் மிருதுவான கேசக் குழைகளை விரல்களால் வருடினான் யாத்ரீகன். அழுக்கான முகம்கொண்ட பைத்தியக்காரி திரும்பிப் பார்த்தாள். ‘கேள் கேட்காமல் போன குரல்களை இதனிடம் கேள்’ என்றாள் காகத்திடம். ஒவ்வொரு பறவைக்கும் பரிச்சயமான அவன் அழைப்பைக் கேட்டு மணல்வெளி சுற்றித் திரிந்தன அவை.

சூரியன் நீலத்தில் பட்டு எரிந்த வாக்கில் கடல் ஓசை கொள்கிறது குற்றவுணர்வும் பயங்களும் சூழ வெளியில் போய்விடுகிறாள். படிக்கட்டுகளில் காகங்களைத் தேடி இறங்கி வந்துகொண்டிருந்தான். 'Through the Looking Glass' ல் காகங்கள் மறைவதை அவனிடம் சிறுமி சொன்னாள். தயக்கத்தையும் தெளிவையும் ஒரு சேரப் புதிராக்கி வந்தாள் சிறுமி. அவளிடம் எத்தனையோ விஷயங்களை கேட்காமல் விட்டுவிட்டான்.

மற்றொரு அதிசய முயல் எழுதிய அந்தப் புத்தகத்தில் வரும் தேனீர் விருந்தில் மேட்ஹாட்டர் சிறுமியிடம் ‘ஒரு அண்டங்காக்கை ஏன் எழுதும் மேஜை போன்றுள்ளது?’ என்ற புதிர் போட்டதை நினைவு கூருங்கள். இக்கேள்விக்கு விடையேதும் கிடையாததாகையால் சிறுமியின் விடையை ஊகிக்க முடியவில்லை. அவளைச் சந்தித்த போது காகங்கள் அடைமரம் நோக்கிச் செல்லும்.

நிஜத்தில் எந்தக் கலைக்கும் வசீகரமில்லை. கற்பனைப் பணத்தை நிஜ வங்கியில் செலுத்தி ரசீது பெறுவதில் கனவுகளைச் சேமித்தால் ஏற்படும் குறைந்த வட்டிதான் கதையின் இருட்டான அரண்மனையாக உருவம் தெரியாமல் இருக்கிறது.

அவன் தெருவில் தங்கிவிடுவது வழக்கமாயிற்று. அலையும் பைத்தியங்களும் குடிகாரர்களும் கட்டுப்படாத வெளியில் உடம்பைச் சிதைத்து ஊடுருவும் கண்களில் அதிசயம் காண்பார்கள். இருப் பின்மையில் இருக்கும் காகம் வசீகரித்து ஈர்த்தது அவனை. ஒழுங்கு படுத்தப்பட்ட நகரின் வரைபடங்களில் முளைத்தெழுந்த தாவரங்களை கத்தரியால் வெட்டி வரையும் தோட்டக்காரர்களின் காலடி ஓசை. சதா இலைகளின் கதறல். டாலர் ஜெயிலில் இருந்தவர்கள் அச்சிடப்பட்ட மேப்களை கொடுத்தார்கள். நேரடியாக எதிர்கொள்ளும் விதிதான் பயணத்தின் அபாயங்களாகவும் கண்டுபிடிப்புகளாகவும் இருக்கும்.

இவன் காகங்களைத் தேடி கில்போர்டில் இறங்கி லூயிகரோலின் தி மௌண்ட் கல்லறைக்கு ஏறிச்சென்றாள். கில் போர்டில் காகங்கள் இல்லை. அவர் பிறந்த ஊரான செசேயரில் தேடிப் பார்க்க டேர்ஸ்பிரே வீதியிலுள்ள கரோலின் வீட்டைச் சுற்றிய அதிசயத் தோட்டத்தில் அண்டங்காக்கையின் சிலையைப் பார்த்தான். செசேயரிலும் காகங்கள் இல்லை எனவே.

ஆழ்ந்த இருளில் இறங்கிச் செல்கிறாள். நிலவு புகுந்த கருமேகம் பிளந்து ஒளி ரகையில் காகங்களின் கதறல். ஒளி ஊமையான நிலவின் மோனம்.

4

மருதமும் பனிமருதமும் 3

ரெம்ராண்டின் இருட்டு சாஸ்கியாவின் ஒளியுடன் இவர்களும்

பிரிவால் இருவரும் திசா திசைகளில் அலையும் நிலத் தோற்றங்களைக் கடந்து கூடவரும் சாஸ்கியாவின் சிரிப்பில் கரையும் சுழல்களில் மோகம். ஊறும் நிழல்களுடன் முத்தமிடும் காகங்களை அழைத்துக் கொண்டு ட்யூப்ரயிலில் உரசும் கடல் நுரைகள். ஜன்னலைத் திறந்து எட்டிப் பார்க்கும் அவள் முகம் மறைகிறது ஓலமிடும் குகையில். சாவின் அழகான கணத்தில் தெருக்களைப் பின்னிச் செல்கிறாள். ரெம்ராண்டின் கேன்வாஸில் ஒளியாக ஊர்ந்த அவள் பாதங்களில் சுடரும் ரேகைகளை முத்தமிடத் தொடரும் பொழுது.

யாரும் கற்களில் முகம் பதித்து அழுவதில்லை அகதியைத் தவிர. கரங்களை உயர்த்தி சிதிலமான காபூல் விளக்கின் ஒளி மங்கிய பாதைகளில் மழைநாளின் இரவு கரைகிறது கலந்து. பதிகிறாள் சாஸ்கியா குகையில் கடக்கும் ரயிலில். அவள் இரவும் வீடு திரும்ப

வில்லை. அழிக்கப்பட்ட ஜன்னல்மீது அலையும் கரங்களின் வாசனையைத் தழுவுகிறாள் அங்கு. விரல்கள் மறைந்த இருளும் கைகளில் ஓடும் ரேகையில் முகம் தழுவிச் சுவாசிக்கிறாள்.

மௌனமான தாவரத்தில் படரும் இதழ்களில் பச்சை கசியும் சாஸ்கியாவின் கண் ஒளிர்கிறது ரெம்ராண்டின் இருளில். கனவில் வரும் பூமியில் தூங்கும் விருட்சம் காற்றில் நுழையும் வார்த்தைகளை நக்கி நுகரும் குழந்தைகளின் கூம்பிய உதடுகளில் சாஸ்கியாவின் கசியும் முலைப்பால் பிசுபிசுத்த இலை.

பெண்களின் சூலறைகளில் குழம்பிய நிறங்களை சிந்திய இலைகள் வழி ஓடும் நரம்புகளில் ஹென்றிரூஸோவின் தாழைகளிடையே கரும் பச்சைக்குள் உறுமும் ரெம்ராண்டின் விரல்கள் மத்திய கால டச்சுக்கோட்டை அருகே பூக்கள் வரைந்த தோட்டத்தில் பச்சைத் தவளைகளிடம் குனிந்து பேசும் சாஸ்கியா முலை பதிய அலைகிறாள். அவளைத் தழுவிக்கொண்ட பிளஸ்டோவ் ஸ்டேஷன் எங்கும் அருகருகே பல மொழிகளின் ஓசை காமத்தின் உலர்ந்த சுவாசம் கீற ஒரு முத்தம். அங்கும் இங்குமாகத் திரும்பி அலைகிறாள்.

பச்சைச் சுவர்களின் முடிவிலிருந்து தொடங்கிய ரயில் முடிவில்லாத தூரங்களைக்கொண்ட சுரங்க வழிகளில் மறைகிறாள் சாஸ்கியா. மறுபடி பார்க்க முடியுமா அவளை. ரெம்ராண்டின் முதல் மனைவி சில வருஷங்கள் சூரியனின் தங்கநிற ஒளியை பச்சைக்குள் மௌனமாய் சாய்ந்திருக்கும் மற்ற சகோதரிகள் இருவரையும் முத்தமிட்ட உதடுகளில் கருப்புநிற மயக்கம் நறுமணம் வீச எதையோ யோனியிடம் மறைந்த கைகளில் பூசி செடிகளை அசைக்கிறாள்.

இருள் அங்கு நான் இல்லையென்ற நிலவு பழுப்பெய்த நின்ற அவள் சாயல் கண்டு விலகியதும் அவளானான். காற்று அலையும் சாஸ்கியாவின் கூந்தல் ஒளி சுருதிசேரும் இசை மரங்கள் கூரை வீடுகள் காடுகள் ஒன்று கலந்துவிட்ட உவர் தருவை. 'சாஸ்கியா நீ இருக்கிறாய் என்பதில் எனக்கு எந்த சந்தேகமும் இல்லை. இருக்கிறோம் தானே இருப்பதில்' என்கிறாள் ஓவியத்திடம். ரெம்ராண்ட் உடல் கலைந்த ஐரோப்பிய டச்சு சாயல்கூட வரும் ட்யூப் ரயிலில் இருவரும் தனித்தனியே வாதாடும் சம்பாஷணைகளில் ரெம்ராண்டை சாஸ்கியா வுக்குப் பிடிக்கவில்லை எனவே.

மோகப்புயலில் சிதைவடைந்த சாஸ்கியா பாலிய காலத்தில் குடியிருந்த வீட்டு உள் கரையும் செடி கொடி ஒளிரும் நீர். காத்திருக் கிறாள் பல நிறங்களை வடித்துத் தரும் சிறுமி சாஸ்கியா விடம். அவள்

இன்றி நிறங்கள் இல்லை. கலை என்பதற்கு அப்பால் இருக்கிற கலைஞனைப் பற்றி நெஞ்சில் இறங்கும் பெண் இடை வெளியே வளை வலைந்து பின்னோக்கிச் சரிகிறாள் கரையாமல். அசாதாரண மானவள். சாஸ்கியாவின் கருப்பு மார்புகளில் வெதுவெதுத்த மானின் பயத்தை நோக்கி சாய்ந்து முகம் பதியக் கேவிய வாசனை கூடவே படரும். குழந்தை போல் உடைந்து அழுதாள். தப்பிவந்த மான் குட்டிக்குப் பாலூட்டும் கும்பமுலை ஊற்றின் அடிவாரங் களில் ஓவியனின் விரல் தொட்ட புள்ளிகள் சுருட்டப்பட்ட மான் தொலியாகி விடும். பின் தொடரும் ட்யூப் ரயிலின் குறுக்கு வழிகள். திசைகளை வெட்டிச் சேரும் பயணிகளின் திருப்பம்.

களைப்படைந்த முகங்கள் கைகளை அசைத்துச் செல்லும் பிரிவில் அவள் சிகரெட் பற்ற வைத்து நிதானிக்கிறாள். எரிந்த தீக்குச்சிகள் தரையில். முடியாத சிகரெட் புகைந்த உதடுகளில் கூந்தல் வளைந்து நெளிகிறது. நீர் அலையும் பனி படர்ந்த எங்கும் காலையும் ஒவ்வொரு சாஸ்கியாவின் சிரிப்பு இவர்களைக் கடந்துசெல்ல தெருக்களின் பின்னலில் மறையும் மூக்குத்தி அணிந்த நீலப்பூனை. வெளி வருகிறாள் ரத்தம் ஊறிப் படர்ந்த ஒரு முத்தத்தில். சிலைகளின் கைகளில் தேவதைகளின் ரெக்கைகள் சோர்வடைந்துள்ளன.

அந்தி நேரத்தில் சாஸ்கியா வெளியேறுகிறாள் சிறைவிட்டு. அவர்களுக்குப் புலப்படுவதில்லை. ட்யூபில் மறைந்துபோன அவள் வெளிப்படும் டச்சுக்காரர்களின் மது விடுதி நீர் ஊற்றுக்களிடையே பீர் குவளைகளை குளிர்பதனப் பெட்டியிலிருந்து வெளி எடுத்த வெள்ளைக் கையுறைகளில் சாவு. இந்த நேரத்தில் அவளோடு அவள் மட்டும் இருக்கிறாள். பிறகு எங்கு போனாள் இல்லாமல். அவளுக்குத் தெரியாது. அவளை அவளுக்குப் பிடித்த பாலத்தில் ஓடும் நீரிருட்டில் முத்தமிட்ட உச்சிதங்களில் விட்டில்கள் ஒலிக்கின்றன தீராமல்.

மனதின் அருகில் காமம் கொண்ட தனிமையுணர்வு பீர்குவளை களில் நுரைக்குமிழ்களில் கால்தூக்கி ஆடும் நடனப் பிரில் ஆடை வளைவுகளில் சுற்றும் ஏதோ வீடுகள். உள்ளே பெண்கள் பீங்கான் தேவதைகள் அவிழ்க்கும் பனியுடைகளில் சாஸ்கியாவும் இவர்களும் தழுவிக்கொள்கிறார்கள். சாஸ்கியாவின் ஜன்னல் மட்டும் திறந் திருக்கிறது.

திரைச்சீலைகளில் சாஸ்கியாவின் காதல் நெளிந்து கொண்டிருக்கை யில் அவன் கடிதத்தைக் கிழித்தெறிந்து அவள் கதவுகளை மூடுவதற்குள் உள்ளே கைநீட்டித் தாழ்கிறாள். வெளிச்சம் வெளியே விழுந்தது

⑨
கத்தரிக்கப்பட்ட செய்திகள்

குறிஞ்சி நில வடிவங்கள்

1. குறிஞ்சிநிலப் பெண்கள்: கருவாச்சி, இலந்த்ரா, குறத்தி
2. குறிஞ்சி நில மக்கள்: கானவர், குன்றவர், புனவர், கிராதர்
3. குறிஞ்சிப் பறை: துடி, தொண்டகம்
4. குறிஞ்சி நிலத்தூர்: குறும்பொறை, சிறுகுடி
5. குறிஞ்சியாழ்: குறிஞ்சிப்பண் மேகராகக் குறிஞ்சி, காந்தாரம், விபஞ்சி

அவள் நிழலுடன். குழந்தைகளின் குரல் புத்தக ஷெல்ஃப் மேஜை விளக்கில் வாசிக்கப்பட்ட இவள் கடிதவரி நகர்ந்து மறைகிறது. ரஸம் போன கண்ணாடிக் கீறலில் ரெம்ராண்டின் தொப்பி அணிந்த விதவிதமான புகைப்படங்கள் நீர்சுவறி அமிழ்ந்திருந்தது. அவளை எத்தனையோ கேன்வாஸில் வரைந்தபின் ஒளிவுடலை சரித்தவாறு கேலரியிலிருந்து வெளியேறுகிறாள். வந்துபோன தடத்தில் அழுந்திய அவள் உரு கலைகிறது. தேனீர்க்கோப்பை மேல் உஷ்ண அலை சுருள்கிறது.

அவளுக்கு அவளைத் தெரியும். 'வழக்கமான இடங்களுக்கு போகிறோம்' என்றாள். அறைக்குள் உடல் பூசிய களிம்பு டப்பிகள் தூக்க மாத்திரைகள். மதுக்குப்பிகளில் புதர் அடைந்த காமம் காலிக் குப்பிகளில் ஒளி கடந்தது வீட்டைவிட்டு. நோயில் வாடிய அறை முழுவதும் ஜுரவேகம் பரவிக்கொண்டிருக்கிறது. அவளுடன் சற்று குடித்துக் கொண்டிருந்து மறைகிறாள் ட்யூபில்.

5
கோகின் தெரியாத கோகின்

ஒரு நாள் ஒரு வேடன் போதிசத்துவரின் கிளிகள் கூட்டத்தைக் கண்டு வலைவைத்துப் பிடித்து அரண்மனை சமையல்காரியிடம் விற்று விட்டான். கொழுத்த கிளிகளை மட்டுமே சமையல் செய்தாள். கிளி களுடன் வலையில் பிடிபட்ட கிளிஅரசன் சிந்தனையில் ஆழ்ந்தான்.

‘முடிந்தவரை மெலிந்து போகவேண்டும் உடல் தன் பருமை இயல்புகளை இழக்கவேண்டும்’ கிளிஅரசன் படிப்படியாக இளைத்துப்போன அரண்மனைக் கூண்டின் கம்பிகள் வழியாகத் தப்பிப் போகுமுன் உபகிளிகளைப் பார்த்து ‘என் உபஜீவன்களே... புத்தர் ஆவலை சிறைக்கூடத்துக்கும் ஒரு வலைக்கும் ஒரு கூர்மையான கத்திக்கும் விஷக்கோப்பையின் அடித்துளிக்கும் ஒப்பிடுகிறார். இழந்து போவோம் உடலை எனவே... கூறிக்கொண்டே வெளியில் பறந்து கொண்டிருக்கிறார். பாரமித்தத்தை கிளியரசனாகப் பிறந்த போதி சத்துவர் கூறக் கதையின் அடுத்த அத்தியாயம் திறந்திடு வாசகா.

பார்த்து அறிவதற்குப் பதிலாக வாசனை வழியே பாதைகளை அறிவதுதான் இலந்த்ராவின் இயற்கையாக இருந்தது. வெளி யனைத்தையும் தனதாக்கியபடி செடி இலைகளின் உள்ளே அரும்பும் பூக்களின் அபாரமான குழப்பத்தினால் இலந்த்ராவின் நிலப்பரப்பு மூடப்பட்டிருந்தது. காமத்தின் ஆதிப்பிறப்பிடமான இத்தீவின் நடைபாதைகள் பெண்களின் பருவங்களுக்குள் கடந்து செல்லும். பெண் உணர்வு பரவும் பாதைகள் இவை.

அவள் வாழும் கிராமப்பகுதியே அவளுக்கு முக்கியமானது. இலந்த்ரா எனும் பெயருடைய எல்லாப் பெண்களையும் அழைக்கும் தொனியில் மாறுபாடு தோன்றும். உயிரைத்தொடும் உச்சரிப்புகளில் அவளுக்கான இலந்த்ரா இருந்தாள். பூப்படைந்த பெண்ணை யாரும் அழைத்தால் மனதிலுள்ள பூ ஒன்றின் வாசனையாகக் குரல் கேட்கும். பூக்களின் ஆழத்தில் மோகித்திருப்பதுவே அவள் ஆகும். ருதுவான குமருகள் அடர்ந்த வனத்தில் மறைந்து குலவையிடுகிறார்கள். வயது வந்த பெண்ணின் நார் ஆடைகளில் படியும் பருவ ரத்தத்துளிகளை அகற்றவில்லை இப்பழங்குடி. ஆகவே மழைக்கான தூண்டல். ருதுவான பெண் விரல்களால் நிலமானது ஆசீர்வதிக்கப்பட்டிருந்தது.

சமூகம் பூப்படைவதில் தோன்றும் வெளிகளில் நடமாடிக்கொண்டு இருப்பதால் நீலாம்பல் பூவுக்குள் அச்சிறுமி ஒளிந்து நாணமடைவாள். குமருகளின் வெட்கம் பாதைகளில் ஓடி பல வருஷங்களுக்கு நீள்கிறது. நிலம் முதிர்ந்து கனிகளைக் கொட்டும்.

உறவுமுறைகளை அழைப்பதற்கான சொல்லிலிருந்தே காமம் வெளிப்படுகிறது. சகோதரனையும் மாமன்மாரையும் தகப்பனையும் பிரிந்து செல்லும் உறவில் ஒரே சொல் திறக்கிறது. நமக்குப் புரியாத பல புது உறவுகளையும் இலந்த்ரா நிலம் கொண்டிருக்கும். ஒரு தலைக்கட்டு சார்ந்த எல்லோரும் சகோதரத்தின் கிளையில் அடங்கும்

இருபத்தியொருகிளை. அவர்களைப் புரிந்துகொள்ள முடியவில்லை.

கிளிமுகப்பயணி உடலை அழிக்கவே இலந்த்ராவின் உருகதைக்குள் செல்கிறாள். அவள் உடலின் ஒவ்வொரு திசுவிலும் தாவரங்களின் வேர் பரவி வரும் பாறைச் சுவர்களில் பெருமூச்சுவிட்டாள். உடல் முழுவதும் கலையின் சிக்கலாகக் பிணைந்தும் அடர்ந்த ஊடுருவ முடியாத வனமானாள் இலந்த்ரா.

இந்த நிலப்பரப்பு வரையப்பட்ட ஒரு கேன்வாஸில் உள்ளது. அதன்மீது கோகின் சிவப்பு நிலம் வரையும் ஓரங்களில் மூலிகை மென்று ஐரோப்பிய உடலைக் களைகிறாள். பனிச்சேற்றில் அவ்வுடல் வெளுக்கிறது. பெண்ணின் அகவெழுச்சியில் தோன்றும் நிறங்களைக் கொண்ட கேன்வாஸ் சுருட்டப்பட்டு முள் மரத்தில் சொருகியிருந்தது. பைத்தியக்காரத்தனமான தாவரத்தொகுதி அவள் உடலைச் சேர்ந்த ஓடைகளாய்ப் பிளந்து நீராகி நழுவி ஓடிக்கொண்டிருந்த இலையுடை தரித்த பெண்கள் அங்கே மறைகிறார்கள். மயக்கமாக ஓடும் பித்த நிறங்கள் வருகின்றன பாதைகளில்.

ராட்ஸதப் பெரணியின் ஊடே பூர்வ குடிப்பெண்கள் காமம் செய்த மண் குகைகளில் இசை உதிர எட்டிப் பார்த்த கோகினை சகதிபூசி நிர்வாண உடையில் விடுகிறாள். உடல் துகள்களில் ஒட்டி உடைபட மறுக்கிறது. புணர்ச்சி எல்லைகளைப் பிரக்ஞைபட வரையும்போது மாயம் விலகி விடுகிறது. தூரிகையும் விரல்களும் மறையும்போது காமத்தின் கூடுகள் ஈரமண் பூசி சித்திரப்படுகின்றன. பெருமூச்சுடன் பீறிடும் பிளவு வழியாக கோகினை அழைத்துப்போன நிர்வாணப் பெண் ஒரு வருணமரத்தை நீர்வழியாகக் காட்டினாள். அங்கே வாயுவும் வருணனும் மழையின் ரகஸிய இழைகளை நெய்துகொண்டு இருப்பதைப் பார்த்தான் கோகின். புராண வேடமணிந்த மரம் செம்பழுப்பான இலைகளில் துளிகளை ஏந்தி காமத்தில் நிகழக்கூடிய பிறப்பின் வருணநிலையை வியாபித்தது. அதில் மிகப்பழைய வருஷங் களுக்கு அப்பால் ஜனனமான வருணமரம் மூப்படைந்த கடவுளாகி அகலமான கண்களை இமைத்தது. வருணனின் கைகளில் பாசியடைந்த நரகங்கள் மழையில் கரைந்துகொண்டிருக்கின்றன. ஒவ்வொரு தெருவும் வீடும் இருட்டாயிருக்கிறது மழைச்சரிவில். காற்று தாராளமாக தெருக்களைத் திறக்க மழையின் உட்செவுள்கள் சுவாசித்த ஞாபகங்களைக் கொண்ட இத்தீவில் இலந்த்ராவின் நிலம் பல குகைகளை உச்சியில் கொண்ட பாறையாக மிதக்கிறது. ஒரு நாசித் துவாரத்தின் வழியே போன வருணன் வீழ்ந்து கொண்டே இருக்கிறான்

கோகினுடன். பின் கடலில் மிதக்கிறார்கள். இத்தீவு இந்நாவலைப் போல் அடியற்ற பரப்பில் ஜல அலைகளில் பயணித்துச் செல்கிறது. நாற்பது குகைத் தொகுதியும் கடல் நோக்கிச் சரிந்து செல்ல வழுக்கி ஓடுகிறார்கள் அலை நாவுகளால் சுருட்டப்பட்டு. இதை நாசித்தீவு என பீமன் ஒருமுறை இறங்கி நாகலோகம் சென்று தன் மூதாதைகளான கிழ நாகங்களையும் விஷப் பல்லாவையும் அடைந்ததாக இலந்த்ரா உருகதை வழங்கியது.

வருண மரங்களாலான குழப்பத்தில் மறைந்திருக்கும் கடவுளின் பச்சைச் சூலில் தகீத்திப்பெண் இலந்த்ரா எனும் பெயரை அடைகிறாள். கரும்பச்சையில் கடவுளரும் ஆவிகளும் உலவுகிறார்கள். அவ்விடம் வெளிறிய பனி மூடி அசையும் விருட்சங்கள். வசியத்தில் ஈர்த்த இடத்தைப் பார்க்க தலைகீழாக ஓர் அருவி சப்தங்களின் சுழிக்காற்றில் சுழன்று சுற்றி ஆகாயத்திலிருந்து வீழ்ந்துகொண்டிருந்தது. உடனே அது நதியாகவும் கடலாகவும் மாறும் தொன்மை கொள்கிறது. அவனை மயக்கத்தில் ஆழ்த்துகிறது. அறியாத வருண மரங்களின் பிடியில் அகப்பட்டுக்கொண்டான் கோகின். இலந்த்ராவின் அகப் பரப்பில் உள் நுழைகிறாள் விரல்களில் தூரிகையின்றி. ரேகை சுழியும் அவளது அகலமான கைகளால் அவன் தலை மூடியிருந்தது. அத்தழுவலில் ஒவ்வொரு கேச இழையும் கானக அதிர்வைப் பெற்றது.

அருவிகளின் நீர்வேகத் தேகமுடைய இலந்த்ராவின் ரகஸிய உருகதை வில்லால் பூட்டப்பட்டு பின் திறக்கிறது. அதில் குளம்படி காட்டிய பழுப்புநிற மாயக்குதிரை வெளிப்பட்டு ஓடியது. இங்கே சலனமடையும் ஓவியப் படுதாவில் ஒரு வெண்மதி வருணமரத்தில் சாய்ந்தது. ஒளி பொருந்திய இலந்த்ரா அந்நிலவைச் சூடி காட்டுப் பூக்களை அடைந்தாள். ஒரே சரத்தில் கோர்த்த நூற்றி எட்டு மௌத்திகங்கள் மாறும் ஆரம் அணிந்த அவள் மறு உருவம் கருப்பு உடல் சுருக்கமின்றி மினுக்கியது.

நோயுற்று மனம் பேதலித்த ஐரோப்பியனை வருண மரங்கள் பிடித்துக் கொண்டன. அவன் இலந்த்ராவின் நிறங்களைப் பெற ஆசையுற்று கலையின் விகற்பத்தில் விருப்பு வெறுப்பற்ற இயற்கையின் நிர்வாணத்தில் தன் காயம்பட்ட மேதமையைப் பணிவித்தான். நிறங்களை அறிய அவ்விடம் புலனாகும் பாதைகளில் எதுவென தேர்வின்றிக் கலைந்து போன தடத்தில் வரிப்புலி குனிந்து நீர் பருகும் ஓடையில் அவனும் பருகினான் அவளோடு. அவள் கருவிழி கக்கிய நெருப்பை ஆவிகள் கற்கிண்ணிகளாக ஏந்தி வந்தன

அவனிடம். அசைவது யார் நிறம். எவரெவரோ மறைந்த சாம்பல் மேட்டில் தலைவைத்தான் கோகின். ஒரு சிகப்புநிற சுழலும் குதிரைச் சக்கரம் நீர்மேல் மோதி ஊடுருவிச் செல்ல கோகின் நிர்வாணமாய் குதிரையில் தாவி சக்கரத்தின் சுழல்களைப் பின்தொடர்ந்து இலந்த்ராவை அடைந்தான்.

நீரின் தொனிகளால் குணமாகும் சிகிச்சை மொழிகொண்ட இலந்த்ரா நிலம் சில வழிகளில் செல்லக்கூடிய மூங்கில் இசை சதா பல நூறு ஒலிகளைப் புரட்டும் அகராதி அவளிடம் உள்ளது. மிருகங்களை வயப்படுத்தினாள் பூப்படைந்தபெண். அவள் சிங்கமாகவே கோகின் கண்முன் மாறியதை நிறங்களால் வெளிப்படுத்த முயன்றாள். ஓவிய உணர்ச்சியால் தடுமாறிய ஆதிப்பாறையில் தேய்ந்த சித்திரக் கல்புடவில் அப்பெண் யோனி நிசப்தத்தில் ஆழ்ந்துவிடும். பிடுங்கப்பட்ட ஒவ்வொரு செடியும் தொனிகளால் இலந்த்ராவின் பெயரை உச்சரித்த சாயல் அவனை தாழ்வுறச் செய்தது.

மதிப்பிற்குரிய சிலவற்றை உலகம் இழந்துவிட்டதால் இந்நிலத்தில் கலையின் அத்துகளைத் தேடி அலைகிறாள். வெள்ளையரிடம் உள்ள தொடர்பை அறுக்க விரும்பினான் கோகின். தன் பிரச்சனை தீரவில்லை. நிகரற்ற தாவர மனிதர்களைக் கண்டான் ஒளிபடாத நீரில். மேற்குலகம் இழந்தவை ஈடு செய்ய முடியாதவை. வேறுசில இருட்டு நிலத்தில் வெட்டிய மண்ணில் குருடான மண்புழுக்களின் நடனம். அதனுடன் சுவாசிக்கும் தன்மை அவர்களிடமே இருந்தது.

கனவின் வாழ்முறையும் பாசி நீர் ஓடிய சூழ்நிலைகளின் வலியும் இலந்த்ராவின் நிலத்தில் அவன் கால்கள் நிற்கலாம். கனவுச் செடிகளை வளரச் செய்யும் ருதுவான பெண்ணின் வசியத்தை அடைய விரும்பினான். இயலாமல் போய்விடவில்லை. பேச்சில் உள்ள மந்திரிக்கப்பட்ட ஒலி அவனிடம் இல்லை. உலகத்தின் பிறமொழிகள் அடையாத ஒலியைக்கொண்டிருந்தாள் இலந்த்ரா.

அவள் கம்பளங்களின் மீது மலையின் ஆவி நின்றிருந்தது. எல்லா விரல்களாலும் நெய்த சால்வையால் சுற்றப்பட்ட இளம்பெண்ணை கண்களைப் பொத்தி முறைகாரன் தூக்கிவருகிறாள் அவனிடம். மாத விடாய் ரத்தம் தோய்ந்த நூல் கற்றையை பொம்மையாக்கி சில பொடிப் பூக்களும் முள்ளும் அணி செய்யப்பட்டதும் வனத்தின் ஆழத்தில் மரத்தினால் காக்கப்பட்டது புனித ரத்தம். மரப்பட்டை களில் கசியும் புனிதக் குருதியை புகையூட்ட இலந்த்ராவின் சாயல்கொண்ட பெண்கள் கிராமத்திலிருந்து குலவையுடன் பூக்கள் கோர்த்த பாக்குத் தோகை

யுடன் வருகிறார்கள். ரத்தப்பரம்பரை வழியாக அவள் பெயர்கொண்ட கூர்மையான கத்திமீன் தத்தளித்தது வெள்ளித் தடாகத்தில்.

கிளிஞ்சல் குவிந்த கடற்கரை நோக்கி சடங்கியல் காப்பியம் மது மாம்சத்துடன் கலக்கிறது இரவு விளக்கு. சொந்தமான நதியில் விளக்கேந்திய பெண்கள் மூழ்கித் தோகையுடன் எழுகிறார்கள். பெண்களால் தொடப்பட்ட கத்திமீன் கடலின் பரப்பாகிறது. எல்லோருடைய பட்டப் பெயர்களின் மிருகங்களும் ஸ்தாவர ஜங்கமங் களும் நட்சத்திரங்களும் விடப்பட்டன. ஆனால் அவர்களின் ஒரே பெயர் 'இலந்த்ரா.'

6
விடுகதையின் நிரபராதி

மரத்துக்குப் பழக்கமான நகங்களின் ஒளியில் மெதுவாக நகரத் தொடங்கிய தேவாங்கு அவ்விடம் இருந்துகொள்ள ஓர் இலை வெளியைப் பறித்து வாயசைக்க பின்கட்டுக் கதவு திறக்கப்பட்டது. விளக்குகள் எல்லாம் அணைக்கப்பட்ட பின்னும் கடந்த நேரத்தின் ஒளியைப் பின் திருப்பித் தன் கால்களை எடுத்தது. அறையெங்கும் அவள் வாசனை.

கிளிமுகப்பயணியை மெதுவாகக் கைபிடித்து அழைத்து வந்து படுக்கை அறைக்குப் பக்கத்து அறையில் விட்டுத் திரும்பினாள். அழைக்கும்வரை மூச்சுவிடக் கூடாதென்றாள்.

தேவாங்கு இலைமெல்லும் குணத்தில் கிளர்ந்த இருட்டு. அதன் இருப்பு மரக்கிளைவிட்டுப் போகவில்லை. வேலைக்காரி கதவை அடைத்துவிட்டாள். இருட்டறைக்குள் தனிமையில் விடப்பட்ட இவள் நெடுநாளாய் நகரும் ஓர் மரத்தின் இருளைப் பார்த்தாள். தண்டுகள் வழியாக ஏறும் மண் சாற்றில் நகம் வைத்து சுவாசித்தது தேவாங்கு.

சுவர்களில் அசையும் துணிகளில் மெல்லிய தோல் கசியும் நிறம் அதன் வெளி. எங்கே விலங்கு இருக்கிறதென்று ஊர்ந்தது விரல். நின்ற இடத்தில் நகரங்களில் தொங்கும் வெளியுடன் சுற்றிவரும் தேவாங்கின் உயிர் சுழல். ஒரே இலையின் இருட்டு.

ஒரு இடத்தில் ஊசி நுழையும் வெளிச்சம் உள் நோக்கி வருவது தெரிந்தது. அதன் வாயில் கசியும் பழமையான இலை ஒளியைப் பருக அழைத்தது.

மெதுவாக அந்த இடத்துக்கு வந்தாள் தம்பா. சப்தமின்றி விலங்கின்

ஸ்பரிசத்தில் ஆவி வந்த திசையை நெருங்கினாள். அதைத் தழுவியபோது ஒளி வருடங்களுக்கு அப்பாலுள்ள மறுகாலம் தன் உடைகளைக் களைந்தெறிந்து ஓணான் முகமுடைய பெண் இலை களையும் சாம்பலையும் கோவணமாக உடுத்தி நடனமாடினாள். அவள் கருப்பு உடற்கட்டு காபூல் விளக்கில் தோன்றி சூடேறிய சிலையானாள்.

இரவில் அணிந்து கொள்ளும் தனது மெல்லிய நிர்வாணத்தை விலங்கிடம் கரைத்தாள். தேவாங்கின் முகத்தில் இலையொன்றின் புன்னகை மெலிந்து நெளியும். அதன் நிழலில் இங்கு மறைந்தாள் தம்பா 'கொசு ஏன் ரீங்காரம் செய்கிறது என்பதன் ஒரு விடுகதை எங்கே மறைகிறது?' என்றாள். பூச்சிகளும் பறவைகளும் இவற்றால் அலையும் நாட்டுப்பாடல் பழங்காலம் செல்ல எரிகிறது காபூல் விளக்கு. வீடு தோறும் அவை மண்வீடுகளே மனிதரைப் போலும் மண் நிறப்பாடல். அதன் நிழலில் இங்கு மறைகிறாள் தம்பா.

நீலநிறப் பூனையின் மூக்குத்தி ஒளி. சுவாசத்தில் உயிர் நகரும். ஆள்வாசனை கண்ட வேலைக்காரி உள்ளே வரும் காலடி ஓசையைக் கேட்டாள். ஆரஞ்சு நதியின் தேவாங்கு நிறமானாள்.

அவள் உடல் ஸ்பரிசம் முதலைகள் மிகுந்த ஆறுபோல் உறுமியது. பல இரவுகளைக் கொண்ட மாய உடலை பாசி பற்றிக் கொள்ள நகரும் விதைமுகம் கொண்ட விலங்கு. 'மறந்து நான் மட்டும் உன்னை விரும்பினேன். இன்று இருவரும். ஆமாம் மாற்றம் தான். என்ன நான் சொல்வது சரியா' என்றாள்.

'நேற்று இருந்ததற்கு நீ மாறிப்போயிருக்கிறாய்' அவளையே ஆவலோடு பார்த்துக் கொண்டிருந்தாள் கிளிமுகப்பயணி. சாத்தப் பட்டிருந்த ஆலயத்தின் உள் கதவுகள் திறந்து சாம்பல் கடிகாரத்தின் ஒலி. அதன் நகர்விலும் பாசி படரும். ஒப்புவமை இல்லாத அபிசீனியக் காப்பியைக் கொண்டு வந்தாள் வேலைக்காரி. 'முதலில் பருகுங்கள் காப்பியை. சூடாக இருக்கும் கோப்பையை தழுவிக் கொள்ளுங்கள்' என்றாள் இருவரை.

இர்ரமயம் விளக்கில் முகங்காட்டிய தேவாங்கு வெகு காலங்களுக்கு முந்திய இரவுணர்வுகளில் கால் மாற்றி அடுத்த கிளை பற்றி சலனமடைந்தது. அதன் கை இன்னும் நகங்களில் ஒளிரக்கூடிய சிவந்த ரத்தத்தில் இதயத்தை ஊடுருவியது. 'மோகினி வருகிறாள் படுக்கைக்குப் போங்கள்' என்றது மூக்குத்தி அணிந்த பூனை. வேலைக்காரி அறையை விட்டு வெளியே வந்தாள் பூனையுடன்.

ஜுலு இனத்தின் பாடலை அவள் மெல்ல முணுமுணுத்தாள். மேல்மாடிப் பலகையில் யாரோ நடக்கிறார்கள். ஒரு பையனுக்கும் அடுத்த வயதுடைய பெண்ணுக்கும் நேர்ந்த காதலில் சில விடுகதை களைப்போட்டு விடை கூறப் பழகும் காமம். குற்றம் புரிந்தவர் மீது விடுக்கும் சில விடுகதைகளை அவள் அவிழ்த்து விடை கூறினால் தப்பிவிடலாம்.

அவள் விடுகதையின் நிரபராதி.

தண்டனை நிச்சயமுண்டு அவிழ்க்க முடியாத கதைக்கு. எழுதா இலக்கியங்களை ஏடவிழ்த்தாள் கருப்பு உடல்கொண்ட வேலைக்காரி. ஒரு விடுகதை போடுவாள் காப்பிக் கொட்டையை மென்றவாறு. அதன் வாசனை மிகுந்த உதடுகளை நுகர்ந்தவாறு பதிலளித்தாள்.

அவ்விரவில் வெகுநேரம் தொடர்ந்து விடுகதை விளையாட்டில் ஷீபா தேசத்து இளவரசி சாலமனைப் பார்க்கச் சென்ற விடுகதைகளைக் கேட்டாள் வேலைக்காரியிடம். உதட்டில் சில முத்து கெம்பு ரத்தினங்கள் உதிர்ந்தன. காப்பிக்கொட்டையை கரும்பும் எலி அவள் வேலைக்காரி. கருப்பான தலைமயிர் அகன்ற மூக்கு வெளியே துருத்திக் கொண்டிருக்கும் தடித்த உதடுகளில் அபிசீனியக் காப்பியின் மணம். இருப்பத்தி ஒன்று வகையான தொல்மரபை உதிர்த்த கருப்பு உதடுகளை நேசித்தாள். காடுகளின் உள்புறம் கொண்ட நாக்கில் அசைந்த பேய் பிசாசுகளின் உருவங்களோடும் சேர்ந்து நடக்கிறாள் மர அறையில்.

தேவாங்கின் முதிய விரல்களால் அழைக்கப்பட்ட காற்றில் மந்திரப் பசுமிலைகள் சுடர்கின்றன. சாவு ஏற்படுவதில்லை அதற்கு. சாம்பல் நிற மரத்தின் கிளைகளில் வெளிர்சிவப்புக் கனிகள் இலைமறைவு களில் கடிக்கச் சொல்லி தேவாங்கிடம் உச்சரித்த தொனி விதைகளாய் பிளந்து சிதறியது கனி உலர்ந்து.

தனக்கே உரிமையான வனத்தின் ரகஸிய ஆன்மா கடந்து கொண்டிருந்தது அசைவில். மூத்த மகளையுடைய தாய் விலங்குகள் அண்ணாந்தபோது தேவாங்கு நெருங்கிப் பழகும் மௌன அசைவை மொழியாகப் படைத்தது.

தாய் இல்லாமல் அவள் வாழ்நாளைக் கடந்துவிடும் இந்நகரத்தில் வேறு வழியில்லாமல் கிளிமுகப்பயணி சந்தித்தாள். இச்சந்தர்ப்பத்தில் அவள் காதலைப் பற்றி அவள் வெளியில் சொல்லிக் கொள்வதில் அர்த்தமில்லை. தம்பாவும் வேலைக்காரியும் சில இரவுகளில் தோன்றும் வசியங்களைப் பெற்றிருந்தார்கள். காதல் விவகாரத்தில்

இளைய குமாரத்திகளுக்கு புதிய திசைகளில் நிறங்கள் திரும்புகின்றன. இளமையோடிருக்கும் பெண்-பெண் இடைவெளியின் பழங்கனி எப்போதும் குற்றவாளியாய் சாட்சியமாகிறது.

வீட்டைவிட்டு வெளியேறி வந்த சில பெண்கள் தங்களுக்கான காமத்தை கலகம் கொண்ட வாயிலிலே மலர விடுகிறார்கள். யாரும் எடுக்க குனியும்போது கதவுகள் பூட்டிக்கொள்ளும். அம்மலர் ஒவ்வொரு வேளையும் தெருவின் உள் தெருவிலுள்ள தாதியின் தோட்டத்தில் செடியோடு ஒட்டிவிடும். காதல் பீடிக்கப்பட்ட ஒருத்திக்கு கண்மலர் தோன்றி ஈர்க்கிறது. கிட்ட நெருங்கவும் இருளுக்குள் புகுந்தது. வெள்ளையர்களால் தம்பாவின் மலரை நெருங்க முடியவில்லை. அதைச் சுற்றி முட்கம்பி வேலியிட்டார்கள். காலனியப் பூட்டு அச்செடிகளின் கால்களிலிட்டார்கள். பூட்டை உடைக்கும் வேர்களில் மென்மையான நிலம் அலைகிறது.

பண்பட்ட மண் விளக்குகளை ஏற்றினாள் தம்பா. பெரிய ஜன்னல் வாயில்கள் பின்பக்க வானொளியென்று ஒளிரும் மண் விளக்குகள் இரவை மாயத்தில் அழைத்துச் செல்லும். அவள் கால்களைப் பின்னி நெருக்கத்தில் விதைகளை கூச வைக்கிறாள். பிரிக்க முடியாத கொடிகளாகப் படர்கிறாள் அவளை வளைத்து. மீன்கன்னிகளை ஏவும் தோட்டமொன்று இருவர் உடல்மேல் இறங்கியுள்ளது. பட்சிகள் கனிகளை மாந்தி உண்ணும் தித்திப்பான உச்சிதங்கள். புதிதாக இலைவிடும் காமப்புதரில் இருக்கும் நீர்வாழ் பறவைகளைப் போல இருவரும் வாத்துத் தடாகத்தில் சேய்க்கோவஸ்கியின் சிலீப்பிங் பியூட்டி இசைத்தட்டில் சுழலும் கருங்கோடுகளில் நீந்துகிறார்கள். இசையைப் பின்பற்றும் செழித்த தன்யங்களில் விரல்கள் மேலேறி வைலட் மொக்குகளாக ரேகை படிகின்றன.

மாயா ஜாலத்தில் தாபப்படுகிறாள் தம்பா. அவள் ஒரு செங்கொண்டைக் கிளியை இரு தொடைகளுக்கிடையே பட்சி ராசிகளின் பாஷைகளை பேச வைக்கிறாள். பறவையால் குத்தப்பட்ட தோள்மீது கிளியின் செங்கபாடம் திறந்தது. கரு[illegible] நிலத்தில் துயில்கிறாள் கிளிமுக[illegible]ணி. அவள்மீது அவள் இலைகள் வண்ணத்துப் பூச்சிகளாய் படபடக்கிறது. கண்ணாடிச் சிறகின் அதிரல். இரவுகளின் மடிப்பில் கோதுமை வயல் சாய்ந்து அசையும் காற்று.

அவளை இறுக்கமாகப் பிணைந்திருக்கிறாள் இரு[illegible]ால். மெல்ல புலரும் பனி நிறங்களில் கால் கைகளில் அசையும் பனிவெளிச்சம். தேவாங்கின் கண் இமைகள் அவள் விழித்த பின்னும் துயில்

நீங்கவில்லை. அது சிறிதாக வெற்றிடத்தில் வேர் விடுகிறது. மெல்ல நகரும்போது உலகம் தன்னைத்தானே சுற்றி எட்டிப்பார்த்தது தேவாங்கை. இரவில் கனவுத் தோட்டத்திலிருந்து மனிதர்கள் வெளியேறுகிற நகரம். தெரு விளக்குகள் விடியலில் கதிர் காட்டும் கோடுகள். பொறுமையாகக் காத்திருந்தாள் வேலைக்காரி. பூனை அவள் காலடியில் துயில்கிறது. அவர்கள் படுக்கை அறையிலிருந்து விழித்து திரும்பும் வரை வெளியில் தாழ்வாரத்தில் அத்தோட்டம் மறைவதை பார்த்தாள்.

மறைந்தவர்களின் மண்மேடுகளில் நின்று இழைத்த கொடுமை களுக்காக வெள்ளையரின் அழிமதி பற்றி பேசினாள் ஆவிகளின் பாடலில். கடல் அலைகளின் பேரொலி கொண்ட அவள் உதடுகள் அவளை நுகர்ந்து சீக்கான மனதின் வீழ்ச்சியை முத்தமிட்டாள் கிளிமுகப்பயணி.

நாள் முழுவதும் மரக்கிளையில் தூங்கி கனவில் இருக்க இரவு வரும் தூரத்தில் விழிக்கிறது வாலில்லா தேவாங்கு. இதுவரை நகர்ந்த தூரத்தில் கண்விழிக்கிறது. உடல் இளைத்து மெலிந்த கைகளால் மரவெளியில் தனித்திருக்கும் நகர்வில் மறைகிறாள் தம்பா.

புகையிலையின் புகையை ஊதி வழிபட்ட முகமூடிக் கடவுளை நினைத்து எழுந்தாள் படுக்கையிலிருந்து. நீராவி கலந்த சூடான அவள் மூச்சில் இணைந்திருந்த இரவு மெல்ல விலகியது போர்வையாய். அவள் மார்புகளில் புதைந்த தன் முகத்தில் இரவெல்லாம் கேட்ட நீரூற்றுகளின் சலனத்தை உணர்ந்தாள். அதையே உப்புநூலில் அவள் ஒளி தொட்டுக் கீறினாள்.

என்றைக்குமாகப் பருவங்களின் சுழலாக இருந்தாள் தம்பா. தேவாங்கின் உயிர் இயக்கத்தில் மரமாக ஓரடி எடுத்து வைத்தாள். அவள் இருப்பும் மரமானது. அவள் கண்கள் வெகு அருகில் இருப்பதால் துக்கமடைந்தாள். முதிய கரத்தில் வளையும் கிளைகள் எட்டித் தேடின அவளை. எத்தனையோ விலங்குகளின் சாயலில் சிகிச்சை அடைந்தாள் கிளிமுகப்பயணி.

பின்னும் பல இரவுகள் தன்னிச்சையாக கடந்தன மரங்களின் வாசனையில். மேஜையைத் தொடும்போது நதியின் வெள்ளிய மீன் விளிம்பு ஒளிர்ந்தது. மர அலமாரிகளில் அடுக்கப்படாமல் சிதறிக் கிடக்கும் புஸ்தகங்களில் பாசி ஒட்டி வளரும் நீர்பாதை. விதை வெடித்த நூலை உடைக்கும் கறையான்கள் துளையிடும் பக்கங்களில் நீர் நகர்வு. ஜன்னல்களைத் திறந்து செல்லும் பல கதவுகளில்

வெவ்வேறு நதிகளின் காற்று இவ்வளவான சப்தத்துடன் வேறுபடும். நாவலைத் திறந்தாள் தம்பா. அடைபட்ட நதி வட்டமாய் சுழன்று பல மையங்களை ஓரத்துக்கு நகர்த்திச் செல்ல தடுக்கும் நதிக்கரை மரங்கள். சரசரக்கும் முற்றிய இலைகளின் பழுத்துச் சாம்பலான ஓலம், உதிர்வுகள், பட்சிகளின் சடசடப்புகள், கிள்ளைகளின் கேவல் துயில் மற்றும் கால் பதிவுகள் ஒன்றுமேல் ஒன்றாய் அடுக்கிய காகிதத்தில் அச்சான எழுத்துக்களாகக் குழம்பும். தற்கால மேற்குலக நகரத்தில் கொண்டுவரப்பட்ட காலனியக் காட்டு விருட்சங்கள் திருகி எதிர்த்து வெட்டி வீழ்ந்து பிளந்ததும் வீடுகளாய் மேல் மாடிப் படிகளாகி வாசல் கதவுகளாய் திறந்து அழைத்தன வந்தவளை. தேவாங்கின் நிழல்பட்டு குழப்பமடைந்தாள்.

அவள் பழுப்பு மண் மேட்டில் பிழிந்தெடுத்தத் தாழை மதுவை ஜாடியிலிருந்து ஊற்றினாள் நடனங்கள் நுரைக்கும் வேகத்தில். மலையுச்சி வீடுகளின் நிழல்கள் உதிர்ந்து கீழே விழுவதைப் பாடினாள். ‘உச்சி மேல் இருப்பது வீடானாலும் அது உதிரும் இலைதான்’ என்ற பாடல்.

தரைக்குக் கீழே மலைநிழல் நகரும் கல்லாலான ஈமவீடுகள் பல சுற்று அறைகளில் சிறிதாகிச் செல்லும் கல்வட்டத் துவார வாசல் புகுந்தாள். அவ்விடம் வாழ்ந்தவரின் முதிய எலும்புகளில் நதி சுற்றியிருந்தது.

இவ்வீடுகளின் விசித்திர வாழ்வு கொண்ட தம்பா அவளை உப்புத் தூணாக வடித்தாள். அவளை தொட்டதும் பயிர் நிலங்களுக்கு மேல் கல்வீடுகள் வெளிவந்தன. அப்பாடல் சிதைந்துவிட்ட நிலவு. கடினமான பாறைகள் கூடி நிலவாகிறது. கண்களை வீசி இமைத்தாள் தம்பா. காளான் விளிம்பில் மல்லாந்திருந்த தம்பா குடைந்து செல்லும் சித்திரக்கல் புடவில் அழைத்தாள் கிளிமுகப்பயணியை முதுஎலும்பு களை கீழறை இருட்டு மூடிவிடும்.

ஒரு சிறிய கல்கதவினால் அவளையும் சேர்த்து மூடினாள். வெகுகாலம் மௌனத்தில் தன் வாசனைகளை நோக்கிப் பயணமானாள் அகத்தேடலில். அறைக்குள் பெரும் கல்துவாரத்தில் சுரந்த நீரைப் பருகினாள். வெளிவர முடியவில்லை. பின் அவள் அவ்வறையில் தங்கினாள் பல திங்கள். இவ்வேளை தலைகீழாக நீந்தி விரல்படாமல் உள் அந்தரத்தில் நீந்தும் சிசுவானாள். தோல் வெளிறி உரிந்து உதிர்ந்தபின் பச்சை இலைமென்று அவள் உடல் மேல் நாவுகொண்டு ரஸக்கட்டுகள் உருவடித்தாள் அவளை. அகத்தில் சுரக்கும் வாசனை

களில் தொனி பல பேசும் மந்திரிக்கப்பட்ட நாவில் தம்பாவின் இருப்பை ஒரு வார்த்தையில் நிறுத்தினாள் சருக்கத்தை விளக்காமல்.

'ஒன்றுமேல் ஒன்று அடுக்கிய பாறைகளாக பொருளின் பூடகம் புனைவாகிறது' என்றாள் நூலிடம். வேறொரு பூமி அங்கே சுழன்று கொண்டிருந்த இருட்டில் வெளிச்சமின்றி குருடர்களாகத் தழுவி நடந்தார்கள் இருவரும். கண்களின் உபயோகம் இன்றி இருப்பதில் பல நயனங்கள் ஊர்ந்து வருகின்றன புறத்திலிருந்து. அவை தனக்கான மிருகங்கள் என உணரும்போது அவற்றின் பரிபாஷைகளில் மௌனமாக உரையாடினாள்.

உள்ளே இருந்த கதவை வெளிப்புறமாகத் திறந்தால் இத்தனை காலமும் யோனிக் கோயிலில் தம்பா எனும் பெண் தெய்வத்தின் கருவில் உரு என நீந்துவதைக் காண்பாள்.

கல்யோனியில் பருவ ரத்தம் கசிவதைக் கண்டாள். வெளி அறையில் அவ்வுதிரம் பூசிய துணிகளைக் கோயில் துறவி உலரவைத்துக் கொண்டிருந்தாள். அவள் கரத்தில் உதிரத் துணியைக் கிழித்து தாயத்தாகக் கட்டினாள் அத்துறவி. அவர்கள் முகமூடி அணிந்த தம்பாவை உயிருள்ள பெண் கடவுளாகப் பார்த்த வேளை சூரியன் ரத்தச் சிவப்பில் உதயமாகிறாள்.

சதுப்பு நிலங்களில் தாவிப்போன பழங்குடி மரபினரை விட்டு பிரிந்துவிட்டாள் தம்பா. அவள் முகமூடி தொலைந்த நிலத்தில் தேடிச் செல்கிறாள். சொல்வளம் மிகுந்த ஆரஞ்சு நதியில் தவழும் முதலை அவள் வசீகரம். வரி வடிவம்கொண்ட உடலில் பச்சை குத்திய அம்காரா மொழி.

அப்பாடலில் தேவாங்கு அலையும் மரம். உடல் எங்கும் வெந்நீர் ஊற்றுகள் பரவிய புகை நெளிவு. பிசாசுகளின் காவலன் எலிபார் இரவை அசைத்தான். இசையொலியை ஒத்த ஓசை நயத்துடன் கூடிய அவள் அசைவு. நாட்டுப்பாடலும் பழமொழியும் கக்கிய இலைகள் பச்சை மெல்ல மறைந்த தேவாங்கின் நிலத்தோற்றத்தை அடைந்தாள்.

அவளுக்கு முன் அவள் எழுந்தாள். அறைக்கு உள்ளே விளக்கு இருந்ததன் ரகஸியத்தை உணர்ந்தாள். உலகப் படைப்பின் நீலம் தூண்டிய காபூல்விளக்கு. யாரோ வருகிற காலடிச் சத்தம் கேட்டது. 'எனக்கு எப்படியோ இருக்கிறது' என்றாள். 'நான் கொஞ்ச நேரம் வெளியே சென்று வருகிறேன். இவ்விளக்கின் அருகே நீ இரு' அவள் விளக்கிடம் பார்த்த தேவாங்கு அவள் மறுபக்கம் தோற்றத்தில் மறைவைக் கண்டு கண்களை நம்ப முடியாமல் வேறுபடக் காணும்

காபூல்விளக்கு.

அந்த அறையில் இருவரும் சந்தித்துக் கொண்டதால் சந்தர்ப்பம் உண்டானது. சந்தித்துக் கொண்டதால் இருக்கும் இருப்பு வெகுதூரம் மறைந்து இவ்வொளியே போதுமென சுருளும் வெளிச்சம்.

'நீ இங்கே எப்படி வந்தாய்?' 'நீங்கள் ஏன் வந்தீர்கள்' 'அது ஒன்றும் எனக்குத் தெரியவில்லை' அதற்குள் அறை வந்தது. கதவைத் திறந்து உள்ளே சென்றாள். 'அது யாராக இருக்கும்?' என்றாள். பின்னர் விளக்கு நிறுத்தப்பட்டதும் தன் அறைக்குத் திரும்பினாள்.

அவளும் அதே சமயத்தில் தன் அறைக்குள் நடமாடும் வெளிச்சம் சிதறியதாய்த் தெரிந்தது அவளுக்கு. அதே பாடல். பார்க்க ஆவல் மிக்கவளாய் தோன்றினாள். இமை கொட்டாமல் பார்த்தாள். நீலம் கரையும் விழிகளை இவள் விரல்களால் நெருங்க தேவாங்கு அசையும் தொலை தூரம் இருந்தது. அது இன்னும் அறையில் இருக்கிறது. அதன் மயக்கமான கால அலைவில் பளிங்கு உரசும் நக ஒலி.

இவள் வெளியேபோன சற்று நேரத்துக்கெல்லாம் அவளும் வெளியே வந்து அவள் ஒரு பக்கமும் இவள் ஒரு பக்கமுமாக சேர்ந்தே போகிறார்கள். பிளசட்குரோவ் ரோட்டில் யாருமில்லை. இன்னொருத்தி சென்றாள். தேவாங்கு அலையும் ரகஸியம் தெரியுமா அவளுக்கு. திரும்பிப் பார்த்தாள் இவளை. அவளுக்கு ஒன்றும் புரியவில்லை. இவள் ஏதோ பதில் சொன்னாள். இருவரும் வெகுதூரம் நகர்ந்து கொண்டிருந்தனர். அவள்மீது சாய்ந்துகொள்ள வேண்டும் போல இருந்தது. 'உன் தோளில் இடம் தருகிறாயா' 'சரி அந்தப் பக்கம் திரும்பிக் கொள்' என்றாள்.

'நான் உடைகளை மாற்றவேண்டும்' அவள் அறையிலிருந்து அடுத்திருந்த புஸ்தக அறையில் நுழைந்தாள். 'அவளிடம் ஏற்பட்ட பிரியத்தைவிட அதிகம் உன்னிடம் பிரியம் உண்டாகிறது' இப்படி அவள் கூறியதில் எவ்வித மாற்றத்தையும் அவளிடம் ஏற்படுத்த வில்லை. 'நாம் இருவரும் சேர்ந்தே நடக்கவேண்டுமல்லவா?' 'பின் தினம் உன்னை எங்கு சந்திப்பது?' பின்னரும் அவள் ஏதோ கேட்டாள். தன்னை நேசிக்க வேண்டும் என ஒரு பெண் பெண்ணிடம் கேட்டாள். அவள் விடுகதை போடுகிறாள் என இவள் மனதைத் துருவினாள். அதற்குள் அறிவின் மங்கிய வெளிச்சம் கூசியது.

அவள் பதில் அவளுக்கு என்றுமில்லாத விடியல்போல இருந்தது. திருமணமாகாத பெண் இலையுடுத்தி ஆடுகிறாள் நிர்வாணத்தில். ஆவியுலகில் மந்திரவாதிகளின் இயற்கையான பாடல் உதட்டில்

அசைகிறது. 'நஞ்சு கலந்திருப்பின் அது அடியில்தான் தங்கியிருக்கும்' என்றாள். 'எனவே கோப்பைகளின் கடைசித் துளிகளை விட்டுவிடு' என்றாள். 'சாகும்வரை பாம்புகளுடன் வாழ்வேன்' என்றாள் இன்னொருத்தி.

'ஒரு துளிகூட விடாமல் முழுவதையும் குடித்துவிடாதே' கடைசியில் ஒளிரும் ஒரு விஷத்துளி. ஊர்ந்து செல்கிறது பாம்பிடம். 'நீல ஒளியை உனக்குத் தருகிறேன்' என்றார் கடவுள். 'ஒரே தெருவைக் கொண்ட ஊரைச் சேர்ந்த பெண்ணா' என்றாள். 'ஆம் இல்லை' என்றாள். குறைவாக இலையுடுத்தி வருகிறாள் இரவில்.

தேவாங்கு அறையெங்கும் வியாபித்தது. அவளுக்கு நீண்டு வளர்ந்த நெடும் உடற்கட்டு. கட்டியம் கூறும் ரத்தத்தைக் கொண்டவள். மத்தளம் வடிக்கும் தெருவைச் சேர்ந்தவள். அதில் சதுப்பு நிலப்பாம்புகளின் இசையை வெளிப்படுத்தினாள் தம்பா. எங்கும் ஒரே குளிர். இருட்டோ எலிபாரின் இரவாக இருந்தது. நிலவோ நட்சத்திரங்களோ கூட இல்லை. ஒரு ஜீவன் கூட அந்த இரவில் வெளியே தலைகாட்டி இருக்கவில்லை. இரவில் இடையிடையே குரைக்கும் நாய்கள்கூட வெகு தொலைவில் ஊளையிட்டன.

தெரு மூலையில் இருக்கும் பிளசட்குரோவ் பார்க்கில் லாந்தர் கம்பங்களும் மூடுபனியில் இருக்கும் செடிகளும் இடம் தெரியாமல் யாரோ எட்டிப் பார்ப்பது போல் அசையும். நள்ளிரவில் கண்விழித்துக் கொண்டிருந்த அவள் பிளஸ்டோவ் ஸ்டேஷனை நோக்கிப் போகிறாள். வெள்ளை நகரத்தில் நாய்களின் குரலையே கேட்க முடியவில்லை. உலகமே அமைதியாகத் தூங்குகிற நேரத்தில் கடுங்குளிர் அவள் தனிமைக்குள் இறங்கியது. தள்ளாடினாள் திருப்பத்தில். தெருவுக்குள் தெருவாகச் செல்லும்-பனிக்காற்றில் கூடவே கால்களை எடுத்து வைத்தாள். நகரமோ அமைதியில் எரிகிற விளக்குகளோடு உருகப் பார்க்கும் பனியின் கண்களை அவளும் பார்த்தாள். ஆனால் சின்னஞ் சிறிய வீட்டில் விளக்கு எரிவது நிற்கவில்லை. அந்த நிசப்தமான இரவின் ஊடே அந்த அறை இருக்கும். கோப்பைகளை மாற்றிக் கொடுத்தவாறு 'உன்னுடைய பெயர் என்ன?' 'எனக்குப் பெயர் ஒன்றுமில்லை' நின்ற இடத்தி லிருந்து அசையாமல் இடம்விட்டு இடம் நகர்வதில் ஏன் இந்தத் தாமதம் என்பதில் அவளுக்கு ஒன்றும் புரியவில்லை.

தேவாங்கு உடல் முகம் கொண்ட மரமொன்றில் ஆழ்ந்த காலத்தில் பதுங்கினாள் தம்பா. அவள் உருவம் மறையும்வரை அங்கேயே

நின்றாள். அவள் உருவம் மறைந்தது. ஆயினும் அவள் உருவம் தோன்றியது. இருட்டுகிறவரை அதே இடத்தில் நின்றாள். பிறகு அவள் நினைவு கலைந்த இருட்டு அவளைக் கொண்டிருக்கும். அறையை விட்டு வெளியே வந்ததும் பனிக்காற்று கடுமையாக வீசியது. அவள் கரங்கள் பற்றி நெஞ்சில் வைத்ததும் சாய்ந்து சாய்ந்து நடப்பதில் புன்னகைத்தாள். அவர்கள் மேலும் நனைய முடியாத படிக்கு பனியில் நனைந்திருந்தார்கள். உடல்கள் மட்டும் சூடாக இருந்தது. வெள்ளி நிறமான செதில்களை வெட்டி ஒளிக்கும் பனியின் உள் பாகங்களில் நடந்தாள். இப்பொழுது இன்றைய இரவு வெண் புள்ளிகள்கொண்ட இருட்டு.

இலைகளாலான தாழ்ந்த சரிவுத் தெருவில் மரங்களில் இருந்த திறந்தவெளியில் தனிமையான பூமியை அடைந்தனர். நீலம் அடியில் அடர்த்தியாகப் பொங்கிய தேன்மணம் வீசிய அவள் தெரு. 'நீலாங்கம்' என்ற ஒருவகைப் பறவை இரவில் பழங்கள் பறித்து வைத்து வருவோர் தலைமீது போட்டு கத்திப் பறந்தது. அதே சமயம் இரு பறவைகள் தெருவை ஊடுருவிச் சப்தமிடும் தூரத்தில் தெரு எதிரொலித்தது. ஒரு நீரூற்றின் அருகில் திறக்கப்பட்ட உப்புநூலில் குளிர்ந்த நிழல் முழுவதும் அப்பறவைகளின் கால் பதிவுகள் குழம்பியது தம்பா கண் இமைத்தாள்.

டிராம் வண்டி சென்றபின் இருப்புப் பாதையின் அரைவட்டத் திருப்பத்தில் மூடிய பனியிலைகளைக் கொட்டி அசையும் காற்று. மேஜையின் தலைப்பில் அமர்ந்திருந்த தம்பா காபூல் விளக்கடியில் தலை குனிந்து பிதிராவின் கெமிலிய நாவலைப் புரட்டினாள். மனம் விட்டு வார்த்தையின் வெண்மையான ஒளிர்வில் முழங்கைகளை ஊன்றி வெளிச்சம் பரவிய முகத்திலிருந்து நெஞ்சுக்கு அருகில் ஏதோ நகர்ந்து செல்ல மேஜையும் நீலநிற வெளிறலில் கண்களைத் திறந்து அசேதனங்களை அமைதியாக உற்றுநோக்கினாள். மேஜையில் தாறுமாறாய் சிதறிக்கிடந்த புஸ்தகங்களின் பரப்பு முழுவதும் விதவித வெண் பளிங்கு நீலத்துள் கரைவதைப் பார்த்தாள்.

அவள் வாஸிக்கும்போது இடையீடு செய்யாமல் எழுதியவள் இரு கண்களையும் இறுக மூடிக்கொண்டாள். அவள் நிதானமாக மூச்சுவிட்டவாறு நாசியில் ஏறி இறங்கும் காற்று வார்த்தையூடும் சுழன்று பரவுவதை வாஸித்தாள். பயத்தில் ஒவ்வொரு காகிதத்தையும் வெட்டி ஒட்டி கிழித்து இந்நாவலை காகிதக்கிளியாக்கி கதைபோட விட்டாள் தம்பா. அது விளக்கைச் சுற்றி வட்டமாகப் பறக்கத்

தொடங்கியது.

அவ்விரவே அவளுக்கும் தெரியாமல் எழுதியவளை எழுதிச் செல்லும் பாலைவனத்தில் மோனத்தின் சாந்தியாக எடுத்துச் செல்கிறது காபூல்விளக்கு.

*பாலையும்
மணற்பாலையும்*

திரும்ப முடியாத பாறை
'என் இருப்பு பெயர்ந்தால்
நான் இந்த மலை
சரியும் என்ற அச்சம் உறைய
இருந்திங்கே கொண்டிருக்கிறேன்
நாட்களின் முன்வந்தும்
இங்கு திரும்ப முடியாமல்'

-ஸ்ரீநேசன்

'விஷப்புல்லை மென்று இறந்த பெண்களின் முலைப்பாலில்
கசிகிறது அமுதார்ய நதி'

- உப்புநூல் யாத்ரீகன்

1

உப்புநூல் யாத்ரீகன்

அப்போதுமிருந்த பழங்காலத்தில் வல்லூறு தூக்கிப் போன உப்புநூல் யாத்ரீகன் தூங்கிக் கொண்டிருந்தான். தாகம் கொண்ட எலும்புகளின்மீது ருத்ர சயனம். யுகத்தை உருட்டும் நீலக்குதிரைகள். குருஷேத்ரத்தில் முறிந்த கால் எலும்புகள் உருவின்றி நடமாடும் பித்தம். குளம்படிகளின் ஒலி எங்கே புரண்டு ஓடுகிறது. தூக்கத்தில் சுற்றும் பாதைகள் முடியவில்லை. மூச்சுவிடும் சிறகிலிருந்து ஒரு வரியை உதிர்த்துப் போகிறது காக்கை. நீலத்தில் மிதக்கும் சோகத்தின் நிழல். முகம் நீட்டும் சுடரில் உரையாடும் குதிரை வாசனை. குயில் தோப்பில் ஏதேதோ ஒலி கொடுக்கும் காக்கைச் சிறகு.

கீழ் நோக்கிய சயனத்தில் சாம்பல் உதிரும் விளக்கில் வெளிப்பட்ட கரும்புரவிகள் வார்த்தைக்குள் மறைவது ஏன்? நிலத்தில் முளைத்த சோளக் கதிரோடு மண் குதிரைக் காதுகள் குருத்துவிடும் ஒலி. பச்சைக் காதுகளைத் திருகினால் கோகின் வரைந்த செங்குதிரை மேல் சப்தமில்லாத அருவி பின்னோடும் அடியற்ற வெற்றிடத்தில் வார்த்தை உட்புலன் விழிப்புற்று கோர்க்கும் நாவல் திறந்த கதாபாத்திரங்கள் நிறம் மாறும் பச்சோந்தி என்பதான வடிவம். இருள் இவன் இருப்பில் சதா எதை எதையோ வெளிப்படுத்த கருப்புமுள் காலத்தை விளிம்புகளாகச் சுற்றி வரைகிறது.

'இந்த உலகில் எஞ்சியிருக்கப் போவதென்ன?' என யுத்த முடிவில் சுற்றி வந்த உயிர்க்குமிழ் அருகே தருமனைக் கேட்டது நாய். ருத்ர பூமியெங்கும் எரியும் வாட்களின் சாம்பல் ஆடிக்குள் பச்சைப்பூ. ஒரு பிடி அள்ளிய இருட்டில் உயர்த்தினான் தருமன் சுமந்து போன நாய் மூச்சில். சாவின் இதழ் பூத்த செவ்வரளிப்பூ உள்ளே ஊர்க்கோடிப் பிரக்ஞை. சோம்பல் முறித்த காமம். உடலை மண்ணோடு கிடத்த எலும்புகளுக்கு உண்டான ஆவல். நோயுற்ற தெருவில் பூச்சி நாயின் கோடுகளைப் பார்த்தான் உப்புநூல் யாத்ரீகன்.

கடக்காத நதிகள் பல தூங்கும் கண்ணாடி உள்ளே இருள் 'தோன்றுவது யாவும் அநித்யம்' எனச் சரிகிறான் உப்புநூல் யாத்ரீகன். நகரும் சாம்பல் நதி. மணலைக் கல்லாக மாற்றி அக்கற்படிவில்

புகுந்த சூன்யம் இருப்பென உப்பு உடலைக் களைந்து வைத்தான் விருட்சத்தில். அவன் தொட்டதும் நதியாகச் சலசலத்தன இலைகள். மறைவாகப் பறக்கும் பனைமரத்து நிழல் ஊடே குறிநோக்கித் தவறாமல் பாயும் காக்கை அலகில் உலகின் மறுமுனை. மனிதனின் ஆயுட் காலத்தை ஓரிரவில் கடந்தது காகம். ஒரு முடிவில்லை எதற்கும். கண்ணுக்குப் புலனாகும் தூரங்களுக்கு அப்பால் மயங்கும் காக்கைச் சிறகு. நீந்தும் புலன்களின் பசி நசையினை விலக்கி அப்பறவை சஞ்சரித்த வானம் செவி சுழன்ற ஓசைகள் ஸ்பரிசம் கடந்தவெளி மிதக்கிறது.

எல்லா நதிகளையும் கடந்த உப்புநூல் யாத்ரீகன் இரவைக் குறுக்கிட்டு சஞ்சலத்தில் அசையும் காக்கைச் சிறகினை எடுத்து காகிதம் நடுங்க சாம்பல் வாக்கியங்களில் நகர்ந்து இருக்கிறான். மறைவாகப் பறக்கும் காபூல்விளக்குமேல் எழுதிய காகிதங்களைப் பிடிக்கிறான். விளக்கின் பின்னே வரும் நிழல்களின் உரையாடல். சிறுமிகளாக இருக்கும். யாருமில்லை. நிசப்தம் குடித்த மணல் கோடு.

உரையாடும் குதிரை நிழல் உப்புநூலில் நகர்ந்துபோன சிலை களின் மோனம். கிளி வடிவக் குகைகளில் அக்பரும் பீர்பாலும் உலாவிக்கொண்டிருந்தார்கள்.

‘இப்போது சொல்கிறேன். சொல்லாத சொல்தான் கிளி. இதுதான் உண்மை’ என்றார் பீர்பால் ‘எனக்குத் தெரியும் விடுகதையின் நிரபராதி உப்புநூல் யாத்ரீகன் எறும்புகளின் சாரையைக் கடக்கவில்லை. உப்பு நூல் இசையில் நகரும் எறும்புகள் உலகைக் கைவிட மறுப்பதேன்? என்ன பீர்பால்’ ‘நடு நிசியில் விழிப்பு ஏற்படுகையில் இறங்கிவரும் கிளி. உதிர்வது போல் நிறங்கள் சஞ்சரித்துக்கொண்டிருக்கின்றன. என்ன நடந்தது அரசே.’

‘நிறங்களில் இரவு வரும் ராகங்களை தான்சேனிடம் கேட்போம் பீர்பால். சரிந்து வரும் நட்சத்திரமும் கிளியா அது? சகுனமென்ன பீர்பால்?’

வெளியே காற்றில் சுழலும் முள்இலை. ஆழ்ந்த உறக்கத்தி லிருக்கும் உப்புநூல் யாத்ரீகனை எழுப்பவேண்டாம். வந்து கொண்டிருந்த காற்றில் கனிவாசனை சிவந்திருக்கிறது. நீலக்கால்களின் மீது சாம்பல். பனியை அகற்றுவது யார்? பூனையின் சிரிப்பு மறைய வில்லை. கருங்குதிரையின் வால் அடிவானில் மின்னுகிறது. குதிரையின் புன்னகையில் நெளியும் சாவு. அதன் கனைப்பொலி பாறைகளில் இடிகிறது. ‘என்ன வேண்டும் கிளியே? ஒருவேளை இந்த

பூமி பைத்தியங்களின் விலங்குகளால் பிணைக்கப்பட்டுள்ளதா' குழப்பத்தில் அக்பர் வெள்ளிகளின் புலம்பலைக் கேட்டார். 'முதலில் கூண்டை திறந்து விடுங்கள் அரசே. வெகு பாஷைகளால் சிதறிவிடும் கிளிக்கூண்டு. அதன் அலகில் அடிமை கொடுத்த கனி சிவந்திருக்கிறது. நான் கொடுத்தால் வாங்க மறுக்கிறது' என்றார் பீர்பால்.

'எனக்குத் தெரியவில்லை பீர்பால். அகலில் படிந்துள்ள இருட்டில் சிறிது உப்பைத் தூவுங்கள். கிளி பேசத் தொடங்கிவிடும். அதன் மௌனம் புதைத்த அலகில் துக்கமாக இருக்கிறது. சேடிப் பெண்ணே காபூல் விளக்கை கொண்டு வா.'

'அரசே... அது மழையில் நனைந்துள்ளது' 'பரவாயில்லை அதில் திரியேற்று.' ஒரு மின்னலில் காபூல் விளக்கின் கருப்பு நிறம் இருட்டில் தோன்றி மறைந்தது. சேடிப் பெண் மழையில் இருந்த காபூல் விளக்கை ஏற்றினாள். பூமி ஒரு படி உயர்ந்தது.

காடியாய் ஊறிய முந்திரிப் புளிப்பு வாடையில் இருட்டான மதுக்கூடத்தில் நுழைந்தது பூனைக்கால். அக்பரின் குதிரை மீதும் அதே மணம் திறந்ததும் 'சேடிப் பெண்ணே... குடிப்பதற்கு காபூல் ரஸம் கொண்டு வா' ஆம்போரா மண் ஜாடிகளுக்கிடையே நிலவு விழுங்கிய குளிர். உஷ்ணமான திரைகளை விலக்கி நிலவின் ஒளி முற்றத்தில் படர்கிறாள் சேடிப்பெண். ரவிக்கையில் கசிந்த பால் விசும்பில் குழந்தையின் ஒலி. அவளுக்கு பால் கட்டி வலித்தது. பெண் சாமரம் வீசி வீசி ஏங்குகிறாள் தொட்டிலில் இட்டுவந்த குழந்தையின் நினைவில்.

விளக்கின் மறு பக்கமிருந்த அறுபத்தி நாலு கிளிகளின் மாய நிறங்களால் சூழப்பட்ட புராதன நகரம் மயங்கிப் படபடக்கும் சுடரில் கிளியின் எதிரொலி. அறைகளைத் தாண்டிய அசரீரி. இருளில் கூட்டமாய் சிதறியோடும் பறவைகள். அலறல், கீழே நகரம் தூங்கிக் கொண்டிருப்பதால் கூண்டின் அடியில் குற்றவாளிகள் ஊட்டும் கனிச்சுளை உண்ணும் செல்லமான கீயிடல்.

காபூல் இருட்டில் விளக்கை மறைக்கிறாள் சிறுமி. சுடரில் மிதக்கும் பறவையொன்று 'வசீகரக் காதல் முடியும் விளிம்பில் சாவு மறைந் திருக்கிறது' என்றது பீர்பாலிடம். சாவு இவ்வாறின்றி கரங்களின் வார்த்தையில் பிரிந்திருக்கிறது. 'வார்த்தையாலும் வார்த்தையின்றியும் வெளிப்படுத்துவது எவ்வாறு இந்த நேசம்' என்றாள் விளக்கின் நிழலான சேடி. 'தெருக்கள் திறந்திருக்கும் இருட்டில் விரல்களைக் கோர்த்துக் கொள்ள கிளி நகங்கள் முளைத்த காதல்' என்றார் பீர்பால். பலர் கைகளில் கிளி நகவெப்பம் முளைத்த குருதி வாசனையில்

பூனைக்கால்களாகி புஜங்கள் சிறகடர்ந்து பட்சி ஜாலமாகி கன்னிமாரோடும் அறுபத்தி நாலு கிளிகளோடும் சமுத்திர ராஜியம் அடைய மீனுருவான காதல். 'அது பிரிவில் படிந்திருக்கும் பழுப்பு நிலம்' எனக் கூண்டைத் திறந்தாள் சேடிப்பெண்.

'அகதியின் நிலையில் என்ன செய்வீர் பீர்பால்?' காபூல் விளக்கின் ஜுவாலையில் உப்புநூலை எங்கிருந்தும் பார்க்கும் கண்ணாடிகள் அலைந்துகொண்டிருக்கின்றன உடன் விழித்து. கொஞ்சங் கொஞ்சமாக முதலிலிருந்து பின் திருப்பி இப்பிரதி தொடங்க வேண்டியது. இடைவெளியில் நடமாடும் நதியின் திறவுகோல் பூனைவாலில் நீள்கிறது. சித்திரம் தீர்ந்த சுவர்களில் அதிகாலைக்கு முந்திய இரவு பனிகோர்க்கும் குளிர்ந்த பறவைகள் சரிந்து விழும் நிழல்கள். காபூல் விளக்கிலிருந்து சுற்றி பின்புறமாக தைல ஓவியம் கடந்து செல்கிறது.

உப்புநூலில் சுருட்டப்பட்ட நிலம். அதில் மௌனத்தின் கதை மறைந்திருக்கிறது. அக்பர் நேசித்த தேயிலை பரிவுடன் நரம்பு மெலிகிறது. பீர்பால் மீது சில கிளிகள் வந்தமரும்போது விடியலின் முணுமுணுப்பு. ஈரானிய தேனீர் வாசனை நதியின் தூக்கத்தில் அலைகிறது.

நதியில் சில படகுகள் பயணம் போகிற அகதிகளாக வானத்தில் இறங்கிப் போகின்றன. நீல நீரைத் தொடவும் நூறு நூறு வட்டமான அலை நடுவில் அவனது படகும் சுடரில் சிமிட்டி தேய்கிறது. தோன்றுவதும் மறைவதுமான பழுப்பு நிறப்படகு. அக்கரை என்பது விலகிக் கொண்டே போகிறது. உணர்வையும் காலத்தையும் கடந்த அலை. படகு விரைகிறது. இக்குரம்பை சுழன்று சலனம் இடம் மாறுவதைக் காட்டும் ஆவலில் சறுக்கிச் செல்கிறான். இந்தச் சுழலிலிருந்து வெளியேறுவதற்கு வழியேதுமில்லை.

தோற்றம் வருகிறது. தோன்றி வளர்ந்து மறையும் தோற்றம்தான் பாழ்நிலை என்பதை மறைக்கும் மாயத்தில் உப்புநூல் யாத்ரீகன்.

அதுவரை அந்தப் படகுகள் எங்கிருந்தன என்பது பற்றி அவனுக்குத் தெரியவில்லை. கடைசிப் படகிலிருந்து கடைசி நாளும் திறந்திருக்கிறது. இப்போது அவர்கள் மையிருட்டான தைல நதியைப் பார்த்தார்கள். லயித்துத் தன்னையே மறந்திருக்கும் ஓவியத்தில் உள்ள ஆறுகள் கடல் முனையைத் தொடும் நிறங்களில் உப்பு நுரை கொண்ட நூல் திறந்தது. 'பனித்துளி ஒன்று பரந்த கடலுள் விழுந்து மறைகிறது' காந்த நதி பின்னிப் பாய்ந்து கொண்டிருக்கும் தூராந்திரமான ஒரு பனிக்குள் நேற்று இரவு கரைந்து உள் நுழைந்த இருள் கருங்கு திரைகளுக்குள்

சீறும் கவிதை. வெளியேறிவிட்டதால் அதற்குள் மறைந்திருக்கும் புத்தரின் விசிறியை அடைய முடியவில்லை. நதியைக் குழப்பும் நிலவு நீரில் படிந்து ரெட்டிப்பாகி எங்கே செல்கிறது? நிலவோடு கரைந்த நதி மயக்கமான பயணத்தில் அவள் திரும்பிப் பார்த்தபோது அவனுடைய ஊர் பாறையாக மாறியிருந்தது.

அப்போது தனது ஊரை வேறு உயரத்தில் வைத்திருந்தான். காபூல்விளக்கு உடல் கசிந்த கரு எண்ணையில் பிணைந்த குருதி இழை சுடர்விட்டு மௌனமாய் படிகிற பாதையில் நதியொன்றில் நீர் முதல் கண்களால் எட்டிப் பார்க்கிறது வருவோரை.

உப்புநூலில் படிந்து நகரும் காபூல்விளக்கு எதை எதையோ இருட்டில் தொட்டு சிலை விளிம்பில் சீறிய முலைகளில் பாதங்களின் குமிழ் நகரும். அடையாளம் தெரியாத நகரில் அனாதைகள் நீர் கேட்டு சுவர்களைத் தட்டி அலையும் ஒலி. இருளுக்குள்தான் சிறுமிகளைப் பார்த்தான். கனவுகளை இழந்த இரவு. விளக்கொளியை விரல்களால் மூடினாள் ‘முகம் முகமாய் பார்த்து முத்தமிடும் ஆவல் இயற்கையில் இருக்கிறது’ எனக் காபூல்விளக்கு சொல்லிக் கொண்டிருந்தது. தந்தையுடன் வரும் மூதாட்டியிடம் கூட்டம் நின்று வேடிக்கை பார்த்தது அவனை. பைத்தியம் பிடித்த கட்டிடங்களின் நிழலில் சுருண்ட உடல் அசதியில் மயங்கிக் கிடந்தது. அவன் சுவாசம் சிறிது திணறியது. வார்த்தையின் கடைசி உதிரத்தில் வெற்றுக் கூடான மனிதர்கள் மறைந்த பைத்திய நகரம். கூந்தலுடன் தலைகள் கனவில் அலையும். சாம்பல் உதிரும் விளக்கின் ஒளி இப்போது மங்கலாகப் படர அதையே பார்த்துக் கொண்டிருந்தாள் சுமையுடன் அலையும் பெண். மருத்துவமனை ஜன்னலைப் பெயர்த்துக்கொண்டிருந்த நடுக்கத்தில் ஓடும் கால்கள். சுடர்மீது உயர்ந்த தலைகள் நம்பிக்கையின்றி வேர்வையில் உப்புநூலை தழுவும். காகிதம் சடசடத்து உதிரும் உப்பு வாக்கியம்.

மறுபாதி கல்லான மீன் ஊமை நிலத்தில் தூங்கும்போது முள்ளெலும்பில் உருவிய பாசி வெளிச்சத்தில் கடற்குகையில் ஒளிந்திருக்கும் பிரதியை திறக்கிறாள். உள்ளே கனவில் அலைந்து கசியும் வாக்கியம் வேறு சில நூல் திறந்தால் ஜோசியத்தில் இயங்கும் கிளிப் பெண்களை அடையலாம்.

உப்புநூல் யாத்ரீகன் துயிலும்போது நீருக்கடியில் எழுத்தாணி. நீங்கள் ஒரே சமயத்தில் திறந்த நூல் இன்னொன்றில் திறக்கப்படாத வாஸிப்பு நகர்வதால் பிரித்தறிவதில் குழப்பமாக இருந்தது.

ஆடியிருட்டுக்குள் அமாவாசைக் கம்மலில் தெரு வெளிச்சம் தெரிய மண் திருணையில் தூங்குகிறான் உப்புநூல் யாத்ரீகன். தூக்கத்தில் மூழ்கிய எழுத்தாணி. மடித்தால் சிறகுகளை வெட்டிக் கிறீச்சிடும் கத்தி. கல்லில் வடித்த கிளியைக் கீறினால் குகையின் கதறல். எழுத்தாணியை இருட்டில் மின்னுவெட்டான் பூச்சியின் துடி வெளிச்சத்தில் எழுதி வந்தான். அறுக்கறுக்கப் பூவாசம் பரவிய நிலம் மெல்ல நகரும். சதா குகைகளை சிருஷ்டித்துக் கீறும் சப்ததொனி நீர் நுனியில் வீழ கீழே அலை வட்டமான அதிர்வில் வாசிப்பு. அங்கே நூலே கதவுகளாகப் பொருந்தியிருக்க தானே திறந்தால் மட்டும் போக முடியும் வாசிப்பினூடு திறக்கும் குகைகளை.

எழுதியவனும் இல்லாமல் விட்டிருந்த மொழி மங்கிய கதவுகளை தூக்கத்தில் ஒரு மீன் கரும்பும் தொனியில் கண்ணை ஒரு கபில விரலாக்கி வரையும் கோடு. மெல்லத் திறப்பதில் ஆயிரம் கிளி உரு கதிக்கும் உப்புநூல் யாத்ரீகன் துயில்.

அக்பரின் கிளியுருவத் தோற்றம். உள்ளே அடைபட்டட கிளிகளின் ஒலிக்கலாந்தம். பச்சை நிற எலும்புக்கூட்டுக்குள் அக்பரும் பீர்பாலும் கிளிகளோடு அகப்பட்டுக் கொள்வதில் உரையாடல் பிறக்கிறது. வாலியின் விலா எலும்பினால் இசைக்கருவி படைத்த தான்சேன் யுத்தத்தில் கசியும் ரத்த மடுவின் ஒவ்வொரு துளியினை வெப்பத்தில் இசையாக மாற்றினான். அரண்மனை விளக்குகளின் மயக்கத்தில் புராண வாலியின் சிவந்த விரல்கள் படர்ந்த இசையின் சாகரம்.

அக்பரும் பீர்பாலும் ‘உதிர்ந்த நகரங்களின் தோற்றத்தைக் கூறு’ என்றார்கள் வாலியின் விலா எலும்பிடம். ஈரானியத் தேனீர் ஆவி பறக்கப் பருகும் சப்தம். காபூல் விளக்கில் பட்சி நிழல் குறுக்கே அசையும். அந்த மரம் மெல்லப் படிந்த இலை நிழல்களில் மிருகங்கள் மூர்க்கமாய் கரைகின்றன. ‘அருமை நண்பா... தான்சேன்... பிறகு பித்த மென்ன காபூல்விளக்கு. குளிருடன் சுருதி ஏற்று.’

காபூல் மது ஒரு வெள்ளிக் கிண்ணத்தில் திராட்சைத் தோட்டமாக விரிந்தது. யவன விளக்கின் முலைகளில் சுடர். பாவை அகல் சிறுத்த முலை கசியும் பாலில் இசை ஆறு. வெள்ளிகள் மெலிந்த நாடாவில் நெளிவதான இருட்டு. இரு கிளிகள் ஒரே மரக்கிளையில் வதிந்து இருப்பவை; ஒன்று அதிலிருந்து செங்கனியை நுகர்ந்தது. மற்றொன்று அது தின்பதைப் பார்த்துக் கொண்டிருந்தது.

‘கிளி ஒரு கவிஞன் தானே’ கேட்டார் அக்பர்.

பதில் இல்லை. தான் எழுதிய இரட்டிப்பாகும் புஸ்தகத்தில் பீர்பால்

எழுதிய ஒன்றை காபூல் விளக்கில் படர விட்டார். எத்தனையோ வித நகரங்களின் தோற்றம். வார்த்தைகளின் நிழலில் உப்புநூல் யாத்ரீகன் துயில்கிறான்.

சில அத்தியாயங்களை யாத்ரீகன் எழுத கரும்பிச் செல்லும் கருவிழி மீன் திறக்கும். ஜுவாலை வழியில் நீரும் கனவு கொண்ட புஸ்தகத்தில் வாய் மூடிய ஊமை நிலம் துக்கத்தில் நகரும்.

'காலத்தின் கல்லே எனக்காகப் பிளந்தாய் உள்ளே ஒளிந்துகொள் கிறேன்' என்றது உப்புநூல். சயனத்தின் ஏடு விரித்த கிளி ஒன்றுக்கு இரண்டாகும் ஒவ்வோர் சயன அறைக்கும் போய்வந்தாள் கிளிப் பெண்.

'எந்தக் குகையில் கிளியாக மாறும் கண்ணாடி இருக்கிறது பெண்ணே?'

சூரிய அறையைத் திறந்தால் செம்பழுப்பான எலும்புகளின் அதிதாகம். பச்சை எலும்பாகும் கிளிகளின் சலனம். நீர் தொலைந்து விடும் பாதையில் உப்புநூல் ஊர்ந்து செல்ல தொட்டால் நீராகும் புஸ்தகத்தில் ஒரு நதியை பல நதிகளாகத் தாண்டும் நூல். காகிதங்களில் வெவ்வேறு நதிகளை ஸ்பரிசிக்கிறான் உப்புநூல் யாத்ரீகன். 'ஒளி படரும் புஸ்தக நரம்புகளில் எந்த நதி ஊர்ந்து கொண்டிருக்கிறது?' 'சலனமாகும் எழுத்தாணி மரத்தில் நூலகம். மரத்தின் சாளரங்களில் நெளியும் கதிரொளி மீன் உருளும் சிந்தனைத் திசைகள். தூங்குகிறான் உப்புநூல் யாத்ரீகன் யாரும் எழுப்ப வேண்டாம். கதாமுரசத்தின் தோல் வளர்ந்து கொண்டே இருக்க மாட்டை உரித்துத் தைக்கிறான். விரியத் தலைப்பட்டது முரசத்தொலி. அதை ஒரு மரக்கட்டிலில் நிற்க வைத்தான். கடைசியில் தண்ணுமையும் தவிலும் வடித்த பின் மிச்சத்தோல் உப்புநூலாகி மறைந்து போயிற்று. அது இருந்த உப்பு அறை மட்டும் அவனுடன். எனவே உப்புநூல் யாத்ரீகன் எழுத்தில் விதை வெடித்த குருத்திலிருந்து எழும்பரிதி செந்நிறப் பனுவல். அது விடிவதற்கு முன் வளரும் தொலியில் சுருட்டப்பட்ட இரவு திறந்தால் கருவறையின் உப்புநூல் அடியில் காகித அலை மடிப்பாய் பயணிக்கும் உப்புநூல் யாத்ரீகன்.

2

அலையும் காபூல்விளக்கு

ஒளிமங்கிய நீரில்
அசைந்த பயணம்
வெற்றிடங்களாய் பல திசை
வெப்பமான காற்று
பசிமிக்க நிலம்
மணலில் காத்திருக்கும் விளக்கின் நுரையீரல்
வெளிபடிந்த ஊளையில் ஆடும் நிழல்கள்
அவனது இருளை புத்தர் மட்டுமே அறிவார்.
காபூலின் நுழைவாயிலிலிருந்து பாமியான் வரை
பயணக்குறிப்புகள் சிமிழிமேல்
மாறும் வார்த்தைகள் வெளிர் மஞ்சள்
ஏடுகட்டிய தாழம்பூ
கரையும் கோப்பையில்
ஈரானியத் தேனீரில் மெசபடோமியச் சிலைகளின் அச்சம்
சாம்பல் பூசி பாலைவனம் ஊர்ந்து எலிகள்
கிழித்த யூப்ரடீஸ் நதி
மூழ்கும் ஷீரஸாத்தின் குரல்வளை
அவசரமில்லாமல் அடுத்த இரவிற் சொல்லிய கதை
அவள் இரு தொடைகளுக்கிடையே
வளரும் கிளியிடம் தொடரவிட்டு
பைத்தியங்களின் நகரம் திறக்கிறது.
தாழப்பறக்கும் நீலநிற விமானத்தில்
பிளக்கும் ஒளி
சரிந்து காற்றை அறுக்க
குர்து அகதி செய்த கண்ணாடிக் குவளைகளில்
புலனாகிறது கலை.
இழுத்து வந்து நிர்வாணமாய்
ஆயிரத்தி ஒரு இரவுகளை
காதுகளில் நசியம் பிழிகிறார்கள்
புறங்கைகளை மடித்து
இறக்க முடியாத பைத்தியங்கள்
கண்களில் நாசியில் வாயைத் தோண்டி இறங்கும்
பைத்திய மருத்துவம்.

சமுத்திரங்களை கடந்து வந்தவன்
புரட்டிப் புரட்டிக் காதில் பச்சைத் திரவத்தை விடுகிறான்
குவந்தஸ் போகலாம் சாக விரும்புபவன்.
பருத்திப்பூவில் மரணம்
அமுதார்யப் பள்ளத்தாக்கில்
எந்தத் தாவரமும் அற்ற வெறுமையான குன்றுகள்
சுற்றுச் சுவருக்குள் மல்பரித்தோட்டம்
நண்பகல் வெயிலில் சர்க்கரையின்றிப் பல கிண்ணங்கள்
தேனீர் பருக கால்களை
மடக்கி மணிக்கணக்கில் உரையாடல்.
தேனீர் தவலை கொதிக்கிறது.
‘போதும் என்றால் பானபாத்திரத்தை கீழாகக்
கவிழ்த்து வைத்துவிடு’
என்றான் வண்டிக்காரன்.
சர்க்கரவர்த்தி பாபரின் சுயசரிதையில்
குருடாக இமைக்கும் திராட்சை இருளில் சென்றேன்.
இருட்டான கணவாயில் ஒட்டகத்தின் பழைய நிழல்.
ரஷ்யப் பொறியாளர் குடைந்த சுரங்கப்பாதை
திசைகளை அழித்த ஒருமுகவழி
சக்னாருக்கு அப்பால்
சமவெளியின் கரடுமுரடான குமுறல்.
இருட்டுக்கு சற்றுமுன் ஷிபார்க் கணவாயைக் கடந்தேன்.
இராத்தங்கலுக்குகந்த இடமொன்றை தெரிந்து கொண்டேன்.
அது ஒரு சாலையோரத் தேனீர் விடுதி.
பயணத்தால் அலுப்புற்றவர்கள் ‘சர்ப்பைஸில்’ துயில்கிறார்கள்.
எனவே,
நான் திறந்தவெளியில் மத்திய ஆசிய நீலவானத்தின்
கீழே படுத்தேன்.
செங்கிஸ்கானின் போர்த்தழும்புகள் விழுந்த இரவு
தங்கா எனும் ஒற்றைக் குதிரைவண்டிக்காரன் காபூலிவாலாதான்
தனியே சுற்றிக்கொண்டிருக்கிறான் சிறுமிகளோடு.
அமுதார்ய நதியாகச் சலனமடைகிறது
பாமிரின் பனிக்கட்டியில் கரையும் புத்தரின்
மௌனம் அசையும் கோதுமை வயலிடையே
புதைக்கப்படாத பழங்குடிவீரரின் தாகம்.

- பாரசீகக் கம்பளப்பெண், கதைசொல்லி

3

சூல்விளக்கு

குருந்தமலர் நிறமுள்ள குதிரையில் ஒட்டிய சேணப்பை பாலைவன மணற் குறிப்புகளாய் சிதறும் வார்த்தையில் மோகத்தின் நிழல்கள் இச்சையில் முத்தமிட்டுப் பறக்கும். பிரபஞ்சவெளியில் மிதந்து செல்லும் பாறையிலிருந்த திரும்ப முடியாத ஊர் நீலத்தில் துளைகிறது. தொலை தூரப் பயணக் கிறுக்கல் நெளியும் நீருக்கடியில் மரத்தின் நிழல்களாய் மடிக்கப்பட்ட நாவல். திறந்தால் ஒரு தானியப்பை. டையானிசஸ் சிலை ஒன்றை வேறொரு பையில் பாருங்கள். சிற்பத்தின் கண்கள் போதையேறிப் பேசும். பைத்தியம் பிடித்த சிலையது. ஹீரா அவனுக்கு பைத்தியம் பிடிக்கச் செய்ததால் மூக்குத்தி அணிந்த எகிப்தியப் பூனையை கையிலேந்தி திராட்சைக் கொடியிலையுடன் கற்றையாக ஏந்தியிருக்கிறது சிலை. பயணியின் அழுக்குப் பை ஒன்றில் உலர் கனியான ஈச்சை, புராதனத்தைத் தூண்ட. டயோனிஸஸ் தாகம் அதிகமாகுமென்பதால் திராட்சை இலைகள் படர்ந்த கிரேக்க மரக்குவளை ஒன்று. அதை ஒதிசியெஸ்ஸின் புராணத்தில் வைத்த ஹோமரின் குருட்டு விழிகளுடன் பெனிலோப் புடன் உரையாடும் மதுக்குவளையது. ஒரு பயணி விட்டுச் சென்ற தோல் நீர் குடுவையில் காலியான நீரின் ஊளை பாறைகளில் எதிரொலிக்கும்.

இன்று அவை வெள்ளை நாரைகளால் கடத்தப்பட்டாலும் முன்னூற்றியறுபதுக்கும் மேலான மனித, கழுகு, சிங்க சின்னங்கள் அந்தக் கோயிலை அலங்கரித்து வந்தன. ஒவ்வொரு பழங்குடியின் விரலும் இருட்டில் போய் தழுவி அழும் வழிபாட்டின் ஓலம். வரலாறு தன் பரம்பரைச் சொத்தை அரபுகளிடம் கையளிக்காமல் பண்டைய தெய்வ உருக்களில் ஈரமான கற்சிலைகள் கைது செய்யப்பட்டிருக்கும். காபாவில் இருக்கும் பல தெய்வ வழிபாட்டுக் கோயிலை மணல் மூடிய சூறை. காபா கோயிலின் சிலைகள் அப்புறப்படுத்தப்பட்டு அது விரைவில் முகம்மதுவின் கடவுளுக்கான புனிதத்தலமாக மாற்றப்பட்டது. அரபுப் பழங்குடியினரின் நாடோடி வாழ்க்கையில் காணப்பட்ட பாரம்பரிய சுதந்திரத்திலிருந்து தோன்றிய பழமை பிடித்த

விளக்குகள் வழியமைத்துக் கொடுத்த கரு ஒளியில் டயோனிசஸ் சிலையை வைத்தான். சுழிக்காற்றாய் விசில் ஒலி மணலைச் சுற்றி எழுப்பியது. ரஸவாதிகள் சுற்றி வருகிறார்கள் சிலையை. அதன் கீறல்களில் கசியும் மண் உயிர்களின் இரைச்சல். விண்கோள்கள் மற்றும் நட்சத்திரங்கள் குறித்தே டயோனிசஸ் கண்கள் பேசும். அராபியச் சிந்தனையின் ஊற்றுக் கண்கள் சிலையின் இருட்டில் திறந்து கிரேக்கத் தத்துவப் பகுத்தறிதலின் சாளரங்கள் தானே திறவுகொள்ள அபினியை பாதரஸத்துடன் பிணைக்கும் ரஸவாதி பாரஸெல்ஸஸ் வெளிப்பட்டான். அவன் சுரங்கம் வெட்டும் தாதுக்களின் குகையில் வாழ்ந்து சதா பரிசோதனையில் பைத்திய மானவன். பழங்கால மருத்துவ நூல்களை எரித்துபின் அதிலிருந்து பூச்செடிகளை முளைக்க வைத்தான் தீயிலிருந்து. பதவியை இழந்த ரஸவாதி பாலைவனத்தில் அபினிதேடி இந்துகுஷ் மலைகளின் பாறைமேல் பாதரஸ விரல்களை நீட்டி மென்ற அபினிச் செடியில் நட்சத்திரத்தின் பால் கசிவதை கண்களைக் கீறி ஊற்றிக்கொண்டான்.

சூரியனின் பழங்கறை படிந்த பாறைகளை நேசித்தான். அதன் கீறல்களில் வெகுதூரமாய் ஈர்க்கப்படுகிற ஒலி கொடுக்கும் பறவை. பாறைகளில் தலைகீழாக இறங்கும் துருக்கி வெள்ளாடு பழ மரங்களைத் தேடி அலைகிறது. அதன் குரல்வளையில் நாடோடிகளின் நிர்க்கதியான அலறல். சங்கை அறுத்து ரத்தம் குமிழும் ஒலி. பழங்குடிச் சிறு தெய்வங்களின் ஓலத்தில் கடந்த ஆவிகள். மரபுப் பண்புகளில் மணலின் பக்கங்கள் புரண்டன. கழுகு ரெக்கைகளும் சிங்கத் தலையும் கொண்ட கொடியதெய்வம். ஒவ்வொரு நாடோடி ரத்தத்திலும் பாய்பவள். தீவிர சுதந்திர விருப்பத்தைக் கொண்ட பழங்குடிகளை தன் சிறகில் மறைத்திருப்பாள். பிளவுண்ட குருதி பூசிய முலைகள். அதில் பாழ் ஆறு. அரபிமுகம் வடுப்பட்ட காயங்களில் முலைப்பால் வைத்தாள்.

ஆனால் பகைவரிடம்கூட சொன்ன சொல்லைக் காப்பாற்றும் பாலைவன நாடோடிகள். திரும்ப முடியாத ஊர் தேடிக் கிளம்பும் கிளிமுகப் பயணிக்கு வழிகாட்டிச் செல்லும் கூட்டம். பாலைவனக் கானல் நீரை தவிர்த்துச் செல்லும் செங்கிளிகள் வழியில் வெப்பம் பசி தாகம் தாங்க முடியாத சூறைக்காற்றில் சிறகுகள் அழுந்த முன்பின் தெரியாத உயரத்தில் தெரியும்; அவ்வூரில் அச்சத்தின் அலை பயத்தில் திரும்பிவிடும். சில கிளிகள் கனிவாசனையில் மறைந்துவிடும். வேறு சில குகைமுனிவர்களை அடையும். ஏமாறியவை திரும்பும்போது சரிவு உயிரைப் பறிக்கும். இக்கிளிகளின் வர்ணங்கள் ஆன்மீகப்

பரிமாணங்களில் பயணிக்கின்றன. சிறகு நிறம் வெளிக்கொணரும் தேவதைகளின் வாசனை வெளியே துருத்தி நிற்கும் பாறைகளில் ஒரு சில வீடுகள். அவையும் கற்பலகை மூடிய இயற்கையின் கட்டுமானத்தில் எளிதான இருப்பில் ஒளி சிறு அளவாக அறைகளைத் தொட சுதந்திரம் இருட்டு அகலில் அசைந்தது. குறுகலான கல் சந்துகளில் கூட்டிப்போன பெண்கள் எல்லாம் பிரிக்க முடியாத ஒன்றால் இணைக்கப் பட்டிருந்தார்கள். கண்ணுக்குப் புலனாகாதவை அருவம் பொருளில் செறிவடக்கமாயுள்ள ஒளியின் பரிமாணங்கள். ஒவ்வொரு பாறைக் குள்ளும் பழஞ் சூரியன் உறங்கிக் கொண்டிருந்தான். மனப்பேய் பிடித்த பாலைவன ஆத்மா அங்கு அலைவதால் தேவதைகள் இருட்டிய பிறகுதான் நடமாடும். தொட்டால் ஒட்டிக் கொள்ளும் ஊரது.

பாறைகளில் பூரண உதயமான சந்திரநிலை. பூமிக்கும் சூரியனுக்கும் இடையில் வில்வடிவ நிலவு. அதிலே வளைந்து செல்லும் பறவைக் கூட்டம். ஒருமுனையிலிருந்து மறுமுனையில் சரியும் ஊருக்கு மேலும் கீழும் பாதாளப்பாறைகள். சூரியனைச் சுற்றி ஓடும் வீதி. பூமியை நோக்கி சாயும் பாறைமேல் செம்பவள ஒளிர்வில் ஊர். இரவிலும் மேற்கிலிருந்து வளையும் தெரு. ஒளியின் முற்றத்தில் கிளிகள் மூக்கை வைக்க சிவந்த கபாடபுரக்கிளி ஒன்று விண் ஏகியது. அங்கே ‘அகத்திய ஒளிக்கதிர்கள்’ எனும் நூல்ஏடு திறந்திருக்க ஜடாயுவும், சம்பாதியும் சூரியனின் புத்திரர்களாக நிலவின் இரு கோடியில். திரும்ப முடியாத இப்பட்டினத்தில் பிரவேசிக்குமிடத்து நாழிகை மிகுதி. கிளிமுகப் பயணி வரும் வழியில் அசுரர் வீதி. இவ்வூர் தெருக்களில் கொண்டு போய் டயோனிஸஸ் சிலையை வைத்தான். தூங்கும் முட்டாள்களோடு நடப்பவர்கள் சிலை பார்த்து அதிச யித்தார்கள். கற்சிலையின் கண்களில் ஓடும் பைத்திய ரேகையில் உறவுகொண்டு ‘உன்னைச் சுற்றி கிளிகள் பறப்பதேன் டயோனிஸஸ்,’ ‘என் கையில் திராட்சைத் தோட்டம் மறைந்துள்ளது. என் சேனைகள் களைத் துள்ளன. குதிரைகளின் யுத்தக் காயங்களுக்கும் வாதைக்கும் திராட்சரஸம் வேண்டும். கிளிகளுக்கு கிரேக்க மொழியும் தெரியும்’ என்றான் டயோனிஸஸ். பர்தா அணிந்த சில பெண்கள் அகஸ்திய ஒளிக்கதிர்களை கண்களிலிருந்து சிலைமேல் வீசி கதிர்களால் உரையாடினார்கள். போதையேறிய திராட்சைக் கண்கள் சிலைமேல் பழம்புராணங்களை வெளிப்படுத்தின. அரேபியப் பெண்களுக்கு நிலவின் கனவு கூடவே ஒளிந்திருக்கும் நிலம்போல கரைகிறது உடம்பில். தான் பிறந்த மண்ணில் உருவாக்கியிருந்த புல் பூண்டு ரத்தத்துடிப்பின் சாயைகள் குறுகிய வரையறைகளிலிருந்து விடுதலை

பெற்றதும் நிலவிடம் அகப்பட்டுக்கொள்கிறாள். அவன் நிழல் மரங்களின் நிழல்களோடு கூடிக் கரையும். இருட்டில் அலைகிறாள் உள்ளே. நீர் ஊர்ந்து செல்லும் தொனியில் பலர் கூட்டமாய் கடந்து செல்லும் ஒலி. பிரிவில் விரியும் நிலங்கொண்ட ஊர் வெளியில் தெரிவ தில்லை. மாயத்தாவரங்களின் ஸ்பரிசம் கிளிமுகப்பயணியைத் தொடும். மடுவில் இருட்டு. அதில் அவள் ரூபம்கொள்கிறாள்.

திரும்ப முடியாத பாறைமேல் இருக்கும் கிஷ்கிந்தம் நூறு வகைக் கிளி வளர்த்த வானர நகரத்தின் தலைவன் வாலி அகஸ்திய ஒளிக் கதிர்களைத் தேடி கபாடம் பாண்டியானக் கிளியை அனுப்பினான். இந்நகரம் அவனுக்கு கேள்வியாகாதபோது கூண்டைத் திறந்ததும் தத்துவ சாஸ்த்திரத்தால் கடவுளைக் கொன்றது கபாடம் பாண்டியானக் கிளி.கையிலேந்தி பாலைவனமெங்கும் தேடிவந்தான். திரும்ப முடியாத ஊரிலிருக்கும் பஞ்சதந்திரத்தில் தெருவை அமைத்தது யாரோ. பைத்தியக்காரர்கள் நீரை வாட்டி சந்திரனுக்கு பாலைவனத்தை கொடுத்தார்கள். நாள்தோறும் பாதைகளில் வலம் வருகையில் கிளிக்கூட்டத்தின் பாஷை கேட்டு மறைந்து வந்தான் நெஞ்சில் அம்புத்துவாரத்துடன் வாலி. இருளான அண்டத்தில் ஓடும் பாறை களில் சிவந்த ஒளி. அதிநூல் திறக்க ஊரின் கிழக்கு முகத்தில் மரகதப் பசுந்தரை. தினம் காயும் சருகுகள். சருகெடுத்து கூடுகட்ட புலம்பும் இருட்டு. கிளிகளின் முகத்தில் பிரதிபலனாகும் தேவதை. வாலி அவள் கூந்தல் வாசனை வரும் திசையில் பாறையில் ஏறுகிறாள்.

கண்களை அகல விரித்துத் தன்னைச் சுற்றி நகரும் பிரம்மாண்ட செம்பாறைகள் உயர்வதைக் கண்டான். ஒன்றோடு ஒன்று பிணைந்த உடல்களாக பாறைகள் உணர்வுகொள்ளும் மோனத்தில் தவழ்கின்றன. சாம்பல் தெருவிலிருந்த ரஸவாதிகள் பிடிசாம்பலில் பூக்களைப் படைப்பவர்கள். போதையூட்டும் தாவரப்பூவில் தேன்சிட்டும் கருஞ்சிட்டுகளும் அமுதெடுக்கும் ட்செட்செட்...டென ஒலி. காற்று வெளியை கிழிக்கும் கத்திப்பாறைகளில் ஆழ்ந்த நீல ஒளியுடன் சாவு அசைகிறது. நீலத்தில் செல்லும் விலங்குப் பாறைகளின் மயக்கம். இவ்வூர் வானர மனிதர்கள் கிழிந்து அழுக்கடைந்த ஆடைகளில் போர்த்திய கேசத்துடன் கிளிகளை ஏந்தி உரையாடி அலைகிறார்கள். எங்கிருந்தோ காயம்பட்ட வாலியின் கழுத்தடியில் உள்ள அம்பு வாடை வருவதை உணர்கிறார்கள். கடவுளை மறுக்கும் அதிமனிதன்மேல் பைத்தியங்களுக்கு மோகம். குரங்குப் பாலத்தில் மூழ்காமல் மிதக்கும் 'பாறைகளைச் சுமந்து வரும் வாலி பிரபஞ்சவெளியில் வீசி எறியும் உன் கோபமென்ன' என்கிறது நீலக்கிளி. 'எனக்கு இந்தப் பாதைகள்

அலுத்துவிட்டன. தனிவெளியில் தவழும் நட்சத்திரங்கள் ஒளி வடியும் ஊர் எங்கிருக்கக்கூடும்' 'கண்களைத் திறவாதே... பொந்துகளில் கால் மாற்றி ஏறும்போது கிளிப்பிள்ளையை நசுக்கிவிடாதே' என்றது பஞ்சதந்திரக்கிளி. 'உன் வாயில் புதைக்கும் ஏடுகளின் வாசனையும் மண் ருசிக்கும் கதை வழியும் தெரிகிறதே எனக்கு' 'வராதே... வராதே இங்கே... வெறுமையில் அலையும் பாறைகள் அவற்றை அகற்றி விட்டேனே' என்றாள் வாலி.

காற்று வெளியை கிழிக்கும் கத்திப்பாறைகளில் அவன் சகோதரர் களின் காலடி பதியும். விரல்களில் அசையும் வாழ்வின் அதிர்வு. பைத்தியங்கள் நிலா ஒளியில் அடிவாரத்து நிழலுக்காக மெலிந்து சேரும் மரங்களின் ஓசை. அருவங்களைப்போல கடந்து செல்லும் பாறைகளை நுகர்கிறான் வாலி. அவர்களும் எங்கிருந்து எங்கே போகிறார்கள், திசை நான்கில் கிஷ்கிந்தம் உடல் திறந்திருக்கிறது. எங்கும் கிளி சிறகுகளின் வர்ணம் பொங்க மாபெரும் சிறகை விரித்து செங்கபாடம் பொத்தி அசைக்கிறாள் கிளி அலகை. அவள் எங்கே போகிறாள் சிறகு முளைத்த மனிதனாய் சூழ்கிறது கிஷ்கிந்தம். இளவேனில் காலத்து கபிலவர்ணம். அவள் ஞாபகத்தின் சுவடுகளில் திராட்சை படரும். 'டயோனிஸஸ் நீயுமா இங்கே காபூல் தோட்டத்தில் அலையும் கொடி வெட்டும் பெண்கள் யார்?' சந்திர ஒளியின் பிரதிபலத்தால் சிறகுகளில் வேகம் கொள்ள பூமிக்குப் பின்புறமாக குதிரைகளின் நிழல் குழம்பியதாகவும் திசாதிசைகளில் இடறிய நிலவு புதர் மடுவில் விழ அவ்விடம் இருந்து கொள்ளலாம். கிஷ்கிந்தா வனமே ஒளியின் நிழல்பட காமத்தின் இருட்டிலும்கூட சகோதரன் மனைவியை கொண்டுபோனான் வாலி. கனவிலும் பைத்தியங்கள் நசுங்கிய உறக்கத்தில் சொருகிய நாக கன்னிகள் சீறி ஒருவர்மேல் ஒருவர் படம் வைக்க விஷம் சுமந்து உயர்ந்த நாட்டிய நிருத்தத்தில் விசும்பிய மூச்சில் சுழலும் பூமியின் விசை. பேரரவம் கேட்டு வாலியின் கலவி வாசனை கொள்ளும் இரவு. பித்துப் பிடித்தவனைப் பாம்பு முத்தமிட்டு சுற்றிக்கொண்டு மறையும் கண்ணாடியில் விஷம் பூசிய காமம் நுரைக்க முகம் பார்த்து வெட்கிக் கலைவதேன்? பச்சை நாக்கில் கலவி கக்கிய இருட்டிரவில் சூல்விளக்கு கசியும் மகரந்தத்தூள் சிதற மண்ருசி.

4
பித்தனை முத்தமிட்ட பாம்பு

கனவில் மிதந்தலையும் மனநோயாளி. பாம்பு ஒரு பித்து. சுரம் ஏறிய மண்கொத்தி எரிசுடர் வழி எது? வாலியின் கலவி ஒலி ஏறிய தெரு. அது என்ன. வீடுகளைத் தாண்டி சுவர்களைக் கீறி கைகளும் காலும் பிணைந்த இறுக்கத்தில் துடி உரு ஏற்றும் சித்தநிலை. செடி முளைத்த மண்மச்சுவீடுகள் கரையும் இந்தத் தெருவில் வசிப்பவர் சிலர் என்றாலும் ஒளிந்து கிடக்கும் காமம் இருட்டு நிலமாகப் பின்தொடர நிழல்களாய் கூடிப் புணரும் வேட்கையின் வெறிவடிவம் தட்டி அழைக்கும் ஊர். வாலியின் நிழல்தான் அரசன்.

கூடாத காமத்தில் கிழிந்த வானத்தில் வட்டமான பச்சை அரவுகள் தன்னைத்தான் விழுங்கும் வால்நுனி வரைந்த கோலத்தில் செதில் நிலம் விரிக்கும் குருதிச் சிறகுகள் படபடத்து உயிர்நாடி வடிக்க தும்பியில் அதிரும் ஒரு கரு இழைக்கோடு. உள்ளறைகளில் துளாவிய களவு. நிலவெனில் பித்தம். பழித்தல். கைக்கிளை வேட்கையில் அரவும் புணர பெருந்திணைவெளிப் பாறையைத் தூக்கிச் செல்கிறான் வாலி. இது நிலவுநாள் பாங்கற்கூட்டம். தூது செல் கிளி. செடியிலை விரிநரம்பில் ஏறிய வேட்டை. வேட்கை தாங்கற் கருமை சாற்றல். வெளிச்சம் மங்கிய கனவில் சேர்தல்.

குருந்த மரத்தை நோக்கி ஒரு அரவு புனையுமென நிலப்படம் வரைந்த வாலி தன் செதில் உடல் விரித்த கிளி வர்ணக் காமம் துய்ந்த கன்னி சிவந்த அவன் கைரேகை மேல் துயில்கிறாள். அவளிடம் ஓடும் ரேகைகளில் பஞ்சதந்திர ஏடு மறைந்திருக்கிறது. அவளை சினேகித்து இராகு கேதுக்களின் வஞ்சப்பின்னல் பார்த்த நிலவு பரசிய மோகினி உருக்கொண்டாள். படிவ நீரில் இளைத்த இருட்டில் தன்யங்களை மூழ்க வைக்கிறாள். சூரியன் பழங்கறைகளை அவள் முலைகளில் பூசி வெடித்த கீறல்களில் கசியும் குருதி. கொங்கையின் ரகஸிய வன நகரம் கிஷ்கிந்தம். காமத் தெருக்கள் வேசைகளின் வசை மொழி. கூடாக்காமம், கலவு, நட்பு. மிதக்கும் கத்தி வெளிச்சத்தில் பலவித ஏடுகளை மடித்திருந்தாள் மோகினி. மருமுலைத் தீம்பால் இரவு. வாலி கதறுகிறான் பாறைகளில். அவள் முலை நீரில் எரிகிறது.

செந்நாள் தோன்றியும் மறையவில்லை. முலை நெருப்பு ஆங்கோர் வேங்கை மரத்தின் கீழ் கட்டுப்பரணுக்கு அடியில் அவள் சிலை பார்த்தான் டயோனிஸஸ். அச்சிலையை நகர்த்த முடியவில்லை அவனால். 'நீ வீரனும் இல்லை'யென்றான், ஏனைத்தில். 'என்ன வேண்டும் உனக்கு' 'ஒளிமுறை பூமிக்குப்பின் இருப்பதால் தன்னைத்தான் சுற்றிக்கொள்ளும் ஊரிலிருந்து வருகிறேன்' என்றான் டயோனிஸஸ். முலைமேல் வளையும் பாறை வடிவங்களைக் கண்டான் பின்னிரவில். அதில் பனியின் மங்கிய மோனம் கரைகிறது. செங்காட்டுக் கிளிக்கூட்டம் அவள் பால்பாதை சுற்றி வளைந்து சுழியும் விடியல். கிளிமுகப்பயணி கண்வைத்துக் கனவில் தலை மிதக்க வெளியேறிப் பாலைவனத்தில் ஓயாது அலைகிறாள். அவள் தந்ததென மெலிவையும் துர்கனவுகளையும் கொண்ட இரவு 'தொலைவில் திரும்ப முடியாத பாறை சுழல்வதால் அவ்வூர் உள்ளேயும் வெளியேயும் விதியால் சரிந்து கொண்டிருக்கும்' என மடுவில் விழுந்த நிலவு, 'அது பூமியைச் சுற்றி வரும் கதியில் தனித்துவிட்ட ஊர் இரு சந்திரர்கள் ஒன்றாகச் சேர முடியாத சுற்றிடைவெளி காண்கிறது.'

மலைத்தொடரில் வறட்டுப் பனியில் முளைத்த கஞ்சா செடிகளை கருக்கலில் உருவிய விரல் பிசின் பச்சை திரவத்தில் ஊறிய மூளைக்குள் செம்பாறைகள் எழுந்து கற்பனைகளைப் பிளந்து வெளியேறிய வானர, மிருக உருவ மனிதர்கள் இன்னும் இருக்கிறார்கள். கசகசாச் செடி நிழலில் பாப்பி அபினி பூசிய கபாலத்தில் பாசிநிற மயக்கமும் போதையும் கிளியுரு அடைந்திருக்கும். புராணத்தில் சிதறிய இலைக்கூட்டங்களில் கற்பனை ரேகை நெளியும் சீதள ஓலைகளைத் திறந்து வாஸித்தால் வார்த்தைகள் நீராவியாய் மாறிவிடும். சொல் வெளிப் பாலைவனத்தில் அலையலையான மணல் மேடுகள் ஒவ்வொன்றும் கதை போடும். வாணிபக் காற்றில் தள்ளாடி ஒரு பயணி ஷீரஸாத்தின் குரல்கேட்டு பெரும் பகுதி கதைகளை வீசும் இரவுகள் இப்பாலைவனங்களில் அடங்கும். காற்றுவாக்கில் மலை சூழ்ந்த சாவின் கரையோரங்களில் அகதிகள் போகிறார்கள். அவர்களின் மனதுக்குள் நம்பிக்கையில் எஞ்சிய பெருவெளிகள் நாகரீக மறைவின் வறண்ட வெளி. ஈரக் கசிவற்ற வெப்பக்காற்றாக மாறிய யுத்த எலும்புகள் வளைந்து கூண்டுத் தெருவாக சுழிந்தது. அதன் வழியே காபூல்விளக்கு நகர்ந்து செல்ல ஒவ்வொரு வீடும் பூட்டியிருந்தது.

ஆனாலும் பாலைவனச் சூரியனை தடுக்க யாருமில்லை. சதி செய்யாத பூர்வகுடிமனம் பாப்பி அபின் போதையில் இலைகளை மென்று நிர்கதியான நிலையில் இருந்து தப்பிவிடும். அபினி

மயக்கத்தில் வரும் புராண கால இரவு நிலவின் கதிர்வீச்சில் குழப்பமான கனவில் நடக்கிறார்கள். நாற்புறமும் மலைகளால் சூழப்பட்ட பாரசீகப் பெண்ணின் குரல் நகரும் நிலவுடன் சொன்னவை பழைய யுத்தத்தின் இரவை வாட்களின் கொடிய வர்ணனையை எலும்புகளின் தாகத்தை பேரீச்ச மரத்தின் துக்கத்தைத்தான். கீழே கிடக்கும் கனி வகைகளை எடுக்க ஆளே இல்லை. கிளிமுகப் பயணி பாப்பி இலைகளை போதச்சிமிழில் நசுக்கி புகைத்தவாறு சமைந் திருக்கிறாள். பனித்துளிகள் தெளிவான இரவை மூடுவதை மயக்கத்தில் சொருகிய கண்களால் பார்த்தாள். தாவரங்களையும் வானரங்களையும் ஒத்த முகத்தோற்ற மனிதர்கள் வறண்ட சூழ்நிலையில் ஈச்சமர ஒளியில் உப்பையும் தொலியையும் வாழ்வாகப் போர்த்தியிருந்தார்கள். பிறை வடிவான மணல்மேடு எங்கே செல்கிறது. ஆவிகளின் ஆசை தனிக்கூட்டமாய் மணல்வெளித் தோற்றத்தில் காற்றாக மாறி முணுமுணுக்கும். இக்காற்றைப் பெயர் சொல்லி அழைத்தால் உதிர்க்கும் அச்சொற்திரளில் எத்தனையோ பழமைகள் ஒன்றுக்கும் உதவாத காபூல் தெரு மர்மங்கள் மற்றும் இழந்த சித்திரச் சுவர்களை வெளிப்படுத்தும்.

மலைவீழ் அருவிகள் திரும்பிப் போய்விட்டன. ஆனால் சில சொல் கதைகளுக்கு உரிய பெண்களின் குரலில் பாலைவன ஊற்றுகள் பீறிடுகின்றன. இதை யாரும் நம்பவில்லை. என்றாலும் கதைப் பரப்பின் கீழிருக்கும் நீரூற்றுகளை உணர்ந்து வாசிப்பவர்கள் உணரக்கூடும். கதைகளின் மேல் பரப்பிலிருக்கும் கல் மணல் நடுங்கத்தக்க துயரத்தை வீசும் பாலைவன வெளிக்குள்ளே மணல் படிந்து அலையலையான வெறுமையை மூடினாலும் நீரால் அழியும் பெண் அங்கிருந்தாள். தனக்குப் போதிய அளவு நீரை உறிஞ்சக்கூடிய வேர் நாவுகளில் தொனி இருக்கும். அதுதான் நீரின் குறைந்தபட்ச ஒலி. பாலைவனங்களில் வாழும் செடி நீரின் இசை. பருகாமல் பருகி வாழும் வார்த்தைகளைக்கூட உதறி வீழ்த்தி நிர்வாணமடைந்த இலையின் பேரரவம் கேட்கிறது. முற்றிலுமோ நீர் இல்லாமல் இருப்பதில் நாவடியில் ஊறக்கூடிய ஊற்றுச் சொல்லை அண்ணத்தில் தட்டி ஒலி எழுப்ப பாலைவன மணிகள் அசைகின்றன காற்றில். வறண்ட காலத்தின் செடியேந்தி பின் வேர்கள் நீரைச் சுழற்றி இசைக்க வெளிகளால் ஆன இலைகள் காற்றின் உளிகளில் செதுக்கிய சிற்பம் ஒரு திரும்ப முடியாத பாறை. சொல்லின் ஆற்றலால் முடியாதபோது சிதறும் பாறைகளின் மேல் அரிமானத்தின் வாழ்வுபட்ட தடங்களில் பிளந்த சூனியத்தின் இருப்பாக நிலவு ஒரு பாலைவனமேடு. எத்தனை

தரம் உரு மாறக்கூடியது. மையிருட்டில் பிறந்த சிசு கரையும் ஒலி. பிறைவடிவப் படகில் அசைந்தசைந்து நிர்வாணச் சிசு பாலைவனத்தில் அலைகிறது. இதுவல்லாமல் வறட்சியான கருவில் நூற்றாண்டைக் கருக்கொண்ட தாவரத்துக்கு நீரின் இயல்பு தெரியும். இலைத் துளைகளில் மூடி கண்களில் பழுக்கும் காலம், நறுமணம் மிக்கதான சூட்சுமம். உலர்ந்து உவட்டும் சேற்றுப் பனி வெள்ளிச் செதிள் முளைத்த கவிஞனின் உடல் நிலாச்சரீரமானது. வேரோடு வெம்பிக் கிடந்த பாலைநில மரங்களின் ஊடே அசையும் கிளிமுகப்பயணி. மண் உறைந்து நகரும் செங்கோடு வெப்பமாய் செடிக்குள் ஏறிய வரி பாலையுரு ஆகி ஓர் செங்கபாடக் கிளிமுகம் திறந்தது. செங்காட்டுக் கத்தாழைகளின் இரவில் அரவுகள் எரிமலைக் குழம்பென பூமி யிலிருந்து உறுமுகின்றன. மெல்ல மெல்ல வெளிவந்து பரவிய நிலவு படிவதில் ஒன்றுக்கு மேல் ஒன்று படிந்த கனவின் எச்சங்கள். யாருடைய கனவாயிருந்தால் என்ன. தாவரங்கள் ஏன் கனவு காணச் சொல்லப்பட்ட கதை உருவில் இல்லை. பித்த நிறங்களின் சேர்க்கை எந்தப் பாறையில் காணப்படுகிறதோ அது நிச்சயமாக கனவில் அலைகின்றது நின் பிரிவினும் சுடுமோ பெருங்காடு என.

5

தவிட்டுப்பனி

யுத்தத்தின் எதிரொலிகளைக் கேட்க முடியும் காபூல் விளக்கிடம். எல்லாம் அதில் சேர்ந்திருக்கிறது. படித்த பக்கங்களை இங்கே இதன் வெளிச்சத்தில் திருப்புவீர்களேயானால் விமானங்கள் ஊளை யிடுவதைக் கேட்கலாம். சர்ஜு நதிக்கரையில் பிரம்மாண்ட புத்தர் சிலை கீறல்விட்ட வலியை எரியும் எத்தனையோ நூலகத்தின் புத்தக எலும்பு களில் அதிரும் பூமியின் துக்கத்தை கேட்கலாம். புத்தரின் பார்வை யிலும் புன்னகையிலும் பாலைவனத்தின் நிலக்காட்சியும் காற்றின் அழித்தல் படிதலில் நிகழும் அரிமானச் சிதைவுகளில் அமர்ந்திருக்கும் மோனத்தின் சாந்தியை யாரோ எடுத்துச் செல்ல ஊளையிடும் கபட ஓநாய். காபூல் விளக்கின் சாம்பல்நிறக் கண்ணீரால் கழுவப்பட்ட சர்ஜு நதி துடித்த தனிமை. நீருக்கடியில் அலைமேல் அலையற்ற மௌனத்தில் ஆழ்ந்திருக்கும் சிலைகள். கீறல்களில் ரத்தம்.

பித்த நிறங்களின் கிளிமுகப்பயணி காபூல் விளக்கில் பரவிச் செல்கிறாள். அங்கு நிலைத்துள்ள புத்தரின் மௌன மொழி

ஒன்றன்பின் ஒன்றாக எழுந்த பாலைவன அலையில் எழுதிச்செல்லும் மணல் வாக்கியங்களில் கிளிமுகப்பயணி உருக்கொள்கிறாள். பலைவனத் தேனீர் சாஸர்களில் உரசும் ரிச்சர்டு பர்ட்டன் மாறு வேடத்தில் சந்தித்தான் அவளை விசித்திரமான வெளியில் அற்புத விளக்கிடம் கேட்டான் துன்யஷாத்தின் குரலை. பழங்குடிகளின் குரல் வளைகளில் வீழ்ந்த நாடோடிகளின் கலகத்தில் நகரும் குருதி இழை காபூல் ஒளிதான்.

உடலெங்கும் ஆயுத வடுக்களால் பாறையான முரடன் 'சவுக்கறி' எனும் சாம்பல்நிற நாடோடி படுத்துக் கிடக்கிறான். அவன் முக எலும்பு மணலில் தூங்கும். யுத்தங்களின் வெறுமையால் சதா அவன் பாலைவனக் குதிரையில் புயல் ஒலி எழுப்பி ஓடுகிறான். அதன் குளம் பொலியில் தெறித்த கூழாங்கல் அதிர்வடையும். கம்பளி வரையாடு ஒன்றை உரித்து தனியே வாட்டி கல் இடுக்கில் வேட்டை விலங்கைப் போல உண்கிறான். அவ்வேளை அருகில் கருப்புநாய் ஒரு எலும்பு கூடத் தராத அவன் கொடிய பசிக்கு எதிராய் அமர்ந்து உமிழ்நீரை வடித்து அழுதது. 'முரட்டுச் சவுக்குதானே ஒரு கடிக்கு கால் எலும்பைக் கொடு' என்றது சலவான் நாய். 'உன் கண்ணிலென்ன பொறாமை, துர்கந்தம், குடலைக்கூட தரமாட்டேன் உனக்கு' 'ஏய்...ஏய்...சவுக்கறி... ஆட்டு மண்ஈரலைப் போடு வெளியே. அதில் ருசியும் இராது உனக்கு' கருப்பு நாயின் பசியோ வறட்டுப் பனியின் பாடல். பின்கால் எலும்பொன்றை எறிந்தான். அதில் சிறுகறியும் ஒட்டியிருக்கவில்லை. நாய் கோபத்தில் உறுமியது. அவனும் நெஞ்சுச்சதை துடிக்க கர்ஜித்தான். எலும்புகளைப் பகிர்ந்துகொள்வதில் நட்பு ஏற்பட்டது. வேட்டை யாடித் தந்த நன்றிகூட அவனிடமில்லை. கருப்புநாய் மணல் வெளி போய் ஊளையிட்டுத் திரும்பிவந்து அவன் கால்களை நுகரவும் அதற்கு தன் பங்கிலிருந்து சில துண்டுகளை விட்டெறிந்தான்.

டோரியஸ்ஸைப்போல் போர்பீடத்தில் உறங்கினான். நீண்ட ஆழத்தையும் கணக்கிலடங்காத பயத்தையும் கொண்ட கணவாய் ஊடுருவி அதிர்கிறது. பகைவர் ஊடுருவிச் செல்லும் வழி இதுதான். கருநாயின் கண்தோற்றத்தில் வெறுமையும் பாழும் ஓடிய காற்று அழிகிறது. ஸ்தல யுத்தங்களில் கறை ஏறிய கொடுவாள் அவனிடம் தூங்கினாலும்கூட அந்த நாய் சதா சுற்றி வந்தது 'சவுக்கறி'யை. பிரிட்டிஷ்காரர்களுக்கு எதிராய் நடந்த யுத்தங்களில் அவனுடைய ரத்தம் சிதறியது. கிழித்து தையல்போட்ட தோள்களுடன் டிரான்ஸ் காகஸியச் சிறுத்தையைப்போல் மலைமுழைஞ்சில் நிமிர்ந்திருந்தான். அத்தனை ஆண்டுகளுக்குப் பின்னும் அவன் செந்தாடியைப் பகைவர்

மறக்கவில்லை. தோரா போரா மலையில்தான் ஒளிந்திருப்பதாக ஆடு மேய்க்கும் இடையர் சொல்கிறார்கள். கிடைக்கு ஒரு ஆடு கேட்டு நிற்பது சவுக்கறிதான். அவன் நிழல்கூட ஆடு கேட்கும். வளையும் மலைப்பாதையில் செல்வோர் அவன் வீரத்துக்கு ஈர்க்கப்பட்டு ஒரு கல் எடுத்து வைக்கிறார்கள். பாதையில் அதுவே ஒரு குன்றளவு நிழல் தரும். பின்னே பாலைவனத்தில் அராபியக் கதை தேடிவந்த ரிச்சர்டு பர்ட்டன் அவன் நிழலைப் பார்த்தான். அது பின்னோக்கிப் போய் ஷாரியார் மன்னனின் கொடுவாளாய் மறைந்தது.

ஒரு கோப்பை ஈரானியத் தேனீர் அருந்த அகதிகள் அலைகிறார்கள். அங்கு உலர்ந்த பழங்களை விற்கும் நடைபாதை வணிகனான காபூலி வாலா சிறுவர்களின் கனவில் வருவான். ஈச்சம்பழம் ஞாபகத்தில் மறையும். ஆப்கன் நாடோடிக் கதையில் வரும் கிளிமுகப் பயணி இந்தியச் சாயல்களால் எழுதிக் கொண்டிருக்கிறாள். கருப்பும் பழுப்புமாய் நீட்டிப் படுத்திருக்கும் மலைத்தொடர் மடிப்பில் புராதனப் பயணி மறைகிறாள்.

ஒவ்வொரு புல்லும் மனிதனும் தாகத்தால் தவிக்கும் வார்த்தை களை சூடேறிக் கக்கும்வேளை பனிக்காலமும் தீண்டியது வார்த்தையை. தேனீர்க் கோப்பை அருகில் ஈரானியக் கருப்புப்பூனை கால்களில் வெள்ளிக் காப்பு அணிந்து நடமாடித் திரிகிறது பாலைவன வால்பரசி. இனக் குழுக்களாய் இயற்கையிலேயே பிளவுண்டு கிடந்த நாடோடிக் கதைகளில் உச்சிமலைச் செடி உவட்டுப் பனியில் அலைகிறது.

6

மணல் தெரு நாடோடி

கிளிமுகப்பயணி ஏந்திவரும் அகதியின் கருப்புமலர் சிறுமியாக உருமாறியது. ஒரு மணல்மரத்தில் வறண்ட காலங்களைத் தாங்கிய வெளிர்சிவப்புக் கனி சிதறிய விதை நுனி திறந்த நூலகத்தில் வாசகர் ஈரானியத் தேனீர்க் கோப்பையில்அலையும் ஆவியின் நறுமணத்தை சுவாசிக்கிறார்கள். செம்மணல் கற்களாய் சிதறும் நாவல். இப்போது காபூல்விளக்கு அதில் படர்கிறது. நீரால் அழியும் பெண் அங்கே அலைகிறாள். செவ்வாயையுடைய கிளிமுகப்பயணி வருகிறாள். மனம் போனபடி பூமியைச் சுற்றிக்கொண்டிருக்கும் பித்து. செய்ய காரியம் ஒன்றுமில்லாமல் எதிலும் விருப்பமில்லாமல் இருப்பவள். உயிரலையும் வேட்கையின் அனுபவம் பெற்றாள் தாயிடம்.

துக்கநெளிவில் சிறகு விரித்த பச்சை. பாலைவன அத்திமரத்தில் ஒட்டி கூட்டங்கூட்டமாய் செம்பவளக் கனிகளை மாந்தி உதிர்க்கும் மஞ்சள் விதை முளை மொடுமொடுக்கும் கிளைக் கொம்புகள். எத்தனை கவைக்குள் விலகும் வெளிவேறு ஒலிவேறாய் நிற்கும் திகம்பரநிலை. கிளிசொல் மந்திரம் பூகோள வரைபடத்தில் அழுக்கடைந்த காபூல் தெருவில் மறைந்த விளக்கு அதில் பிரவேசிக்கிறாள். அங்கே ஒருவருமில்லை. நீர்ச்சுழிபோல் தொப்புள் முடிச்சில் சேர்ந்த கிளி இறகு விளக்கின் பின்னே நீளும் புஜத்தில் விரிந்த ரெக்கை. மனநோயாளிகள் கைவிரித்து ஓங்கி குரல் ஒலிக்கும் செம்மலை உச்சிமேல் விரட்சமாய் நின்றால் அசையும் மூலாதார சொரூபத்தில் படர்ந்த கிளி. சுற்றிக்கொள்ள பித்தர் உடல்தான் மரமாகும். கிளிக்கு எதிரே கம்பளிப்பூச்சி பச்சைப் பாதரஸத்துடன் அருவருப்பாய் ஏறி நகர்கிறது உடலில். கூட்டமாய் மொசுமொசுத்து அரித்த செம்மூஞ்சிக் கண் திரளில் உச்சிவரை நேர் செங்குத்தாய் பாயும் கம்பளித்திரவம். அப்பொழுது பைத்தியங்களின் உடலில் பாசிநிறப்பாதரஸம் நரம்புகளை ஊடுருவி வெளிகொள்கிறது. கிளிக்குள் ஓடும் ரஸநாளங் களில் ஒலிதான் மொழி.

கள்ளால் கெட்டவர்கள் சுக்ரனும் சுக்ரீவனும் கருஞ்சிவப்பு பூக்கும் பருவத்தில் நிறம் மாறி வருவதில் சண்டு முதிராமல் மருந்தாகவும் போதையாகவும் கீறலாம். காய் மொட்டு பால் வடியும் பாப்பி பிசினை உலர்த்தி உருட்டி உண்டால் தொட்டதெல்லாம் கனவாகி நச்சரிக்கும். சிறுநீரகக் காய்களை ஒத்த காய்ப்பால் வேகத்தில் கதாபாத்திரங்களை வியாசர் வெளிப்படுத்த கிளிஉரு அடைந்த சூகரிஷி விதைமூடி முதிர்வதற்குள் கீறிவிட்ட காய் முகையை சுற்றிப் பரவும் பிசின் குடித்த கதண்டு முனிவர் பலரும் வெளிறிய மஞ்சள் நிற எண்ணையில் திரிபோட்டு வெளிச்சத்தைப் பருகும் பட்சிகளாக சுற்றி வருகிறார்கள். காபூல் ஓவியச் சுவர்களில் வர்ணங்கள் உலர்வதற்கு பாப்பி எண்ணையில் போதைக்கு அடிமையான மண்நிறங்கள் கூற்றாகும். மார்ஃபைனில் உலர்த்திய புகைச் சிமிழ் ஏறிய பாறைகள் நெடுகிலும் புராணவெளி பறந்த அதி மனிதர்களை பிசின் நிறப் பால் எழுதிக்கொண்டிருக்கிறது.

நீரின்றிப் பாலைவனத்தில் வளரும் ரோஜாச் செடியைக் காண சிறுமி நிற்கிறாள் அங்கு. பனிக்காய் கீறிக் கசிந்த பால் தொட்டு பலகையில் செதுக்கிய வார்த்தையை உச்சரித்தாள். இன்னும் அதையாரும் சரியாக உச்சரிக்கவில்லை. பால் கசியும் சொல் செடியிலிருந்து நினைத்த உருவத்தை அடையலாம். எந்த நிறம்

தோன்றமோ அதன் பூவை சுவாசிக்கலாம் என்றது சொல். பாப்பிச் செடிக்கான விதை சிதறிய பௌர்ணமி ஒளியில் தள்ளாடும் நிலா நிலத்தை உழுதது இருட்டைப் புரட்டி. பசுஞ்சாயம் பூசிய நிலவின் முகம் காணும் பாலைவன வெறுமையில் அலையும் மனிதர்கள். உருமாறும் சொல்லின் உயிர் மெய். கிளியின் முகத்தில் நழுவிய சொல் இளஞ்சிவப்புக் காய்ப்பால் ஊறியது. உலகின் மந்திரவாதியான காபூல்விளக்கு மனிதரைப்போல் பேசும் நிழல்களால் விரிந்த இரவு. பேச முடியாத மரங்களாக நினைத்ததும் உருமாறினால் அந்த மூலவார்த்தையை மரம் உச்சரிக்க முடியாது. எனவே மரங்களின் மௌனத்தை வாஸிக்கிறான் வாசகன். அசேதனங்களில் பல பொருட்செறிவான வாக்கியங்கள் பிறக்கின்றன. மரங்கள் மாதிரி ஆகிவிட்டால் மறுபடி வார்த்தையை உச்சரிக்க முடிவதில்லை.

விளக்கின் அருகில் இருக்கும் கண்ணாடிப் பூனைக்கு இருதயம் வெளியில் தெரியும். அதன் மூளை சதா சந்தடியற்ற பாதைகளை நோக்கிப் பாய்ந்து செல்லும். ‘என் சிந்தனை எல்லோருக்கும் தெரிகிறதே’ என்றது கண்ணாடிப் பூனை. மாறும் வாசனைகளின் பாதையில் அலைகிறது. வாசனையின் தடம்பட்ட இடத்தில் புல்லும் அசையப் பூனையின் சுவடுகள்.

நினைத்த உருவத்துக்கு மாறக்கூடிய சிறுமி அம்மாவைப் பிரிந்த பின் ஊமையானாள். மோசமான உடை உடுத்திக்கொண்டு தெருவுக்குள் வரும்போது பரவியிருந்த இருள் விலகி ஒளிர்ந்தாள். அவள் காபூலைச் சுற்றிய பாலைவனத்தில் சுற்றி அலைகிறாள். காபூல் மண் சுவர் இடுக்கில் கீறல்பட காயத்துடன் மருத்துவமனைவிட்டு தப்பி வந்தாள். பஷ்தூன் நாடோடிகளில் ஒருவராய்க் கலந்துவிட்ட அழுக்காடையில் மறைந்திருக்கும் தந்தையின் குகையில் வெளி முற்றத்தில் நின்று கதறுகிறாள். ஆழச்செல்லும் தந்தையின் குகைகள் பல கிளை பிரிந்து செல்லும் அழுக்கடைந்த சிறுமிகள் குகைநோக்கி மலையேறிச் செல்கிறார்கள். ஏறும் உச்சியிலிருந்து திரும்ப முடியாத பாறை. குகை ‘வா வ ா ...செல்லமே’ என மகளை அழைத்தது. தந்தையின் விலா எலும்பு ஈர்த்தது அவர்களை. முன்னும் பின்னுமாய் ஏறிப்போன பலர் திரும்பவில்லை. குரல்களைத் தேடிப்போகிறார்கள். தந்தையின் செருமல் கேட்டது. அவர் வாசனை தெரிந்த சிறுமி குகையை நுகர்ந்தாள். குகையாய் கரைந்த உருவங்கள் என்றுமே திரும்ப முடியாத குகை இருட்டாய் மகளை ஸ்பரிசித்து ‘காபூல் விளக்கின் துணையில் இருட்டில் இருந்துவிடு மகளே... அச்சிறு வெளிச்சத்தை கைவிடாதே மகளே... யாரும் அந்த நகரத்தை

காப்பாற்றவில்லை. உன் வீட்டில் இருந்த அதிசய ஒலிகளை அவர்கள் கேட்கவில்லை. மண்தெருவில் நடமாடும் நாடோடிகள் அங்கு வந்தார்கள். கரையும் பாடல்கள் தெருவில் கிடக்கும். நோன்பு நாள் குதூகல வெளிச்சத்தில் ஜன்னல்கள் திறந்தன அங்கே. நீ போனாயா கூண்டுத் தெருவில்' 'தந்தையே... ஒட்டகங்களின் மணி ஒலியை கேட்டேன். சாவதானமாய் தூங்கும் ஒட்டகம்தான் காபூல். அது எங்கே மறைந்தது. எனக்குத் தெரியவில்லை. திரும்பி வருமா அங்கே.'

விஷப்புல்லை மென்று இறந்த பல பெண்களின் முலைப்பாலில் கசிகிறது அமுதார்ய நதி. அதன் துக்கம் என்ன. எப்போதும் இருட்டில் நகரும் நீரில் தந்தையின் வாதைகளைக் கேட்டாள் சிறுமி. அம்மாவின் முலைகளைச் சேர்த்து புல் உறங்கும் கிராமம். சுற்றி அலையும் வறட்டுப் பனியில் பயங்கள் கண்முளைத்துத் திரும்பும். பதுங்கிய தனிமை. அழிமதியான கராட்டி கிராமத்தின் பாடலை யார் கேட்க முடியும். மலையேறி விரல்களில் கசியும் குருதி. காணாமல்போன அம்மா காபூல் தெருவை தன் பாலில் ஒட்டி கீறல்களில் கதறும் குழந்தைகளுக்கு முலையூட்டினாள். கடைசி சொட்டு ரத்தம்வரை பால். இருட்டில் போர்வை கேட்டு வரும் இறந்த மனிதர்கள் ஒரு கோப்பை ஈரானியத் தேனீருக்காகவும் காத்திருக்கிறார்கள். சிசுக்களின் குரல்வளை அறுக்கும் வெளிச்சத்தை இரவெல்லாம் செலுத்திய விமானங்களின் எதிரொலி.

பாலைவனச் சரிவில் கருஞ்சிவப்பான வட்டத்தில் சூரியன் குலைந்து கிடந்தான். சூரியன் காபூல் திராட்சைகளின் ரகஸியம். சுவையூட்டும் வெப்பத்தையும் புளிப்பையும் காமத்தில் வழங்கி மறைகிறாள் உவட்டுப் பனியில். கருந்திராட்சைக் கொத்தில் அவர்கள் கதை ஒளிந்திருக்கிறது. அக்பரின் கோப்பைகள் அவற்றை அறியும். பீர்பால் எடுத்த கதைக்குள் காபூல் திராட்சை ரஸம் நுரைத்த வேளை காந்தாரக்கிளியானாள் இளவரசி. திராட்சையின் இலையை அழிப்பதற்கு கடவுளாலும் முடியாது.

7

கூடவே வரும் சுயேச்சையான நிலம்

பாலைவனத்தில் இருள் சூழ்ந்திருந்தது. கற்பனைக் கதைகளின் தூந்திர வெளி. கொடிபோல் துவளும் ஒடிசல் உடம்பான கழைக் கூத்தாடிப் பெண் வடபுலத்து அகதியாக அலைகிறாள். புல்லின்மீது அவள் கருங்கூந்தல் புரளுகிறது. ஒரு இலையளவுதான் பாலைவனம் வாடுகிற மூச்சரவம். சருகாகிக் காய்ந்த மணல். நடுங்கும் அவள் கைவிரல் சருகான பாலைவன இலையை சாவதானமாக இந்நாவலுக்குள் வைத்தாள். கீழே வெகுதூரம் நீண்டு கிடக்கின்றன மலைகள். உறுமி ஓடும் காபூல் நதி நிழல்களில் கொஞ்சம் கொஞ்சமாக வெளிச்சமாகி வரும் நதி இருட்டில் படும் வெள்ளிப் புழுவென நெளிந்து நகரும் ஆறு மலைத்துளைகளில் ஒளி மறுபக்கம் போய் கலைந்து கலைந்து உருமாறுகிற கருந்துளைகள்.

தன்மேல் வாழ்வையும் கோர வடுவையும் சுமந்து வரும் பாலை மணலாய்ப் படியவில்லையா. உறைந்துபோன மொழிகளின் நூல். விந்தைக்கிளி இது. சுபாவத்திலே பேரமைதி. வெறுமை. பக்கத்தில் நகரும் ஏதோ அசைவு. பழக்கப்படுவதில்லை பாதைகளுக்கு. பாலைவனத் துயரம் இருளடைந்தது. அதை இனங்கண்டுகொள்ள யாராலும் ஆகாது நாடோடிகளைத் தவிர. விதியினால் ஒலித்தவாறு செல்லும் ஒரு மணல் பாலையில் நடனமாடி நீலவிதானத்தில் கரையும். இடைவிடாமல் நடந்து செல்லும் பயணத்தில் தண்ணீரோ இளைப்பாறலோ ஏதும் கேட்கவில்லை. ஒரே மௌனம். தொலைவில் நம்பிக்கையின்மையின் பேரமைதி. சாவதும் விந்தைதான். மணலில் தலையை கிடத்தி உறங்கும் விதி யாருக்காகக் காத்திருக்கிறது. அகந்தை கொண்ட தூரங்களில் களைப்பினால் தூங்கி வழிந்த கிளிமுகப்பயணி மணலில் இறங்கினாள். வாழ்வில் என்ன நேர்ந்தாலும் அர்த்த மின்மையில் விரிகிறது பகல்.

இரவோ பாலைவன மௌனத்தில் ஆழ்ந்தது. செந்தழலில் வாழ்வின் சுருள் அவிழத் தொடங்கி கிராமங்களில் சுற்றித் திரியும்

அலைபவர்கள் பாப்பிச் சிமிழ் புகையும் பழுப்புப் போர்வை போர்த்திய அமரர்கள் திரும்பி வந்து கொஞ்சம் 'சண்டு சருகுகொடு' எனக் கேட்கிறார்கள் பயணியிடம். அவர்கள் சிமிழில் புகையும் ஆவி. ஆபத்துகள் ஊர்ந்து திரியும் நிழல்கள் வரக் கண்டு குகையிடம் மறைந்தார்கள். பாறை இடுக்குகளில் சொருகியிருந்த மண் சிமிழில் சாம்பல் உதிரும். மாட்டுக் கொழுப்பு தடவிய கத்தி உருவிக் கீறிய காரிருள் கவிந்தது. வாயிலிருந்து வார்த்தையே கிளம்பவில்லை. சொல்வதற்கு எத்தனையோ இருந்தன. பனி அரும்பிய மணல்மீது கிடக்கிறது தனிமை. வீட்டைவிட்டு வெளியேறிய கால்களை கூலிக்கு விற்றவன் வீடு திரும்பவில்லை. குனிந்த கூலிப்படை சிப்பாய் ஒருவன் 'அவர்கள் சிறையில் இருக்கிறார்கள்' 'பாரசீகக் கதை சொல்லி தூக்கிலிடப்பட்டான். நீயும் ஓடிப்போய் விடு' என தணிந்த குரலில் பயணியிடம் கூறினான். நீரால் அழியும் மகளை கடைசி தரம் பார்த்துவிட்டு யுத்த மடுவில் கரைந்தான்.

அவன் ஒரு கள்ளக்கறி ஆடுகளைத் திருடி உண்பவன். திரும்ப முடியாத பாறையில் கணவாய் திறந்து காத்திருக்கிறது சாவு. வீட்டில் மனைவி சாகக்கிடந்தாள். எந்த உதவியும் கேட்காமல் கர்ப்பிணியாக இருந்தாள். ஒரு மாதமாக பாறைமேல் விதைக்கிறாள். சாமை அறுக்கும் முன்வலி கண்டது. வயல்பக்கமே போகவில்லை. வேலையுமில்லை. கூலியுமில்லை. சாவுதான் நெருங்கிக்கொண்டிருந்தது. வயிற்றில் உயிர் கொண்ட சிசு 'அம்மா... போகாதே... போகாதே... பாறைகள் அலைக்கழிக்கிறதே என்னை. எவ்வளவோ உயரத்துக்கு ஏறிக்கொண்டிருக்கிறேன் பயமாக இருக்கிறதே' 'எவ்வளவு உயரத்தில் மகனே' 'அம்மா... உன் கர்ப்பத்தின் உயரப்பாறைகளில் மேலே நகர்கிறேன்' 'பயப்படாதே கருவறையில் பத்திரமாக இரு' பாப்பிச் செடியின் சருகுகள் நறுக்கினான். வெறுமையாய் கிடந்த அடுப்படியில் பூனையிடம் துயில்கிற பசியில். ஒரு ரொட்டிகூட இல்லை. வீட்டுக்குள் திரும்பி மனைவியைப் பார்த்தான். துப்பாக்கியை பாறை நிழலில் வைத்து தூரத்தில் போய் திரும்பிப் பார்த்தான். விடைபெறும் பொருட்டு அவளிடம் ஏதோ சொல்ல விரும்பினான். வாயில் சங்கிலியைப் போட்டு கூண்டில் வதைபட்ட திருடன் சேக்கு தப்பி ஓடிவிட்டான்.

பேசாமல் வாயில்புறம் சென்றாள். திரும்ப முடியாத பாறைமேல் ஒரு லயமலர் ஒலிப்பது கேட்டது. அவனுடைய மகளாக இருக்கும். வீட்டைவிட்டு பாலைவனத்தில் இறங்கினான் முதுகில் துப்பாக்கி

யைச் சுமந்தவாறு. பொழுது சாய்ந்துவிட்டது. நிலம் பழுப்பாய் மாறி மெல்ல செடிகளில் பரவியது. நுரைவிடும் புதரில் மறைந்தான்.

எதிரே இருப்பது திரும்ப முடியாத பாறை. சமவடிவுள்ள பாறைகளாயில்லை. இப்பொருட்களின் பௌதிக ஒளியில் இயல்புகள் தொடர்ச்சியாக மாறக்கூடிய கீழிறங்க முடியாத ஊர். பலமுறை இரட்டிக்கும் தன்மைகொண்ட ஊர். பாறைக்குப் பாறை ஊர் இருப்பதாகத் தோற்றம். அழகிய நிறங்கொண்ட பாறைகளின் செதிள்கள் ஏமாற்றும். விழிப்படத்தில் தலைகீழாக கீழிறங்கிவிடும் ஊரில் படிகங்களை முகமாகக்கொண்ட சிறகு மனிதர்கள். அக்கினிப் பாறைகளில் செந்தழல் நாவுகள் நக்கிய வெப்பம் வரும். தோன்றும் உருவங்களில் பாறையின் தன்மைகளும் பிரதிபலிக்கும். இதனால் இறங்கமுடியாத ஊரை அடைவதற்கு பச்சை, நீலம், சாம்பல்நிறப் பாறைகளில் ஊடுருவும் நிலைக்கு மாற முடிவது சாத்தியமா தெரியவில்லை. இயற்கையின் புரிய முடியாத அகத்தைக் கொண்ட ஒருவன் கவிதையாகக் காணும் படவிளக்கில் பார்த்தால் மொழியின் படிக வடிவமான ஒரு வகையும் படிக வடிவற்ற ஒரு ரூபத்தை சொரூபமாகவும் தெளிவாக இருப்பது. செவ்வந்திக்கற்படிகங்களை வடிவம் கொண்ட கவிதையின் ஆழத்திலுள்ள பாறைகள் பித்த ஒளி புகவிடும் மணிகளாக அதிர்கின்றன. படிமங்களைக் களைவதற்கு அவன் ஏறிய திரும்ப முடியாத பாறை. மனதிலுள்ள சில அசுத்தங்களும் வக்கிரங்களும் நிறங்களாக தொகுதி கொண்டிருக்கும். கண்ணாடிப் பரப்பில் மறைந்துள்ள முத்துக்கள் கண்ணீரின் படிகங்களாக பாலைவனத்தில் லயமலரைப் பறிக்க அலைகிறாள். இந்த லயம் திரும்ப முடியாத ஊரின் ரெட்டிப்பாகும் பாறையில் உள்ள கூண்டுத் தெருவில் உள்ளது. மணல் அலைகளில் தனிமை குடித்த சிறகு நாடோடிகள் நெடு நேரமாகக் களைத்துப் போயினர். களைக்கவில்லை. அவ்வுணர்வு பாலைவனத்தின் இயல்பாயிருந்தது. மறதிகளைக் கொண்ட பாலையில் மேலும் கீழும் மணல். மணலின் பொருள் என்ன? ஏதோ விசித்திரப் பொருளைப் பார்ப்பதுபோல் நிறக் கண்களை உடைய பழுத்த கவிதைதான் மணல்.

கதவு தட்டப்படும் சத்தம் கேட்டது. ‘உள்ளே வாருங்கள்’ என்று குரல் கொடுத்தாள் கிளிமுகப்பயணி. கதவு திறந்தது. உள்ளே வலிமை வாய்ந்த பாலைவனம் நிலவியது என்றென்றைக்கும் நிலவப் போவதுமான விதி இது. மேல் அலையும் நகரங்கள். அதே அலையில் திரும்பி வரும் என்று நம்புகிறாயா. குழந்தைப் பருவத்தின் கனவில் பாலைவனக் குரல்கள் அலைகின்றன. கண்ணீரால் நனைந்த

உவர்நிலம்போல் துவர்ந்து அலையும் காற்று. பகல் வெப்பம் ஏறிக் கொண்டு போயிற்று. அவள் கடைசியாகக் கூறிய வார்த்தைகள் 'என்னைப் பற்றிப் பேச வேண்டாம்' என்றாள். பாலைவன நரம்பில் ஓடும் மனதின் அமைதியற்ற ஒருதுளி நீர் பழுத்து காய்ந்து உதிர்கிறது. ஜன்னல் குறட்டின் மீது முழங்கைகளை ஊன்றி மணலில் ஆழ்ந்திருக் கிறாள். குறுக்கு நெடுக்குமாக கால்கள் நிற்காமல் நடந்து கொண்டிருப்பதில் பைத்தியம் பிடித்த புத்துணர்ச்சி புதிய ஆன்மாவை படைக்கிறதுதானே.

எல்லாவற்றையும் கழித்துக்கொண்டு வந்தபின் மணல் சருமத்தை காபூல் திராட்சைத் தோட்டத்தில் எண்ணிலா வருஷங்கள் படர்ந்திருந்தாள். பெரும் பஞ்சம் அவர்களைப் பின் தொடர்ந்து கதை களையும் சாவின் நிழலையும் விட்டுச் செல்கிறது. பாலைவனத்தில் பலவகை மனநோய்களை பிடிக்க வைத்த விமான ஊளைகள் பதிகிறது. பயமும் பசியும் சாவுடன் சேர்த்துப் பிணித்த வறிய பூர்வ குடிகள் வறண்ட மலைகளில் அலையும் சோகப்பாடல் தேசங்களின் எல்லையில் அசையும். அமைதி குலைந்த சிறுமியை வரித்துக்கொள்ள ஒருவருமில்லை. தாவரங்கள் வளைகின்றன அவள் கைகளுடன். பசி வயிற்றுடன் சாம்பல்நிறப் பல்லி ஒட்டியிருக்கும் நாக்கில் உச்சரித்த வாக்கை உணர்ந்தார்கள். யாருக்கும் புலப்படாத ஊரில் இருப்பவர்கள் கீழே வருவதில்லை. அங்கிருந்த சுதந்திரத்தில் நிலமும் முன்னோரின் நிழலும் அலையும். மழைநீரில் அவர்களின் குரல் கேட்கும். மேல்நோக்கிப் பயணமானால் திரும்ப முடியாத உயரங்களைக் கொண்ட பெரும் பாறைமேல் அமைந்துவிட்ட ஊரில் மாறும் வாசனையுள்ள பூ வேறு வடிவங்கள் கொண்டது. உதிர்ந்து காய்ந்து உருமாறும் அம்மனிதர்களுக்கு பிறைதான் உருவத்தைக் கொடுத்தது. படலப்பாறை வீடுகளில் கண் துளைகளில் சுற்றி கற்பலகை மூடியிருந்தது.

பூமியின் மலையுகக் குகைவீடுகள். அவர்களின் மனம் கற்பிரவாகத்தில் மிதக்கிறது தனிமையில். நெருங்க முடியாத இயல்பில் இருக்கிறார்கள். ஒலிகளை சங்கேத பாஷையாக உணர்ந்துவரும் ஆபத்திலிருந்து தப்பிவிடும் அறிதல் கொண்ட பெண்கள். வெட்கமும் பயமும் பீடித்த மார்பெலும்பில் சுடரும் இருட்டு அகல். ரத்த நாரில் படரும் வெளிச்சம். சாவின் நிறம் பூசிய பாலைவனத்தில் அச்சம் சாவைவிட ஆழமாக இருக்கிறது. அதைவிட தீக்கனவில் உழல் கிறார்கள். கனவின் தீப்பாதையில் இரவு வரும். பலிதீராத கத்திகள் காத்திருக்கும் இருட்டில் அரவுகளாய் ஊர்ந்து செல்லும் சூரிகளின்

பழம் நினைவு. அழுக்கான தோல் சந்தையில் உலர்ந்த தொலிகளை விற்று அன்றாடம் கழிகிறது. 'காலனிய மனநோயாளிகளின் விடுதி' திரும்ப முடியாத பாறையில் இருந்தது. அங்கு போனவர்கள் திரும்பி வருவதில்லை. வெள்ளையரின் மூர்க்கமான கோட்டும் முழுக்கால் பூட்ஸ்சும் கருப்பாக இருந்தது விடுதியில். ஹிட்லரின் மீசை வைத்த ஹிட்லர் தொழுநோய் விடுதியையும் மன நோயாளிகளையும் அருகருகே கூண்டமைத்து காத்து வருகிறான். அவன் ஜெர்மன் மொழியும் ஆங்கிலமும் பேசும் மன நோயாளிகளுக்கு நாக்கில் வெறுமையை வரைந்தான். ஆனால் மனநோயாளிகள் பேசினாலும் மொழியற்ற வெளியில் மரமாகக் கூடியவர்கள். ஹிட்லரின் புதிய மெயின் கேம்ப்பில் கம்பிகளால் அமைக்கப்பட்ட கிளிக்கூண்டுக்குள் நூறுநூறு கிளிகளாக வளர்கின்றன. அதை பிடிப்பதற்கு ஒருவராலும் முடியவில்லை. எந்த மனநோயாளியும் கிளைகளாக ஆடியும் இலைகளாக அசைந்தும் எல்லாக் கிளிகளையும் மயக்கி ஈர்த்து விடுவான் தினம். அவர்களை சதா நேரமும் கிளியோடு வாதாட வைத்தான் ஹிட்லரின் மீசை வைத்த ஹிட்லர். காலனிய மனநோயில் அவ்வூர் இருப்பதை அவர்கள் உணர்ந்திருக்கவில்லை.

இயற்கையோடு ஒன்றிய வாசனைகளின் இருப்பிலிருந்து கை நீட்டினால் கிளி வந்தமரும். வீட்டினுள் யாரும் போக முடியாத பாதைகளில் கிளிகள் சென்றுகொண்டு இருக்கின்றன. மன நோயாளியின் நிர்வாண உடலில் திரும்ப முடியாத ஊர் துயில்கிறது. பைத்தியங்களின் கண்ணசைவில் நோயாளியாய் தெரு மாறியிருந்தது. நாய்கள் குரைப்பதை யாரோ விரட்டுகிறார்கள். சூட்டுக்கோல் அடையாளமிடப்பட்ட ஒரு சுதேசியை பனிநகரத்துக்கு கூட்டிப்போய் ஹாரோயில் படிக்கவைத்து மூளையை அரிக்கும் பனிப்புதை ே சற்றை பூசி திரும்பி அனுப்புகிறாள் பொம்மை அரசனாய். வேறு சிலர் சித்திரவதைக் கூடத்தில் இருக்கிறார்கள். சந்தேகத்தின் இருள் படிந்த முகங்கள் நீலநிறத்தில் மாறியது. காகங்களின் நிழல் பனிநகரைக் கடக்கிறது. தற்கொலையில் நகரும் குருதி சதா காலனிய மனநோய் விடுதியை சுற்றிச் செல்லும். 'கடிகாரத்துக்கு பைத்தியம் பிடித் திருக்கிறது' என்றாள் சிறுமி.

ஆன்மாவை காலனிய மனநோயில் படரவிட்ட பைத்தியம் என இவனைச் சொன்னாலும் புலம்பும் பாறையில் துறவியாய் மறைந்து திரும்ப முடியாத பாறையில் நிர்வாணமாய் ஏறிக்கொண்டிருக்கிறாள். எங்கும் இருக்க முடியவில்லை. இருள் வீசியது காற்று. அலையற்ற நேரத்தில் பாலைவன நிறத்தில் மாறும் தோற்ற வெளியில் குளிர்

ஊசிகள் எலும்புகளைத் துளைக்கும் தனிமை. அங்கே பனியும் தங்கமும் வெப்பத்தில் உருகி தங்க முகமூடி அணிந்த பொம்மை அரசன் காபூலைச் சுற்றி குதிரையில் வலம் வருகிறான். திராட்சைத் தோட்டத்தில் காபூல் விளக்கு அகமலரைத் திறந்து சுடர்கிறது. கனவு அலைகிறது சாவின் பனியுடன். டாலர் ஜெயிலில் தொட்டதெல்லாம் பொன்னாகும் வரம்பெற்ற மைதாஸ் ஆகிக் காதலி மீதும் சுதேசிகள் மீதும் கடைசியில் தன் தலைமீதும் கை வைக்கக்கூடும் அரசனின் கை. எகிப்தியக் கழுதைமீது திராட்சைத் தோட்டத்துக்கு போய் ஒரு கனியை தொட்டு அது தங்கமாக மாறக் காண்கிறான். அது பாரசீக கதையில் வரும் இதுவுமது.

அவர்களது கால் வேர்விட்டு பாறைகளில் படிந்திருப்பதால் நகரவில்லை. சிறகு முளைத்த மனிதரும் இருந்தார்கள் திரும்ப முடியாத ஊரில். 'எல்லா மனிதரும் பாலைவனமும் வந்தேறிகளும் அடிமைகளும் காபூல் நகரமும் திரும்ப முடியாத ஊரில் மாட்டிக் கொண்டுவிட்டது. என்றுமே திரும்ப முடியாது' என்றாள் நீரால் அழியும் சிறுமி. பைத்தியங்களும் ரோகிகளும் திரும்பிவிடுவார்கள். ஏற முடியாத உயரத்தை நோக்கி மூச்சிரைக்கிறார்கள் அச்சமின்றி. இங்கு வாழ்வதைவிட உயரத்தை நோக்கிப் போவதில் வேட்கை. வாழ விரும்பவில்லை. சாக விரும்பவில்லை. ரோகிமீது கிளி அமர்ந்து பேசும் கதைக்குள் உயரும் சுண்ணாம்புப் பாறைகளில் உலகம்கீழ் நகர வளையும் குகை விளிம்புகளில் வரையப்பட்ட செவ்வோவியங் களில் பழைய மனித ரேகைகள். பேதலித்தவன் கொம்மட்டிக் காயில் பரவுகிறான். சிதறுகிறான் நிலத்தில். பைத்தியம் பிடித்தவன் தன்னைத்தானே திரும்பப் படைத்துக்கொள்கிறான்.

8
சாமை

சாவின் வசீகரம் கண்களில் நிழலாடியது. உள்ளே இமைக்கீறலில் பாலைவன வேட்கை இன்னும் வாழ்வு ததும்பியது. நீர் பார்த்துப் பயம் கொள்கிறாள். தண்ணீரில் இருக்கும் குரல்கள் கனவில் வரும். குளிக்கும் சமயத்தில் பொருட்களையும் செடிகளையும் நீராக மாற்றுகிறாள். மேலும் எல்லாம் கரைந்தவர்கள் உலகமே தெரியாதவர்களாயிருந்தார்கள். அதில் ஒரு பறவை மனிதன் நீரில் போட்டால் வைரமாக மாறிவிடும் கல். வெளியேற முடியாத ஊரில் சாம்பல் மேடு இருந்தது. பாறையை நடுங்க வைக்கும் வறட்டுப் பனியில் போதை ஏறிய செடிகளை அம்மனிதர் கருக்கிருட்டில் விரல்களால் உருவி ஒவ்வொரு இலையில் கொப்பளிக்கும் பச்சைத் திரவத்தை உருட்டித் திரட்டி மூதாயின் கபாலத்தில் பூசி சடங்குமொழி பேசுகிறார்கள். வெள்ளையரை கிளிக்கூண்டில் நிறுத்தி அவர்கள் ஒப்புக்கொள்ளாத குற்றங்களுக்காக சடங்குமொழியின் தீர்ப்பை விதிக்கக் கிரீச்சிடுகிறார்கள் பட்சியாகி.

தப்பி விலகிச் செல்லும் சுயேட்சையான நிலம் கூடவே வரும். திரும்ப முடியாத பாறையில் செல்லும் சொந்தமான கால் கைகளில் விலங்குகள் ஏறிய வேகம். பசியின் அடியாழத்தில் மறைந்து போன தானியமணி தூக்கத்திலிருந்து வெளிவருகிறது.

ஒவ்வொரு கதிராக எடுத்துப்போய் பாறைப்புடவில் சேகரித்த கிளி திரும்ப வருகிறது விதைகளுடன். பாறையில் தங்கினார்கள். வெள்ளையன் தங்கம் தேடிவரும்போது சுதேசித் தானியமணிகள் கண்ணுறங்குவதை எழுப்பாமல் காத்திருக்கிறார்கள் நெடுநாளாய். ரத்தத்தில்பட்ட விதைகள் நரம்புகளாய் மூடியுள்ளன.

குற்றமற்ற உலர்தானியக் களஞ்சியங்களை அன்று எரித்துக் கொள்ளையிட்ட இனப்பிளவிலிருந்து கடத்தப்பட்ட சாமை உதிரும்.

பாறைகளைவிட்டுத் திரும்பாத பயணி அங்கு ஏறியதில்லை. செடியை அரைத்து நாக்கில் பூசி வேறு உலகில் சஞ்சரித்தார்கள். அடுத்த எட்டில் சரிந்து கீழே விழ நேரும். திரும்ப நினைத்தாலே சரிவு நேர்ந்துவிடும். மனம்தான் பாறைகளைப் பார்த்துக்கொண்டே படைக்கிறது. போதையைக் கக்கும் செடி என்ன நினைத்தாலும் அது

வெளியில் நடக்கும். மழைமறைவில் நீரால் அழியும் பெண் ஒரு துளியின் ஈரக் கசிவை முழுப்பாலைவனத்துக்கான உயிராக தாங்கி இருந்தாள். அவள்மீது பனித்துளிகூட காணப்பட்டது. தெள்ளத் தெளிவான வானம் காரணமாக இரவு நீலத்தில் மூழ்கி இலை மெல்லும் பாடல். இருட்டு அகலில் பிறந்த செடியாகிறது. சில இடங்களில் பாறைகள் பேசும். பாலைவன மேற்பரப்பிலுள்ள குறுமணலைக் காற்று அடித்துச் செல்லும் அலையில் தேவதைகளும் நடமாடிச் செல்கிறார்கள். மணல்மேடு அலையலையாய் புராணங் களைப் புரட்டி பக்கங்களில் வீசிய மணலில் கவிதைகளின் மூச்சொலி. ஈரக்கசிவான கவிதை மணலில் ஒளிர்ந்திருப்பதாகச் சொன்னாள் சிறுமி.

தப்பிவந்தவர்கள் திரும்ப முடியாத உயரத்தை நோக்கி படிகள் இல்லாத வழுக்குப் பாறையில் இரவோடிரவாக ஏறிப்போன மூச்சிரைப்பு வெகுநேரம் கேட்டது. கருநீலப்பாறைகளில் பதுங்கிய வேறுசிலர் தென்படாமல் மறைவார்கள். துறவிகள் ஏறும் பாறை அநேகமாக சாம்பல் நிறமானது. சிவப்பான பாறைச் சமவெளியில் இடிந்து சரியும் செந்நிறத்தில் பூர்வ ஞாபகம் வரும். இத்தகைய கணத்தை அடைந்தவர் துறவிகள்தான். எரிமலைச் சாம்பல் பூசிய பைத்தியங்கள் அங்கே காத்திருந்தார்கள். கொஞ்சங் கொஞ்சமாக மயக்கும் ஊரின் உள் சுவர்களில் வாசனை மூலகம் அலைகிறது. யுகங்கள் வறண்ட பிறகு வருவார்கள் சிலரும்.

உச்சி வறட்சியில் கல்ஊறக் கனிந்தநீர் அதைத்தான் வியாசன் குடித்து பாண்டவரை சொர்க்கத்திற்கு அனுப்பினான் போலும். புராணத்துள் போத இலைகள் கசிந்த பாறைகளில் எரிமலை ரேகை படிந்து பரவும். நீர் வாழ்ந்த புராண இலை உயிர் முடிச்சில் பாசில் களாய் படிகிறது. இவ்விடம் இருந்து கொள்ளலாம்.

பூமியில் இல்லாத அனேக புராண கதாபாத்திரங்கள் புகை நெளிவில் தோன்றி சண்டுகளை உருவிப் பருகி அலைகிறார்கள். மலை ஊரில் தேனடைத் துவாரங்களில் கதண்டுமுனிவர் சுழன்று உறங்குகிறார்கள். கயிற்றுச் சுருள் போன்ற போதைப் புனைவுகள் நார் நாராக உறிந்து திரியும் கணங்களின் இருப்பிடம்.

நாலாபக்கத்திலிருந்தும் திரும்ப வழியில்லை. ராட்சஸப் பல்லியாய் அசையும் பாறைகளின் பிடியில் சிக்கிய உடல் பசியில் கோரைகளை கீறி மெல்லும் தாடை எலும்புகளின் அசைவு. பூமியிலிருந்து வெளிக் கிளம்பாத மனிதர்கள் திரும்ப முடியாத கைதிகள். நட்சத்திரங்கள் வெளியேறிவிட்டன. தூரத்தில் அதில் வடிந்த ஒளி

தொடும் பாறையில் மனிதன் தனிமையில். நீண்ட ஆழத்தில் இருட்டு. வெளிச்சம் கனவுகளைப் புதைத்தது. உப்பின் மூலநிலையில் கீறிவந்த பச்சைக்கிளி மறந்தவரின் மொழி பேசும். 'என்ன வேண்டும் பைத்தியமே... உனக்கு' 'மொழிவேண்டும் மறதியில் ஏறினால் பாஷை வெளி' 'அங்கு உன்னால் போக முடியுமா' கிளி பறந்துகொண்டிருக்கிறது மடிப்புகளில். சுண்ணாம்புப் பாறைகளில் காற்றின் ஊளை.

செடிகளை உட்கொள்ளும் பாறைவாசிகள் மேலும் உச்சியை நோக்கி மிகத் தனிமையும் சாவும் பயமும் காற்றில் கலந்து இரவெல்லாம் வீசும் இந்த இறங்க முடியாத ஊர். பாறைகளின் பழுப்பு நிற வெளிச்சத்தில் இருப்பின் அர்த்தங்களை நிஜத்தில் வாழப் பழகியிருந்தார்கள்.

வெளியேற முடியாத ஊரில்தான் கிளிமுகப்பயணியின் அம்மா இருந்தாள் கிளியுருவில். யாரும் பயிரிடாத மிகப்பெரிய தன்மைகளை வாழ்ந்த அவள் தந்தையோ போதைமிகுந்த செடிகளை பாறையில் உரசி அரைத்து குளிகை செய்து கற்பனைப் புராண உலகங்களை படைப்பதில் சதா ஈடுபட்டிருந்தார்.

கர்ப்பத்தில் இருக்கும் கிளிமுகப்பயணி இன்னும் பிறக்கவில்லை. மயக்கத்தில் தந்தை சொன்ன மிதக்கும் வார்த்தைகளுக்கு இறகினால் உடல்கோர்த்து நிறம்பல அலையும் பித்தத்தில் வெளிகொள்கிறாள். கைகளை விரித்து ஆதரவற்ற வெளியில் விரல் நடுங்க பாறைமேல் நிர்வாணமாய் பறவைகளின் பாஷைகளை உச்சரிக்க எங்கிருந்தோ நூறுநூறு செங்கிளிகள் பறந்துவந்து அவள் உடலெங்கும் குத்திப் பரவி கத்துகின்றன.

உள்ளே மறைந்திருக்கும் காணாமல்போன சுதேசிகளின் கிளை மொழிகள் நீர் அரித்த ஓசையுடன். பனிமரத்தில் உருகும் மொழி பேசி பச்சைநிறம் பறந்து வந்தது. செங்கொண்டையில் விடுகதை சுமந்து வரும் ஆறு பச்சை மரவெட்டில் கசியும் பிசின் ஒலித்தது. காலனியரின் கால்படாத நிலங்களில் மொழிகளும் கொடிகொப்பாய் இருட்டிலிருந்து கொண்டு வந்த கருங்கிளிகள் அவள்மேல். 'அவளுக்குப் பைத்தியம் பிடித்திருக்கிறது' என்றார்கள் காலனியவாதிகள்.

9

தொன்மையான முகமூடி

நிலம் புல்நுனி மேல்
வெந்தீக்கனவு பாலைவனம்
பனிச்சேற்றில் உப்பு
ஊளையிடும் பாறைமேல்
சிறுவெறுமை பயத்தில் அலையும் நாடோடி முகம்
படுத்தால் பாறைமேல் துர் கனவுகள்
மலை ஓடையில் அசையும் நிலவு
தொன்மையான முகமூடி
ஊருக்குக் கிழக்கே அபினிச்சாறு
வழியும் விரல்களில்
அமுதார்ய நதி
கிழிந்துள்ள இருட்டில்
ஆடையோடு கசியும் நீர்
பாறையின் உச்சியில்
பழங்குடிகள் வீழ்கிறார்கள்
திரும்ப முடியாத பாறைமேல்
பசியால் களைத்த முகம்
துயரமும் கருணையும் சூழ
செல்கிறாள் ஏரி விரல்களால்
நசுங்கிய அன்பும் வன்முறையும்
கரைந்த நச்சு வலைவீசி
ஏறுகிறாள் எல்லை தாண்டிய பாறைமேல்
நீர்வறள சாவின் முனைகள்
உயரங்களைக் கடப்பதில் வேட்கை
எதை நம்புகிறாள் சிலாம்பில்.

- பாரசீகக் கம்பளப்பெண், *கதைசொல்லி*

இங்கு இருப்பதைவிட மேலும் உயரத்திற்கு போய்க்கொண்டு இருப்பதால் அவள் சினேகிதிகள் போன இடத்தை அடைந்துவிடலாம். உச்சிமேல் காலம் குடைந்த குகைகளில் வாசம் செய்யும் புத்த துறவிகளின் கையில் காளான் வடிவப் பாறை சூன்யத்தின் கோடுகளில்

தத்தளித்துக் கொண்டிருக்கும். அருகே போக எட்டிப் போகும் தூரம். உச்சித் தடாகத்தில் ஒரு பொன்மீனைக் கண்டாள். அதன் அடிவயிற்றில் அவள் மச்சங்கள இடம் மாறிவிடும்.

நம்பிக்கையின்மையின் கடைசி வரை ஏறிய அடுக்குப்பாறை கீழே சரிகிறது. பின் நீலத்தில் கரைந்து ஆழத்தில் மங்கலாகத் தெளியும். நீலத்தில் அவள் ரேகை நெளிகிறது. கலைந்து போனவர்கள் தனித் தனியாக பூமியின் திசையெங்கும் செல்வதை விழிகளால் ஈர்க்கிறாள். நிலத்தில் ஒரு கை நீர் அள்ளி முதியவள் அவளைத் துடைத்தாள். உடனே அழிகிறாள். சித்திரம்தானா அவள். எனவே கோடு வரைகிறாள்.

இனி என்றுமே தோல்வி நிச்சயித்திருந்த இறங்க முடியாத ஊர் ஆனாள். சிதறுண்ட காபூல் மண் பட்டினத்தை அதே அழகில் படைத்தவர் யாருமில்லை. மண்ணோடு மண்ணாக சூலில் இருக்கிறாள். சேற்றில் விளையாடி தோட்டம் வைத்து கண்ணீர் அழிந்த நிலம் தேடி அலைகிறாள். யாருமில்லை அங்கு. மழைத்துளி ஊர்ந்து தொடும் அருகில் திரும்பிச் சிரித்தாள். இன்னும் எரிந்துகொண்டு இருக்கும் காபூல்விளக்கேந்தி கனவுப் புஸ்தகத்தில் பயணி வருகிறாள். தன் கிளி இறகால் கர்ப்பத்திலிருக்கும் கிளி உருவை வரைகிறாள். உலக பந்தம் அறுத்துவிட்டால் பறக்கலாம். கிளியின் குணங்களை அறிய நீரால் அழியும் மகள் வரிக்கோலமிடுகிறாள். சிறுமியின் திரும்ப முடியாத ஊர் எல்லையற்ற தனிமையில் அலைகிறது. அவள் கதைத்தோட்டம் உச்சிமேல் அங்கு உப்புக் கண்ணீரில் நனைந்து கொண்டு இருக்கிறது. உருவற்ற தெருவில் பைத்தியங்களின் நிழல் கிளிகளைக் கையிலேந்தி அலைகின்றன. நிர்வாணமாக பாறைக்குப் பாறை தாவி ஏறிச் செல்வதில் கால்களில் முளைத்த ரேகை நெளிகிறது பாறையில். அவர்களின் மனநோய் விடுதியில் நீர் நெளிந்து தொட்டு அலையும். அவ்வூர் வாசிகள் பைத்தியங்களை தனியே விடுகிறார்கள் உயரங்களில் இணைத்து.

கிளிமூக்கெழுத்தாணி கொண்டு சீதள ஓலைகளை நறுக்கி கிளி விருத்தம் எனும் பட்சிகளின் பாஷை அகராதியை சேகரித்துக் கொண்டிருந்தாள் கிளிமுகப்பயணி. சூகமுனிவர் சொல்லிக் கொண்டிருக்கையில் பட்சிகளின் வாசனையால் இழுக்கப்படும் சிறகுகள் நிலை நிறுத்த முடியாமல் அலையும். ஆகாயம் பூமி முதலிய பஞ்சபூதங்களின் ஸ்வரூபத்தில் உற்பத்தியாகும் நிறங்கள் சதா அசேதனத்திலிருந்து இனி பிறக்கப் போகிறது. அது மிகப்பெரிய கிளி நிறங்களை உடைய பாழும் ரெக்கைகள் அடிவரை தாழ்ந்து உயரும்

வேகம். அதில் போவதும் வருவதும் இருப்பதும் இல்லாததுமாகிய ரஸநாளங்கள் அதிர்கின்றன. பூமி நிறங்களாக கற்குழம்பின் தீ நாவுகளால் நக்கிச் செல்லும் கரு உரு.

10

வில்லின் அகராதி

ஏழு நிறம் சூழப்பட்ட வில்லின் அகராதி அது கிளியிடம் உள்ளது. நுனிமூக்கில் சிவந்த கபாடம் திறந்தால் ஒவ்வொரு ஏடாகி விரியும் நூலகம். கதா ரிஷியென்று அறிய முடியாத அழுக்காடை தரித்த சூகரிஷியே. அவமதிக்கும் சனாதனரின் பக்கம் நில்லாமல் இயற்கையில் மறைந்து ஒளிர்கிறாய். அழுக்கடைந்த ரத்தினம் போல் பட்சிகளின் அகராதி மறைந்துள்ளது முகத்தில்.

நீங்கள் மனதில் நினைத்த பட்சியை பேசவைக்க வில்லின் அகராதி தொட்டு உங்கள் கண்படுதல் வேண்டும். கிளிமுக நூலகத்தை திறந்தால் நினைத்த உருவத்தை அடையலாம். மரப்பொந்தில் அதன் தாயும் தந்தையும். பாலைவன அத்திமரம் மெல்லக் காய்கிறது கனியின்றி. அதன் இலைகளும் பழுத்து உதிர அடுத்த பருவத்திற்கு தளிர்விடவில்லை. சாபக்கிளி நூலோர் தொகுத்த மொழிகளைச் சேர்ப்பதில் சதா அத்தி மரப்பட்டையை உரித்து உண்டு தவித்து உருவாகும் பனி குடித்தது. தீராத பஞ்சத்தில் பின் தொடர்ந்து வந்த யுத்தங்களின் பின்னே ஏழைகளும் அகதிகளும் மொழி மறந்து அத்தி விருட்சத்தில் பழங்களும் கிளிகளும் தேடி வருகிறார்கள். மனிதரைக் காண அத்திமரம் காய்த்தது. உதிர்த்த கனிகளுடன் தேசந்திரிந்து வழி தப்பியவர் மொழியை வில்லின் அகராதியில் பூட்டி வைத்திருந்தது. சிறுமி வில்லின் அகராதியைத் திறக்கிறாள். மறந்து போன பாஷை கிளி சொல்ல பாலைவனத்தில் மொழிகளின் அகராதி விரிவு கொள்கிறது.

பாலைவன ஓசையில் பைத்தியங்களைத் தேடி பயணி இருளில் காபூல்விளக்குடன் சிறுமியின் கண்களால் தேடுகிறாள். இரவிலும் மணல் நீலமாய் தொடும். நெளிந்த தடத்தில் மூடும் குளிர். அந்த இறங்க முடியாத ஊரின் கதவுகள் வழியே கடவுளின் தாகம் தொனித்தது. மணலின் சாந்தியில்லை. மிருகம் போல ஓலமிடும் பைத்தியம் திரும்ப முடியாத பாறையில் ஏறி பல திக்குகளில் அழைத்துச் செல்லும் மலை வரைப்பில் உறையும் பித்தம் பிடித்த கசகசாச் செடிகளுக்கு முன்பருவ

காய்களைச் சுரண்டிய அபினியை வௌவாலைப்போல் மாந்தி உண்டு பாறையின் ரகஸிய ஓசைகளைக் கேட்கிறாள். கிளிப் பொந்துகளில் சுயவடிவங் கொண்ட முனிபுங்கவர் பாப்பிச் செடிகளை மென்று உரசிய புராணங்கள் சதா பாறைப் புடவுகளில் அலைபடுகின்றன. உச்சியேறும் கிளிப்புடவுகளில் நிர்வாணப் பைத்தியம் கண்களால் பொந்துகளை எட்டிப் பார்க்கிறாள். இரவுச் சுவர்கள் மேல்நோக்கி வளரும் பாறையில் ஓர் இளங்கிளி ரெக்கையடித்துப் பறந்து வெளியே செல்லும். பித்தவேகத்தில் அசையும் நிலா கலங்கிச் சிவந்த பாஷையில் நகர்ந்தது. திரும்ப முடியாத ஊரின் தெருக்களில் பைத்தியங்களின் கண்களில் பழுத்த பாஷைகளின் வெளிச்சம். கூண்டுத் தெருவின் மனம் கிளி பறக்கும் கோடுகளின் ஓசையில் கைதட்டுகிறாள் கனவில் நடப்பவள். அவள் கர்ப்பத்தின் ரகஸியத்தில் யாரும் அறியாத கிளி தன் சுய உருவை சூலில் மறைத்திருக்கும். 'இந்த உலகத்தில் பிறக்க அச்சமாக இருக்கிறதே அம்மா' 'செல்வமே... என்றைக்காவது நீ சிருஷ்டியின் வெளி காண்பாய்' 'கர்ப்பத்திலும் காபூல் விளக்கின் சிறிய ஒளி என்னை தொடுகிறதே அம்மா' 'ஏறிக்கொண்டிருக்கிறோம் திகைக்கும் பாறையில். அவ்வொளியில் பாறைகள் விலகிவிடாமல் நம்மைக் கொண்டு செல்லும் குழந்தையே' 'பயமாக இருக்கிறதே அம்மா' 'ஏறுகிற பாறைகளால் கைவிடப் பட்டவர்கள் சமவெளியில் சாய் கிறார்கள். நமது ஊர் அங்கே நிச்சலனத்தில் மூழ்கியிருக்கிறது. கிளிகளின் விருத்தங்களை கேள் பாறையில் காதுவைத்து' 'கிளிகள் யார் வரவுக்காக அங்கே காத்திருக் கின்றன' 'உனக்காகவும் சிறுமி களுக்காகவும். பைத்தியங்கள் அங்கே அலைகிறார்கள் கண்மணி.'

அவளுக்காக இங்கு யாருமில்லை. அவளைப் பார்த்த செடி பைத்தியமாய் சிரித்தது. கூழாங் கற்கள் பாதத்தில் இடறிப் புரளும் ஒலி. காற்று இவ்வளவான சத்தத்துடன் வெளியேற முடியாத ஊரின் கதவுகளைத் திறக்கிறது. மணலின் ஆத்மா மறைந்து போன பூர்வ குடிகள் ஒரு புதிரில் விழிப்பதற்கு பாலைவனம் சிலிர்க்கிறது. செம்பழுப்பான பலநிற கிளி இறகுகள் சிறுமியிடம் உள்ளது. எரிந்த மலை வடுவில் பதிகிறாள். கூடவே வருகிறாள். மண் வீசும் காபூல் விளக்கை சுருக்கி ஒளியை இருளில் படர விடுகிறாள் ஏனோ. 'ஒரு மரமாக தன்னை மாற்றிக் கொண்டாலன்றி கிளிகளைப் பிடிக்க முடியாது' என்றாள் பைத்தியம். 'அது உனக்கு எப்படித் தெரியும்' 'அதோ தெரியும் திரும்ப முடியாத ஊர் திரும்ப முடியாத பாலைவனம் மனிதர்கள்தான் மரமாக செடியாக நீராக கனவாக நினைத்த உருவத்தை

அடைகிறார்கள். எனவே கிளிகளை ஏமாற்ற முடியாது' 'கிளிமூக்கில் செஞ்சிவப்பான கபாடம் திறந்தால் திரும்ப முடியாத பாறை. நிலைகுலையச் செய்யும் நடுக்கம்' அழுக்காடைகளுடன் தொலைந்து போன இரக்கமும் அன்பும் நிறைந்த துறவிகள் பழந்தீயில் குளிக்கிறார்கள். பாறைகளின் சுடர் நாவுகளில் மழைநீர் குமிழ்விட ஒளி அவள் இசையாகிறது.

தற்கொலை தூண்டும் ஒழுங்கின் உச்சத்தில் வரையப்பட்ட நகரம் கிராப்ட் நோட்டின் கோடுகளாகப் பிரித்து செல்லும். வெள்ளையர் முகக்கூர்மை கண்டு சித்ரவதைப்பட்டாள். கடைவாய் ஓரம் இருந்த அலட்சியம் அவனைச் சிதைத்துவிடும். எந்திரக் கண்கள் இரவெங்கும் ஊர்ந்து வரும். சுற்றி அந்நியரின் கேமரா வளைத்துக் கொண்டிருந்தது. தார்பூசப்பட்ட இரவின் இருட்டு. ரத்தக்குழாய் வெடித்து உறையக் கூடிய கொடிய நிழல்கள் குதிரைகளில் செல்லும் உளவுப்பாதை. துப்பாக்கிகள் நீண்ட நிழல் யாரையும் தொடக்கூடிய அசைவு. அப்போது ஜெனரல் டயரின் குரல் ரவைகளின் துல்லியத்தில் பாய்ந்து செல்லும் கடந்த உதிரம் ஊர்ந்து வரும் ஓலம்.

சிறைச்சாலை உருகும் பனிமூடி தலைசாய்ந்து தூங்கா விழிகள் நிழலாடும். சூன்யக் கண்கள் வீடுகளையும் பெண்களையும் நக்கி உயிர் கொள்ளத் துடிக்கும் ராத்திரி. இருட்டை கண்ணீரால் மூடுகிறாள் 'சூன்யப் பைகள் கண்களில் தைக்கப்பட்டுள்ளது' என ஓர் எலியின் நிழல் கடந்து கொண்டிருக்கிறது நகரத்தை. திடீரென கனவுத் தோட்டம் தீப்பற்றி எரிந்து மனநோயாளிகளின் வீடாக மாறியது. அவள் வீடு தெளிவற்று இருட்டாய் இருக்கிறது. தாவரங்கள் காற்றில் அசைத்து முணுமுணுப்பதைக் கேட்டு ஓசை எழுப்புகிறாள்.

ஊரின் நிழல் ஒளியற்று படர்ந்து இருக்கிறது. சூன்யம் நிறைந்த பைத்தியக்காரர்கள் கண்பார்வையில் தெருவை இழுத்துச் செல் கிறார்கள். யாருக்குத் தெரியும் பாதை. தோல்வியைக் கொண்டுள்ள சமகாலத் தொன்மத்தை பைத்தியங்களே படைக்கிறார்கள். வீழ்ந்தவர் களின் நிலத்திலிருந்து செடிகள் முளைக்கின்றன. ஒரு சொல் ஒலியைப் பெற்று உயிர் பெற்ற கலைஞனை மனநோயாளியின் ஜன்னலில் பார்க்கிறாள் சிறுமி. அவள் உதடுகள் மௌனமாய் இருந்தாலும் மண்மீது அசையும் கால்களால் வரைகிறாள். அவள் கால்களுக்கு பூமிக்குள் இருப்பவரின் குரல் கேட்கிறது. திரும்ப முடியாத ஊரில் சிறகு முளைத்த குரங்குக் கூட்டத்தை கண்டாள். அக்குரங்குகள் தொப்பி அணிந்து பைத்தியங்களின் தோளில் அமர்ந்து தொலைவை நோக்கி அழைத்தன வாலியை. மறைந்திருந்து அம்பு பாய்தல் நெஞ்சை

ஊடுருவி போகா அம்பை பிடித்து நேருக்கு நேர் சண்டையிடாமல் போன ராமனைப் பார்க்கிறான் இறந்து கொண்டே. முகம் முகமாய் சண்டையிட முடியாத ராமன் அம்பைப் பிடித்து வாலினால் சுருட்டிக் கொண்டிருக்கும்போது அம்பின் பலம் வாலியை ஊடுருவியது. ராமன் மறைந்திருந்து வென்ற பலம் வென்றான் வாலி. திரும்ப முடியாத பாறையில் அங்கே மறைமுகமாய் தோன்றும் கிஷ்கிந்தபுரம். வளையும் கோட்டைகளால் ஆன வாலியின் வீடு. அங்கிருந்து யாரும் திரும்பவில்லை.

நெய்தல்

பிதிரா

1

நூலே ஓர் பிதிரா

பிதிரா ஓர் வஜ்ரோலி முத்திரை/ புரிமுறுக்குங் கயிறுபோல் சடை சடையாய் முனிதிரியும் காட்டிலோர் புற்று மண்ணால் பூச்சி கட்டிய அறைகளுக்குள் கபாலம் திறந்த உச்சி வெளியில் கண் முளைத்து உடல் விரிந்தலையும் போகர் கட்டி/வைத்த மூலிகை தழைத்துவரப் பறித்த நாழிகையில் கல்லைப் பேசவைக்கும் சொல்லைப் பூட்டிவைத்த நாக்குமேல் நாக்கிருந்து நானாவித ஜீவகோடி நாக்குநுனி தலையேறிக் குரல்வளை சுழலும் சிரசுகளின் வாக்கு ஒலிகளாய் பிடரி வழிபாயும் அருவி முள்ளெலும்பு மூல நாடியில் ஊர்ந்துபோய் இப்பிரதி சரீர மண் நக்கி தரைவழி நெளிந்தோடி எல்லாத் துளைகளிலும் பரவிவரப் பார்த்த உகாரமெனும் காகத்தைக் கைதட்டிக் கூப்பிட்டேன். 'இருந்தேன் காகத்தின் சொரூபமாக' என்றான் காகபுசுண்டன். பிதிராவின் பதம் பொருள் வாச்சியங்களை வாஸியாநின்ற காகபுசுண்டன் நாடி காப்பு.

தலைநிறையக் கொம்புகளும் உடல் நிறையக் கைகளும் கொண்ட ஒரு விசித்திர மிருகம் அடைமரக் காகக்கூட்டத்தை அழைத்துக் கொண்டு பிரதி திறந்தோடும் வாக்குவாதம் செய்ய நிச்சயமாய் திறந்து கொண்ட பக்கத்துக்குப் பக்கம் சித்திரங்கள் சுழிந்தோடும் கதையைப் பிடித்துக்கொள்ள வாசகன் நினைக்கும்போது பிளக்கும் வெளியில் தோன்றும் வெற்றிடத்தில் பரவிக்கொண்டிருக்கும் கதை உருக்கள்தான் மொழியாக மாறுகின்றன. சொல்லிலடங்காத பிதிர் போடும் மூன்று நகரங்களுக்கிடையே உள்ள தூரத்தில் பக்கங்கள் நகர்ந்து புரண்டு திரும்பும் வெற்றுக் காகிதங்களை மடித்தால் மறுபடி தொடங்கிய வாக்கியம் வருகிறது. வாசகன் இப்பிதிராவில் நுழைய கம்பத்து மேலிருக்கும் காவல் தெய்வமான மாட தேவதையை அழைப்பதற்கு என்ன செய்யவேண்டும்? 'ஒரு கால் காகமொன்று சாபத்தால் இருட்டடிப்புச் செய்யப்பட்டுவிட்ட இப்பிரதியோடு அலைந்து கொண்டிருக்கும் ஆலமரத்தடி நிழலில் அமர்வாயாக' என்றது பிரதி.

இந்த ஆலமரத்தடியில் ஒவ்வொரு பிரதியின் உள்ளிடத்தில் ஒளிந்திருக்கும் ஊழ்வினைக்கேற்ப நிழல் மாறுபடும் தன்மை. மகா பாரதத்தை தொடர்ந்து வாஸித்து விவசாயம் செய்த பிதிரர்கள் யுத்தங்களைச் சந்தித்தார்கள். ராமாயணத்தை புஸ்தகப் பலகையில் வைத்து பாராயணம் செய்த இரவில் சுடர்மேல் ராவணன் வந்து மகரயாழ் வாசித்துப் போனான். ஸ்ரீபுராணம் வாசிப்பதைக் கேட்க பட்சிஜாலங்களும் வானரங்களும் மண் பாம்புகளும் பூச்சிகளும் தாவர சங்கமங்களும் கூடிவந்து உயிர்களுக்கெல்லாம் நாவசையாமல் வெளிப்பட்ட பாஷைகளைக்கொண்ட பிதிர்களை வாசிக்க உருக்க மான விழுதுகளில் இறங்கி வந்தார்கள் சித்தர்களும் மூலிகைகளால் ஜனத்தின் கதை வாசிகளில் மருந்தீடு செய்தார்கள். எனவே பிரதியின் குணங்களைப் பொறுத்து ஆலமரத்தடி நிழலில் மாற்றம் ஏற்பட்டது. இதை வாசகா நீ நம்பாவிட்டால் ஜெயங்கொண்டாரின் கலிங்கத்துப் பரணியை வாசித்த நாளில் பிதிராவுக்குள் கூளிகளும் ஓரிகளும் பேய் மனதாய் குடிகொண்டுவிட்ட சருக்கத்தை பிதிராவிடமே கேள்.

இதன் வாசிப்பு அவரவர் உணர்வுப் பரப்பிலும் மாறக்கூடியது. புத்தகப் பெருவெளியில் பாதை வெட்டி வெட்டித் தனி வழிபோன வாசகா... ஒவ்வொருவரும் இனி சந்திக்க முடியாத பாதைகளைத்தான் வெட்டிப் போகிறோம். சந்தித்துக்கொண்டால் பிரதி குற்றமாகும். புத்தமென்னும் கருங்கல் பாறையை அவரவர் சிற்பிக்க உளிகளால் குடைந்து செதுக்கிச் செதுக்கி இருட்டும் வெளிச்சமும் பாய்ச்சி இப்பிரதியில் புதைந்து கிடக்கும் பிதிராவை திறப்பதற்குமுன் கல்வாசல் வழி நுழைவதற்குள் வேறு சிலர் வேறுபடும் உருவத்தில் திறந்துவிடக்கூடும். எல்லாரும் விட்டகுறை தொட்டகுறையைத் தொடர விட்ட இடங்களின் வெற்றிடத்தில் பரவிக்கொண்டிருக்கும் இப்பிரதியை மாடதேவதை எல்லாக் கைகளாலும் எழுதிக் கொண்டிருக்கிறாள். யார் கைமூலம் என்பதைவிட எழுதும் கைமூலம் எழுதிக் கொண்டிருப்பதில் தான் நடை சாத்தியமாகிறதென்றான். ‘ஒரு காலை முன்வைத்து ஒரு காலைப் பின் வைத்து நடப்பதில்தான் நடை சாத்தியமாகிறது’ என்றான் வேறொரு பைத்தியக்காரன்.

கல்லில் எழுதிய பிரகாரம் பிதிராவின் வாஸ்து சாஸ்த்திரத்தில் காதவழிக்குக் காதவழி அகலமும் நீளமும் உள்ள பட்டினமாயிருந்தது. சூரியனின் மகரத்திருப்பத்திற்கு வட்டமான தழல் சதுரத்தில் பொருந்தி பிதிராவே சேர்ந்து நிலைபெயர்ந்து உத்திராயணப் பார்வையில் திரும்பிக் கொள்ளும். கயிறாய் முறுக்கித் திருகிய காலத்தில் விநாடி நிகழாமல் நிழல் விழாத நகரமாக வடிவமைத்த பிதிரர்கள் எங்கிருந்து

கிளம்பி எங்கே போய்க் கொண்டிருக்கிறார்கள் என்பது குழப்ப மாகவே இருக்கிறது. கடகத் திருப்பத்தில் இருந்த உஜ்ஜெயினி நகரத்தின் பார்வை சலனமடையும் பிதிராவை நோக்கி. இரண்டுக்கும் இடையில் கடல் சிலம்பை இருக்கவேண்டும். அந்நகர் சிலம்பை வடிவத்தில் மூடப்பட்ட சொர்ணத் தகட்டின் அடியில் அத்தனை நவரத்தினங்களும் ஓடிக்கொண்டிருக்கும் தெருக்களில் நிர்வாண மனிதர்கள் கற்களின் பாதையில் நிறங்களை ஆடைகளாக ஒளி நெசவு செய்து அணிந்தவர்கள். ஏனோ உஜ்ஜெயினி நகரத்திலிருந்து பிதிராவுக்குச் செல்லும் பழைய ரயில்பாதையில் தொடரும் பயணத்தை யாரும் முடிவுவரை தொடர்வதில்லை. இலக்கின்றிப் போனாலும் பிதிராவின் ஈர்ப்பில் மாட்டிக்கொள்ளாதவர்கள் இல்லை. பெரும்பாலும் தூர தேசப் பயணிகளோ, நாடகப் பள்ளி மாணவர்களோ தொல்லியலார் மற்றும் நாடு கடத்தப்பட்டவர்கள், கலகக்காரர்கள், பைத்தியக் காப்பகங்களுக்கு கொண்டுவரப்படும் விலங்கிடப்பட்ட பெண்கள் ஆண்களுக்கோ பைத்தியம் பிடித்த கைகளை குறுக்குத் தளையிட்டுக் கூட்டி வர ரயில் பெட்டிகளில் தனி இடங்கள் இருக்கும். புராதனிகள் யாரோ எழுதிக்கொண்டிருந்த பிதிராவின் பிரதியை ரயிலில் விட்டுச் சென்றிருக்கக்கூடும்.

மெய்மறந்து தூங்கும் பிதிராவின் ரயில்நிலையத்தில் அழுக்கு உடையில் கிழிந்த துணிகளை ஒட்டுத்தைக்கும் குளுவர்கள் கூட்டம் ஈயப் பாத்திரங்களை வலையில் அடுக்கி விற்கிறார்கள். ஓலைக் கிலுக்கு விசிறி மற்றும் வர்ணக் கொட்டான் பின்னும் குறவர்களும் குடியேறிய பிளாட்பாரங்களில் சங்கிலிகளால் கைது செய்யப்பட்டு ஆடும் குரங்குகள் வயிற்றில் பிள்ளைகளைச் சுமந்தவாறு குரளி வித்தை காட்டும். மனிதர்களை சேஷ்டையால் கவர்ந்த விடுதலையான குட்டிக் குரங்குகளுக்கு பிதிராவின் பைத்தியங்களைப் பிடிக்கும். பைத்தியக்காரியோடு கூடவே திரியும் தாய்க் குரங்கை அவளிடமிருந்து பிரிக்க முடியவில்லை.

மறதியில் ஆழ்ந்த ரயில் நிலையத்தில் மெல்ல ஏறிவரும் வெயில் தன் நிழல்களை இங்கே சாய்க்காமல் இருப்பதில் மகரத்திருப்பம் நடந்துகொண்டிருக்க வேண்டும் உச்சி வெளியில். பிளாட்பாரம் நான்கில் நிலக்கரிச்சாம்பல் கரிபெறக்கும் ஏழைகள் துணிகருத்து அலைகிறார்கள். கரி எரியும் சப்தம் எஞ்சினின் எத்தனையோ கால தழல் ஓசை. நீராவி இரைச்சல். பிஸ்டலோடு இணைந்த சக்கரங்களின் கருமசகில் ஓடி ஓடித்தேய்ந்து துருதுருத்து வழியும் பளபளப்பு. உருளும் சீற்றங்கள். கொதிகலங்களில் உருமாறும் நீரின் ஆவி நீராகிச் சொட்டும்

துளிகளில் கோர்த்த நிழல்களாய் பிதிராவாசிகள் மறைந்துகொண்டே இருக்கிறார்கள். உள்ளே வெந்நீர் ஊற்றுகளில் உள்ளிடமாய் கொண்ட இருட்டில் அரக்குக் குதிரைகளின் எஃகுப்பாய்ச்சல். இரும்பும் நிலக்கரியும் உள்ள நாட்டில் நீராவி எஞ்சினை இறக்குமதி செய்து விட்டால் பருத்தியை குறைந்த விலையில் கவர்ந்துவிடலாம் என கும்பினி ஆர்வமுடன் பிதிராவில் ரயில்பாதை அமைத்தான். பிதிராவுக்கு வந்த கப்பல்களில் புகைவண்டிகளை இறக்கினான். இங்கிலாந்து புகை போக்கி குழாய்கள் உயரமாயிருந்த ரயில் எஞ்சினில் கொதித்த நீராவி ஓசையைக் கேட்டு கூட்டங் கூட்டமாய் காத்திருந்தார்கள் வேடிக்கை பார்க்க.

பருத்தி விவசாயிகளின் எலும்புகளால் பிதிராவில் சமவெளியே வெளிறிக் கொண்டிருந்த காடு கரையெங்கும் முதல் முதலாக ரயில் ஓடத் தொடங்கிய காலத்தில் கால் வைத்தாள் கிளிமுகப்பயணி. வெகு ஜனங்கள் இரையும் புகைவண்டியைக் கண்டு அஞ்சினார்கள். அச்சத்தோடு வியப்பும் கலந்திருந்தது. பிதிரா ரயில் பாலத்தை பார்ப்பதற்கு சுற்றுப்பட்டியெல்லாம் பெண்களும் ஆண்களும் பிள்ளைகளைச் சுமந்துகொண்டு வந்தார்கள். அந்த பிதிரா அருகே இருக்கும் சாத்தூர் ரயிலடி சிறிய சிற்றுண்டிவிடுதியில் கொதிக்கும் செப்பு பாய்லரில் இரைச்சலிடும் ஓசையில் தேனீர்க் குவளைகளை வாங்கி வட்டமாக அலைத்து சுற்றி ஊதி ஊதி ஈர்த்தார்கள்.

அப்போது அரக்கு நிறப் பெட்டிகளை இழுத்துக்கொண்டு நீராவி ரயில் எஞ்சின் சாத்தூரை வந்தடைந்தது. முதலில் மணி அடித்ததும் கூட்டம் மௌனமானது. சற்று நேரத்தில் அதே எஞ்சின் சிறுவனைப் போல் உரக்கச் சீட்டி அடித்து ஓடத் தொடங்கியது. மிக மெதுவாக சாத்தூர் ஆற்றுப் பாலத்தை கடக்கும்போது கதவுகளிலிருந்து கீழே தலைநீட்டிப் பார்த்தது கூட்டம். காற்று இருபுறமும் வீசி நிலம் பின்வாங்கி மறையும். சக்கரங்கள் கூட்டங் கூட்டமாய் தேயும் ஒலி. பகலொளி வீசும் நீண்ட சமவெளிப் பரப்பில் பருத்திப் பூவின் வாசனையில் தானியங்களை விட்டுப் பிரிந்து வந்தார்கள் விவசாயிகள். காற்றின் அழுத்தமும் நீராவியின் வேகமும் கொதிகலனில் புரண்டு கரியூட்டி சட்டகப் பையில் நிலக்கரியை அள்ளி வீச சப்தம் மாறுபடுகிறது.

வரப்போகும் நூற்றாண்டுகளைத் திறப்பதற்கான சாவி வளை களுடன் பிதிரா ரயில் நிலைய அதிகாரிகள் கையில் பச்சை சிவப்பு கொடிகள் உயரும்போது அந்த ரயில் வண்டிகள் தயங்கிச் செல்லும்.

இரவானால் மணல்மூடும் இருப்புப்பாதை கண்காணிப்பு கூலிகள் கோடுகளை வெளிப்படுத்துவார்கள். அங்கங்கே மணலில் பாளையங் களை இறக்கி பனைமரங்களுக்கிடையே போகும் பிதிராவின் தீவுப் பிரதேசம். மணலின் ஒளிப்பரப்பில் மங்கலான ஈச்சமரங்கள் ஈக்கி ஈக்கியாகக் குத்தும் நெருக்கம்.

பொருட்களுடன் சாய்ந்த பயணிகளிடம் ஆழ்ந்த வெகுதூர யாத்ரீகம். ஒய்வறையில் தூங்கி வழியும் நாய் ஒன்றின் சோம்பிய பார்வையில் சூழலே வசியப்பட்டுவிடும். ஸ்டேஷன் மாஸ்டர் வசிக்கும் வீடு வளைந்து செல்லும் கடற்கரையைப் பார்த்து திரும்பியுள்ளது.

யாரோ பறந்தவாறு கூப்பிடுகிறார்கள். சுற்றும் மரங்களில், விசில் கற்றைகள் வீறிடும் அழைப்பில் பயணங்களின் முடிவும் தொடக்கமும் நிச்சயமின்மையில் நகர்கிற ஊளை. திரும்பிவிடு திரும்பிவிடு... என விசைதள்ளும் ஈர்ப்பு. யார் இருக்கிறார்கள் உள்ளே. வெகுதூர அழைப்பில் தவிப்பான மனதுடன் பிளாட்பாரத் தூணில் சாய்ந்திருக் கிறான் சூர்யசிலா. இன்று அவன் சிநேகிதன் வரக்கூடுமென விடுதி அறையை திறந்து வைத்துவிட்டு காத்திருக்கிறான் சுமாலிக்காக. அவனோடு சிலம்பையில் நாடகப் பள்ளி ஒப்பனைக்காரனாயிருந்த கிழிந்த கோட்டு நடிகனைக் கூட்டி வருவதாகக் கடிதம் எழுதி யிருந்தான். பிதிராவில் அந்த கிழிந்த கோட்டுக்காரன் ஏற்கெனவே இருந்து கொண்டிருக்கிறான்.

சூர்யசிலாவின் இளகிய மனம் நிராசைகளை கொண்டே கரி எஞ்சின் சப்தங்களில் தன்னை இழந்த காதலிகளைத் தேடி அதன் குறியீட்டில் இருக்கக்கூடும். எத்தனையோ யுத்தக் குதிரைகள் குத்திட்ட அம்புகள் வில்களால் பூட்டிய கனைப்பொலிகளுடன் வாலாட்டும் அசைவில் இந்த இளைஞர்களின் முகம் குதிரைவாடை அடித்தது. உடல் முழுவதும் கடந்த யுகங்களில் பட்ட காயங்களுக்கு தையல் போட்ட டாக்டர்களான காதலிகள் யுத்தக் குதிரைகளாக துரத்திப் போகும் பந்தயத்தில் ஒன்றையொன்று முந்திச் செல்லும் கருங்குதிரை களில் பூச்சி ஒளிவேகத்தில் பாயும் அரக்குக் குதிரையொன்றின் சுவடுகளை ஒட்டி முகம் வைத்து அழுதவாறு தைத்துக்கொண்டிருக் கிறான் சூர்யசிலா. பின் எல்லோருமே தினசரி வாழ்வில் சலித்த கருமை பூசிய கண்களில் களைத்துப்போன பார்வை வீசி கண்பட்டைபோட்டுக் காத்திருக்கிறார்கள்.

இப்பொழுது குதிரை வண்டிகள் வரிசையில் கிழக்காதலர்கள்

யுத்தங்களின் சாசகங்களால் உலகின் மீதே அலட்சியம் கொண்டு பார்க்கிறார்கள். இந்த நூற்றாண்டின் கடைசியில் கால்தூக்கிப் பறந்த புகையிலைச் சுருட்டு கம்பெனியின் விளம்பரத்தாளில் கால் தூக்கிப் பறந்த குதிரை முத்திரை. ஜட்காவில் பூட்டப்பட்ட முகமூடிகள். குதிரைக்காரன் கம்பளி ஒரு சுருட்டை பலவாரம் உபயோகித்து மென்று புகைக்கிறான். பிதிராவின் கருஞ்சுருட்டைப் பிரித்தால் அதன் வரைபடத்தை எரிந்ததுபோக எஞ்சியதைக்கொண்டு வாஸிக்கலாம் நீங்கள். ஊரின் மையத்திலிருக்கும் போகரின் நூலகத்தில் மேல் மாடியில் இயங்கி வந்த மானிடவியல்துறை அடுத்த கட்டிடத்திற்கு மாற்றப்பட்டுவிட்ட வரலாற்றுத்துறை அதன் மேல்மாடியில் தொல்லியல் வகுப்பறைகளும் காப்பகமும் மிக முக்கியமான ஆசியாவின் பல்கலைக் கழகம் பிதிராவில் இயங்கிவரும்.

2

மாணவர்களிடம் ரயில் புகை-சுருட்டு-கடல்வாடை-உப்பு வீசியது காற்று. தூங்கிக் கொண்டிருக்கும் குதிரைகள்மேல் பூட்டிய ஜட்காவில் புல் வலையடியில் பெரிய ஞானக்கோவை புரட்டும் பித்தத்தில் பாடுகிறான் கம்பளி. இங்கே பிதிராவின் ஜட்காக்காரர்கள் சித்தர்களாய் வண்டிக் குதிரையின் வால் நீளத்துக்கு தாடிவளர்த்து திரிவது ஏனோ. காகங்கள் குதிரைகளின் கழுத்துப் புண்ணைக் கொத்தி நெண்டிச் சுகம்கொடுக்க வாலை ஆட்டிப் பேசும் குதிரைகள். ‘காகமே... இன்னும் எழுதியவர் பிரதியைத் திறக்கவில்லையே ஏன்?’

‘கருப்புத் துணியைத் தூக்கிப் போடு ஒளி அடிக்கும் பார்’ என்றது ஒரு கால் காகம். பிளாட்பாரங்களில் கூட்டமாய் இறங்கி கருவாடு மீன் சிப்பங்களைக் கிழித்து திருடவரும் காகங்களின் ராஜியம். ஏனோ கொழும்பில் ‘பூதத்தம்பி’ நாடகம் நடத்தப்போன சங்கரதாஸ் சனீஸ்வர வேடத்தை இங்கே விட்டுப் போனதாக கம்பளி சொன்னான்.

முள்ளு முள்ளாய் குத்தும் மீன் நாறும் ஊசி முள் சிதறிக் கிடக்கும் கூட்ஸ் நிலைய கடல் சிப்பிச் சுண்ணாம்பு உதிரும் ரயில்வாடை. குமட்டும் கக்கூஸ். நோயுற்றவர்கள் தெருவில் கிடந்தார்கள். முற்றிய ரோகிகளுக்கு இருப்பிடம் இல்லை இங்கு. பாடித்திரிந்த ரோகியின் ஏணத்தில் பழைய பிதிராவின் நாணயங்களும் விழுந்தன. மேற்கே படுதாக்கட்டிய குறவர் கூட்டம் சில்லரைக் களவுகளை பக்கத்து தெருக்கள் வரை விஸ்தரித்து பழைய துணி பாவாடை ஜாக்கெட்

ஏணங்கள் வரை தலைமறைவாகிவிடும். ஊசி பாசிவிற்று நரிக் கொம்பால் பேய்பிடித்த ஊரைக் காத்து வந்தார்கள். கலைச் சுடிகளில் தங்களுக்கான பிதிராவை வழக்கில் இல்லாத கொடுந் தமிழால் எழுதிவரக்கூடும். முன்னாளில் முத்துச்சிலாபம் நடத்தி பின்னே அரசனொருவன் குறவர் இனத்தில் பெண் எடுத்து செப்புப்பட்டயத்தில் இந்த பிதிராவை அவர்களுக்கு மானியமாக கொடுத்ததாக சுருள் இருந்தது அவர்களிடம்.

கடல் குறவர்கள் கரை ஒதுங்கிய கடல் கொள்ளையர்கள் என்று பிதிரர்கள் வர்ணித்தார்கள். கிழித்துகிடந்த மீன்வலையை நரம்பு பிரித்து அதில் மீன் செதில்களை நெருக்கி சரம் சரமாய் கண்ணிகோர்த்த ஆடை ஒன்று விலை மதிக்க முடியாத கலையைக்கொண்டிருந்தது. செதில்களில் சித்திரம் தீட்டினார்கள்.

பிதிராமேல் இன்னொரு பிதிராவாய் அடுக்கிப் போகும் பரப்பு களில் நடமாடித் திரிந்த சம்பூதர் சுவர்க்கடிகாரங்களை வெவ்வேறு நூற்றாண்டுப் பயணத்தில் திருப்பி வைத்தார். மாறுபடும் காலத்தில் விசை கொடுத்த பழஞ்சாவியை முறுக்கிவிட பெண்டுலங் களின் வேறு வேறு ஒலிகளை துல்லியமாக உணர்ந்தார். முடுக்கிவிட்ட காலத்தை பின்னோக்கி ஓடும் வேகத்தில் எட்டுக் குதிரைகள் பூட்டிய விநாடி முள்ளின் சுற்றுப் பாதையில் துடிக்கும் ஒளியுலகம் அடைந்ததும் நுட்பமான ஆய்வுத்துறை எழுதிப் பதிப்பித்த பிதிராவின் மூலப்பிரதி திருத்தப்பட்டுவிடும். சகாக்களை சம்பூதர் சேர்க்கும் உலகம் அற்புதமானது. பிதிரர்கள் யார் என்பதைத் தேடுவதில் சரித்திரத்தை மயக்கி கதைகளை உருவிச் சேர்க்கும் இலக்கிய சூட்சுமத்தைக் கையாண்ட பலரும் இங்கே இருக்கிறார்கள். சம்பூதர் நிழல் பிதிரா மேல் எலும்பும் தலையோடும் பூண்ட மாலையோடு கபாலமேந்தி யாடும் நரபலி ஆட்டத்தில் பல முகமூடிகளைக் கண்டெடுத்தார். மானிடவியல் ஆய்வு அடுத்த கட்டத்துக்குத் திரும்பியது.

உறுப்புகளெல்லாம் ஒரு பிடிச் சாம்பலாகும் பிதிர்வனத்தில் அமரர் ஏடுகளைப் புரட்டி கபாலங்களின் நறுமணங்களை நுகர்ந்தார். எல்லையற்ற வனமாயிருந்த அரளிப்பான விருட்சங்களிடையே பூசிய மையிருட்டில் காயங்களை விலகிப் போன ஆவிகள் வெளியேறாமல் இருக்கும். அவை பரதேகப் பிரவேசம் செய்யும் இயற்கையான தூண்டுதலால் ஓணானாக, அரவுகளாக, மூலிகைகளாக நீராக பாறைகளில் ஒளியும் ஈர்ப்பாக மயக்கும் வனப்பூக்களாக உருமாறி அலைகின்றன மண்பூசிய நாவுகளில். இருட்கெவியில் சதா ஓடிக்

கொண்டிருந்த குளிர்ந்த சலத்தில் ஒளி கூடி நார்நாராக முறுக்கித் திரிவதைப் பார்த்த கிழ ஓரிகள் சம்பூதரிடம் வந்து அதிக இருளுள்ள நீரில் திரிக்கப்படும் ஒளியைச் சொன்னார்கள். பட்சி ஜாலங்கள் ஏதும் முகங்காட்டாமல் விருட்சங்களில் மறைந்து நானாவித ஒலித் தொகைகளை அடுக்கிக் கலைத்தன. அதன் இனிமைக் குரலைக் கேட்ட விலங்குகள் ஊளையிட்டன பசியில். கண்களுக்குள் இருளில் மிதக்கும் அரக்கு ஒளி எங்கோ விரிந்த பிதிராவின் ஞாபகத்தைத் தூண்டும். கடிகாரத்துக்குள் துடிக்கும் வனத்தின் காலத்தில் வாசனைதான் ஒரு புஸ்தகமாக இருக்குமென்றான் வாசகன். வனத்துக்குள் மிதக்கும் கடிகாரத்தில் வெளியில் உள்ள கடிகாரம் உருகி நெளிந்து விநாடிகள் கொட்டும் இலை நீரில் சலனமற்ற கிளப்... கிளப்பென்ற விநாடிக்குள் விநாடி கேட்கும் தாவரங்களில் ஓடும் கடிகாரம் என்னவாயிருக்கும். ஒவ்வொரு ஜீவனுக்கும் கடிகாரங்களின் சுற்றுப்பாதை செல்லும் வேறு நிலப்பரப்புகளில் உயிரின் தோற்றத்தில் மனம் உருவாகித் துடிக்கும் நுரையீரல் சுருங்கி விரியும் சுவாச நாடிகளில் மறைந்துபோன விலங்கிலிருந்து தொடரும் மனிதவிரல் கரடி முடியடர்ந்து வளைந்த நகம் நீண்டு அது மண்ணில் கிழங்கு பறிக்கும் விவசாயத்தின் முதல் காலத்தில் பூண்டிலும் தூர்விடும் தாவர நொடியிலும் பிதிரர்கள் ஒவ்வொரு தலைமுறையாய் வழிவந்துகொண்டிருக்கும் வன நகரமான பிதிராவுக்குள் எல்லாச் சித்தர்கள் கரம் தோன்றி கருந்துவாரங்களில் பார்த்து வருகிறார்கள். நினைத்த உடல்மாறி அலையக்கூடும். சர்ப்பக் காதுகளில் எல்லா ஒலிகளும் நுண்ணிய துளைகளாக ஊர்கிறது.

பிதிராவின் காகங்களுக்கு எல்லாம் தெரியும். தொடக்க நாளில் யுகங்களின் வழி நெடுக்காக உருவெடுத்த புசுண்டன் ஆலமரக் கிளையில் அமர்ந்து ஓடும் ஆறுகளின் சாம்பல் நீரில் சருமம் வெளிறிய நிலவு கரைந்து பிதிரர்களைத் தேடித் திரிவதைப் பார்த்தான். எந்த மனிதரும் இல்லாத ஜீவராசிகளின் உலகமாக இருந்தது பிதிரா. கருக்கிருட்டில் மெல்லச் சலனமடையும் நீரின் முதல் தொனியை ஒரு பறவை விழுங்கி ஓடைமேல் ஒலித்தது. ஒன்றைத் தொட்டு ஒன்றாகக் கூடிய பட்சிகளின் தொகை அருவியாகச் சலனமிடும் அந்தகார இசை. பட்சிகளின் விரல் நகர்ந்து வரும் பக்கங்களில் பிதிராவின் நாகரீகத்தை காகநதியோரம் கண்டெடுத்த தொல்படிவச் சின்னங்களில் இரு துருவமாகும் சூதை எழுதி வைத்தார் கேதுமாலியர். மாயநதியான சரஸ்வதி பிளந்து தெய்வத்தைப்போல் தேஜஸான மனிதர்கள் குதிரைகளில் வெளிப்பட்டார்கள். பிதிராவுக்கு வடமேற்கே உள்ள குருஷேத்திரத்தில் மக்கள் வெட்டி சாய்க்கப்பட்ட கோரப் போரைத்தான்

மாயநதியில் நீந்துபவர்கள் இதிகாசமாகக் கொண்டார்கள். இங்கே தொல் குடியினரான பிராமி எழுத்தைக் கொண்டவர்களிடமிருந்து பிதிராவைக் கைப்பற்ற வடக்கேயிருந்து மத்திய ஆசியாவிலிருந்து வந்த சூகர்கள்தான் கிறிஸ்து பிறப்பதற்கு முன் சிந்து நதிக்கரையில் அபினி கலந்த புனித வேதங்களை எழுதினார்கள். அவர்கள் நாசியில் காற்றுபட்டதும் வேதங்கள் உண்டாயின. மாயங்களிலிருந்து பிதிராவை மீட்க முடியவில்லை. குதிரைகளின் சாம்பல் உடலில் படிந்த சூகர்கள் வம்சாவழிகளின் ஆரம்பம் மாயநதியில்.

அடக்க முடியாத குதிரைகளின் வேகத்தில் ஓடும் வம்சாவழி ஆறுகளில் சாம்பல் நீரில் நடந்து வெளிறிய சூகர்கள் வந்தேறிய இப்பிரதேசத்தில் அமைதியிலிருந்த பழம் பிதிரர்கள் திரிந்து வந்த நிலங்களை அபகரித்துக் கொண்டார்கள் யுத்தத்தால். வேதனைகள் படிந்த வடுக்கள் நிலங்களில் கிடக்கும். திறந்த ரணத்தில் மூலிகை பூசி அலைந்தார் சம்பூதர். தொல்படிவங்களால் தூண்டப்பட்டு திரிந்து கொண்டிருந்தார் பேய் மனதுடன். புத்தி சாதுர்யமிக்க சூகர்கள் சொர்க்கத்திலிருந்த இந்திரன் குதிரை மந்தைகளை ஓட்டி வந்தார்கள் மாயநதி அருகே. தாழப் பறந்துபோன குதிரைகளின் கால்களில் அக்னி பிடித்து கற்கள் உராய்ந்து எரிந்த தீப்பாதைகளில் அலை மீண்டும் இந்திரனின் பரப்பில் சேர்ந்து திரும்பி வரக்கூடும். வெகு ஆழத்தில் ஓடிய பிதிரர்களின் வம்ச சரித்திரத்தின் நிழல் சாம்பல் சிதறிய பிதிர்வனத்தில் அசுரர்களாய் கூளியோடு திரிகிறார்கள். குதிரை உரு பதித்த உலோக நாணயங்களை அச்சில் பார்த்து நூற்றாண்டுகளின் உளவுத் துவாரங்களில் செலுத்தி உருளவிட்டார் கேதுமாலியர். ஆய்வாளர்கள் தோண்டி எடுத்த புதைகலத்தில் குதிரை வில்லைகள் கண்டு சரித்திர நூல் எழுதப்பட்டு வந்தது. எனவே இரு துருவங்களான கேது மாலியருக்கும் சம்பூதருக்கும் நடந்த தர்க்கங்களை கீழே கொடுப்பதானால் அது கடல் மணலை எண்ணத் தொடங்கிய கதையாகி விடும் என்பதால் அடுத்த அத்தியாயத்தை தொடங்குவேன்.

3

அது வரையிலும் பிதிரர்கள் பார்த்திராத ஈயநிறத் திமிங்கிலம் சாம்பலை உதிர்த்தவாறு நங்கூர முட்கள் கப்பல் கத்திகள் கிழித்து வடுவும் வதையும்பட்டு கருமசகு எண்ணைக் கசடுகளும் துருச்சகதி பூசிய கோலத்தில் பிதிராவின் தெருவுக்கே வந்துவிட்டது. வரலாறு

களுக்கு முன்னும்சரி பின்னரும் அவர்களுக்கு கேள்வியாகாத சூரிய விலங்குகொன்று கரைசேர அதன் உடலை மூடிய கந்தல் வலைக் கண்ணிகளைத் துடித்தறுத்து வெளியேறிவிட்டது. கடைசியாக வந்த உயிருள்ள தேவதை என அதை தொந்தரவு செய்யாமல் இருக்குமாறு வயோதிகக் கடலோடிகள் வேண்டினார்கள் ஜனத்தை. செவுள்களில் வழிந்தோடிய செங்குருதியை வஸ்திரங்களால் துடைக்கத் துடைக்க அலறியது மனித சாரீரத்தைப் போலும் திரள் திரளாக சொற்களை வெளிப்படுத்த நூறாயிரம் ஆண்டுகளின் துக்கத்தைப் போலும் விழிகளைச் சுழற்றியது. அமைதியற்ற கடலில் ஏறிய கொந்தளிப்பு களை ஊர் தாங்காதென்றாள் ஆரூடம் சொல்பவள். தெருவெல்லாம் செதிலும் சாம்பலும் சிதறி வீட்டுக் கூரைகளின் அமைதிமீதும் படிந்தது. யுக அழிவிலோர் ஆன்மா குமுறும்போது வரவிருக்கும் கேடுகளை யூகித்தார் சம்பூதர். கண்மூடாகக் கோழிகளும் பட்சிகளும் துருவப் பறவைகளும் ராவிருட்டில் அதன் அகன்ற வாயிலிருந்து வெளியேறிப் பறந்துபோய் விருட்சங்களின் இருட்டில் அடைக்கல மாயின. நிறம்மாறும் மீன்கள் தெருவில் நீந்திவர திமிங்கிலம் காலையில் வெள்ளி நிறமாயும் மாலையில் மங்கிய சாம்பலாகவும் இரவில் நீலநிறத்தை அடையும். கோபங்கொண்ட வேளை உடல் செந்நிறமடையும். வெள்ளிபோல் காணப்பட்ட உடலை பாதி நீரில் ஆழ்த்தி மறுபாதியை வெளியில் நீட்டித் திரியும். தக்ஷிணசமுத்திரவாசி என ஆரூடம் சொன்னாள் மீன்காரி. பரிதி விலங்கென பிரம்மகம்பா கவி எழுதி அதன் அருகில் போய் ‘மகரத்திருப்பத்தில் எல்லா ஆழங் களிலும் நீந்தினாய். இங்கு வந்த நோக்கமென்ன சொல்’ என்றான். அமைதியாக தலைகீழாய் நின்ற தவத்தில் வால் சுழற்றி உச்சியில் நீந்தியது.

அது விரும்பும்போது போகட்டும். அது வந்தபின் ஊரே நீலத்தில் மூழ்கி எங்கோ ஆழத்தில் சரிந்து கொண்டிருக்கக்கூடும். இதன் செதில்களில் கண்ணாடி வட்டங்கள் பதித்து கடற்பேயாக ராத்திரியை சூறைக் காற்றாய் மாற்றிவிடும். மனதைப் புரட்டி உருட்டிச் சென்று படுபாதாளத்தில் தள்ளி கூச்சலிடும் ஓசை அதன் நாசியில் வரும். திமிங்கிலத்தின் கண்கள் தூரதிருஷ்டியில் ஓடும் கபில நிறமான கடலின் கண்களாக சுழன்று இவ்வூரை அதிசய திசைக்கு ஈர்த்தது. கடலடியில் தங்கித் தன்னை மறைத்துக்கொள்ள ஆசையற்றிருந்தது.

நேற்றிரவு கடலிலிருந்து நீரை இழுத்துக் கொண்டுவந்த பல குட்டிகள் அதன் மடுக்களில் பாலருந்தும் ஓசையை முதலில் கேட்டு திரும்பியவர்கள் குழந்தைகளே. கடல் முலைகளில் ஊறும் பாலில்

ஒளியுண்டானது. அதன் அலை அலையான வெண்படலத்தில் நீந்தி வீடுகளைவிட்டு வெளிப்பட்ட சிசுக்களும் தொழுவில் இருந்த கன்றுகளும் கூடவே கடல்காம்பின் கண்திறந்து சற்றே அருந்த பிதிரர்கள் எழுதப்படாத சரித்திரத்துக்கு முன் திரிந்த வன ஞாபகங் களை அடைந்தார்கள். நீருக்குள் தவழ்வதான இருப்பு. மனிதப் புருவ மத்தியில் கண் உண்டாயிற்று. அது பிதிரர்களின் வெளிச்சம். மீன் வழியே கண் திறந்த பிதிரர் நேசத்தால் சுற்றிவந்தார்கள். தக்ஷிண சமுத்திரவாசியை. இவ்வூருக்கு விருத்தியுண்டாகி கடலோடிகள் கொண்டுவந்த செய்திக்காக காத்திருந்தார்கள் துறைமுகத்தில். இதன் ஈரலில் குமிழ்விட்ட எண்ணையில் சிசுவின் உச்சி தடவி மோந்தாள் தாயானவள். கர்ப்பக் கொடியில் திமிங்கில வெளிச்சம். விளக்குகளை ஏற்றினார்கள் உயரத்தூக்கிய விலாப்பக்கம் பெரிய கப்பலொன்றை அது விழுங்கியிருக்க வேண்டும். மீன் கடவுளான ஈயாகான் ஒன்னஸ் சுமேரியாவிலிருந்து மயில் இறகு குறுமிளகு ஏலம் முத்துகள் கொண்டுபோன நாவாய்தான் அதன் வயிற்றில் உள்ள ஆழ்கெவியில் இருப்பதாக ஆய்வு செய்தார்கள்.

இரவுகள் பக்கம் பக்கமாய் தாள் புரட்டிய பிரதியில் ஞாபகங்களின் வேதனையூட்டப்பட்ட சொல் பிரவாஹமெடுத்தது சூரிய விலங்கிட மிருந்து. இதைக் கண்ட மீகாமர்கள் ஏற்கெனவே தென்கடலில் இதற்கு கிராம்பஸ் என பெயரிட்டிருந்தார்கள். நீண்ட ஆயுள் தரவேண்டும் என வேண்டினாள் வேசை கூசாலி. குடல் வயிற்றிலிருந்து நறுமணக் களியை வெளிப்படுத்திய வேளை பிதிரர்களுக்கு ஆதிஞாபகம் ஏற்பட்டது. பிதிரா என்பது கடல் விலங்கு அதன் உடல் வரிகளில் காணாமல்போன கிளைமொழிகள் இருப்பதை மொழியியலார் கண்டுபிடித்தனர். இப்பிதிரா கோண்டுவானா கண்டத்தின் சமூகப் பிரதிநிதி என்றார் ருஷ்ய ஆழ்கடல் ஆய்வாளர் அலெக்ஸாண்டர் பாவெல். இம் மாமிசபக்ஷணி வயிற்றுக்குள் எத்தனையோ வகை மீன்களின் வாழிடம் கருந்துளைகளில் பிரிந்தோடும் குகைகளில் வௌவால் மீன்கள் பறந்து திரியும். கண்டங்களின் அமிழ்தலில் பிதிராவின் வடிவத்தை மொழியியலார் கண்டுபிடிக்கவில்லை. முரட்டு தோலில் கசிந்து தெருவில் நனைத்து ஈரமண் சகதியில் பாதங்கள் நடமாடி வீடுகளுக்குள் பரவிவிட்ட மஞ்சள்நிற எண்ணெயும் கொழுந்து விட்டெரியும் கருமெழுகும் வெளியிட்ட ஈயத் திமிங்கிலத்தை விளக்கு களின் தாய் கடவுளாக பொழுது சாய இருட்டில் போய் பெண்கள் நெருங்கி ரகஸியம் பேசுவார்கள்.

ஆதித் தோட்டத்தை பெரு வயிற்றில் மறைந்திருக்கும் கிராம்பஸ்

இவ்வூரில் இருக்கும்வரை பூமியின் துன்பம்தீரும் என்றார்கள் பிராட்டடஸ்டெண்ட் கிருஸ்தவர்கள். எல்லாக் கண்களின் பூட்டைத் திறந்த விழி வாஸிக்கத் தொடங்கியது மரங்களையும் மீன்களையும் அழித்த மனிதர்கள் கடந்து வந்த பாதைகளை. ஒவ்வொரு எட்டிலும் அழிவை விட்டு வந்த மனிதனை இது தேடிவந்த காரணத்தைத் துருவினார்கள். நாம் நினைப்பதை அது அறியக்கூடும். தீங்கு நினைக்க முடியவில்லை. ஈயச் செதில் உதிர்க்கும் பெருவிலங்கு குடித்த சாம்பல் நீரை வாய் திறந்து ஒருநாள் வெளியேற்ற அதன் உள்ளிருந்து கதாபாத்திரங்களாக வாசகர், காகங்கள், தீவுகள், கிளிகள், போகர், கொங்கணர், வேசை கூசாலி, சங்கரதாஸ், மான்பூண்டி, டச்சுக்காரர்கள், ரெம்ராண்ட் முதல் மனைவி சாஸ்கியா, கோகின், ஷேக்ஸ்பியர், லேடி மேக்பத், கேமிலியன் ஜலான்ஸ், அபிநந்தா, வளவிச்சாத்தன், சூர்யசிலா, இந்திரபாலா, சரகி, வஜ்ரநந்தி, சம்பூதர், கேதுமாலியர் பைத்தியக்காரிகள், அழுக்கர்கள், குளுவர், குறத்திகள், குரங்குகள், பட்சிஜாலங்கள், கடல்மான், கோழிமீன், நீலமீன், கிளிமீன், புள்ளிமீன், புழுப்பூச்சிகள் என தீராமல் வெளிப்பட்டுக்கொண்டே இருக்கிறார்கள். கம்பளி ஓட்டும் ஜட்காவில் திமிங்கிலத்தைப் பார்க்க வரும் கூட்டத்திற்கு அளவில்லை. கிழக் குதிரைகள் இரண்டு பல யுத்தங்களின் வடுக்களால் வேதனையும் தோலில் தையல் போட்டு முடமாகி பிதிரா நகர்மேல் நிழல்களாகப் படர்ந்து காதலித்துக் கொண்டிருக்கின்றன. கண்கள் குருடான கிழக் குதிரைகளின் காதலால் ஈர்க்கப்பட்ட திமிங்கிலம்.

வாசனை தரும் ஒளியை வீசியது. அவற்றிடத்தில் தன் நிறங்களை மாற்றும் பச்சோந்தி ஒன்று கிழக்குதிரைகளின் காதல் வலையில் மெல்ல ஊர்ந்தது. அவற்றின் சாவதானமான உரையாடலில் ‘பிதிராவின் திமிங்கில குணாதிசயங்களைப் பற்றி உனக்கு தெரியுமா’ என்றது ஆண்குதிரை.

புலப்படாத பிதிர்களில் சலனமடையும் பழுப்புநிற செதில்களில் ஒளிச்சிறகு பெற்று மெல்ல அசைத்து மேலேறியது. பிரதியைவிட்டு பறக்கும் திமிங்கிலத்தைக் கண்டு ‘வாலை… வாலை…’ எனக் கூவினார்கள். மேல்நோக்கி வால் சுழற்றி ஒளிரும் உடலிலிருந்து கர்ண மடித்து மகரத்திருப்பத்தில் சூரியனை தாகத்தில் சுற்றியது. அதன் இருட்குகையில் உயிர்களின் சலனம். வாலையுருமேல் ஒளிநெளிந்து நீர் சுவறியது. பச்சைக் கதிர்களில் ஏந்திய வனமும் கடலும் தீராத அலைகளில் சில மீன்கள் உள்ளிடத்தில் ஊறும் பசை நூற்கும் பாசியிழைகள் ஆழங்களில் நெய்துவரும் கரும்பாசி உருக்கள் மாய

வலைவிரிக்கும். கண்களில் நிசப்தமான வர்ணங்கள் உருமாறி நீரில் உலாவுகையில் பிறழுமியல்பில் பாடும் மீனுரு. சிங்கவாயும் நெற்றியில் ஒரு கொம்பும் நாசிமேல் மயிலிறகு போல குஞ்சங்கள் அசைய மேலேறி வரும். வேண்டியபோது ஒளியூட்டும் கடலில் யார் இருக்கிறார்கள். மணல் பரவிய தெருவில் வரும் வழுவழுப்பான பாதையில் திமிங்கிலத்தின் கதகதப்பான தோலில் ஒட்டி வாழ்ந்த சில ஒளி மீன்கள் கருரத்தத்தில் சூடேற்றி தவழ்கின்றன பிதிராவில். நீலங்கலந்த ஒளியுண்டாகிறது. அவ்வொளியில் மனிதர் கண்கள் படபடத்து நீரடி புகுந்து மீனுடன் ரகஸியம் கொள்ள தீராமல் பார்வை செல்கிறது. ஜன்னல்களை குழந்தைகள் திறக்க நட்சத்திர விரல்களை நீட்டி ஒளிபோல உயிர் தொடும் ஸ்பரிசம். அங்கு வெளியில் விளக்கு மீன்கள் சுடரேந்தி மனிதக்கருவறைக்குள் செல்ல கூழாங்கற்களில் முகம் வைத்து துயரப்படும் சிறுவர்கள் தொட்டால் கூழாங்கல் கண்ணாடி மீனாகி புரள்கிறது விரல் ரேகைகளில். மீன் கருவிழி திறந்த வீதி. வெண்மையான மணல் நகர்ந்து செல்லும். சுழற்சி வெளிச்சத்தின் நடுவில் கருந்துளி சுற்றி அலையும். கடல்பேய்கள் மனம்விரித்த காந்த விளக்குகளில் உருட்சியாக ஒளியுற்ற தலைமீது பச்சை பிரகாசம். சிலரின் ரெப்பைமேல் பார்வை செல்லும். கண்களைச் சுற்றி ஒளிகொண்ட நீலம் கரைகிறது ஊராக. கடலடியில் படுத்து விடியும் வரை கனவு விழித்திருக்க மூடும் இமைதான் பகலென ஆகும் சூரியன். நிறம் மாறும் மீனைக்கொண்டு வந்த சிறுவன் எல்லா அறைகளிலும் வரைந்து செல்கிறான் அதன் மூடாத கண்களால். மண் மீனைத் தொட்டு சகதியோடு அம்மணச் சிறுமி புதைந்து நெளிந்து உழுவை யுடன் நழுவுகிறாள்.

சமுத்திரவாசியான கண்கள் மீனைப் போலாகிவிட்ட பிதிராவின் மாறுதல்கள் வாலைக்குள் யார் இருக்கிறார்கள் இன்னும். மண்வெட்டி போலிருந்த செதில் அமைப்பில் கூடி கைவிரித்து அனைத்து பைத்தியங்களும் கதறும் நாளில் நிழல்கள் பறந்து செல்கின்றன வானில். ஈயவாலை என காகம் சொல்ல அதன் அடிவயிற்றுக்குள் பிரவாஹமாய் இட்ட முட்டைமேல் முட்டை சுற்றும் கருவில் கடல் சிலம்பை சுழன்று வந்தது. ஒவ்வொரு முட்டைக்குள் கருக்கொண்ட வேறொரு பிதிரா. வாலை சுற்றி விண்மேல் கர்ணமடித்து மகர ரேகையில் சுழற்றி திரும்பி சூரியனை உரசித் தவழ்ந்து கோடு கீறும். இரவில் பிசுபிசுத்த மீன்வாடை சுவைத்த ராத்திரி நீலத்தில் கசந்த ஒளியுடல் கொண்ட வாலைச் சித்தன் மகரமீன் உருவில் மகர எழுத்தை முதலாகக்கொண்ட இசையை சொல்லிப் போனான். குறவர்கள்

உதிரும் செதில்களை சேகரித்து பாண்டுக் கம்பளத்தை கண்களில் பின்னி இப்பிரதியை சால்வையாக விரித்தார்கள் ஒரே தாளில். இவ்விலங்கு நீர்ச்சாம்பலை உதிர்த்து செவுளில் செஞ்சிவப்பான அறைகளில் ஓவியரும் சிற்பிகளும் வசிக்கக் கூடும். முள்ளெலும்பு களிடையே ஓடும் பிதிராவின் உடலில் பைத்தியக்காரர்கள் முள்ளில் ஒளிரும் வாலையை எளிதில் தொடுகிறார்கள்.

திமிங்கிலச் சாம்பல் நீர் தெருக்களில் ஓடி முதுஉவர் காற்று வீசியது பரம்பரமென. சிப்பிகள் உலுப்பூச்சி ஊச்சிக்கூடு நத்தைகள் கோரை முளைத்த கற்கள் புராதன பாசி வடி உருக்கள் ஒட்டித் தாவரங்களில் திருகியோடும் ரேகைகளில் பிதிராவின் பக்கங்கள் திறந்து செவுள் அசைத்து மூச்சுவிட உள்ளே சிறுதடாகத்தில் சரகி எனும் யுவதி நிர்வாண மீனுருவில் நிறம் மாறிக் கொண்டே நீந்தினாள். அப்ஸர தன்யங்களைக் காட்டி அழைத்தாள் யோகியரை. அவளுக்குள் புதர் அடைந்த ரகஸிய நிழல்கள் வெளிப்பட்டு மீன்பசை பூசி கூழாங் கல்லை நுகர்ந்து அதன் இதழில் சிதறும் தாதுக்களை கண் ரெப்பை பூசி மீன் எலும்பை கிரீடமாகச் சூடினாள். பிதிரர்கள் உப்புச் சகதியில் புரண்டு கிழிந்த சாக்குகளைக் கட்டி புரிமுறுக்கிச் சணல் பிரித்து முகம் ஒட்டி சடை பின்னி கரி பூசி கயிறுகளால் இடுப்பைச் சுற்றி ஆடித் தலையில் செடியும் கொம்புகளும் முளைத்த கோர உருவாகி குலவையிட்டு புரிபடாத மொழி பேசி ஈயவாலையைச் சுற்றிவரும் சடங்குகளின் நடுக்கம். பெருவிரலை தரையில் ஊன்றி அரற்றும் ஆவி ஏறிய துடி. கண் துரத்திய சூன்யம். விலக இடமில்லை. பெரு விலங்கு தனக்குள் கருக்கொண்ட கடல்சிலம்பை தருமாறு கேட்கக்கூடும்.

4

பிரதியை மீன் வடிவ செதில்களால் ஒட்டித் தைத்து திமிங்கிலத்தில் கடல் வாடை வீச ரஸஆடிகளில் ஊறும் திரவ நிலைக்கு சரித்திரத்தை சாம்பலாய் உருமாற்றி நீலநீரால் எழுதிக்கொண்டிருக்கிறான் வாலைச் சித்தன். ஊருக்கு மேல் ஓங்கி வளர்ந்த திமிங்கிலம் விழித்த வாஸிப்பில் இப்பிரதி நகர வாலை வெட்டித் திருப்பும் கிரக சஞ்சாரத்தில் கதாபாத்திரங்களை மெல்ல நாசித் துவாரத்தின் கருந்துளைகளில் உறிஞ்சி ஈர்ப்பதும் வெளியேற்றுவதுமான சுவாசம். அகவிரிவில் ‘கடல் சிலம்பை’ அடைந்தனர் கதாபாத்திரங்கள். உள்ளே வினைச் சிலம்பை ஆயிரம் மீன் வகைகள் பற்களால் கரும்பி சிருஷ்டித்துக்கொண்டிருக்கின்றன. சிலம்பை நகரத்தின் திமிங்கில

வயிற்றுள் ஊழ் சிலம்பில் உள் தெருக்கள் புரிபடாத வடிவத்தை வாசகர் உணரக்கூடும், திமிங்கிலம் தோன்றிய நிழல் எல்லா தேசங்களிலும் விழுந்தது. அதன் சாம்பல் நாகரீகத்தின் மேடுகளில் பரவியது. முதலில் ரயிலில் வந்திறங்கிய புகைப்படக்காரர்கள், சுதேசிகள், பத்திரிகை யாளர்கள், மதவாதிகள், ஆய்வாளர்கள், பிரஜைகள் என படை யெடுத்தபின் பிதிராவாசிகள் பல கதைகளைப் புனைந்து வருகிறார்கள்.

காண்புலக்கண்களுக்கு அகப்படாத வாலையை பெருவலையால் மூடி இழுத்துச் செல்ல கேதுமாலியர் அரசியல் சதியில் கூட்டணி அமைத்திருந்தார். எதிர் அணியினர் சம்பூதர் சொல்கேட்டு கூட்டணி வலைகளை இரவோடு அறுத்து வாலை மறைந்து போன பிதிராவின் அவதாரமெனக் கூறினர். எந்த நேரத்திலும் சாம்பல் விலங்குதானே கடலுக்குத் திரும்பிப்போக அகலமான கால்வாயை அமைத்தார்கள். ஏனோ பிதிரர்களின் சாயல்களை வாசனைகளாக உடல்ஊற்றில் வெளிப்படுத்தும். விலங்கிடப்பட்ட பைத்தியங்கள் வாலையைச் சுற்றி சுழிவாசலில் நுழைந்து உள்ளிருக்கும் பிதிர் நிழல்களோடு உறவாடினார்கள். ஸ்திரீகள் இஷ்ட தேவதையென அதற்கு பாலமுதும் பதார்த்தங்களும் கொண்டுவந்தார்கள். வாலை பசித்திருந்தது. அதனிடம் துயரங்களைச் சொன்ன விவசாயிகள் பயிர்வாசி பருவமழை கேட்டு கொடை எடுத்தார்கள். செதில்கள் உருப் பளிங்குகளாய் பல அரிய காட்சிகளை வெளிப்படுத்த சிறுவர்களும் குதிரைக்காரர்களும் மறந்து போன விளையாட்டுகளை அடைந்துவிடக் கூடும். பெண்கள் முறையிட்ட துயரம் கேட்டு வாலை கண்திறந்தது. அதன் ஆழத்தில் கடல் கொந்தளிக்கும். நீலத் திரையில் சலனமாகும் ஆவி மூதாதை களின் குரல் கேட்டது. 'என் வாலையே இந்த நகரைவிட்டு விலகாதே நீங்காதே...' என அழகியான சரகி கேட்டாள். அதைக்கேட்ட தூஷிதாள் தன் உடல்மேல் பச்சை குத்தினாள் வாலை உருவை. பிதிராவின் நவீன நாடகக்காரர்கள் திமிங்கிலத்தின் சாம்பல் வெளியில் ஒத்திகைகொண்ட நாடகப் பிரதியாக இது மாறக்கூடும் அபாயமிருந்தது. இருள் ஒளி களுக்கிடையே வாசனைகளை மொழியாகக்கொண்ட திமிங்கில நாடகம் நடந்துவருகிறது இங்கே.

பிதிரா ஓர் பஞ்சபூத ரஸக்கட்டு/பித்தரைப்போல் பித்தமான பிதிராவில் வாலைச்சித்தன் வெளிப்பட்டான். வாலையில் கசிந்த மீன்திரவம் பட்ட இடமெல்லாம் சொர்ணமாகும். வாலையின் பாதங்கள் தனியே கிடந்தது சுழிவாசலில். இமை விழியாத் தூக்கத்தில் ஈயத் திமிங்கிலத்தின் கபால அறைச்சித்த வீட்டில்

வாலையின் உருபார்த்து கனவில் வரும் புராதன சிற்பங்களில் மோனித்த உதடுகள் பேசுவதை கம்பங்கள் சரியக் கேட்டார்கள். வாலைப் பிரதேசத்தில் அந்தரத்தில் நீந்திவரும் திமிங்கில நிழல் நாவாய்போல் தரையில் ஊர்ந்தது. அவாந்திரத்தில் சஞ்சரித்து தரை நோக்கிக்கீழ் இறங்கி வரும் சூரியனின் பச்சைக் கதிர் சலனமடையும். வேசை கூசாலி அதனிடம் வந்து கேட்டாள் ‘மெய்யாக என் மடிமேல் வந்தாய். என் கனாத்திறம் கூறுவாயாக. கனவுக்குப் பலன் உரைக்கும் உன் பதத்தை சொல்லிவா வாலையே’, ‘என்னால் கனவு மெய்ப்படும். இருப்பேன் தாசி மடியில். உணர்வுகளை உதிர்த்து காமம் அறுத்த வேசை கூசாலியே. இவ்வூரைவிட்டு என்று போவேன் எனக்கும் தெரியாது’ என்றது வாலை. தூர திருஷ்டிப் பார்வைகொண்டு இருந்தது வாலை. திரிகாலம் தெரிந்து ‘சாவதுவும் பொய்’ என்றது. ‘இருப்பதை என்ன சொல்வாய்’ ‘மாயமென்பேன். உடல்விட்டு உடல் மாறி காகமாய் மரத்தின் மேல் இருப்பேன். தாசி நீ உலகுயிர்க்கு வருந்துவாயானால் உன்னோடு உறவிருப்பேன்’ ஆம்பல் பூத்தாற்போல் ரூபமாகி இந்த வாலையுடன் வில் ஏந்தும் பிதிரர்கள் பத்திரகிரியாரை அரசனாகக் கொண்டு அடுத்த தளத்துக்கு அத்தியாயம் மாறுவார்கள் என வாலைச்சித்தன் அறனடி ஏகினான்.

பிதிராவை ஆண்டு வந்த தாசிமகன் பத்திரகிரியார் அடிக்கடி பச்சோந்தியைப்போல் வேறு நிறம் ஆகிவந்தான். மெய்சிலிர்க்க ‘வாலை மீனே உன் உருவில் நுழைகிறார்கள் எல்லோரும்’ என்றாள். வாலை உரு தன் ஞானத்தில் உதித்த கொம்மட்டி மாதுளங்கனி ஒன்றை ஈசனிடம் பெற்று பத்திரகிரியாருக்கு கொடுத்தது. மாதுளங்கனி ஒன்றானாலும் உள்ளே தனித்தனியே கூடித்திரளும் பரல்கள் சித்தியால் வேறு வேறு கன்னிகளாக மாறி எத்தனையோ மனைவியரை அடைந்தான் பத்திரகிரி. ஒவ்வொரு கன்னிக்கும் சுரத நீர் வாசனை வேறாகும். தைலச்சக்கை கேசத்தைலம் காந்தமலர் பனி நீர் பூசினாலும் வாசனையில் விடியும் ஒரு கன்னி நாள் ஆவிகுடித்தது. மெல்லக் கரையும் வாலையின் அரூபசித்தாந்தம் காமத்தில் மருந்தீடு கலந்த மூலிகைக்கல்வம் மெல்ல அரைபடும் பச்சையில் கருத்து விழுதுபடும் மயக்கில் வேறொரு கன்னி உடும்பை தூக்கி வந்தாள். இன்னொருத்தி குரங்கின் முகச்சிவப்பில் மிருதுவான வானரத்தின் விரல்களைக் காட்டினாள். வேறொரு கன்னி காகத்தின் கருந்துணி அசைய சாய்ந்த பார்வையில் கதை சொல்லி மறுநாள் விடியுமுன் அடைமரத்தில் மறைந்தாள். தச்சன் ஒருவன் குதிரை தூக்கிய தேர்க்கால் சினந்து ஆரோகணிக்க கருமசகு பிசுபிசுக்கும் களவிமுறை செதுக்கிய

உருக்களில் கதை நெளிந்து பல அடுக்கில் தேராகி அதன் சக்கரத்தின் நடுத்துளையில் சிற்பத்தை பெண்ணாக்கி பத்திரகிரிக்குக் கொடுத்தான். அவளைத் தொட்டால் தேர்ச்சிற்பங்கள் பேசும். அவற்றின் மாயா சலனத்தில் கனவுகளில் மூழ்கினான்.

5

கொம்மட்டிப் பரல் விதையில் மறைந்திருந்த வாலை எனும் நடுவயதுப் பெண் தீரவாசத்திலிருந்து குடிபெயர்ந்து பஞ்சம் பிழைக்க பிதிரா நோக்கி வந்து கொண்டிருந்தாள். காட்டில் அவுரியும் மொச்சியும் விளைந்திருந்தது. தன் இரு பிள்ளைகளை பசி மயக்கம் தொற்றிக் கொள்ள அழுக்குப் பொட்டணத்தில் அவர்களை அயர வைத்து கண் சொருகும் வேளை பக்கத்து ஊரில் எரிந்த கருவிளக்கின் அழைப்பைப் பார்த்து ஓடை வழியாகப் போனாள் வாலை. அங்கே ஆச்சிக்கிழவியும் ஒச்சாளும் கூலிவேலை செய்துபிழைத்து வந்தார்கள். உடுத்த மறு துணியில்லாமல் குளித்த மேனியோடு ஈரச் சேலையை பாதி உலர்த்தி மீதியை உடலின் சிறையாகச் சுற்றி வாலை எனும் சித்தமகள் உணவுக்காக ஏணமில்லாமல் வருவது பார்த்து உலையில் கொதித்த சோளக்கஞ்சியை ஆச்சிக் கிழவிக்கும் தனக்கும் ஒருகை அள்ளி வட்டிலில் இட்டு பானையோடு கொண்டு போகச்சொன்னாள் ஒச்சாயி. வாலை என்பவள் வந்த வாசலில் வாசனை உள்போய் ஆச்சிக் கிழவிக்கு ஆவி ஏறிப் பல ஊர் நாட்டு பாதைகளில் ஓடும் பிதிரர்கள் சருக்கம் கூறினாள் ஒச்சாயிக்கு. அதற்குள் மொச்சிக்காய் மேயவந்த தாய்மான் குட்டிகளை மலைப் பறம்பில் வன்னி மரத்தடியில் இருக்கவிட்டு இங்கே சொருகிய கண் பார்த்து உலகின் சிசுக்கள் துயரை அகலமான கண்களால் பார்த்து வாஞ்சித்துக் கதறியது மான். அதன் குரல்கேட்டு மலையில் திரியும் சித்தர்கள் துணுக்குற்று உலகில் நேரப்போகும் பேரழிவுகளை தொலைவில் உணர்ந்தார்கள். மானின் துயரம் வானிலும் மண்ணிலும் பட்டு வடுவாய் படிந்தது.

பொய்மான் கரடுகளில் திரிந்து வந்த தாய்மான் மொச்சிக்குள் கால் மடக்கிப் படுக்கவும் அதிலொரு பிள்ளை மான் மடுவில் அருகு ஏறிய பச்சைப்பால் சுரந்த மடியடித்து முட்டி ஒரு குட்டியைப்போல் நாவினால் பசி வேகத்தில் உறிஞ்சக் காட்டுச்சுவை பசி மயக்கம் தெளிந்து தம்பிக்கு ஒரு மடுவை வாயூட்டியது கடமான். அருகம்புல் சுரந்தபால் முலை புகுந்து வெது வெதுத்த மொச்சிக் கொத்தில் பூச்சிகள் இரைச்சலிட்ட வேகம் குறைந்தது. எத்தனையோ சித்தர்களின்

வெட்டாத சக்கரமும் வெளிமேல் சுற்றி வந்து மான் கரந்த பால் ஒளியில் பொங்கிய அலைமீது மானாய் வளைந்த தலைச் சூல் சிசு மானோடு மானாக காட்டில் மறைவதை கஞ்சிப்பானையோடு ஓடைகளை கடந்துவரும் வாலை பார்த்தாள். பழம் காயும் மூலிகையும் பசித்துண்ட மான் மடுவில் பால்போன ஒளித்திசையில் நாய் நரிகள் மேயும் குஞ்சுகளும் கூடப் போகும் சீவர்களாய் பிள்ளை ஒளியுருகி வாலைச் சித்தனாய் போகிறான் தாயைவிட்டு. மானடி சுற்றிப் பரவிய வாலைப் பிள்ளையின் பாதங்களில் வேரும் தூரும் பூத்த வாசனை. தொல்பதங்கள் எழுத்தாய் தோன்றி மான்பால் சுரந்த பிரதியொன்றை மறந்ததெல்லாம் பேசும் இறந்துபோன பிதிரர்கள் மண்ணுடல் மொழி கசங்கும் நாரில் தூரோடிய சொல்லும் எல்லையில்லா இடம் திரியும் பேய்போல் வாலைத்தாய் தலை விரித்து அழுதாள் மொச்சி நெத்து உருவும் பெண்களிடம்.

பொய்மான் கரடுகளில் சிறுபயல் எதிரொலிகள் கேட்டு பாதையில் தேடிப் போனாள் வாலை. தாயைக் கண்டு புதரில் பதுங்கிய மானோடு நாலுகால் வைத்து நடந்தான் வாலைச்சித்தன். மலைச் சரிவுகளில் அம்மணமாய் கரு வெளியில் கண் வைத்துப் பூச்சியாய் மான் வயிற்றில் முனியொருவன் இருந்து கொண்டு ஞானம் கொடுத்த பாலை தான் குடித்த மயக்கில் தாயை விட்டகன்றாள். நிராசையின் சரிவுகளில் தேடி அலைகிறாள் ஒரு பயலோடு. மான் வைத்த காலை தான் வைத்து பின் கால் குளம்படியில் பதிந்த தடத்தை தொட்டுவந்தாள் பிள்ளையைப் பிரிந்தவள். ‘புள்ளிமான் கண்டீரோ வேடர்களே. தொப்பூழ்க் கொடி இன்னும் அறுக்காத தலைச்சூல் பிள்ளையை இந்த வனத்திலே கண்டீர்களோ’ வேடர்கள் சித்தர்களின் தடத்தைச் சொல்லாமல் பிதிராவுக்கு வழி காட்டினார்கள்.

அவனே இப்பிரதிக்குள் தோன்றிய வாலை மிருகமாக அந்தரத்தில் தவசிருக்கக்கூடும். ராகதுவேஷமற்ற இந்திரபாலா என்னும் பெயரோடு பிதிராவில் மானோடு திரியும் புத்த சந்நியாசி.

பின்னே ஒரு நூற்றாண்டு மறைந்தபின் ‘பழைய சீவரம்’ எனும் ஊராய் உருமாறி இருந்தான். இப்போதும் பௌத்த காஞ்சிக்கு அருகில் வெயிலில் அசைந்துக்கொண்டிருக்கும் பழைய சீவரப் போர்வை கந்தலாகி உருக்குலைந்து பூச்சி அரித்து மண் தின்றது போக காட்டில் காணாமல்போன வாழ்வு கரையான் ஏறிக் கிடக்கிறது பழைய சீவரமாய். இந்திரபாலாவின் பழைய சீவரம் வாழ்வின் நிலையாமையில் அசைந்துக்கொண்டிருந்தது. அதை வழிப்

போக்கர்கள் பார்த்து வணங்கினார்கள். என்றோ ஒரு நாள் காஞ்சி வந்த கிளிமுகப்பயணி கிழக்கே போய் வேகவதிக் கரையோரம் பழைய சீவரம் மடிக்கப்பட்டு மணல் பிரதியாக இருப்பதை வாசிக்கத் தொடங்கினாள். பிதிரா என்பது பௌத்த சந்நியாசிகள் விட்டுப் பிரிந்த அனுபூதி நிலையில் மறைந்து திரியும் ஓர் நகரமாகும் அது பழைய சீவரம் எனும் துவராடை.

அவனைத் தொட்ட பெண்கள் பூஞ்சாலி நெல்லுக்குள் அருவாயினர். இந்திரபாலா பிரதியைத் திறக்கும் போதெல்லாம் அவனது சிரேஷ்ட நண்பன் சூர்யசிலாவின் உருதோன்றும். அடுத்த பக்கத்தில் மான் உருவாகி ஞானம் சொல்லிப் போகும். இந்திரபாலாவே இப்பிரதியை எழுதியிருக்கக்கூடும். காணாமல்போன சகோதரன் அபிநந்தா பிக்குணியாகிவிட்ட தன் தாய் வேசை கூசாலியுடன் சகோதரனைத் தேடி இங்கு வந்தான். மானைப் பிரியாத இந்திரபாலாவின் கண்ணுக்குள் பிதிரா வனமாகத் தெரிந்தது. அங்கே பழைய சீவரம் எனும் ஊர் துவராடையாக மிதந்து வந்த ஊர். அங்கே நெசவாளர்கள் எல்லோரும் பூர்வ பௌத்தர்களாகவோ சமணர்களாகவோ இருக்க வேண்டும். அபிநந்தாவின் நாடகக் கலைச்சுவடி; அதில் புரளும் பக்கங்களில் நூற்றாண்டுகள் கலைந்து ஓடுகின்றன.

பிதிரா ஓர் ஸன்யாஸ பிரம்ஸ யோகம் பெற்ற பிரதி/பிதிராவுக்குள் இருந்த புத்தபிக்குகள் சீவரப் போர்வைகளை நெய்து தரும் வேசை கூசாலியிடம் போய் ஆயக்கலைகளையும் கற்றுத் தேறிவருகிறார்கள். அகப் பார்வைக்கு மாதுளங்கனி ஒன்றின் கருவில் சிசுவானவள் வேசை கூசாலி. புறத்தில் பிக்குணி சீவரப் போர்வை நெய்துகொண்டே இருந்தாள். புத்த சந்நியாசிகள் மிக மெல்லிய சீவரத்துகிலை தாசிகளே நெய்யக் கூடுமென நம்பினார்கள் போலும். பிதிரா நெசவாளர்களால் சூழப்பட்ட பௌத்த நகரமாகவும் இருந்தது எனவே.

பிதிராவை ஆண்டு வந்த தாசி மகன் பத்திரகிரியார் வாலை கொடுத்த கொம்மட்டி மாதுளையை ஆசை நாயகிக்குக் கொடுத்தான். சோர நாயகி தான் உண்ணாமல் பிதிராவின் குதிரைப்பாகனிடம் கொடுத்தாள். குருடனான குதிரைப்பாகன் புரவிகளின் வாலை மென்று பார்த்து வாசனைகளை மோந்து வகை பிரித்த அவன் காதில் சுழியும் நெற்றிமேல் வெள்ளையும் முன்கால் சாம்பலும் நிறமான குதிரை உயிர்மூச்சு அசைந்தாடும் நாசியில் உரசிப் பேசியது. பிதிர்போடும் பத்திரகிரியார் புரவி சொர்ண வால்முடி அசைத்தது. புட்டத்தில் இரு காய் முக்தியின் கலயமாக இருக்கும். உள்ளிச்சை

தூண்டும் அதன் முகபாவம். காதல் கொண்ட சாயல். குருடனிடம் கிடைத்த கொம்மட்டி மாதுளம் பரல்கள் அண்ட சராசரத்தில் உருள ஒவ்வொன்றாய் கண்ணிகளில் கோர்த்தான். குருடன் போகரை நினைத்து பேசுங் குதிரை மேல் ராவிருட்டில் ஏறிப்போய் பொய் மான் கரடில் பித்தனைப்போல் மயிர் விரித்தலைய காட்டுத் தீயாக காமம் தகிக்க அலைந்து வருகிறார் போகர். அவரிடம் போய் அந்தக் குருடன் கொம்மட்டிப்பரல் மாலை கொடுத்தான். போகரின் காமத்தீ மெதுவாய் கரைந்து மாதுளம் பளிங்கில் ஓடும் சுரத நீர்களின் வாசனைகள் ஒவ்வொன்றாய் நுகர்ந்து பிதிராவின் பரத்தைமை மணம் தீராமல் வீசுவதை காற்றில் சுவாசித்தார்.

குறடுகொண்டு பேய்மனதை இழுத்துச் சென்றார் தாசி வீடு நோக்கி. அப்படி இருக்க திரும்பிவந்த குருடன் கையில் போகர் கொடுத்த வேறொரு மாதுளங்கனியை குதிரை லாயத்தில் சாணம் கூட்டி வரும் பைத்தியக்காரியான நிகும்பசூதநிக்குக் கொடுத்தான். கனியை அவள் மோந்து பார்த்துக் குதிரை மூத்திர வெப்பத்தில் கழுவி சாணக் கூடையில் பதுக்கி வைத்தாள். நடுச்சாமம் பிதிராவை மாறுவேடத்தில் சுற்றிவரும் வழக்கப்படி குதிரை அவிழ்த்த பத்திரகிரியார் இருட்டில் பேய் மனதை விரித்தாடும் கெம்மட்டி மாதுளங்கனியில் ஈசனின் ஆண்பாகம் பெண்பாகம் ஒரு சேர்ந்த கனி காணாமல் போகர் விரல் ரேகைபட்ட வேறொரு கனி குதிரைச் சாணியில் பிரகாசிப்பதில் அதிர்ச்சியாகி மூர்ச்சையானார். ‘என்னென்ன சூதோ இங்கு’ என முனகிப் பின் தானே எழுந்து நெற்றியில் ஒரு பரல் தட்டியது ஞானத்தை. பாதக்குறடும் காவிகாம்பரத்துடன் காம இச்சை முலைக் கச்சைகளை விட்டவிழ்த்து வெளியேறினார். பத்திரகிரியார் புலம்பலுக்கு பட்சி ஜாலங்களோடு அகப் பேய்களும் சேர்ந்தழுத இருட்டில் மரங்கள் சிவந்த வானத்தில் வால் நட்சத்திரம் ஒன்று பிதிராவின் கிழக்கே சரிந்து பதிந்தது.

அதன் பார்வையில் துரதிருஷ்டத்தின் வேர் நடுங்கிக்கொண்டிருந்தது. பத்திரகிரியாருக்கு மெய் வெளுத்து நிறங்கருத்த வனமே மனமாகி அலைந்தது. பிதிரர்களின் கலைச்சுவடியில் பத்திரகிரியாரின் புலம்பல் எந்நேரமும் கேட்டுக்கொண்டிருந்த பிதிரா.

6

விக்ரமசீலம், ஜகத்தலா, நாளந்தாவிலிருந்து வந்த பிக்குகளும் சைத்ரீகர்களும் வேசை கூசாலி ஒளியறிவின் ஸ்திதி நிலையை அவள் விரல் வழிக் கலையிடத்தில் சலனமடைந்த வேளை நுண்கலைகள் பிதிராவுக்குள் குடிகொள்ளும். மனிதனின் கலை சிருஷ்டியை உருப்படுத்தும் சக்தி வேசை கூசாலியின் வினைநுட்பத்தில் மறைந்திருந்தது.

'ஞான மரபில் வந்த காகத்தின் சேர்க்கையால் சிறக்கணித்துச் சாய்ந்த பார்வைதான் நிச்சயமின்மையின் தொடக்கமும் முடிவும்' என்றாள் வேசை கூசாலி. பிதிராவுக்குள் இருந்த புத்தபிக்குகள் சீவரப் போர்வை நெய்து தரும் வேசை கூசாலியிடம் போய் பண் கலைகளையும் கற்றுத் தேறி வந்தார்கள். சீனாவிலிருந்து வந்த யுவான் சுவாங் துணி ஓவியம் தீட்டிய மூடு விளக்கொன்றை அவள் தறிமேல் வைத்தான். அவ்வொளியில் யாத்ரீகன் கடந்துவந்த துன்பங்களைத் தாண்டி வாசனையும் சீன மரத் தைலத்தில் ஊறிய திரிநீலப் பழுப்பில் சுடர்வீசியது. அதன் உயிரை மெல்லத் தூண்டி நூல் பாவுகள் மேல் விரல்வைத்த யுவான் சுவாங்; அபிநந்தா அறுந்த இழைகளை எச்சில் தொட்டு முடிவதை உலகின் பிளவுகளைக் கண்ணி கோர்ப்பதாகப் பார்த்தான். ராக துவேஷமற்ற இளைஞனின் கண்களால் மெல்லிய சீவரத்துகில் பிதிராவின் மடிப்பு மடிப்பான வெளிச்சமாய் பரவியது தருமகாய. இவ்வொளியே கொடிய மிருகத்தின் முகம்பார்த்த பிக்குகள் தரும குராமரத்தை இரண்டாயிரம் ஆண்டுகளாக பார்த்த ஒளி உடலாய் நெருங்கி வந்தது. தாசிகளே இதை நெய்ய முடியுமெனக் கருதினான் போலும். பிதிராவின் புராதனப்பட்டு சீனம் கடாரம் சாவகம்வரை புகழடைந்திருக்கும். நெசவில் ஆழ்ந்த பூச்சிகளின் மெல்லும் இலைப் பசை நுரைக்குமிழ்களாகத் திரளில் இவ்வுலகின் கீறல்களை ஒட்டி அக இருளை ஊசி வெளிச்சத்தில் தைத்துக்கொண்டிருக்கிறார்கள் கைக்கோளர்கள். அவளோ புத்த உருவை இளைய குமாரன் அபி நந்தாவின் பிஞ்சு முகத்திலே பார்த்தாள். 'வால மங்கையே உன் சருக்கத்தை சீவரத்துகிலில் வரைந்து கண்ணீரின் வெளிச்சத்தில் இப்பிரதியின் வாசிப்பை சொல்லிவருகிறாய். உன் சுரங்கள் ஓய்வெடுக் கட்டும் தாயே' என்றான் அபிநந்தா. 'இவ்வுயிர் மெலிந்து துகிலாகி ஓர் துறவிக்கு ஈந்ததாக இருக்கட்டும் நந்தா' 'அம்மா சற்றுநேரம்

அயர்ந்திரு என் மடியில். சாய்ந்திரு பயத்தில் உன் விரல்கள் நடுங்குகிறதேன்?' 'ஒன்றுமில்லை நந்தா. துயிலில் வரும் கனவுகளில் அந்தமான் வந்து முறையிடுகிறது பழைய சீவரம் ஊரில் அதன் துயரென்ன உனக்குத் தெரியுமா' 'தெரியவில்லை அம்மாமான்கள் சூழநகர் நீங்கி பழைய சீவரத்தின் பாதையில் திரும்பாமல் போய் கொண்டிருக்கும் இந்திரபாலாவை பார்க்கும் போதெல்லாம் அவர் சாயலில் நாம் கடந்துவந்த துயரங்கள் நிழலாடுகின்றன.' 'அவரை ஒரு நாள் அழைத்துவா என்னிடம். பூர்வபட்சம் அவருக்கொரு சீவரத்து கிலை என் விரல்களால் நெய்து தருகிறேன். அதுவரை அவரின் குணாதிசயத்தில் மானசமான் உணர்த்தியதையெல்லாம் எனக்குச் சொல்வாயா' 'வருந்தாதே அம்மா பின்னிரவுப் பேடையொன்று தவறவிட்ட குஞ்சைத்தேடிக் கதறுவதைக் கேட்டாயா தெருவில்' இத்துயிலற்ற இரவில் கருந்துளைகள் கிளம்பிச் சுழலும் இவ்வூரின் தரித்திரத்தை ஊசி நூலால் தைக்கிறாள் வேசை கூசாலி. 'நாளை பிதிராவில் இருந்து காந்தாரம் நோக்கிச் செல்ல காரணம் சொல் மகனே' என்றாள் காபூல் விளக்கின் பின்னே. அவள் நிழல் படபடத்தது. 'இன்று விடிவதற்கு முன் கனா ஒன்றில் பாமிய சிலைகள் நடுங்குவதை விண்ணில் கேட்டேன். அப்பல்லோவின் இளமையும் அழகும் எகிப்திய ஆபரண அணிகள் பூணிய அவலோகிதீஸ்வரரின் சிலைகள் விண்ணுக்கடியில் உருள்வதைப் பார்த்தேன் அதன்மீது கரும்பூனைகள் வாலாட்டி அலைவதில் வரப்போகும் விநாசத்தின் அறிகுறிகளை உணர்கிறேன் எனக்கு பயமாக இருக்கிறது. அங்கே போகும் இந்திபாலாவோடு துணையாகச் செல்ல அனுமதி என்னை.'

பிதிரா ஓர் நாடக சாலைத்தெரு/சங்கரதாஸ் பிதிராவில் சனீஸ்வர வேடமிட்டு ஆடி இரவு நாடகம் முடிந்த விடியக் கருக்கலில் காகந்தி நதியில் அரிதாரம் கலைக்க ஆற்றுப் பாதையில் வரும்வேளை கன்னியொரு வண்ணாத்தி தலைச்சூலுடன் மடி துருத்தி தீட்டுத் துணி அலச ஆங்கோர் வீட்டிலிருந்து எடுத்துவர சனீஸ்வர ரூபம் கண்டு கருக்கல் மறிக்கப் பதறியோடிப் பயந்து கிணற்றில் வீழ்ந்ததால் காகங்களால் சுற்றி வளைக்கப்பட்டார் சங்கரதாஸ் எனவே.

பிதிரா ஓர் காகபுசுண்டர் நாடியந்திரங்களில் சுழன்று கொண்டிருக்கும் பிரதி/ஜலரூபத்தில் சுருளி அருவிக்குள் போன கொக்கோகர் திரும்பி வரவில்லை. நீரின் தேசலில் முளைத்து எழும் மூலிகைகளை கண்டெடுத்தும் வெளிப்படாத வஜ்ர அருவியில் சலனமடையும் சப்த

தாதுகளை ஸ்திரீகளின் சுரத நீராய் வகைப்படுத்தி ஈன்ற பூவும் ஒரு பெண்ணாக உருமாறி கல்லை உரு ஏற்றிப்பேச வைத்து சிலையை உயிர்க்க சுருளி நீரை மூலிகையாகக் கட்டி கல்லேறிய பல தலைச் சூலிகளை உயிர்ப்பித்து அவர்களின் கதையேறி அலறும் மலைகளின் எதிரொலியை கேட்டான் பிதிர் தேடிவந்த சூர்யசிலா.

பிதிராவின் மூலப்பிரகிருதி ரோகமாகும். காமத்தின் பல வர்ணமுள்ள விசித்திர வடிவமாக மறதி காரணமாயை மயில் குயிலாகும் பின்னிரவு நாழிகையில் இருமயில் அகவலிட நூறு குயில் வெட்டிக் கூவும் கோடு கோடாய் மறு அகவலில் தோகை விரியும் குயில்வாக்கு கானல்வரி பதியும் வடுக்களில் எழுதப்படாத புஸ்தகம் ஒன்றை பிச்சைக்காரன் ஒருவன் பண் எழுதா கவிதைகளை மயில் குயிலாக்கி உருட்டிக் கொடுத்த ஒரு கவளம் சோறும் கூழ்ச் சாலையில் மரண நவை தீர்க்கும் இசை என உணராத பிரம்மகம்பா ரோகியிடம் அனுபவத்தில் கால் தட்டிய மூலிகைகளை பறித்துக் கொடுக்க 'ரோகமென்ன மொழி ரோகம் இசையும் தான் உதிரும் பார் வெட்டாத வெளி சுற்றும் உன் கவிதைத் தாழ் உடையும். உன் மொழிப் பூட்டு பூட்டியதெல்லாம் திறந்துபோவான் ரோகி. உருவமெல்லாம் காட்சி நாய் ஓட்டம். பூச்சி நாய் காட்டும் ஊளையில் ஓடிப்பார். வெறிநாய் ஓட்டில் தூக்கிய சங்கிலியில் நாயைக் கட்டக் குடும்பத்தோடு வடக்கு வாசலில் இருப்பான் பத்திரகிரி' என பட்டினத்தார் சொல்ல திருவோட்டைப் போட்டுடைத்து தன் நாயோட்டை ஏந்தி நின்றான் பத்திரகிரியார்.

பிதிரா ஓர் கதாபீடிகை/விநோதமான கதைகளுடன் கூடிய பதுமைகளை கழுமண்டபத் தூணில் பெயராமல் சிருஷ்டித்தது யாரோ. தூக்கிலிட்ட ஆவிகள் பலிபீடத்தில் உரையாடும். குற்றங்களைச் சுமந்தவர்கள் அலைந்து திரியும் மலைப்புடவில் சித்தரும் இருப்பார்கள். கழுமரங்கள் மௌனமாய் கொடுமுள் நீட்டி நகரும். தொங்கும் சடங்களைச் சக்தியாக்கும் ரஸவாதம். விலங்குகளை உடைத்து வெளியேறி புத்தி பேதலித்தோர் பகைவர் விரட்டப் பலரும் சித்தரிடம் அடைக்கலமாகி சூதுவாதுகளை உடையோடு கலைந்தவரும் உரையாடக்கூடும். சடத்தை கொத்தித் தின்னக் கழுகுகள் வரும். கொலையுண்ட ஆவிகளிடம் வாலை நிழலாடி உடலுக்கு மறுஜென்மம் கொடுத்த வித்தைகள் உண்டு. கலைக்கோட்டான் சட்டையாரும் திரியக்காண்பாய். பலிபீடத்தில் பட்டவரை ஓரியும் நரியும் தின்னாமல் சடத்தை உயிராக்கி கல்லைப் பேசவைத்த

வஜ்ரோலி முத்திரை தகட்டில் செதுக்கி மென்றால் மூலிகை சொல்லும் வர்க்கங்களை கூட்டிச் சேர்த்தால் சிலையும் ருதுவாகி தீட்டு உதிரம் ஊர்ந்துசெல்லும்.

இப்போது பிதிராவுக்குள் அமைதியில்லை. கடலிலிருந்து தெரியும் விளக்குகளின் கண்சிமிட்டலில் கடத்தல் கும்பல் ராத்திரி நேரத்தில் கடந்துபோகும் அரவம். பைத்தியக்கார வீடுகளில் ராவிருட்டில் ஆடைகளைக் கிழித்துக்கொண்டு நிர்வாணமாகி ஒருவருக்கொருவர் அந்நியர்களாய் கதவுகளை உடைத்து வெளியேறிவிட்டார்கள். நிர்வாணத் தெருவில் மணல் அலைமீது எங்கே ஓடிக் கொண்டிருக் கிறார்கள் பிதிரர்கள். இவர்களில் பைத்தியமானவர்களை விலங்கிட்டு கைது செய்து கூடாரத் தூணோடு கட்டிவைத்து சவுக்கால் அடிப்பது நிறுவன மயர்களின் வேலை. பைத்தியங்களின் ரத்தம் தோய்ந்த சவுக்குகள் தொங்கிக் கொண்டிருக்கும் பிதிரா வீடுகளுக்குள் நிறைவேறாத காமப் பசி தீவிரித்து உடலைப் புழுதியில் புரட்டி திருத்தப்படாத முகவெட்டில் சிரிக்கிறாள் ஒருத்தி வெகுநேரமாய். மணலில் பல உருக்கள் ஊளையிட சாம்பல் பூசிய உருப்புகளில் சாக்குக்கட்டி சணல் பிரியால் பொம்மை செய்து காதலிக்கிறாள் சுமாலி. இத்தி எனும் பைத்தியக்காரி முகத்தில் சிற்பங்களில் ஓடும் வசீகர நரம்புகள் ஈர்க்கிறது தூஷிதாளை. மரப்பெட்டியில் இருந்த சேலை களை கலைத்து முறுக்கி தெருவெங்கும் அலையாக்குகிறாள். சித்தங் கலங்கிய பிதிர்வனத்தில் அண்டங்காக்கைகளைக் கூப்பிட்டு தலை எலும்புகளின் உச்சி வாசலை திறக்கச் சொல்லி கிழிந்த சட்டையுடன் திரியும் ஆய்வாளனை ‘உன் பாலைச் சொல்லிவிடு இப்போதே’ என்றாள் காமாள். பெண்களைப் பிடித்து ஆட்டும் தெருவில் அலை ஏறிய புராதனப் பித்தத்தில் எல்லோரும் சரிகிறார்கள். எருதுகளின் தொலிமேல் அமர்ந்து கண்களில் சூன்யமேறிய தாவரங்களின் ஆய்வாளன் சிசுபாலா ‘தற்கொலை செய்துகொண்ட வீடுகளின் சுவர் சூன்யத்தில் நடுங்குவதேன்’ என்றான் காமாளிடம். ‘என் அத்தை யொருத்தி யாருடனும் பகிராத காமத்தை கயிறாக்கி விட்டத்தில் சுருக்கிட்டாள்.’ ‘காணாமல் போன அவள் கணவன் வேற்று நகரத்தில் இன்னொருத்தியை அவள் பிள்ளைகளோடு சேர்த்துக் கொண்டான்’ ‘அதிருக்கட்டும் சிசுபாலா உன் கண்களில் ஏறிய சூன்யத்தில் விநாடிக்கு விநாடி எல்லோரும் அழிந்துகொண்டிருக்கிறோம். இப்படிச் சொன்னதால் என்னை வெறுக்கமாட்டாயே’ ‘பிதிராவின் ரயில் நிலையத்தில் நடுஇரவில் நடமாடும் முதியவர்களின் நடையிலுள்ள சூன்யம்தான் அது’ ‘ஒரே இடத்தில் பதிந்து பரவும் சூன்யம் வீடுகளின்

வெள்ளைச் சுவரில் பதுங்கியிருக்கும்' 'இரவு நேர உரையாடலில் வயோதிகர்கள் பிதிராவின் உடல் இல்லாதவர்களின் மொழியில் பேசுகிறார்கள்' சிசுபாலா தன் கண்களில் இருக்கும் சூன்யத்திற்கு கதை தேடிக்கொண்டிருந்தான் தெருப்படியிலிருந்து எழுந்தவாறு. இத்தெருவின் வாசிகள் பலரும் சுவர்களால் சூழப்பட்டவர்கள். சிறையிடப்பட்ட காமத்தை பகிர்ந்து கொள்வதற்கு அணுவணுவாய் சுழலும் கருவுக்குள் கூடித்திரளும் இயற்கையில் உடலைத் திறப்ப தில்லை அவர்கள். 'உடலை உடலாகப் பார்க்க முடியாது சிசுபாலா' என்றாள் தூஷிதாள். 'எதன் வாசனையில் காமம் அலைந்து திரிகிறது பைத்தியத்தில்' 'பைத்தியமானவர் முகத்தில்தான் திறவாத காமத்தின் வசீகரம் பரவுகிறது' என்றாள் உளவியலி. 'காமத்தை உடைத்த இரவில் பலரும் ஜீவராசிகளாய் இயற்கையில் சேரும் ஒரு துளியைச் சுற்றி லட்சம் புழுக்கள் மண் நாவுகளை நீட்டி வெப்ப ரத்தத்தில் மிதந்து திரிகின்றன. உனக்கு கேட்கவில்லையா' 'கலவியில் தான் உடல்கள் சிருஷ்டி பூர்வ சிலைகளாக இயங்குகின்றன. சிலைகளே துயில்கின்றன கை கால்களை இன்னொரு உடல் சேரும் லாவகத்தில் பொருந்தி' மிகக்குறைந்த ஒளியில் தாவரங்களிடமிருந்து வரும் இருட்பசையால் முரண்பாடுகள், குரோதங்கள், ரணங்கள், பழைய பகைவருக்குள் எல்லாம் அழிந்து துடைக்கப்பட்ட மண் புழுதியில் சுவாசிக்கும் நுண் உயிரிகளாய் தெரு. புதிர் நிழல்கள் கொண்ட பைத்தியங்கள் கல்லுக்குள் சுரதநீர் துளிகளைவிட்டு மனம் விரித்தலையும் பரத்தைகளிடம் வாங்கி வந்த உடல் அதிகாரத்தை உதறிய ஆடைகளோடு நிர்வாணமெனும் காட்டுப்பூ சுரக்கும் ஆதார ஊற்றில் தினம் ஓர் கண்ணாடி உருச்செய்து கண்ணாடியை ஆண் பெண்ணாகக் கூட்டி போதஞ் செய்கிறாள் பரத்தை. கல்லோட்டில் சுரதப்பூக்கள் நெண்டி நெடிக்க கருப்புபுழுக்கள் கண்மேல் கண்துளைத்து ஞானவீட்டைத் தொட்டது. குதிரை எலும்பைப் பெண்ணாக்கி கசியும் ரத்தத்தை தலைமுடி பூசினாள் காமாள். குதிரைகள் முடிகோதி சிக்கெடுத்து சிணுக்கோலியால் வாரி மோந்து பார்த்து ஒருவருக்கொருவர் குதிரைகளிடம் பரமரகஸியம் சொல்லி வைத்த விநோதரஸக் கதைகளில் சிக்கிய பேன்களை கதை வெளியில் ஏமாற்றித் துரத்தியது பைத்தியக்காரர்களின் இரவு.

கழு மண்டபத்தில் பிரம்மகம்பா அரசிலையில் எழுதிய பிதிராவின் சருக்கத்தில் குதிரைகளின் ஆவிகளும் சித்ரவதைக்குள்ளான பைத்தியக் காரர்களும் விலங்கிடப்பட்டு அலறும் ஒலிகளை எழுதிவந்தான் அரசிலையில். அரசமரத்தின் மேல் தவமிருந்த பிரம்மகம்பா உச்சி மலையிலிருந்த தடாகத்தில் விட்ட அரசிலை பௌர்ணமிக்கு ஒரு

முறை எழுத்து வடிவத்தை மாற்றிக் கொள்ளும். அடுத்த இலையை உச்சி மரத்திலிருந்து போடுவான். பூர்வபட்சம் திரும்ப வரும் இரவில் லிபிகள் உருமாறி நாடக பாத்திரங்கள் வெளிப்பட்டு ஒத்திகை கொள்ளும். கழு மண்டபத் தூணில் நிலை பெயர்ந்த பதுமைகள் உச்சித் தடாகத்துக்குப் போகும் ராத்திரா தேவியின் துணையுடன். வெள்ளியாய் விரிந்த தடாகம் 'பிதிராவின் ஆவிகள் மொழியில் பேசுவேன் கேட்டு வாரும்' என்றது. அதில் வீழ்ந்த அரசிலை எடுத்து அதில் எழுதியதைச் சொல்ல பைத்தியமான பெண்ணுக்கு தூதுபோகும்.

காடோ செடியாக சிதறிக்கிடக்கும் சித்தரின் பாதத் தூளியில் நெளியும் பாஷைகளை ஏடுகளாக்கி சேகரிக்கும் சுவடு தைத்து உள்ளங் காலில் ஊறும் சீவ ஓட்டத்தை ரேகைகளில் வரைந்தான் கம்பா. சிதறிய முள்ளில் கற்றாலைச் சாம்பலில் புதரில் கதித்த சித்தர் குரல் ஓலை எடுத்து விரித்தான் பிரதியை. தாறுமாறாய் கோர்த்த காலத்திருகலில் நகரும் 'பிதிரா'வின் பாதைகளை புனை அரவுகள் தீண்டி பிரதியின் நிறம்மாறிக் கொண்டே இருக்கிறது.

மாத்திரீக சித்தி பெற்ற சித்தர்களால் எழுதப்பட்ட பிரதாபம்/ உஜ்ஜெயினி நகரத்து பிரம்மகம்பா சூரியன் இடமுறையில் திரும்பி நிழல் தெற்கே விழும் சுவடுகளை மட்டுவார் எடுத்து தைத்து கஞ்சிக்கும் கந்தல் வஸ்திரத்துக்கும் எழுதிவந்த தரித்திரக்கம்பா. உஜ்ஜெயினியை ஆண்ட ராசன் பிதிராவை அரங்கேற்ற மறுத்ததால் பிரம்மகம்பா வனத்தில் தீ வளர்த்து ஒவ்வொரு பக்கமாக பிதிராவைக் கிழித்து எரிக்க தீயிலிருந்து சுழிந்தெழுந்த பஞ்ச பூதங்கள் சிதறியோடிச் சொல்லை எடுக்க முடியாமல் சுட்டது. அக்னிக்கு லிபிகளை எரிக்க முடியவில்லை. கருகாத பட்சிகளின் பச்சை வனத்தோடு பறந்த சித்தர்களும் பிதிராவைவிட்டு வெளியேறிப் போகிறார்கள்.

'எவ்வுயிரும் தன்னுயிர் போல் எண்ணி இரங்கவும்' என பட்சிகளும் விலங்குகளும் கேட்டுக்கொள்ள அந்தந்த ஜீவராசிகளுக்கு உரிய கதா பீடிகைகளைப் பிரித்தெடுத்தான் உஜ்ஜெயினி நகரத்து பிரம்மகம்பா. அவனிடம் மிஞ்சியது ஒரு ஏடு மட்டும் 'பிதிரா' அதை இடுப்பில் சொருகி சூரியனோடு தெற்கே திரும்பி வந்து கொண்டிருக்கிறான். கற்கடகத்தில் சலனமாகி மகரரேகை நோக்கி எழுதியவன் ஏடுகளை விட்டுப் புறப்பட்ட துறவில் பிரம்மகம்பா மேற்கு மலைத்தொடரில் துடிக்கும் லட்சம் வகைப் பூச்சிகளுக்குள் புகுந்து அருஉருவாய் பாஷைகளின் சூக்கும ஒளியணுக்களுக்குள் கூடும் கருவுயிரின்

சித்தத்தை உடல் மாற்றி பரதேகப் பிரவேசம் செய்தான்.

பிரம்மகம்பாவிடம் கேட்கப்பட்ட கேள்விகளுக்கு வேறொரு மிருக உடலில் புகுந்தவாறு பதிலளித்தான்.

கேள்வி: இதை எழுதியவன் பெயருக்கு நூலோர்களால் சாபமுண்டு. இவன் பிரதிகளுக்குப் பரவி வரும் நகல் ஓலைகள் ஆழமானதாக இருந்தாலும் அசலைத் தாண்டும். சூழலைச் சுற்றி பின்னிவரும் கண்ணிகளிலான மொழியின் நரம்பு வலைக்குள் அடைக்கப்பட்ட வெட்டும் புலிகள் இனி விளையாடுவதற்கு வெற்றிடம் விதியில் இல்லை. எனவே வாசகருக்கும் சாபம் உண்டென பலரும் மறைமுகமாய் பேசுவதென்ன?

கம்பா: 'பாரப்பா நூல்க்கெல்லாஞ் சாபமுண்டு
பரையுமன்று என்னூல்க்குச் சாபந் தீர்த்தான்'

ஒரு நூல் அரங்கேறிய பின்னும் சில சூழ்நிலைகளின் காரணா வவஸ்தை மக்கள் மத்தியில் பரவாமல் நின்றுவிடும் தன்மையை நூலுக்குள்ள சாபமென்றார் கருவூரார். கம்பராமாயணம் உள்ளான இருநூறு வருட கால இருட்டடிப்பு நினைவு கூரத்தக்கது.

கேள்வி: எழுதியவன் என்ன செய்து கொண்டிருக்கிறான் இங்கே. தன் பிரதிகளை எரிப்பதற்குகூட உரிமைப் பிரச்னைகள் எழவில்லையா. இப்பிரதி பிதிராவாக அல்லாமல் இருப்பதற்கும் வாய்ப்புகள் உண்டன்றோ.

கம்பா: எழுதியவன் தன்னையழித்து மொழியைப் பேசவிட்ட படைப்பு இது. நகல் பெருகிப் பரவும் சூழலில் இது ஒரு பிதிர் தேடும் முயற்சி.

'பிதிராவில் பைத்தியமானவர்கள் பெருகி வருகிறார்கள்.

தெருக்கோடியில் ஊளையிடும் நாயின் மூச்சும் சொற்பாடுகளும் ஆவிகள் மொழியைச் சேர்ந்த பிரதியாக இப்படி நகர்ந்துகொண்டு இருப்பதை சூன்யமேறிய கண்களால் பார்த்துக் கொண்டிருக்கிறான் சிசுபாலா. பெண்கள் சீந்தாத அவனுக்கு காதலிகள் இல்லா திருந்தார்கள்.

'பிறந்த பிள்ளை பொருளைப் பொருளாய் பார்க்காத பார்வையில் ஓடும் எக்காலத்து இவ்வுடல் உனக்கானதென அக்காலத்தை உண்ண ஊழ் விழி வாஸிக்கும் குழந்தையது. நலைச்சூல் கால்வழி இறங்கி நடமாடித் திரியும் பிதிர்வனத்தில் இறந்த பிள்ளை வாடாது மலர்ந்த கண்ணில் இமைபிரித்து பொருளைப் பொருள்வழி பாராமல்

பார்க்கும் பார்வை மிதந்துகொண்டிருக்கிறது. இறந்த பின்னும் இறவாத பார்வை நடமாடும் தலைச்சூல் அலையலையாய் உயிர்க் கரு எக்காலத்தும் இவ்வுடல் உலராமல் மலரும் சிறுபூ பார்த்துக் கொண்டிருக்கிறது.'

'ஊழில் நில்லா சித்தர்கள் சாய்ந்த கம்பமாய் சரிகிறார்கள். மனதிற்கு முன்னே ஊழ் தோன்றியது. மனதை விரட்டும் பேயது. உருவிலாதது. நடுங்குமளவு மனிதனைத் தொடரும் வினையால் அல்லவாகும். கணிதத்தின் சுழிமுனையில் சப்ததாதுகள் இறங்கும் கருவணுவில் கூடித்திரளும் மொழிக்கு இலக்கணமாகும். ஊழ் இசையாம். அறிய முடியாத ஊழைத் தொடும் இசை. அதுவுமல்ல.'

'ஊழை அறிய முடியுமா மாடதேவதையே'

'ஐந்தும் அடக்க அசேதனமாமே' என திருமூலன் அசேதனத்தை ஜடமாய் பார்த்து நழுவினான். அசேதனத்தில் பரவிக்கொண்டிருக்கும் ஊழ் ஐந்தும் அடக்கா அறிவறிந்த மந்திரத்தில் யந்திரத்தைச் சுற்றி வந்த திருமூலன் பிரதி விரிகிறது ஊழ்தாண்டி. அடங்கா அறிவறிந்த வற்றில் அலையடங்கா பெருவெளியில் சூறைகளும் பேய் விரிக்க சிறகுகள் சிதறியோடும் மண்ணில் மோதி அழியுமாமே. அசேதனமாய் சாக்கியரும் போன வழிக் கருத்துளையில் கற்பகாலக் கல்லாகி கால் தட்டிக்கிடக்கிறார்கள். காட்சி வெளி அசேதனம் இல்லை இது. மோனத்தின் சாந்தியில் கரைந்து கொண்டே இருக்கும் ஊழில் பனிக்கரு உயிர்க்கிறது உருகித் திரவமாகி ஒளிச் சுழிக்குள் கருந்துளைகள் சுழன்று உள்ளே ஒன்றுகூடும் இருட்டில் திரள் சூலும் அதிர்வாகி ஊடுருவிச் செல்லும் ஊழின் ரேகை.

பொருளைப் பொருளாய் பாராத விழி திறந்தால் இறவாத பார்வை எழுதிக் கொண்டிருக்கும் ஊழ் எனவே.

7

சூர்யசிலா சூரியனைத் திருப்பி முறுக்கேறிய உடனே வலது கையில் பிடித்திருந்த பூக்களின் வகைகளை நிறங்களாக்கி பின் ஸ்திரீகளின் ருதுகால வெளிமேல் சென்றான். கிரகங்களாய் சுற்றுகிறார்கள் சித்தர் அத்தனை பேரும். சுழிவாசல் திறந்த சூரியனில் இடமுறை திருகி தக்ஷிணமே திரும்பி பயணமாயினர்.

கல்லில் எழுதி வைத்த பிரகாரம் பிதிராவின் வாஸ்து சாஸ்திரத்தில் சூரியன் மகர ரேகையில் திரும்பக்கூடிய நகரம் பாதி கடல் குடியுண்டு

மறுபாதி மணல்மேட்டில் ஏறி வனமெங்கும் பரவிக்கிடந்தது. நீர்மேல் தெருக்கள் ஊர்ந்து செல்லும் பாதையில் எத்தனையோ உருக்கள் இடம் மாறிவரும்.

வயோதிகத்தில் காதலிக்கும் பிதிராமேல் இரு நிழல்கள் நீண்டு முகங்களை உரசி சூரியகாந்திச் செடி வாசனையில் நடமாடுகின்றன குதிரைகள். அவற்றின் பேச்சு தொடர்கிறது. 'சகியே பிதிராவின் நினைவுகள் பித்த மொழியில் அலைகிறது பார். எத்தனை வாட்கள் மீது சூரியகாந்தி பட்டும் அதன் உரு உடையவில்லை.' 'புரவிகளின் அரசே... தங்களை அடைந்தது என் பாக்கியம். விலா எலும்பில் மறைந்திருக்கும் இளவரசியாரை வெளிப்படுத்தும் வேளையிது. சூர்யசிலா செடியாகி விட்டான். நம் இளவரசியே அவனைக் காதலிக்கிறாள். அவர்களுக்கு குறுக்கே நிற்க வேண்டாம்.'

கிழக்குதிரை ஓர் அரசன். உலகின் பேர்பெற்ற யுத்தங்களில் கலந்துகொண்டு வீழ்த்திய நகரங்களில் லாடம் பதிந்து ராணுவ முத்திரையிடப்பட்ட இதன் தோளில் மரணத்தின் வடு. விலா எலும்பில் மறைந்திருக்கும் இளவரசி நார்த்தாளை வெளிப்படுத்தியது அரச குதிரை. நார்த்தாள் மண் சுவையும் மோப்பமும் கொண்டவள். மூக்கால் மனித வாடை உணர வெளி திரிபவள். சூர்யசிலா நாவிதன் மகன் ஓவியன். அவன் தாய் துயிலும் சாயலில் பல ஓவியங்களைத் தீட்டி வந்தான் இரவில். அவனே சூரியகாந்திச் செடியாகி இளவரசி நார்த்தாளுக்காக மணலில் திரும்பிக் கொண்டிருக்கிறான் மறுபக்கம் செல்லும் சூர்யப் பாதையில்.

பரிதிச் செங்கதிர் வீசி எழும் பிரதிக்குள் வதங்கி வாடிய சூரிய காந்திச் செடி கிழிந்த காகிதங்களில் வேர்விட்டு இலைகள் பழுப்பு நிறம் அடைந்த பக்கங்களில் பரவியோடும் நிழல்கள் நடமாடிக் கொண்டிருந்த உரசல் ஒலி.

பூவுக்குப் பூ விழித்தால் அதிசயம் கசிந்த வார்த்தைகள். எழுதிக் கொண்டிருக்கிறான் பூக்களின் விதியை. பருவம் ஒரு பூ. அவனை இடம் மாற்றிவிடும் வாசனை பரவிய மாதங்களை ஒருங்கிணைக்க முடியவில்லை. நிறத்துக்குள் மறைந்திருக்கும் காலம் மெல்ல ஊடுருவப் பழுப்படைந்த பக்கங்களின் வெற்றிடம் பரவிக் கொண்டிருக்கும். உள்ளே வெள்ளை இதழ்களை மறைத்து கசியும் தைலத்தைப் பூசிய கேசக்குழைகள் விரித்த அம்மா செடிகளுக்கு நீர் விட்டுக்கொண்டிருந்தாள். பச்சையும் வெள்ளையும் கலந்த முருங்கைப்பூ வாசனை பிஞ்சுகளைச் சொரிந்த வீட்டுத் தோட்டத்தில்

உலவிக்கொண்டிருக்கிறாள். பவளமல்லி மெல்லமேல் எழும்பி பனிக்கரு துகள் துகளாய் சேரும் இதழ் அடியில் சூரியன் சிவந்து வெளியுடன் ஒரு புள்ளி அளவாய் சுருங்கும் வெளி.

புழுதியடைந்து அழுக்கான காகிதங்களில் தும்பைப்பூ உடையும் பொழுதில், எழுதியதை சுவாசிக்கிறான். கசக்கி எறிந்த தாளில் ஒரு புல் நுனி ஜுவாலையாகி அலையும். துண்டிக்கப்பட்ட சூரியன் மணம் வீசித் தொடும் காற்று. கத்தரிப்பூ அவிழ்ந்த நிறவெளி கரையும். நீர் விரல்கள் தொடும் பூ ஆனான் சூர்யசிலா.

அனுபவங்களின் தொடர்வை இடையறாது துண்டிக்கும் பிளவின் வெற்றிடத்தில் பரவும் வார்த்தைகள் பிரதியின் ஒளிச் சுடர்கள் இருளில் கலைவதைப் பார்த்தான். எல்லா நகரங்களும் என்றாவது ஒரு நாள் அழியக்கூடும். பல திசைகளில் உருமாறிய பிதிராவின் தெருக்கள் உறைவிடங்களில் மனிதர்கள் எல்லோரும் கலைந்து போன நாளில் நகரமென்பது நாகரீகத்தின் சாம்பலாயிருக்கும். பிதிராவில் அலையும் குதிரைகள் நகரங்களின் வரைபடத்தில் குளம்படிபட்டு கழித்த யுத்த முத்திரைகளை இங்கேயும் பதிக்கக்கூடும். குதிரைகளின் விலா எலும்புகளில் பல நகரங்களின் வடிவம். தன்னைச் சுற்றி நகரங்கள் ஒவ்வொரு வாசனையுடன் வேறுபட்ட கருநீலம், வெளிர் சிகப்பு, சாம்பல் என பூத்த குணாதிசயங்களை ஒவ்வொரு விதத்தில் பற்றி ஊர் இருக்கும். பூக்களின் பிரிவினையில் நகரங்கள் மாறுபடும் எல்லோரிடமும் ஒரு ஊரின் சாயை ரத்த ஓட்டங்களை வேறுபடுத்தக்கூடும். நகரத்தின் குணங்கள் தனித்தனியானவை. பூத்த நெடிக்குள் மனிதர்களை ஈர்த்த நகரம் ரத்தத்தில் ஊறிய பிதிரா திறந்து பேசியது.

அங்கிருந்து பிதிராவுக்குச் செல்லும் ரயில்பாதையில் கலர் பென்சில்களால் கிறுக்கிக் கிறுக்கி வரைந்த நில வரைபடத்தில் கள்ளிப் பூ ரயில் கத்தாழை, ஊமத்தம் பூ இவற்றின் குழிகளில் அகத்தாது உதிரும் மோகத்தில் ஈர்த்தாள் சூர்யசிலாவின் அம்மா. அவள் துயிலும் சாயல்களில் நகரின் இயல்புகள் வெளிப்படும். தாத்தாவின் சாயல்களை அம்மாவின் கைகால்கள் துயிலில் அசையும் தினுசில் வரைந்து கொண்டிருப்பதில் மறைந்துபோன நகரின் உள்ளிருந்த வாசனைகளாய் எழுந்துவருகின்றன.

நெற்களஞ்சியமாயிருந்த பிதிராவின் வயல்கள்மேல் புகைவிடும் எந்திர சாலைகள். விஷக்களிம்பு பூசிய மனிதர்கள். என்றாலும் பச்சைப் பிள்ளைகள் தொப்புள் கொடி அறுந்த வாடையில் சிசுக்குரல் தீரவில்லை. குனிந்து கதிர் அறுக்கும் நெறு நெறுத்த ஓசைகளுக்குள்

அம்மா நடமாடி வருகிறாள் பிதிராவில். அறுவடையான வயல்மேல் ஒரு சூரியகாந்திச் செடி நகர்மேல் வளைந்து பச்சைக் கனகாம்பரம் வெள்ளைக்கேந்தி அருகில் பூவெளி திறந்தாள் அம்மா.

சம்பவங்கள் கிழிந்து கசங்கிய தாள் கோடுகளில் உலர்ந்த கண்ணீரில் அம்மாவின் நிழல் அவனைச் சுற்றி நடமாடுகிறது. காகிதத்தில் வரைந்து உலர்ந்த சூரியகாந்திச் செடியைப் பார்த்து அழும் விசும்பல். சூர்யசிலா பைத்திய வேகத்தில் பல இரவுகள் விழித்தெழுதிய சூரியகாந்திப் பூவின் குறிப்புகளை உணர்ந்த தெருக்கள் பழமையான வீடுகள் மற்றும் நீரோட்டத்தில் கலைந்து கலைந்து சேரும் சூரியனின் பக்கங்கள் முகிழ்த்த ஓவியம்.

தன்னை ஒரு சூரியகாந்திச் செடியாகப் படைத்த பிதிர் தேவதையும் ஒரு சூரியகாந்திப்பூவின் தீயபார்வை உடையவள். சூரியகாந்திப் பூவின் வட்டமான நாடிக்குள் உணர் கொம்புகளை உரசி மையிருட்டில் சூரியனைத் தேடிப் போகிறான். அதை உலகின் பின்பக்கம் இழுத்துச் சென்றுவிட்ட யுத்தப் புரவிகளை பகைவர்களை வேசைகளை உளவாளிகளை அவனுக்குத் தெரியும். இரவில் பைத்தியங்களும் நாய்களும் சூர்யசிலாவும் திருடப்பட்ட சூரியனைத் தேடி இரவில் அலைகிறார்கள் இருட்டில்.

8

சூர்யசிலா இரவில் ஒரு செடியாக மாறிவிட்டான். எல்லாச் செடிகளும் அவனை பூக்களின் அரசன் என்றே சூடி திரும்பிப் பார்க்கின்றன. அவன் தலை சூரியகாந்திப் பூவாய் மலர்ந்து உதிர்ந்த வித்துகளில் கசியும் தைலத்தில் சுடர்கள் இருட்டில் மயங்குகின்றன. சிரசில் அவிழும் மகரந்தத்தூள் பரவிய இரவு. மேற்கிலிருந்து கிழக்காகத் திரும்பி வருகிறது பூ. உச்சி இரவில் பேய்க்காற்றின் ஊளை. விண் நடுங்கும் இலைகளை அசைத்து எதிர் உச்சியில் நிற்கும் சூரியனை குதிரைகளிடமிருந்தும் வேசைகளி மிருந்தும் மீட்டு வருகிறான் சூர்யசிலா. மெல்ல சூரியனோடு நகர்கிறான் ஊடுருவும் கண்களால் பூமியைத் துளைத்து மறுபக்கம் தொடும் பின்மதியக் கதிர்களில் இதழ் வைத்து உறிஞ்சினான் பிரதியை. மறுபக்க இரவின் விளிம்பில் விண்ணுக்கு அடியில் போய் ஏதேதோ உரையாடுகிறான் சூர்யசிலா. அவனுக்குள் இரவுச் சூரியன் உதிக்கிறது. அதன் வெப்பரத்தப் பிறவியாய் பிதிராவுக்குள் அசேதனமாய் கிடக்கிறான் ஒரு சூரியகாந்திச்

செடி உருவில். நிலம் பற்றி வேர் செல்லும் மண்நீர் சுவைத்து பாதவிரல் குமிழ்களில் மெதுவாய் மேற்கிலிருந்து கிழக்கே வளைகிறான் அகலமான வட்டங்களைக்கொண்ட பூக்களை வரைந்தவாறு பென்சில்களால் கீச்சிச் செல்வதில் தோன்றும் நிறங்களின் பரிதி வீச்சில் வீழ்ந்து கொண்டும் எழுந்து கொண்டும் சிவக்கும் செங்குருதி தோய்ந்த சூர்யசிலா. அவனுக்கு பல பூக்களைத் தெரியும். அவனைக் கண்கொட்டாமல் இதழ் திறந்து பார்க்கும் பூக்களின் ஈர்ப்பில் உச்சியை நோக்கிய சூர்யகாந்திப்பூவின் இயல்பில் திரும்புகிறான் தரையில் சிதறிய பூக்களிடம். அவை கூசி விரியும் குணங்களால் அவனோடு பேசுகின்றன. ‘சூர்யசிலா... நிறங்களின் விளிம்பில் ஒளிரும் வடிவங் களை துர்விதிகள்தான் தீர்மானிக்கக் கூடும். கூட்டமாக எங்களால் சூரியனோடு செல்ல உன்போல் வெளிப்படையான இயக்கமில்லை எங்களிடம். துர்விதிகளைக் கொண்ட பூக்களின் மௌனத்தைத் திறந்து அது மறைந்துபோன பிதிரர்களின் நியதி என நுகர்ந்தான் பிதிர் வாசனைகளை. ஒரு பூ எடுத்தால் அடுத்த சூதில் அகப்பட்டுக் கொள்கிறான். அடுத்த பூ திரும்பும் பாதையில் விநோதமான தனிமைப்பரப்பு. அதில் பொழுதுகள் கலக்கும் திரவ நிலைக்குள் உயிர்கள் திறக்கும் ஓசை. தேய்ந்த பென்சில் முனைகளைச் சீவிச்சீவி அகவிதழ் சூலகங்களில் மறைந்து துயில்கிறான் பெண் தன்மையில் நடமாடும் அணுக்களுடன். அவற்றிடம் கரு கூடும் உள்ளிடம் சுழிமுனையின் மூடிதிறக்கவும் காமத்தின் சூட்சுமத்தில் அசையும் பித்த மொழி அவனை பற்றிக்கொண்டு பரவுகிறது. பெண் சூலில் பிஞ்சுப் பருவம் பால் ஊற அதில் பனி அரும்புகள் கருக்கூடுவதை எட்டிப் பார்த்தான். ஒன்றுக்குமேல் ஒன்றடுக்கிய ஆறு காம்புகளுக் கிடையில் மாறிக் கொண்டிருக்கும் ஜனன ரகஸியத்தை அவனால் தொட இயலவில்லை.சிறுமஞ்சள் பூ பித்தத்தில் அழைத்தது நகரத்துக்குள். எந்த ஒரு பூவின் அகவாழ்க்கையும் சிந்தையில் கணமே இருந்து மறையும். அக்கணத்தை வெற்றிடமாகக்கொண்டு பூக்களிடை பிளக்கும் வாசனைகளின் வகைகளைப் பிரித்து மனிதரையும் காலத்தின் உலர்ந்த சருகுகளையும் துக்கத்தின் கண்ணீர் நுனியில் தொட்டால் புனைவின் சாராம்சம் வெளிப்படும். அதையே பித்த மொழியில் தான்தோன்றியாகச் செல்லும் விதியின் பார்வை நியதி முறைகூர்ந்து கண்வைத்தான். ஏனோ நிறங்களை பார்க்கக்கூடிய காட்சியாக உணரக்கூடவில்லை.

நோய் வாய்ப்பட்ட இருட்டறையில் சருகுகள் உதிர அம்மாவின் உடல் வெளிச்சம் மனதிலிருந்து கசிய கண்களை துக்கத்தில் தாழ்த்தி

கருத்திருந்த பார்வையடியில் மங்கலான பித்தப்பூ பிதற்றிக் கொண்டிருக்கிறது. கண்ணீர்த் தடம்பட்ட சுவர்களில் உலர்ந்த அம்மாவின் ரேகைகளைத் தொட்டான். கீறல்களில் நீர் ஊர்ந்து இருளில் அலைவதைப் பார்த்த விழியோரப் பீழைக்குழி ரத்தமேறிச் சிவந்தது. கோரம் பாயில் அறுந்த நூல் சாயம்போன கோரை வெளிறிய கோடுகளில் உலவும் எறும்புகளின் மௌனம் வதைபடும். நோயின் நிறம் பூசிய எறும்புகளின் பாசக்கயிறில் கலைந்து விரியும் உறவுகள். அறுந்த பாயின் நூல் இருட்டில் புதைகிறது. அது எங்கே சலனமாகிறது. வெப்பத்தை கக்கும் கிழிந்த கம்பளித் துளைகளில் அம்மாவின் விரல்கள் எட்டிப் பார்த்தன. விரல் எதையோ அசைத்தது நோயிலிருந்து. கைகளைத் தரையில் பரசினாள். கம்பளியில் செம்மறி ஆட்டின் வாடை வெள்ளி நெளியும் ஆட்டு உரோமத்தின் கசங்கலான கிறுக்கல். நார் ஓடிய துக்கம். அம்மா அருகில் படுத்து ஆழ்ந்து அவளோடு மூச்சுவிடுவதில் தலைச்சூலில் மலரும் சூரியகாந்தியை வேருடன் பறித்தான். இருவருக்கிடையில் சொருகிய வாட்டத்தில் தலை கவிழ்ந்த சூரியகாந்திப்பூ. அதில் அவள் சூல் வாசனை திரும்பிக் கொண்டிருக்கிறது கிழக்குத் திசையில். இருள் துலங்கும் அம்மாவின் சூலில் கேவி அழுதான். ஆதார ஊற்றில் சுடர் நெளியும் பூந்தாது மஞ்சள் வெளிறியது. அம்மாவுடல் வெடவெடத்தது. கம்பளியால் போர்த்தி அவள் முடிக் குழைகள் நடுங்கி அதிர்வதில் சூரியனின் வெப்பத்தை உணர்ந்தான்.

பென்சில்களால் நிறங்களை கீறிக் கொண்டிருக்கிறான் காகிதத்தில். ஜுரவேகத்தில் சிவந்த அம்மாவின் நாடியில் பூவைத் திறந்தான். தாளில்பட்ட கண்ணீர் ஒலி விதைகளென இருள் கூடியது. காதலிக்கும் அவன் வரைந்து கொண்டிருப்பதை கிழக்குதிரைகள் பார்த்து நிழல் நீண்டு பேசின 'சூர்யசிலா... இரவு நேரத்தில் அம்மாவை சூரியனாக வரைந்து கொண்டிருக்கிறாயா... மனித முகங்கொண்ட பூக்கள் துயர் அடையும் நிறங்களின் காண்புல வெளிக்கு அப்பால் நீந்தினோம்.' 'உங்களால் முடியுமா நிறங்களுக்கு அப்பால் செல்ல. அதில் சாயல் பார்க்கும் மனிதர்களில் பைத்தியக்காரிகள் மட்டுமே நிர்வாணத்தின் வாசனையில் மலர்கிறார்கள்.' 'வயோதிகத்தில் காதல் மலர்கிறதா குதிரையே' 'மனிதர்களின் நிலையை விடு. பூவின் வாசனைகளை வரைகிறோம் நகரத்துக்கு வெளியே திரியும் நகரங்களின் விதிகளில் கால் வைத்து. யுத்தங்களின் பிளவில் பூக்கள்.' 'கிழ ஆமைகளே... அவை வாட்களில் பட்ட குருதியின் ரகஸிய இழைகளா. சாவில் பதிகிற மெல்லிய நிழல்களை எப்படி துடைப்பீர்கள்' 'சூரியனின்

விநோத வடிவங்களில் நடமாடும் ஆமைகள் நாங்கள். சூரியனை அன்றாடம் நகர்த்திச் செல்லும் பணியை கடவுள் கொடுத்தார்.'

'அவனை கடவுள் முதலில் பூவாகப்படைத்து தலைச்சூலில் வைத்தார். தாயின் கண்ணாடியில் தினம் மலர்கிறான். இரவில் சூரியகாந்திச் செடியாக மாறிவிடுவது அவன் விதி. என்றது பெண் ஆமை. 'அவனுக்குள் பூக்களின் தொகை தன் உடல் திறக்கும் வேளையிது. எந்திரங்களைத் தோட்டமாக்கும் பணியை செய்து கொண்டிருக்கும் பைத்தியக்காரன்' என்றது ஆண் ஆமை.

9

காலாவதியான நிறத்தகடுகளுடன் நிறுத்தப்பட்ட கார்களுக்குள் தோட்டம். பஸ் ஷீட்டில் பூச்செடிகள். பூசணிப்பூ, கத்திரிப்பூ மேல் பகுதியில் புடல், அவரைப் பந்தல். கார் தோட்டத்தில் காய்க்கும் காய்கறிகளை அன்றாடம் சமையலறையில் நறுக்கும் பெண்கள் பிதிராவில் இருந்தார்கள். மண்புழுக்களை கருப்பு மண்ணோடு வெட்டி வந்து இருக்கைகளில் கொட்டி வைத்தான். மனதில் நெளியும் குருட்டு மண்புழுக்களின் உணர்வில் திறக்கும் பூக்கள். பைத்தியக் காரர்கள் கார்ஷெட்டுகளில் பூந்தோட்டம் அமைத்து புதர்மண்டிய செடிக்கள்ளிகளை வேரூன்றினார்கள். விடப்பட்ட வனங்கள் திரும்பி வரும் கார்களுக்குள் விதவிதமான பட்சிகளின் வருகை. புதர் அடியில் அரவுகளின் மூச்சு. எஞ்சின் வாய் திறக்கும் சூர்யகாந்திப் பூக்கள் திரும்பும் கிழக்குத் திசையில் எரிபொருள் தீர்ந்த வாகனங்கள் காலம் தேய்த்து முடிந்தவையாக வந்து சேரவும் தோட்டமாகிவிடும். சக்கரங்களின்றி நிறுத்தப்பட்ட வெள்ளைக்கார் மூக்கைத் திறந்து நடப்பட்ட பதியன்களில் குருத்துவிடும் தாவரங்கள். இரும்பு விலைக்கு வாங்கப்பட்ட கார்கள் நிறுத்தி வைக்கப்பட்ட தோட்டத்தில் சூர்யசிலா நட்டு, ஸ்பானர், இரும்பு உறுப்புகளை செடிமுளைக்கத் தொடுகிறான். தொட்டதெல்லாம் தாவரமாகும் அவன் விரல்களைக்கண்டு ஜடப் பொருட்கள் அஞ்சின. கார்ஷெட்டில் காலம் துருப்பிடித்த உறுப்புகள் தகரங்கள் பயணப்பைகள் நோக்கங்கள் திட்டங்கள் வியாபாரப் போட்டிகள், தரகு மார்க்கெட் ஃபைல்களுக்குள் மண்புழுவைப் பிடித்து நெளியவிட்டான் சூர்யசிலா. குருட்டு மண்புழு தொட்டால் தாவரமாக மாறிவிடும் உலகமிது.

வாடகைக் கண்ணாடிகளில் ரோஜாப்பாத்திகள். பெட்ரோல்

குழாய்களில் செல்லும் வேர் வயர்களில் மின் நரம்புகள் பாயும் ரோஜா கருப்பு டாக்சிகளின் கண்ணாடிகளில் வாசனை பரவிக் கொண்டிருந்தது. நோக்கிய கருப்பு ரோஜா ஒன்றை வெல்வெட் சிகப்பு உள்இருக்கைகள் கிரீச்சிட சாய்ந்து சுவாசிக்கிறாள் திமிங்கிலத்தில் நீந்துபவள். ‘கருப்பு டியூலிப் மலர் நீ’ என்றாள் சூர்யசிலா. ‘சிவந்த செங்குருதி தோய்ந்த குதிரைகளின் காதல் தோட்டத்தில் எதுதான் கண்ணாடியாக மாறுகிறது...’ மோப்பம்... அதில் பரவிக்கொண்டிருக்கும் வேட்கை தீராத ரத்தத்தின் வெப்பம்... வேட்டையாடும் கண்களில் மறையும் ரகஸியச் சேதிகள்... தொடுவதற்காக விரையும் விழிகளுக்குள் கருந்துளைகள் வழிபாய்கிறாய் நீ’ என்றாள். ‘கண்ணாடிக்குள் எதை மடித்துக் கொண்டிருக்கிறாய் சூர்யசிலா’ என்றாள் பூவை நுகர்ந்தவாறு அவனிடம். ‘கண்ணாடிக்குள்ளே இருக்கிற கண்ணாடிக்கு எதிராக கண்ணாடியை வைக்கும்போது அது மறுபடியும் வேறு ஒரு காலத்தை அடைகிறது. அதற்குள்ளே ஒரு கண்ணாடியை வைக்கும்போது மீண்டும் வேறொரு காலத்துக்குப் போய்விடுகிறது. இப்போது இந்த கண்ணாடித் தொன்மம் வழியாக காலத்தையே தொன்மையாக மாற்ற வேண்டி வரும் மனிதனுடைய உடலை சிந்தனை கலாச்சாரம் எல்லாவற்றையும் வினாடி ரஸவாதத்தில் வைத்தால் பின்னோக்கி திரும்புகிறது. அப்புறம் இன்னொரு ஆடி வழியாக வேறொரு காலம் இன்னொரு வித வெளி திறக்கக்கூடும்’ என்றான் வரைந்துகொண்டு. ‘நிகழ்ச்சிகள் வழியாக வேட்டை நடந்து கொண்டிருக்கிறதா? ஊழின் வேட்டையா? நாயோட அகரூபம் சிருஷ்டியை விரட்டிச் செல்கிறதா? கவிஞனை பைத்திய நிலையாக்கி விட்டு மறைகிறதா?’ ‘கண்ணாடி குருடானபின் இரவைக் கடக்கவில்லை. கடக்கப்படாத இரவுதான் கூந்தல். அலைந்துகொண்டே இருப்பதும் என் வாசம்தான். மனித மனதின் விம்மல்தான் கூந்தல். எந்த மிருகத்தின் அசைவுக்கும் மொழியைக் கொடுப்பது அதனுடைய கேசம்தான். மொழியோடும் சிணுக்கோலியோடும் கூந்தல் பரவிக்கொண்டிருக்கிறதோ, வாய்மொழிகள்போல் கூந்தலும் மொழியோடு மறைந்திருக்கும் மர்மங்களின் நிழல்கள் தானோ-ஒளி பயமானதா...? இருட்டு பயமானதா? பயம் இருட்டில் இருக்கிறதா? ஒளியில் இருக்கிறதா?’

வெவ்வேறு நகரங்களில் ஓடி ஓடித் தேய்ந்த கருப்பு வெள்ளைக் கார்களை இங்கு கொண்டு வந்து மணல் வீசும் காற்றில் நிறுத்திச் செல்வது கனவின் செயலாகத்தானிருக்கும். பிரபல நாடக நடிகன் மற்றும் மறைந்துபோன இசை மேதையின் பிளைமவுத் கார்கள் இரண்டு காதலித்துக்கொண்டிருக்கும் அசேதன நிலையில் இசையும்

நடிகனும் தோட்டங்களாக உள்ளே அரூபத்தில் படர்ந்துகொண்டிருக்கிறார்கள். மணல் வீசிய இருளில் ஒவ்வொரு துகளையும் கதவுத் தகரத்தில் கண்ணாடியில் மோதி உருள்வதை தொனிப் பரப்புகளாக கணித்துக்கொண்டிருக்கிறாள் கணிகை. அவன் இசை வில்லின் அகராதியாகப் பெருகும் மணல்நகரமான பிதிராவில் அவள் கார் மெல்ல இலைகளால் மூடப்படுவதை காகிதங்களில் வரைந்து கொண்டிருக்கிறான் சூர்யசிலா. கணிகையின் பழைய காருக்குள் அமைக்கப்பட்ட மதுக்கூடத்தில் அவனது நண்பர்கள் கரைந்துவந்து கதவைத் திறக்கிறார்கள். உள்ளே விரியும் கண்ணாடியில் கூந்தல் வாசனையை நுகர்ந்தவாறு சிவப்பு வெல்வெட் ஷீட்டில் சாய்ந்துமுன் கண்ணாடியில் அசையும் பூவரச மலர்களை நோக்கி எதிலோ கரைகிறார்கள். அவனது ஆய்வாளர்கள் பிதிரா நகரத்துக்குள்ளிருந்து பல நூற்றாண்டுகளில் இடம் திருகிவருகிறார்கள்.

புனைவு உடலைத் தேடும் பித்தமொழி எனும் அத்தியாயத்தை பலரும் சேர்ந்து எழுதிக்கொண்டிருப்பதால் இப்பிரதி அவ்வப்போது சற்று தடைகளில் மது அருந்துவோரும் மனநோயாளிகளும் பும்மை தூனக்காரர்களும் இங்கு வந்து இசைக்கணிகையின் தோட்டத்தில் விவாதிக்கிறார்கள். ‘நகுலனிடம்தான் பித்தமொழி எதேச்சையில் செயல்பட்டுக் கொண்டிருக்கிறது’ ‘இல்லையில்லை. மௌனியிடம் தான் பித்தமொழி பூவரச மலராக ரோஜா கதையில் காரில் வரும் சினேகிதியின் கடைசி சந்திப்பில் அவன் இறப்பும் வீடும் தெருவும் ஏகவெளி இருளும் பித்தத்தில் அந்தக்கார் ஊரைச் சுற்றி கடந்து கொண்டிருப்பதில் என்ன நடந்துகொண்டிருக்கிறது...’ நகுலன் அதைத் தாண்டி பைத்தியத்துக்குள் பிரவேசித்து நாய் மூக்கால் எழுதிக் கொண்டிருப்பதில் நாயின் பித்தநிலை வெறிபிடித்த மோப்பத்தடத்தில் ஓடிக்கொண்டிருக்கும் ஒரு மொழிப் பிரவேசம் நடந்து விட்டது... இனியான எழுத்தில் காமத்தின் பிளவுகளில் ஓடும் நெருக்கடிக்குள் பைத்தியங்களின் பால் வகை கலைந்து திரியும் உடல்வெளி.

10

தண்ணீரில் மறைந்திருக்கும் வனத்தைப் போலும் இரு ஸ்திரீகள் காட்டிலிருந்தார்கள். மொச்சிப் பயிர் வைத்த காட்டில் மான் போன நீரின் ரகஸிய வழியாக பட்டினத்தை அடையக்கூடும். லெஜ்ஜைப்பட்ட ஆச்சிகிழவி வேசை கூசாலியை பார்த்து ‘பிதிர்வழி ஓலைச்சுருளை

கடகப் பெட்டியில் வைத்துக்கொண்டு வா என் பின்னே' என்றாள். வேசை கூசாலிபட்டினம் போகவேண்டி கந்தலை உடுத்தாமல் ரெங்கூன் பெட்டியிலிருந்த சீயாளின் ரத்தாம்பரச்சீலையை உடுத்தினாள். மருமகளோடு ஆச்சி கிழவி மான்மேயும் செங்காட்டுக் கற்றாழை வழி பிதிராவை நோக்கி மாட்டு வண்டியின் பின்னே தொடர்ந்தாள். நாவு தாகத்தால் அண்ணத்தோடு ஒட்டி பேச்சு வரவில்லை.

வண்டிகள் போய் வந்த எத்தனையோ காடுகள் குறுக்கே ஓடிக்கிடந்த கோடுகளில் சாம்பல் படிகிறது. கதைகளின் கண்களையுடைய காளைகளின் பார்வை புறங்களை நோக்கியே போன முள் அடர்ந்த கூதிர் பருவப் பயணங்களும் முடிந்து போயின. யாருமில்லாத இடத்தில் காளைகளின் வாசனை வலிமிகுந்த வேசை கூசாலியின் துக்கத்தில் கலந்தது. பிரிவு வெகுகாலம் நிலங்களில் பரவிக்கிடப்பது. தலைதாழ்த்தி பாரங்களை ஏற்றி அசைந்தன தலைகள். ஐந்துகல் லாந்தல் எனுமிடத்தில் கண்ணாடி அடைத்த கூண்டில் விளக்கு காற்றில் அசையாமல் கசிந்தது தூர வரையான இருட்டை. வண்டிகளை அவிழ்த்து இளைப்பாறினார்கள் காட்டு வணிகர்கள். அந்த வெளிச்சத்தில் வேசை கூசாலியின் முகம் பார்த்த தூண்களின் துவாரங்களில் ஆவி நடுங்கியது. வண்டியில் வந்தவர்கள் கட்டமுதை துணியில் அவிழ்த்து இரு ஸ்திரீகளுக்கும் கொடுத்தார்கள். தூண் வெளிச்சத்தில் பழைய வாணிபப் பாதை. மனிதருக்காய் வாழ்வின் சுமைகளை இழுத்துச் சென்ற பிதிராவின் இருள் அழைத்தது.

இப்பிரதி ஒரு நீரைத் துளியாக்கி அதை பூவாக்கி வாடவிட்டு உலர்ந்த பின் தீக்குருவியாக சிருஷ்டித்தது. திகிலும் படுகுழிகளும் பாழ்கடிப்பும் திறந்த பாதையில் தீயகோடுகளை வரைந்து சென்றது தீக்குருவி. ஆச்சி கிழவிமேல் பறந்தது. வேசை கூசாலியின் ரத்தாம் பரத் துகிலில் மறைந்து கொண்டது தீக்குருவி. அவர்கள் பிதிராவின் வீதிகளில் அறியப்பட்டார்கள். துக்கத்தில் கருத்துப்போன முகத்தில் நாடி எலும்போடு ஒட்டிக்கொண்ட தோல் சுருங்கி காய்ந்த மரமா யிருந்தார்கள். எனவே தீக்குருவி அவர்களை பட்ட மரமும் தழைக்குமாறு பாடியது. ராத்திரி அவர்கள் முகத்தில் வந்தடைந்தது. வேசை கூசாலியின் கூந்தலில் கூடுகட்டி அவள் கேச இழை பின்னி இசைத்த தீக்குருவி சகுனங்களின் நிமித்தம் காட்டி பிதிராவின் கேடுகாலம் போல் மணலில் நடக்கிறார்கள்.

உக்கிரமான வெயில் நாளிலே அவர்களை சஞ்சலப்படுத்திய பாதையில் சூரியனின் பிளவில் வெடித்து வந்த விநோத மலர்களை

கொண்டு வந்தார்கள் இருவரும். காட்டில் பனங்கிழங்கைத் தோண்டி சருகுகளால் தீமூட்டி சுட்டு நார் உரித்து பசியாறினார்கள். ஊருணியில் ஒரு சிரங்கை பாகாய் தண்ணீர் இனித்தது. சிறு நம்பிக்கை ஈரலில் நனைந்தது. கூடவே தொடர்ந்து வரும் செங்காட்டு மான் பனைகளின் ஊடே அலறியது. திரும்பிப் பார்த்தாள் ஒச்சாள் 'பிதிராவுக்குப் போகிறோம். நீ வந்தால் மனிதர்கள் உன்மேல் வாஞ்சை காண்பார்களா' என்றாள் மானிடம். 'பிதிராவின் கதாச் சுருளை என் வாசனையிலிருந்தே பிரித்தெடுப்பார்கள் ஒவ்வொரு புள்ளியிலும் வேறொரு கதை என்மேல் பிரியப்படமாட்டார்களோ' என்றது மான் விசாரப்பட்டு. 'உன்னை கைகளிலே எடுத்துக கொஞ்சுவார்கள்' என்றாள் ஆச்சிகிழவி.

யுத்தங்களையும் பஞ்சங்களையும் ஏவிய காலம் மடிந்து பிதிராவின் அமைதியான வெள்ளத்தரைப்பாதை முள்ளும் முடலுமாய் காய்ந்து கிடந்தது. சாதாரண பட்சிகளும் பூச்சிகளும் அரவமிட்டன காட்டில். வண்டுகள் வடிவங்களை வரைந்து காட்டியது சூன்யத்தில். எலந்தைக் கனிகள் சாப்பிடச் சிவந்திருந்தன. விரல் கிழிபடப் பறித்தார்கள் ஆவலில். மான் வாடக்கரடுகளை மேயும் ஒலி. வாய் வைக்க முடியாமல் முள்ளுகள். தங்கவும் நிழல்கூட இல்லை. இதே நாட்கள் இந்த வனத்தில் அலைந்ததாக அவளுக்கு ஞாபகமுண்டாயிற்று. காட்டில் சுரக்கும் பாலாட்டங்குழைகளை கடித்த மான் பல்பட்டு தத்தளிக்கும் உணர்வுகள் வெட்டவெளியில் உருவாயிற்று. பிள்ளைத்தாச்சிகளோடு கூட்டமாய் வேறு ஊர் போகும் ஜனத்தை தூரத்தில் பார்த்தார்கள். பஞ்சத்தால் ஊருக்குள் ஊர்போகும் கண்ணீரின் நிழல்கள் தெரு சாயக்காத்திருக்கும் உடல்கள் இளைப்பாறவுமில்லை. கைகளை நம்பிப்போகிறார்கள் உப்புப் படர்ந்த காடுகள் பயிர்வாசிகளை மறுத்து பொட்டலாய் கிடந்தது. சிறு பிள்ளைகள் பாழ் ஓடைகளைக் கடந்தன. கூடவே இரு பெண்களும் அவர்களின் கண்ணீர் சுவடுகளைத் தைத்து தங்கள் நிரூபங்களோடு நிழலாடும் மணலின் சாராம்சமாகக் கண்டார்கள். புளித்த புளியங் காய்களை கல்லில் உரசி நக்கி பசியை சொரணையற்றதாக்கிப் போன பாதையில் பற்கள் கூச மணல் கீறி சுனை தோண்டிப் பருகிய நீரும் கசப்பாயிருந்தது. அடுத்த திசை போய் மணல்ஊற்றில் சுவை அறிந்தார்கள்.

திகைத்துத் திரிந்த வனாந்திரம் எங்கும் நீட்டிக் கிடந்தது. வெட்டாந் தரையில் வளைந்த ஆவாரம் பூக்கள் மஞ்சளாய் சிதறிய தாது பகலில் கரையும். இராமுழுவதும் பலத்த கீழ்காற்றினால் பிதிரா

ஒதுங்கும்படியாயிற்று. பாதி நகரம் நீருக்குள் மேல்வந்தது. நீரைத் தொட்டால் இசையாக மெல்ல மூழ்கியது நகரம். அமராவதிப் பட்டினம் இரு பெண்களின் கண்களுக்கும் தோன்றியது. கிழக்கு வெளுத்து வரும் ஜாமத்தில் அமராவதிமேல் பொன்னொளி பூசிய சிற்பங்கள் நீரில் நெளிந்து ஜலமமுழுந்தக் குமிழ்கின்றன. சமுத்திரத்தின் மேல் வேசை கூசாலி கையை நீட்டித் தொட்டாள் சிலம்பை. அது அதிர்ந்தது இசைக்கருவியாய். ஆழியால் மூடப்பட்ட கடல் சிலம்பை கல்லைப்போல் ஆழங்களில் அமிழ்ந்து போயிற்று. அமராவதி பட்டினத்தின் மகத்துவம் நடுக்கடலில் சரிந்துசெல்கிறது. துளை களில் இறங்கிக் குமிழ்விட்ட காற்றில் இசைக்கருவி பேசியது. அதன் சுநாதத்தில் வழி நடந்தாள் வேசை கூசாலி. கரைந்துபோன அமராவதிக்குள் கடல் துவாரங்கள் திறந்து நீலநிற உருவங்கள் வெளி முற்றத்தில் கூடி ஆடிப்பாடி நீர்மீட்ட ஒருவர் புஜத்தில் ஒருவர் சாய்ந்து கலவியில் சிலையாகிப் பின் அமிழ்கிறார்கள். அமராவதி என்பதே சிற்பமும் இசையும் நடனத்தோடு கடலில் கரைந்துகொண்டிருக்கும் அகவிடம்.

அமராவதிபட்டினத்தில் ஜனங்களின் செவிகள் கேட்க ஆலமரத்தடியில் சுருளை எடுத்து வாஸித்தாள் வேசை கூசாலி. வாசிப்பில் தான் கேட்ட எல்லா வார்த்தைகளையும் அவர்கள் மறதியாயிருந்த கரைந்து போன நிலத்தோற்றங்கள் உரு ஏறத் தொடங்கியது. சுற்றிலும் கருப்பாயிருந்த பிதிரர்கள் ஆச்சி கிழவியைச் சூழ்ந்து கொண்டு 'என் மாயி... சீயாளே... எங்களைச் சுற்றி உன் தொப்பூள் படர கொடிகள் பூக்கும் வாசனை களை கொடுத்தவளே உன் வாடை எங்களுடைய தாயிற்று' என்றார்கள். 'நான் திரும்பிப் போகிறேன் மொச்சி பூக்கும் செங்காட்டுக்கு' என்றாள். 'நீ திரும்புவாயானால் கற்றாழையடி மானைத் திருப்பித் தர மாட்டோம்' என்றார்கள்.

ஆலமரத்தில் பிதிர்காகங்கள் வந்தமர்ந்தன. செங்காட்டுக் காகங்களை கூப்பிட்டு 'அமராவதியின் தேவதைகளே மரத்தில் உட்கார்ந்து இந்தச் சுருளை வாஸியுங்கள் இவர்கள் கூடியிருந்து கேட்கட்டும்' என்றாள் கம்பளி மூடிய சூர்யசிலாவின் தாய். காகம் சுருள் ஓலைகளைப் புரட்டி வாஸிக்க அதன் வாக்கில் பயமுற்றவர் களாய் ஒருவரையொருவர் பார்த்தார்கள். காகத்தின் வாய் சொல்ல மனதிலுள்ள கதை உருக்கள் சுழன்று அமராவதியின் வீதிகளில் கரைந்து அவர்கள் எதிர்கால வாழ்வின் புராண உருவத்தை உருச்செய்தது அரூபத்தில்.

இந்தக் கருங்காக்கைகள் மறைந்துபோன எல்லா வார்த்தையிலும் மையினால் எழுதப்பட்ட பீடிகை வாஸித்தது. ‘நீங்களும் மறைந்தலையும் மானஸமானும் இந்தப் பிதிராவில் ஒளிந்து கொள்ளுங்கள்’ என்றார் சம்பூதர். ஆச்சிகிழவியின் வாயினால் பிதிராவை வாஸிக்குமாறு கேது மாலியர் திடீரெனக் கேட்டார். பின்னே இவ்வாறு அவள் பீடிகை யிட்டாள்.

11

‘உலர்ந்த மணல் நகரமாய் வெகுதூரம் பரவிக்கடந்த பிதிரா ஊழிலிருந்து தன்னை இடம் மாற்றிக் கொண்டே நகர்கிறது அவாந்திரத்தை நோக்கி. மான் வயிற்றில் பிறந்த முதல் பிதிராள் எனக்குச் சீயாளாக இருந்தாள். அவள் இருந்த பிரதேசம் வறண்ட மலைகளாயிருந்த பொய்மான் கரடு. அவளிடம் விடுபட்ட புராதன நாட்களைப் பற்றிக் கேட்க தரு மூடிய உடலைத் திறந்து காட்டினாள். அம்மணத்தில் நின்ற அவள் உடலை வாஸித்துப் பார்க்க முடிவற்ற தாகிறது ஞாபகச் சுரங்கம். யார் யாரோ மறைந்திருக்கிறார்கள் அவள் உடல் வார்த்தைகளில். அவளே வரைந்துகொண்ட பிரதியா உடல்? ஊராழியர் கூடிவந்து சாம்பல் பூசிய வார்த்தைகளை சித்திர வெட்டாய் கீறினார்களா? ஒரு துளிப் பனிக்குள் கருக்கூடிய மூங்கில் துளை ஓசைகளை ஊர் ஊராய் போன வழி வளைந்த மூச்சின் சரஓட்டத்தை துக்கத்தின் வார்த்தைகளாக்கும் ஊராழியரே வரைந்தது. காணாமல் போன பிதிராளின் அசைவு. மெல்ல மான் உரு எடுத்து இருட்டுக்குள் மாறி மாறிக் கூப்பிடுகிறாள். செங்காட்டு நதிகள் அவளை விரட்டிவரக் கண்களில் தந்திரமான நரி முகங்கள் மின்னிக்கொண்டிருக்கும் காரிருளில் தப்பித்தாள் பிதிராள்.

அவள் பேயுருவில் வாசனைகளைப் பெறும் பூக்கள் எண்ணிக்கையில் அடங்காத காட்டுச் செடிகளில் பூவிருக்கும். ஒரு வாசனைக்கொரு வாசனை நாசியில் ஏறிப் பிதிரர்களின் சருக்கம் சுவாசத்தில் உணரக் கூடியது. செங்காடு பரவிய காற்றில் பூக்களின் மகரந்தத் தாது சுழன்று தீம்பனுவல் அசையும் வெளிறிய காகிதங்களை மரத்துக்கு மரம் சருகுகளாய் உதிரவிட்டாள். மூடிக் கிடக்கிறாள் காட்டின் சருகுகளாய். காற்று எழுந்து சுழலும் சருகுப் படைகளின் மறுதிசையில் செந்நிறமான வறண்ட மலைப்பிரதேசம் சங்கிலித் தொடர்பாறைகளுடன் கரையும் கல்லுருக்கம். அவள் முகம் காவி மண் பூசிக் கோலமிட்டு வன முற்றத்தில் ஈக்கிநெல் குத்தி தனித்திருந்தாள் பலகாலம். எடுக்கப்படாத

பாறையில் அவள் உரலும் அம்மியும் கல்வீட்டுத் துவாரங்களும் பெருவெளி குடித்து நீலக்கண்களாகி இரவில் இருளைக் கண்களாக்கி ஒளியைப் பூசும் மலைஉரு அவள்.

தொலைவே மான் கூட்டம் பாலையில் கரைகிற சொல்லின்மை யில் வார்த்தையாகவே உருவங்களை கொள்ள பொருள் எடுக்கப்பட்ட வெற்றிடத்தை குடையலாம். பிதிராள் உடல்மேல் எழுதப்பட்ட வாக்கியங்களில் கதாபாத்திரங்களின் நடையுடை பாவங்களில் மானின் வாசனை இருப்பதில் அரூபம்தான் அவள். காது வடித்து பாழாம் விதியில் நடமாடித் திரியும் வேசை கூசாலி தீக்குருவியை கைதட்டிக் கூப்பிட்டாள். பிரதி நகரவில்லை என சூன்யத்தில் வட்டங்களை வடிவங்களில் வரைந்து செல்வதில் தீக்குருவி வாக்கில் சாம்பலும் பனியும் கங்கென சுழல்கிறது.

இப்பிரதி உடல் கிளைவிட்டு வேசை கூசாலியின் எளிய உருவில் கால்களில் நடந்த புழுதியும் உடம்பில் சுற்றிய ரத்தாம்பரச் சேலையும் கதை உருக்களின் செங்குருதியால் நெய்யப்பட்டிருக்கும். சூரியனின் ஒளியில் செந்நிறமாயும் இரவிலும் அது செஞ்செவேலென ஒளிர்வதில் என்ன இருக்கிறது. பிதிராவின் எல்லா ஜனங்களாலும் தொட்டு விரல் வழி ஏறும் சுருதி இழைகள் ஊடறுக்கின்றன. இவர்களின் மோனத்தின் சாந்தியென செந்நிறம் கரைந்த வெளி பொருளறிந்த புனைவு முனையில் பரவிக்கொண்டே இருக்கிறது. ஆவி ஏறிய பாழ்வெளியில் அந்த ரத்தாம்பரச் சேலையை உலர்த்துகிறாள். தொலைவே மறைகிறாள் செந்நிறத்தில். திரும்பவும் தோன்றும் தூரநிறம் சிவப்பாகி பனிப் புழுக்கள் வெண்மை பூசி நெளியும் சூன்யம் திறந்த ஓசை. பிரியமுடிய வில்லை. ஏனோ வேசை கூசாலி பலஉரு ஆகி மணல் அலைகளின் வளைவுகளில் காத்திருப்பாள். காண்பாள் ஆவிகளின் அருஉருவை. அவள் இல்லாமல் ரத்தாம்பரச்சேலை காற்றில் அலைபடச் சுழல்வதில் ஓடும் உளியிட்ட கல்லும் உருப்பிடித்த சூன்யமும் பொருளாய் ஆவி ஏறி பாழ்நரகில் உழல்கிறாள் பிதிராள்.

கருப்பட்ட மானும் உருப்பட்டு ஓடும் கானல்அலை. ரத்தத்திலுள்ள பிதிர் வாடைகள் புணர்ந்தன ஆவிகளோடு. அவற்றின் மொழி என்ன கர்ப்பத்தில் கைப்பிடி மண் எடுத்து சிலைஉருச் செய்தான் பத்திரகிரி அதை நாயாக்கி ஓடவிட்டான். தூண்டு விளக்குகள் திருகி அணைய தொடர்ந்த இருள்முன் சூழ்ந்த இடமெங்கும் பெட்டை நாயொன்று பிலாக்கணம் தொடுத்து ஏறும் சங்கில் ஊர் இருளும் தெரு. நாயுடன் தெற்குவாசல் நின்றவனை சம்சாரி எனக் கேலி செய்த பட்டினத்தாரை

நொந்துகொண்டு பிக்ஷாஅகலை பெட்டைநாய் சிரசில் போட்டுடைத்த நாளிரவில் சுழன்று மனம்வாடி பட்டினி கிடக்க பெட்டைநாய் கபாலத்தில் பெண்ணொருத்தி தோன்றி வந்தாள். இருட்டின் ஒளி பூசிய யுவதி அவள் பத்திரகிரியை நோக்க கை தூக்கி வேண்டாம் எனத் திருப்புகிறாள். புல்லாய் விலங்காய் புழுவடிவாய் போன நாயின் அருவம் ஓடிய திசையில் போகிறார் பெண்ணைவிட்டு. என்றாலும் தொடர்கிறாள் நாயின் மோப்பத்தில்.

அளக்கப்படாத வெளியில் பெட்டை நாய் அலைந்து திரிந்து பத்திரகிரியின் கந்தலாடை மோப்பத்தில் காமமுற்றுத் திரிகிறது. பெண் நாயின் திருப்புலம்பல் கண்ணிகளும் இயற்றித் திரியும் பிதிராவின் வெளி உருவில். பத்திரகிரியார் கொன்ற பெட்டைநாய் புலம்பல் தொலைவே மறைகிறது. நாயைப் பிரிய முடியவில்லை. ஏனோ வாலைக்குழைத்து வந்து தன் பசிநோயை குறிப்பித்து நிற்க அதனை அறிந்து வீடுவீடாய் எடுத்த சேடச்சோற்றை அளித்தான். காதுகளை அசைத்து இருட்டில் சிரித்தது. ஏனோ நாயின் இடம் பலவாக வளைவுகளில் எலும்புகளைக் கவ்வி கரடுகளில் சரிந்து கபாலத்தை ஈர்க்கிறது. அவற்றின் மனம் இடமற்று ஓடிய சந்யாச பிரம்ஸ யோகத்தில் இருட்டடி விளக்கு வெளிச்சத்தில் மெல்ல உருவடையும் நாயுரு திசைகளில் திரும்பி பூச்சிகளின் கூட்டத்துடன் பாடி ஓடும் பிலாக்கணம் தீரவில்லை. நாய்களின் வெளிச்சம் பிதிராவின் இருளில் வெகுதூரம் தொட்டு காலடிகளில் பட்ட மண் ரகஸியமாய் தொடர்கிறது. காலத்தின் நிழல்போல நாய் நடக்கும் மறைவுவெளி.

பத்திரகிரியார் தொட்டநாய் திருப்புலம்பலை பலரும் மறந்திருந்தார்கள். கதைகளின் இருட்பிரதேசங்களில் கண்களை நோக்கி நகர்ந்து வருகிறது. யாருமில்லாத இடத்தில் பெட்டைநாய் வாசனை மடுதள்ளி ஈன்ற குட்டிகளை மூடிக்கொண்டு மெலிந்த முகத்தில் அண்ணார்ந்து நோக்க குகைகள் சுழலும். தலைதாழ்த்தி வாலைப் புட்டத்தில் ஒடுக்கி தலைவணங்கத் திமிரானவன் போய் சேர்வான் எல்லா உறுப்பும் ஒரு பிடிச் சாம்பலாகும் பிதிர்வனத்துக்கு.

பத்திரகிரியார் நாய் தன் உருமாற்றிக்கொண்டே இருந்தது. நாயின் விலா எலும்புக்குள் இருந்த குகையில் பாசியடைந்த கலைச் சுவடிகளைப் பிரித்தார்கள். செல்வாய்க்குள் புகலடைந்த துளைகளில் வரும் வெண்கலத்தில் நெய்யுண்ட விளக்கு வெளிச்சம் பல கிளைகளாய் பிரிந்து பாயும் இரு நகரங்களாய் தோன்றும் பிதிரா கனவின் உலோக உருகலில் மூன்றாவது நகரமாய் பழுப்புநத்தை

வடிவில் தத்தளித்தது. பிதிராவில் அலைந்து வந்த பத்திரகிரியார் நாய் தன் குதிரைகளைத் தேடியது. வயோதிக குதிரைகள் காதலிக்கும் ரயில் நிலையத்தில் அவற்றின் நிழல் கிடந்தது.

சூன்யத்தில் தோன்றும் சிவந்த வடிவம் இன்மையின் இருப்பில் தொடரும் தனிமை கொண்ட நகரம். வேசை கூசாலியின் சுரங்கத்தில் வெட்டுப்படாத வைரத்தூண் புத்தரின் துக்கத்தைக்கொண்டு கலையின் அசேதன இடுப்பில் சதாவும் ததும்பிக் கொண்டிருந்தது.

கடைசி நகரம் 'அமராவதி' நீரால் விழுங்கப்பட்டும் முதலை வாயிலிருந்து தன்னை கரைக்கு ஏற்றி அலைவால் அடித்து குமுறியது. காற்றமுத்தமான பூர்வபட்சம் முழுவதும் விழுங்கப்பட்டுவிடும். எனினும் அமராவதியின் இருப்பிடம் நகர்ந்து கொண்டிருந்தது கடலில்.

பிதிரர்களின் சீதளவிளக்குகள் அடியில் மண்சலங்கை உருளும் புதரு வண்ணார் கூடத்துச் சுவடிகளை வைத்து வாதாடினார் கடவுளிடம். வேறொரு அமராவதி அங்கே இருந்ததென்று முணுமுணுத்தது மணல் வெளி. அகழ்ந்து வெளிப்படுத்திய நீரின் ஆழத்தில் இசை. விநாசமான சிற்பங்கள் தன் இடம் வேறென்று சொல்லும். சம்பூதர் எடுத்த கற்சிலம்பையில் தெருவின் வடிவத்தில் தூண்களெல்லாம் வெண்கலப் பதுமைகளின் கதையாடல் கொள்ளும் மோனம் கரைகிறது. வார்ப்படச் சிற்பங்களில் காரைக்காலின் பேயுருக்கொண்ட கண்களில் கூளியின் ஆட்டம். நீர் இசைக்கருவிகளை வெளிப்படுத்தி ஈம வனத்தில் எரிகிறது. அங்கே காரைக்கால் புலவுவாடையில் ஓரிகளைக் கூப்பிட்டு கவிபாடுகிறாள். தலைகீழ் தாண்டவம். கருத்த இருளில் சுருங்கிய அவள் உடல் தொலி நரம்பு நாருடன் இரவைக் கட்டியது. காலில் நெற்றுகளாலான கழல். விதைகள் 'உரசும் ஓசை உள்ளே உடல் ஏறி இசைநீர் எரிகிறது. சாம்பல் குடித்த அஷ்டவக்ரன் தகப்பன் சாபத்தால் கருவிலே ஒருபிடிச் சாம்பலாகி ஜனித்தான். எலும்பும் உதிரமும் ஈரலும் மூச்சும் சுருள் சாம்பல். மனிதனுக்கு அப்பால் கடவுளைத்தாண்டி உரையாடுகிறாள் காரைக்காலிடம். அவள் சாம்பல் சிரிக்கிறது. கப்பிலைகள் ஊர்ந்துவருகின்றன அமராவதியிலிருந்து.

கனவின் கீழே சித்திரங்கள் மெல்ல வெளிப்பட்டு எல்லோரையும் சாய்ந்த பார்வையில் ஈர்க்கும். களிம்பு கசிந்த சிலைகள் மணல் வெளிமேல் யுகங்களை நோக்கி நகர்கின்றன உடைந்த முகங்களுடன். சிலைச் சுடர் திரியைவிட்டு தனித்த நீலம் வட்டமான ரேகைகளாய் பரவி அரக்குநிற இருட்டில் முகங்களின் சாயல்படும். இமைப்பீலியில்

கரு ஒளி மிதந்து படபடத்த ரெப்பை தாழ்த்தி மோனத்தில் ஆழ்ந்திருந்தாள் வேசை கூசாலி. அவளிடம் வெளிப்பட்ட நிலாச்சரீர இருள் கசிந்த நிறங்கள் பிதிராவை ஆழமாகப் பிளந்து கல்மண் வளையல்கள் உடைந்து சிதறி மினுமினுத்தன. அவளை உணரும் ஆழத்தில் உரையாடல் கொள்ளும் வெண்கல ஒளி தவிப்பில் விடுபட முடியாமல் உள் புதைகிறது தீக்குமிழாய். கனன்று கொண்டிருக்கும் தாசி ஒளியுக முடிவில் தொடங்கியதோர் இசைச் சாகரம்.

12

அவள் நாடகத்துக்காக நாடக ஆசிரியன் அனேகாந்தா தீட்டிய அசேதனப் புனைவுப்புலம் அமராவதி நுண்கலையில் மிகச் செல்வாக்கில் இருந்தது. அதையே சிலம்பையை ஆண்ட மகேந்திரன் தன் மத்தவிலாஸ பிரகஸணத்திலும் தீட்டி இருக்கக்கூடும். காபாலிகன் புலால் ஏந்திய கபாலத்தை பத்திரகிரியாரின் பெட்டைநாய் கவ்விக் கொண்டு பிதிராவெங்கும் அலைந்து கொண்டிருந்தது. எதிர்வரும் பிக்கு இந்திரபாலா வீடுவீடாய் குறுகிய சந்துகளில் மான்கள் சூழ நியமம் ஏற்று பிக்ஷாஅகலை சீவரப்போர்வையில் மறைத்துச் சென்றான். அண்ணார்ந்த மான்களின் புதிரான கண்களில் நிழல்கள் ஆடின. காபாலிகை மானைப் பார்த்ததும் ஆசை கொண்டாள். கூடவே இந்திரபாலா திரும்பும் வாசல்களில் மானின் வாசனையும் பிக்குவின் ஒளியுருவும் அலைபட நிற்பதை நுகர்ந்தான். ஏனோ அம்மான்களின் கண்களில் பிதிராவைத் தாண்டிய வனத்தில் அசைவாடுகிறாள். காபாலிகை இந்திரபாலாவை அலட்சியமாகப் பார்த்தாள் எலும்பு களின் பலத்தால். அவனோ மானைப்போல வாஞ்சையால் பித்தாய் சிரித்தான். அவன் ஈர்ப்பில் பட்ட காபாலிகை வந்தவழி போகிறாள். என்றாலும் மான்கள் நடமாடிய தெரு மாயமானது.

தன் கபால ஓட்டைத்தான் இந்திரபாலா சீவரப்போர்வையில் மறைத்துக்கொண்டு போகிறான் என கள்ளுண்டு கஞ்சா அபினி சுற்றும் கண்களால் சந்தேகித்தான் காபாலிகன். சிவசூத்திரத்தால் செருக்குற்று 'என் கபால ஓடுதான் அது கொடுத்துவிடு இந்திரபலா...' சண்டையிட்டு வாதிடுகிறான் காபாலிகன். வேசை கூசாலி மாளிகை மேல் மாடத்திலிருந்து மான்களோடு வரும் இந்திரபாலாவை அழைத்தவாறு இருக்கிறாள் அம்மான்களின் உருவில் போதிசத்துவரும் உருஎடுத்திருக்கக் கூடும். முன்பு நாயாகப் பிறந்து அரசனின் நாய்க்கு புத்திபுகட்டி போதம் சொன்னதுபோல் மானாக இருக்கிறார்கள்

பிதிராவின் பிக்குகள்.

ஹார்மோனியத்தின்மேல் குனிந்த காபாலிகை தைரியம் ஊட்டினாள். மகேந்திரன் மத்தவிலாஸம் திறந்துகொண்ட கண்ணாடி யில் விநோதமான காமத்தீயினால் வருந்தும் மோகம் நிலை ஆடிகளாக உருமாறியது. ஆடிக்குள் கலவியில் அடங்காத மோகினி ஒருத்தி குடியிருக்கிறாள். அவள் அணியறையை நோக்கி வருகிறான் நடிகன். 'முன்னொரு காலத்தில் சிவன் நெற்றிக்கண்ணால் காமன் உடலை எரித்து சாம்பலாக்கியதுபோல் இவள் உருப்பளிங்கில் காமனுடைய உடம்பு அனலினால் உருகி காமமாகிப் பாய்கிறது கண்ணாடியில்' என்றான். 'நடிகனே என் கபால பாத்திரம் எங்கே' என்றான் பிக்ஷாந்தேஹி. சக்தி அனைத்தையும் ஒன்று திரட்டும் அவன் தோற்றத்தில் துயரத்தின் அடையாளம் அவனுள் எங்கோ சுரம் ஏறிக்கொண்டிருப்பதை உணர்ந்த வேளை கண்களை அண்ணார்ந்து மூடுகிறான் நடிகன். பேச்சு ஆடல் பாடல் உடை உருவம் குணம் மெய்ப்பாடுகளை தன்னிடத்தே கொண்ட திப்பியாகிய காபாலிகையின் தாண்டவம். 'காண்பதும் கண்ணாடியே' என்றான் மான்களோடு திரியும் இந்திரபாலா.

அவள் காபாலிகனுடன் வண்டுமூசுதேறல் மாந்தி சடைக்கஞ்சா புகை நெளிந்து வளைந்து நீளும் மயக்கத்தில் தலை நிறைய கொம்புகளும் உடல் நிறைய கைகளுடன் ஓர் மிருகம் வெளிப்பட்டது அரங்கில். குளிர்ந்த பனித்துளிகளை நோக்கி மான்கள் ஓடுகின்றன இந்திரபாலாவுடன்.

உச்சியில் மலர்கள் கிளைகளில் தொங்கி அசைய தள்ளாடுகிறார்கள் இருவரும். மூங்கில் தோளுடைய காபாலிகை ஆடியில் மறைகிறாள். 'கண்ணே... பித்தி தபசு செய்வதால் நினைத்த உருவத்தை அடைகிறாய் நீ கொண்ட காபாலிகவிரதம் கண்ணாடியில் உருவத்தை மாற்றுகிறது' 'நான் குடித்திருந்ததாகவா சொல்கிறாய்... அதோ சாம்பல் கக்கும் திமிங்கிலம் தோன்றிவிட்டது தெருவில் அதன் லட்சியமென்ன' என்றது கண்ணாடி. 'என்ன சொன்னாய்' 'எப்போது நடந்ததும்கூட படைப்பில் பைத்திய நிலையை அடைவதற்கு வாய்ப்பிருக்கிறதல்லவா? மறைந்த இரவுகளே கேசக் குழைகளாகப் பரவிச் சுருள்கிறது. மனதைவிட புத்தியின் நோக்கம் கூந்தலில் அலைவதேன். கருங்கூந்தல் அழகா யிருப்பதேன். நரைத்தமுடி இழைகள் ஞாபகத்தின் செதில்கள் அல்லவா. முதிர்ந்த அழகா... மோகத்திலிருந்து விடுபட்ட துறவா எனக்குச் சொல்' என்றது கண்ணாடி.

'சொல்லின் சாம்பல்தான் பல்லிருங்கூந்தல். பேயுருக்கொண்ட சடைச்சி காரைக்கால் தலைகீழாகும் ஒவ்வொரு கேச இழை தனித்தனியே குத்திட்டு நிறுத்தும் தவயோகினி. அவள் கைகளை எடுத்தால் கபால தாண்டவம்' என்றான் விதூஷகன்.

'விதூஷகா... குருடானவன் கண்ணாடி எங்கிருக்கிறது?'

'என்ன சொன்னாய்'

'வேசை கூசாலியாய் உரு எடுத்தவளும் கண்ணாடி' என்றது ஆடி.

உள்ளே மகர அகல் ஏந்திய இந்திரபாலாவிடம் கொடுக்க வண்தோட்டு நெல்லின் வருகதிர் நிறத்தில் சீவரப்போர்வை நெய்து கொண்டிருந்தாள் வேசை கூசாலி. காபாலிகன் அவளை வழிமறித்து 'ஐம்புலனை அடக்கி பிரம்மச்சரிய விரதம் காத்து தலைமயிரைப் பிடுங்கி அலையும் உன் சகோதரன் அபிநந்தா சமணம் சேர்ந்து விட்டான்' 'என் சகோதரனா... எனக்கு உறவேது பிரிவேது.' அரச மரத்தின் மறைவிலிருந்து இந்திரபாலா துகிலில் ஒருமான் விருட்டென்று ஓடியது. பித்தி களிவெறியுடன் ஆடுகிறாள் தெருவில். நவசூத்திரம் கண்ட காபாலிக நடனம். மான் கத்துவது கேட்டது இருளில். ஒத்தையடிப் பாதையில் புத்த சந்நியாசிகள் வந்து தெருவில் கூடி வேடிக்கை பார்க்கிறார்கள்.

'கேசலோக்ஷணம் செய்த உடம்பில் அழுக்கடைந்து கந்தையுடுத்தி உண்பதற்கு தனியாக ஒரு நேரத்தை ஏற்படுத்திக்கொண்டு வாட்டித் துன்புறுத்துகிற பாஷண்டிகளான அமணரின் பெயரைக் கூறிய என் நாக்கு குற்றப்பட்டுவிட்டது. அதை கள் குடித்து சுத்தப்படுத்துவேன்' என்றான் காபாலி. பிச்சையை மாட்டுக்கொம்பில் பெற்று காணாமல் போன கபால பாத்திரத்தை வேசை கூசாலியின் கண்ணாடி முன் நின்று தேடினான்.

உள்ளே கபாலம் செல்ல இந்திரபாலா வெளிவருகிறாள். சீவரச் சால்வையில் பிக்ஷாஅகலை மறைத்துக்கொண்டு 'இந்தி பாலா நில் அங்கே... மான்கள் சூழ நடந்தால் வனமாகி விடுமா உன் பாதங்கள்' வேகமாக நடக்கிறாள் இந்திரபாலா. 'உன் சீவரப்போர்வையில் பொதிந்து வைத்திருப்பதைக் காட்டு.'

'பார்க்க என்ன இருக்கிறது பிக்ஷா பாத்திரம்' இந்திபாலாவின் ஆடையைப் பற்றிக் கொண்டு தன் கபாலபாத்திரம் என வாதிடுகிறாள் காபாலி. சந்துகளில் நின்ற மற்ற பௌத்த சந்யாசிகள் கூடி ரஸிக்கிறார்கள் இந்த நாடகத்தை.

பைத்தியக்காரன் வறுத்த மாமிசம் உள்ள காபாலியின் மண்டை

ஓட்டை திருடிக்கொண்டு ஓடிய பத்திரகிரியார் நாயிடம் பேசுகிறான் 'அதைக் கொடுத்துவிடு பேரழகியே' 'தரமாட்டேன் போ' என்றது புராணம் கண்ட நாய். பக்கத்தில் வந்துவிட்ட காபாலி 'எனக்கு வேண்டும் கொடு லிங்கதாரண சீட்சை செய்வேன் உனக்கு' என்று கெஞ்சினான். தலைமாலை சூடிய கோட்டி மேல் பாசம் முற்றியதால் புரிவளர் சடாதரியாய் கள்ளுண்டு காணாததற்கு உன்மத்தங்காய் கடித்து வெறிபிடித்து அலைகிறாய்... அனைத்தையும் அறுக்க முடியுமா உன்னால்' என்றது திருப்புலம்பலில் நாய். 'காமத்தில் வெடித்த கொம்மட்டிக்காய் முற்றிய பரல் தருவேன் உனக்கு. எல்லாம் கூடிக் கலக்கும் வெறிதான் திரிகிறது கபாலவனத்தில்... கள்ளுக்கு புலால் வேண்டும். வறுத்த கறி கொதிக்கிறது ஆறுமுன் கொடுத்துவிடு பித்தம் பிடித்த நாயே' 'இதோ எடுத்துக்கொள். எனக்கான பங்கை இந்திரபாலாவிடம் கொடு' என்றது பெட்டைநாய். கோடியில் போய் ஊளையிட்டதும் பொழுது சாய்ந்தது. அவன் கையிலுள்ள கபாலத்தைச் சூழ்ந்த காகங்கள் திரள் திரளாய் பறந்து வந்து தெருவில் மிதந்தவாறு ஓடுகளில் அமர்ந்து வாக்குவாதங்களுடன் அவர்களைச் சூழ்ந்து கொண்டன. தெருவில் இருளின் சிறகு. பிக்குகள் காகங்களில் மறைந்திருக்கும் சித்தர்களின் காக்கைப் பீடிகை மொழிகேட்டு எதை எதையோ அர்த்தப்படுத்தி தங்களுக்குள் பேசிக் கொண்டார்கள்.

காபாலிகன் குச்சியால் காகங்களை விரட்டி தனக்கு சூன்யக் குடை பிடிக்கிறாள். அதை நாயிடம் பெற்ற பைத்தியக்காரன் ஓடுகிறான். அவன் கையிலுள்ள கபாலத்தில் ஒருகால் காகம் அமர்ந்து பேசியது 'காபாலிகனிடம் கொடு கபால ஓட்டில் நிற்கும் என்னை சேர்த்து' என்றது காகம். தெருப்பக்கம் இருந்து ஓடித் திரும்பி பிக்குகள் வந்த சந்துக்குள் சொருகி ஓடிய பைத்தியக்காரன் எல்லோரையும் பார்த்து சிரிக்கிறான். 'வேடிக்கை விநோதங்கள் விளையாட்டு. என் ஆன்மாவின் தனிமைக்குள் யாருமில்லை. சுயமழிக்க முடியுமா உங்களால். பல இரவுகளைப் பய உணர்ச்சி பீடித்த பிதிரா காகங்களின் நகரம். ஈமவனச் சாம்பலில் உருண்டு சாவின் வெளிச்சத்தில் நடமாடுகிறேன்' சுற்றிலும் பார்த்தான் பைத்தியம். 'ஏதாவது உருவத்தை மேற்கொண்டால் சில விதிமுறைகளை வைத்திருக்கிறீர்கள். காமத்தின் சிறைச்சாலைகளான வீடுகளில் நிஜமாகவே எல்லோரும் பைத்தியம் பீடித்தவர்கள். சாவைப் பார்த்து அஞ்சுகிறாய் இளைஞனே சமவெளிகளில் மலைச் சரிவுகளில் நிராசையின் சறுக்கில் சறுக்கி வீழ்கிறாய். ஆற்றின் பிரவாஹத்தைப் பார்த்து பொங்குகிற ரத்தத்தால் தூய்மையாக்கு உன்னை. ராக துவேஷமற்றுக் கடந்துகொண்டிரு'

என்றான் இந்திரபாலா.

பைத்தியக்காரனை பிக்குகளும் காபாலியும் வழிமறித்துக் கேட்ட கேள்விகளுக்கு அவனிடம் சலிப்பான கண்கள் உருண்டு பாழ் விழித்தன. 'ஏன் வழி மறிக்கிறாய்' 'என்னுடைய கபாலத்தைக் கொடு' 'காகத்துடன் இருக்கும் கபாலத்தை எடுத்துக் கொள்ளத் துணிந்தாயா காபாலிகா காகபுசுண்டன் மறைந்திருக்கிறான் இதில்' என்றான் பைத்தியம்.

'சூ...சூ...ஓடிவிடு ஒருகால் காகமே' 'கபாலபாத்திரம் என்னுடையது. இது யாருடைய கபாலமென்று எனக்குத் தெரியும். ரிஷிகளின் சமூகத்தைச் சேர்ந்த இடுவனத்தில் இருந்து இதை நீ எடுத்தாய். இதில் ஓடும் குண்டலியோகத்தின் ரேகைகளை நீ தொட்டால் பாஸ்பமாகி விடுவாய் காபாலி' 'என்னுடையது என்று மறந்துவிட்டாயா காகமே' 'அப்போ என்னையும் உன்னோடு செல்லவிடு' 'என்னால் முடியாது' என வானத்தைப் பார்த்தான் காபாலி. சனிகிரகம் அவனைநோக்கி சரிந்து வருவதை உணர்ந்தான். 'கபாலத்தை நாயிடம்போய் கேள்' என்றது ஒருகால் காகம். 'அது பிரமகபாலம் சிருஷ்டியின் பிடி சாம்பல் எல்லா எலும்பிலும் கசிந்தெடுத்த மையினால் படைக்கப்பட இருக்கும் புதிய பிதிராவின் விதி அதில் நெளிகிறது' என்றான் காபாலிகன். 'பைத்தியத்தை ஏமாற்றி விடலாம் என்னை ஏமாற்ற முடியாது உன்னால்' என்று கரைந்தது. காகங்களை யாராலும் ஏமாற்ற முடியவில்லை. முள்ளுடைக் காட்டில் அலைந்து முதுநரிகளின் சாபத்தை உணர்ந்து சமண முனிகளோடு பிதிர்பேசி அவர்களிடம் நிகண்டுகளை அறிந்து காக்கையர் நாடிகளை தாழம்பூ மடலில் எழுதிவந்தது. பூர்வபட்சம் தாழம்பூ மடலில் ஓடும் ரஸநார்களில் அட்சரங்கள் உருமாறிவிடும் விவேகம். காண்பார் தம் கண்களை நம்பமுடியாத சுவடி. அதன் சாய்ந்த பார்வையில் எல்லாத் திசையும் கூடுமிடம். காபாலிகன் போகிறான். காகம் தலைக்குமேல் வட்டமிட்டது. பத்திரகிரியார் பெட்டைநாயிற்கு பேரழகி உருகொடுக்க காபாலிகன் பின்போகிறாள். அவள் இயற்கையின் தளிர் நீரில் சாய்கிறாள். இந்திரபாலா சகாக்களோடு இலைதளுக்கும் மரஅகல் ஏந்தி கிழக்குப் பக்கம் வேசை கூசாலி வீடு போகிறான்.

விருப்பு வெறுப்பற்ற ஆடையுடுத்திய இந்திரபாலா திறவாத தாழ் உடையாமல் கதவை ஊடுருவி உட்செல்கிறான். அவன் கொண்டு வந்த சித்திரச் சுருளை வேசை கூசாலியிடம் விரித்தான். அதைத்

தறியிலிருந்தவாறே ஆழ்ந்து நோக்கினாள். கூடத்தில் நடமாடினான் எழுந்து யோசனைகளில். சமவெளிப்பரப்பில் துயர்கொண்ட ஓர் இலை பழுத்து அதன் துளைகளில் பாழ் வடிவதைப் பார்த்தான். விரல்களின் ஓட்டத்தில் நூல் பின்னலிடும் மஞ்சள் நிற பழுப்பு அதிரும் அரசிலை ஒன்றின் போதத்தில் கோர்க்கிறாள் துகிலை. மயக்கமடைந்து வெளிறிய நூலின் கண்களில் தைக்கும் வளைவு முற்றத்தில் அமர்ந்த வேசை கூசாலியிடம் நடந்துகொண்டே உரையாடுகிறான் இந்திரபாலா.

'சந்தர்ப்பத்தோடு தவிர காலத்தின் தாதுக்கள் கலைந்துவிடும் கலையில் ஆகும் காலத்தின் பரிமாணம் என்ன?'

'பொருளுக்கு மற்றவற்றுடன் சம்பந்தமில்லை. நிலையற்ற இருப்பில் நியதியாக இருப்பதென தோன்றும் காலம். நிலத்தி லில்லாமல் திணையில் மயங்குவது.'

'காரணத்தின் விதியைக் கடக்க முடிகிறதா அழிந்து கொண்டிருப்பதில் சேதனங்களைவிட அசேதனங்கள் தான் மாறிக்கொண்டே இருக் கின்றன சிருஷ்டியில்.'

அவள் நாட்கத்தில் யாத்த ஞானச் செங்கோல் கீழ்திசையெங்கும் கொண்டெழும் எழுச்சி பிதிராவுக்குள் மறைந்திருக்கும்.

சிலம்பை ஒன்றை காலில் அணிந்தான் அனே காந்தா. அது வினை உதிர்த்தது. சிற்ப சூத்திரவினையுயிர்க்கோடு. கீழைதேச புனிதத் தளங்களில் அலைந்து திரிந்த ஆண்டிக்கோலம் ஞானவேட்கை கொண்ட குடி ஜனங்களுக்கு அவன் நாடகங்கள் துருவ நட்சத்திரம். 'இந்திரபாலா நாவலில் வருகிறானா நாடகத்திலா என்பது எழுதும் பிரதியை எழுதிக்கொண்டிருக்கும் விரல்கள் விளக்குமோ? 'தெளிவைத் தவிர விரல் நகங்களுக்குக்கூட ஒளி இருப்பதில்லை. நாடகத்துக்குள் கதையை பிரிக்க முடியுமா? நடிகனிடமிருந்த கணிகையின் முத்திரையில்... பாவங்களில்... ஒரு பிரிந்த கேச இழை பேசும் கதை நெளிவு... சிலிர்த்து விரிக்கும் தோகையின் கொக்கரிப்பில் ஓடும் வேகநாடு பட்சியும் கதையிடத்தில் பிரிவதில்லைபோலும்.'

பைத்தியம் பிடித்த விளாத்திகுளம் சாமிகள் காற்றின் எதிர் பக்கம் போய் சரியும் மணல்மேடுகளில் கூட்டமான கருமணல் வெள்ளௌலும்புப் பாழில் செவல் மண்புற்றுறையும் அரவுகள் புகுந்தால் இசையாகிவிடும் பனங்காடு.

தொலைவில் வண்டிகள் போன பாதையில் சாமிகள் உரு நின்று கொண்டே இருக்கிறது. அது தொன்மம் செதுக்கிய காளையின் உரு. வனமெங்கும் கொம்புகளை நீட்டி வாதையில் அண்ணாந்த மூச்சை

சரமாக்கி துயரத்தின் ஆழத்தில் பயணமாகும். செந்நிற எருதின் இசையில் புதைந்த நகரங்கள் புற்றறைகளுடன் எழும்பியிருந்தது. செங்காட்டு புழுதிமண் துளைகளில் விசும்பிய அரவை சிலம்பாய் வளைத்து கையில் அணிந்து விண்மேல் கையசைக்க கூட்டமாய் தொனி கொடுக்கும் பட்சிகள் பாஷை நுட்பத்தில் மௌத்திகங்கள் எழுபத்தி ரெண்டில் ஒவ்வொரு ராகத்துக்கும் ஒரு பறவையைப் பறக்க விட்டான் பிதிராமேல்.

செஞ்சிலம்பை அந்தரத்தில் நின்றது சரியாமல் ஒரு பட்சியென சாமிகள் தோளில் அமர்ந்தது. வில்வவனம் சூழ்ந்த கடல் சிலம்பை. உள்ளே ஓலமிடும் மௌத்திகங்கள் எழுபத்திரெண்டு மேளகர்த்தாவில் நல்லப்பசாமிகளை பித்த மொழியின் இசைக்கருவில் சூலாகி பிக்ஷாடன உரு பூண்டு அலையவைத்தன பிதிராவில். அவன் பின்னே வேசை கூசாலி தன் கால் சிலம்பெடுத்து காணிக்கையாக்க குரு பரம்பரையாய் அவளுக்கு தீட்சை அளித்தான் விளா அத்தி விருட்சத்தின் அடியில்.

காப்பியங்களைக் கூத்தாக வடித்த அனே காந்தா பித்தமொழி ஒவ்வொரு தேசமாய் பரவிய வாசனை யாவற்றையும் பிதிரா நடிகர்களின் பாணி வெளிப்படுத்தக்கூடும். யாவரையும் தன்னுள் ஈர்த்து தன் மயமாக்கிக் கொள்வதற்கு வேசை கூசாலிக்கு விசேஷ இயல்பு. பிதிராவின் இருபுறமும் நதி ஓட பட்சிகளும் பலவிதமாய் எழுந்து ஏகக் கும்பலாய் கூடி அடர்ந்து நீரில் குளித்து ஆனந்தங் கொண்டெழுந்து விண்ணில் படை படையாய் சூழ்ந்த நாடகச் சாவடியில் வெகு வேகமாய் அமர்ந்து சங்கரா... என எழுப்பி ஓலமிடக் கேட்டு ஆசான் எழுந்து போய் கருக்கிருட்டில் காகநதி மூழ்கி எழ காகம் வந்து ஓர் கனி கொடுத்தது. அடுத்த படலத்தை ஆழியலைகளாக சபையில் பாடி பால நடிகர்களை பாராயணம் செய்ய வைத்தான். நாவால் வரும் பிழை திருத்தி காட்சிகளை யூகித்துணரும் நடிப்பிலும் படிப்பிலும் பாலர் கூட்டம் ஒருமனதாய் கேட்க அவை கூறுகிறேன் என்றான்.

பட்சிகளின் சப்தங்களுடன் தெருக்களின் மீது இந்திரபாலாவின் நில ஒளி தவழ்ந்து மானின் மெய்மறந்திருக்கும் ஆனந்தம் வேதனை இரண்டும் கலந்த விசித்திர பாவத்துடன் இதோபதேசங்கள் கரையும் சாயை.

உலகின் மீது படிந்த நிலம். திசைகள் ஒளிகொண்டன. அது இசைத் தாசிகளை ஊடுருவி போதத்தில் ஈர்த்தது அவர்களை. அவளும்

நீலமானாள். துக்கத்தின் மென் இழைகள் உள்ளோடிக் கொண்டிருக்கும் நீலவெதும்பலில் நயனம் தாழ்த்திய உவர் துளிகளை கீழே சிந்தாமல் அண்ணார்ந்து கண்களால் சுவைத்து உயிருக்குள் சலனமானாள் வேசை கூசாலி.

மூக்கின் விளிம்பில் நீலம் ஊர்ந்து நுதலில் வியர்த்து கேச இழைகள் கருநீலமடைந்து விண்பரப்பில் கூந்தலால் அலையெழுப்பினாள். அலை விம்மியெழ இசைதான் கேசமென எழுந்தது. நிற்பது யாரோ. அருகே வருவது மெலிந்த பிக்குவின் மான்களாகத் தானிருக்கும். புள்ளிமான் துறையில் பிக்ஷா அகலில் தன் நாடக விரல்களை வைத்து நகப்பளிங்கில் கலை கொண்டாள்.

பிதிராவின் காளைகள் வண்டி பூட்டி நீலவெண்கோடுகளுடன் அண்ணார்ந்த குரல் எழுப்பியது. நிலம் தெரியும் சமயம். காகங்கள் கரைந்தன. ஒருகால் காகமொன்று யோகி உருவில் பறந்து வந்து காளை முதுகில் நின்றது. அதன் துயர் இருட்டு சிறகுகளில் பூசிய விரிப்பு. உலகின் துக்கத்தையும் நோயையும் சாவையும் கண்டு மனம்சலித்து அதற்கு நிவாரணம் தேட மகாபோதத்தை நாடிச்செல்லும் புத்தரின் மான்கள் விடியலாய் திரிந்தன அங்கே.

பிதிராவின் பிக்குகள் சைத்ரீகர்களாய் வெளியேறிப் போகிறார்கள். காக சுழற்சி ஜென்மமாய் அலைந்தலைந்து ரஸ நாளங்களில் ஓடுகிறது. பிக்குவின் நடந்த பாதவிளிம்பு நிழல் தேடாமல் சென்ற தூரிகை பெருவிரல் ரேகைபட ஊன்றிய சித்திரத்தில் சில பூக்கள் படபடக்கும் சுழற்சி. கீழே இருள் நகர்கிறது. கற்றாழைகளுக்கிடையே வண்டி போய் திரும்பி வராத சோட்டில் கனி கொடுக்கும். பழம்பிறக்கி வந்து நடிகர் கூட்டம் பட்சிகளோடு உரையாடினார்கள். மாதுளம்பழம் கொடுத்த காட்டு வல்லயப்பட்சி சீறியது. சீத்தாபழம் கொடுத்த செம்போத்து கோவைக்கனி பறித்து சில அன்றில் கூவியது. பழம்பிறக்கி வண்டிகள் சூழ நாடகப் பாலகர் மதலைப்பசி தீர்த்த பழத்தோட்டம் பிதிராவுக்கு வெளியே படர்ந்திருந்தது. கொய்யாவில் வால் சுற்றிக் கிடந்த அணில் கூப்பிட்டது மான்பூண்டியை. 'நாவற்பழம் இதோ நடிகர்கள் வந்திருங்கள் மரம் இதோ' நிழல் படர்ந்து சிரித்தது இரவு.

கூண்டு வண்டிகளில் நாடகம் முடித்து திரும்பும் சங்கரதாஸ், மான்பூண்டி, வளவிச் சாத்தன், ஸ்திரீபார்ட்கள், பூதத்தம்பி நாடக வேடம் கலைக்காமல் கடலுக்குள் இருந்த டச்சுக்கோட்டை சீன் களுடன். சின்ன லாந்தேஸ் 'பிதிராவின் பட்சியே ஒரு ஆரஞ்சு, திராட்சைக்கொத்து

கொடு' என்றான். பின்னே அந்திராஸ் நடந்து வந்தான். 'பிதிராவில் திராட்சையேது... மாதுளங்கனி கேள்' என்றான். திருடர் வழிமறித்து நாடகத்தில் கோட்டை கட்ட பூதத்தம்பியிடம் கொடுத்த டச்சுப்பணப் பெட்டியை திருடர் கேட்கிறார்கள். தொலைவில் பூதத்தம்பி மனைவி விரித்த கூந்தலுடன் வருகிறாள். அவளைக் கண்ட திருடர்கள் மாடதேவதை என விலகுகிறார்கள்.

திருடர் வழி மறித்து டச்சுக்காரன் துப்பாக்கியை பிடுங்கி சுடுகிறாள். இருட்டில் காளைகள் பதறியோட வண்டி சக்கரத்தின் குறுக்கே ஈட்டிகள் குத்திட்டு மண்ணில் பிடிக்க அசையவில்லை எல்லோரும். திருடர் ஈட்டிகள் சொருகி அரட்டும் இருட்டு கூச்ச லிட்டது. 'யாரது நீங்கள்... இந்நேரம்... இவ்வளவு தூரம்' என்றான் முதல் திருடன். 'கூத்தாடிகள். நாடகம் முடித்து திரும்பும் ராப்பாடிகள். ஆண்டிகளை அடித்தால் கந்தல் பறக்கும்' என்றான் பபூன் நடிகன். 'விளையாட்டு வேண்டாம்' என்றான் மீசையை முறுக்கிய திருடன். 'கையில் என்ன இருக்கிறது என் பங்கை கொடு' என்றார்கள் கூட்டமாய் வருபவர்கள்.

ஹார்மோனியம் காதர்பாட்ஷா உடனடி மெட்டில் விரித்த இருட்டின் அலையலையான கேச வேகத்தில் அதிர்ந்த கட்டைகளில் விரல் ஓட்டம் பின்னிய இசையில் மாட்டிக்கொண்ட திருடர்கள் திசைமாறி மனதில் விநோதம் ஏறியது. 'அந்திராஸ் நீயுமா சுடாதே அவர்களை' என்றாள் நடிகை. விதூஷகன் துணியால் மடக்கிப் பிடித்து ஆடிச் சுருட்டி வீழ்த்தினான் ஒரு திருடனை 'அய்யோ... அய்யோ' எனக் கத்தினான் திருடன் பாசாங்கில். எதிர்க்கவில்லை அவன். 'சுட்டாலும் உன்னைத் தொடமாட்டேன் விதூஷகா' என்றான் கைகளை அபிநயித்து. 'அவனைவிடு' என்றாள் சூதானமாய். சங்கரதாஸ் வண்டியை விட்டிறங்கினார்.

'ஏன் வழி மறித்தீர்கள்' 'உங்களை கூட்டி வரச்சொல்லி நெடுங் கழுத்து திருடன் கரடி மலையில் காத்திருக்கிறான் அவன் எங்களில் மூத்தவன்' 'அவனைப் பார்ப்போம்' என்றார் மான்பூண்டி. அரிதாரம் பூசிய நடிகர்கள் திருடர்கள் கூட்டிப்போன புதர் வழியே வறண்ட பாறைகளிடம் போகிறார்கள். தொலைவில் கஞ்சிராவுடன் நெடுங் கழுத்து திருடன் தலை தூக்கிப் பார்த்தான் வன இருளை. அவன் மூட்டிய தீயுடன் வாதாடிக்கொண்டிருந்தான். கட்டுப்பரணில் காட்டுக் கோயில் கருங்கற்சிலை ஒற்றைச் சிலம்பணிந்து. அவள் முகத்தில் ஓடிய சிலம்பையின் ரேகையில் கோர விழிகள் பளிச்சிட்டன. அனல் குடித்த

கங்கு பழுத்து எரிந்தது. நீறுபூத்த நெருப்பாய் ஒரு முலை சாய்ந்து கிடந்தது ரத்தத்தில் இசையோடும் பாறைகளுடன். அச்சிலம்பை அவனது இசை. நரம்புகளில் பாறைகள் ஓடும். மிச்ச நெருப்பில் வாட்டிக் கொண்டிருந்தான் சல்லரிச் சிறுபறைகளை. பாறைகள் நகர்ந்து சூழ்ந்தன அவர்களை. அங்கே இசைச் சுரங்கத்தில் புலி ஒன்று படுத்துக்கிடந்தது பசியுடன். பாறைச்சரிவில் இருளாய் மறைந்திருக்கும் வேறு சிலர் விலங்குகளாய் தாவிவந்து மான்பூண்டியைச் சுற்றி சிலம்புகளால் வரிசை எடுத்து சற்றே ஆடி புலிவேடப் பாய்ச்சல் காட்டிப் பதுங்கி எழுந்து மரியாதை செய்து வணங்கினார்கள் மான் பூண்டி தடம் தொட்டு.

'உங்கள் இசை கேட்க ஆசைப்பட்டு வழி மறித்தேன். காட்டு ஒலிகள்தான் எனக்குத் தெரியும்.' 'அதனுடன் போட்டியிட என்னால் முடியாது' என்றான் மான்பூண்டி. கையில் கஞ்சிராவுடன் திருடன் மரத்தில் சாய்ந்திருக்க 'இங்கே இந்த அனாதைகளுக்காகப் பாடி விட்டுப் போங்கள் நான் கஞ்சிரா வாசிக்கிறேன்' என்றான் நெடுங் கழுத்துத் திருடன். 'கஞ்சிக்கு அடிக்கிறேனப்பா' என்று அசரீரியாய் சொன்னான் மான்பூண்டி. அது இவர்தான் போலிருக்கிறது. அந்த வார்த்தைகளை எப்போதோ சிறு பிராயத்தில் கேட்டிருந்தான் திருடன். 'இந்த நடுநிசியில் உங்கள் கைவரிசையைக் காட்டி மிருதங்கச் சொற்கட்டுகளை அவிழ்க்க' என்றார் சங்கரதாஸ். இணைந்துகொண்டு நெடுங்கழுத்தான் கஞ்சிராவில் கும்காரம் கொடுத்து காட்டுப் புறாவின் குமுறலை வெளிப்படுத்தினான் வனத்தின் சோகம் பதிய. மான்பூண்டி துக்கத்தில் அதிர்ந்து போய் கஞ்சிராவில் பறக்கும் புறாவின் இருட் சிறகினால் வயப்பட்டு எதை எதையோ பார்த்தார் விண்மீது. மான் பூண்டியின் காலில் விழுந்து வணங்கினான் நெடுங்கழுத்துடன்.

'நான் தங்கள் கஞ்சிராவுக்கு அடிமை. நேரில் குருதட்சிணை கொடுக்கவே காத்திருந்தேன் வனத்தில். அந்த பாக்கியம் இன்று வாய்த்தது' என்றான் மிருதுவான குரலில் திருடன். கஞ்சிராவை வாங்கி நெடு நேரம் வாஸித்தான் மான் பூண்டி. அதிலிருந்து ரஸமான நாதம். திருடன் தொட்ட இடமெல்லாம் புல் ஊற்று முனகிய சுநாதம். காட்டில் வியாபித்திருந்த ஜீவராசிகளின் ஏக்கத்தை வெளிப்படுத்தி கர்ஜனை செய்தது சிங்கம். தன்னை மறந்த டச்சுக்காரர்கள் இதுவரை நாடகத்திலும் கேட்காத வெளியை அடைந்தனர். திருடர்களின் இசை மறைந்திருந்தது இருளில். கொள்ளைக்காரன் மனதில் நன்கு பதியுமாறு போதித்த உயிருலகின் மகோன்னத ஸ்தானத்தை புத்தர் அடைந்த துறவில் பூத்த காட்டு மரங்களின் வாசனைகளை அனேக

லயாம்சங்களைச் சொன்னான் மான்பூண்டி. 'அடியேன் வித்தை பயிலும் காலம் இதுவே' என காரிருளைக் காட்டினான். திரிகால கதிபேதம் செய்து வாஸிக்கும் செய்கைகளில் திருடனை சீடனாக்கிக் கொண்டான். கான வித்தைக்குச் செய்யும் மரியாதையில் தன் கூண்டிலுள்ள கவுதாரிகளை கொடுத்தான் தான் வனைந்த கூண்டுடன். 'அப்பறவைகள் உன்னுடனேயே இருக்கட்டும்' என்றான் குரு. அதற்கு பிரதி உபகாரமாக ஒருகை வாத்தியமான கஞ்சிராவில் திருடன் மனதில் கூட ஸ்மரிக்க முடியாத அவ்வளவு மேற்காலப் பிரமாணத்தில் முத்து முத்தாக ஒன்றோடொன்று தேயாத பூர்ணபுஷ்டியான சொற்களை மான்பூண்டி தன்னையும் மறந்து வாஸித்துக் கொண்டு போகும் பொழுது திருடன் ஆகாயத்தில் பறந்த கவுதாரிகளைக் கண்டான். கூண்டில் அடைபட்டவை இசையால் திறந்தவெளி பறக்கக்கூடும். உடனே திருடன் கண்டத்திலிருந்து உண்டாகும் கவுதாரிகளின் பாடலை பாடத் தொடங்கினான் வனத்தின் கருத்த குயிலாய்.

மான்பூண்டி வண்டியில் பூட்டிய காளைகளை தடவிக் கொடுத்த வாறு திருடனிடம் குருதட்சணையாக தாம்பூலம் வாங்கித் தரித்துப் பேசிய ரகஸிய சொற்கட்டுகள் பிராண சந்தத்தை நடைமுறையில் அனுசரிக்குமாறு சொல்லிச் சென்றான். கஞ்சிராவில் கூடுவிட்டுக் கூடுபாயும் திருடனின் கிரஹபேதம் செய்யும் வித்தை. தாளத்தில் திடீரென்று கூடுவிட்டுக் கூடு பாய்ந்தான். மான்பூண்டி வழியைப் பின்பற்றி இயற்கையில் கலந்திருந்த உயிரை வெளிப்படுத்தினான் நெடுங்கழுத்துத் திருடன். நெடுங்கழுத்தோனின் கடவுள் சிருஷ்டித்த மனம் படிப்பேதுமில்லாத கானம். படித்தும் படிக்காதவர்களா யிருப்பது போல் அல்லாமல் ஊருக்கு வெளியே மிதந்து வரும் மான்பூண்டி கஞ்சிராவின் நயம் சம்பத்தை ஞானத்திலடைந்து இடமற்று அலைந்த திருடன் இயற்கைப் புதரில் குமுறினான் உடும்புத்தோலில். அது பறவை. தனிமை குடித்த மகுடப்புறா சிறகுபோர்த்தி இருளில் குமுறும் கும்காரம் மனதை வதைத்துப் புரட்டி படுபாதாளத்தில் தள்ளிவிடும் துக்க சாகரம் மயக்கமாயிருக்கிறது என்றான் திருடன். நிலங்களில் கலந்து அலையும் மூலத்தில் ஏடறியாத கண்கள் பித்தம் துளிர்க்க ஆழ்ந்து நோக்கியது உள்ளே. உடன் வர யாருமில்லை. வறண்ட மலைகளில் திரியும் காபாலிகள் அவனைச் சந்திக்கக்கூடும். அவன் போன திசையில் ஒரு கால் காகம் வன்னி மரத்தில் அமர்ந்து யுகம் பலவாய் தான் காக வேடத்தில் இருந்து வருவதாய் சொன்னது. முனியின் அரூப உடல்கொண்ட ஒரு கால் காகம் சொன்ன வாக்கில் எடுத்த நாத அருவி மறைமுகமாய்

நெடுங்கழுத்தில் ஓடி நதிபலவாய் பிரியும் உடல்கொண்டவன் சல்லரிச்சிறுபறை இசைக்க கேட்டிருந்தது காகம். அது கொடுத்த மௌத்திகம் சோபடமாவில் உருளக்கூடும். அங்கே யார் இருக்கிறார்கள். சாயைகளின் வருகை ‘சோபடமா’வில் வினை உளிகள் சப்தமிட ஆயிரம் தச்சர்கள் செதுக்கிய உப்பு நகர வடிவம். நிசப்தத்தில் நகரம் சிவந்திருந்தது. ஒருகால் சிலம்பணிந்த சங்கரதாஸ் அடியெடுத்த பூதத்தம்பி பாடலில் டச்சுக் கப்பல்கள் சோபடமா கடல் ஓரம். தேசங் களை விட்டுத் திரியும் கடல் பாயில் அசைந்து கொண்டிருந்த கடல் பறவை கூட்டமாய் திருடன் மறைவிடம் தேடிவரும்.

கங்கு கரையில்லாத ஜீவனில் மறைந்துள்ள லயப் பிரஸ்தாரத்தில் அபார பைத்தியம் பிடித்த லயயோகி சாமிகள் ஒரு ராகத்தில் தொடங்கி இன்னொரு நிறத்தில் சஞ்சரித்து வேறொரு பொழுதில் எடுத்த பண் எப்போதும் விளா அத்தி என இரு விருட்சங்களுக்கிடையே வெளி கொண்ட சாமிகளின் மணல் ஊர்ப் பனைகளின் ஆழ்ந்த உரசலில் வேறு வேறு கால இடமாக மாறி லயச் சங்கதி சொல்லும். பனை களுக்கிடையே வெளிச்சப்படாத தேரிமணலில் சாமிகள் நடந்து போன தொனிகளை ரத்தத்தில் கேட்டு பொழுதுகளின் போக்கை பைத்தியத்தில் பிடித்து இடமாக்கி அதில் சுவாசித்தான் உயிரின் பதட்டத்தை. அவன் பைத்தியமே சிருஷ்டிக்கு ஆதாரம். மான் பூண்டியின் வாஸிப்புகளை சிறுபறவைப் பிராயத்தில் கேட்டுக் கேட்டு ‘சோபடமா’ இருளில் நடந்து போனான் திருடன்.

பாறையில் உலவும் சாம்பல் உடும்பு. அதன் தொலியை காட்டில் உலர்த்தி சித்புருஷர் மான்பூண்டி சாகரத்தில் வெப்பமேற்றி சாமிகள் போன பித்தமேறிய காட்டு வெளியில் தனித்திருந்தது சோபடமா. சலனமாகும் மௌத்திகங்களின் ரேகை ஒலிக்க நாதாணு சந்தத்தில் சிறுபறை கேட்கும் காட்டுச்செவிகள் லயத்தில் வியந்து லயித்து சகல இந்திரியங்களும் தன் வசமிழந்து ஸ்தம்பித்து மரமானான் இசையில் மயங்கி. நரம்புகளில் ஏறிய நாத வெள்ளத்தில் திளைத்தவனாய் ‘காட்டுக்குள் மறைந்திருந்து உங்கள் கஞ்சிராவில் பட்சிகள் வெளி வந்து என்னோடு சஞ்சரிப்பதைப் பார்த்தேன்’ என்றான். லய ஸ்வரூபமான மான்பூண்டி திருடன் வாசிப்பிலுள்ள ஒட்டுதலை தொடர்ந்து கேட்டுக்கொண்டே தன் யாத்திரையைத் தொடர்ந்தான். வெம்பரப்பான வானம் சாம்பல் உதிர சோபடமா பட்டினம் போகும் வண்டிப் பாதை சுருண்டு கிடந்தது இருட்டில்.

வெளிர் இரவுப் பக்கம் ஊர் மணக்கிறது. வீடுகளின் சயனத்தில்

கைநீட்டி காயங்கள் கலவிகொள்ளும் வெண்ணிற உப்புநகரம் சோபடமா. வெள்ளைத் தெரு அழைத்த பாதையில் கருப்பு நாயின் ஊளை. காபாலிகன் ஓடு கவ்வி ஓடுகிறது அதிலே புலால் நெடி. வனத்தில் திரிகால நெருப்பு. சதா சிருஷ்டியில் இருந்தான் உப்பு நகர அலி 'சமணமகாபலி' துறையில் சீன யாத்திரீகனை எதிர்பார்த்திருந்த வேளை அவன் நாவாய் இன்னும் ஒளி கொடுக்கவில்லை கடலில். ஆனாலும் பதினாறு சிங்க முகவாயில்களை உடைய சோபடமா தெறிக்கும் உப்பினால். செதுக்கும் சிற்பிகள். கடலில் கர்ஜித்த விலங்கு எரிமகரம்போல் அருகே வந்து உரையாடிப் போவதை உப்புநகர அலி பார்த்திருந்தான். முள் மரங்களின் ஊடே குத்திக் குத்திச் சாம்பலான வானத்தின் வெம்பரப்பில் பொடிக்குருவிகள் முள்முனையில் படாமல் கூர் அலகில் ஒலிக்கும் சிறு ஒலி விட்டு விட்டுக் கேட்க நடந்து கொண்டிருந்த தடத்தில் கபாலம் உருண்டு பார்த்தது உப்புநூல் யாத்ரீகனை. அவன் சதா நிம்மதியற்று அலைகிறவனாய் உடலின் ஆசைகளே உலர்த்தியவாறு காடு திரிந்தான். இழந்த ஓடைகளில் நுரைக்கல் பொங்கிய மூச்சு. மெல்ல குனிந்து கற்களிடையே சிறகு பரசும் குருவிகளின் சுநாதமான உரையாடலைக் கேட்டு உடல் கூசினான் உப்புநூல் யாத்ரீகன்.

உப்புநூல்

இன்னமும் காலம் கடந்துவிடவில்லை
நீ திரும்பிப் பார்க்கலாம்
உன் சொந்த சோடோம் நகரின் சிவப்பு கோபுரங்கள்
நீ கீதம் பாடிய சதுக்கம், நீ நூல் நூற்ற முற்றம்
அன்புக் கணவனுக்கு பிள்ளை பெற்றுக்கொடுத்த
உயரமான வீட்டின் ஆளில்லா ஜன்னல்கள்
திரும்பிப் பார்த்தாள்
மின்னல் பாய்ந்த கொடும் வேதனையில்
வெண்ணிற உப்பாகியது அவள் உடல்

- அன்னா அக்மதோவா

உப்புநூல்: விதியின் வடிவங்கள்
கவிதையும் நகரங்களும்

1

விதி

‘சோபடமா’வில் நான் ஒரு உவர் பாறையை சுரங்க நகரமான பிதிராவின் இறங்குமுக மலைக்குன்றுப் பகுதியில் இருந்து வாங்கினேன். நிலங்களுக்குள் நிறங்களற்ற வடிவம் இருக்கிறது. அதற்குள் கலைக்கான வடிவங்களும் இருந்து கொண்டிருக்கும். பாறை இருப்பின் தனிமைச் சூழலில் வீழ்ச்சியால் கரைந்துகொண்டிருக் கிறான் கவிஞன். கட்பளிங்கான பாறைக்குள் உள்ளிழைந்து கொண்டிருப்பது இழப்பில் உள்ள பயம்தான். பாறையை ஸ்பரிசித்த போது வெளிகள் இருக்கின்றன. அவனின்றியும் எழுதப்படும் அவன் கவிதைகள் மழைத்துளி செதுக்கிய குறியீடுகளால் அமைந்திருந்தன.

கவிதைக்கும் புனைகதைக்கும் இடைப்பட்ட முரணுருவை அது கொண்டிருந்தது. ஊடுருவும் பாறையை காட்டுக்கு கொண்டுபோய் நீர் ததும்பிய செருவின் மையத்தில் ஆழ்த்தியபோது பாறை மிதந்தது. அதைக் கரையச் செய்ய முயன்றேன் சிறிது கரைந்ததும் முன் அறியாத நீல நிழல்கள் வெளிப்பட்டு சுரங்கத்துக்குள் நிர்வாணமாய் ஓடும் தோற்றத்தைக் கண்டதும் சித்தம் கலங்கிவிட்ட பிரமையுடன் நோக்கி நின்றேன். எனவே ‘சோபடமா’வின் புராதன உப்புமலை என்பதின் சிறிய பாறையில் படிந்திருக்கும் அநாமதேய நிழல்கள் அவை சுரங்கம் தோண்டும் பழக்கத்தில் மறைந்தன உள்ளே. சோபடமா வாசிகள் இந்த மலைக்கு அடுத்த மலையின் உயரத்தில் குடில்கள் கட்டி வாழ்ந்த பல்வேறு குடும்பங்கள் காலம் காலமாக உப்புநூல் அகராதியை வெண்பாறையிலிருந்தே எடுத்து வந்ததும். சாளரத்தின் ஓரத்தில் அதை வைத்துப் பார்த்தேன்.

ஒரு நாள் தூறலில் அதன் செந்நிறத்தில் சிறிது மாற்றத்துடன் உப்புவார்த்தையின் செதில்கள் தோன்றவாரம்பித்தன. மீனைப் போன்ற செதில். இப்போது எனது பாறை உவர் தருவை நிலமாக காணத் தோற்றம் கொள்கிறது. அந்த உவர்நிலம் அதன் தெய்வீக மரபு குறித்த

அச்ச மதிப்பு சூழமைவை கடலாக உருமாற்றி மூழ்கச் செய்துவிடும். கரைவாடை இருட்டி அலை மேலிடுகிறது. உப்பைத் தூவிக் கொண்டே நடந்தாள் மீன்காரி. அவள் எப்போதும் எல்லோரது வாழ்வின் விதியாக இருக்கவும் விரும்புவேன். அவள் காலடிகளை நுகரும்போது மீனின் தசையுதடு பிளவாகி எங்கும் விரியும் கடலின் ஆரவாரம்.

பாறையை உலரச் சொல்லி மெல்ல தட்டிக் கொடுத்தேன். இப்படித் தினந்தோறும் உவர்தருவையில் நெடுந்தூரம் அலைந்து விரல்களில் படிந்த வெளிர் நிறத்துடன் பாறையை அணுகினேன். அதைச் சுற்றி உழுப்பூச்சிகள் வரைந்திருந்த கோடுகளில் கடைசி உப்புச்செல் வெள்ளிப் புழுவாக உருமாறி நெளிவதைப் பார்த்தேன்.

நானும் இத்தூலவுடல் இழந்த உப்புப்புழுவாகி வாழ ஏதுமற்ற அவநம்பகம் கிறுக்கிய புணர்வெளியில் விடப்பட்டதாக உணர்கிறேன். வெள்ளிய செல் ஒன்றின் துவாரங்கள் குடித்து தீர்த்தபின் என்னில் ஏதும் மிஞ்சியிருக்கவில்லை சூன்யத்தைத் தவிர.

புலனாகாத பாறை உவர்நீரின் இறுகிய குழைசேறாக அமர்ந் திருந்தது. அது பாறையிலிருந்து வந்து சேர்ந்த அமீபாவுக்கு அடுத்த கட்டத்தில் உணர்த்தியது என்னை.

அலை இறுக்கம்தான் மொழியின் பாறை. சூரியனின் குருதி கசியும் கவிதைக்குள் படிந்த உப்பை சுவைக்கும் சிசுவான உயிர் இருப்பு. தூய நீரின் குழைசேறு பூசிய மீனவச் சிறுவன் கையில் ஓர் மீனுடன் தடம் விட்டுச் செல்கிறான் உவர்தருவைக்குள்.

சில மணித்தியாலங்களுக்குப் பிறகு வெண்ணிற ஸ்படிக சதுக்கத்தில் உப்பு மனிதர்கள் தோன்றவாரம்பித்தார்கள். சூரிய சக்தியால் ஆவியாக மாற்றமடைந்த அலைகளால் அலைக்கழிக்கப்படும் அம்மனிதர்கள் தீராத உப்புவலையுடன் செதிலங்களாக இரவில் உறைந்திருக்கிறார்கள். வாழ்வுப் பெருங்கனவில் உற்பவிக்கிற மாயமான அந்த எல்லை சில நேரம் கவிதையின் படிகமாகிறது. எனது உப்புநூல் எந்த நிலையிலும் சிறியதாக உருக்கொள்ளாமல் பிரம்மாண்டத்தில் தோற்றம் கொள்வதேன்? உலர்ந்த வெப்பநாட்கள் வந்தன. அவை முழுவதும் உலர்ந்த உணர்வுகளைத் தந்து வாழ்வின் அச்சத்தில் சில நேரங்களில் ஈரக்கசிவான காற்றில் உலர்ந்த வேர்வையில் காமம் கொள்ளச் செய்யும். கரையோரம் உதிரம் கரைந்த சட்டை பழுதாகி உப்பேறிக் காய்ந்து கிடக்கிறது சிதிலங்களில். பொழுது மடிந்த உடையில் கலந்துள்ள எனது வடிவம் போர்த்தியுள்ள சிறகைப்போலும் ஒரு

கடற்பறவை அது. சரிந்து உரசிய கீறல்களில் துடித்த உதிரம் அலையேறிய வார்த்தை முடிவற்றது. உதறிய சிறகில் விடுபடாத வார்த்தையில் மறைந்திருக்கும் பெண் கடல் உவர் தருவையாக இருக்கும். கடலில் வீசிய உடையை அலைகள் கொண்டுவர அதை எடுத்து மங்கலான பொழுதில் படர்த்துகிறேன். கொஞ்சதூரம் பறந்து தரையில் சரிகிறது.

அங்கே குலைவுச் சிற்பத்தைப்போலும் லட்சம் துளைகள்பட்ட எனது வடிவம் பூச்சிகள் கடித்து நக்கிய துளைகளில் நுழைந்து எனது உடை மடிப்புகளில் மண்ணும் நட்சத்திர ஒளியும் புணர்ந்த உப்பாகிறது. வெளுப்பான நிலவில் நெளியும் கோரைப்புல்லில் நகரும் அவ்வுடையை எடுத்து மறுபடியும் அணிந்துள்ள வேளை கழுத்தைச் சுற்றிய புனையரவுகளின் நழுவலில் நீளும் ரெக்கையிலிருந்து காற்று தாங்கிச் செல்லும் அந்தரம். என் உடல் அவளெனக் கைமடக்கில் ஓர் இறகினைப் பறித்து என்மீதே எழுதிக் கோலமிடும் புனைகதையே என் தேக வெளி.

என் உப்புநூல் அதற்கே உரிய சொந்த விதியின்படி வாழ்ந்தது.

2

பால்

உப்பைக் குறிப்புகளாகக்கொண்ட தாளில் என் கை நகர்ந்து கொண்டிருப்பதில் கட்டற்றதாகும் புனைவை கலை நியதிகளாக இயற்கையுடன் இணைப்பதில் கவர்ந்தீர்க்கப்படுகிற வாசகர் ஒருக்கால் சோபடமாவின் உப்புப் பாறையை சொந்தம் கொள்ளக்கூடும். கயிற்றரவுகள் சீறிப் பாய்ந்து கொண்டிருக்கிற வேளையிது. பாலியல் வேட்கையை எரியச் செய்வது உப்புதான். பாலியல் பகுத்தறிவற்ற உள்முகப் பிரக்ஞையின் கனவுகதியை என் ரைட்டிங் ஸ்டூடியோவின் இருட்டறையில் கழுவக் கழுவ ஒவ்வொரு நீரிலும் கனவு நகரம் கடந்து செல்லும். காமத்தின் கணிதமாகும் உப்பு. மனப்பிறழ்வடைந்த இச்சாவெளியில் தாகத்து ன் ஏங்கியலையும் விலங்குகளின் மோப்பத் தடத்தில் உப்பை நக்கி ருசித்து ஒவ்வொரு வரியிலும் பெண்மை கொள்ளும் உருமாற்றத்தை அடைந்துவிடும் படைப்பு. சோபடமாவை அழித்த பெண்கடல் நீண்ட காலம் சாந்தியாகி தூங்கிவிட கரை வாடையில் நடமாடிக் கொண்டிருக்கிறேன்.

நெய்தலில் வாழ்ந்த முன்னைப் பரதவர் தேடிவரும் அதிசய

அதிதிக்கு சோபடமாவின் உப்புத்துண்டை பரிசளித்ததாக உப்பியல் பாவை சொன்னாள் கலித்தொகையில்.

வந்த விருந்தாளி உடனே அதை நக்கி வரவேற்பை மனங் கொள்கிறான். இயற்கையான குணாதிசயங்களின் எல்லையில் கிழக்குக் கரையோரப் பாதையில் உமணர்கள் கூட்டமாய் தாவளம் போன தடமோடிக் கிடந்தது. உப்பு எல்லாக் காலத்திலும் கடற் பயணத்தைத் தூண்டியது. ஹோமரின் குருட்டு விழிகளுக்குப் புலப்படாத உப்புவரிகளை யாழில் பாடிச் செல்லும்போது கீழே நழுவி விழுந்தது 'உப்பே தெய்வீகச் சாரப்பொருள்' என்பது.

சோபடமாவின் மந்திரச் சடங்குகளிலும் மாயவசியங்களிலும் இப்பாறை இருந்திருக்கக்கூடும். உலகம் என்பது மேஜைமேல் இருக்கும் படிகம். எல்லாச் சொல்லும் இப்படிகத்தில் உள்ளது.

உருவரையற்ற அசங்கல் மசங்கலானதுதான் கலை. கவிதையில் அது சாம்பல் ஆற்றுரஸச் சேர்மானம். தன்னோடு ஒரு கிண்ணம் தண்ணீரைப் பிடித்திருக்கிறது. கவிதை ஒரு தேசத்தை வசியப்படுத்தி எல்லோரையும் பருகிக்கொண்டிருக்கும் அதிகக் குடிப்பழக்கமுடையது தானே.

புனைகதையில் தெளிவின்மையின் பரிமாணங்களில் நிலை கலங்கி சேர்ந்து பிரியும் ஆரோகண அவரோகண அலைமடிப்புகளை குறுக்கே வெட்டிப் பார்ப்பதில் புலனாகிறது கவிதை. உருவமைதி குலைந்த ஒழுங்கில் கலைந்து கலைந்து கூடும் நவீனகலை. நிஜத்தின் அனாட்டமியைக் குலைப்பதில் தேசம் அளாவிய சாஸ்த்திரீய ஒழுங்கமைவு பிறழ்ந்துவிடும் உடனே.

ஒருவேளை சமூக அமைப்பையே குடிபோதையிலிருந்து தெளிவுபடுத்தி விட்டு பீடிக்கும் புதிய மனநோய்மையில் வீழ்ந்து நைந்து போய்விடும்போது உயிர்க்கத் துவங்குகிறது. கந்தலாகும் போதுதான் நவீனம் அது. காமமும் கலையும் ஒன்றுக்கொன்று உள்ளிழைந்தது. பெருங்கற் காலத்திலிருந்து ஒன்றையொன்று புணர்பாகத்தில் கூடிப்பிறந்த கற்கருவிகள் குவிந்த மலைமீது ஏறிச் செல்லும் வேடன் பிற்கால அம்புகளில் வைத்த கூர்முனைகள் குறிவட்டை நோக்கி பல மறைவிடங்களிலிருந்து திசைகளின் குழப்பத்திலும் நெடுகிச் செல்லும் பூர்வகலை.

குழப்புவதாகவும் விளக்கமுடியாததாகவும் இருக்கிறது. இப்போது இருந்த தெளிவின்மையை உடல்வெளியின் சாயல்களிலிருந்தே தொடங்கலாம். அக உலகமாக இருப்பதாகச் சொல்லிக்கொண்டு

நீண்ட காலம் உடலைப் பிரிந்திருந்த கலைக்கு உடலும் தீட்டாகி விடுமோ. உப்பு பிணத்தன்மையானது என்ற சொல்லாடல் நிற வெறியாக மாறியிருக்கிறது. பதன உடல் சுருக்கங்களில் தடவிய புராதன கால உப்பை என் கிண்ணத்திலிட்டுப் பருகுகிறேன்.

உப்புரயில் ஏறிய அக்கிழவன் வெள்ளாட்டின் கயிற்றைப் பிடித்து கப்பலை அடைந்தார். பின் கப்பலில் ஏறிச்சென்ற பயணக்குறிப்பில் இடம் பெற்ற சுதேச வெள்ளாட்டின் பால்மடு அறுக்கப்பட்டு விட்டது சீடர்களால்.

தேச வரைபடத்தில் தைக்கப்பட்ட நூறு நூறு பழங்குடி மரபுகளின் தொலிகள் மொழிகளின் உயிரியல் அமைவிலிருந்து வேறுபட்டிருக்க, எனவே உஷ்ணமான உடல்களில் வரையப்பட்ட மொழி வெப்பக் காடுகளில் உவர்நிலமாகிறது. அதை நாவினால் தொட்டு உதடுகள் உச்சரித்த பழமொழியும் பாடலும் மறைக்கப்பட்டிருக்கும்.

சோபடமாவில் நடந்து கொண்டிருந்த பழங்குடிகளின் கலகத்தில் கோண்டு, கோயா, லம்பாடிகளும் உண்டிவில்லுக்கு காய்ந்த களிமண் உருண்டைகள் நல்ல ஆயுதங்கள். யூனியன் ராணுவ சிப்பாய்களின் இரும்புத்தொப்பி மீது தாக்கிய களிமண் ஓசை இன்னும் அதிர்ந்து கொண்டிருக்கிறது அங்கே.

காய்ந்த களிமண் கோலிகளை உருட்டி உண்டி வில்லில் வைத்து காக்காய்களை அடித்தார்கள். அடித்துச் சாகடிக்கிறார்கள். ஊருக்கு ஒரு காகத்தை காட்டுத் தூணில் கட்ட படைபடையாய் சுற்றும் காக சுழற்சியில் அடிபட்ட பட்சி நிழல் அசைகிறது.

3

கவிதை

இதுவரையில்லாத உயர்நிலை வெடிப்பில் உருவகமளிக்கும் முதல் வார்த்தை பிளவுபடும்போது இயற்கை இடத்தில் உலவிக் கொண்டிருக்கிறது கவிதை. கையைவிட்டு பறக்கும் குடை சுழற்சி விசித்திரங்களில் ஆழக்கூடியது. உண்மைகளைப் புறக்கணித்து வரும் கலைக்கு சடப்பொருளில் புதைந்துள்ள பூடகம்தான் இனியாவதாகும். உணர்வுகள் துடைக்கப்பட்ட கோப்பையில் ஊழ்தான் மொழிக் கருவில் கூடி சொற்புணர்வு கொள்ளும். ஒரு சமூகம் உயிரோடு இருப்பதற்கு அதனின்று துண்டித்துக் கொள்ளும் மனோகதி கவிஞர் களிடம் இருப்பதில் ஆச்சரியமில்லை. கவிதையில் வெளிப்படும்

பிரத்யேக ஒலி தனிமொழியைத் தேர்வு செய்யும்.

தனிமொழிக்குள் சலனமுறும் கவிதையின் வேகத்தில் உப்பின் இலக்கணம் உள்ளூறையாவது.

கோகின் வரைந்த சூரியன் பிழிந்த தேன் காலத்தின் உள்ளே மணக்கும் தாவரக்கவிதை தும்பிகளின் அதிரலில் வர்ணங்கள் குழைத்த ஓவியம் ஒன்று புதை மூடிக்கிடக்கிறது நாகரீகங்களின் அடியில். மெல்ல ஏறும் சுவாசத்தில் வெளிப்பட்ட உப்புநூலை பயணத்தில் கொண்டு போகிறாள். இலந்த்ராவின் தீவுக்குள் பெண் குரல் கரைந்து வெளிகொள்கிறது. அருகே வளைந்த 'காலத்தின் முன் ஒரு செடி வெப்பநில விடுகதை' எனும் கவிதை நூல் மிதக்கும் கானல் அலையில் உவர் தருவையுடன் கொண்ட நிலப்பரப்பில் உலர்ந்த காற்று.

வெப்ப ரேகைகளில் ஏறிய வாக்கியத்தை கடந்து செல்ல முடிய வில்லை. உவர் தருவைக்குள் பிளவோடிய நிலத்தோற்றம் கீறி எழுதிக் கொண்டிருந்த விரல்கள் இலந்த்ராவின் தீவு போன்ற தனி நிலத்தில் பரவும் ரோகத்தில் மெல்ல உட்புகுந்து குத்துச் செடிகளும் சாம்பல் கோரைகளும் வெள்ளி முட்புதரும் குத்திய நிலத்தில் பொடிக்குருவி குடிக்க ஒரு சொட்டு நீருக்கான வேட்கையில் மழை எறும்புகள் மண் சுவர் கீறலில் அலைவதில் அவன் விரல்களைத் தொட்டு பரவும் சுறுசுறுத்த எறும்புகளின் சுவாசத்தில் மழைக்குறி தோன்றிவரும் மாயத்தை வறண்ட கண்களால் பார்த்துக்கொண்டிருக்கிறான்.

இச்செடி வெளிறிய தருவை தாண்டினால் ஈரத்தில் வளராது. நதியில் இல்லாத கானல்நீரின் அலைமீது பழைய சைக்கிளில் தோல் உலர்த்தும் நகரத்தை நோக்கி கிழவன் ஒருவன் பயணமாகிறான் கிளிங்... கிளிங்... கென வளையும் பலமநேர்பாதையில்.

உவர் தருவைக்குள் உணர நேர்ந்த குருவியின் அலகில் விட்டு விட்டுக் கேட்கும் உலர்ந்த இசை வாடியிருக்கிறது. துவண்ட காகிதத்தில் அச்சேறிய பிரதி ஒன்றை முள்செடி குத்திக் கிழிக்கிறது. இவ்விடம் உவர் தருவை போதுமென்ற முடிவில் விளையாத மழையும் வராத சிறு நம்பிக்கைகூட அற்றுப்போன தாவரங்கள் பச்சை கொள்ளா வெற்றிடத்தின் வெண்படலம் மூடிய சூன்யத்தின் நெளிவைத் திசை சூழ் துகிலாக உடுத்திய ஓர் அருமாமலைத் துறவி விரல்களில் அசைவைக் கொள்ளும் ஒவ்வொரு வரியிலும் தனிமை குடித்த வெண்பருந்து.

அது நில்லாமல் வெளியேறிச் செல்லாமல் செல்லும் பயணத்தில்

வெளுத்த பாறைகளின் புலம்பல் 'ஏன் நிற்கிறாய்.' பாறையின் நிழலில் குளிர்ந்த எறும்பு மண் புற்றில் மேலே கீழே ஓடும் கால்களின் ஒளிர்வு. சிறு மேகத்துண்டில் வெயில் சரிந்த ஈரம் பிழியக்கூடிக் கொண்டிருக்கும் மிருதுவான கத்தாழைகள் காட்டுச்செடி நரம்புகளில் ஓடிக்கொண்டிருக்கும் சுவாதீனத்தில் தான் துறவியும் இருப்பதாகப் பட்டது. இடையங்கல்லில் சமைந்த சகோதரி இலந்த்ரா எனும் பிதிர் ஓலையில் மலைத் தேனீக்கள் உச்சியில் கூடுகட்டி பாறையில் வழியும் தேன் பார்வையில் அரக்கு நிறம் பரவிக்கொண்டிருந்தது. மாடு மேய்க்க வந்த சகோதரன் வெப்பத்தில் தங்கை பால்மடு கசியும் வாசத்தை நுகரும் கணத்தில் மலையில் இடி விழுந்து இடையன் சிலையானான். இடையங்கல் சுற்றிக் கொண்டு போன சீசாவில் காடி மது கொட்டிச் சிதறியது. பாறைக்குப் பாறை தாவியோடிய குரங்குகள் வால் இல்லாமல் போனதில் முதுகைத் திருப்பிச் சிரித்தன.

இலந்த்ராவின் ஏட்டில் பெண்கள் குலக்கடவுளர்க்கு பூக்கள் கொண்டு செல்லும் செம்மஞ்சளான நிறக்கலவையில் மாயத் தோற்றமளிக்கும் நிலம். கோகின் கலைந்த வெள்ளையுடல் காலனியக் கோரத்துடன் கடலில் கிடந்தது.

கீழே உவர் தருவையில் உப்பங்காற்றும் உஷ்ணத்தில் ஏறிய களர் மண் வீசி செதிலாய் ரோகமாகிக் கிடக்கும் தோற்றத்தில் அரூபமான இரவுகள் வெளிறி வரும். சாணம் பூசிய தெருக்கோலங்களில் பெண்கள் விட்டுச் சென்ற புள்ளிகளில் கத்தாழைச்செடிப் புள்ளிகள். புல்வேய் குரவையில் ஓர் துறவி அகப்பாடலை எழுதிக் கொண்டிருக்கும் வேளை அது முடிக்கப்படாமல் இருந்து கொண்டிருப்பதில் ஊடுருவிச் செல்கிறான் அந்த உப்புநூல் யாத்ரீகன்.

அவனால் உண்ண முடியவில்லை. உறங்க முடியவில்லை. இந்த சகிக்க இயலாத கோடைகளின் சாம்பல் பூசிய மனித முகம் ஆதார ஊற்றில் கசியும் நிரந்தர இருள். ஊர்ச்சுவர்களில் எட்டிப் பார்க்கும் பெண்கள். சிறு சப்தம்கூட அவனால் காண முடியவில்லை. என்ன செய்தாலும் சரி இயற்கையின் வசமாகிற பூச்செடிகள் கரைந்து மயங்கும் நிலத்தோற்றமது. வெளியே போனாலும் வீட்டில் தங்கினாலும் மௌனத்திலிருந்து ஏதோ வாசனைகொண்ட நிலம் மூலகங்களை வெளிப்படுத்திவிடும். ஊரை இழுத்துச் செல்லும் செம்மண் சாலையின் முடிவில் வலதிகாமணி பெண்டாவின் பாறைகள் சூழ்ந்திருக்கின்றன சாம்பல் பூசிய வானத்துடன்.

சுண்ணாம்பால் எடுக்கப்பட்ட காரை வீடுகளின் ஜன்னல்களோடு

பைத்திய ரேகையோடும் கீறல் விழுந்த சுவர் சுற்றுத் தாழ்வாரங்களில் பரம்... பரம்... மென காற்று அதிரும் மரக்கீச்சொலிகள் புட்கள் சிலம்பத் திகழ்ந்த தருவைக் குளத்தில் யாத்ரீகனால் எழுதப்பட்ட உப்புவரி புதைந்திருந்ததை எடுத்தாள் உவர்மகள். அவள் உலர்த்திய தோல்வாடை சில குறிப்புகளை எழுதிவிட்டுச் செல்லும்.

நிலவு மயங்கினால் உயிர்பெறக்கூடிய சாமகால வீதிகள் ஊர் உருவத்தை வேறொன்றாகக் காட்டும். ஓசையில் நகர்ந்துகொண்டே இருக்கும் சுண்ணாம்பு ஊரின் நீர்ச்சுனை அடியில் உவர்மகள் விரல் வைத்துத் துயில்கிறாள் மண்குடத்துடன்.

இருள் கலந்த நீர் வெதுவெதுத்தது கருங்குழைகள் ஈரித்த குளிரில் முலைகளை உரசும் மீன்கோடுகளில் உவர் தருவையின் வரைபடம் துலங்கியது நீரில். நுரைகளில் படும் நிலப்பரப்பே சுருங்கிச் சுழலும் பிரதிமைகளை வாணியம்பாடிப் பாதை பார்த்துக்கொண்டிருந்தது. ஆம்பூரில் தேனீருடன் எதிரே மீன்தொட்டிகள் மற்றும் அடைபட்ட கவிகளான கிளிக்கூண்டுடன் இருக்கும் ரயில்நிலையம். அங்கே புகைபிடிக்க வருவதும் போவதுமாக ஒரு பைத்தியக்காரன்.

'உன்னிடம் கிராமபோன் ஊசிகள் இருக்கிறதா...' என்று கேட்டான். 'யாத்ரீகனின் கருப்பு இசைத்தட்டில் சுழலும் தொன்ம வாசனைகளை கேள் பெண்ணே' என பாடியவாறு செல்கிறான்.

உவர் நிலத்தில் அரசன் இருந்தான் சுண்ணாம்பு மாடங்கள் கீழ் ஜன்னல்களோடு ஒரு பெரு நகரம் திகழ்ந்தது என பழைய கல்வெட்டில் புதைந்திருப்பதை எடுத்தான் துறவி. அதிரூபமான பெண்கள் இருந்தார்கள். இந்தியச் சிதிலங்களும் கலையின் அதிசயங்களும் கொள்ளையிட்ட கரங்களும் நீண்டுவருகின்றன துறவியைத் தொடுவதற்கு.

எப்போதோ கேட்ட பெண்குரல் கரைந்து தொலைவுத் தோற்றமென வெளி நீள்கிறது. அவள் மிருதுவான குரல் வெண்படிவில் நகரும் கண்ணீரின் நிழல்கள் சாய்ந்தவெளி. கடத்துங்குணத்துக்குள் அசாதாரண கலைவடிவத்தை மறைத்திருந்த நகரம். இன்று இலந்த்ராவின் கைகளை உணர்ச்சிபூர்வமாகத் தழுவிக்கொண்டு மரப்படிகளில் கீழிறங்கிப் போகிறார்கள் இருவரும். இலந்த்ரா கூட்டிப் போன மது விடுதி சுரங்கப்பாதையில் இருந்தது. அவளைத் தொடும்போது பல கடல்களை உள்ளடக்கிய உப்புநீர் பீறிட்டு அலறியது. கோகின் விரல்கள் வரைந்த கோடுகளில் பிரிவு நிலம் பாலையாகும் உருவம் உரசிச்சேரும் வடிவத்தில் அறைக்கதவுகள் திறந்த கதவுவழியே புகைந்து

கொண்டிருந்த கல்ஆஸ்ட்ரே மீது மணக்கும் அவள் விரல்கள் வெள்ளிப்பாம்பு மோதிரத்தில் உப்புநூல் யாத்ரீகன் விரலும் நுழைகிறது.

மண்புழுதியில் மறையும் உவர்தருவை எனும் மணல் விளக்கின் ஒரு பக்க ஒளி கவிதையில் படிந்து கடந்து செல்கிறான். வரையப்பட்ட அவள் விளக்குடன் வாதாடும் வரிகளை இங்கே எழுத இவ்விரல்கள் நடுங்குகின்றன. பாலைவனம் முடியவில்லை. காபூல்விளக்கில் கசியும் இருட்டு, அதில் யார் யாரோ மறைந்திருக்கிறார்கள். கழுதைகளின் வெள்ளி மூக்கு வடிவத்தில் கிழிக்கப்பட்ட திரிசுடர். புனைவுகள் நடமாடும் சோக இழை. கத்தாழையில் திரித்த நூலில் நெய்யப்பட்ட கேன்வாஸில் உப்புநூல் யாத்ரீகன் விரல்கள் இலந்த்ராவின் ஒளி உடலை நிலத்தில் வரையும். நூற்றாண்டுகளின் ஒளி விரியும் விளக்கில் எறும்புகள் ஊர்ந்து வழியும் எண்ணெயில் மூழ்கி இறக்கும் முன் உவர் நிலப்பெண் சிவந்த விழிகளில் திறந்த சிவப்பு வெளிர் சிவப்பு நகரங்களின் தெருவின் உள்தெருவின் சொருகி மூச்சுவிட்டுக் கொண்டிருக்கிறாள். அவளைக் கடைசிக் கவிதையின் விளிம்புவரை விரல்களால் மீட்கிறான். எறும்புகள் வரைந்த மாய நிறங்களில் உவர்நிலத்தேகம் தழுவிய கூந்தலின் சொர்ண வெளிச்சம் காமத்தின் நித்தியதுவத்தில் அலையலையாக வெளியேறி அடிவானில் அந்தி ஒளியாகிறது. மணல் அலை ஏறிய பாலைவனப் புத்தகத்தை மூடும் காற்று உவர் தருவையின் கவிதை.

4

உப்பு நகர அலி

நீலப்பூ உடல்கொண்ட பெண் வேடமிட்ட உப்பு நகர அலி இறந்து கிடந்தாள். பூவுக்குள் மறைகிறாள். அவள் கைவிரல்களிடையே நடுங்கும் நீலப்பூவுக்குள் சாவின் திசை கண்ட எறும்புக்கூட்டம் அவள் வாசனையைப் பரப்பி அலைந்தன துக்கத்தில். திரைச்சீலைகளில் அசையும் துயரக்காற்று அரிதாரம் பூசிய முகங்களுடன் எட்டிப் பார்த்தது. அவள் உடலைக் கொண்டு போக மறுத்த அமரர்களின் சாரட் குதிரை வண்டிக்காரனும் கருப்புக் குதிரைகளும் பனி உறைந்த சாலைவழி இஷ்டமில்லாமல் ஊருக்கு கிழக்கே இருக்கும் கசப்பு விருட்சத்தின் அடியில் உடலை போட்டு விட்டு திரும்பியதில் கவலை தான் நடிகர்களுக்கு.

ஆணுக்கும் பெண்களுக்குமே சவப்பெட்டி தயாரிப்பவன் இருந்தான் அந்த ஊரில். அலிக்கென்று சுடுகாடு இல்லை. பனிக்காற்று வீசிய ஊளையில் அவளைச் சாப்பிட ஒரு குள்ளநரியும் காக்கையும் அருகில் வந்தன. 'இவ்வுடல் பூண்ட வேஷத்தோடு அவளை விருந்தாக ஏற்பது பாவச்செயல்' என வருந்தியது குள்ளநரி.

'துறவி வேடமிட்டு கோப்பை அடியில் தங்கியிருக்கும் கடைசித் துளி விஷத்தை நமக்காக விட்டு வைத்திருக்கிறாள் உப்பு நகர அலி' என்றது தூது வந்த காகம், 'ஸாக்ரடீஸ் வேடமிட்டு இவள் வீதிகளில் அறிவுச் சாளரங்களை திறந்ததால் மூழ்கிவிட்டான் ஏதென்ஸ் விஷத்தில்' 'அலி குடித்தது சிவப்பு ஒயின் தான்' என்றது கொத்தி அவளை ருசி பார்த்த காகம்.

'மரத்தின் மேல் அமர்ந்திருக்கும் மதிப்பிற்குரிய காக்கையாரே... நடித்தவள் நிஜ விஷத்தைப் பருகாதபோது அவள் இரைப்பையில் கிரேக்க விஷம் தங்கியிருப்பதேன்' 'கலையின் பிதிர்வசத்திலிருக்கும் நாடக உடல் ஸாக்ரடீஸாக மாறிவிட்டது' 'எனவே நடிப்பின் இலக்கணம் இறந்த பின்னும் அவள் உடலைக் குடைந்து கொண்டிருக்கிறது காக்கையாரே'

'எப்படி இருந்தாலும் நமக்களிக்கப்பட்ட கடைசி விருந்தை உண்போம்' என முடிவுக்கு வந்தன காகங்களும் குள்ளநரியும்.

அப்போது அந்த வழியாக ஷேக்ஸ்பியரின் ஹாம்லெட் ஆவி குடைக்கம்பால் காகங்களை விரட்டி வருகிறது.

'ஈஸ்டர் திருநாளில் காகம் எங்கிருந்து வந்து இரவு முழுவதும் கரைகிறது.'

'எல்சினோ நகரக்கோட்டை முன் காவல் காக்கும் ஹேரோஷியோ முன் ஹாம்லெட் ஆவி பேசியதும் காக்கைகள் சுற்றிக் கரைகின்றன நாடகத்தில்' என்றது அவள் உடலில் இருக்கும் நாடகப் பனுவல்.

உப்புநகர அலி இறந்தாலும் வில்லியம் எழுதிய இறகுப்பேனா உடல்மேல் கீறிய வசனங்கள் கூடவே வருகின்றன இறவாமையில். உடலில் அலையும் கதாபாத்திரங்கள் மேல் விரிகின்றன நடிகனிடமிருந்து.

அவ்விடத்திலிருந்து சிறிது தூரத்தில் தன்னந்தனியாக வசித்துவந்த கிழிந்த கோட்டு நடிகன் கருப்பு நாய் வில்லியத்தை அழைத்துக் கொண்டு அவள் உடலில் வெளிப்படும் நாடக ஒளிகளை நுகர்ந்து கிட்ட நெருங்கினான்.

'மரங்களின் மத்தியில் பதுங்கி மனித மாமிசம் தின்று வாழும்

உனது கருப்பு நாயும் கிழக்கழுகும் ஆபத்தானவர்கள்' என்றது மோப்பமறிந்த குள்ளநரி.

'நடிகனைப் பார்த்து கீழ்த்தரமாகப் பேச வேண்டாம் நரியே' என்றது நாய் வில்லியம்.

நூற்றுக்கு மேல் காகங்களின் வாதப் பிரதிவாதங்கள். சாம்பல்நிறத் தீவுகளில் இருந்த கிழிந்த கோட்டு நடிகன் அவளின் உடலை தோளில் போட்டுக் கருப்பு நாயுடன் கடல்மேல் மிதந்து செல்கிறான் பழுப்புப் படகில். அவன் கை விளக்கில் அரிதாரம் பூசிய அவளின் உறைந்த முகம். 'நீ பேச வேண்டிய வசனங்கள் எனக்குத் தெரியும். கலையில் பூடகத்தின் மேல் உன் கண்கள் துயில்கின்றன உப்புநகர அலியே'

உப்புத் தூணாகிவிட்ட அவள் உடைமாற்றிக்கொண்டே இருக்கிறாள் கடற்கரையில். மணல் பூச்சிகள் துளைத்த வெள்ளிமுள் காட்டில் அவள் முகமூடிகள் மாறிக்கொள்ளும்.

நீலப்பூவை ஏந்திய இளவரசியாக அவள் உச்சரித்த மொழி உடல் மாயம். அசைந்த வாய்மொழி நிழலும் பின்னிய சாம்பல் ஆமை களைத் தேடி இங்குவந்தாள். ஆற்றின் கரையோரமாகச் செல்லும் பாதையில் அங்கு மனநோய் கண்டவர்கள் நீரைப் பார்த்தவாறு கரைகிறார்கள். மருத்துவமனையின் ஜன்னலில் ஏறி நிற்கும் உப்பு நகர அலியின் நிழல் அசைகிறது நீரில்.

கனிவதற்கு தடை விதிக்கப்பட்ட அவளின் காமம் பெண் ஆண் இரு மரத்தின் கூட்டு நிழல் படர்கிறது புல்வெளியில். பெயர் தெரியாத மரத்தின் நிழல் பதறுகிறது. இமை மூடித் தூங்கவில்லை. இதில் அவள் வேஷமிட்ட உடை வாசனையும் குழம்பியிருந்தது.

அவள் உடலைக்கொத்தி கருஞ்சிறகு விரித்த காகங்கள் அவள் கூந்தலில் அடையும். கிழிந்த கோட்டு நடிகன் வில்லியம் நாயுடன் தனிமையில் அலைகிறான். அவள் உடலில் பட்சி ஜாலங்களின் நிற இறகுகளைத் தைத்து வண்ணத்துப்பூச்சியின் நிறப் பொடிகளால் வட்டமிட்டான். அவ்வட்டங்களுக்குள் பெண்-ஆண் இருபால் வாசனை சேரும் அவள் உடலை தோளில் போட்டுக் கருப்பு நாயைக் கூட்டிக்கொண்டு மேடையில் தோன்றினான். கருப்பு நாற்காலியில் சாய்ந்திருக்கும் அவளின் உடலில் இருந்து ஆயிரம் வண்ணத்துப் பூச்சிகள் மரண முகமூடி அணிந்து பறந்துவருகின்றன. பித்த நிறங் களைப் பகிர்ந்து செல்கிறது காட்சி.

மிதக்கும் கண்ணாடியில் கத்தரிகளால் பெண்கள் அவள் கூந்தல் நெளிவுகளில் கத்தரித்து சிரிக்கிறார்கள். உப்புநகர அலி உடலில்

கசியும் வேர்வை வாசனையில் காமுற்ற ஆண்களும் பெண்களும் அவளை உறைபனிப் பெட்டிக்குள் அடைத்து வைத்து பனி மணலுடன் தழுவுகிற வேளை சாவு சில்லிடுகிறது.

காகங்கள் இங்கே மறைவதைப் பார்த்தாள். நிம்மதி குலைந்த அவன் நிழல் ஊர்ந்து செல்கிறது ஒரு இடத்திலும் நில்லாமல். காகம் ஒரு கம்யூனிஸ்ட் அல்ல. அதன் கல் ஒளியில் மயங்கிய தெரு. வெளி தேசத்து சர்ப்பங்கள் கன்னிகளோடு கலவிகொள்ளும் காமம் சாம இருளில் உயரும் மூச்சின் சீற்றம், மிருதுவான கண் திறக்கவும் குஷ்டரோகிகளின் மௌனநிலை. யாரோ அழைத்த திசையில் கற்களில் உருண்ட அசேதனங்களின் தோற்றம்.

புதர் நாணல் சிவந்த இசையில் தொழுநோயாளிகள் பதுங்கும் உப்புக் கண்ணாடி திரும்பும் புத்தகம். அதில் எறும்பு மண் உதிரும் கோடுகளில் விரல் செல்கிறது. மறைமுக நகரில் சிதையும் உடலில் இயற்கையுடன் ஒட்டிவிடும் சிதிலக்கால் நடக்கும் எலும்புச் சிற்பத்தில் பாதங்களில் பனிமணல் திரள்கிறது மெல்ல. ரோகத்தில் பிறந்த வைரப்பூச்சி துளைக்கும் மொழி உடல் கீறினால் சலூனில் உப்பு நகர ரோகிகள் கப்பலின் ஒளிபட்டு தீவுகளை நகர்த்திச் செல்லும் மாலுமிகள் சுழல்கிறார்கள்.

யாத்ரீகனின் நூலுக்குள் முடிவிலா உப்பு நகரம் இடம்விட்டு இடம் நகர்ந்து வெளியையும் நீலத்தின் இருப்பென்று அலையும் நியதி. உப்பும் வெளியும் கைவிரல்களுடன் சேரும் சித்த நிலை. முள்ளால் கீறும் ரோகியும் ஒரு கலையாகிறான். துணியைச் சிதைத்துக் கசக்கி மண் பூசி உடல் உறுப்புகளைப் பாறையின் கற்பகால வாழ்வில் விடுகிறாள். வெம்பரப்பை நெய்துகொண்டிருக்கும் கண் இடை விடாமல் சூன்ய இழை பின்னும் புராதனக் கதைத் தோற்றம்.

கடல் விளிம்புகள் கிழிந்துள்ளன. எல்லாவற்றையும் பழுப்பில் ஆழ்த்திவிடும் கடல் பளிங்கில் ரோகிகள் நீந்துகிறார்கள். காகங்கள் வாதாடும் வாய் வார்த்தையில் உப்புநகர அலி அடிவானத்தில் நாசியைத் திருப்பி மூச்சுவிடுகிறாள். சுருண்ட கடல் திரைகளைக் கிழிக்கும் தொழுநோயாளி நெய்த துணியிலான அலை மடிப்புகளில் உப்புநூலை திறப்பது யார்?

பைத்தியம் பிடித்த காற்றின் படபடப்பில் கப்பல் பாய்களைத் தொடும்போது கந்தலணிந்த அகதிகள் மணலில் காத்திருக்கிறார்கள். கடல் காகங்களின் குரல் கோடு செல்ல அசைவது தோற்றமாகும் கப்பலின் பழுப்புப் பாய்களில் கால் வைத்துப் பொத்திய சிறகு.

குஷ்டரோகிகள் பிளந்த கடல் பளிங்குகளில் அவளின் உடல் சரிகிறது. அவள் உடல் மீன் என நீந்தி வெளிவரும்.

வறண்ட காற்றில் நடமாடும் உப்பு நகரமாலுமிகள் திரும்பிச் செல்கிறார்கள். வலையில் சிக்கிய அலி உடல் மீன்கன்னியாக மாறியிருந்தது. செதில்களில் மாறும் கனவுகள். காமத்தின் உதடுகளில் உப்பு நீர் குலவையிடும். மீன்கன்னியை தழுவும் ரோகிகளின் சாம்பல் தீவு.

அகதியான கர்ப்பஸ்திரீ அந்த ரோகிகளின் வீட்டில் சயனிக்கிறாள். மீன்கன்னி வந்த கனவுக்குள் அவள்மேல் ஆசைகொண்ட குழந்தை கருவில் நடமாடுகிறது. செங்கனியைக் கையில் வைத்திருக்கும் குழந்தை உடலைச் சுற்றி படர்ந்த மீன்கன்னிவாசம் கற்பனை ஊற்றா கிறது. குழந்தை அதனுடன் விளையாடிக் கருவில் நீந்தியது. கனி ஒளியில் உடல்கள் மயங்கி காணாமல் போகும் கன்னியின் உரு. அவளின் மயக்கங்கொண்ட உப்பு நகரம் இரவை நீலத்தில் செலுத்திவிடும். காமம் கக்கும் மீன்கன்னி புனைநிழல் பிணையும் நீலம்.

கண்கள் குருடான தெருவழியே இவனும் அந்த உப்பு நகரக் காகங்களைத் தேடிப் போகிறாள். ஸர்ப்பராஜா இருக்கும் அரண்மனையில் கிழ ராணிகளின் கண்பட்டு ஒவ்வொரு துளி நீரும் கசப்பாயிருந்தது. தண்ணீர் தர ஒருவருமில்லை. கருப்பர்கள் மறைந்திருக்கிறார்கள் குகையில். வைரங்களை வெட்டும் ஒளிச்சிதறல் ஞாபகங்களில் ஓடுகிறது. பச்சைச் சுவர்களுக்குப் பின்னால் எழுந்த அரண்மனை சர்ப்பங்களும் சாதாரண பூச்சிகளும் அற்றுவிடுமானால் வெறிச்சென்று விடும்.

அங்கு எல்லோருமே தாழ்ந்த குரலில் பேசினார்கள். இல்லாத இடத்திலும் வெறுமையான மகுடம் அணிந்த ஸர்ப்பராஜா கொள்ளையிட்ட கோகினூர் வைரத்தை சாம ஒளியில் வைத்து நாட்டியமாடியது.

மிருதுவான கையுறைகள் வெளிறிய சாவுபோல் அசையும். இரவு நேரத்தில் ஜன சந்தடியில்லாத தெருக்களில் காமிராவின் கண்கள் ஊர்ந்து செல்வதால் அதில் படாமல் மீன்கன்னி தப்பிவிடக்கூடும். இரவைக் கண்காணிக்கும் எந்த நகரத்திலும் காகங்கள் வசிப்பதில்லை. சாமக்காகம் கூப்பிடாமல் மனிதக்கலவி நடவாது. உருவங்களை எல்லாம் மெல்ல அழிக்கும் காமம் மண்ணைப்போல் அடியில் உலோகங்களைக் கலந்து கசியும் ஓசை. பரந்த வெளியுள்ள நிலப்பரப்புகளின் தனி மொழியாகும் காமத்தின் தழுவலின்றி

அழியும் பாலைகள் பிரிவின் நியதியாகிறது. உப்புவாடை கொண்ட உறுப்புகள் சேர பின் சிற்பமாகிறது.

இரவின் அடியில் கிளம்பி எழும் வீறிடும் முட்களின் ஒளிமுனை குத்திச் செல்லும் இருட் பரப்பில் இழந்த காமத்தவர் திரும்புகிறார்கள் மறு உடலுக்குள்.

ஆண் என்றும் பெண் என்றும் பேதமில்லாத இடத்தில் காகங்களால் சூழப்பட்ட அவளின் உடல் தொங்கிக் கொண்டிருந்தது. கழுத்திலும் கால் கைகளிலும் கம்பி வலைகளால் பூட்டப்பட்டு விட்டான். அவன் ஒவ்வொரு உறுப்பிலும் வலி ஏற்பட்டு முனங்குகிறாள் தாகத்தில். ஒரு குவளை ஏந்தி நிற்கும் கிழிந்த கோட்டு நடிகன் இறந்தவனுடன் உரையாடுகிறாள். அவன் உடல் மேல் அரக்கு சீல் வைத்த காதல் கடிதங்கள். ஆண் காதலிகளும் நீலப்பூவை ஏந்தி வருகிறார்கள் 'ஏற்றுக் கொள் நண்பா... உன் உடல் வாசனையால் இந்நகரம் நடுங்கிக் கொண்டிருக்கிறது.' 'மார்புகளைப் பிசைந்து பச்சைநிற முட்டைகளை கூழாங்கற்களை தங்கமீனை ஈன்று கொடுத்தான் பைத்தியங்களுக்கு.'

வளையும் பாலத்தில் சிலர் குனிந்து காணாமல்போன மன நோயாளிகளைத் தேடுகிறார்கள். சிறிய கால்வாயில் அவளின் கடிதங்கள் நீர்பட்டு சலனமடையும். அவ்வார்த்தை கொண்டு செல்லும் ரகஸியங்கள் என்ன. கரும்பிச் செல்லும் மீன் உரசும் வாக்கியத்தின் பச்சை ஆழத்தில் கருவிழி இமைக்கத் துக்கம்கொள்ளும் பாலம். அதைத் தொட்டவரை ஒட்டிக்கொள்ளும். தலையைச் சரித்து விழிகளைத் திறந்து பளிங்கின் உள்ளே நீருடன் மிதக்கும் மீன் கன்னியின் தேவதைத் தன்மைகளை வெளிப்படுத்தினான். சிறுமிகள் போன பாதையில் புல் மூடித் துயில்கிறாள் உப்பு நகர அலி.

அவன் மேல் கால்படாமல் கடவுள் நடந்து போனார். இவ்வுலகின் தனிமையில் விடப்பட்ட தேவதை அவன். நடிப்பில் ஷேக்ஸ்பியரின் கோட்டு அந்தரத்தில் நடக்கும் அவனுடன் சிறகென சேர்ந்து பறக்கிறது. இரவின் இயல்பைக்கொண்ட குதிகால்களில் முளைத்த கருஞ்சிறகுகள். பச்சைநிறப் பெஞ்சுகளில் இரவு அமர்ந்து நதியைப் பார்க்கிறது. தீராமல் ஓடும் பித்த நதிக்குள் அவளின் நார் உடைகள் வாசனையால் புலம்பிச் செல்லும் நீர்ச்சுழி.

வெள்ளையரின் கண்படா இருட்டில் ஸர்ப்பங்களும் தாவரங்களும் ஒன்றையொன்று கவ்வி நழுவிச் செல்லும் ஆழத்தில் பனிக்காலம் பிறக்கிறது. ஸர்ப்பங்களின் ஆழ்ந்த சுவாசத்தில் கொடிய நகரம் துயில்கிறது.

பீதியுற்ற கிரிமினல் குற்றவாளிகள் தன் பூக்களை அவளிடம் உதிர்க்கிறார்கள். அவன் ஆள் இல்லா சதுக்கத்தில் திறந்த கண்களோடு சாவின் வெளிப்பரப்பை பார்த்தவாறு தலை சாய்க்கிறாள் வெற்றிட ஒளிர்வில். கத்திபட்ட இடத்தில் கசியும் ரத்தத்தின் நிறம் சேர்வதற்கு இன்னும் விடிய வேண்டும்.

மலரும் பழக்கத்தை உடலாகக் கொண்ட குற்றவாளிகள் பூவின் கவலை கொள்ளக்கூடும். குளிரால் மரங்களுடன் மௌனமாய் இருக்கிறார்கள்.

வேர்முண்டில் காது வைத்து மரத்தின் இதயத்தை உணரும் பைத்தியக்காரர்கள் அதை பெண்களின் பேர் சொல்லி அழைக்கிறார்கள். ஒரு மரம் யோனியுடன் பிசுபிசுத்துக் கருத்திருக்கிறது. பிசின் நிற ஒளியில் நதி வசீகரம்கொண்டது. அதற்குமுன் மரங்களைப் பேர் சொல்லி அழைத்தவர் யாரும் கவிகளில் இருக்கிறார்கள்தானே. இலைகளில் நகரும் கண்களில் வழியும் பாசி நிறம் பூசிய இருட்டு நகரை தாழ்ந்த குரலில் இலையசைத்து மயக்கியது.

இந்த இரவின் குளிரில் வீடற்றவர்களின் வெளியில் மெல்ல நிலவு தூங்கிக் கொள்கிறது. அதைத் தழுவ யாருமில்லை. உடைந்த நிலவின் காமத்தை தெளிவில்லாத பாதையில் வளைக்கிறது இருட்டு. உப்பு நகர நடிகன் மெல்ல நடக்கிறாள் காலடிகளில் ஒலியின்றி. நடப்பது கேட்கிறது. கால்வாய் நீர் இன்னும் விழிக்கவில்லை. அதன் தூக்கம் கரும் பச்சையாக உறைந்திருக்கிறது.

வாசனைத் தைலம் பூசிய கிழ ராணியைப் போல் வெள்ளை நகரம் கல்லறைக்குளிரில் நடுங்கி முணங்கும் ஒலி. இவன் பாதுகாப்பற்ற வெளியில் கடந்து கொண்டிருந்தான் இன்றிரவை. ஒளித்து வைக்கப் பட்ட நடிகனின் ஆடை அணிகளை பைத்தியக்காரர்கள் அணிந்து கொண்டு சிலையென அசையாதிருக்கிறார்கள். நீரில் கதாபாத்திரங் களின் நிழலும் பனிமுட்களால் குத்தப்படும் ஓசை. சிலைகள் ஒவ்வொன்றாய் நீரில் விழும் சப்தம் கேட்டது. முகமூடி அணிந்த குடிகாரன் ஒருவன் விளையாட்டுத் துப்பாக்கியால் பாலத்தில் மறைந்து சப்தமிட்டு உத்தரவிடுகிறாள். உடனே வீழ்கிறார்கள் நீரில். எந்திரக் கண்கள் கூடவே தொடரும் கண்காணிப்பு.

உணர்ந்தது பிரிக்கப் பிரிக்க உடைபடும் மையத்தைக் கீறிக்கொண்டு பைத்தியக்காரர்கள் வேடமணிந்து ஓடித்திரிய இவன் கருத்த அகதி மலரை ஏந்தியவாறு ஷேக்ஸ்பியரின் கபால உள்ளமைப்புக்குள் வட்ட அரங்கை சுற்றிச் செல்கிறாள். நடிகர்களின் கிழிந்த கோட்டில்

பைத்தியம் பீடித்த வசனங்கள் உதிர சுவர்களில் பதிந்த லேடி மேக்பெத்தின் கண்கள் தெருவைக் கடந்து போகிறது.

அவள் காகங்களைத் தேடிப் போகிறாள் என நினைத்தான். கழுவக் கழுவ ரத்தம் தெரிவதைக் கண்ட காகங்கள் அரூபங்களை கரையும் ஒலி. டோட் நாம் கோட் ரோட்டில் பைத்தியமான வெள்ளையன் மின் கம்பத்தில் கட்டிய கார்ப்பரேஷன் தொட்டியில் ரத்தப் பூவுக்கு கருப்பு பூட்டு அணிவித்து அதை உதிரவிடாமல் விவாதித்துக் கொண்டிருந்தான். 'மலரே... என் உத்தரவுக்கு பணிந்து இன்றிரவு மட்டும் தங்கியிரு எனக்காக' 'என் மாயங்களை தொடாதே. இரவின் பரிசு நான். உதிராமல் முடியாது. பனியின் குழந்தை நான். இதழ்களில் சாவு பரவிக்கொண்டிருக்கிறது. என்னை முத்தமிடு பைத்தியமே. சாவின் சுவை உப்பாக இருக்கிறது கண்ணே. பிதிர்வன முகவெலும்பில் இல்லாதிருந்த மூதாதை உதடுகள் கடந்த காலத்தில் தன் குழந்தைப் பருவத்தை முத்தமிட்டிருந்ததை நினைவுகூரும் ஹேம்லேட்டை மறந்து வந்தாயோ நீ?' என்றது சிகப்பு மலர்.

சமவெளித் தோற்றத்தில் கடந்து செல்லும் பனிப்பறவை அவன் அருகில் வந்ததும் மறைந்தது. சில வேளை எண்பும் தோலும் சிறகு களும் உலர்ந்து ஒடுங்கிய ஒரு குச்சியில் உடலைக் கலைந்துவிட்டு வெளியேறிவிடுகிறாள். காகங்கள் சூனியக்குச்சிகளால் அவன்மீது கூடுகட்டி வெள்ளைநிற முட்டையிட்டு சிறகு பொத்தி அமரும். காக்கைகளின் கனவு மூலமாக ஜீவித்திருக்கிறாள் உப்பு நகர அலி.

தூக்கத்தின்போது நடமாடுகிறாள். சில தோற்றங்களில் வெளிறிய காலடிகள் சப்தமிடும். தலையைச் சாய்த்து அவன் உறங்கும் சாயலில் ஏற்பட்ட கனவுகளை அவன் இறந்து கொண்டே எழுதிச் செல்கிறாள். அவனும் காகங்களும் ஓர் இரவிலும் தூங்க முடியவில்லை. ஏனென்றால் கிழிந்த கோட்டு நடிகன் அந்தக் குச்சியில் ஏறி அவன் பையிலுள்ள குறிப்புகளை எடுத்து வாசிக்கும் பழக்கம் உடையவன். சற்றுமுன் கடந்த கனவின் வாக்கியம் கடந்துகொண்டிருந்தது வாசிப்பதில்.

தனியொருவனான அவளின் கனவு அகராதி இயற்கையோடு ஒன்றிவிடுகிற சில திருப்பங்களில் முன்னுணர்வில் இயக்கம் கொள்ளும். கனவுத் தோற்றங்களை இமைக்காத கண் வழியே அவன் கிரகிக்கிறாள். கற்றுத் தர முடியாத கனவுகளை அனுமதியின்றி வாசிப்பதில் பெறமுடிவதில்லை. அது புரிந்துகொள்ளப்படாத சூன்யத்தில் வெறும் வெளியில் வருவரும் போவதுமான பித்து. காம

உணர்ச்சியில் நரம்புகளில் ஓடும் வெள்ளொளிப் பளிங்கு. விதைப் பைகளில் முளைத்த கருங்குருத்தில் ஓர் இலை உள்ளோக்கிச் செல்லும் கலக்கம்.

கனவுகளின் பின் விளைவு மறுநாட்களில் நேர்ந்துவிடும். பகலை சமவெளிகள் மயக்கும் தோற்றத்தில் உணர் பரப்பில் தன் வசமிழந்து அலைகிறாள் உப்பு நகர அலி. ஒரு பறவையுடனோ நடிகனுடனோ நட்புக் கொள்ள அவ்விரவுகள் காத்திருக்கின்றன மதுக்குவளைகளில். அவர்களைக் கண்டு பயந்துவிடக்கூடிய நீலப்பூவின் உடல் பெற்று ஒளியாகிறாள் நடன அரங்கில். நீலத் தோற்றங்களை நாடிச் செல்லும்போது மணல் பரப்பில் அலைகிறார்கள் அவனும் இவனும். நடனப் போட்டியில் ஈடுபடுகிறார்கள். இருட்டும் தனிமைகளும் இரு உடலைப் பிளக்கிறது. அறிந்துகொள்ள முடியாத காமத்தின் பிரதேசத்தில் நீலப்பூக்களே நுழைகின்றன. வந்தவன் எட்டி நிற்கிறாள் பயமடைந்த வெளியில்.

பொருட்களில் பொதிந்துள்ள பூடகங்கள் வெளி விளக்கம் அடையாமல் ஈர்த்த கோடுகளில் கலை உரு அடைகிறாள். காமத்தின் உச்சத்தில் அவன் இடம் மாறி மாறித் தூங்கும் சாயல்களில் அவனுடன் நடந்து கொண்டிருந்த வெளிப்படாத நாளின் வருகைக்காக அவனது நண்பன் காத்திருக்கிறாள் மெலிந்து.

மறுநாட்காலையில் நடிகன் பெற்ற இந்த இரவின் வெள்ளுணர்வுகள் துளிகூட கரைந்து மறைவதில்லை. அதன் வெளிக்குள் கண் சொருகி அவளின் சுருள் கேச இழைகளில் வாசனை பல துக்கத்தின் சாகரமாகிறது.

கழுவப்படாத மண் ஏறிய செடியின் உலகமது. அவன் உடலில் வாசனைகள் பண்பட்ட காமத்தின் ஒளிகளாக சூழப்பட்டு வேறொரு கனவில் தலைமிதக்கிறது. தனிமையில் வசியம்கொள்ளும் நடிகன் நீலப்பூ ஒன்றின் பிறப்புடன் காத்திருக்கிறாள். ஒவ்வொரு உயிரிலும் வெண்மை மெல்ல நீலத்தில் துளைகிறது. உள்ளே அளவுக்கு மீறிக் குடித்துவிட்டு நகரத்தின் தெருவின் உள் தெருவில் தள்ளாடிப் போகிறாள். போதையுள்ள தெரு நீண்டு செல்கிறது. தொலைவிலும் சிலர் குடித்துவிட்டு தள்ளாடுகிறார்கள். கண்ணாடிகளில் மிதக்கும் இரவு குருடாக இருக்கிறது. அவளின் பிறப்பு நீலப்பூவின் மதிப்பிற் காகவே உதிர்ந்தது.

வாழ்ந்து மறைந்துகொண்டிருக்கும் உப்பு நகர அலி தன்னையே துன்புறுத்திக் கொள்ளும் தீவிரத்தில் நாடக அரங்கில் ஏறும் வேளை

புகுந்த கதாபாத்திரத்தின் உயிராகி விடுகிறாள். கையிலோர் நீலப் பூ எத்தனையோ சாயைகளில் அவனை ஒளிக்காரனின் திசைகளில் நடிக்க வைத்தது.

உலகின் ஒரு மூலையிலிருந்து மறு பாதிக்கு மேல் விரட்டப்படும் நிலவென ஓடுகிறாள். சாட்டையால் தன் முதுகில் அடித்துக்கொண்டே வசனங்களைப் பேசுகிறாள். சிறிது தூரத்தில் பார்த்தால் பச்சையும் வெள்ளை மேலாடையும் அணிந்த கருப்பு நடிகை கை நீட்டுகிறாள்.

அவளருகில் சரிகிறாள் உப்பு நகர அலி. மூங்கில் குழல்களால் வசியப்படுத்தும் இசை அரங்கில் எல்லோரையும் வியர்வையில் ஆழ்த்துகிறது. மெதுவாக கருத்த பெண்ணின் வெதுவெதுப்பான கழுத்தில் தன் தலையைக் கோர்த்து சண்டைச் சேவல்களாக இருவரும் பிணைந்து திசைகளில் சுழன்று ஆடும் வெறியில் நீல விளக்கு மட்டும் உச்சியிலிருந்து கீழிறங்கி விழுங்கிப் பின் வெளிறியது. இப்போது கடலின் நுரைகளுடன் நீரின் இசையில் அவள் உடலில் சரிந்து ஒவ்வொரு கணமும் சிலை வடிவடைகிறாள் உப்புநகர அலி. காகங்கள் முடிவில் கூட்டமாய் அவர்களை சூழ்கிறது கோடுகளில்.

5

சோபடமா உப்புநகரம்

இருப்பு பெயரும் இயல்புகொண்ட உப்புநூல் யாத்ரீகன் போகிறான் சோபடமாவுக்கு. நிழல்தொடரும் பனித்துளி அசைந்தது மலைகள் விருட்சங்களை தலைகீழாயேந்தி. 'விருந்துவரக் கரைந்த காக்கை' என்றாள் சிறுகாக்கை. உயிரெழுத்துக்களின் இசைக்கோலம் உரிப் பொருளில் ஒலிக்க வருகிறார்கள் சோபடமாவுக்கு. கற்பலகைகளாய் அமைந்த கூரைக் கும்மட்டங்களில் நயனங்கள் பலவும் விலங்குகளின் பார்வையாயிருக்கும். மூர்க்கமான உடல் வரிகளில் போர்த்திய ஓவியத்தோல் தைக்கப்பட்ட நகரங்களின் வெண்நிறம் புராதன வடிவம். வசீகரமென கனவில் பாய்ந்தாள் வேசை அஞ்சலாந்தை. மிருகத் தொலியிலான சோபடமா வீதிகளில் அவள் சலனமடைய பிதிர் தேவதைகள் சித்திரப்பலகை திறந்து வெளிர் இரவுப்பக்கம் பெண்களால் சூழப்பட்ட வீடுகளின் கடல்மணம் விருந்தில் பாணர் விளரிசைத் தளிராய் நீர் திறந்து செல்வதை தெருவில் பார்த்தான் உப்புநூல் யாத்ரீகன்.

கடல் மணங்கள் எத்தனையோ சோபடமா அலை எழுந்த பல மீன்

வாசனை. 'ஏன் இசை எதனுள் ஜனித்தது. புல் நாரில் கோர்த்த ஈர வெதும்பல் பயிர்களின் வாட்டம் கனவின் ஓர் துக்கம் நிராசையான மன வெப்பத்தில் சித்திரம் கொள்ளக்கூடும். நானும் அங்கில்லை. நீதான் அதுவா' என்றான் உப்புநூல் யாத்ரீகன். 'அதுதான் இல்லை' என்றாள் வேசை அஞ்சலாந்தை. தன்னைவிட்டு விலகியே சென்றாள் இருளில். மூங்கிலில் பொழுதை அடக்கி காற்றை சுருட்டி தீயின் நடனத்தை சிருஷ்டித்தாள் வேசை அஞ்சலாந்தை. 'இது நீதானா' என்றான். 'சுரம் ஏறி என் உயிர்படர்கிறது' என்றாள் வெறுப்பில். மணல் மேட்டிலிருந்து யாரோ அழைக்க உறங்கும் விருட்சத்தில் கல்லெறிந்தால் அலறிய பறவைக் கூட்டத்தில் வெளிப்பட்டாள் சயனத்திடையே. ஒரு தீங்கனவில் கல்பட்டு அலறிய விருட்சம் துன்புற்று அவள் உடல் எங்கும் படர்கிறது. அதனோடுதான் அலைவதானாள். ஒருவர் மேல் ஒருவர் சாய்ந்து எங்கோ போகிறார்கள். வளவிச்சாத்தன் பின்னிரவுப்பக்கம் தழுவினான் அஞ்சலாந்தையை. கடல் நீலம் எட்டியிருந்த ஒளிபடர்ந்து ஊடறுத்தது அவர்களை. முகத்தில் பலவகை பாவங்களை சாயையாகக் கொண்ட நீல ஒளி தவித்து திரள்கிறது அவளிடம். இடது கையெங்கும் பழுப்பு வளையல் அணிந்து பாதி பெண்பாகம் ஏற்ற அர்த்தநாரி அவன்.

மணல் நிறத்தில் ஓடிய அவன் கடல் வாசனையை உடலாகக் கொண்டிருந்தான். ஒரு கால் சிலம்பணிந்து கடல்மேல் காத்திருந்தான் உப்புநூல் யாத்ரீகன். இடுப்பிலிருந்த தூண்டில் முள் சுருட்டி தீண்டியது குணமாலை எனும் தாசியை. சில செதில்கள் உதிர அதில் நீலஒளி பிரிந்து அந்தரத்தில் மிதந்து செல்கிறது அவர்களைத் தாண்டி. அவள் கண்களை உற்று நோக்கியவேளை வடிந்த வெள்ளி நடுங்கி உள்ளே செல்லும். 'வரமாட்டேன். நீதான் போ என்னிடமிருந்து' என்றாள் தலைகுனிந்து. வளவிச்சாத்தன் கடல்மேல் மூழ்கிய நச்சுவலைகளின் ஈரத்தை இருளில் நடுங்கும் இதயத்துடன் பார்த்தான். எதையும் வலையில் பதிபோடாமல் வெறுமனே தோளில் சுமந்து போகிறான் அவளையே தன் வலையென கண்களில் ஈரம் சொட்ட. தூண்டில் முள்ளை தன் கேசத்தின் சிக்கலிலிருந்து எடுத்து கடலில் எறிந்தாள் தாசி குணமாலை. அது கீழே விழாமல் கடல்மேல் மாட்டியிருந்தது. மீன் வலைகளின் பழுப்பு நிறம் மனதாழத்தில் தன்னையே போர்த்தியிருக்கக்கூடும்.

வெளிர் இரவில் ஒரு தனிமைப் பசு முகம் நீட்டியது தெருவிலிருந்து. அதைத் தழுவி தெருவின் உள்தெருவில் நடப்பது யாரோ. அரூபமான ஸ்பரிசங்கொண்ட தாசி வீட்டுச் சுவர்களின் வெளிறிய தோற்றம் அங்கே

அலரியும் பித்தியும் மறைகிறார்கள். கடந்துசெல்லும் யாத்ரீகனை கூப்பிட்டாள் தாசி அலர்மேல்வல்லி.

சோபடமா நீர் விளிம்பில் பல விநோத சாயல் கொள்ளும் நகரம். அதன் நிழல் தூரத்தில் கடலின் பரப்பில் மூழ்கிய இரு நகரமாய் அசைவு. வழியெங்கும் மனிதர்கள் சாம்பல் முகத்தில் கடலின் அலைவு. வீடுகளின் உள் முற்றத்தில் உவர்ந்து வரும் மீன்களின் பழுப்பு கண்களில் வெள்ளி வடியும் சோபடமா. வெள்ளைத்தரை நகரில் இரவிலும் நிசப்தத்தின் வடிவ மணல் வெளிச்சம். அடிப்படையற்ற ஜன்னலில் கூடவே வருவது யாராக இருக்கும். கடல்மேல் அசைந்த ஜன்னல் ஊர்ந்து மறைந்து மேலேறுகிறது. அதில் கைகள் படிந்துள்ளது. தொடுவதற்கு யாருமில்லை. மேலும் பல வடி ஒளி நீலத்தில் தவழ்கின்ற ஜன்னல் ஓசையின்றி பார்த்தது. முகம் வெளிப்படும் வேளை கரையாமல் தெருக்கள் ஜன்னலின் அமைந்திருந்தது கடலை நோக்கி. கடல் வீடுகளுக்குள் உலர்ந்து வரும் கற்சாளரப் பெண்கள் வரும் இரவு. காற்றுடன் சேர்ந்து வரும் பெண் ஒருத்தி எதிர்ப்படக்கூடும். அவள் ஒளி கரைந்து மங்கலான வெளிச்சத்தில் உப்புநிற தெருவில் ஜட்காவில் போய்கொண்டிருந்தாள் வேசை அஞ்சலாந்தை. சிலர் ஜன்னலில் கை நீட்டி கூப்பிடுகிறார்கள் அவளை.

6

சோடோம் சிவந்த விதி

தகாப் புணர்பாகம் கொண்டவர்கள் சோடோம் நிலப் பிரதேசத்திலிருந்தார்கள். ஏனோ வெகுதூரத்துக்கு பெருந்திணையும் நிலமாக விரிவு கொள்ளும். அங்கு அவர்களேற்ற வாழ்வின் மறைந்தொழுகலாறுக்கு தடைக்கட்டும் சூழ்விதி அவர்களை தகாவுறவுகளையும் சகவுறவுகளையும் விலக்கி ஒதுங்கி தனிமையில் நகரும் சமூக வெற்றிடமாய் நடைமுறைப்படுத்தும் நிர்பந்தம் எனவே.

சலனமடைந்த தாவர மையல் சகோதர ஒட்டுறவில் இடம் மாறி விடும் குருதியின் ரகஸிய இழைகள் கால் சிக்கி மாறி மாறி மாயப் பரப்பிலுள்ள கன்னிகளிடம் போய் ஒட்டிக்கொண்டு தேகமெங்கும் கனிந்து உதிர்கிறது விதி. கதவிடுக்கில் எட்டிப் பார்க்கிறது சோடோம் நகரம். அவள் திரும்பிப் பார்க்கிறாள் உப்புத்தூண்களாய் எஞ்சி நிற்கும் சரித்திரத்தை.

ஏனோ விடியவில்லை இன்னும். கருமசகாய் கரையும் இருட்டில் சோடோம் நிழல் தோற்றம். அத்தனை விநாசங்களுக்குப் பின்னும் விண்வரை எழுந்து பொங்கிய மூங்கில் அடுக்கு மாடங்கள் கொண்ட சோடோம். அதில் மேல்காற்று எழும் ஒலி வீழும் அருவியாய் தொகுதி இலை. கணு மூங்கிலில் உருளும் காற்று புரளும் இரவு. சோடோமின் தெருவே பச்சை ஒளிபடரத் தொடங்கியிருந்தது. நாவலின் மையமான மரகதச் சாயை தரையில் ஓடிய நீரின் நெளிவென கற்கள் பாவிய தெருக்கள். கதவுக் கீறல்களில் பெண்கள் சுவாசித்துக்கொண்டிருக் கிறார்கள். விண்மீன்களை அள்ளிக் கொண்டு போய் சோடோமின் மண் கோபுர வீடுகளில் அடைந்துகொண்டு துயில்கிறாள் பிரிதுளை. அவள் கேசம் விரித்தாள்.

துயிலில் மயங்கிய சோடோமை எழுப்ப யாருமில்லை. கருப்பு நாய் சோம்பலில் விரித்த தூக்கம் தெருவில் வெளிச்சமாய் படர்ந்தது. எங்கிருந்தோ கரைந்துகொண்டிருந்த நுண்ணிய ஒலிபடரும் நகரம் சோடோம்.

ஒற்றைப் பேடை அழைத்த பாதையில் உப்புத்தூண்களைக் கடந்து யாரோ ஒருவன் இழந்த காதலியைத் தேடிப் போகிறான் கரைமேல். செடிகளும் கோரைகளும் குளிர்ந்திருந்தன இரவில். பாம்புக்கு இளைப்பில்லை. பச்சைக்கு பசலை இல்லை. காதல் வாட்டம். சோடோமின் நரிகளுக்குத் தென்றல். திருடர்களுக்கு நிலவு. தாவரங்களின் வேனில் காலம் நெருங்கி பூ நிறம் மாறுபடும் இலைகள். சோடோமில் வெளிப்பட்ட சூரியனின் பச்சைக் குதிரைகள். இவ்வேளை பூக்கும் ஒரு சில பூக்கள் தானே திறக்கும் அந்தக் காலத்திலிருந்த ஜன்னலில் தலை தூக்கிப் பார்த்தன. ஒரு காகம்கூட வெளிப்படாத வேளை சோடோம் தன் வசத்தில் பார்த்துக் கொண்டிருந்தது. நிலவு குதிரைகளின் நிழலை நீட்டி வளர்த்தது. அசைந்த குதிரை வாலின் வாசனையில் சோடோம் பழந்தோலால் போர்த்தியிருந்தது தன்னை. நீலத்தையும் பச்சையையும் ஒன்றுபடுத்திப் பேசும் கண்ணாடியின் கீழும் சித்திரங்கள் மெல்ல வெளிப்பட்டன. மூங்கில் இலை மூடிய கண்ணாடியில் இருப்பவர்கள் யாவரும் புல்லும் செடியும் நிலமுமாய் மயங்கும் வீடுகளின் உள்ளே மங்கிய நீரோட்டமான மரகதச் சாயைகள் வெளிப்பட்டன. அரளி இலை போன்ற மரகதம் அவள். இமை ரெப்பையில் மெல்ல மூடித் திறந்த சோடோமுக்குள் நடிகர்களின் தோற்றமான தெரு. அங்கு யாரோ வருகிறார்கள். ஒவ்வொருவரும் செம்மறிக் கம்பளி போர்த்தி நூறு

வயதை எட்டியபின் புலனாகும் பித்த வெளியில் நடிகர்கள் வாதாடுகிறார்கள். கபால ஓடை கையில் ஏந்திய கோட்டி அதை கதவுகளில் பூசிவிடத் திறந்த பித்தமே மரகதம். வெண்கலத்தாழ் உடைந்து திறக்கும் சிலைகளில் உருகும் உயிர்த்தலம் பூசுகிறான் சைத்ரீகன்.

ஒரு எல்லையைத் தாண்டினால் நெருஞ்சில் காடு. வாலவாயம் என்ற மலை அடிவாரத்தில் சோடோம் என்ற நகரம் இதன்மேல் மேகம் இடிக்கும் பொழுது பச்சை நகரம் வெடித்த பிளவிலிருந்து வெளியே வைடூரியக் கற்கள் சிதறும். மற்ற ரத்தினங்கள் தேடி பாடுபட்ட சோடோம் வாசிகள் இந்த ரத்தினத்தை அடைய முடியவில்லை. பச்சைப் பெண் சோடோமின் பிளவில் மறைந்ததால் அவள் உடல் வைதூரியம் ஆனது. புகை நிற ஆவிகள் நீலத்தில் மிதக்கும் நூல் இலை போன்ற வளைவுகளை யாராலும் நெருங்க முடியவில்லை. தகதகக்கும் சாமை மஞ்சள் நிற உலோக வெளிச்சம் இரவின் வசீகரத்தில். காகங்கள் சிலைகளை நெருங்காமல் தூண்களில் அமர்ந்து எட்டிப் பார்த்த புலத்தோற்றம் ஈர்ப்பதாக இருந்தது. கால்களை ஊன்ற முடியவில்லை. கீழே இழுத்தது அவனை. நீலத்தில் மிதந்தவாறு நிற்கிறான். உரையாடும் சிலைகளின் பைசாசபாஷையை உலர்தொலியில் தீட்டுகிறார்கள் பயணிகள். அவனை ஏறெடுத்துப் பார்ப்பதாக இல்லை. தீட்டி முடித்த தொலியை கீழே வைக்கவும் அது புலனுக்கு எட்டாத சோடோம் நகரமாய் இருந்தது. அந்த நகரத்தின் வீதியில் ஏற்கெனவே போய்க் கொண்டிருந்தான். நூற்றாண்டுகளை அடைந்த செவ்வியல் நாடகத்தை நடத்திக்கொண்டிருக்கிறார்கள் தெருவில்.

சோடோமி குரவை ஆடுகிறான். வெளி சேர்ந்த மண் கீறல்கள் நெளியும் கிழக்கில் நடந்தான். கந்தலாய் கிழிபடும் கம்பளி பிதிர்ந்து மேகங்கள் கருநீர் கோர்த்து உறுமும் இருட்டு. சுவாசம் எங்கோ அழைக்கும் திசையில் நீல ஓடைகள். கருந்தாழைகளில் சயனமான சோடோமி திரும்பிப் பார்த்தான் இரவை. பிளந்து ஓடும் சாம்பல் நீரில் மண் கரைந்த ஓட்டம். சாம்பல் செடிகள் மின்னல்பட அருகில் நெருங்குகின்றன. சோடோம் தழலில் தாவும் வடிவங்களைக் கையில் கொண்டு நிர்வாணிகளாய் சோடோமிகள் உலகை நோக்கிப்போன பயணம். சோடோம் திறந்த சாளரங்கள்.

சோடோமிகள் இருபால் ரூபமாகி கருவெளியில் சொப்பன உருவேற்றி சொல்லைப் பொருள் பலவாய் விரித்து புலனுக்கு எட்டாமல் நரம்பிலே நாடகம் பின்னி அதை அவாந்திரத்தில்

பதித்தார்கள் வேறு சொல்லாய். அது வெள்ளியாய் உருகி வடிந்து மண்விருவில் சிதைந்து நீர் குடித்த உப்பாகி உதிர்ந்தது தாவர நரம்புகளுக்குள். பின்னிய நாடக நரம்புக்குள் உப்பாய் புகுந்திருந்த ஆசிரியன் சோடோமி கருஞ்சிறகு விரித்தான் வெளியிருட்டி.

கீழ்பதியும் சோடோமிகள் அலைந்து திரிகிறார்கள் ஆவி வாடையுடன். சிலைகளின் மோனம் வெகு ஆழத்தில் நழுவியது. உப்புத் துண்களில் நின்ற காகம் கூட்டமாய் தலை சாய்த்து சிலைநோக்க உடனே காணாமல் போன புலத்தோற்றம் ஈர்ப்பதாக இருந்தது. சிலைகளில் ஓடும் உயிர் வெளிச்சம் செவ்வெறும்புகளாய் உருகிப் பாயும் சோடோம். பனி ஓடைகளில் திரியும் சோடோமிகள் ஒவ்வொரு பட்சி ஜாலங்களின் ஒலித்தொகை கீறினார்கள் தோலில். பட்சிகளைத் தேடி அடைமரங்களில் பதுங்கி கூடு கட்டும் வேளை அவற்றின் சருகுகளில் பட்ட நாசி ஒலியை நுட்ப இறகால் பெயர்த்து எழுதுமுன் தொனி மாறிவிடுகிறது. பறவையின் குரல் பதிந்த விருட்சங்கள் இவன் ஏடுகளை மறுத்தன அசைந்து. சோடோம் விருட்சத்தின் மீதான தடை செய்யப்பட்ட கலவி நூல்களின் தனித்தேசம். அது இயற்கையெனும் ஜீவ தாது புரளும் விருட்சத்தின் குரலில் வேறு ஒலி கீறுகிறான். கோடுகளை தளிர் இலைகள் சம்மதிக்கவில்லை.

அவனுக்கு நகரங்களின் வாசனைகளைச் சொன்ன இச்சை இருள் பழமையான ஏடுகளைத் திறந்தது. புழுதிபடிந்த கால்களையும் சுழல் வீசும் உடலையும் கொண்ட உப்புநூல் யாத்ரீகன் நிழல் சந்து வழியே அவனை அழைத்துப் போய் நட்சத்திரம் தீட்டப்பட்டிருந்த பனி நகரை எடுத்துக் காட்டினான் கம்பளி விரிப்பில் அமர்ந்து. ஒவ்வொரு பக்கமாகப் புரண்டது சோடோம். மறுபக்கத்தை ஊடுருவும் எதிர்ப்பக்கங்களில் சேர்ந்தே பயணமானான். சில நூறு வருஷங்கள் பழமையடைந்த ஒளி வருடச் சிலைகள் அசையும் விளக்குத் தூண்களில் காகங்கள் அமர்வதைப் பார்த்தான். சோடோமில் வானசாஸ்திரம் அறியும் பட்சிகளுடன் சரித்திரம் வேறுவகை உலகங்களைப் பற்றியதாக இருந்தது. எதிரே வைக்கப்பட்டிருந்த விருட்சம் தன் கிளைப்பிரிவுகளில் நட்சத்திர மண்டலமாக விரிவு கொண்டிருந்தது. நீலநிற இலைகள் நகரும் நரம்புகளில் விம்மி எழுந்து பச்சை சுடர் கரையாமல் திரும்புகின்றன வெள்ளி உரு அடைந்து. தோல் ஏடு எப்போதும் கனவின் அடிப்பகுதியில் ஈரவனங்களில் அடர்ந்த இலைகளை நிழல்புதர்களை விலங்குகளின் மோனத்தை அவனுக்கு உணர்த்தியது. கூடவே ரூபம் கரையும் அகிற்புகை கோடு வரைந்து செல்லும். பச்சைத் தாவரங்களில் மனிதரைச் சந்திப்பதான

உப்புநூல் ✦ 449

சோடோம் கிளையில் அசையும் நகரம்.

இனியும் தொடர்ந்து எரிதழல் சிவந்து வீசியது சோடோமில். அவர்கள் நிழல் ஓடும் நகரத்துக்கு கீழே இருள். குதிரை லாட விளிம்பில் பாதாள வேர். சோடோம் கோடியில் யாரோ நிற்கிறார்கள். திரும்பிப் பார்த்தவள் மணல் வளைவில் தலை குனிந்து சோடோமின் தனிமையை ஸ்பரிசிக்கிறாள். புராதனமான சோடோம் நகரின் கடிவாளத்தில் முரட்டு உருவம் நிற்கிறது. எரிதழலில் வீழ்ந்த உயிர்கள் ஆவியாகி வந்தன. நகருக்கு ஏற்பட்ட காயங்களின் வாதை சோடோமிகள் மீது வடுக்களாக நகரும். விருட்சங்களின் பழுப்புநிறம் மனதாழத்தில் சோடோமின் தனிமை தேம்பும் இச்சை அது. அதைத் தழுவி நகரின் ஊடே நடப்பது யாரோ. அரூபமான ஸ்பரிசம் கொண்ட சோடோமிகள் வானசாஸ்திர ஏடுகளை கதா ரூபத்தில் ஆர்த்து அவற்றின் பழமை உதிரல் துக்கமான தொனியாகக்கூடும்.

உலகின் எல்லா விருட்சங்களின் மீதும் கிளையில் அசையும் சோடோம் ஒரு விடுபட்ட தீவாந்திரம். நீர் திறந்து உள்ளே பல தெருக்கள். விருட்சங்கள் மனிதரை உணரும் ஆழத்தில் உரையாடல் கொள்ளும் தவிப்பில் விடுபட முடியாமல் உள்புதைகிறார்கள். விருட்சங்களில் வெளிப்பட்ட இருளில் கசிந்த ஏடுகளில் வெள்ளி நகரும் இரவு விடியல் வர மெல்ல வெளிவரும் உருவம்.

பிதிராவுக்கும் சோபடமாவுக்கும் இடையே தோன்றும் சோடோம். அலைமேல் மெல்லிய நாணல்கள் வளைந்து முகம் திரும்பி ஏங்கியது மெலிதாய். ஏனோ மீன்களை சோடோம் மீது போட்டு உலர்த்து கின்றன காகங்கள். அலை நாக்கில் அகப்பட்ட வீடுகளுக்குள் மணல் அருவி எந்நேரமும் உள்ளேறி வெளிபாயும் வெள்ளிகளில் சோடோமிகள் கதாபீடிகைகளை இழக்கக்கூடும். ஜலம் அரித்த கலைகளில் மிஞ்சியதெல்லாம் என்ன. சிருஷ்டிகளின் மறை பொருளாகவுள்ள உயிர் நாடிகள் தாகத்துடன் உறிஞ்சிய மோனம் கிரகங்களின் அமைதியில் சிவந்த சிருஷ்டிதான் சோடோம்.

உப்புத்தூண்மேலமர்ந்து கீழே ஓடும் பார்வையில் நீல ஒளி உமிழ்ந்தது பூனை. பாதரஸத்தைலத்தில் மிதக்கும் நடிகைகளின் விரல்கள் எதை எதையோ விரலசைத்து உணர்த்தும். சோடோமின் கற்சுவர்களடியில் மூச்சுவிடும் பாறைகளின் இருட்டில் கிழிந்த கோட்டு நடிகன் தன் குடையனெ விரியும் இரவில் வருகிறான்.

சோடோமின் நீலத்தில் தத்தளிக்கும் கப்பலே நகரமாக உள்ள பாதி உரு நீரில் மிதந்து தன்னையே நடுக்கடலில் ஓட்டையாகிக் குடித்துக்

கொண்டிருந்தது காலம். சோடோமில் அசைந்த வீதிகள் தழலில் கலைந்து கலைந்து தெருக்கள் உருக்குலைந்து கீழே ஓடும் வெள்ளி களில் கால்பதித்த நாடகக்காரர்கள் பழந்தீயில் குளிக்கிறார்கள். சோடோமை விட்டு வெளியேறிப் போகிறார்கள். திரும்பவும் கரு எண்ணெய் விளக்கொளி பட்டு சுடரில் வெளிப்பட்ட நடிகை லிஷா வருகிறாள். பிம்பங்கள் ஒன்று கலக்கும் பாதரஸ மிதப்பில் காட்சிகளின் அமைப்பை சிதறடிக்கும் பைத்தியம் பீடித்த கிழிந்த கோட்டுக்குள் எல்லா நடிகைகளும் மறைகிறார்கள். பிம்பங்களின் பெருக்கத்தை நிறுத்தும் இருட்டுத் தைலம் பூசிய நடிகன் வருகிறான்.

சரியும் மணல் மேடுகளில் உருவங்களை அழிக்கும் நாடகத்தில் பூனையின் ரோஜா நிற நாக்கு நக்கியது சுடரை. இருளில் சுடரின் ஓலம். சோடோம் நினைவில் ஊர்ந்து செல்லும் சாவைத் தாண்டிய பாதை பிரிகிறது உயிர் வாழ்வதென தொடரும் கனவு. அதனிடமிருந்து விடுபடமுடியவில்லை. ஒரு நீலம் வட்டப்பாதையாய் உள்ளிருக்கும் கமலக் கல்லைச் சுற்றி நாவுகள் திரித்து படர மெல்லிய யுவதி அவனை நோக்கி அழைத்த ஈர்ப்பில் வட்டத்துள் சுற்றிக்கொண்டிருக்கிறான் அவளுடன்.

தூரமான பட்டினவாசலில் நின்று சோடோமை அழைத்தான் கிழிந்தகோட்டு நடிகன். அவன் தலைமாட்டில் நீலஸர்ப்பம் ஊர்ந்து வரும் கனவில் சித்திரம் தீட்டும் தூரதேசப் பெண் மண்சிட்டிகளில் தைல நிறங்கள் வைத்து காக இறகில் நனைத்து வடிவம் பலவாக ஸ்திரீபார்ட் நடிகர்களைத் தீட்டுகிறாள். சோடோமின் தூரதேசப் பெண் களிமண் பிசைந்து விரல்பதித்த பூர்வ உருவங்கள் இலைச்சாறு கசியும் உப்புத்தூணான பெண்களின் கேசச்சுருள் வளர்கிறது கருகருவென. விரல் நகங்களில் வடிந்த உருக்கள் ஒத்திகைகொள்ளும் கனவு.

கருப்புப்பெட்டி வாய்திறந்து வரைதுகில் மெல்ல வெளிப்பட்டு அன்றைய ஒத்திகையில் பார்சி ரோமியோ ஜூலியட் வேடமேற்ற நடிகர்கள். சுபாவத்தில் பழுப்பு நிறமடைந்து வெளிறவைக்கும் இரவுத் துகில் அலையலையாய் மிதக்கும். மண்வெளிச்சத்தில் ஷேக்ஸ்பியரின் வியர்வை வெப்பம் பரவுகிறது விளக்கில். நாடகத்தில் திரும்பிய கண்ணாடி மேடுகளில் சரியும் சோடோமை வண்ணாத்திகள் அழியாமல் காத்துவரக்கூடும். வெள்ளாவி மணம் போகவில்லை அவளைவிட்டு. சாம்பல் நிறத்தரையில் நகரும் கட்டெறும்புகள் விளக்குக் கீறலில் போய் முண்டி மண்ணை மெல்லும் உவர்

நாக்கில் ஏறும் சொல் ஒன்று திறக்குமானால் சாயம்போன ரவிக்கை அணிந்த பூனையும் ஷேக்ஸ்பியரின் நிழல்தானே. ஷேக்ஸ்பியரை வயப் படுத்துகிறான் கிழிந்த கோட்டு நடிகன். அவன் சோடோமின் ஆன்மாவாக இருக்கக்கூடும்.

சோடோமில் மறைந்திருக்கும் நடிகர்கள் உள்ளே வருபவர்களை சிலைகளாக மாற்றி வெளிச்சத்தை குறைந்த அளவில் செலுத்தி நிழலாக உருமாற்றிவிடக்கூடும். ஆடை அலங்காரப் பெட்டிகள் இருந்த சோடோம் பாதி கடலுக்குள் கரைந்துகொண்டிருந்தது. கருவிளக்கு ஒளி மட்டுமே உட்புகுந்து தேடுகிறது. கடல் ஆரவாரமில்லாத சுருதி யிலிருந்து மெல்ல மேல் எழுந்து சோடோமை தாக்கி அழிக்கும் ஊழாக மாறுகிறது. இருண்ட தெருக்கள் கடலில் கரைந்து திரவமனப் பிறழ்வின் நாடகம். முன் சுருண்ட மென்துகில் சித்திரம்கொள்ள உருப்பளிங்கில் நாடகம் நகரும் ரயில் தொடர் கடந்துக்கொண்டிருக்கிறது.

யுகவிளிம்பில் கால் வைத்தது சோடோம். கனவின் அடிப்பகுதியில் மோப்பத்தை அவனுக்கு உணர்த்தியது. கூடவே ரூபம் கரைக்கும் தழல் வடிவம் சோடோம். காய்ந்த வெளிமேல் மழைத்துளி உருளும் சோடோம் நகரின் உலர்ந்த மயக்கமாய் பொழுது.

7

காகநகரம்

இப்போது மிருதுவான ஏடுகளுடன் படுக்கை அறைக்கு அழைத்துச் சென்றாள் தாசிசெம்பாலை. பின்னே விளக்கேந்தி வந்த முதியவள் நாடகங்களின் விளிம்பைத் திறந்து சுடரைப் படிய விட்டாள். ஒளியின் சுருதிக்குள் இருண்டிருந்த கதை நாவுகள் தூண் மேலமர்ந்து கீழே ஓடும் பார்வையில் காக புராணத்திலும் ஒளிரேகை படர்ந்தது. நடிகர்கள் உள்ளே பிரவேசித்தார்கள் கருஞ்சிறகுகளை மடித்து. காக்கைகளின் அலகு நீட்டி ஒவ்வொரு காரண்டச் சிறைக்குள் சென்ற சிறு இருட்டறைகளில் சுதேசிகள் படுத்திருந்த வேளை அருகே காலனிய விளக்கு. அதன் சுடர் பட்ட ஏடுகளில் அமர்ந்து அருகில் சுருதி விளக்கின் வாதங்களைக் கேட்கிற சந்தச் சுருள் திறந்திருந்தது. காதர்பாஷா தூக்கு மர நிழலில் வாஸித்த பாடல் பொங்கி உடைந்தது காலனிய விலங்கு.

நெடுங்கழுத்துத்திருடன் விலங்கிடப்பட்ட கைகால்களில் குறுக்குத் தளையிடப்பட்டு சித்திரங்களால் மேலுறையிட்ட துணி ஏடுகளை கம்பளத்தில் வைத்து விளக்குகளில் பொங்கிய சிலைகளுடன்

இருளில் கரைய சாம்பல் மேலங்கிகளை களைந்து ஒருவர் மாற்றி ஒருவருடையதை அணிந்து கொண்டவேளை மர ஸ்டேண்டில் தொங்கிக் கொண்டிருந்த ஆடைகள் உருவங்களாகி நகர்ந்து வந்து குனிந்து கேட்டுக் கொண்டிருக்கின்றன திரைக்குப்பின்னே. விரல்களில் நகரும் பெண்ணொருத்தி கம்பலத்தில் நின்ற கோலம். கிளை கொப்பாய் கைவிரித்த மணிக்கட்டில் வந்தமர்ந்த காகலூகம் அகன்ற சிறகுகளை நீட்டி நுரையீரலில் பொங்கிய சுவடியை எடுக்க அது சோபடமா. நெடுங்கழுத்துத் திருடன் விலங்குகளுடன் தழுவினான் ஏடுகளை. சோடோமின் வாசனைகளைச் சொன்ன காகலூகம் இருள்வழியே பறந்துபோய் தோல் சந்தையில் சலசலக்கும் புராதன சிறுகாக்கைப் பாடினி பெருங்காக்கையர் இருபாடினியரை அழைத்தது.

சோபடமாவில் தோல் ஏடுகள் விற்கும் வணிகனிடம் வாங்கிய வரைபடத் தோலில் பழைய சோபடமாவின் உருவம் கலைக்கப் படாமல் இருந்தது. வரைதொலியில் புழுதி படிந்த குதிரைகள் நிழல் சந்து வழியே இருகாக்கையர்களை அழைத்துப்போய் சித்திரங்கள் தீட்டிக் கொண்டிருந்த இருயுவதிகளிடம்விட்டன. வெளுத்த தோலில் நாடகங்களை வரைந்து கொடுத்துக் கிண்ணங்களில் பல நிறங்களைப் பிரித்து வைத்திருந்தார்கள். காக்கையர் இதே மரக்கூடத்தில் கம்பளி விரிப்பிலமர்ந்து கை கோலினால் அசைத்து பிதிர் சருக்கம் சொல்ல தெருவிலிருந்த கூட்டம் கதைகேட்க அவ்வீட்டு தாழ்வாரம்வரை நிறைந்து எட்டிக்கேட்டது.

ஒவ்வொருவரும் அவள் கொடுத்த பழைய ஏட்டுப் பிரதியுடன் படுக்கச் சென்றார்கள் உள்ளே அழைத்த மர அறைக்குள். துக்கமான பலவகை மரப்படிகளில் செங்குத்தாக ஏறிச்செல்ல அலங்காரக் கம்பளங்கள் விரிக்கப்பட்டிருந்தன இருள் வெளிப்படுத்திய கோலங் களுடன். பாலாமணி என்பவள் விளக்குடன் வந்து கிழிந்த கோட்டு நடிகனை அழைத்துச் சென்றாள். தப்பிவந்த ஒவ்வொரு நடிகனும் காலனிய விலங்குடன் இருந்தான். அவற்றை வாளால் கீறியபோது உதிரம் தெறிக்காமல் விலங்குகளை நீக்கினான். பணிப்பெண்கள் சாயலில் சுழல்படிகள் கொண்ட அறைகளுக்குப் போயினர் உள்ளே. அந்த குள்ளமான நடிகன் வெகுகாலத்துக்கு முன்பு அவளைச் சிறு பெண்ணாக உருமாற்றி சோடோமின் வீதிகளில் அழைத்து வந்தான். பல நடன முறைகளை அவளுக்கு விலையாகக் கொடுத்து வாங்கிய தங்கச்சிலை அவள். தொட்டால் பெண்ணாகிறாள். உருவே பல சாடை கொண்டவள். அவளை 'சிலம்பா' என்றழைத்தார்கள் குடிஜனங்கள். சாம்பல் மேலங்கிகளைக் களைந்து கொடுத்தார்கள் நாடகப் பயணிகள்.

பல பாகங்களிலிருந்த ஒரே இதிகாசத்தில் மறுபிரதிகளுக்கு உரை வாக்கியம் மாறுபட்ட விளக்கங்களைக் கொடுத்தது. வாய்விட்டு வாஸிக்கும் புராதன இரவுப் பழக்கத்தால் இருட்டிலிருந்த இதிகாசத்தின் குரல் பல ஏற்ற இறக்கங்களோடு கதை விரித்தது.

தீராத பிதிர்வனத்தார் கூட்டமாய் காகவடிவெடுத்து பீடிகையிற் புகுந்து மெல்லிய வாசனை பரவும் காய்ந்த சுருளை வாஸித்தார் கொங்கனர். ‘உன்னை நாடி வருபவனின் நாடியைப் பிடித்து என்னை நீ நாடினால் அவன் நாடி என்ன என்று உன் நாடி மூலம் சொல்வேன்’ என்றான். பலவர்ண மறதி காரண மாயையில் மறைந்து அகவினாள் பிருதுளை. அவன் கைக்கூட்டில் சுற்றி வரும் முட்டைமேல் வெட்டாத சக்கரம் தோகையாய் விரிந்த அகவல் காகசித்தனெனக் கூறும். வேப்பமரக் கொப்பிலமர்ந்து தேசாந்திரிகளிடம் ஏதேதோ பித்தமுற்று உளறியது காகம். அவன் செல்லும் இடமெல்லாம் காகங்கள் கரைந்து கூட்டமாய் பின்தொடரும். மரங்களிலே கருங்குரலில் கரகரத்த காகம் பார்த்து நாய் ஊளையிட்டது. கீழ் சாய்ந்து மேல் கண்ணால் அண்டம் பார்க்க அந்தரத்தில் திரியும் சித்தர்கள் விருட்சங்களில் அகவினர். காகம் கரைந்து வாதித்த ஓலைகளை நெருப்பிலிடப் புடைத்தெழுந்த அட்சர சிற்பங்கள் வெண்கலக் கண்திறக்க விம்மும் காகபீடிகை மிருகம் சூழ்ந்த மயக்கமாய் கபாலம் எழுத்துவடிவம்.

8

கபாடம் பாண்டியானம்

அத்தனை யுத்தங்களிலும் கால் எலும்புகளை உடைத்து குறுவாட்கள் மேல் தாவிய கால்களுடன் ஒன்று மற்றொரு நகரமாகும் புனைவு ஓட்டத்தில் மாறும் குளம்படிகள். பெரும் போதத்தில் வடுபட்ட குதிரை இரு நிழல்களாய் தலையை வளைத்து புல்மேயும். கழுத்தை நீட்டி உரையாடும். களத்தில் பலியானவர் வாதைகளை ஊமையாய் புலம்பும். பேர் சொல்லி அழைப்பது யாரோ. எல்லா யுத்தங்களுக்குப் பின்னும் குதிரைக்கால் எலும்புகள் சரியும் ஓலம். மணல் காற்று வீசியது. ஒரு கால் எலும்பு மட்டும் மணல்மீது கிடக்கிறது. மணலால் மூடி ஓடும் தன்மையுள்ள துகள்களில் எல்லா மணலும் குதிரைகளாய் ஓடிக் கொண்டிருக்கும். வெண்பரப்பான மணலொன்று துயிலும் பாதை. மனித எலும்புகளின் ஊளை. கடிவாளங்களில் உரசும் ‘கபாடம் பாண்டியானம் நகரம்.’ யாருமில்லை அங்கே. சாயைகளின்

விளையாட்டு. பிடரியில் துள்ளிக் குதிக்கும் 'பாண்டியானம்' மணலில் நொறுங்குகிறது. குதிரைகள் ஆழ்ந்து நோக்கும் இரவு. யுத்தத்துக்குப் பின்னான தடங்கள் மாறி வடுக்களில் பாண்டியானம் மறைவு காலம். சாம்பல் கழுத்துக் காகங்கள் அலையலையாய் பறந்து வருகின்றன கருங்குதிரைகளைத் தேடி. மூப்படைந்த தாடியுடன் அனுமானங் களைக் கனைத்துப் பேசும் குதிரைகளைச் சூழ்ந்த அண்டங் காக்கைகளும் ஈம வனத்தில் புலவுண்டு 'காக பீடிகை' எனும் பிதிர் சுருளை சாம்பல் பூசி நடுக்காட்டில் உலவும் அரூபச்சியிடம் கேட்டவையும் சேர நிலா வீசும் மணலில் வெகுநேரம் விழித்திருந்த 'பாண்டியானம் துறைமுக'த் துவாரத்தில் திரும்பும் குதிரைகள். தமக்குள் ஒருவாறாகக்கூடி சித்தர்களாய் உருமாறிய காகங்களிடம் வாதாடுகின்றன குதிரைகள். 'காகமே உன் எச்சரிக்கை. தந்திரம். களவு. புலவுவீசம்பாதை நீளமாய் நோக்கி எட்டிய வெளியை அளக்கும் கல்கரு பித்தமாய் சுழல்கிறதே. புலன் ஐந்தும் சேர்ந்ததனால் போதமாகும். எங்கு நீ சென்றாய் காகமே' 'நிழல் சாயைகளில் ஓடும் குதிரைகளே. யுத்தம் முடிந்த பின்னும் வனமெங்கும் அலைகிறீர்கள். ஆவிகளை வாட்டும் யுத்தப்புரவிகள். குருதியின் நிழல்தானே நீங்கள்' என்றது காகம். 'கூகை அடையும் இருட்டே காகம். முற்றும் அறிந்த ஞானமே. சித்தத்தால் நீண்ட ஆயுளைப் பெற்றாய்' என்றன நிழல் குதிரைகள்.

கதாசலனத்தில் சதாவும் கனவுகளில் வாழும் கொஞ்சம் கொஞ்சமாய் நகரும் யுகங்களில் சிறகு விரித்து அலைகிறார்கள் பாண்டியானம் மாலுமிகள். தையல்காரன் காகசாம்பன் வீட்டில் பர்மா பெட்டிகளில் வைத்திருந்த ஆடைகளில் பதிந்த சாயம் வெளுத்தது காலத்தில். அவன் தலைமாட்டில் சேலைகள் ஊர்ந்துவரும் கனவின் கீழே சித்திரம் தீட்டும் குஷானர்கள் கழுகிறகில் நனைத்த இலைச்சாறு வடிவம் பலவாக ஸ்கிரீன்களில் பதிந்தவாறு அழிகிறார்கள். அரூபச்சிகள் பாண்டியானம் வந்திறங்கிய குஷானர்கள் களிமண் பிசைந்து விரல் நகங்களில் வடித்த உருக்கள். பெட்டிகளின் வாய் திறந்து அழிந்த வரை துகில் மெல்ல வெளிப்பட்டு அன்றைய ஒத்திகையில் 'என் நேத்திரத்தில் அகப்பட்டுக் கொண்டாய் காகமே' விழியில் சூடான திரவம் வெளிச்சமாய் உருளும் கரும்புரவியின் கண்ணீரின் உவர்ப்பில் வேடம் கலைக்காமல் போகிறது திரள் திரளாய் அடைமரங்களை நோக்கிப் பறக்கும் இருட்டுடன். கல்தூணில் சாய்ந்திருந்தாள் நடிகை சாம்பா. அவளணிந்த கருப்புக்கோட்டில் குதிரைகள் அசையும் வாசனை 'பாண்டியானம் ரூபம் உன்னை வீழ்த்தியதா' என்றான் வளவிச்

சாத்தன். 'நீயின்றி இனி வேடமில்லை எனக்கு' என்றாள் நடிகை சாம்பா. குதிரைகள் காற்றில் உரசும் ஒலி. தூரத்தில் அவை சலனமடையும் பாதையில் கூண்டு வண்டிகள் நாடகம் முடிந்து திரும்பும் சரசரப்பு ஒலி. வெள்ளெருக்குப் பூத்த சாம்பல் நகரம் பாண்டியானம். காட்டுப் பாதையில் குதிரையின் வடிவம். பல ஊர்கள் பிரிந்து போகும் நாடகப்பாதையில் மங்கலான குதிரைகளிடையே உருவம் புலப்படாத தடத்தில் தனியே போகிறாள் அரூபச்சி. 'எங்கு நீ போகிறாய் நீலக்குதிரையே.' வண்டிகளின் கீழே கட்டிய நாடக விளக்குகள் நிழலை பெரிதாக காட்டின. பாண்டியானம் கடலில் நகரின் கால்கள் நீண்டு வளர்ந்தன. உறக்கத்திலிருந்தவர்கள் மாலுமிகள். கதாபாத்திரங்கள் வேஷம் கலைக்காமல் துயிலும்போது ஈருடலில் பேசும் வேளை. சில நாடக வசனம். நிஜத்தில் உயிர் கொடுத்துப் போன காட்டுக் குதிரைகள். கூட்டமாய் வேஷம் தரித்து மணல்வெளி ஏகிய பாண்டியானம் நாடகங்கள். பாறைகளைக் கடந்து போகும் சக்கரங் களில் நொடிகள். பாண்டியானம் வருகிறார்கள் அங்கே. அஸ்திவாரங் களில் மணல் ஊடேறிய இருட்டில் குதிரைத் தொலி உடை அணிந்த பிதிரர்கள் பாண்டியானம் நகரையே கப்பலாய் நகர்த்தும் வலிமையான நூறு குதிரைகள் நீரைத்துளையிட பாறைகளில் உருவெடுத்த பாண்டியானம் பட்டினம் வெளுப்பான மேகங்கள் வெள்ளைப் புரவிகளாய் சரிந்து செல்லும். பிதிரர்கள் கம்பளியும் தோல்வாரும் தோளில் போட்டு லாடங்கட்டும் கொல்லாசாரியுடன் காத்திருந்தனர் அடுத்த துகிலில். பாண்டியானம் பாதைக்குள் மண்திட்டுகள் நெளிந்து போகும் தொலைவிலுள்ள ஆற்றைக் கடந்து குதிரைகளில் போகிறார்கள். கரையில் பாண்டியானம் கடல் பரப்பின் மேல் திரும்ப அமைந்த தெருக்களில் இன்று உருமாறினாலும் இதன் தெரு அதிர்கிறது. கல்மண்டபத்தில் குருடான பாட்டி நரைக்கலத்துடன் தனியே இருந்தாள். தொலைதூர ஆற்றில் எடுத்த வண்ண நரைக் கலத்தில் சாயும் வெளிச்சம்.

அறைக்கதவுகளிலிருந்த வெளிச்சத்தை மூடினார்கள். நீண்ட நேரம் மாறிமாறி பல குரல்களால் உரைவேகத்தில் ஒப்பனை செய்யப்பட்ட காவியம் பிளந்து நடிகர்கள் வெளிப்பட்டனர். யுத்த கள வர்ணனைகளை மாலுமி ஒருவன் இக்கதாபீடிகையில் சோக அடிநாதம் எழுப்பிக்கொண்டே இருந்தான். கடற்சுழற்சியில் மறைந்துபோன பாண்டியானம். பிதிரர்கள் வெளிப்பட்டனர். நீண்ட கேசமுடைய பாண்டியானம் பெண்ணொருத்தி கம்பத்தில் நின்ற கோலம். குதிரைகளின் வெள்ளெலும்புகளுக்குள் பொங்கிய கண்ணீரின்

உப்பை உணர்ந்தார்கள் பயணிகள். பிரியத்துடன் அரூபச்சி இருநூறு பொன் கொடுத்து வாங்கிய குதிரை கடலை நோக்கி சூரியன் மறையுமுன் உப்பாகி சிதறிய வடிவங்கள். குதிரையின் நாவிலிருந்த வாக்கு செந்தழலாய் மாலைநிறம் தோன்றி கனிகளோடு உள் மறைந்திருந்தது பாண்டியானம்.

அதனால்தான் அவள் அதைக் கேட்க நினைத்தது. பாண்டியானம் எனும் கடல் நகரம் இசை இன்பவாரிதியில் ஆழ்த்தும் கடல் புடவுகளில் மறையும் அது. வாய் பேசாது அமைதியாக குதிரைகள் பேசும் வாக்கியங்களை கேட்டுக் கொண்டிருந்தார்கள். பாண்டியானம் உப்புமேல் அடுக்கிய மூங்கில் மாடங்கள் குதிரை லாயமாக இருக்கும். லாயத்தின் பழைய உணர்ச்சிகள் நெகிழ்த்தும் இந்திர விழாவில் வந்த குதிரை ஒன்றின் உரு எல்லா தேசங்களின் பயணிகளையும் வேகமாய் செலுத்தக்கூடும். அதன் அரேபியச் சுழிகள் கண் பொறி அமைவு மின்னல் பறவையின் ஒலியில் இயங்கும். கோடியில் குதிரையுடன் அகதிகள் நிற்கிறார்கள். இரவு முழுவதும் பயணமான அகதிகள் பக்கத்தில் திறந்திருந்த பாண்டியானம் விளக்கொளிபட்டு துயிலும் பாரசீகக் குதிரைகள் உருள்கின்றன கனவில். அவர்கள் கப்பலில் கொண்டுபோன குதிரைகளின் கொந்தளிப்பு. அதுவே பயணமும். இருபுரவி அணிந்து கொண்ட ஒரே கழல். பயணத்தின் முடிவும் துவங்கிய இடத்திலிருந்துதான். பாண்டியானம் மாலுமிகள் உருமாறி அலைகிறார்கள் உப்பு நிலவெளியில்.

உலர்ந்த தோல் சந்தையிலிருந்து வரும் விளக்கு வெளிச்சம் பிரிந்து பாயும் பாண்டியானம் நகரம். மணல்வெளி பாயும் காக சுழற்சி. ஜென்மாந்திரமாய் உருமாறிச் சிதையும் பாண்டியானம் மறுஜென்மம் குதிரைகளின் ரகஸிய நாளங்களில் உயிர்கொள்ளும் அசைவு. குதிரைத் தொலியில் சுருட்டப்பட்டு பட்சி ஜாலங்களின் பூர்வீகம் தீட்டப் பட்டிருக்கும் சித்திரங்கள் ஒன்றுகூடும். சாம்பலில் புரண்டு தலை எலும்பு தூக்கிய குதிரை நிழல் முள்மரத்தின் அருகில் பருவநிலை கூறும் குதிரையின் பார்வை சாய்ந்திருக்கும்.

பட்சி ஜாலங்களின் நாதமயத்திலே ஈடுபட்ட பாண்டியானம் மாலுமிகள் 'மாயக் குதிரை' எனும் பாய் மரவெளியில் அசைகிறார்கள். ஏடு வாஸிக்கும் சிக்குப் பலகைகளை வெட்டிய பாண்டியானம் வரைபடம் திரும்பவும் தென்பட்டது. மகுட விருட்சத்தை வேண்டு கிறார்கள். 'உள் மறைந்திருக்கும் காணாமல்போன பாண்டியானம் மக்கள் எங்கே மறைகிறார்கள்' என்றார்கள் விருட்சத்தை அண்ணாந்து.

'குதிரைகளின் கிரகவிருத்தி' எனும் ஏடுகளின் மறைவுக்கு மனிதர்களே காரணம்' என்றது விருட்சம். சித்திரங்கள் தீட்டப்பட்ட பாண்டியானம் காகபட்சி மிருக உருவெடுத்த சித்தர்களுடன் தோன்றிய தெருக்கள். தலைகீழாய் அடைமரத்தில் தவம் செய்வதால் பாண்டியானம் வீதி வழிபோய் திரும்பிப் பார்த்தான் விருட்சத்தை.

பின்னும் தொடர இருந்த புரவிகளின் புராதன ஏக்கம் அழுக்குத் தொலிகளில் வெட்டிய சக்கரம் வெளிமேல் அசைந்து மாயப்புரவி தோன்றக்கூடும். குதிரை உள்ளே பதுங்கியிருந்தவர்களைப் பைத்தியம் பீடித்து நீர்ச் செடிகள் ஈர்க்கக் கபாலம் ஏந்திப்போகிறார்கள். பாண்டியானம் நிலத்தோற்றம் கபால ஓட்டில் மாறும் சொல்மீது முளைத்த கிளையேறி கதாபீடிகைகளை நண்டுகள் கீறி மணல் வாக்கியம் உருமாற 'நீ அலையோடு ஓடத் தொடங்கு. நான் கரையிலிருந்து பதியும் குதிரைகளின் அலை அழியாமல் சேர்ப்பேன்' என்றது காகம்.

அலையோடு ஓடித்திரிந்து துரத்தும் காகங்களின் கண்ணுக்குள் ஒரே கல்மணிதான் கண்ணாகி உருள பைசாசம் அஞ்சிக் கரைக்கும் நீருக்கும் இடையில் பிதிர் போட்டது. ஏய்த்துவிட்டு கடலுக்குள் அது மறைய கரையும் காகங்களின் கல்நயனமொன்று சாய்ந்து அண்ணாந்து உருளும். பக்கத்துக்குப் பக்கம் சித்திர வரைபடங்கள் கொண்ட நகரம் கபாடம் பாண்டியானம். பழைய நிறங்களில் திரியும் தெரு தேய்ந்த நிறங்களில் செந்நிறக் கோபுரங்கள். எல்லா புராண காலத்து நகரங் களையும் திறந்து காட்டும் அடிப்படையற்ற கடந்த காலத்தின் ஜன்னல்தான் பாண்டியானம் நகரம்.

அஸ்தமனம் பொங்கும் சித்திரவெளியில் இயற்கை நுரைக்கப் புலம்பும் நத்தையான நகரம் பாண்டியானம்.

9
தமா

எந்த ஒரு நகர்வையும் கருத்துருவமாக மாற்றும் அபாயத்திலிருந்து தப்பிவிட்ட செம்பழுப்பு நகரமான 'தமா' துக்கத்திற்கும் அனந்தத் திற்கும் இடையே தீராமல் நகர்ந்து உயிரெனும் சிருஷ்டி வடிவம் இடைவிடாமல் இருட்டில் சித்திரம்கொள்வது. இருப்பு பெயருமிடத்தில் மிதந்துகொண்டிருக்கும் மறதியின் நகரம் மெல்ல மெல்ல நிறங்கள் மாறி தன்னை வேறு வேறு காலங்களில் புதைத்துக் கொள்ள உருவாக்கப்பட்ட உருவத்தை மறுமுறை மாற்றிக்கொள்வதில் வந்து சேரும் பயணிக்கு 'தமா' ஞாபகத்திலிருந்து விடுபட்ட நகரமாகத் தோன்றும். 'தமா'வின் கனவில் வரும் வாசனை ஊர் ஊராய் அலைகிறது. யார் அங்கே இருக்கிறார்கள். தானே திறக்கும் 'தமா'வில் அடுத்த ஊர் இருக்கிறது. ஏன் அங்கே போகிறாய். நானும் வருகிறேன். இருட்டில் வீசும் சிறகில் பறந்து திரியும் நகரங்களின் திரள் திரளான நிழல்களுடன் சுருளும் பாதைகள் சரிந்து ஏகும் திசையில் 'தமா' உள்ளது.

பல குரல்கள் நெறிக்கப்பட்டு ஒற்றை ஆளுமைக்குள் சிக்காத கலைஞர்கள் கலையின் உண்மைகளுடன் சூழலை விட்டு விலகிவந்த மரபு 'தமா'வினுடையது.

சுலோச்சனை இந்திரஜித் தலை ஏந்தி வருகிறாள் கால் மணிக்கச்சம் குடமுழவு அதிர. துளித்த தலை பேசுகிறது சுலோச்சனையோடு. புத்தகத்தின் மீது துண்டிக்கப்பட்ட தலை. வளவிச்சாத்தன் இடக்கையில் வளையல்கள் அணிந்து இருபால் சென்று ஆடுகிறான். 'தமா' விளக்கு ஒளிமட்டுமே உட்புகுந்து தேடுகிறது சுலோச்சனை பல நகரங்களுக்குப் போய் தன் கணவன் தலையை சிவப்புத் துணிச் சுருளில் மறைத்து வாதிடுகிறாள். அவதாரங்களில் சாய்ந்துபோன அறம் மறுபக்கம் இல்லாதது. விலங்குத் தொலிகள் உயிர் அடைந்து அலையும் 'தமா'வில் அவர்கள் நடந்து திரிவார்கள். பதுங்கியிருந்தவர்கள் வெளிவந்து கருப்புமண் வெளியில் நாயைப் பிரியாத குகைவாசல் இருட்டில் போகர். பழகிய குதிரைகள் வீரர்களின்றி 'தமா'வைச் சுற்றி குறுக்கும் நெடுக்கும் ஓடிக் கொண்டிருக்கின்றன இரவுகளில். விடிவதுவரை அவற்றின் கனைப்பு, ஆங்காரம், ரௌத்ரம், வேகம், வாசனையான

பிடரிகளின் கனவு இவற்றால் 'தமா' பல லாயங்களை மரக்கூடங்களில் கொண்டிருக்கும். குதிரைகள் அற்ற கடிவாளங்களில் அவற்றின் சிரிப்பு. கால் தூக்கி முட்டி முகம் உரசி விடைத்துச் சிணுங்கும் குதிரை வளர்ப்பவர்களின் ஏக்கம். லாட ஆசாரித்தெரு வாசனை மறையாமல் சோகம் சூழ்ந்திருக்கும்.

'தமா'வின் மாடங்களில் முத்துமாலை கோர்க்கும் தாசிசெம்பாலை யிடம் பிதிர் கேட்டு 'காகபீடிகை' எனும் சுருளை அலகால் தீட்டி சித்த சுவாதீனத்தால் அடைமரங்களில் உலர்த்தி வந்தன காகங்கள். சாம்பல் ஊராயிருந்த கிழக்குப் பகுதியில் ஒப்பனைக்காரத்தெரு. செம்மறித் தொலிமேல் தொலி போர்த்திய நாவிதன் திராட்சைத் தோட்டத்தில் கண்ட தாசிசெம்பாலையிடம் தன் கதாபீடிகையை கொடுத்தான். உள்ளே சவரக்கத்தி போன்ற வாசகனின் கண்களில் வாசனை நகரம் 'தமா' வேறொரு கால இரவாய் சிவந்தது. கசந்த ஒளிபருகிய தாசிசெம்பாலை சவரக்கத்தியில் தெரிந்த தோல் சந்தை கூடும் சாம்பல் ஊருக்கு நாவிதனை கூட்டிப்போகிறாள். தாசிசெம்பாலையிடம் மயங்கி தன் பிதிர் சருக்கங்களை இழந்த நாவிதன் 'கதாபீடிகையைக் கொடுத்துவிடு... என் நாவிதர்கள் உன்னைவிடப் போவதில்லை' என்றான். மயங்கியிருண்ட சந்தில் தாசிசெம்பாலை அவன் ஆடை களைக் களைந்து காக்கையிடம் கொடுக்க திறந்துவிடப்பட்ட சந்தை வெளிச்சத்தில் நிர்வாணமாக ஓடினான். உலர்ந்த மிருகத்தொலியை எடுத்துப் போர்த்திக்கொண்டு சந்தையைச் சுற்றி சுற்றி தாசிசெம்பாலை கூறிய பீடிகைகளை வெளியிட்டான். காகங்களிடம் கொடுத்த உடுப்புகளை மறந்த நாவிதன் மீண்டும் தாசி வீட்டில் தஞ்சமடைந்தான்.

'தமா' தன்னைத்தானே சட்டை உரித்துக்கொண்டு கடந்துவரும் நூற்றாண்டுகளின் வரிசை குழப்பும் நகரம். 'தமா' விளக்குகளிலுள்ள கல் திருகலைத் தூண்டினால் பிதிர் வெளியில் பிரகாசிக்கும். ஒளியைக் குறைத்தால் மிருகங்கள் குடியான வனமாகும். 'தமா' எழுத்தறியாத ஒலிக் குழப்பத்தை நாவிதன் நட்சத்திரங்களின் கீற்றால் நாழிகைக்கொருதரம் அகவும் மயிலை வசிஷ்டரிஷி சொன்ன வாக்காக மாற்றி உள்ளே போனான் சிறகடித்து. வெளி விரியும் தாசிசெம்பாலையை கண்டான். பட்சிகளின் தொனியை அடுத்த இரவில் அதே நாழிகையில் எடுத்த பிதிர் சுருள். இனி அவனால் தாசிசெம்பாலையைப் பிரிந்திருக்க முடியாது. அவன்மீது விதவிதமாய் குதிரை வாசனை வீசத் தொடங்கிய பின்னிரவுக் குளிரில் தாசி செம்பாலையை கூவி அழைத்தான். அவள் இன்னும் முடிவற்ற

சால்வையை நெய்துகொண்டிருந்தாள். அருகில் சிம்னி விளக்கு. அதில் எல்லா விலங்குருவங்களையும் நெய்கிறாள். ‘இதோ வந்துவிடுவேன் நாவிதா, என் முடிவற்ற சால்வையில் நீயும் உன் ஆடையின்றி நிர்வாணமடைந்தவன்’ என்றாள் தாசிசெம்பாலை. அவன்போன தெருவழியே பிக்கு எதிர்ப்பட்டான். இருவர் கையிலும் பிக்ஷா அகல். மழிக்கத்தி. இருவரும் தாசிசெம்பாலையை நோக்கிப் போகிறார்கள். இருவருக்காகவும் காத்திராமல் அவள் தன் முடிவற்ற சால்வையுடன் உரையாடிக் கொண்டிருந்தாள். ‘எத்தனை நிறங்களை இந்த ‘தமா’ அடைந்ததோ அத்தனையும் உன்னில் கண்ணிகளாய் கோர்க்கிறேன். இதில் அடங்கிய மூன்று நகரங்களிலும் நாவிதன் வருகிறான்’ என்றாள். இரு தூண்கள் அருகில் நின்றுகொண்டிருந்த பிக்குவும் நாவிதனும் அவள் உரையாடலில் தொனித்த நெசவின் நுண்கலை பற்றிய வியாக்கியானங்களை உணர்ந்தார்கள். விளக்கிலிருந்த கசந்த ஒளி தடவிய இழைகளை எச்சில் தொட்டு அறுந்தவற்றை முடிந்தாள் தாசிசெம்பாலை.

கடல் போன்ற முடிவற்ற சால்வை நெய்யும் தாசிசெம்பாலை இழை கோர்க்கும் விரல் லயத்தில் ஞானம் பெருகப் பெருக அவள் நீண்ட கைகளுக்குள் நுண்ணீரில் அலைவுறும் செவ்வரி நாரைகள் கால் வைத்து மெல்லிய நூல் உருவம் பெறும். புத்தரின் ஒலி நெடும் பீலி அகவலோசை இடும் தூங்கியல் மகளிர் கழுத்தை வளைத்து ‘தமா’வில் நிற்கிறார்கள். கால்களைத் திருத்தி எழுதினாள் நூலில். அழகிய மூங்கில் கணுவில் மென்மையான அவள் விரல் பின்னும் நுண் நிறங்கள் கொண்ட ‘தமா’ நகரம். தனிமையில் இருக்கும் மணிகளை அதிர்வித்தாள். நூல் அதிர்கிறது சால்வையில். அலையும் துகிலை இடப்பக்கம் கோர்த்த தோளின் மீது மடித்து கைகளை முகத்துடன் முத்திரை இட்டாள். தாழ்ந்து வணங்கிய விரல்கள் புத்தரை நோக்கின சுடர் நூல் ஒளிர்கிறது நடு இரவிலும். நாவிதன் பக்கங்களைச் செதுக்கி கூரிய சிற்றுளியாலே செய்த அட்சய பாத்திரம் வடிவத்தின் மேன்மை நிமிர் எரி சுடர் பணிப்பெண் குனிந்து நெய் வார்க்க பலதிசை சாய்ந்து படர்ந்த வெளிச்சம். இடங்களில் பரவிய இருள் நீங்குமாறு அகல் துலங்கியது. சித்திர செப்பட்ட நாவிதன் நாட்டிய ஜிதேந்திரியாய் அலைந்தான் ‘தமா’வில்.

நூலுக்குள் அட்சரங்கள் வெட்டும் வெறுங்கையிலுள்ள கலை விஸ்தாரமாக முழம் போடுகிற தன் விரல்களில் அழியாத நூதனத் துகில் ரஸம் ஏறியது. உயிர்ச் சால்வை நெய்யும் வித்தையில் ‘தமா’ அபிவிருத்தி அவளிடம் தஞ்சமாகி அவளோடு பல தாசிகளும் இழை

பின்னுகிறார்கள். ஈரவெண் மணல்மீது பறவைகள் நகர கால்படிவு மீது மகரமீன் உரசும். நிறநூல் வடிவம் ஜீவன் ததும்பும் பின்னலில் போத இலை துடித்த அதிர்வு சால்வை எங்கும் விரிந்தது. அதை பிக்கு உணர்ந்தான். சுவர் மாடத்தில் எரிந்த வேப்பெண்ணெய் லாந்தரில் மனதைச் சிக்க வைத்துக் கொண்டிருந்த 'தமா' நகரின் ஒளி சூழ்ந்த கூடத்தில் புத்தரின் ஒளிச்சால்வை அவனை ஈர்த்தது.

தாசிசெம்பாலையின் சித்திரச் சால்வை உலர்ந்துவரும் இரவில் கிழிந்த கோட்டுக்குள் வாழ்ந்த நடிகனின் அன்றாட நாடக ஒத்திகை. இருட்டில் ஊறிய கருப்புக் கோட்டு, வசனங்களின் முகபாவம் கொண்ட நடிகைகளாய் மாறியது. நெய்துகொண்டிருந்த தாசி செம்பாலை விளக்குடன் வந்தாள் நாடகத்தில். ஹார்மோனியத்தின் மீது துயிலும் கிழிந்த கோட்டு கருப்பு முகத்தின் ஆழத்திலுள்ள கண்களை திறக்கிறான். போதிகைச் சால்வை போர்த்திய தாசி செம்பாலை பிக்குவுடன் உரையாடுகிறாள் 'எவ்வுயிரும் என்னுயிர் போல் எழுதிய சால்வை இதோ. அனைத்திலிருந்தும் விடுதலையாக விரும்புகிறேன்.' பிக்கு விளக்கிடம் குனிந்து 'நீ நிர்வாணமடையக் கூடும். நிலைபெறும் இரக்கம் நீங்கில் என்னுயிரும் நீங்கும். ஆசையிலிருந்து விடுபட முடியுமா தாசிசெம்பாலை' என்றான். 'என் விரல்கள் இன்னும் 'தமா'வின் சால்வையை நெய்து முடிக்கவில்லை. அதற்கே விதிக்கப் பட்டேன். அதுவரை துயில்வதில்லை' என்றாள். கலைப்பண்பில் பௌத்தம் செலுத்திய ரகஸிய ரேகைகளை தொட்டால் 'தமா' எல்லையற்றதான எல்லா வடிவங்களுடன் நிர்வாணத்திற்கான ஒரு பூ பனித்தது சால்வையில். அதன் வாசனை பல திசை கொண்டது. இதழ் வாட்டத்தில் ஓரிலை. அதையும் நெய்திருந்தாள் பின்னிரவில். நுண்கலை ஆக்கத்திற்கு 'தமா'வின் மரபு மகத்தான தூண்டுதல்.

'தமா'வின் வினைச் சிற்பிகள் உலகைச் சுற்றி பௌத்தம் விசிறிப் பரவிய சமயக் கலைஞர்கள் கூடினார்கள். எல்லா உலோகங்களாலும் வடிக்கப்பட்ட 'தமா' நகரம். மௌத்திகங்கள் உயிருடன் நடமாடி நோக்கும் தன்னிடத்தில். 'தமா' மரபுதானே நிகழ்ந்தது. சிற்பிகளின் சம்பிரதாயத்தை வியந்து தூரதேசப் பயணிகள் வந்துகொண்டு இருந்தார்கள் 'தமா'வுக்கு. வினைச் சிலம்பின் கலைச்சம்பிரதாயம் இயற்கையின் எதேச்சையில் துவங்கியது. தூல உலகின் உட்புறத்தே யுள்ள உருவமற்ற அகண்டத்தை உருவத்தின் மூலமாக கலையில் சிருஷ்டித்த நுரையீரல் அகம் புறம். 'தமா'வின் ஓவியக்கலையின் மூலாதாரத்திற்குச் சென்று அதிலிருந்து ஆரூபகம் பெற்று பிதிரர்கள் புத்துயிர் ஊட்டினர். உணர்ச்சிகளுக்கு உருவம் தருகிற 'தமா'வின்

சிலம்புக்கோயில் ஓவிய மரபில் சிறப்பென இடம்பெற்றிருக்கும்.

தாசிசெம்பாலையின் இன்னிசையால் காட்டுமான் ஒன்று ஈர்க்கப்பட்டு நிதமும் அவள் வீடு தேடி ‘தமா’க்குள் வந்து போகும். அவள் எதிரே பரவசமாய் அண்ணாந்து புல் கேட்பதுபோல் அவள் தோடி ராகத்தை கேட்கும். மானிடம் அந்தந்த ராகத்துக்குரிய உணர்ச்சியை புலப்படுத்தினாள் தாசிசெம்பாலை. ராகத்துக்குரிய நேரம் பருவம் தெரிந்த மான் வேறு வேறு காலத்தில் உலவியது. அதை புத்தா... என்றழைத்தாள் தாசிசெம்பாலை. ராகங்களை விசிறிப் பரவிய காட்டுக்குள் மழைக்கு முந்திய காற்று உள்ளேறியிருந்த பிராணத்தில் மானின் குரல். அதன் சந்த நாதம் கேட்க ராக ஜிதேந்திரியான மிருகங்கள் பட்சி ஜாலங்கள் வெளியில் திரிகின்றன அதனதன் லயத்தில். நரம்புகள் பின்னி வெளிவரும் இடியுடன் ஆலங்கட்டிகள் சிதறிய ‘தமா’வின் தெருக்களில் பனித்த நாவிதனின் கஞ்சிராவுக்குள் மணிப்புறா குமுறுவது கும்காரம் சிறகடித்துக் கற்பனைகளைக் கொட்டிப் பறந்த மான் அது மாயம். கடல் போன்ற இசை லயத்தில் ராக்ஷச சாரீரத்தை சாதக பலத்தால் மான்களுக்குக் கொடுத்தான் தாசி செம்பாலையை குருவாய் ஏற்ற நாவிதன்.

அவள் குடிஜனங்களில் ஒருத்தி பேரழகியாக இருந்தாள். ராஜதிரை போட்டுப் பார்க்க விரும்பாமல் பெண் கொடுக்க மறுத்துரைத்தனர். கண்ணாடியை ராஜகுமாரன் முன்வைத்து அதில் அவள் தோற்றத்தை விளக்கியது ‘தமா’வின் ஆடி. அரசனால் துன்பம் விளையும் என எண்ணி இரவோடு இரவாக ஊரைவிட்டு நீங்கினர். ‘தமா’வின் கண்ணாடி மட்டும் அந்த மாட வீட்டின் மரக்கூடத்துக்குள் சுடருடன் தனித்திருந்தது. ‘தமா’வின் ராஜகுமாரன் உள்ளே போனவன் திரும்பி வரவில்லை. இரு தளபதிகள் பின் தொடர்வதை மரங்களின் மேலிருந்து பார்த்தவர் நிலம் பிளக்க மண்ணுக்குள் மறையவும் தலைமுடி மட்டும் சிக்குண்டு வாளால் வெட்டி கொண்டுபோன கிழக்கில் சுகந்த கூந்தலாம்பாள் கூந்தற் சுருள் கண்ணாடியில் ஒட்டிக் கொண்டது. அதன் மோகம் தாசிசெம்பாலையாய் உரு எடுத்திருக்கக் கூடும்.

விநோதச் சால்வை உயர்த்தினாள் ‘தமா’வின் கண்ணாடியில். அது கட்டுக் கடங்காத காம உணர்ச்சியை தணிப்பதற்கு தன் உருவை எத்தனையோ வகையில் சாயல் காட்டியது. கிழிந்த கோட்டுக்குள் வாழ்ந்த நடிகன் ‘தமா’வின் கண்ணாடியில் முற்பட்டான். கோட்டுக்குள் தாசி வெளிச்சம் நடிகர்களின் முகத்தில் பட்டு கதாபாத்திரங்களுடன் உரையாடியது. ‘தமா’வில் வெளிப்பட்ட புராண பாத்திரம் காமம் வியாபித்த அரசவம்சக் கண்ணாடி. பாசி படர்ந்து உள்ளுறையும்

ராஜபார்ட்களிடம் கொஞ்சிய வசனங்கள் கழலில் உருண்டன. ஒருவரையும் காணமுடியாத வேளை தனக்குள் கைக்கிளை பெருந்திணையென விரிந்தது சூழ. திசைகளெல்லாம் விரிந்து செல்லும் இருளடைந்த கண்ணாடி பிரிந்தோர் புலம்ப ஆடல் மகளிர் பாடல் பொருத்த 'தமா'வின் நரம்புகளை வருமுலை வெம்மையில் தடவி கரியதண்டுடைய சிறிய யாழ் பண்முறையில் நிறுத்தினாள் தாசி செம்பாலை. அவள் உடுத்தியிருந்த ஆடைகளையெல்லாம் உதறி எறிந்துவிட்டு தன்னை நோக்கி வரும் யுவனுக்காகக் காத்திருந்தாள். தனக்குள் காமம்கொண்டால் ரஸப்பூச்சு உதிர்ந்துவிடும். அதில் ஒருவரையும் அடைய முடியாத ஒருத்தி உருப்பளிங்காய் இருந்தாள். அவளை ஸ்பரிசிக்க யாருமில்லை இங்கு. அரூபத்தைத் தொட்டுணரும் திறம் ஒருவரிடமும் இல்லை. புலனுணர்ச்சியில் பரவிய காமம் விலகி இசைக்குள் கால் மணிக்கச்சம் குமிழ நாதலயப் பிரம்ம அவதார சொரூபமாகிய தாசிசெம்பாலையிடம் நாடகர்கள் தஞ்சமாகி வருஷம் பல சிஷ்யர்களாய் அமர்ந்து ஏற்ற வித்வம் அரூபத்தில் சொல்லுக்குச் சொல் ஜீவன் ததும்பும் தாசி ஒளி 'தமா'வின் கண்ணாடியில் உயிர்த்தது. அதை செந்துகிலால் மூடினால் இருட்டிலும். 'தமா'வின் ஆழங்காண முடியாத சாகர இசைக்குள் பயணமானாள் தாசிசெம்பாலை. பாணர் சிலரும் ஆடிமுன் வந்து மனதைச் சிக்கவைத்தும் அவர்கள் நாடோடி மனம் ஓரிடத்தில் நிற்கவில்லை. 'தமா'வின் கண்ணாடியில் கசப்பான துக்க ஒளி நாடகக் கூட்டத்தை சூழ்ந்தது. கசந்த துக்கமே இசையென உணர்ந்த வளவிச்சாத்தன் அவள் கேள்விகளுக்கு கண்ணாடி முன் நின்று கவிதையில் உரை வீசினான். கலைந்து கிடந்த அவள் ஆடைகளைத் தான் அணிந்து பெருந்திணை வயப்பட்டு இடதுகை வளையல்களை உயர்த்தினான் ஆடியில். பலரும் கூடி வாதிட்டனர் ஆடிமுன். பதிலற்றவர்களை எட்டி உதைத்தாள். எல்லோருமே கண்ணாடி முன்வந்து அவளைத் தேடுபவர்களாயினர். சாம்பல் பல்லி ஒன்று வெப்பப் பாறைகளிலிருந்து வெளியேறி 'தமா'வைக் கடந்து வந்து ஆடியில் ஒட்டிக்கொண்டதும் கௌலி அடித்தது. சொன்னால் பலிக்கும் சொல் உதிர்த்தாள் தாசிசெம்பாலை. கனவில் தோன்றியதை திரும்பவும் கௌலி அடித்தது. ரஸக்கன்னிமீது பல்லி ஒட்டிக்கொண்டு இன்பத்தில் ஆழ்ந்திருக்கக்கூடும். இரவில் மெல்ல ஊர்ந்துபோய் ஜன்னலைத் திறந்து நட்சத்திர மண்டபம் உருள்வதில் கால்வைத்து அசரீரியாய் பேசியது சாம்பல் பல்லி. ஒரு பார்வையாளன் அரங்கேறும் நாடகம் உருவான வேளை அங்கே அவள் இல்லை.

நினைத்த கற்பனையில் செதுக்கிய யுவனுக்காகக் காத்திருந்தாள்

பல்லியின் துணையுடன். அவன் அகப்படும் வரையில் நிர்வாணமாகவே உலகம் முழுவதும் சுற்றி அலைந்தாள் தாசிசெம்பாலை. பல்லியிடம் சபதம் செய்து கொண்டாள். இந்த வேளையில் காபாலிகையின் கபால ஓட்டில் இடம்பிடித்து இரை தேடுவதை நிறுத்திக்கொண்டு ஏமாற்றி எத்தித் துழைத்து வந்த ஒரு கால் காகம் அவள் தோள்மேல் வந்தமர்ந்தது தந்திரமாக. 'யுகயுகமாய் காக ரூபமெடுத்து அரச மரக்கிளையில் அமர்ந்து பல ஆறுகளைக் கண்டேன். நான்தான் புசுண்டமுனி எனக்கு வயதே இல்லை' என கண்ணாடியில் பறந்து மிதந்து உரையாடியது காகம். 'அப்படியா. காகபுசுண்டனே என் அடங்காத காமத்தீயில் தலைகீழாய் நீ விழவேண்டும். இதுதான் என் ஆசை' என்றாள் அரூபதாசி. பல்லி அடித்தது. 'அநங்கரன் என்றால் காமதேவன் நடன சாலை. அநங்கன் என்றால் சரீரம் இல்லாதவன். காமன் சிவனால் எரிக்கப்பட்ட சரித்திரம் அறிவாயோ ஞானப்பெண்ணே' என்றது காகம். 'நீ சரீரம் இல்லாத சித்தனா' என்றது ஆடி. 'ஆம்' என்றது காகம். காடோ செடியாக அலைந்து மிருகங்களிடம் முறையிட்டாள் நிர்வாணயுவதி. அவள் உடல் கர்ஜித்தது மலைகளில். வேரி நிமிர்ந்து எப்பாடும் பேர்த்துதறி சீறிய சிங்கமாய் பிதிரா வந்தாள் மிருகியப் பெண்ணாக. 'தமா' நாடகசாலையில் திரைக்குப் பின்னிருந்து வெளிப்பட்டாள் நிர்வாணத்துடன் தோளில் பல்லியை ஏந்தி. 'வெட்கமில்லையா ஏன் இந்த நிர்வாணம் உனக்கு' என கண்களை மூடினார்கள் பார்வையாளர்கள். கண்இருட்டில் கண்ணாடி மறைய வில்லை. அதற்கு அவள் 'இந்த நாடக அரங்கில் ஒருவரும் மனிதரில்லையா' என்றாள். திரைமறைவிலிருந்து பெண்களும் வெட்கப்படுமளவு அவள் உடலில் மிருகங்கள் வரைந்திருந்தாள். வாலை மீன் கண்களில் உமிழ்ந்த ஜுவாலையாய் அவள் யோனி சதையுதடு பிளந்திருந்தது. வெட்கிய கதாபாத்திரங்கள் பாடிவர அப்போது காகரூபமெடுத்து பறந்துவந்த புசுண்டன் அரசன் குடைமேல் அமர்ந்து 'நான் இந்த சிம்மராசியுள்ள பெண்ணை அடக்குவேன்' என்றது. காகபுசுண்டன் அவளை காட்டுக்கும் வனாந்திரங்களுக்கும் தாண்டிய நதியிடம் அழைத்துப் போகும் மூன்றாவது சிருஷ்டி. அதுவே 'தமா'வின் கண்ணாடி. கலவிப் போரில் கண்ணாடி கதித்த பல ஆயிரம் யோனி பேதமாய் பெருக்கியது உருவை.

காகம் தோற்று அவள் கொங்கைமேல் அமர்ந்தது. ஆணுருவானவர்கள் அவளுக்கு தண்டனை அளித்தார்கள். புயங்களிலும் கால்களிலும் 'தமா'விலேயே புராதனமான ஆணிகளை கொண்டுவந்து தாசி செம்பாலையை சிலுவையிலறைந்தார்கள்.

10

பிதிராவின் வடிவம்

சாம்பல் வெளிமேல் காகமாய் பிரிந்து சேரும் காகபுசுண்டன் வந்து கொண்டிருந்தான். அவன் உடல் போர்த்திய கடல் சால்வை. இமையாக் கண்தெறிக்கும் ஒளிக்குள் கரு ஒடுக்கம் ஒரு தனிமை. சூலாகிச் சுக்கிலத்துள் பிளவுண்ட இரு நகரங்களாய் அவன் உடல்மீது ஆண் பெண்காகம் என மூவுடல் கொண்ட பிதிரா. அதுவே கனவில் வேறொன்றாய் தத்தளிக்கிறது. இதன் சிற்பிகள் சிறகில் கோதிய இருட்டு தோகை விரித்து வருகிறாள் காகதுவசத்தாள். விதியின் கருந்தேவதை. துன்பத்தில் ஆழ்த்தி நகரையே தகர்க்கிறாள். புலவுவாடை வீசும் பாதையில் திரள் திரளாய் காகங்கள் செல்லும் குறுக்கு வழிவந்து பீடிக்கிறாள் பாதங்களை. அவள் தொட்ட பாதத்தில் கருஞ்சிறகு விரித்த கிரகமொன்று விரட்டுகிறது தீ விரித்து.

மனதைச் சிக்க வைக்கும் பாதி மணல் குடியுண்ட நகரம். மே காற்றின் மதகுகள் திறந்து வீசும் காற்றாறு. தனிமையின் மணல் வெறிக் காற்றில் கண்களை மூடியபடி தெருவைக் கடக்கிறார்கள் பிதிராவாசிகள். வாயு வேகத்தில் ஓடும் புராண வீதிகளில் குதிரைகள் கனைத்து கால்தூக்கி எதிர் நீச்சல் போட்டு மேலேறுகின்றன. கதவுகளை மூடி உள்ளே தஞ்சமடைந்த பிதிராவாசிகள் காற்றின் வெவ்வேறு ஓசைகளை இரவில் கேட்கக்கூடும். எலும்புகளை ஊதும் மந்திரமாகச் சில நேரம் சப்தம் வரும். இருட்டுக்குள் விநோத வெளிச்சம் பாய்ந்து மணலின் அபூர்வ சிற்பங்களை நோக்கி வடிவங்கள் ஓடுகின்றன. படையெடுத்து வரும் குதிரைகளை நிறுத்தி குழந்தைகள் கட்டிய மணல்பட்டினத்தில் காற்றின் நியதி மிக மெல்லிய துகளையும் அடுக்கி வரைந்து கிளை ஏறிய காற்று ஊதும் உருக்கம். வீசும் காற்று ஜன்னல்களை அடித்து கீறல்களில் புகுந்து எதையோ சொல்ல வருகிறது.

சாம்பல் வெளிமேல் நாடக ஆசிரியன் தாபதர் வந்துகொண்டிருந்தான். அவன் காகவிழிக்குள் உருளும் நயன அசைவு மயக்கமாய் பொழுது சாய உருகிப் பாயும் காகங்களின் மனவெளிச்சம். செம்மறித் தொலிமேல் தொலி போர்த்திய நடிகன் வறண்ட தொலியில் பைசாச

பாஷையில் நாடக பீடிகை வரைந்து ஒவ்வொரு நகரமாய் போய் இரவில் நடித்தான். காகங்கள் கூடிவந்து வெளியேறிப்போன திசையில் வம்சாவழித் தொடர்வாக்கில் சுழன்று ஊர் ஊராய் அலையும் பிதிர் சருக்கம். நட்சத்திரங்களில் பிணைக்கப்பட்ட மனிதர்களுக்கு காகங்களின் நிழல் கூட்டம் பார்க்க அச்சமாய் இருந்தது.

அவன் உடலில் வெளிப்பட்ட பட்சிகளும் விலங்குகளும் உடல்மேல் பறக்கும் சிறகு விரித்தன கிரக நிழல். கிளைகளில் அமரும் பட்சிகளைப் பின் தொடர்ந்தான். வேர்க்கும் சருமத் துளைகளில் கசியும் தைலம் மரங்களின் உணரும் நுட்பமாய் பிதிர் வாசகம்.

சாம்பல் கழுத்துடைய பரவெளிக் காகங்கள் காகா...வென ஊர் கோடியில் கரைந்து தெருவில் சாம்பல் விரிக்கும் துக்கத்தில் மனிதர்கள் கிரகங்களிடம் வாதிடுகிறார்கள். தெருவின் மௌனத்தில் கரைந்து ஆழத்தில் பறக்கின்றன நிழல்களுடன். பனைமரங்களில் திறந்து கொண்ட சுவடிப்பலகையின் முன் அமர்ந்து ஏடு புரட்டும் காகம் சொன்ன எழுத்தில் வெட்டிய சக்கரங்கள் வெளிமேல் பாய்ந்துவர முள்மரங்களில் கூடி அலையலையாய் பறந்துவருகின்றன காகபுசுண்டனைத் தேடி. சொல் வெளி சிவந்து விரியும் பட்சிகள் ஒலிக் கோர்வையில் அடுக்கிய சுவடி பட்சியின் பேர் சொல்லி அழைத்தது. சித்த சுவாதீனத்தால் தீட்டிய சித்திரம் அடைமரங்களில் உலர்ந்துவரும். மண்பட்டினத்தின் கிழக்குப் பகுதியில் காகபுசுண்டன் ஒவ்வொரு தொலியில் கேட்கும் பட்சி ஒலி பகலிலும் இரவாகும்.

பூச்சிகளின் அத்துவான பகலில் ஆழமான இருட்டு குடைந்த இரைச்சலில் மூலிகை மூச்சுவிடும் பாதையில் தனியே போகிறான் புசுண்டன். இருட்டின் விநோத நெடிக்குள் சீசாவிலுள்ள தைலம் சிந்திப் படரும் பித்தம் ஆழ்த்தியது புசுண்டனை. வனம் சூழ இரவு வரும். தாசிசெம்பாலை தலை நீட்டி சுரைக் குடுவையில் ஓடும் விதைகளை குலுக்கி எழுப்புகிறாள் பழமையான இருளை. அவள் மீதே தீட்டும் புள்ளிக் கோலம் வெளிமேல் குடைந்து செல்லும் இயற்கையிலிருந்த வர்ணம் அந்தரங்க வழியில் ஈர்த்தது அவளை. வாக்கியம் கேட்டழுத துக்கம் தீராத இருள்.

கருவில் தத்தளிக்கும் துளி உருளும் கோடு நீண்டு தொடும் நரம்புகளின் ஓட்டம். ஈரப் பறவைக்கு பேடையிட்ட குரல் படிந்த இருட்டு. சொல்முளைத்து பயிர்களில் பால்பருவம். குருத்துவிடும் சப்தம். புல்வாசனை. பால் ஏறும் நிர்வாணம் ஒரு பூ. பிரிந்த பட்சிகள் சேரும் குரல். அலகில் தொனிக்கும் ஒளித்துளி வனமெங்கும் உருண்டோடும்.

இறகுத்தடம் படரும் விளிம்பு.

அது சாம்பா நீண்ட நாள் பார்க்காத நாடகத்தில் பட்சிகளால் சூழப்படுகிறாள். அவள் குரல் நரம்பு கொடிப்பின்னலாய் ஊர்ந்து போய் கிழிந்த கோட்டு நடிகனைச் சுற்றி இணைக்கிறது. கொடிக்குள் மூச்சுவிடும் தாசிசெம்பாலை. நிர்வாணமாய் இருட்டில் ஆழ்ந் திருக்கிறாள். பவளக்கொடி பிதிராமேல் அமர்ந்தது காகமாய்.

பிதிர்வனம் ஆடிய இரு குதிரைகளின் காதுகள் அசையும் நிழல். காக உருவெடுத்த நாடக ஆசிரியன் யுத்தவடுக்களுடன் தள்ளாடி வருகிறான். சுருதிக் கட்டைகளில் விரல் நகர்த்தி துக்கத்தின் விளக்கு மீது நிழல்படுகிறது. குதிரையுடன் பேசுகிறான், 'முத்துவிஜய சபாவில் நல்லப்பசாமிகள் சங்கீதம் கேட்டு வந்தேன். விஜயாளுக்கு கண்டி நகர் சிறப்பு வசனம் எழுதிக் கொடுத்தேன். மங்கம்மா சத்திரத்தில் சரஸ்வதி பாய் பாடிக் கொண்டே இருக்கிறாள். தேகவியோகப் பாடல். அதில் குதிரைகளின் இசை' குதிரை மேலமர்ந்து மெல்லிய வாசனை பரவும் காதர்பாட்ஷாவின் ஆர்மோனியம் தனியே செல்கிறது ஊர்களின் தனித்தனிச் சாயலை நாசியில் நுகர்ந்து. காதர்பாட்ஷாவின் காதுகளில் முணுமுணுத்தாள் நடிகை.

வெவ்வேறு ஊர்களை நுகர்ந்தால் மூலங்களில் நறுமணம் கிழக் குதிரைகளின் விலா எலும்பில் ஊர், வேறு வேறு குதிரைக் குளம்படி யின் கீழ் அழிகிறது. மாறி ஓட பழம் வாழ்வு பிரிந்த பின்னும் அதன் வேகத்தில் யுத்தகளம். வாட்களின் இரும்புவாடை. ரத்தத்துகள் உலர்ந்த மண். தொலைவே அழைத்தது கனிகள் பழுத்த வாசனை நகரம்.

ஓடும் நண்டுகளின் கீறலில் புலப்படும் காகநிழல். சுவர்களில் கூட்டமாய் கரையும் ஒலி. பைத்தியம் பீடித்த கடல்தெருவில் பிதிரர்கள் சதா குதிரைகளை ஜலவீதிகளில் கொண்டுபோய் சதுரங்கத்தில் ஓடும் நவகிரக ஓட்டத்தில் நுரை பொங்க வெறிபிடித்து ஓட்டுகிறார்கள். குதிரைக் கபாலங்களை ஆமையோடுகளை ஏந்திய பிதிராவாசிகள் நவகிரகங்களுக்கு இடம்மாறி விளையாட்டில் பகையின்றி எல்லாத்திசையிலிருந்தும் கிரகங்கள் நகரும். கதவுகளைத் திறந்த சித்திரங்களில் ராசி வட்டம் பயணிகளின் உருவத்தோடு வரையப்பட்ட உலர்ந்த குதிரைத் தோல் சுருட்டி வைக்கப்பட்ட இருட்டறை.

பிதிராவின் மரபு பல வீடுகளுக்கு மாறும் குதிரை முகங்கொண்ட மனிதர்களின் விதிப்போக்கை மிகநுட்பமாக உணரும் நட்சத்திரங் களின் அமைப்பு கொண்டதாகும். காலமே நகரம். அதன் தாக்குதலில்

சிதிலமான நகரமிது. பித்தமாய் எழுந்த காகங்கள் கடலிலிருந்து வீடுகளுக்கு இடம் மாறும். காலவேகக் குதிரைகள் பாயும் நீலத்தில் நீந்தி அலையாய் எழுந்து நகரை சிதைக்கும். நட்சத்திரங்களின் அமைதி. அடியில் சாவு. குளிரும் விரல்கள். ராசி வட்டத்தில் சுழலும் குதிரைகளின் நிழல்கூட்டம். யுத்த சந்நதத்தில் விநாசமான படைப்பு களின் கீறலில் கணித வடிவ இலை நரம்புகள் ஓடும் கலை.

11

சிவப்பு வெளிர் சிவப்பு நகரம்

சூரிய வெளிச்சம் மெல்ல மெல்ல ஏறி செந்நிறமடையும் நகரம். செடிமேல் வளரும் தெருவில் நீட்டிக் கிடந்தது நினைவு. இங்கே பவளத்தால் பறவைக் கூண்டுகள் செய்யும் குறவர்கள் கடலில் மூழ்கி எடுக்கிறார்கள் மீன் எலும்புகளுக்குள் மடிக்கப்பட்டு மூழ்கிய சிவப்பு வெளிர் சிவப்பு நகரங்களை. திரும்ப நிர்மாணித்துக்கொண்டிருக் கிறார்கள் மங்கலாக உப்புப்போல் கசிவுகொண்ட பாசி படர்ந்து பவள இருத்தல் கொண்ட தணலில் மிதந்து வரும் செங்குழம்பு தோய்ந்த நகரை. கையில் ஏந்தி ஒரு நாடகத்தை படைப்பதற்கு மணல் மகுடி ஊதநிறம் மாறுதல் அடையும் நகரம். வாசனை கொண்ட செங்கு வளையில் மூழ்கிய நகரம்.

பவளக் கூண்டுகளுக்குள்ளே அலி கூபாவின் செங்கனிவாய் திறந்த கிளிகள். பலநிறமுள்ள புறாக்கள் கும்காரமிடும் இந்நகரை பல நகரங்களாய் மாற்றும் பவளக்கொடி பின்னும் பெண்களின் விரல்கள் சதா வளையும் அசைவு. பாசிக்கொடியில் தோன்றிய பழுத்த செம்பவளம் போன்ற இந்த நகரம் பவளச் செவ்வகை மாடங்களுடன் மரங்களுக்கிடையே தோன்றுவதாயிற்று.

மரக்கூடங்களில் பாசியுடல் படர்வதாய் ஒவ்வொரு வீடுமே பவள மரம்போல் கண்ணுக்கு தெரியாமல் பூத்துக் காய்த்து பழமானது. நகரின் வாசனை அரூபமானது. வெளியில் கண்ணுக்கு புலப்படாத மயங்கும் நகரமிது. ‘அவ்வழியில் படுபவளம் முருக்கம்பூப் பசுங்கிளி மூக்கில் திறக்கும் பவளக் கூடு உள்ளே கனிகளாலான புஸ்தகம்’ செவ்வரத்த மலர் திறந்த நூலகத்தில் நாடக ஆசிரியன் விரல் வைத்த வரி வெளிச்சத்தில் யாரோ நிற்கிறார்கள். மங்கிய நாடக விளக்கில் துலங்கிய ‘பவளக்கொடி.’

செந்நிறமாய் பழுத்து எரியும் வெளிர் சிவப்பு நகரம் மீன்முட்கள்

தைத்த துளைகளில் உள் உருளும் காற்றில் அதன் ஏக்கம். துளை ஒழுகிய காற்றில் முல்லைப்பண் புராதன உப்பினால் சிவந்த அலை பழுப்பாகி தோன்றும் தெரு. ஓங்கி எழுந்து கீறல்விடும். சுவர்களில் பதுங்கிய கடல் பாசிகள்மீது பவளக்கொடி ஓட்டம் உயிர்களை அள்ளித் தெறிக்கும். பைத்தியம் பீடித்த கடல்தெருவில் பவளக்கொடி படர்ந்த கதவுகளைத் திறந்து செங்கோடுகளில் தீட்டியிருந்த பவளக் கூண்டுகளின் சித்திரங்களில் இழந்த இம்மனிதர்களின் எலும்புகள் குவிந்த வெள்ளெருக்கான மணல்மேடுகள் நகர நகர நிறங்களை விரல்களால் பதிக்க இவர்களின் காடு தழல் மண்டுகிறது. மெல்லிய மணல் விரல்களால் தீட்டும் பவளக்கொடி தன்னையே கதா ரூபமென வரைந்துகொள்ளும். மீன் வாஸித்த அட்சரங்களில் இமையாக் கண் ஒடுங்கும் செவ்விய பவளக்கூடு உள்ளே கிளி ஓர் தனிமை கொண்ட ருதுவென தாசிசெம்பாலை மீது சொல் உதிர்த்து அமர்ந்தது.

அவள் முடிவற்ற கம்பளத்தில் மீன்கள் நெய்யும் வேளை சுருண்டிருந்த பிதிரர்கள் நூல் வெளிச்சமாயினர் அடர்ந்து. உரையாடல் கொண்ட துகிர் செம்பவளம் நீர் சுரிந்து வரிவரியாய் மீன் நரம்பு கோர்த்த வெளிர் சிவப்பு நகரம். அதில் பல நிறமாய் இறங்கும் புறாக்களின் வாக்குவாதம். பவளக் கூண்டுகளில் இறங்கும் படிகள் வாதிடும்.

ஒருவகை கடல் பூச்சியின் கூடுகளைக் கொண்ட வீடுகள். வாலரக்கனின் சதையே பவளம். மலைகளின் உதிரம் உறைந்துபோய் பவளம் ஆனது. மீன்களின் விலா எலும்பில் மறைந்திருக்கும் குருதி கொண்ட பவளநகரம்.

செங்கொடி உல்லி, ஈச்சங்காய், நூல் பூச்சி நூற்ற தெரு பவளத் தீவின் வில்வங்காட்டில் கதம்ப மரத்தடியில் தாசிசெம்பாலை நிற்கிறாள். கழற்ற முடியாத பவளக்கொடி பூண்ட கழுத்துடன்.

12
நத்தை நகர வடிவம்

நத்தையாய் உடல் நீட்டி கூடு பின்தள்ளி அலைமேல் உணர் கொம்பினால் பிரபஞ்ச நுண்துகளை மீட்டும். சுருண்ட உணர் கொம்பால் தவிக்கிற நத்தைகள் கூடித் திரளும் உருவில் மண் பட்டினம் கடலைப் பார்த்து சரிந்து வட்டமாய் சாம்பல் கூடுகளிலிருந்து நீல

உடல் நீட்டி கோடுகளால் தரைதொட்டு அவாந்திரத்தில் ஒரு மணல் துகளை ஏந்தி கூழாங்கல்லாய் மாற்றிவிடும். பிதிராவின் நத்தை வடிவ வீடுகள் சுருள் வடிவங்களால் உருவாகியிருந்தன. உயரமான மணல் திரடுகளிலிருந்து மெல்லச் சரியும் நத்தை உடலை இழுத்து கடல் ஓரம் நாக்கு நீட்டி உப்பை ஆவலாய் ருசிக்கும் நகரம்தான். நத்தையாக நீந்தும் நகரங்களின் வடிவம் இயற்கையின் நியதியிலிருந்த உப்பு.

மணல் வெளிச்சத்தில் மெல்லிய இரவுகளின் சுடராக பொருட் படாத காலமயக்கம் வஸ்துக்கும் அரூபத்துக்கும் இடையே பாயும் கலக்கமே பொழுதென நத்தையாலான நகரம் உணரக்கூடும்.

ஓர் எளிய செடிமுள் பலநிறப் பச்சையுடன் சிற்பமாய் உள்ளது. மோனமாய் திறக்கும் சிருஷ்டிகணம். வரிவரியாய் நரம்பு செவுள் கீறலில் உதிராக் கதாபீடிகை. அதை யார் அமைத்திருக்கக்கூடும். சிற்பிகள் இன்றி இயற்கையின் மர்மத்துளைகளில் வெளிப்பட்ட ஜல உயிர்கள் கொத்திய மாய நத்தைக் கூடுகளில் சதாவும் சிருஷ்டி பாவமான கலை.

பொருள் வகைகளையும் உயிரையும் இணைக்கும் கலையிலிருந்து நகரம் பாதி விழுங்கப்பட்ட பின்னும் நீர்மேல் மிதந்துவரும் நத்தை களின் வடிவங்கொண்ட நகரங்கள்.

தாசிசெம்பாலை நெய்யும் கம்பளத்தில் கூடித்திரளும் உருவில் மகாவிகாரை கடலைப் பார்த்து சரிந்து கூட்டமாய் நத்தைக் கூடுகளாலான வட்ட வடிவங்களுடன் உணர்கொம்புகளை புத்தர்மேல் நீட்டி அவாந்திர நேத்திரங்களில் தொட்டு அவர் இமைப்பீலியில் ஊர்ந்து பிதிராவின் நத்தை வடிவ வீடுகள் லட்சம் சுருள் வடிவங்களால் உருவாகியிருந்தது. தச்சர்களும் கொத்தர்களும் இல்லாத இயற்கையின் மர்ம உளிகள் செதுக்கிய மாய கூடங்களில் சூன்ய உட்புறமுள்ள இலக்கண வடிவொழுங்கு கண் முளைக்காத நத்தைகளின் விகாரையுற் புகுந்த வடிவம். குருடான உயிரினங்கள் நத்தைகளின் விகாரைகளில் மறைந்த நாவுகள் சதா ஊறும் எச்சிலால் வரையும் புத்த உரு.

நத்தைகளின் அக அமைப்பில் விகாரைகள் சிருஷ்டியாகக்கூடும். மிக நெருக்கமான கோடுகள் இழைவிடும் துளித்தலில் ஜீவ ததும்பலில் ஓசையிடும் நத்தைகளின் படைப்பு ரகஸியம். அது உயிர்களிடத்தே சாவதானத்தில் நிகழ்வது இக்கணம். பாயும் உணர்வாழத்திலிருந்த செறிந்த நாவுகளில் மணல் பரப்பு தொட அழிந்த நத்தை வடிவ நகரங்கள். மணல்விரல்கள் எடுத்து தன் குருடான யுகத்திலிருந்து படைத்தது. நத்தையின் அகப் பொந்துகளிலுள்ள இருள்வம்.

கற்கடகத்தின் அவலட்சணமான முகங்கள் சிருஷ்டித்துளைகள் எங்கும் அமானுஷ்யமான ஈர்ப்பு. நத்தை உடலில் குத்திய கடல் ராசிகளின் கோலங்களுடன் பிதிரர்கள் ராசிகளாகி முணுமுணுத்த சதை உதடுகள் மென்ற மண்வடிவ இமை மெல்ல அசையும்.

சாம்பல் பாறைகள் நகரும் ஜலத்துள் பல வீடுகளும் உட்போய் இருட்டும் காலத்தை பெயர்த்து வெளிப்படுகின்றன நத்தை வடிவ நகரங்களாய் நகர்ந்து. அலைநாக்கில் தீவிரித்த மணல் செங்கோடு அடைந்தாள் சிலம்பாயி. அவள்மீது மணல் அருவி எந்நேரமும் உள்ளேறி வெளிபாயும் நீருடல் பெண்மடல் தாழையில் எழுதிய நிறுத்தம் ஜலம் அரித்த வடு. புதைவுகளின் சருக்கத்தில் மீள்கிறாள் சிலம்பாயி. அவள் கதா சலனத்தில் சதா நீந்துகிறாள். மெல்ல நகரும் யுகங்களில் இழந்த பிரதேசங்களில் வேறொரு சிலம்பை. க்ஷீணதசை அடைந்து வேறு வேறு பெயர்களைக்கொண்ட நத்தை வடிவ நகரங்கள்.

ஒரே பட்டினமாயிருந்த இவ்வூர்கள் தங்களுக்குள் யுத்தம் புரிந்து பகையால் தூஷனையான ஓலைகளை எழுதிச் சேர்த்துக் கொள்வதால் பிதிரர்கள் சமாதியடைத்தும் துயில்வாரில்லை. மணல் பாயும் நீர் எழுப்பிய மதில்கள் சரிந்தும் நத்தைவடிவ நகரங்கள் கரைக்கும் நீருக்குமாய் அலைந்து கொண்டிருக்கும்.

அவள் இன்னும் கடல் ஆழத்திலுள்ள நத்தை வடிவ மாட வீட்டில் நெய்து கொண்டிருக்கிறாள் முடிவற்ற கம்பளத்தை. நீரில் எரியும் அவள் தறிவிளக்கு வெளிச்சத்தில் உரையாடல் கொண்ட பிக்கு கதைபோடத் தொடங்கியிருந்தான். அதை விளக்கிடம் கூறுவதாய் இருந்தது. சிறுசுடர் கண்விழித்து நெய்துகொண்டிருக்கும் இழைகளில் ஒரு கண்ணி அறுந்துவிட்ட போது துக்கத்தில் உவர்த்த துளி அவளிட மிருந்து கீழே உருண்டது. அதை உப்புத் துளியென உறைய வைத்து தன் சீவர ஆடையில் பார்த்தவாறு தொடர்ந்தான் கதாபீடிகையை.

கிளிமுகப் பயணி
நாட்குறிப்பு

ஆகஸ்ட் 16, 17-2002
யு.எல்.503

ஒரு நாளில் இரண்டு இரவுகள் ஒன்றின் கீழ் ஒன்றாக அலுமினியச் சிறகு சரியும் உரசலில் விமானத்துக்குக் கீழே மின்னல் பளிச்சிட்டது. மழை இடி மின்னல் மேலே பறந்துகொண்டிருக்கிறாள். இப்போது கீழே. உறை பனிப்பெட்டிக்குள் ஸ்டாபெர்ரி, கரண்ட்ஸ் பழங்களின் மௌனம். ஒவ்வொரு பாதாள ரயிலும் எந்தெந்தத் தொடர் எங்கெங்கே ஓடிக்கொண்டிருக்கின்றன. மேப்பை வைத்து அறிந்துகொள்வதிலிருந்து வெளியேறியிருந்தாள். தொலைந்து காணாமல்போய் விடுவோம் என்ற பயம் அடிநிழலாய் தொடுகிறது. சுற்றுச்சூழ் நிலையை உணர்ந்திருக்கிற சர்வசித்தம் தூங்கிவிட்டதால் இழந்து விட்டாள் தன்னை. எப்பொழுதுமே நமக்குள் கலையை கணிக்கக் கூடிய வடிவம் வாய்ப்பதற்குக் காத்திருக்க வேண்டும். அறிவுக்கு அப்பால் தான் எழுத்து வார்த்தைகளுக்கு அப்பாற்பட்ட தன்மை தன்னை இழத்தல் பயணத்தில் நிகழ்கிறது. இடையில் வரும் நிலையங்கள், எங்கிருக்கிறோம்; விளக்கும் வரைபடங்கள். பாதாள ரயிலின் எல்லாப் பெட்டிகளிலும் அந்த ரயில் போகும் பாதை. கடக்கும்பாதை சரியானதா என நிச்சயிக்க முடியவில்லை. விளக்கப் படத்தில் ரயில் பாதைகளைப் பார்த்தால் கருப்பரின் இரத்தக் குழாய்கள் ஒன்றோடொன்று பின்னிப் பிணைந்தாற்போல் தோன்றும். இரண்டாம் உலகப்போரில் கருப்பரின் உடலுக்குள் பல நிலையங்கள் ஓடிக் கொண்டிருக்கும். பூமியிலிருந்து ஐம்பதுபடி கீழிறங்கினால் வெள்ளையர் கூட்டம் கருப்பர் வெட்டிய சுரங்க உடல்களில் பதுங்கி உயிர்பயத்தில் நடுங்கிக்கொண்டிருந்தார்கள். நகரும்படியில் வேகமாக ஓடும் பெண். ரயில் வளைவு அச்சர் ஈர்க்கும் கரிய சுரங்க உடல்களின் ஆவிகள் சப்தமிடும் சுழல்.

டோட்டன்ஹாம் கோர்ட் ரோட்டிலுள்ள வைட்பில்ட் சேபல் மாதா கோவில் முற்றத்தில் மார்க்ஸின் மூன்று உயிர்கள் எழுந்து கிளிமுகப் பயணியை சந்திக்கிறார்கள். அகதிகளாக வாழ்ந்த இடங்கள் அதே வீடுகள் சுவர்களில் அதே பாசி படிந்த ஜன்னல் விளிம்பில் எட்டிப்

பார்க்கிறாள். எதிரே தவிர்க்க முடியாத மதுவிடுதி இன்னமும் இருந்தது. எதுவும் மாறவில்லை. அந்த மூன்றுமாடி வீடுகள் இரண்டு முன்புற ஜன்னல்களுடன். அவர்களுக்குப் பழக்கமாயிருந்த வழுவழுப்பான சுவர்களிலிருந்த கண்ணீர் சுவடுகள்.

தெருமுனையில் திரும்பினால் மாக்ல்ஸ்பீல்டு தெரு இருக்கிறது மரக்கிளையுடன். டீன் தெருவிலிருந்து கொண்டிஷ் டவுனுக்கு குடும்பம் பெயர்ந்துபோன குதிரைவண்டித் தடம் மறையவில்லை. அதில் அழுது புலம்பிய அம்மாவும் பிள்ளைகளும் தெருவைப் பிரிய மனமற்றவர்கள்.

ஓல்ட் காம்ப்டன் தெருக்கோடியிலிருந்து பார்த்தால் தெரியும் வெறுமையில் பல்வேறு புதுவீடுகள் தயங்கித் தயங்கி எட்டிப் பார்த்தன அவளை. நிச்சயமான அடையாளங்கள் விரல்பட்டதும் புஸ்தகமாகக் புரண்ட ஞாபகங்கள். அத்தெருவுக்கு மறுபக்கம் இருந்த நாடக மன்றம் இப்போது வேறொரு வடிவில் இருந்தது.

ராயல்டி நாடகக் கூடத்தில் பறக்கிறது கிளி. தலைமீது அலையும் நாடகங்களில் எத்தனையோ காட்சிகள் முடிந்தும் அவை கண்ணாடியில் எதிரே திரும்பிவருகின்றன. அவ்வளவு வெறுமையிலும் முடிந்து போன நாடகச் சீலைகள் குரல்களாய் சுருண்டு அலையும். புறத் தோற்றத்தைக் கொண்டு நிர்ணயிக்க முடியவில்லை. நாடக உள் புறத்தையும் பார்க்க நேர்ந்தது. யாரும் இல்லாத அறைகளுக்குள் கருங்கிளிகளின் சம்பாஷனை. பின் வெற்றிடங்களிலிருந்து உருவம் தோன்றி கிளிகளைப் பிடிக்க ஓடும் பைத்தியம் பிடித்த விளையாட்டு. ஒரு வீட்டின் கதவு திறந்திருந்தது. அவள் உள்ளே சென்றாள். மாடிப் படிகள் பழக்கமானவையாகத் தோன்றின. உள்புறம் முழுவதும் ஒப்பனைகளில் உறைந்துள்ள நாடகக்காரர்கள பைத்தியம் பிடித்த கண்ணாடியில் வெளிவந்தார்கள். வாயில் காவலர்கள் அவளை உள்ளே விடவில்லை. நினைவில் இருந்ததை ஒத்த சாட்சி. ஆனால் இந்நகரில் பெரும்பாலான வீடுகள் ஒரே தரத்தில் தொடராக எவ்விதமான தனித் தன்மையும் விந்தையுமின்றிக் கட்டப்படுபவை. சுதேசி அடிமை களின் விரல்ரேகையைக் கண்டாள் நடிகை. 'நான் முதல் மாடி ஏறிச் செல்கிறேன்' என்றாள் கிளிமுகப்பயணி. அரங்கில் மிதக்கும் பைத்தியங்களை யாரென்று இனங்காண முடியவில்லை.

இதற்கிடையில் நாடகம் பார்க்க மார்க்ஸும் புதல்விகளும் உள் நுழைகிறார்கள். அவன் தேடுதல் படலத்தின் சந்தேகத்துக்குரிய விளக்கங்களை அடைகிறான் மார்க்ஸ். நாடகம் பார்த்தவாறு

ஐரோப்பிய மூலதன வெறியை விமர்சித்து டைரியில் குறித்தார். 1849இன் இறுதியில் இங்கு வந்தபொழுது வசித்துவந்த காம்பர் வெல்லில் இருந்த இடத்தில் படிந்துள்ள உணர்வை அடையும் மன நுட்பம் உத்தேசமாகத் தொடர்வது.

அவ்வீட்டின் மணியை துணிவாக அழுத்தினாள். ஒரு கருப்பு இளவரசி கதவைத் திறந்தாள் 'இங்கு இதற்குமுன் இருந்த பைத்தியம் போல் தாடிவைத்த முதியவரை தெரியுமா உங்களுக்கு'

'இல்லை தெரியாது. பைத்தியங்கள் யாரும் வசிக்கும் வீடல்ல இது. நீங்கள் போகலாம். வேறென்ன கேட்க விரும்புகிறீர்கள்' என்றாள் கருப்பி.

'வேறு குடித்தனக்காரர்களை நினைவிருக்கிறதா உங்களுக்கு' 'இருக்காது' என்றாள். 'ஆனால் பதினைந்து வருஷங்களில் பலரும் மாறியிருக்கிறார்கள் ஒவ்வொருவரையும் நினைவுகூர முடியும்' என்றாள்.

'நான் வீட்டுக்குள் சென்று உள்ளே பார்க்கலாமா'

'நிச்சயமாக...' அவளே மேலே செல்ல வழிகாட்டினாள். மாடிப் படி கிளியை நினைவில் வைத்திருப்பது போலவே தென்பட்டது. அறைகளைத் திறந்து செல்ல ஒவ்வொரு இடத்திலும் இருந்தவர்களின் வெவ்வேறு நாட்களின் கண்ணீர் முனையில் தொனித்தது. 'உள்ளே மார்க்ஸ் இருக்கிறாரா.'

'இல்லை. வெளியில் போயிருக்கிறார்' என்றாள் கருப்பு இளவரசி.

இருந்துகொண்டிருக்கும் இரவை இன்னொரு இரவுக்குள் துயிலச் செய்ய முடியவில்லை. நிலாவும் இருக்கிறது; வழியைக் கனவாக மாற்ற. அதன் முகம் வாடியிருக்கிறது. மனதால் வாதையுறும் இரவின் குழப்பங்கள். கொள்ளையிடப்பட்ட அமராவதி சிற்பங்கள் துயரத்தில் கரைந்து கொண்டிருக்கின்றன கிழக்கு நோக்கி. துறவியை தங்கத்தில் ஊற வைத்து மியூசியத்தில் சிறை வைத்திருந்தது. காந்தார புத்தனும் கண்ணாடி அறைக்குள் சுவாசிப்பதற்கான காற்றில்லாத இருப்பில் அகதியாக இருக்கக்கூடும். சூலில் மறைந்திருக்கும் பனிக்கருவில் எத்தனையோ கலைஞர்களின் விரல்கள் அவளைத் தொட்ட இரவில் நடுங்கும் கரத்தை உயர்த்தி ஷேக்ஸ்பியரின் கிழிந்த கோட்டுக்குள் தெரியும் இந்நகரின் தெருக்களில் நாயுடன் பிச்சை யெடுக்கும் வெள்ளையனுக்கு இருபது பென்ஸ் காலனியக் கொடுமை களுக்காக அவசரமாய் பிச்சையிட்டாள். கருப்புநாய் அவளைச் சுற்றிச் சென்றது. வளையத்தில் ஆபத்திலிருந்து தப்பக்கூடிய மந்திரம் சுற்றி

விரியும். அவளிடமும் நில்லாமல் எங்கோ கரையும் மனித ஊளை களைக் கேட்டு நாயும் தொடுத்த பிலாக்கணம் வனங்களைத் தொடும். நாயின் முகத்தில் பிச்சைக்காரன் பிடுங்கலும் தொல்லையும் வடுக்களாய் பைத்தியமாகுமுன் இருக்கும் வெறித்த பார்வை. நோக்கிய தூரத்தில் அலறும் எந்திரங்களின் வேகம். சாவு வேகத்தில் மறையும் பாதைகள். நாயின் தேன் ஒளிக் கண்களில் நாணிய துக்கம் துறவியின் இமைகளால் மூடியிருந்தது.

இவளை விலங்கென அணுகும் வெள்ளையன் சுழித்த முகம் சுவர்களில் பதியும். நீக்ரோ அடிமைகளின் தனிமை ட்யூப் ரயில் குகைக்குள் மறைந்த விரல்களின் மௌனம் மங்கலாய் தெரிந்தது ரேகையில். அவளைக் கூட்டிச் செல்லும் திரியெஸ் வதங்கிய முகத்துடன் பார்த்தான். ‘சொன்னவாறு போனமாதமே நீ வந்திருந்தால் என் லீவு உனக்காக இருந்திருக்கும். எல்லாம் முடிந்துவிட்டது. நீ தனியாகச் செல் இந்நகருக்குள். இடைவெளி கிடைத்தால் தொடர்வேன். ஆனால் வர முடியுமா எனத் தெரியவில்லை’ என்றான் வருத்தத்தில். ஒயிட் செப்பல் ஸ்டேஷன் குகைக்குள் மெதுவாக ஊர்ந்த டியூப்புக்குள் கண்ணாடிகளில் நகரும் உருவற்ற பிம்பங்களைப் பார்த்தான். ‘பரவாயில்லை திரியெஸ் என் பாதை திடீர் திருப்பங்களால் ஆனது. எனவே... உன்னையும் மார்க்ஸையும் பார்க்க ஆவல்தான் எனக்கு.’

எதிர்த்த பிளாட்பாரத்தில் என்றோ உறவான பெண்முகம் நிலவென ஊர்ந்து குயிருளில் மறைந்தது. ‘எனக்கு அவளைத் தெரியும் எனக்குத் தெரியும்’ என மறதியில் உளறினாள். ‘நீ சொல்வது எனக்குப் புரிய வில்லை. அவளா இவள். முதல்முறை இறங்கிய இந்த கெமிலியன் நகருக்குள்முன் எப்போது வந்தாய் சொல்... கற்பனை உலகத்தில் சஞ்சரித்துக்கொண்டிருக்கிறாய் இன்னும்...’ என்றான் கேலியாக. குகைக்குள் அவள் உரு ஆழ்ந்த ஓலத்துடன் மறையும். அவளுக்கு அவளைத் தெரியும் என அவனால் நம்பமுடியவில்லை.

அவன் தங்கியிருக்கும் வெள்ளையன் வீட்டு சட்ட ஒழுங்குகளைப் பற்றி விஸ்தாரமாக ட்யூப் ரயில் ஓசையுடன் சொல்லிவந்தான். ஏன் வந்தோம் என்றிருந்தது. அவன் நுணுக்கமான பேச்சும் சம்பிரதாயமும் இவளை சலிப்பில் ஆழ்த்தியது. மூத்திரம் அடைத்துக் கொண்டதால் அவசரத்தை அடக்கிக்கொள்வதில் முனைந்திருந்தாள். சொட்டு சொட்டாக வலியிலிருந்து விடுவித்து இறங்கிய உப்பு நீர் அவனுக்கு வாடையடித்தது. பாத்ரூம் விதிகளை இப்போது சொன்னான். ஒரு சொட்டுநீர் வாஷ்பேஷனைவிட்டு தெறித்தாலும் கடிதம் எழுதி

விளக்கம் கேட்பார்கள் என்றான். ரயிலின் ஊளையில் கடக்கும் நீக்ரோ குகைகள் சரித்திரத்தின் கண்களாகத் திறந்து ஈர்த்தது அவளை. கடந்து கடந்து வெளியேறும் குகை சுழற்சியில் நீளும் அலறல். வதைகள் இன்னும் வெளியேறவில்லை. இருட்டிவரும் குகைக்குள் நுழைகையில் திரளும் கண்ணீர் அகாலத்தில் வெள்ளியாய் கீறி நெளிந்து அசைந்தது. சூட்டுக்கோல் அடையாளமிட்ட அடிமை நாட்களை இன்னும் குகைகளாகக் கடந்துகொண்டிருக்கிறாள். பாறையில் கசியும் கருத்த விரல்களின் ரேகை ரகஸியமாய் ஊர்ந்து தொடுகிறது இருவரை. குடிக்க நீர் கொடுக்க யாருமில்லை. மெக்டொனால்டு காலிப்புட்டிகள் கால்களுக்கு அடியில் உருளும் ஓசை. நலிவுற்ற தேசங்களின் ரத்தம் ஆரஞ்சு பழங்களாக உருமாறி யிருக்கும். கேன்களில் பிழியப்பட்ட ஒரு அவுன்ஸ் ஆரஞ்சு ரசம் கசியும் உதிரத்தின் நகர்வு. அலறும் உதிரத்தை கேட்டுச் செல்லும் குகை களின் கிளைகளில் திரும்பும் வீடுகள்.

மனதின் அற்புதச் சூழலை இழந்துவிடாவிட்டாலும் சுற்றுப் புறத்தின் துரிதகதியோடு இசைந்து விடமுடியாத இடைவெளி தொடர்கிறது. எந்தவித யோசனைக்கும் உட்படாத எழுத்து வேகமாகச் செல்வது. ரைட்டிங் ஸ்டூடியோவில் ரெம்ராண்டின் மூன்று மனைவியரின் முகம் கொண்ட ஓவியத்தில் சாஸ்கியாவின் முகத்தை தேடி எடுத்தாள். அதுவே ஒரு பதினாறாம் நூற்றாண்டுக் காதலின் ஆவி வடிவ ஒளி ரெம்ராண்டின் எல்லா ஓவியத்திலும் ஒருபக்க ஒளியாக கடந்து கொண்டிருக்கிறது. சாஸ்கியா ஒரு பூனையாக கண்களில் ஒளியை வீசி ரெம்ராண்டின் ஓவியத்தை ஒளியூட்டுகிறாள். மிகச்சிறிய வெள்ளியாக கடந்துகொண்டிருந்தாள். அவள் பூனையின் பேர் சாஸ்கியா அது அசைவற்று உறைந்துபோய் இருக்கும். உள்ளே உயிர்ப்போடு கவனமாக இருக்கும் காதை நீட்டிக் கண்ணை கூர்மையில் சொருகி மூக்கு வரையப்படும்போது முழு ஓவியத்தையும் உறிஞ்சி ஒளியின் சுவாசமூட்டுகிறாள். சாஸ்கியா ஒரு வீதியில் நடந்து போகும் போது இப்படித்தான் ரெம்ராண்ட் உணர்ந்தான். சாஸ்கியா ஆறு வருடங்களுக்குப்பின் மறைந்தபின் நோயுற்று படுக்கையில் கிடந்த கோட்டோவியம் பூனையாக உருமாறி அறையைவிட்டுச் செல்ல ஒளி மறைகிறது. கைகளால் சாஸ்கியாவை தொடும்போது பூனையாக மாறிவிடுகிறாள்.

மின்னுகிற கருப்பு உதடுகளும் பூஞ்சை உடம்போடும் கிறிஸ்தவ வாஞ்சைகொண்ட கருப்பி வெள்ளி மோதிரங்களோடு கையசைக்கிறாள். கண்ணாடி ஜன்னலில் ரயிலில் இருந்தும் தரைகள் புலப்படுகின்றன.

இருவரும் எதுவும் பேசாமல் அமைதியாக ஜன்னலைப் பார்ப்பதில் அவரவர் தனித்திருப்பதில் சுதந்திரமாக இருந்தது. நீர்வெளியின் தனிமை மனதுக்குள் வியாபித்தது. வெள்ளைநிறப் படகில் இரண்டுபேர் கால்வாயைக் கடக்கிறார்கள். மரக்கதவுகள்கொண்ட மதுக்கூடங்களில் உயர்த்திய கோப்பைகள் மீது மரங்கள் உயர்கின்றன. ஒரு நீர்ப்பறவைபோல் குடியில் மூழ்கியிருந்த இருட்டான தெரு கடக்கிறது. மரங்களுக்குப் பின்னால் பைத்தியமான சூழ்நிலைகளை கொண்ட பாதைகள் வந்துபோகின்றன. சாவின் கரை முழுவதும் சப்தமெழுப்பாத நாய்கள் வாசம் தேடி அண்ணார்ந்து குகைவிட்டு வெளிவந்து நிற்கிறது. வழியனுப்புகிற இருவர் பயணியை ஹீத்துரோ கூட்டிப் போகிறார்கள். அந்த ஸ்டேஷன் குளிர்ச்சி நிரம்பியதாக இருந்தது. ஓரத்தில் ஒதுங்கிய பலர் எதிர்வரும் ட்யூபுக்காகக் காத்திருக்கிறார்கள். இருளை உள்ளிழுத்து ஊர்ந்து அவனும் இவளும் சந்திக்க முடியாதவர்கள்போல் அசைகிறார்கள் நகர்வில்.

மேப்பிள்மர மதுவிடுதியில் இருட்டான இடத்தில் தனியே குடித்துக் கொண்டிருக்கும் தையல்காரனைத் தேடித் தேடி ருஷ்யாவில் தற்கொலை செய்துகொண்ட கவிஞன் தன்விரல் நுனியில் ரேடியத்தைக் காட்டி ‘கவிதை எழுதுவது ரேடியத்தை வடிப்பதுபோல் சிக்கலானது மார்க்ஸ்’ என்கிறான். அவன் துப்பாக்கி தன்னைப் பார்த்து பாய்ந்த வடு நெற்றிப் பொட்டில். ‘சோசலிசத்தின் அடையாளம்’ என்றான் ரேடியத்தை தையல் ஊசியாக உருமாற்றிக் கொடுத்தவாறு. ‘அது உன்னிடமே இருக்கட்டும். இதோ புகைபிடி’ என்றார் மார்க்ஸ். பல தேசங்களில் அலைந்து திரிந்த அவன் தலையும் உடையும் அழுக்காக இருந்தது. ஒயின் கோப்பைக்குள் திராட்சைத் தோட்டத்தின் வாசனையை எட்டிப் பார்த்தான். கண்ணாடிகளால் அடைபட்ட நுரையீரல் காற்றுக்காகக் கதறும். அவனை மார்க்ஸ் புரிந்து கொண்டாரா. லீ சென்டர் விலாசத்திலும் நிரந்தரமாக வசிக்கவில்லை. இருமாதம் கழித்து ஸோஹோ என்ற இடத்துக்கு குடும்பத்தை மாற்றினான். அகதிகளும் குற்றவாளிகளும் ஏழைகளும் இரவு நேர வேசைகளும் வசிக்கிற வீடுகளுக்கிடையே இரும்புக் களிமண்ணில் வடித்த தையல் மிஷினில் கவிஞன் கொடுத்த ரேடியம் ஊசியால் பழுதான தன் கலை விதிகளை பிரித்தகற்றி எதார்த்தவாதத்தின் இத்துப் போன பகுதிகளைக் குறுக்கே கிழித்துக் களிம்பு படிந்த சக்கரத்தை துடைத்தார் மார்க்ஸ். சோசலிஸ்ட்களின் கிழித்தக் கோட்டுகளுக்கு பித்தான் வைத்து பழிபாவங்களை அப்புறப்படுத்த விரும்பினார். தத்துவத்தை விடவும் சித்தியடைந்த கலைஞர்களின் ஆவிகள்

சோசலிசக் கோட்டுகளையும் சுருட்டுகளையும் சூழ்ந்துகொண்டு காகங்களாக ரூபமெடுத்து சுற்றுகின்றன. அவற்றை தன் அறை யெங்கும் இருக்கச் சொல்லி வாதிட்டார் ரேடிய ஊசியைப் பிடித்துக் கொண்டு. இடதுகையில் சுருட்டின் புகைவளையம்.

ஒட்டுத்தைத்த நாடகப் பாத்திரங்கள், சரித்திர புருஷர்களின் உடுப்புகளை வசனம் பேசியவாறு சுற்றுகிறார் சக்கரத்தை. புராதன மனிதர்கள் அரசர்கள் கோமாளிகளுக்குத் தேவையான தினுசில் தன் அளவுகோலைச் சுருட்டி மடித்து பென்சிலால் குறியிட்டார் மார்க்ஸ். ஷேக்ஸ்பியர் அவன் இருந்த டீன் தெரு வந்து சரித்திரக்கிழிசலை புதுவிதமாய் தைக்கச் சொல்லி நடித்துக் காட்டினான். நடிகைகளுக்கான விதவிதமான அரச வம்ச ஆடைகள் துகில் மற்றும் புஜச் சுருக்கங்கள் பூவேலையுடன் வடிவமைத்தார் கூடவே ஜென்னி இருக்கிறாள் காதலைக் கிராப்ட் நூலின் நிறமயக்கமாகப் பின்னியவாறு பிள்ளை களைப் பராமரித்தாள். ஜென்னியின் நாடக அழகியல் மார்க்ஸின் தத்துவத்தில் சேராமல் போனது அவரது புத்திக்குப்படவில்லை. நடிகைகள் நேரில் வந்து மார்க்ஸ் தாடியில் முத்தமிட்டு ‘உன்னைக் காதலிக்கிறேன். என் மன உணர்வுகளுக்கேற்ப ஷேக்ஸ்பியர் வசனங்களுக்கேற்ப ஆடையின் நிறங்களும் மாறுவதை எதிலிருந்து படித்தாய் மார்க்ஸ்’ ‘சோசலிசத்தின் மாபெரும் தவறுகளிலிருந்து... ஸ்டாலின் புகைக்குழலில் வீசும் சாவின் சுவையிலிருந்து...’ மார்க்ஸ் விரல்கள் பதட்டமடைந்து தற்கொலையில் மூழ்கி எடுத்த ரேடியம் ஊசியை நீட்டி அதனுடன் வாதாடினார். ‘ஊசியைத் தொலைத்து விடாதே மார்க்ஸ் நான்தான் மாயகோவ்ஸ்கி. ஊசி வெளிச்சத்தில் இருட்டடிக்கப்பட்ட கலைஞர்களின் பிரதிகளைப் பார். உடல் பிரிந்த கவிஞர்கள் புதைத்து வைத்த வரிகளில் பதுங்கிய முத்துகளை அந்த நாடகத்துகிலில் படரவிடு... என் வாழ்நாளையெல்லாம் குடித்துவிட்ட மார்க்ஸ்... உனக்கு என் வசைகளும் முத்தங்களும்’ என ரேடியம் ஊசி மார்க்ஸ்ஸை குத்தியதும் சோஷலிசத்தின் இரும்புக் கரங்களில் கசியும் ரத்தவாடை. அதை துடைக்கிறாள் லேடிமேக்பத். கழுவக் கழுவ ரத்தம். ‘பிரதிகளை இடமாற்றிவிடும் ஆடைகளில் ஊடுருவும் துயரங்கள். பிரதிகளை துணிகளாக வெட்டித் தைத்து எல்லாப் பாத்திரமேற்றும் தனியே நடித்துப் பார்க்கிறாயா தையல்காரா’ ‘மார்க்ஸ் வசனத்துக்கு ஷேக்ஸ்பியரின் மூளை தையல் சக்கரமாய் சுற்றுவதேன்’ என்றாள் நடிகை. ‘காகங்களைக் கண்டு அஞ்சாதே மார்க்ஸ்’ என்றான் பபூன் ‘ஷைலக்கின் மகள் ஜெசிக்கா வெனிசை விட்டு தப்பியோட ஆணுடை தைத்து தந்த தையல்காரன் நீ தானே மார்க்ஸ்’ எனக் கேட்டது காகம்.

ஜுலியஸ்ஸீசர் நாடகத்தில் புகுந்த சுவர்கடிகாரத்தின் ஒலி. அதில் மார்க்ஸ் சீஸராக வேடமிட்டு நடிக்கிறார். 'கடிகாரம் இல்லாத கிரேக்கர்களை பைத்தியமாக்கிவிட்டு புனைவின் விதியில் நூற்றாண்டு இடறிச் சுற்றுவதுதான் பின் எழுத்தா' என ஷேக்ஸ்பியரைக் கேட்டார் மார்க்ஸ். 'உன் பதினெட்டாம் புரூமேர் அரசியல் விமர்சனத்தைத் தாண்டி நாடக நூலாவதிலிருந்து எழுதியவனும் துயர நாடகத்தின் கோமாளி என்பதைப் புரிந்துகொள்' என வெடுக்கென்றான் ஷேக்ஸ்பியர். 'குரங்கிலிருந்து பிறந்த புத்தகத்தில் குரங்கைத் தேடி அலையும் கடிகாரம். எதார்த்தவாதம் தோற்றால் குரங்கு பிறக்கிறது' என்றது காகம். 'உன் வியாக்யானம் எனக்கு தேவையில்லை' என்றார் மார்க்ஸ்.

மார்க்ஸ் கடிகாரத்தைப் பார்த்து காகங்கள் கூட்டமாய் பறந்தவாறு கேட்கின்றன. 'மார்க்ஸின் கடிகாரமே சொல்... நேரடிக் கடிகாரத்தில் உதிரும் சரித்திரங்களை பதிவு செய்வதால் இலக்கியம் வருமா. இனியும் புரட்சி வரும் என நம்புகிறாயா. மறைமுக இயக்கவாதிகள் பதுங்கியிருக்கும் புதரில் துப்பாக்கிகளின் அசைவு' மார்க்ஸின் கடிகாரம் டிக்... டாக்... டிக்... டாக்... என அடித்துக்கொண்டே பதில் பேசியது. 'நேரடியாக மாறுதல் இனி இல்லை. நிச்சயமின்மைகள் மாறுதலைக் கொண்டுவரும். கலைஞனை பழுது பார்த்தது போதும். அவன் ஒன்றும் மார்க்ஸின் கடிகாரமல்ல. மனநோயாளிகளை அவரவர் வாசத்தில் விட்டுவிடுவதுதான் சுதந்திரம். பித்தத்தின் உச்சநிலையில் விடுதலை இருக்கிறது. விஞ்ஞான சாதனைகள் இயல்பானவற்றைக் கலைத்து விடும். தற்கொலையைத் தூண்டும் அதிகாரத்தின் நிழல் லெனின்கிராட் மீது அசைந்தது. கடைசி இரு ஆண்டுகள் லெனினுக்கென்று தனியாக நாளிதழ் ஒரே ஒரு பிரதி அச்சிட்டுத் தரப்பட்ட இருட்டில் லெனின் கடந்த நாட்கள் எனனவாக மறைந்துள்ளன இங்கு.' எந்திரக்கண்களால் சூழப்பட்ட கவிஞன் தப்பிச் செல்கிறான். நாடு கடத்தப்பட்டவன் அகதியாக அலையும் சுவர்கள் நீண்டு செல்லும் அமைதி குலைந்த இடத்தில் பிரச்சனைகள் ஆழமாகிவிடும். அதை மூடி மறைத்தால் சாவின் ரேகை படிகிறது. ஒடுக்குமுறை தந்த பீதியில் சுழற்றிச் செல்லும் மரணத்தின் கிடுகிடு பள்ளம் அலறும் கவியின் குரல் தேய்கிறது சரிவில். 'அவன் மூச்சு சத்தம் கேட்கிறது' என்றது கடிகாரம்.

'உள்ளே அழுகியிருந்தும் வெளியே சிவந்திருக்கும் ஆப்பிள் காலம் தப்பிவிட்டது மார்க்ஸ்' என்றது காகம்.

ஆகஸ்ட் 27

ஈஸ்ட்ஹாமிலிருந்து ஹைகேட் கிராமத்துக்கு புறப்பட்ட பின்னிரவு சரிந்து பசுந்தரை தட்டி அதிர்ந்த சூரியன் விடிந்த பின்னும் வெளிவரவில்லை. காலியாகக் கிடந்த பிளசட்குரோவ் ரோட்டில் 238ல் ஏறி ஸ்டாட்போர்டில் வெண்குடைகள் விரித்த பஸ் நிலையத்துக்கு முன்பே இறங்கி விட்டிருந்தேன். உடன் தொடர்ந்த திரியெஸ் 'நீ தனியாகப் போய் விடுவாயா. என்னால் வரமுடியாது. மார்க்ஸை தனியே பார்த்து வா. எந்த வகையில் உங்கள் சந்திப்பு அமையுமென சொல்ல முடியவில்லை என்னால்' என்றான். கல்லறைகள் வடிவமைத்த பனிநகரம் கிடுகிடுக்க காலடி வைத்த காப்பிரிகள் குகைகளை வெட்டிப் போன ட்யூப் வழியில் போகிறேன். கண்ணுக்குத் தெரியாத இருளில் மறைந்து நகரும் மார்க்ஸின் அதிர்வு பயணத்தை தொட உடல் எங்கும் வெப்பம் பாய்ந்து விறைத்த குளிர் கலைந்தது. இன்னும் என்ன போய் பார்க்க இருக்கிறது. மார்க்ஸின் நிழலில் மடிந்தவர்கள் கோடிக்கணக்கில் கபாலம் உருள அசைகிறார்கள். பகல் முடியவில்லை. ரயில் நிலையங்களில் வீடற்றவர்கள் சாய்ந்திருக்கும் சுரங்கப்படிகளில் கடந்து கொண்டிருந்தார்கள். விலகி விலகி ஒருவரை ஒருவர் தொடர்புபடுத்த வரைபடங்கள் ஒட்டியிருந்தது. கண்களில் வரைபட வழி ஊர்ந்த ட்யூப் ரயில் எதிர்த்துச் செல்லும் மேற்கு வழித்தடம் பிக்கடலி சர்க்கஸ் இறங்கினேன்.

ஹிஸ்மாஸ்டர் வாய்ஸ் ஒலிப்பேழைகளின் அதிர்வலை அடங்கிய கண்ணாடி திறந்ததும் அடுத்த ரயில் பெட்டியில் தொடர்ந்த பயணம். நீக்ரோ பெண்ணைத் தொடர்ந்து சென்றேன். காலம் பூசிய பாசி நிறச் சிலைகள் திரும்பிப் பார்த்தன என்னை. சுற்றிப் பரவிக் கொண்டிருக்கும் தனிமையில் ஒவ்வொருவரும். செடிக்கும் பூட்டு. வாய்க்குள் இறங்கும் பாலீத்தீன் உரையாடல். மனதை இரும்பாக்கி வெளியே தொங்கவிட்டிருந்தான் வெள்ளையன். சுதந்திரமாகக் கருதப்பட்ட நாட்டில் காலனிய இறுக்கத்தால் நசுங்கிய ஆசிய முகங்கள். தங்க முகமூடி அணிந்த இங்கிலாந்து ஆக்டோபஸ்களின் கொடூரமுகம் மீண்டும் நூதன வழியில் பற்றிக்கொண்டது. கிளார்க் ஷூவின் நிழல் பெரிதாக வளர்ந்திருந்தது கிழக்கில். தோல் உலர்த்தி பதனிட்ட மென்தோல் கழிவுகளால் குடலைப் புரட்டும் நாற்றச் சகதியில் அழிந்து கொண்டிருக்கும் தன்னூர் விருட்சங்களில் சூன் விழுந்த நோயில் சதா அலையும் கிளைகள். வேர் நுனியில் ஏறும் அமில நிறச் சிலந்தி ஊரைப் படர்ந்து கால்களை விரித்து கனவை

அழிக்கும். கண்ணாடி அறைகளில் மெருகேற்றப்பட்ட கிளார்க் ஷூவின் காப்பர் துவாரங்களில் பின்னி நெளியும் மண்பாம்புகள். மலிவான மண்பாம்புகளை கீழ் கடவுளரிடம் வாங்கி குறுக்கு வெட்டுத் தோற்றத்தை ஆட்டுத்தோலில் வரைந்திருந்தது. உயிர் அழியும் அடர்ந்த உவர் தருவைக் காடுகளில் அசையும் கிளார்க் ஷூ நிழல். மாயக் கடவுளர் மண்ணிற மனிதர்களின் முகங்களில் வரையப்பட்ட கோலங்கள் அழியத் தொடங்கும் வாய்ப்பூட்டு. நிலத்தின் புத்தி பேதலித்து உளறும் காற்றில் ஆட்டுக்காரன் கண்மூடிச் சிவந்திருக்கிறான். தொடரும் மண் சிசுவை பித்தமாக்கிய சமகாலத் தொன்மத்தின் அருகில் கிளார்க் ஷூ பிரிட்டிஷ் அந்தப்புர எலிகள் கரும்பிக் கொண்டிருக்கின்றன. கடல் கடந்து பயணமாகும் பூட்பாலீஸ் டப்பிகள் உருண்டு முணுமுணுக்கும் ரசாயனப் பாதை.

நூறுநூறு மனிதர்கள் மார்க்ஸின் கபாலத்தை திரும்ப உழுது கொண்டிருக்கிறார்கள். எந்திரங்கள் ஒடித் தேய்ந்த களிம்பு எடுத்து கண் ரெப்பைமேல் பூசிக்கொண்டிருந்தாள் இடதுசாரிப்பெண். அவர்களும் அடிமை சாசனம் எழுதிக்கொடுத்த நாளிலிருந்து இங்கே கருப்பு உதடுகளை ஆங்கிலத்தில் பூசியிருந்தாள். என்ன செய்யப் போகிறார் மார்க்ஸ். அவருக்கும் ஜென்னிக்கும் பதினேழு பென்ஸில் பிரட் மற்றும் பச்சை ஆப்பிள்கள் வாங்கிச் செல்கிறேன். மார்க்ஸின் மகள் பிரான்ஸிஸ்கா ஹைகேட்டில் அலைந்து திரிகிறாள். அவளுக்கு 'நபகோவின் வண்ணத்துப் பூச்சிகளின் வேட்டை' புஸ்தகத்தை பத்து பவுண்டில் டோட்நாம் கோட் ரோட்டில் வாங்கிப் போகிறேன். 'தெய்வீகம் அளாவின அம்சங்கள் யாவையும் நேசம் தழுவ முத்தமிடு' (Caress the divine details) என்றான் வண்ணத்துப் பூச்சியிடம் நபகோவ் 'ஒரு பொழுது வாழ்ந்தாலும் அழகு காட்டிச் செத்துப் போவேன்' என்றது நபகோவிடம் வண்ணத்துப்பூச்சி. அந்தப் புததகத்துக்குள் லோலிதா இருந்தாள். ஆறு வண்ணத்துப்பூச்சிகள் செடி அருகில் மாயமாய் வளைந்து சுழலும் பறத்தலையே லோலிதா நாவல் என நபகோவ் குறித்திருந்தான். ஒடிந்த இறகுகளில் சிதறும் பல நிறப்பொடி பூமியில் கலந்து பகிர்கிறது நபகோவின் மொழியை. புவிக்கருவில் கீறும் சருகு இறகு லார்வாவை விட்டு கூடுவிட்டுக் கூடுமாறி கால்களை இழுத்து பசையும் பிசினும் அறுத்து வெளியை வெட்டிப் பறக்கும் நபகோவின் கலை. நூறு வர்ணப்படங்களில் ஒவ்வொன் றுக்கும் எழுதப்பட்ட நாவல்களின் பெயரிடுகிறார். கதாபாத்திரங்கள், தெரு, அருவி, கடல், மலைமீதும் வண்ணத்துப் பூச்சியின் பெயர்கள். பூச்சிகளின் நிற நாட்டியத்தில் உரைநடையின் சிதறல்களை சேர்க்கும்

வித்தையில் வேட்டை நடந்துகொண்டிருந்தது.

மார்க்ஸுக்கும் நபகோவிற்கும் இடையே அமைந்த இப்பயணம். மனது தூய விஷத்தில் மூழ்கி வண்ணத்துப்பூச்சிகளின் எல்லா நிறத்தையும் பிரதிபலித்தது. மார்க்ஸ் கிழிந்த கோட்டுத் தையல் காரனாக கை மிஷினுடன் ஹைகேட்டில் அலைந்துகொண்டிருந்தான். அந்த தையல்காரனின் ஒலிக்கேற்ப நிறம் மாறும் நபகோவின் கோட்டுகளை அவன் தைத்துக்கொண்டே ஜென்னியின் உள்ளுணர்வு களுக்கேற்ப பெண்களுக்கான கவுன்களில் நிறங்களை வடித்தளிப்பதில் மிஷினுக்குள் குனிந்திருந்தான். அந்த ஊசி ரேடியத்தால் ஆன மாயகோவ்ஸ்கியின் கவிதை. தலை நிமிரும்போது அவன் கையில் லோலிதாவின் மெல்லிய சருகாடை ஒரு பச்சோந்தியின் தொலியாக நிறங்களை உருமாற்றித் துடித்துக் கொண்டிருக்கிறது. எனவே பிதிராவின் கெமிலியன் நாவலை இங்கே வைத்து எழுத முயன்றேன். எழுதுவதற்கான விதிகளை குறைப்பதுதானே தவிர கூட்டுவது அல்ல. மார்க்ஸீயமோ தத்துவக் கல்வி. கலையோ கல்வியல்ல அகல்வி. கற்பித்தலும் அகல்வியும் ஒன்றுக்கொன்று முரண். உச்சப் பகுத்தறிவை வண்ணத்துப்பூச்சியாக உருமாற்றி ஒவ்வொன்றாக லோலிதாவிடம் பறக்கவிடுகிறேன். தெரிந்துகொண்ட உலகின் தேவையற்ற கற்களை ஒவ்வொன்றாக கழித்துக்கொண்டு வரும்போது எது வேண்டுமோ அதில் நின்றுவிடும் கலை. நபகோவின் வடிவம் மிகக் குறைந்த அளவை கொண்ட நாவல். அது லோலிதாவை வடித்த ஆறு வண்ணத்துப் பூச்சிகளின் வேகம். வாக்கியங்களின் வேகமும் ஒளியும் துல்லியமும் பனிக்கருவில் துளைத்துச் செல்லும் நீரோட்டம்போல் போய்க்கொண்டிருக்கிறது. ஆயிரம் வருஷ பழமையான பனிக்கட்டி ஆறு அதன்மேல் பாறைகள் பனித்தூண்கள் குகைகள் வடிவில் பனிப்படலங்கள் இந்த ஆற்றின் மீதான அமைதி நாவல் என்பதன் துறவில் ஒவ்வொன்றாய் கலைந்து கொண்டேயிருப்பது. கதா பாத்திரங்களை எதார்த்தங்களை சம்பவங்களை சரித்திரங்களை கால அடுக்கை கலைத்துக் கொண்டேயிருப்பதில் உள்ள எதேச்சை. எழுதாத போதுகூட நீ எழுத்தாளன் தான் உன்னைச் சுற்றி இருக்கிற எல்லாமே உள்ளோடும் ஐம்புலன்களால் உச்சபட்ச வேகத்தில் ஈர்க்கப்படும் மிருகத்தின் அலைதல் கொண்டவன் எழுத்தாளன். ‘பகுத்தறிவின் இரக்கமற்ற விமர்சனத்தின் மீது தகர்ந்து விழுந்த சோசலிஸம். அதன் சிதிலங்களிடையே விடுவிக்க முடியாத புதிர் அலைந்து கொண்டிருக்கிறது’ என்றான் மார்க்ஸ். அந்த லோலிதாவின் கவர்ச்சி மிக்க பாம்புத் தொலிகளால் தைக்கப்படும் ஆடையின் மோனம்.

அவனைக் காண வந்துகொண்டிருந்தார்கள். அவர்களிடம் 'பனி நகரில் காகம் இருக்கிறதா' என்று கேட்டேன். 'கலைக் களஞ்சியத்தில் பார்த்ததாக புத்திஜீவி சொன்னான்.' என்றது இடதுசாரி எலி. 'இல்லை. இல்லை இருக்கிறது பார்த்தேன் அது பனிக்காகமா? எனக்குத் தெரியாது காகம்போல ஒரு குருவி அது' என உருட்டியது வேறொரு குடிகார எலி. ஒவ்வொரு உணர்ச்சிக்கும் விதிகளை வகுத்து சட்டமியற்றிய பழக்கத்தால் மலர்களுக்கு தங்கப்பூட்டு அணிவித்து சாம்ராஜியத்தின் நிழலை விரிவுபடுத்தினர் கம்பெனியார்.

தரையில் அதிரும் மூலகங்களின் ஓசையில் வெளிவரும் காகங்களை வான்கா கடைசி வினாடி வரைந்து இங்கே விட்டுச் சென்றான். ஓவியத்தின் மீது துப்பாக்கி குதிரை நெருகிப் பாய்ந்து வான்காவின் தற்கொலைமேல் பறந்த காகங்கள் நேசனல்கேலரியில் அடைபட்டிருக்கும். அவை கூப்பிடும் குரல் எங்கோ கரைந்து கொண்டிருந்தது.

தொலைந்துபோன நாட்குறிப்புகள்

செப்டம்பர் 26

திப்புவின் சட்டைமேல் படரும் மரணமுகமூடி அணிந்த வண்ணத்துப் பூச்சி அசைக்கும் அழகியல் தோகை. எத்தனை வட்டங்களைக் கொண்ட கருஞ்சிறகு. புள்ளிகள் சிவப்புக் கோலங்களில் தெறித்த நிற அலை சுழலும் ஓர் வட்டத்தில் பட்டு இறகு தாழ்த்தி மேல் விசும்பி ஏறிய அரக்கு நிறவெளி. சில பாசிநிற மென் தகட்டில் வரிக்கோடு பதிய விரியும் சமவெளி. விளிம்பில் முடியாமல் காற்றின் கோடுகள் பாதையாகத் தவழ்கிறது. சிறுவளையங்களைச் சுற்றி மேலேறும் பார்வையில் வேறு உலகமது சுழலும் விதி. இலைவெளிகளைத் தோகையாக அசைக்க செடி உள் அலையும் நபகோவின் பாதரஸக் கண்கள். தும்பி ஒட்டிக்கொள்ள நூலில் படபடத்து சிதறும் நிறப் பொடி. கால்களை மல்லாந்து பூக்களின் சூலறை குமிழ்களில் வாச நார் தடுக்கியது. பிறந்த கரும்புள்ளி வெள்ளை கோடுகளில் நகர ஒடுங்கிய துகள்கள் சிறகு விரியும் கோலங்கள் தத்திச் செல்லும் அலை.

'ஒவ்வொரு வட்டத்திலும் இறகசைவது ஏன்?' 'தொலை தூரத்தில் ஆபத்தான பயணம்' என்றதும் 'என்னதான் நடக்கிறது' என்றேன். 'கிராம்ஸியும் முகமூடிப் பூச்சி தானே' என்றது வண்ணத்துப்பூச்சி. சரித்திரச் சுழல்களை சிறகில் வரைந்து உள்ளே பறக்கும் பூச்சிகள் சறுக்கிச் சுற்றும் ஒரே பாதை அடுத்ததாகும் இயற்கை நியதி.

தேசங்களின் தடைச்சுவர்மீது தற்கொலை தூண்டப்பட்ட இருட்டறை. விசாரணையில் முகங்கள் தெரியவில்லை. பலகரங்கள் கிளைகளாக முறியும் சிறு கிளைகளைக் கொண்ட பெருங்கிளை இரண்டும் சேயின் வெட்டப்பட்ட இரு கரங்களென முகமூடி அணிந்த சாவிடம் சொல்லிப் பறக்கிறது. அடிமைகளின் கைகளைப் பூட்டிய இரவு கடந்து கொண்டே இருக்கிறது. நொமொலி எனும் உருவம் பொறித்த கற்களை விதை விதைக்கும்போது அடிக்கிறாள். உடனே பூமி பீறிட்டு வளர்கிறது. கல்லினன் எனும் வைரக்கல் பிறந்த உலகில் கருப்பரின் ஜோதிட வரைபடம் விரிகிறது. அதை கடத்துகிறாள் துப்பாக்கி நிழலுடன்.

ஹைகேட்டில் எழுதிய நாட்குறிப்பிலிருந்து

செப்டம்பர் 28

எளிய சுமை
வலிய கால்கள்
பிச்சைக்காரனின் வயிறு

-சேயின் மோட்டார் சைக்கிள் நாட்குறிப்புகள்

இரு கைகளில் ஓடும் பறவை தனியே அலைகிறது. காடு முழுவதும் சே விட்டுச் சென்ற ஒரு பாடல் வரி வரைந்த காற்றில் சுவாசிக்கிறான் வெளியேறி விட்டவன். உஸ்னிகா தீவில் தனிஅறையில் அடைக்க நாடு கடத்தப்பட்ட இருட்டறையில் துவங்கிய தனிமை சிறகு முளைத்து இருள்பூசிப் பறக்கும் சித்ரவதைப் பாதையில். மறைந்து ஒளிரும் கடிதங்களின் விளக்கில் பெருங்குழப்பத்தில் ஓடும் வரிகளில் கிராம்ஸியின் மயக்கும் முகங்கள் தெரியவில்லை. மூடப்பட்ட கூண்டுக்குள் சித்ரவதை செய்யப்பட்ட உடல் மிகமோசமான திருப்பங்களில் உருளும் நாட்களின் பின்னே மனிதத்தன்மைகளை நிராகரித்த விசாரணை, உட்பகுதிச் சிறைக்குள் மூடிய கதவுகளுக்குள் திறந்த நிழல்கள் செலுத்திய ஊசிமுனைகளில் அலறும் நிர்வாணம். இதயத்தை விரல் வழியாகப் பிழிந்த கடிதங்கள் நீரில் மிதக்கின்றன. தலைகீழ் நிழல் அலைகிறது. பூச்சி அரித்த ரொட்டித்துண்டு மெலியும் விநாடி. உருகும் கடிதங்களில் வரைந்த மார்க்ஸின் கண்கள் குழம்பி யிருந்தது. ஹைகேட் அருகே கிராம்ஸியின் கைகள் பதிந்ததடம். ராணுவம் துடைத்த ரத்தக்கறை படிந்த கோட்டு. உடைந்த பித்தான்கள். ஊசிகள் தைத்த கண் இமை. நாசியில் இன்னும் சுவாசம் இருக்கிறது. வடுப்பட்ட மூக்குக் கண்ணாடியில் பெரியகண் உள் எழுதப்பட்ட

குறிப்புகள். உதிரும் வார்த்தை நிழல்களின் ரத்தம் ஊர்கிறது தரையில். அதில் பதிந்த கிராம்ஸி நோய்களில் ஆழ்ந்த வாதையுடன் கிழிந்த பக்கங்களை தனியறையில் பூட்டிய தனிமைகளை எழுதிக் கொண்டிருக்கிறார். எல்லாவற்றின் சித்ரவதையும் சேர்ந்த கிராம்ஸி உடல் அழிந்த தோற்றம் அவர் கண்ணாடியில் உடைந்தும் உள்ளிருக்கும் கண்ணாடிகளில் பதிந்துள்ளன.

உருக்குச் சுவர்களைக் கடந்து வெளியேறும் பறவை ஒன்றின் ஒலி வெளி செல்கிறது. ஆனால் ஒரு நிமிஷம் உலவும் வண்ணத்துப் பூச்சியின் மரணமுகமூடி அலையும் கோடுகளில் கிராம்ஸியின் கண்கள் களைப்பாய் இருக்கிறது. சற்றே அசதியாய் விழிகளை மூட திரும்பச் சித்ரவதை தொடரும். உறங்கும் உயிர். வலியின் பிரதிமைகள் சூழ நெருங்கும் சாயைகள். அவர்கள் தூக்க நிலைக்குச் செல்லும்போது கெமிலியன் நாவல் நிறங்களை மாற்றிச் செல்லும் மொழி.

ஆன்டீஸ்மலைக் கிளியின் குறிப்புகள்

செப்டம்பர் 30

தனித்துவிடப்பட்ட சேயின் சின்னஞ்சிறு குழு சுற்றி வளைக்கப்பட்ட இறுதி நாளில் உறைந்துபோன அவன் உடலைச் சுற்றி வந்த காலடி ஓசை. அவன் வெளியே சென்றுவிட்டான். தனக்கு விதித்துக்கொண்ட பாதையில் சினங்கொண்ட அஸ்டெக் கடவுளைப்போல் ரத்தக்கறை படிந்த நிலத்தில் மூழ்கிய ஆன்டீஸ் கிளி ஒரு மாயன் சடங்கில் வெளிப்படும். கோகின் உருமாறுகிறான் ஆன்டீஸ் கிளியின் உடல் இறகுகளைத் தீட்ட அத்தனை யுத்தங்களுக்கு அடியில் நகரும் நிழல். மழை எறும்புகள் ஊர்ந்து கொண்டிருக்கும் மூலதனத்தில் விதைப்புக்கான நிலம் உழப்படாமல் கிடக்கிறது. பைத்தியம் பிடித்த கிழிசலான அமரர்கள் உழுதுகொண்டிருந்தார்கள் நம்பிக்கைகளின் வெறுமையை. இழந்த மூலதனத்தின் இருண்ட பக்கங்களில் யார் இருக்கக் கூடும். மார்க்ஸின் கருப்புக்கோட்டு பறந்துகொண்டிருக்கிறது ஹைகேட் கிராமத்துக்கு மேல். அவரை அவளுக்குத் தெரியாது. புத்தகத்தின் அருகில் சரித்திரக் கந்தல் அணிந்த எழுத்தாளர்களின் ஏற்கெனவே பிரிண்ட் செய்த தாள்முகமூடி அசையும். ஆவிகளால் சூழப்பட்ட மார்க்ஸ் ஒருபோதும் மனித நிழல்களைவிட்டு தப்ப முடியவில்லை. அகதிகளுக்குள் பதுங்கிய மூலதனத்தின் பக்கங்களில் எலும்புகள் ஒன்றையொன்று உரசிச் செல்லும் இறுக்கத்தில் என்புதோல் போர்த்திய மார்க்ஸின் கருப்பு கோட்டு எல்லா நாடுகளையும்

வரைபடமாகக்கொண்ட உடல். 'அடுத்த காலத்திற்கான விதை வித்து ஏதும் மரபுத்தொடரோடு இருக்கிறதா என்ன?' 'இல்லை யில்லை பொலீவிய நாட்குறிப்பில் புதைந்திருக்கும் கட்டப்பட்ட கரங்கள் அள்ளியிருக்கும் காட்டு விதைப்புக்கான நடுக்கம்.'

தெலங்கானா கருப்புநிலக்கிளியின் குறிப்புகள்

ஜனவரி 26

சேயின் கரங்கள் நீட்டிக் கொண்டிருக்கிறது. பொலிவிய விவசாயி காட்டிக் கொடுத்த தாவரங்களையே கையில் பூசி மருந்தாகக் கடக்கிறான் சே. அவனுக்கு குழப்பமாக இருக்கிறது. ஹைகேட் கல்லறைக்குள் ஜென்னியின் உடல்தான் இருக்கிறது. யோனியுள்ள உடல்தான் காலத்தின் சூலில் அவரது மகள். பதினேழுபேர் கொண்ட சிறு குழுவை ராணுவம் வளைத்து துளையிட்ட உடல்களில் விதைக் கிறாள் பூர்வகுடியானவள். உடைந்த துவக்குகளை கலப்பையாக உருக்கி வார்த்து கொழுமுனை எரியும் பாதையில் ஆந்திர விவசாயிகள் கூட்டமாய் தற்கொலை செய்துகொண்ட வயல்களுக்குமேல் காகங்கள் கரையும். தொலைந்துபோன பெண்ணின் உடலை தெலங்கானா வன எறும்புகள் இழுத்துச் செல்லும் பாதையில் அரித்த நிலத்தின் உவர்ச் சுவையில் உறங்கும் மரபுவிதை. அதை யாரும் பார்க்கவில்லை. தூங்கும் தெலங்கானா உறைக்குள் துருப்பிடித்த இரும்புக்கு அடியில் துயிலும் விதைகளை தோண்டத் தோண்ட பூர்வகுடி நிழல்.

கைகளில் அள்ளிய காட்டுவிதைகள். மழையுடன் கருப்பு மண்ணைக் கீறி விதைத்துச் செல்கிறார்கள் இன்னும். காலம் புரண்டு போய்க்கொண்டிருக்கிறது. காலவோட்டத்தில் மாறிக் கொண்டிருக்கும் கிராமங்களில் கலப்பையின் திணறல். ஏர் ஓடியும் குரல். நட்சத்திரத்தின் ஒளி வடிந்துபோய் இருக்கிறது. காளைகள் விட்டுப்போன குளம் படிகளில் கோண்டுக் கடவுளின் கபாலநிழல்.

பிளவுண்ட தெலங்கானா நிலத்தடி வேரடி மண்ணில் அமிலப்பசி எடுத்த விஷப்பூச்சிகளும் நஞ்சுண்ட விவசாயியின் குரல்வளை கயிறு பட்டு தடித்திருக்கிறது. மண்ணோடு கைநனைத்து பிசைந்த களிமண் யோனிக்குள் கருகருவென இருட்டு. அப்பெண் கைதவறவிட்ட சுடுகருவி துருவும் வேரும் வெப்பலும் இலைதழைகளுமாக பின்னிக் கிடக்கிறது மண்ணில். அதில் அரக்குநிறக் கரையான்கள் கால்களை அசைக்கும் சாவின் நடுக்கத்தில் மார்க்ஸின் நிழல். அவள் வைத்து விட்டுச்சென்ற சுடுகருவியில் வெள்ளிகள் முளைக்க நாள்

புறப்படுமுன் அவ்வேளையும் கரைகிறது. கவிழ்ந்து மூழ்கிய காலனிய கப்பலில் கொடிமரம் ஒடிகிறது. மண்முலை கொதித்த பால் கண்மேல் அலைகிறது. ஆழமாய் புதைந்திருக்கும் யோனியுள்ள இருட்டில் பச்சை நிற குதிரை உருள்கிறது. அவ்விளக்கின் சாயல்கள் மண் கரங்களை தொடுகிறது. ரகஸியமான விளக்கை தீட்டும் செந்நிற மண் வெளிச்சம். கல்மீது கல்பேசும். 'நீரை அமைதியில் வைத்துவிடு பெண்ணே' என்றான் ஆனாலும் பழங்குடிப் பெண் விலாஎலும்பை உருவி எறியும் சூரியோதயம். மண் எழுந்த பெண்கள் யோனியை ஒரு கையால் பொத்தி சூல் வாசனைகளை வெளியனைத்திலும் பூசினார்கள் முதலில். சாக்கலி முகத்தில் பச்சைப் பாம்புகள் ஊர்ந்து பெண் வாசனை சுரதநீர் அலையும், ஒரு செடியாவதற்கு.

ஓர் அந்தப்புரப் பெண்ணாக வேடமணிந்த எலி கோகினூர் வைரத்தை நறுக்கும் குரலில் ஒத்திகை கொண்டது. 'விக்டோரியா ஆல்பெர்ட் மியூசியத்தில் அமர்ந்திருக்கும் மயிலாசனமே. இதோ நிலைக்கண்ணாடியில் தோன்றும் பதுமை யார் எனச் சொல்' 'ராஜ புதனத்துப் பகைமையால் நாடு கடத்தப்பட்டாள், சிலையும் ஒரு அகதிதான் இங்கே' என்றது மயிலாசனம்.

குற்றங்களோடும் தண்டனைகளோடும் தொடர்புடைய வைரங்களின் விதி மொழியோடு பாசி ஏறிய அரண்மனையைச் சுற்றி ரோகமாக விரிகிறது. 'கொள்ளைபோன கீழ்திசை முத்துகள் குருடாயிருப்பதேன்' 'ஓவியத்துக்கும் ராசிகளுக்கும் உள்ள தொடர்பினால் ஏற்பட்ட புதிய வடிவம் எடுத்து நவீனத்துள் செல்கிறாள். ஏனோ புரிந்துகொள்ளக் கஷ்டமாக இருக்கிறது. கெஸ்டாவ் கிளிம்ட்டின் நிற வெள்ளையில் விளையும் முத்து மியூசியத்தில் குருடாகிவிடும்' என்றது மயில் தோகை. மிளகுச் சிறுமி மேடையில் தட்டானின் கண்ணாடிச் சிறகில் பாடித் திரிகிறாள். 'உலகம் சாவில் காத்திருக்கக் கூடுமோ' மார்க்ஸ் ஒரு மிளகின் சரித்திரத்தைக் கேட்கிறான் அவளிடம். குறுமிளகு ஏலம்வரை கொண்டுபோன கப்பல் வரைபடத்தில் மறைகிறது.

'இந்திய மயிலாசனமே சரியாகச் சொல். விக்டோரியப் பண்பாட்டு மர்மங்களுக்கு எகிப்திய எழுத்தும் ஆப்பிரிக்க வைரங்கள் பதித்த எலிகளின் கண்களும் அறுவைச் சிகிச்சைக்குப் பின் குருடாகி விடுவதேன்? உடல்மேல் பூசிய எழுத்தில் எகிப்தியராணி தலைமுடி விரித்து கண்ணாடிப் பெட்டியில் சயனிக்கிறாள். காந்தாரச் சிலையும் மாயன் தெய்வங்களும் ஏன் தேவைப்படுகிறார்கள் எனக்குப் புரியவில்லை' என்றது இடதுசாரி எலி.

‘ஆங்கிலேய மகா மகுடம் வெறுமையானது. சொந்த வரலாறு செம்மறி ஆட்டுரோமத்தில் நெய்த கம்பளியும் மேய்ச்சல் நிலப் பாடலும் தான். ஒவ்வொரு காலடியிலும் ஆங்கில ஆட்டிடையன் இசைத்த மூங்கில் குழல் தேம்ஸில் நீர் குடிக்கிறது குனிந்த ஆடு களுடன். குதிரைகள்கூட அரேபிய மூதாதையின் நிழல். ரோமானிய காலச்சுவரில் ஆங்கில அடிமையும் கருப்பு வீரனும் சிங்கத்தை மோதி வீழ்ந்த ஆம்பி வட்ட அரங்கின் அழுகுரல் ஹல்டுஹில் கேலரிக்கு அடியில் கதறுகிறது. செப்பேடு புஷ் என்றால் செம்மறி ஆட்டு திடல் என்று பெயர். வெள்ளைநிற செம்மறி ஆடு. சாத்தானின் தூதுவன் ஆட்டுக்கொம்பு முளைத்த சின்ஸ்ட்ராம் சிம்மாசனத்தில் இருக்கக் கூடும்’ என சிறைப்பட்ட மயிலாசனம் தங்கத்தோகை விரித்து பறந்தது. கூண்டிலடைபட்ட புலியாய் அதில் அமர்ந்த அரசர்களின் கர்ஜனையில் மியூசியம் அதிர்ந்தது. ‘விக்டோரியா என்றால் வெறுங்கூடு’ என மதுக் கோப்பை உருண்டது.

ஏற்கனவே நடந்த வரலாற்றின் கதையாகச் சொல்வதில் யாத்ரீகன் காகிதக்கூழ் தயாரிக்கும் எந்திரத்தை ஓடவிட்டான். முதிர்ச்சியான காடுகளில் பூக்களை உறிஞ்சி வாசனை சீசா தயாரிக்கும் உளவாளி அலைகிறாள். பருவங்களை உணர்த்தும் செடிகளின் இயற்கையை நிராகரிக்கும் சித்தாந்த விமர்சனம். விதைப்பை கலங்கிய தலைமுறைகள் பைத்தியமாக அலைந்துகொண்டிருந்தார்கள்.

பனிச் சுவர்களுக்கிடையே நடுங்கும் ஆஸ்த்மாவுடன் சே வந்து கொண்டிருக்கிறான் பொம்மைகளோடு. ஜெர்மன் ஹோட்டல் நம்பர் ஒன்று லீ சென்டர் தெரு சைப்ரஸ்மர சவப் பெட்டியில் செல்ல மகள் ஜுரத்தில் விடுபட்டு குளிர்ந்திருக்கிறாள் சாவின் வெண்ணிறப் பனி முகத்தில். அச்சிறுமி ரோஜா போன்றவள். மலர்ந்து மறுகணமே சருகாகக் கூடியவள். கருப்புக்கோட்டை அடகுவைத்து வாங்கிய கருப்புப்பெட்டி. பிரான்சிஸ்க்கா கடுமையான மார்புச் சளியினால் படுத்துவிட்டாள். அவள் தேகத்தை பின்பக்கத்து அறையில் கிடத்தி விட்டு வெறுந்தரையில் படுத்து பிரான்ஸிஸ்கா இறந்து போனதுக்காக அழுதுகொண்டிருந்த பிள்ளைகளோடு மார்க்ஸ். சாஸ்வதமான நித்திரையில் இருந்தவளை கொரில்லா போர்முனையில் உயிர்நீத்த சேயின் கரங்கள் விரல்களால் ஸ்பரிசித்து அம்மலரை உயிர்ப்பிக்கிறது. இவ்விரு கரங்கள் மட்டுமே மார்க்ஸீயத்தின் உயிருள்ள மிச்சமாக இருக்கக்கூடும். விரல்களில் இலைகள் குருத்துவிடும் ஓசை ‘ஒளிரும் மரக்கிளைகள் இரண்டு’ என பிரான்ஸிஸ்கா சேயின் கரங்களை தழுவுகிறாள். இருள்தோட்டத்தில் அலையும் பிரான்ஸிஸ்காவிடம்

அக்கரங்கள் கோர்த்துக்கொள்ள பீதியடைந்த அவள் முகம் கனி வாசனைகொள்கிறது. 'உன் உருவம் எங்கிருக்கிறது எனக்குத் தெரியவில்லை' என்றாள் சிறுமி. ஊற்றிலிருந்து பீரிட்டு வரும் நீரின் வெதுவெதுப்பான சேயின் கரங்களில் தலைசாய்த்து சைப்ரஸ் மரப் பெட்டியிலிருந்து எதை எதையோ மௌனங்களுக்கிடையே கேட்டாள். பழம் நம்பிக்கைகள் கொண்ட ஆதிவாசியான இசை அக்கரங்களில் அதிர்கிறது. பூர்வீக ஜனங்களின கதை நிலத்தில் உடல் இல்லாத சேயின் கரங்களில் மூலிகை பூசும் நாடோடிப் பெண்ணின் சூலில் மீண்டும் மறைந்துகொள்ளும் உயிர்த்தோட்டம் நொடிப் பொழுதில் துக்கமாகப் பரவியது.

டேபிள்மீது சேயின் இருகைகளின் சிற்பம். 'இரு சரித்திரத் துண்டுகளாய் உடைக்கப்படுகிறது ஆயிரம் ஒளி வருடங்களுக்கு அப்பால் புதைக்கப்படுகிறது.' இரு துண்டுகள் நாவலை போலும் முரணுருவம். கைகளுக்குள் தாதாரா இலைகள் நிராசையுடன் உதிர்கின்றன. பக்கங்களைத் திறந்து நவம்பர் மாத மரத்துண்டுகள் சேகரிக்க நாடோடிப் பெண்கள் மரத்தின் குரல்களாய் நிழல்கள் பின்னோக்கிச் செல்லும் முல்லையில் சுருண்டுகிடக்கும் பாதையில் சுழல்கிறார்கள். அக்கரங்கள் மங்கலாய் சாய்ந்து தெரிகிறது. மோனத்தின் அடியில் மெல்ல மெல்ல மெல்லச் சிவந்த அந்தி வேளை அமைதியில் பழங்குடிப் பெண் உருவி எறிந்த விலா எலும்பில் மறையும் வனத்துக்குள் செல்பவள் வனமாகிறாள்.

பின்னிணைப்பு

மானுட உடலின் மறைந்தொழிந்த புலன்களின் ஞாபகப் பாதையே பிதிரா

யவனிகா ஸ்ரீராம்

புனைவில் நாவலுக்கும் வாசகனுக்கும் இடையே உருவாக்கும் உரையாடல் உத்திகள் சில பக்கங்களை நவீன தளத்திற்கும், ஐரோப்பிய வாசனைக்கும் இழுத் துச் செல்கிறது. குறிப்பாக நெய்தல் பகுதியில் இடம்பெறும் காட்சிகள் அனைத்தும் கடலும் கடல்சார்ந்த வரலா றும் கப்பல்களும் வணிகமும் அதன் கேளிக்கைகளும் கடல்வாழ் உயிரி களுமாய் பல கிளர்ச்சியான உணர்வு களை நமக்கு வழங்கி நிற்கின்றன.

குறிஞ்சி நிலத்திற்கான பார்வைகளும் மிக விரிவாக சம காலத்தினுடையதாய்ப் பேசப்படுகின்றன. அனேகமும் வரலாற்றின் சம்பவங்களால் முன்னெடுத்து பின்னப்படுவதால் கோணங்கி காட்டும் மாய உலகமும், மூதாதைகளின் இயங்கியல் வரலாறும் அற்புதக் கலவையாய் பின்னிப் பிணைந்து நவீனத்துவத்தில் காலமும் இடமும் அற்ற புதிர்பாதைகளுக் குள் நம்மைக் கொண்டு செலுத்துகிறது.

உப்புநூல் எனும் அத்தியாயத்தில் உப்பும் இலந்திராவும், யாத்திரிகனும், உப்பு நகர அலியும், தாசியும், தகா புணர்வாளர்களும், ஆடல் மகளிர் பெருத்த தமா நகரமும், பேசப்படும் கட்டத்தில் காமத்தை ஒரு வரைபடமென விவரித்துச் செல்லும் கோணங்கி 'உப்புநகர் அலி உடலில் கசியும் வேர்வை வாசனையில் காமமுற்ற ஆண்களும், பெண்களும் அவளை உறைபனிப் பெட்டிக்குள் அடைத்து வைத்து பனிமணலுடன் தழுவுகிற வேளை சாவு சில்லிடுகிறது' என எழுதிச் செல்கிறார். தமா நகரம் சோபடாமா வரைபடம் போன்றவை அழிந்து போன நகர சந்தைகளை நமக்கு படம்பிடித்துக் காட்டுகிறது.

இப்படியாக நான் பிதிராவின் வாசிப்பிற்குள் இயங்கியபோது ஆறுவகை நிலத்தின் மணல் சித்திரங்கள் எழுந்தசைந்து என்னை

உள்வாங்கிக்கொண்டு புராதனத் தெருக்களிலும், ஐரோப்பியச் சாலைகளிலும், உப்பு வயல்களிலும், கடல் பாலைகளிலும் அலைய வைத்தது. மேலும் நாடோடிகளுடன் உடன் சென்றதும், காபிரிகள் அமைத்த இருண்ட தண்டவாளக் குகைகளுக்குள் இறக்கிவிடப் பட்டதும், சாம்பல் நிற திமிங்கலங்களை வேட்டையாடியதும்,

கிரேக்கச் சிற்பங்கள் நிற்கும் வெளியில், கம்பளப் பெண்ணுடன் தராதர இலைவிரித்து தழுவியதும், கும்பினிக் கப்பல்களை உடைத் தெறியக் கோபம் கொண்டதும், பூம்மை துனக்காரர்களோடு உலவியதும், பசிக்கு மார்க்ஸ்க்கு அளித்த பென்சில் பிரட்டுகளை தின்று தீர்த்ததும், உப்புநூல் யாத்திரிகனோடு பனங்காட்டு பேய்களை அடையாளம் கண்டதும், தனம்மாளின் வீணையை விளையாட்டாய் ஒருமுறை சுண்டியதும், ரொனால்டாவின் பந்தை வானுயர உதைத்ததும் ஆக நான் கால எந்திரத்தின் வழியே மியூசியத்தில் அலைவுறும் ஒரு ஞாபக உடலாய் மாறிப் போயிருந்தேன். ரமேஷ் பிரேமின் தொலை தூரப் பயணி என்ற கவிதைக்குப் பிறகு ஒரு நவீன உடலுக்குள் மறைந்து கிடக்கும் தொன்ம அடுக்குகளை பிதிராவில் நான் மீட்டெடுத்துக்கொள்ள முடிந்தது. அது மீண்டும் மீண்டும் கோணங்கியை ஒரு அசாதாரண படைப்பாளியாய் எனக்குள் நிமிர வைக்கிறது. பலகாலமாய்க் கதையுடலாகவே அலையும் கோணங்கி மனித உடல்களைத் தின்னும் இன்றைய ஏகாதிபத்திய மிருகத்திற்கு முன்பு எதிர்த்து நிற்கும் ஒரு பனங்காட்டுத் தொன்ம மிருகமெனவே தன் மொழி உறுமலை முறுக்குகிறார்.

- நீண்ட கட்டுரையிலிருந்து